ನನ್ನ ಭಾವ ನಿನ್ನ ರಾಗ

ಸಾಯಿಸುತೆ

ಸುಧಾ ಎಂಟರ್‌ಪ್ರೈಸಸ್

ನಂ. 761, 8ನೇ ಮುಖ್ಯರಸ್ತೆ, 3ನೇ ಬ್ಲಾಕ್
ಕೋರಮಂಗಲ, ಬೆಂಗಳೂರು–560 034.

Nanna Bhaava Ninna Raaga (Kannada): a social novel written by Smt. Saisuthe; published by Sudha Enterprises, # 761, 8th Main, 3rd Block, Koramangala, Bangalore - 560 034.

ಮೊದಲನೆಯ ಮುದ್ರಣ	:	2010
ಎರಡನೆಯ ಮುದ್ರಣ	:	2021
ಪುಟಗಳು	:	230

ಉಪಯೋಗಿಸಿದ ಕಾಗದ	:	70 ಜಿ.ಎಸ್.ಎಂ. ಮ್ಯಾಪ್ಲಿಥೋ
ಮುಖಪುಟ ವಿನ್ಯಾಸ	:	ಪ.ಸ. ಕುಮಾರ್
ಹಕ್ಕುಗಳು	:	ಲೇಖಕಿಯವರದು

ಸಗಟು ಮಾರಾಟಗಾರರು
ವಸಂತ ಪ್ರಕಾಶನ
360, 10ನೇ 'ಬಿ' ಮುಖ್ಯರಸ್ತೆ, 3ನೇ ಬ್ಲಾಕ್,
ಜಯನಗರ, ಬೆಂಗಳೂರು – 560 011
ದೂರವಾಣಿ : 080–22443996/40917099
ಮೊ: 7892106719
email : vasantha_prakashana@yahoo.com
website: www.vasanthaprakashana.com

ಅಕ್ಷರ ಜೋಡಣೆ :
ಲೇಜರ್ ಲೈನ್ ಗ್ರಾಫಿಕ್ಸ್

ಮುದ್ರಣ :
ಸುಧಾ ಎಂಟರ್‌ಪ್ರೈಸಸ್

ಮುನ್ನುಡಿ

ಭಾವನಾ ಪ್ರಪಂಚದ ಸೂಕ್ಷ್ಮತೆ, ಒಡನಾಟ, ಜಿಜ್ಞಾಸೆ, ಚಿಂತನಪರತೆ, ಇವುಗಳ ಹಿಂದಿರುವ ಪ್ರೇರಣೆ ಇವೆಲ್ಲ ಬದುಕಿನ ಅತ್ಯಂತ ಸಹಜ, ಸರಳ ವಿಷಯಗಳಾಗಿದ್ದು, ಇವು ಕಾದಂಬರಿಯಲ್ಲಿ ಒಡಮೂಡಿ ಪಾತ್ರಗಳ ತುಂಬೆಲ್ಲ ಹರಿದಾಡಿವೆ.

ನೀವು ಮೆಚ್ಚಿರುವ ಈ ಕಾದಂಬರಿ ಮತ್ತೊಮ್ಮೆ ಅಚ್ಚಾಗಿದೆ. ಈ ಸಲ ಸುಧಾ ಎಂಟರ್‌ಪ್ರೈಸಸ್‌ನ ಉತ್ಸಾಹಿ ಪ್ರಕಾಶಕರಾದ ಶ್ರೀ ಕೆ.ಎಸ್. ಮುರಳಿಯವರು ಪ್ರಕಟಿಸಿದ್ದಾರೆ. ತಮ್ಮ ಪ್ರಕಾಶನ ಸಂಸ್ಥೆಯ ಪ್ರಗತಿಯ ಬಗೆಗಿನ ಅವರ ಆಶಯಗಳು ನೆರವೇರಲಿ ಎಂಬುದೇ ನನ್ನ ಹಾರೈಕೆ.

ಮೊದಲ ಮುದ್ರಣದ ಪ್ರತಿಗಳನ್ನು ಕೊಂಡು ಓದಿದ ನಿಮಗೆ ನನ್ನ ಕೃತಜ್ಞತೆಗಳು.

– ಸಾಯಿಸುತೆ

"ಸಾಯಿಸದನ"
12, 2ನೇ ಮುಖ್ಯರಸ್ತೆ, 2ನೇ ಅಡ್ಡರಸ್ತೆ,
ಮಾರುತಿನಗರ, ಕೋಗಿಲೆ ಕ್ರಾಸ್, ಯಲಹಂಕ
ಓಲ್ಡ್ ಟೌನ್, ಬೆಂಗಳೂರು – 560064.
ದೂ: 080-28571361
Email: saisuthe1942@gmail.com

ನಮ್ಮಲ್ಲಿ ದೊರೆಯುವ ಸಾಯಿಸುತೆಯವರ ಇತರ ಕಾದಂಬರಿಗಳು

ಸಾಯಿಸುತೆಯವರ ಮುಂದಿನ
ಹೊಸ ಕಾದಂಬರಿ
'ಮೆಲು ತಂಗಾಳಿ'

ನನ್ನ ಭಾವ ನಿನ್ನ ರಾಗ

ಕಾನ್ಫರೆನ್ಸ್ ಹಾಲ್‌ನಲ್ಲಿ ಒಂದು ಅದ್ಭುತ ಪೂರ್ಣ ಸಮಾರಂಭ. ಇಂಥ ಒಂದು ದಿನ ಬರಬಹುದೆಂದು 'ಬೀನಾ ಸಿರಾಮಿಕ್ ಟೈಲ್ಸ್'ನ ಅಧಿಕಾರ ವರ್ಗ ಮತ್ತು ಕಾರ್ಮಿಕ ವರ್ಗ ಊಹಿಸಿರಲಿಲ್ಲ. ಪೂರ್ತಿ ಹಾಸಿಗೆ ಹಿಡಿದಿದ್ದ 'ಸಿಕ್ ಫ್ಯಾಕ್ಟರಿ'ಗೆ ಸರ್ಜರಿ ನಡೆಸಲು ಬಂದ ಮಹೇಂದರ್ ದೊಡ್ಡ ವ್ಯಕ್ತಿಯಾಗಿ ಕಂಡಿದ್ದ. ಇಲ್ಲದಿದ್ದರೆ ಮೂರು ನೂರು ಕಾರ್ಮಿಕ ಕುಟುಂಬಗಳು ಬೀದಿ ಪಾಲಾಗುತ್ತಿದ್ದರು. ಬೇರೆಡೆಯಿಂದ ವಲಸೆ ಬಂದ ಜನ ಅವರು. ಇಲ್ಲೇ ಇದ್ದ ಸ್ವಂತ ವಾಸಿಗಳು ಜೀವನಕ್ಕೆ ಬೇರೆ ದಾರಿಗಳನ್ನು ಹುಡುಕಿಕೊಳ್ಳಬಹುದಿತ್ತು. ಕಾರ್ಖಾನೆಯ ರೋಗದ ತೀವ್ರತೆ ಅರಿತಿದ್ದ ಕೆಲವು ಜನ ಕೆಲಸ ಬಿಟ್ಟು ಬೇರೆ ಕಡೆ ಹೋಗಿದ್ದರು. ಹತ್ತು ವರ್ಷದಿಂದ ಉಸಿರಾಡಲು ಒದ್ದಾಡುತ್ತಿದ್ದ ಕಾರ್ಖಾನೆ, ಕೆಲವರಿಗಂತೂ ಯಾಕೆ ತಾವು ಇಲ್ಲಿ ಅಂಟಿಕೊಂಡಿದ್ದೇವೆಂದು ಯೋಚಿಸುತ್ತಿದ್ದರು.

ಜನರಂತು ತ್ರಿಶಂಕು ಸ್ಥಿತಿಯಲ್ಲಿದ್ದರು. ತಿಂಗಳಿಗೊಮ್ಮೆ ಸಂಬಳ ನೋಡಿ ಬಹಳ ಕಾಲವಾಗಿತ್ತು. ಒಮ್ಮೆ ರಾಷ್ಟ್ರೀಯ ಮಟ್ಟದಲ್ಲಿ ಸ್ಪರ್ಧಿಸುತ್ತಿದ್ದ ಅಂತರರಾಷ್ಟ್ರೀಯ ಮಟ್ಟಕ್ಕೆ ಲಗ್ಗೆ ಹಾಕಿದ ಫ್ಯಾಕ್ಟರಿ ಹೆಸರು ಕಳೆದುಕೊಂಡಿದ್ದರ ಜೊತೆಗೆ ತೀವ್ರ ನಷ್ಟ ಅನುಭವಿಸುತ್ತಿತ್ತು.

ಇಂಥ ಸ್ಥಿತಿಯಲ್ಲಿ ಅರುಣೋದಯವೆನ್ನುವಂತೆ ಈ ಕಾರ್ಖಾನೆ ಬೇರೆಯವರ ಕೈ ಸೇರಿತು. ಅದಕ್ಕೆ ಮುನ್ನ ಅಧಿಕಾರ ವರ್ಗ ಮತ್ತು ಕಾರ್ಮಿಕ ಮುಖಂಡರೊಂದಿಗೆ ಒಂದು ಅಗ್ರಿಮೆಂಟ್ ಮಾಡಿ ಸಹಿ ಪಡೆದುಕೊಂಡಿದ್ದರು. ಅದಕ್ಕೆ ಕಾರ್ಖಾನೆಯಲ್ಲಿ ಕೆಲಸ ಮಾಡುವ ಪ್ರತಿಯೊಬ್ಬರೂ ಒಳಗೊಂಡಿದ್ದರು.

ಒಂದು ರೀತಿಯಲ್ಲಿ ಹರ್ಷದಾಯಕ ವಾತಾವರಣ. ಹಬ್ಬ ಆಚರಿಸುವ ಸಂಭ್ರಮ. ಅರವಿಂದ ಘೋಷ್ ಅಂತ ಹಿರಿಯ ಅನುಭವಿ ವ್ಯಕ್ತಿಗೆ ಇನ್ನು ಕೆಲಸದ ಅಗತ್ಯವಿಲ್ಲದಿದ್ದರೂ ಈ ಫ್ಯಾಕ್ಟರಿ ಮುಚ್ಚಿಹೋಗುವುದು ನೋವಿನ ವಿಷಯವಾಗಿತ್ತು.

ಈ ಹತ್ತು ವರ್ಷಗಳಲ್ಲಿ ಅದರ ಸಾಧನೆ ಏನೇನು ಇಲ್ಲ. ಇದಕ್ಕೆ ಪ್ರತಿಯೊಬ್ಬರೂ ಕಾರಣ!

ಹೊಸ ಎಂ.ಡಿ. ತೀರಾ ಯಂಗ್, ಅಷ್ಟೇ ಉತ್ಸಾಹಿ, ಮೇಧಾವಿ, ತೀರಾ ಕಟ್ಟುನಿಟ್ಟೊ ಎನ್ನುವ ಮಾತುಗಳು ಹರಡಿತ್ತು ಎಲ್ಲೆಡೆ. ಕೆಲವರಿಗಂತೂ ತೀರಾ ಕುತೂಹಲ. ಇಂದು ಅವರ ಸ್ವಾಗತ, ಪರಿಚಯಕ್ಕಾಗಿ ಆಫೀಸ್‌ನ ಅಧಿಕಾರ ವರ್ಗವೆಲ್ಲ ಸೇರಿತ್ತು ಎನ್ನುವುದಕ್ಕೆ ಬದಲು ಆಫೀಸ್ ಸ್ಟಾಫ್‌ನ ಪರಿಚಯ ಮಾಡಿಕೊಳ್ಳಲು ಪೂರ್ತಿಯಾಗಿ ಒಂದು ಟೀ ವ್ಯವಸ್ಥೆ ಮಾಡಿದ್ದರು. ಹಿಂದಿನ ದಿನ ಕಾರ್ಮಿಕ ಮುಖಂಡರನ್ನು ಸೆಕ್ಯೂರಿಟಿ ಸ್ಟಾಫ್‌ನ ಬೇರೆ ಬೇರೆಯಾಗಿ ಕರೆಸಿಕೊಂಡು ಮಾತಾಡಿದ್ದರ ಬಗ್ಗೆ ಗುಸುಗುಸು.

ಸಾಲದಿಂದ ತೀರಾ ನೆಲಕಚ್ಚಿದ್ದ ಪರಂಧಾಮಯ್ಯ ಹಳೆಯ ಕೋಟನ್ನ ಇಸ್ತ್ರಿ ಮಾಡಿಸಿಕೊಂಡು ಹಾಕಿಕೊಂಡು ಬಂದಿದ್ದರು. ತಿಂಗಳಿಗೊಮ್ಮೆ ಸಂಬಳ ಬರುತ್ತೆ. ಕೊಟ್ಟ ಜನಕ್ಕೆ ಅಲ್ಪಸ್ವಲ್ಪವಾದರೂ ಕೊಟ್ಟು ಋಣಮುಕ್ತರಾಗುವ ಆಸೆ ಅವರಿಗೆ.

"ಇದು ಬಹಳ ಒಳ್ಳೆಯ ಲಕ್ಷಣ! ಹಿಂದಿನ ಎಂ.ಡಿ. ಎಂದಾದ್ರೂ ಮಾತುಕತೆಗೆ ಕರೆದು ಸಮಸ್ಯೆಗಳ್ನ ಚರ್ಚಿಸಿದ್ದುಂಟಾ! ಬರೀ ಕೂಗಾಟ, ಹಾರಾಟ, ಬೈಗುಳು, ಇಷ್ಟರಲ್ಲೇ ಮುಗ್ದು ಹೋಗ್ತಾ ಇತ್ತು" ಆತ ಬಹಳ ಮೆಲುದನಿಯಲ್ಲಿ ಹೇಳಿದರು ಎಲ್ಲರಿಗೂ ಕೇಳುವಂತೆ.

ವಾಚ್ ಕಡೆ ನೋಡಿದ ಮ್ಯಾನೇಜರ್ ನಾಗಮಣಿ ಇದನ್ನು ಅನುಮೋದಿಸಿದ್ದು ಮುಕ್ತ ಮನಸ್ಸಿನಿಂದ "ಹೌದೌದು, ಆದ್ರೂ ಹೇಗೋ ಎರಡು ತಿಂಗ್ಳಿಗೋ, ಮೂರು ತಿಂಗ್ಳಿಗೋ ಅಷ್ಟಿಷ್ಟು ಸಂಬ್ಳ ಕೊಟ್ಟು ಇಷ್ಟು ದಿನ ತಳ್ಳಿದ್ರು. ಇವ್ರು ಹೊಸಬರು ಈ ಕ್ಷೇತ್ರಕ್ಕೆ. ಯಂಗ್, ಬಿಸಿ ರಕ್ತ ತಾಳ್ಮೆ ಕಡ್ಮೆ ಇರುತ್ತೆ. ಬಹುಶಃ ವರ್ಷವೋ, ಆರು ತಿಂಗಳೋ ಆಯಸ್ಸು" ಎಂದು ತೋಚಿದ್ದು ಅಂದು ಕೆಲವರ ಮುಖ ಕೆಂಪಗಾಗಲು ಕಾರಣರಾದರು.

"ಎಕ್ಸ್‌ಕ್ಯೂಜ್ ಮಿ. ಮೇಡಮ್. ಯಾಕೆ ಇಂಥ ಅಪಶಕುನ ನುಡೀತೀರಾ! ಕೆಲ್ಸಕ್ಕೆ ಸೇರಿದ್ಮೇಲೆ ಒಂದ್ಸಲ ಕೂಡ ಸರಿಯಾಗಿ ಸಂಬಳ ತಗೊಂಡಿಲ್ಲ. ಆಪ್ಟಿಮಿಸ್ಟ್ ನಾನು ಆಶಾಜೀವಿ. ದಯವಿಟ್ಟು ಒಳ್ಳೆ ರೀತಿಯಲ್ಲಿ ಯೋಚ್ಸಿ, ಶುಭಾಶಯ ಕೋರಿ" ಕೆಲವರ ಮನಸ್ಸಿನ ಮಾತುಗಳನ್ನಾದರೂ ಮಹಾಲಿಂಗಂ ಹೇಳಿದ. ಅಕೌಂಟ್ ಸೆಕ್ಷನ್‌ಗೆ ಅವನನ್ನು ಕೆಲಸಕ್ಕೆ ತಗೊಂಡು ಒಂದೂವರೆ ವರ್ಷವಾಗಿತ್ತು. ಇದೊಂದು ಮ್ಯಾನೇಜ್‌ಮೆಂಟ್‌ನ ಮೂರ್ಖತನ. ಇದ್ದವರಿಗೇನೇ ಸಂಬಳ, ಕೆಲಸ ಎರಡೂ ಇಲ್ಲದಾಗ ಇವನನ್ನ, ನಂದಿತಾನ ಟೆಂಪರರಿಯಾಗಿ ತಗೊಂಡಿದ್ದರು. ಆದರೆ ಸಂಬಳ ಮಾತ್ರ ಕೊಟ್ಟಿರಲಿಲ್ಲ ಅಷ್ಟೆ. ಅಂಥ ಒಂದು ದಿನದ ಉದಯಕ್ಕಾಗಿ ಕಾದಿದ್ದರೇನು!

ಟೈಪಿಸ್ಟ್ ವಿಜಯ ನಗಲಾರದೆ ನಕ್ಕರು "ಸಾರಿ ಸರ್, ಮಹಾಲಿಂಗಂ ಮದ್ವೆಯಾಗಿದೆಯಲ್ಲ, ಕೆಲ್ಸದ್ದು ದೊಡ್ಡ ಸಮಸ್ಯೆಯೆ. ಒಂದು ರೀತಿಯಲ್ಲಿ

ಶೋಚನೀಯ ಸ್ಥಿತಿ" ಪರಿಸ್ಥಿತಿ ಹೇಳಿದರು. ಮಿಕ್ಕವರ ನಗೆಗಳು ಸೇರಿ ಒಬ್ಬ 'ಬಫೂನ್' ಆಗಿಬಿಟ್ಟ ಆ ವ್ಯಕ್ತಿ.

ಅಂತು ಎಲ್ಲರ ದಯನೀಯ ನೋಟಕ್ಕೆ ಪಾತ್ರನಾದ ರಾಮಲಿಂಗಂ "ಸ್ಟಾಪ್ ಇಟ್". ಅರವಿಂದ ಘೋಷರು ಕಣ್ಣು ಕೆಂಪಗೆ ಮಾಡಿದರು. ಮ್ಯಾನೇಜ್‌ಮೆಂಟ್‌ನಲ್ಲಿ ಶಿಸ್ತು ಇಲ್ಲದ ಕಾರಣ ಆಫೀಸ್ ಸ್ಟಾಫ್ ಬಾಯಿಬಡಕರಾಗಿದ್ದರು. ಬರೀ ಹರಟೆ, ತಲೆಹರಟೆ, ಫ್ಯಾಕ್ಟರಿಯಲ್ಲಿಯೇ ವ್ಯಾಪಾರ, ವ್ಯವಹಾರ ಒಂದು ರೀತಿಯಲ್ಲಿ ಸಂತೆಯಾಗಿ ಮಾರ್ಪಟ್ಟು ಕೆಲವು ಹಿರಿಯರಿಗೆ ಇದು ಸಹಿಸಲಾಗದು. ಆದರೆ ಇವರ ಮಾತು ಕೇಳುವ ಮಟ್ಟ ಮೀರಿ ಹೋಗಿದ್ದರು ಅವರುಗಳೆಲ್ಲ.

ಷೂನ ಟಕಟಕ ಸದ್ದಿಗೆ ಇಡೀ ಹಾಲ್ ನಿಶ್ಶಬ್ದವಾಯಿತು. ಅದೊಂದು ಸದ್ದು ಬಿಟ್ಟು ಮಿಕ್ಕೆಲ್ಲ ನಿಶ್ಶಬ್ದ. ಯಾಕೋ ಏನೋ ಎಲ್ಲರ ಗುಂಡಿಗೆಗಳು ಕ್ಷಣಕಾಲ ಸ್ತಬ್ಧವಾಯಿತು. ಅರಿವಾಗುವ ಮುನ್ನ ಎಲ್ಲಾ ಸಾಮೂಹಿಕವಾಗಿ ಎದ್ದು ನಿಂತರು.

ಹೊಸ ಎಂ.ಡಿ. ಮಹೇಂದರ್‌ಗಿಂತ ಎರಡು ಹೆಜ್ಜೆ ಹಿಂದೆ ಬರುತ್ತಿದ್ದ ಸಮೀರ್ ಮಾತ್ರ ಅವನೊಂದಿಗೆ ಒಳ ಬಂದು, ಮಿಕ್ಕ ಇಬ್ಬರು ಸೆಕ್ಯೂರಿಟಿಯವರು ಹೊರಗೆ ಉಳಿದರು. ಆ ಧೀಮಂತ ನಡಿಗೆಗೆ ಗಾಳಿ ಕೂಡ ಸ್ತಬ್ಧ. ಒಂದೊಂದು ಹೆಜ್ಜೆಯ ಸದ್ದು ಅವನ ದೃಢತೆ, ಮನೋಬಲ, ಹಿಡಿದ ಪಟ್ಟನ್ನು ಸಾಧಿಸುವಂಥ ಛಲವನ್ನು ಸೂಚಿಸುತ್ತಿತ್ತು.

ಫೈಲು ಹಿಡಿದು ಬಂದಿದ್ದ ಪಿ.ಎ. ಸಮೀರ್ ಮುಂದಿಟ್ಟು ಪಕ್ಕಕ್ಕೆ ಸರಿದು ನಿಂತ. ಎಲ್ಲರನ್ನು ಒಮ್ಮೆ ದೃಷ್ಟಿಸಿ ಕೂಡುವಂತೆ ಮುಗುಳ್ನಗೆಯಿಂದ ಸೂಚಿಸಿ ಕೂತ. ಅವನ ತೀಕ್ಷ್ಣತೆ ಸೂಚಿಸುವ ಕಣ್ಣುಗಳಲ್ಲಿ ಎಲ್ಲೋ ಸ್ನೇಹ ಅಡಗಿದೆಯೆನಿಸಿತು ಅರವಿಂದ ಘೋಷರಿಗೆ. ಮೋಸ್ಟ್ ಸೀನಿಯರ್ ಅಡ್ವೈಸರ್ ಫ್ಯಾಕ್ಟರಿಗೆ ಅವರು. ಕೆಲವರಿಗೆ ಒಳ್ಳೆಯವರು ಮತ್ತೆ ಕೆಲವರಿಗೆ ನಿಷ್ಠುರವಾದಿ. ನಿವೃತ್ತಿಗೆ ಎರಡು ವರ್ಷ ಮಾತ್ರ ಇತ್ತು. ಕಾರ್ಖಾನೆಯ ಬಗ್ಗೆ ಕಳಕಳಿಯುಳ್ಳ ಪ್ರಾಮಾಣಿಕ ಮನುಷ್ಯ.

ಎಲ್ಲಾ ನಿಂತೇ ಇದ್ದರು. ಮಹೇಂದರ್ ಒಮ್ಮೆ ನೋಟ ಹರಿಸಿ "ಸಿಟ್‌ಡೌನ್ ಎವ್ವೆರಿಬಡೀ" ಮತ್ತೆ ಹೇಳಿದ. ಎಲ್ಲಾ ಆಸೀನರಾದ ಮೇಲೆ ಪ್ರತಿಯೊಬ್ಬರನ್ನ ಪರಿಶೀಲನಾತ್ಮಕವಾಗಿ ನೋಡಿದ.

ಈ ಕಾರ್ಖಾನೆಯ ವಿಷಯ ಹೇಳಿದಾಗ ಬಲವಂತರಾಯ್ ನಕ್ಕು ಬಿಟ್ಟಿದ್ದರು. "ಇನ್ನೊಂದ್ಸಲ ಯೋಚ್ಸು ಮಹೇಂದರ್, ಇಂಥ ಸಿಕ್ ಫ್ಯಾಕ್ಟರಿಗಳು ನಮ್ಮ ದೇಶದಲ್ಲಿ ಸಾಕಷ್ಟಿದೆ. ಇಲ್ಲಿ ಮ್ಯಾನೇಜ್‌ಮೆಂಟ್ ಲೇಬರ್ಸ್, ಮಿಷನರಿಸ್— ಎಲ್ಲಾ ವೇಸ್ಟ್ ಕಂಡಿಷನ್‌ನಲ್ಲಿದೆ. ಒಂದೋ ಎರಡೋ ಬೋಲ್ಟ್ ನೆಟ್ಟುಗಳು ಹೆಚ್ಚುಕಡ್ಮೆಯಾಗಿದ್ರೆ ಕೆಟ್ಟಿದ್ರೆ ತೆಗ್ದು ಎಸೀಬಹ್ದು. ಅಥ್ವಾ ಜೋಡಿಸೋದು ಈಸೀ. ಆದರೆ ಇಡೀ ಬೇಸ್ ವೇಸ್ಟ್ ಕಂಡೀಷನ್‌ನಲ್ಲಿದೆ. ಆದ್ರೂ ನಿನ್ನ ಬಗ್ಗೆ ನಂಗೆ ವಿಪರೀತ ವಿಶ್ವಾಸ. ನೀನು ವಿಶ್ವಾಮಿತ್ರನ ಮಗನಲ್ವಾ! ಹಿಡ್ದ ಪಟ್ಟು ಸಾಧಿಸ್ತೀಯಾ" ಹಿತವಚನದೊಂದಿಗೆ

ಪ್ರೋತ್ಸಾಹದ ನುಡಿಗಳನ್ನು ಆಡಿದ್ದರು. ಛಾಲೆಂಜ್ ಆಗಿ ತೆಗೆದುಕೊಂಡಿದ್ದ ಮಹೇಂದರ್.

ಪ್ರತಿಯೊಬ್ಬರು ಎದ್ದು ಎದ್ದು ಸ್ವತಃ ತಮ್ಮ ಪರಿಚಯ ಮಾಡಿಕೊಂಡರು. ನಾಲಕ್ಕೇ ಮಾತಿನಲ್ಲಿ ಅಗ್ರಿಮೆಂಟ್‌ನ ಎಲ್ಲರಿಗೂ ಅರ್ಥವಾಗುವಂತೆ ಹೇಳಿದ. ಹೆಚ್ಚಿಗಿದ್ದ ಸಿಬ್ಬಂದಿಯನ್ನು ಸ್ವಲ್ಪ ಕಾಂಪೆನ್‌ಸೇಷನ್‌ನೊಂದಿಗೆ ತೆಗೆಯುವುದರ ಜೊತೆಗೆ ಈಚೆಗೆ ಎರಡು ವರ್ಷದ ಮಿತಿಯಲ್ಲಿ ಅಪಾಯಿಂಟ್ ಮಾಡಿಕೊಂಡವರನ್ನು ವಜಾ ಮಾಡಬಹುದಿತ್ತು. ಇನ್ನು ಮೂರು ವರ್ಷ ಸಂಬಳ, ಬೋನಸ್ ಇಲ್ಲ ಮತ್ತು ಮೂಲಭೂತ ಹಕ್ಕಾದ ಸ್ಟ್ರೈಕ್ ಮಾಡುವಂತಿರಲಿಲ್ಲ ಕಾರ್ಮಿಕರ ವರ್ಗ.

ಒಂದಿಷ್ಟು ಚರ್ಚೆಗೆ ಅವಕಾಶ ಕೊಟ್ಟು, ಸಲಹೆಗಳನ್ನು ಪಡೆಯಲು ತಯಾರಿದ್ದ. ಅರವಿಂದ ಘೋಷ್‌ರನ್ನು ಬಿಟ್ಟು ಯಾರೂ ಮಾತಾಡಲಿಲ್ಲ. ಇಲ್ಲಿ ವೈಯಕ್ತಿಕ ವಿಷಯಗಳ ಮಾತುಕತೆಗೆ ಅವಕಾಶವಿರಲಿಲ್ಲ.

"ಕಾರ್ಖಾನೆಯ ಇಂದಿನ ಸ್ಥಿತಿಗೆ ವ್ಯಕ್ತಿ ವ್ಯಕ್ತಿಯಾಗಿ ಬೇರ್ಪಡಿಸಿ ದೂಷಿಸುವುದು ಬೇಡ. ಅಗತ್ಯಕ್ಕಿಂತ ಹೆಚ್ಚಿನ ಸಿಬ್ಬಂದಿ ಮತ್ತು ಹೊಸಬರ್ನ ತೆಗೆಯಬೇಕಾಗುತ್ತೆ. ಅವಕಾಶವಿರೋ ಜನಕ್ಕಿಂತ ಹೆಚ್ಚಿನ ಜನ ಹಡಗು ಹತ್ತಿದ್ರೆ, ಅದು ನಿಶ್ಚಿಂತೆಯಿಂದ ಮುಳುಗುತ್ತೆ. ಕೆಲವರಿಗಾಗಿ ಮಿಕ್ಕವ್ರ ಜಲಸಮಾಧಿ" ಸೂಕ್ಷ್ಮವಾಗಿ ವಿವರಿಸಿ ಎಲ್ಲರ ಮುಖಗಳನ್ನು ದಿಟ್ಟಿಸಿದ. ಹಳಬರಿಗೆ ಕಾಂಪೆನ್‌ಸೇಷನ್ ಸಿಗುವುದರಿಂದ ಅವರುಗಳು ತುಟಿ ತೆರೆಯಲಿಲ್ಲ. ಹೊಸದಾಗಿ ಅಪಾಯಿಂಟ್ ಆಗಿದ್ದ ರಾಮಲಿಂಗಂ, ನಂದಿತಾ ಕೆಲಸ ಕಳೆದುಕೊಳ್ಳಬೇಕಿತ್ತು.

ಎಲ್ಲರಿಂದ ಹರಿದ ನೋಟ ಒಂದು ಕಡೆ ನಿಂತು ಮಹೇಂದರ್‌ನ ವಿಚಲಿತನಾಗಿಸಿತು ಕ್ಷಣಮಾತ್ರ. ನಂದಿತಾ ಅವನಿಗೆ ಷಾಕ್ ನೀಡಿದ್ದಳು. ಚೇತರಿಸಿಕೊಳ್ಳಲು ಅವನಂಥವನಿಗೆ ಕ್ಷಣಗಳು ಸಾಕಿತ್ತು.

ಮೆಲ್ಲಗೆ ನಿಧಾನವಾಗಿ ಮೇಲೆದ್ದ ಮಹಾಲಿಂಗಂನ ಮುಖಭಾವದಿಂದಲೇ ಗುರ್ತಿಸಿ ಕೊಡುವಂತೆ ಸನ್ನೆ ಮಾಡಿದ ಮಹೇಂದರ್, ತೀರಾ ಅನಿವಾರ್ಯ, ಸಂಕಷ್ಟ ಸ್ಥಿತಿಯಲ್ಲಿ ಮಾತ್ರ ಅಗ್ರಿಮೆಂಟ್‌ನ ಕೆಲವು ನಿರ್ಧಾರಗಳನ್ನು ಬದಲಿಸುವ, ಸಿಂಪತಿ ತೋರಿಸುವ ಅಧಿಕಾರ ಅವನೊಬ್ಬನಿಗೆ ಇತ್ತು.

ಇನ್ನೊಬ್ಬರು ದನಿಯೆತ್ತಲಿಲ್ಲ. ಈಚೆಗಂತು ಮೂರು ನಾಲ್ಕು ತಿಂಗಳಿಗೆ ಒಂದು ಸಲ ಸಂಬಳ ಸಿಗುತ್ತಿರಲಿಲ್ಲ. ಹೇಗೋ ಉಸಿರಾಡುವಂತಾಯಿತಲ್ಲ ಎನ್ನುವ ಸಮಾಧಾನ ಹೆಚ್ಚು ಜನಕ್ಕೆ.

ಲಘು ಉಪಹಾರ, ಟೀ ವ್ಯವಸ್ಥೆ ಆಗಿತ್ತು ಎಲ್ಲರಿಗೂ, ಯಾವ "ಹಮ್ಮು ಬಿಮ್ಮು" ತೋರದೆ ಅವರೊಂದಿಗೆ ಮಹೇಂದರ್ ಕೂಡ ತಗೊಂಡ. ಆದರೆ ಅವನ ಬಿಗಿದ ಗಂಭೀರ ಮುಖ ನೋಡಿಯೇ ಕೆಲವರು ತಮ್ಮ ತುಟಿಗಳಿಗೆ ಪ್ಲಾಸ್ಟರ್ ಹಾಕಿಕೊಂಡರು.

ಈಚೆ ಬಂದ ನಂತರ ಮ್ಯಾನೇಜರ್ ನಾಗಮಣಿಯೇ ನೆಮ್ಮದಿ ಉಸಿರು ಬಿಟ್ಟರು. ಅವರಿಗೆ ಹೊಸ ಎಂ.ಡಿ.ಯ ಬಗ್ಗೆ ಭರವಸೆ ಹುಟ್ಟಿತ್ತು. "ನೆಮ್ಮದಿಯಾಗಿ ಉಸಿರಾಡ್ಬಹ್ದು. ಅಗತ್ಯಕ್ಕಿಂತ ಒಂದ್ಮಾತು ಕೂಡ ಹೆಚ್ಚಿಗೆ ಮಾತಾಡ್ಲಿಲ್ಲ ಎಂ.ಡಿ." ಮೆಚ್ಚಿಗೆ ಸೂಚಿಸಿದರು.

ರಾಮಲಿಂಗಂ ಅವರ ಬೆನ್ನು ಬಿದ್ದ "ಮೇಡಮ್, ನೀವೆಲ್ಲ ಸೇಫ್ ಆದ್ರಿ, ನನ್ನಗತಿಯೇನು?" ನಿಸ್ಸಹಾಯಕತೆ ತೋಡಿಕೊಂಡಾಗ ಆಕೆಗೂ 'ಅಯ್ಯೋ' ಅನ್ನಿಸಿತು. "ಮಿಸ್ಟರ್ ಮಹಾಲಿಂಗಂ, ಸ್ವಲ್ಪ ಪೇಷನ್ಸ್ ಜೊತೆ ಕಾಮನ್ ಸೆನ್ಸ್ ಕೂಡ ಇರ್ಲಿ. ಎಂ.ಡಿ. ಹೇಳಿದ್ದು ಕೇಳಿಲ್ವಾ! ಹಡಗಿನ ಕೆಪ್ಯಾಸಿಟಿ ಇದ್ದಷ್ಟು ಮಾತ್ರ ಪ್ಯಾಸಂಜರ್ಸ್‌ನ ಹತ್ತಿಸ್ಕೋಬೇಕು. ಇಲ್ದಿದ್ರೆ ಇಡೀ ಹಡಗು ಮುಳುಗುತ್ತೆ. ಈ ಮಾತು ಸೂರ್ಯ, ಚಂದ್ರ ಇರೋಷ್ಟೇ ಸತ್ಯ. ಯಾವ ಕ್ಷಣವಾದ್ರೂ ಪೂರ್ತಿ ಕಾರ್ಖಾನೆ ಮುಚ್ಚಿಹೋಗಿ ಕಾರ್ಮಿಕರು ಬೀದಿಗೆ ಬೀಳೋ ಸ್ಥಿತಿ ಇತ್ತು. ಎಂಥ ಅನಿಶ್ಚಯ ಸ್ಥಿತಿಯೆಂದ್ರೆ ಭಯವಾಗುತ್ತೆ. ಸಾಲಗಾರರ ಕಾಟ ತಾಳಲಾರ್ದೇ ವೈರಮುಡಿ ಆತ್ಮಹತ್ಯೆ ಮಾಡ್ಕೊಂಡ. ಆ ಸ್ಥಿತಿಗೆ ಒಂದು ಕೊನೆ ಬಂತು. ಬೇರೆ ಎಲ್ಲಾದ್ರೂ ಕೆಲ್ಸ ಸಿಕ್ಕುತ್ತೆ. ಬಿ.ಕಾಂ...." ಅವರು ಮುಂದೆ ಹೊರಟಾಗ ರಾಮಲಿಂಗಂ ಹಿಂದೆ ಉಳಿದ.

ಬಿ.ಕಾಂ. ಮುಗಿಸಿದ ನಾಲ್ಕು ವರ್ಷದ ನಂತರ ಅವನಿಗೆ ಈ ಕೆಲಸ ಸಿಕ್ಕಿದ್ದು. ಆ ದಿನಗಳಲ್ಲಿ ಅವನು ಪಟ್ಟಪಾಡು, ಮಾನಸಿಕ ಹಿಂಸೆಕೆಟ್ಟ ಕನಸು ಮರುಕಳಿಸಿದಂತಾಯಿತು.

ಫ್ಯಾಕ್ಟರಿ ವಿಶಾಲ ಆವರಣದಿಂದ ದೊಡ್ಡ ಗೇಟು ಮುಖಾಂತರ ಹೊರಗೆ ಬಂದವನು ಹಿಂದಿರುಗಿ ನೋಡಿದ. ನಿಶ್ಶಕ್ತನಾದ ವ್ಯಕ್ತಿಗೆ ಊರುಗೋಲು ಒದಗಿಸಿತ್ತು, ಕನಸು ಕಾಣದಷ್ಟು ದುರ್ಬಲ ವ್ಯಕ್ತಿಗೆ ಆಗೊಂದು, ಈಗೊಂದು ಕನಸು ಬಿದ್ದು, ಬದುಕನ್ನು ತೆರೆದಿತ್ತು.

ದುಃಖದಿಂದ ಕತ್ತು ಉಬ್ಬಿ ನಡೆಯಲಾರದಷ್ಟು ನಿಶ್ಶಕ್ತನಾದವನು ಫುಟ್‌ಪಾತ್ ಅಂಚಿಗೆ ಸರಿದವನು ಮುಖ ಮೇಲೆತ್ತಿ ಉಸಿರೆಳೆದುಕೊಂಡ.

"ನಂಗೆ ಈ ತಿಂಗ್ಳಾದ್ರೂ ಸೀರೆ ಕೊಡಿಸ್ಬೇಕು" ಪ್ರತಿ ಇಪ್ಪತ್ತೈದನೆ ತಾರೀಖಿನ ನಂತರ ಎಂಟು ತಿಂಗಳ ಹಿಂದೆ ಮದುವೆಯಾದ ಹೆಂಡತಿಯ ಕೊರತೆ ಶುರುವಾಗುತ್ತಿತ್ತು. ಒಂದರ ವೇಳೆಗೆ ಅದು ತೋರುತ್ತಿತ್ತು ವಿಚಿತ್ರ ರೂಪ. "ಒಂದು ಸೀರೆ, ಸಿನಿಮಾ, ಪಿಕ್‌ನಿಕ್ ಇದ್ಮೇಲೆ ಯಾಕೆ ಮದ್ವೆ ಆಗ್ಬೇಕಿತ್ತು?" ಇಂಥ ಮಾತುಗಳು ನೇರವಾಗಿ ಶುರುವಾದಾಗ ತಂದೆಯ ಮುಂದೆ ಹೋಗಿ ಕೂಡುತ್ತಿದ್ದ.

"ನಂಗೆ ಘನಾಂಧಾರಿ ನೌಕರಿ ಸಿಕ್ಕಿದೇಂತ... ಅವ್ಳನ್ನ ಗಂಟುಹಾಕಿದ್ರಿ. ಈಗ್ನೋಡಿ.... ನನ್ನ ಅವಸ್ಥೆ."

ಅವರು ನಕ್ಕುಬಿಡುತ್ತಿದ್ದರು. "ಮಾಮೂಲೇ, ಈಗ ಬದಲಾವಣೆ ಗಾಳಿ ಬೀಸಿದೆ ಮಹಿಳಾ ವರ್ಗದಲ್ಲಿ. ಹಿಂದೆ ಬಾಗಿಲ ಹಿಂದೆ... ಮುಖ ಮರೆಸಿಕೊಂಡು ಒಬೀಡಿಯಂಟಾಗಿ ಇರ್ತಾ ಇದ್ದ ಹೆಣ್ಣುಗಳು... ಮಾತಾಡೋಕೆ ಶುರು ಮಾಡಿದ್ದಾರೆ.

ಮಾತಾಡ್ಲಿ.... ಬರೀ ಸೀರೆ, ಪಿಕ್‌ನಿಕ್‌ಗಳ ಬಗ್ಗೆಯಲ್ಲ" ಒಂದು ರೀತಿಯ ನಿರಾಸೆ ಮಿನುಗುತ್ತಿತ್ತು. ಅವರ ದನಿಯಲ್ಲಿ."

ಹೊರಗೆ ಬಂದು ನಿಲ್ಲುತ್ತಿದ್ದ. ತಾಯಿಯ ಮೇಲೆ ರೋಪು ಹಾಕಿಕೊಂಡು ಓಡಾಡುತ್ತಿದ್ದವನು ಈಗ ಮೆತ್ತಗಾಗಿದ್ದ. ದಾಂಪತ್ಯದ ಬಣ್ಣದ ಕನಸುಗಳು ಹಕ್ಕಿಗಳ ಹಿಂಡಿಗೆ ಬಿದ್ದ ಕಲ್ಲಿನಂತಾಗಿ ಎಲ್ಲಾ ಹಾರಿಹೋಗಿದ್ದವು. ಈಗ ಕೈ ಹಿಡಿದವಳು ಅಂದರೆ, ದುಃಸ್ವಪ್ನಗಳು.

ಬಹಳ ಸ್ಟ್ರಿಕ್ಟ್ ಅಡ್ಮಿನಿಸ್ಟ್ರೇಷನ್ ಎಂದು ಅರ್ಥವಾಗಿತ್ತು ಮಹಾಲಿಂಗಂಗೆ. ಟೆಂಪರರಿ ಬೇಸಿಸ್ ಮೇಲೆಯೇ ಕೆಲಸಕ್ಕೆ ಬಂದಿದ್ದು. ಪರ್ಮನೆಂಟ್ ಭರವಸೆ ಕೊಟ್ಟಿದ್ದು ಮೂರನೆಯ ವ್ಯಕ್ತಿ. ಅಂದರೆ ಈ ಕೆಲಸ ಕೊಡಿಸಲು ಸಮ್‌ಥಿಂಗ್ ಪಡೆದ ಮನುಷ್ಯ. ಈಗೇನು ಮಾಡುವುದು?

ಹೆಡ್‌ಕ್ಲರ್ಕ್ ಪರಂಧಾಮಯ್ಯ ಕೆನ್ನೆಯ ಬಳಿ ಪಿಸುಗುಟ್ಟಿದ್ದರು "ಮೋಸ್ಟ್ ಸೀನಿಯರ್ ಎಕ್ಸ್‌ಪೀರಿಯನ್ಸ್‌ಡ್ ಹ್ಯಾಂಡ್.... ಒಂದಿಷ್ಟು ದಯೆ, ಕರುಣೆಯುಳ್ಳಂಥ ಮನುಷ್ಯ ಅರವಿಂದ ಘೋಷ್‌ನ ಕಾಣು. ಏನಾದ್ರೂ ಒಂದು ಉಪಾಯ ಸೂಚಿಸ್ತಾರೆ."

ಸದ್ಯಕ್ಕೆ ಏನಾದರೂ ಅವರೇ ದಾರಿ ತೋರಿಸಬಲ್ಲವರು. ಆ ಕೆಲಸ ಮಾಡಿದ್ದ. ಏನು ಉಪಯೋಗವಾಗಿರಲಿಲ್ಲ. ಮತ್ತೊಮ್ಮೆ ಪ್ರಯತ್ನಿಸಿ ನೋಡಬೇಕೆನಿಸಿತು.

ಸಿಟಿ ಬಸ್ಸು ಹಿಡಿದು ಅರವಿಂದ ಘೋಷ್ ಮನೆ ತಲುಪಿದಾಗ ಅವರು ಮೊಮ್ಮಕ್ಕಳೊಂದಿಗೆ ಹೊರಗೆ ಆಡುತ್ತಿದ್ದವರು ಮಹಾಲಿಂಗಂನ ನೋಡಿ ಅವರನ್ನು ಕಳುಹಿಸಿ ಬರಮಾಡಿಕೊಂಡರು.

ಇದು ಫ್ಯಾಕ್ಟರಿಯಿಂದ ಅವರಿಗೆ ಕೊಟ್ಟ ಮನೆ. ಈಗ ಮಾಲೀಕತ್ವ ಬದಲಾಗಿತ್ತು. ನಿವೃತ್ತಿಯ ಅಂಚಿನಲ್ಲಿದ್ದ ಅವರನ್ನು ಮನೆಯೆನ್ನುವ ಪುಟ್ಟ ಬಂಗ್ಲೆಯನ್ನು ಬಿಡಿಸುವಷ್ಟು ಕಠಿಣವಾಗಲಾರದು. ಈಗಿನ ಮ್ಯಾನೇಜ್‌ಮೆಂಟ್ ಎಂದು ಅವರ ನಂಬಿಕೆ. ಅಕಸ್ಮಾತ್ತಾಗಿ ಬಿಡಿಸಿದರೂ ರೆಡಿ ಇದ್ದರು ಹೋಗಲು.

ತಾವು ಕೂತು ಎದುರಿಗಿದ್ದ ಕೇನ್ ಛೇರ್‌ನತ್ತ ತೋರಿಸಿದರು. "ಕೂತ್ಕೋ, ಬಹುಶಃ ನೀನಿನ್ನು ಮನೆಗೆ ಹೋಗಿಲ್ಲ!" ಬೆಂಗಾಲಿ ಸೊಬಗಿನ ಅವರ ಕನ್ನಡ ಭಾಷೆ ಬಹು ಹಿತವಾಗಿರುತ್ತಿತ್ತು.

ನಿಂತೇ ಇದ್ದ ಮಹಾಲಿಂಗಂನ ತಲೆ ತಗ್ಗಿತೇ ವಿನಃ ಕೂಡಲಿಲ್ಲ. "ಪ್ಲೀಸ್, ಸಿಟ್ ಡೌನ್.... ಆಫೀಸ್ ಫಾರ್ಮಾಲಿಟೀಸ್ ಮನೇಗೇನ್ಬೇಡ." ಛೇರ್ ಕಡೆ ತೋರಿಸಿ ಸೊಸೆಯನ್ನು ಕೂಗಿದರು. "ಸುಚಿತ್ರ, ಒಂದು ಕಪ್ ಹಾರ್ಲಿಕ್ಸ್ ಬಿಸ್ಕಟ್ಸ್."

ಐದೇ ನಿಮಿಷದಲ್ಲಿ ಬಿಸ್ಕತ್, ಹಾರ್ಲಿಕ್ಸ್ ಬಂತು. ತಂದಿದ್ದು ಅವರ ಸೊಸೆಯೇ. ತೀರಾ ಬೆಳ್ಳಗೆ ಉದ್ದಕ್ಕೆ ಇದ್ದ ಆ ಹೆಣ್ಣು ತೀರಾ ಗಂಭೀರವಾಗಿ ಕಾಣುತ್ತಿದ್ದಳು.

"ಸರ್, ನೀವು..." ಸಂಕೋಚಿಸಿದ.

"ನಂದು... ಆಯ್ತು! ಪದೇ... ಪದೇ ತಿನ್ನೋ!... ಕುಡ್ಯೋ ವಯಸ್ಸಲ್ಲ. ಹ್ಯಾವ್ ಇಟ್..." ಎಂದವರು ಮೇಲೆದ್ದರು ಅವನ ಮುಜುಗರವನ್ನು ಕಮ್ಮಿ ಮಾಡಲು, "ಬಿಸ್ಕತ್ ಪೂರ್ತಿ ಖಾಲಿ... ಮಾಡು" ನುಡಿದವರು ಒಳಗೆ ಹೋದರು.

ಇವನ ಬಿಸ್ಕತ್, ಹಾರ್ಲಿಕ್ಸ್ ಮುಗಿದ ನಂತರವೇ ಬಂದಿದ್ದು. ನೀರಿನ ಗ್ಲಾಸ್ ಕೂಡ ಖಾಲಿ ಇತ್ತು.

"ವಾಟ್ ಈಸ್ ಯುವರ್ ಪ್ರಾಬ್ಲಮ್, ಟೆಲ್ ಮಿ... ನಂಗೆ ವಾಕ್ ಹೋಗೋದಿದೆ" ಎಂದರು ಸಮಯದ ಬಗ್ಗೆ ಎಚ್ಚರಿಕೆ ನೀಡುತ್ತ.

ಮಹಾಲಿಂಗಂ ಮುಖದ ರಕ್ತ ಪೂರ್ತಿ ಹಿಂಗಿಹೋಯಿತು. ಹೇಗೆ ಷುರು ಮಾಡುವುದು? ಅರ್ಥವಾಗದೆ ಅವರ ಕಾಲುಗಳ ಬಳಿ ಬಗ್ಗಿದಾಗ ಅರವಿಂದ ಘೋಷರು ಹುಬ್ಬು ಗಂಟಿಕ್ಕಿದರು.

"ವಾಟ್ ಈಸ್ ದಿಸ್, ನಾನ್‌ಸೆನ್ಸ್, ಪ್ರತಿಯೊಬ್ಬ ವ್ಯಕ್ತಿ ತಲೆಯೆತ್ತಿ ಮಾತಾಡೋದು, ತಲೆಯೆತ್ತಿ ಬದುಕೋದ್ನ ಕಲೀಬೇಕು. ಅಂಡರ್‌ಸ್ಟಾಂಡ್ ಅಂಡ್ ಕೀಪ್ ಇಟ್ ಇನ್ ಯುವರ್ ಮೈಂಡ್. ಈಗ್ಹೇಳು ಅದೇನು ಸರ್ಯಾಗಿ ಕೂತು."

ಸ್ವಲ್ಪ ವಿವರವಾಗಿ ಹೇಳಿದ ಮನೆಯ ವಿಷಯವನ್ನು. ಅವರಿಗೆ ಬೇಸರವೆನಿಸಿತು. ಅವರೂ ಏನೂ ಮಾಡುವ ಸ್ಥಿತಿಯಲ್ಲಿರಲಿಲ್ಲ.

"ನಿನ್ನ ಉಳ್ದ ಹಣವನ್ನ ಮ್ಯಾನೇಜ್‌ಮೆಂಟ್ ನಿಂಗೆ ಕೊಡುತ್ತೆ. ಬೇರೆ ಎಲ್ಲಾದ್ರೂ ಕೆಲ್ಸಕ್ಕೆ ಪ್ರಯತ್ನ ಮಾಡು. ಸದ್ಯದ ಸ್ಥಿತಿಯಲ್ಲಿ ಇಷ್ಟು ಮಾತ್ರ ಮಾಡ್ಬಲ್ಲೆ." ಅರವಿಂದ ಘೋಷ್ ತಮ್ಮ ನಿಸ್ಸಹಾಯಕತೆಯನ್ನು ತೋಡಿಕೊಂಡರು.

ಮಹಾಲಿಂಗಂ ಅಂತು ಕದಲಲಿಲ್ಲ. ಒಂದೇ ಕಣ್ಣೀರು. ಸುಸ್ತಾದರು ಘೋಷ್.

"ಎಂ.ಡಿ.ನ ಹೋಗಿ ಪರ್ಸನಲ್ಲಾಗಿ ನೋಡು" ಅವರ ಸಲಹೆ.

ಮಹಾಲಿಂಗಂ ಬೆಚ್ಚಿಬಿದ್ದ. ಆರಡಿಯ ಎತ್ತರದ ನಿಲುವು ಚದುರದಂತೆ ಬಾಚಿದ್ದ ಕ್ರಾಪ್, ಮುಖದಲ್ಲಿನ ಗಾಂಭೀರ್ಯ, ಕಣ್ಣುಗಳಲ್ಲಿನ ತೀಕ್ಷ್ಣತೆ, ದಟ್ಟವಾದ ಬಿಗಿದ ಹುಬ್ಬುಗಳು ಎದುರು ನಿಂತವರನ್ನು ಕ್ಷಣ ಅಲ್ಲಾಡಿಸಿಬಿಡುತ್ತಿತ್ತು. ಧರಿಸಿದ್ದ ಫುಲ್ ಸೂಟು ಆಗ ತಾನೇ ದರ್ಜಿಯಿಂದ ಬಂದಂತಿತ್ತು.

"ಮೈ ಗಾಡ್, ನಂಗೆ ಅಷ್ಟೊಂದು ಧೈರ್ಯವಿಲ್ಲ. ಅಷ್ಟು ಜನ ಜೊತೆಯಲ್ಲಿ ಇದ್ರಲ್ಲಾಂತ... ಎದ್ದು ನಿಂತಿದ್ದು. ಈಗ ಪರ್ಸನಲ್ಲಾಗಿ ನೋಡೋದು" ಎದೆಯ ಮೇಲೆ ಕೈಯಿಟ್ಟುಕೊಂಡ.

ಅರವಿಂದ ಘೋಷ್ ತುಟಿಗಳ ಮೇಲೆ ಮುಗುಳ್ನಗು ತೇಲಿತು. "ಗುಡ್ ಪರ್ಸನಾಲಿಟಿ, ನೋಡೋಕೆ ಮನುಷ್ಯ ಸ್ಟ್ರಿಕ್ಟಾಗಿ ಕಂಡ್ರೂ.... ಹೃದಯ, ಮನಸ್ಸು ಉಳ್ಳಂಥವ್ರು. ಗೋ, ರಿಕ್ವೆಸ್ಟ್ ಹಿಮ್. ನಿಂಗೆ ಏನಾದ್ರೂ ಹೆಲ್ಪ್ ಆಗ್ಬಹುದ್ದು" ಸೂಚಿಸಿದರು. ಸದ್ಯಕ್ಕೆ ಅಷ್ಟು ಮಾಡಬಲ್ಲರು.

ಕರ್ಚಿಫ್‌ನಿಂದ ಮುಖದ ಬೆವರನ್ನೊರೆಸಿಕೊಂಡ ಮಹಾಲಿಂಗಂ "ಇಷ್ಟೆಲ್ಲ ಹೇಳೋಂಥ ಧೈರ್ಯವಿಲ್ಲ. ಅವ್ರಿಗೂ ನನ್ನ ಪುರಾಣ ಕೇಳೋಷ್ಟು ಟೈಮ್, ಪೇಷನ್ಸ್ ಇರುತ್ತೆ ಅನ್ನೋ ನಂಬ್ಕೇ ಇಲ್ಲ. ಪ್ಲೀಸ್..." ಗೋಗರೆದ. ಸರಿಯೆನಿಸಿತು ಅವರಿಗೂ ಕೂಡ.

"ರಾತ್ರಿ ಡಿನ್ನರ್‌ನ ನಂತರ ಹತ್ತು ನಿಮಿಷದ ಡಿಸ್‌ಕಷನ್ ಇದೆ. ಆಗ್ಬಾ.... ಒಂದೆರಡು ಮಾತುಗಳ್ನ ಹೇಳೋಕೆ ಸಾಧ್ಯವೇನೋ ನೋಡ್ತೀನಿ" ಅಂತೂ ಒಂದು ದಾರಿ ತೋರಿಸಿದರು.

ಸಮುದ್ರದಲ್ಲಿ ಮುಳುಗುತ್ತಿದ್ದವನಿಗೆ ಒಂದು ಹುಲ್ಲು ಕಡ್ಡಿ ಸಿಕ್ಕಂತಾಯಿತು. ಅದರ ಪರಿಣಾಮ ಏನೇ ಆದರೂ, ಆ ಸಮಯದವರೆಗೂ ನಿಶ್ಚಿಂತೆಯೆಂದುಕೊಂಡ.

ನಿರಾಳವಾಗಿ ಹೊರಗೆ ಹೆಜ್ಜೆ ಹಾಕಿದ.

ಹಾಪ್‌ಕಾಮ್ಸ್‌ನಲ್ಲಿ ಹಣ್ಣು, ತರಕಾರಿ ಕೊಳ್ಳುತ್ತಿದ್ದ ನಂದಿತಾ ಮತ್ತು ಅವಳ ತಾಯನ್ನು ನೋಡಿದವನು ನಿಂತ. ಸದ್ಯಕ್ಕೆ ಕೆಲಸದಿಂದ ತೆಗೆಯಲ್ಪಡುವವರು ಇವನು, ನಂದಿತಾ ಮಾತ್ರ. ಆದರೆ ಸೀನಿಯಾರಿಟಿಯಲ್ಲಿ ಇವನಿಗಿಂತ ಕೆಲವು ದಿನಗಳಾದರೂ ಮುಂದಿದ್ದಳು. ಸ್ವಲ್ಪ ಯೋಚಿಸಿದ. ಅವಳಿಗಿಂತ ತನಗೆ ಹೆಚ್ಚಿನ ಅವಶ್ಯಕತೆಯಿದೆಯೆಂದುಕೊಂಡ ಕೆಲಸದ್ದು.

ಇವನ ಯೋಚನೆಯಲ್ಲಿ ತರಕಾರಿ ಕೊಂಡು ಇವನನ್ನು ಸಮೀಪಿಸಿಯೇ ಬಿಟ್ಟರು. ಸ್ವಲ್ಪ ಕಕ್ಕಾಬಿಕ್ಕಿಯಾದ.

"ನಮಸ್ತೆ..." ನಂದಿತಾ ಸ್ವರ.

"ನಮಸ್ತೆ..." ಮಾನಸಿಕವಾಗಿ ಅವಳೊಂದಿಗೆ ಮಾತಾಡುವ ಸ್ಥಿತಿಯಲ್ಲಿಲ್ಲದಿದ್ದರಿಂದ ತಡಬಡಿಸಿದ. "ನಿಮ್ಮನ್ನ ನೋಡ್ಲೇ ಇಲ್ಲ, ಸಾರಿ..." ಅವಳ ತಾಯಿಯತ್ತ ಸಂಕೋಚದ ನೋಟ ಹರಿಸಿದ.

"ಕೊಲೀಗ್ ಮಹಾಲಿಂಗಂ ಅಂತ, ಒಳ್ಳೆ ಹ್ಯೂಮರಿಸ್ಟ್. ಸದಾ ಜೋಕ್‌ಗಳ್ನ ಹಾರಿಸುತ್ತ, ಇಡೀ ಆಫೀಸ್‌ನ ಒಳ್ಳೆ ಮೂಡ್‌ನಲ್ಲಿಟ್ಟಿರುತ್ತಾರೆ" ಪರಿಚಯಿಸಿದಳು.

ವೈದೇಹಿ ಸ್ವಲ್ಪ ಮಾತಿನವರು. ಹತ್ತಿರದಲ್ಲಿಯೇ ಇರೋ ತಮ್ಮ ಮನೆಗೆ ಆಹ್ವಾನಿಸಿಬಿಟ್ಟರು. ಮಹಾಲಿಂಗಂ ಸದ್ಯಕ್ಕೆ ಎಂ.ಡಿ. ಡಿನ್ನರ್ ಸಮಯದವರೆಗೂ ಅಲ್ಲಲ್ಲಿ ಕಾಲ ಕಳೆಯಬೇಕಿತ್ತು. ಸದ್ಯಕ್ಕೆ ಇದೇ ಸೂಕ್ತವೆಂದುಕೊಂಡ. ಆದರೆ ಆಹ್ವಾನಿಸಿದ ಆಕೆಯ ಉದ್ದೇಶವೇ ಬೇರೆ ಇತ್ತು. ಇಷ್ಟು ದಿನ ಸರಿಯಾಗಿ ಸಂಬಳವಿಲ್ಲದಿದ್ದರೂ ಮಗಳು ಕೆಲಸಕ್ಕೆ ಹೋಗುತ್ತಿದ್ದಾಳೆ. ಒಂದಲ್ಲ ಒಂದು ದಿನ ಆ ಬಾಕಿ ಬರುತ್ತೆ ಅನ್ನೋ ಭರವಸೆ ಇತ್ತು. ಆದರೆ ನಂದಿತಾ ತಂದ ಇನ್ನೊಂದು ಸುದ್ದಿ ಆಘಾತಗೊಳಿಸಿತ್ತು.

ಐದು ಮಕ್ಕಳ ಸಂಸಾರ ನೋಡಿ ಮಹಾಲಿಂಗಂ ಬೆಚ್ಚಿಬಿದ್ದ. ಆರ್ಥಿಕ ತಾಪತ್ರಯಗಳೇನು ಚೆಲ್ಲಾಡಿ ಮನೆಯನ್ನೇನು ವಿಕೃತಗೊಳಿಸಿರಲಿಲ್ಲ. ನೆಮ್ಮದಿ ಸೂಸುವಂತಿತ್ತು ವಾತಾವರಣ.

ನಂದಿತಾ ತನ್ನ ತಂಗಿ, ತಮ್ಮಂದಿರನ್ನು ಪರಿಚಯಿಸಿದಳು. ಒಬ್ಬ ಯುವತಿ ಇವಳಿಗಿಂತ ದೊಡ್ಡವಳೇನೋ ಅನ್ನಿಸಿದ್ದುಂಟು.

ತಿಂಡಿ ಕೊಟ್ಟು ಉಪಚರಿಸಿದ ನಂತರವೇ ವೈದೇಹಿ ಮಾತಿಗೆಳೆದಿದ್ದು, ಅದೂ ಇದರ ಜೊತೆ ಫ್ಯಾಕ್ಟರಿಯ ಎಲ್ಲಾ ಸುದ್ದಿ ಹೊರಡಿಸಿ ಒಂದು ಹಂತಕ್ಕೆ ತಂದರು. ಮಹಾಲಿಂಗಂ ತನ್ನ ಸುದ್ದಿ ಎತ್ತಲಿಲ್ಲ.

"ಹೊಸ್ದಾಗಿ, ಟೆಂಪರರಿಯಾಗಿ.... ಮೂರ್ವರ್ಷ ಸರ್ವಿಸ್ ಆಗದವ್ರನ್ನ ತೆಗ್ದುಹಾಕ್ತಾರೆ ಕೆಲ್ಸದಿಂದ" ವಿಷಯ ಹೊರಹಾಕಿದ.

ಸದ್ಯಕ್ಕೆ ನಂದಿತಾ ಕೂಡ ಕೆಲಸ ಕಳೆದುಕೊಂಡು ಮನೆಯಲ್ಲಿ ಕೂಡುವುದು ಸ್ಪಷ್ಟವಾದಾಗ ಹೌಹಾರಿದರು. ಆದರೂ ತೋರಿಸಿಕೊಳ್ಳಲಿಲ್ಲ. ಮುಂದೇನು?

ಮದುವೆಗೆ ಮೂರು ಹೆಣ್ಣು ನಿಂತಿದ್ದರೂ ವೈದೇಹಿ ಆರ್ಥಿಕವಾಗಿ ಅವರನ್ನು ಹೇಗೆ ನಿಲ್ಲಿಸುವುದೆಂದು ಯೋಚಿಸಿದರು. ಆಮೇಲೆ ವಿವಾಹಗಳು ತಾನಾಗಿ ನಡೆದು ಹೋಗುತ್ತದೆಯೆನ್ನುವುದು ಆಕೆಯ ಭರವಸೆ. ಆದರೆ ಸಾಧ್ಯವಾಗಬೇಕಲ್ಲ!

ಮಹಾಲಿಂಗಂ ಇದ್ದಷ್ಟು ಹೊತ್ತು ನಂದಿತಾ ಒಂದು ಮಾತು ಕೂಡ ಆಡದಿದ್ದು ವೈದೇಹಿಯ ಗಮನಕ್ಕೆ ಬಂತು. ಇದು ಅವಳ ಸ್ವಭಾವವಾದುದರಿಂದ ತಲೆ ಕೆಡಿಸಿಕೊಳ್ಳಲು ಹೋಗಲಿಲ್ಲ.

ಗಂಡ ಬಂದ ಕೂಡಲೇ ವಿಷಯಾನ ಮುಂದಿಟ್ಟರು.

"ಗೊತ್ತಿದೆ, ತಾನೇ! ಮುಚ್ಚಿ ಹೋಗುತ್ತೇಂತ ಅಂದ್ಕೊಂಡಿದ್ದು. ಹೇಗೋ ಅದು ಉಳ್ದುಕೊಳ್ಳುತ್ತಲ್ಲ. ಇಲ್ದಿದ್ರೆ ಎಷ್ಟೋ ಜನ ಫುಟ್‌ಪಾತ್‌ಗೆ ಬೀಳ್ಬೇಕಿತ್ತು" ಎಂದರು. ಅಂತೂ ಒಂದು ರೀತಿಯಲ್ಲಿ ತಣ್ಣನೆಯ ಪ್ರತಿಕ್ರಿಯೆ.

ನಂದಿತಾ ಅತ್ತ ನೋಡಿದರು ವೈದೇಹಿ. ಮಾಮೂಲಾಗಿ ತಮ್ಮಂದಿರಿಗೆ ಪಾಠ ಹೇಳುತ್ತಿದ್ದರು. ಆಕೆ ಹಣೆಗೆ ಕೈ ಹಚ್ಚಿ ಭಾರವಾದ ನಿಟ್ಟುಸಿರು ದಬ್ಬಿದರು. ಸ್ವಲ್ಪ ಭಿನ್ನ ಸ್ವಭಾವದ ನಂದಿತಾ ಆಕೆಯನ್ನು ಮಾನಸಿಕವಾಗಿ ಕಾಡಿದ್ದುಂಟು.

"ಇವ್ಳನ್ನ ಯಾರಾದ್ರೂ ಸೈಕಾಲಜಿಸ್ಟ್‌ಗೆ ತೋರಿಸೋಣ್ವಾ" ಗಂಡನ ಮುಂದೆ ಎಷ್ಟೋ ಸಲ ಅಂದಿದ್ದುಂಟು. ಸುಬ್ಬಣ್ಣ ನಕ್ಕುಬಿಡುತ್ತಿದ್ದ. "ನಿಂಗೆಲ್ಲೋ! ಹುಚ್ಚು! ಅವ್ಳ ಸ್ವಭಾವವೇ ಹಾಗೇ. ಅನಾವಶ್ಯಕವಾಗಿ ಹುಚ್ಚಾಸ್ಪತ್ರೆಗೆ ಸೇರಿಸೋದ್ಬೇಡ. ನನ್ಮಗ್ಳು ಎಲ್ಲಾ ರೀತಿಯಲ್ಲೂ ಸರಿ ಇದ್ದಾಳೆ. ಹಾಗೇನಾದ್ರೂ ನೀನು ಅಂದ್ಕೊಂಡ್ರೆ ನಿನ್ನೆ ಚೆಕಪ್‌ಗೆ ಕರ್ಕೊಂಡ್ಹೋಗ್ಬೇಕು" ಪೀಡಿಸುತ್ತಿದ್ದರು. ಆದರೂ ವೈದೇಹಿಗೆ ಸಮಾಧಾನವಿಲ್ಲ.

ಮತ್ತೊಮ್ಮೆ ವೈದೇಹಿ ರಾತ್ರಿ ಗಂಡನಲ್ಲಿ ಪ್ರಸ್ತಾಪಿಸಿದರು.

"ಈಗೇನ್ಮಾಡೋದು, ಇವ್ಳು ಕೆಲ್ಸ ಇಲ್ದೇ ಮನೆಯಲ್ಲಿ ಕೂತ್ಕೊಂಡ್ರೆ!" ತಾಂಬೂಲ ಜಗಿಯುತ್ತಿದ್ದ ಸುಬ್ಬಣ್ಣ ನಸುನಕ್ಕರು. ಅಲ್ಪತೃಪ್ತ ಮನುಷ್ಯ. "ನಿಂದು ವಿರೋಧಾಭಾಸ ಕಣೆ! ಗಂಡು ಹುಡ್ಗಿಂತ ಗಂಟುಬೀಳೋ ಬದ್ಲು ಬೇರೆ ರೀತಿ ಯೋಚಿಸ್ತೀಯಾ! ಇದು ಒಳ್ಳೇದೆ. ಹೆಣ್ಣುಮಕ್ಳು ಕೂಡ ಆರ್ಥಿಕವಾಗಿ ಸ್ವಾವಲಂಬಿಗಳಾಗ್ಬೇಕು. ಸದ್ಯಕ್ಕೆ ಪ್ರತಿಭಾ

ಕಾಲೇಜಿಗೆ ಹೋಗ್ತಾ ಇದ್ದಾಳೆ. ಹೇಗೂ ಸೌದಾಮಿನಿ ಮನೆಯಲ್ಲೇ ಇದ್ದಾಳೆ. ನಂದಿತಾ ಕೂಡ ಇರ್ತಾಳೆ. ಅವರಿಬ್ಬರಷ್ಟು ತೊಂದ್ರೆ ಕೂಡ ಕೊಡೋಲ್ಲ. ಇದ್ರೂ ಇಲ್ದಂತೆ ಇರ್ತಾಳೆ" ನಿಶ್ಚಿಂತೆಯಿಂದ ನುಡಿದವರು ಹಾಸಿಗೆಯ ಮೇಲೆ ಉರುಳಿಕೊಂಡರು.

* * * *

ಮಹಾಲಿಂಗಂ ಗೆಸ್ಟ್‌ಹೌಸ್ ತಲುಪಿದಾಗ ಒಂಬತ್ತು ಮೂವತ್ತೈದು. ರಾತ್ರಿಯ ಕತ್ತಲು ಎಲ್ಲೆಡೆ ಆವರಿಸಿತ್ತು. ಅಲ್ಲಿ ಮಾತ್ರ ವಿದ್ಯುತ್ ದೀಪಗಳು ಝಗಝಗಿಸುತ್ತಿದ್ದವು. ಫ್ಯಾಕ್ಟರಿಯ ಜೊತೆ ಗೆಸ್ಟ್‌ಹೌಸ್‌ನ ಒಡೆತನ ಕೂಡ ಮಹೇಂದರ್‌ನ ವಶಕ್ಕೆ ಬಂದಿತ್ತು. ಮಂಕುಗಟ್ಟಿದ ಗೋಡೆಗಳು ಹೊಳಪುಗೊಂಡು ಸಜ್ಜಾಗಿತ್ತು. ಮುಂದಿನ ಗಾರ್ಡನ್ ಕೂಡ ನವೀಕರಿಸಲಾಗಿತ್ತು.

ಇವನು ಬಂದ ವಿಷಯ ಒಳಗೆ ಮುಟ್ಟಿ ಬುಲಾವ್ ಬಂದಾಗ ಬೆವತುಬಿಟ್ಟ. ಹೆಜ್ಜೆ ಎತ್ತಿಡುವ ಮುನ್ನ ಒಣಗಿದ ನಾಲಿಗೆಯನ್ನು ತೇವ ಮಾಡಿಕೊಳ್ಳಲು ನೀರಿಗಾಗಿ ಹುಡುಕಾಡಿ ಸೋತ.

ಘೋಷ್ ತಾವೇ ಮಹಾಲಿಂಗಂ ಬಗ್ಗೆ ಎರಡು ಮಾತಿನಲ್ಲಿ ಹೇಳಿದರು ಮಹೇಂದರ್‌ಗೆ. ಅವನ ಹುಬ್ಬುಗಳು, ನಿಧಾನವಾಗಿ ಏರಿ ಒಂದೆಡೆ ನಿಂತಿತು.

"ವಾಟ್ ಈಸ್ ದಿಸ್, ನಾನ್ಸೆನ್ಸ್ ಒಂದ್ಕಡೆ ಕೆಲ್ಸ ಹೋಯಿತೂಂದ್ರೆ ಇಷ್ಟೊಂದು ದಿಕ್ಕೆಡೋದೇ! ವಯಸ್ಸು ಇದೆ, ಎಜುಕೇಷನ್ ಇದೆ; ಕೈಗಳಲ್ಲಿ ಶಕ್ತಿ. ಮಿದುಳಿನಲ್ಲಿ ಬುದ್ಧಿ ಇರೋನಿಗೆ ಅಪಾಯಿಂಟ್‌ಮೆಂಟ್ ಒಂದು ಸಮಸ್ಯೆ ಅಲ್ಲ. ನಷ್ಟದಲ್ಲಿದ್ದ ಉದ್ಯಮಕ್ಕೆ ಕೈ ಹಾಕಿದಾಗ, ವ್ಯಕ್ತಿಗತ ಕಷ್ಟಗಳಿಗೆ ಬೆಲೆ ಇಲ್ಲ. ಸ್ವಲ್ಪ ಎಚ್ಚರ ತಪ್ಪಿದ್ರೆ ಮಿಕ್ಕವ್ರ ಭವಿಷ್ಯ ಹಾಳಾಗುತ್ತೆ. ನಾನು ಹೆಲ್ಪ್‌ಲೆಸ್. ಬೇರೆ ಕಡೆ ಟ್ರೈ ಮಾಡಿ. ಸಿಕ್ಲಿಲ್ಲ, ನೀವೇ ಏನಾದ್ರೂ ವ್ಯಾಪಾರ, ವ್ಯವಹಾರ ಮತ್ತೇನಾದ್ರೂ ಮಾಡಿ ಹಣವಿದ್ದಿದ್ರೆ ಬ್ಯಾಂಕ್‌ಗಳಲ್ಲಿ ಲೋನ್‌ಗೆ ಟ್ರೈ ಮಾಡಿ." ಬುದ್ಧಿ ಹೇಳಿದ ಘೋಷ್‌ರು ಅವನ ಮದುವೆಯ ಬಗ್ಗೆ ಹೇಳಿದರು. "ಐ ಅಕ್ಸೆಪ್ಟ್, ಇಂಥ ನಿಸ್ಸಹಾಯಕ ಸ್ಥಿತಿಯಲ್ಲಿ ಹೇಗೆ ಮದ್ವೆಯಾಗೋದು?" ತಲೆಯಾಡಿಸಿದ. "ಮ್ಯಾರೇಜ್ ಈಸ್ ದಿ ಪಾರ್ಟ್ ಆಫ್ ಲೈಫ್, ಫುಲ್ ಅಲ್ಲ. ವ್ಯಕ್ತಿ, ಮನುಷ್ಯ, ಭಾರತೀಯ, ನಾಗರಿಕ, ಮಗ, ಅಣ್ಣ, ತಮ್ಮ ಸ್ನೇಹಿತ... ಇತ್ಯಾದಿ ಎಷ್ಟೋ ಜವಾಬ್ದಾರಿಗಳು, ಬಂಧನಗಳು ಹುಟ್ಟಿದ ಪ್ರತಿಯೊಬ್ಬ ವ್ಯಕ್ತಿಯ ಮೇಲೂ ಇರುತ್ತೆ. ಈ ಸ್ಥಿತಿಯಲ್ಲಿರೋ ವ್ಯಕ್ತಿ ಎಲ್ಲಾ ಬಿಟ್ಟು" ಬೇಸರದಿಂದ ತಲೆ ಕೊಡವಿದ ಮಹೇಂದರ್. ಕ್ಷಣ ಅಯ್ಯೋ! ಎನಿಸಿತು. ಗಟ್ಟಿ ವ್ಯಕ್ತಿತ್ವ ಅವನದು. "ನೋ, ಏನು ಮಾಡೋಕ್ಕಾಗೋಲ್ಲ. ಸಿಂಪತಿ ಸಾಂಕ್ರಾಮಿಕವಾಗ್ಬಾರ್ದು. ನಿಮ್ಗಿಂತ ರಿಸ್ಕ್‌ನಲ್ಲಿರೋ ಕೆಲವು ಮಂದಿ ಇರ್ತಾರೆ. ಅವ್ರೆಲ್ಲ ನಿಮ್ಮ ನೀತಿ ಅನುಸರಿಸ್ಬಾರ್ದು" ಕಡ್ಡಿ ತುಂಡು ಮಾಡಿದಂತೆ ಹೇಳಿದ.

ಅರವಿಂದ ಘೋಷ್ ಕೂಡ ಈ ವಿಷಯದಲ್ಲಿ ನಿಸ್ಸಹಾಯಕರು. ಕಂಪನಿ ಇದ್ದ ಅಯೋಮಯ ಸ್ಥಿತಿಯಲ್ಲಿ ಅದನ್ನು ಎತ್ತಲು ಬಂದ ಮಹಾತ್ಮನಾಗಿ ಕಂಡಿದ್ದ ಮಹೇಂದ್ರರು. ಒಂದು ಮಾತು ಕೂಡ ಎದುರಾಡಲಿಚ್ಛಿಸಲಿಲ್ಲ.

ಮಹಾಲಿಂಗಂ ಕುಸಿದು ಕೂತ. ಅವನಿಗೆ ಕೆಲಸ ಸಿಕ್ಕಲಿಲ್ಲವೆಂಬ ಬೇಸರ ಮನೆಯವರಿಗೆಲ್ಲ ಇತ್ತು. ಆದರೂ ಎಂದೂ ತಾಯಿ ನಿಕೃಷ್ಟವಾಗಿ ಕಂಡಿರಲಿಲ್ಲ. ಅಷ್ಟೋ ಇಷ್ಟೋ ಕಾಸನ್ನ ಇವನ ಕೈಗೆ ಹಾಕುತ್ತಿದ್ದಳೇ ವಿನಃ ಯಾವ ಆರ್ಥಿಕ ಸಹಾಯವನ್ನ ಅಪೇಕ್ಷಿಸುತ್ತಿರಲಿಲ್ಲ. ಹೆಂಡತಿ ಮಾತ್ರ ಒಂದು ರೀತಿಯಲ್ಲಿ ದುಸ್ವಪ್ನವಾಗಿಬಿಟ್ಟಿದ್ದಳು. ಬೇಡಿಕೆಗಳು ಬರೀ ಬೇಡಿಕೆಗಳು...

ಹೇಗೋ, ಏನೋ ಇನ್ನು ಒಂದು ಆರು ತಿಂಗಳು ಕೆಲಸದಲ್ಲಿ ಮುಂದುವರಿಸಲು ಇಚ್ಛಿಸಿದ ಮಹೇಂದ್ರ, ಹೊಸ ಅಪಾಯಿಂಟ್‌ಮೆಂಟ್ ಅದು.

ಅಲ್ಲಿಂದ ಮಹಾಲಿಂಗಂ ಹೊರಬಿದ್ದಾಗ ಅರವಿಂದ ಘೋಷ್ ಕರೆದು 'ನಿಂಗಿಂತ, ಆ ಹುಡ್ಗೀ ನಂದಿತಾ ಕೆಲವು ದಿನಗಳಾದ್ರೂ ಸೀನಿಯರ್, ಈಗ ಅವ್ಳು ತಕರಾರಿನ ಅರ್ಜಿ ಹಿಡ್ದುಬಂದ್ರೆ, ಮತ್ತೆ ನಿನ್ಕೆಲ್ಸ ಷೇಕ್ ಆಗುತ್ತೆ. ಬೀ ಕೇರ್‌ಫುಲ್... ಸ್ವಲ್ಪ ಕನ್ವಿನ್ಸ್ ಮಾಡು" ಹೇಳಿ ಕಳಿಸಿದರು.

ಗೆಲುವಿನಿಂದಲೇ ತಲೆದೂಗಿದ. ನಂದಿತಾ ಬಗ್ಗೆ ಬಲ್ಲ. ಮಾತೇ ಕಮ್ಮಿ. ಕೆಲವೊಮ್ಮೆ ಆಫೀಸ್ ಸ್ಟಾಫ್ ಎರಡು ಪಂಗಡಗಳಾಗಿ ಕಿತ್ತಾಡಿದರು. ಅವಳು ಮಾತ್ರ ಯಾರ ಪರ, ವಿರೋಧ ಅಲ್ಲ. ಅವಳದು ನ್ಯೂಟ್ರಲ್ ಸಿಸ್ಟಮ್. ಸ್ವಲ್ಪ ದನಿಯೇರಿಸಿದರೇ ಅಲ್ಲಿ ನಿಲ್ಲಲಾರಳು ಕೂಡ.

ಬೆಳಿಗ್ಗೆ.... ಬೆಳಿಗ್ಗೆಯೇ ನಂದಿತಾ ಮನೆಗೆ ಬಂದ ಮಹಾಲಿಂಗಂ ತುಸು ಅನುಮಾನಿಸುತ್ತಲೇ, ವೈದೇಹಿಗೆ ಆಶ್ಚರ್ಯ.

"ಬನ್ನಿ.... ಬನ್ನಿ..." ಆಹ್ವಾನಿಸಿದರು.

ಇಡೀ ರಾತ್ರಿ ನಿದ್ರಿಸದ ಮಹಾಲಿಂಗಂ ದೇವರ ದರ್ಶನಕ್ಕೆನ್ನುವಂತೆ ಬಂದಿದ್ದ. ಬರೀ ನಂದಿತಾ ಸೀನಿಯರ್ ಅಂತ ಮಾತ್ರವಲ್ಲ; ಅವನಿಗಿಂತ ಬುದ್ಧಿವಂತೆ, ಕೆಲಸದಲ್ಲಿ ಸಿನ್ಸಿಯರ್. ಬರೀ ಇವನ್ನೊಂದು ಬಿ.ಕಾಂ.ಡಿಗ್ರಿ ಇಟ್ಟುಕೊಂಡಿದ್ದರೇ ಅವಳ ಬಳಿ ಡಿಗ್ರಿಯ ಜೊತೆ ಟೈಪಿಂಗ್, ಷಾರ್ಟ್‌ಹ್ಯಾಂಡ್, ಮತ್ತು ಕಂಪ್ಯೂಟರ್ ಟ್ರೈನಿಂಗ್‌ನಲ್ಲಿ ಮೊದಲ ದರ್ಜೆಯಲ್ಲಿ ಪಾಸಾದ ಸರ್ಟಿಫಿಕೇಟ್ಸ್ ಇದ್ದವು. ಆ ಎಲಿಜಿಬಿಲಿಟಿ ತನಗೇ ಮುಳುವಾಗಬಹುದೆಂದು ಅವನ ಭಯ.

ಕಾಫೀ ತಂದುಕೊಟ್ಟಿದ್ದು ವೈದೇಹಿಯ ಮೂರನೇ ಮಗಳು, ನಂತರದ್ದವು ಎರಡು ಗಂಡೇ.

"ಏನು... ವಿಷ್ಯ?" ಕೇಳಿದ್ದು ವೈದೇಹಿಯೆ!

ಅವನಿಗೆ ಬೆವರೊರೆಸಿಕೊಳ್ಳುವಂತಾಯಿತು. ಖಂಡಿತ ಬಂದ ವಿಷಯ ಹೇಳಲಾರ.

"ನಂದಿತಾಗೆ... ಕರೀತೀನಿ" ಒಳಗೆ ಹೋದರು.

ಐದು ನಿಮಿಷದ ನಂತರ ನಂದಿತಾ ಬಂದಳು. ಕೂದಲನ್ನೆತ್ತಿ ಗಂಟು ಹಾಕಿದ್ದಳು. ಇನ್ನು ಮುಖ ಒದ್ದೆ ಒದ್ದೆಯಾಗಿಯೇ ಇದ್ದುದ್ದರಿಂದ ಆಗ ತಾನೇ ಸ್ನಾನ ಮುಗಿಸಿ ಬಂದಿರಬಹುದೆಂದುಕೊಂಡ. ಸ್ವಚ್ಛವಾದ ಮುಖ ಸಂಕೋಚಿಸಿದ ಸ್ವಲ್ಪ.

"ನೆನ್ನೆ ನಿಮ್ಮ ಟೇಬಲ್ಲಿನಿಂದ ಬಂದ ಲೆಟರ್ಸ್‌ನ ಮ್ಯಾನೇಜರ್ ಟೇಬಲ್ಲಿಗೆ ಕಳ್ಸಿಬಿಟ್ಟೆ. ಏನಾದ್ರೂ ಪ್ರಾಬ್ಲಮ್ ಇತ್ತಾ?"

ಕೇಳಿದಳು ಮಾಮೂಲಿ ಧೋರಣೆಯಲ್ಲಿಯೇ.

ಎರಡು ಸಲ ವೈದೇಹಿಯವರ ನೆರಳಾಡಿದ್ದು ಗಮನಿಸಿದ ಮಹಾಲಿಂಗಂ ಪ್ರಸ್ತಾಪಿಸುವ ಧೈರ್ಯ ಮಾಡಲಿಲ್ಲ.

"ಅಂಥದೇನಿಲ್ಲ, ಮಾರ್ಕೆಟ್ ಸೆಂಟರ್‌ಗೆ ಬಂದಿದ್ದೆ. ಒಂದಿಷ್ಟು ತರಕಾರಿ, ಹಣ್ಣು ಕೊಳ್ಳೋದಿತ್ತು. ಪರ್ಸ್ ಮಾತ್ರ ಮನೆಯಲ್ಲಿ...." ನಕ್ಕ. ನಂದಿತಾ ತುಟಿಗಳ ಮೇಲೂ ಮುಗುಳ್ನಗು ಚಿಮ್ಮಿತು.

ವೈದೇಹಿ ಬಂದೇಬಿಟ್ಟರು "ಎಷ್ಟು ಬೇಕಾಗಿತ್ತು. ನನ್ಹತ್ರ ಹೇಳ್ಬಹುದಿತ್ತಲ್ಲ. ಸುಮ್ನೇ ನಿಮ್ಮ ಮನೆಯಲ್ಲಿ ಕಾಯೋ ಹಾಗೆ ಮಾಡ್ಬಿಟ್ರೆ, ಐವತ್ತೋ.... ನೂರೋ..." ಕೇಳಿದಾಗ ಕೆಮ್ಮಿ ಗಂಟಲು ಸರಿಪಡಿಸಿಕೊಂಡ. "ಅಷ್ಟೊಂದೇನ್ಬೇಡ, ಒಂದು ಮೂವತ್ತು ಸಾಕು; ಆಫೀಸ್‌ನಲ್ಲಿ ನಂದಿತಾ ಅವ್ರಿಗೆ ಕೊಡ್ತೀನಿ" ತಪ್ಪಿಸಿಕೊಂಡ. ವೈದೇಹಿಯವರ ಕಣ್ಣುಗಳಲ್ಲಿನ ತೀಕ್ಷ್ಣತೆಗೆ ಭಯಪಟ್ಟ.

ಆಕೆಯ ತಂದೆ ಮಹಾಲಿಂಗಂಗೆ ಕೊಟ್ಟವರು "ನೀವು ಇರೋ ಏರಿಯಾದಿಂದ ಬರೀ ತರಕಾರಿಗೋಸ್ಕರ ಇಲ್ಲಿಗೆ ಬರ್ತೀರಾ?" ಆಕೆಯ ದನಿಯಲ್ಲಿ ಅನುಮಾನ ಇಣುಕಿದಾಗ ಅವನು ಬೆಚ್ಚಿದ. ವಯಸ್ಸಿಗೆ ಬಂದ ಮೂರು ಹೆಣ್ಣು ಮಕ್ಕಳ ತಾಯಿ ನಾಲ್ಕು ರೀತಿಯಲ್ಲಿ ಯೋಚಿಸುವುದು ತಪ್ಪಲ್ಲವೆಂದು ಮೇಲಕ್ಕೆದ್ದ.

"ನೀವ್ಹೇಳೋದು ಸರಿ. ನಮ್ಮ ವರ್ತನೆ ಅಂಗ್ಡಿ! ಅಂದ್ರೆ.... ಅರ್ಥವಾಗಿರಬೇಕಲ್ಲ, ಸಾಲದ ಅಂಗ್ಡಿ! ಇಲ್ಲೇ ಇರೋದು. ತಿಂಗ್ಳಿಗೊಮ್ಮೆ ಕೊಡೋದು. ಇಂದು ಅವ್ನು ಇರ್ಲಿಲ್ಲ" ಸಮಜಾಯಿಷಿ ಕೊಟ್ಟ. ಅದೇನು ಆಕೆಗೆ ತೃಪ್ತಿ ನೀಡಲಿಲ್ಲ.

ಮಹಾಲಿಂಗಂ ಹೊರಟ ನಂತರವೇ ಸುಬ್ಬಣ್ಣ ಸ್ನಾನದ ಮನೆಯಿಂದ ಹೊರಗೆ ಬಂದಿದ್ದು. ಹೆಂಡತಿಯ ಸ್ವಭಾವ ಬಲ್ಲರು. ಎಲ್ಲಾ ಕೇಳಿಯೇ ಇದ್ದರು.

"ಮಾತು ವಿಪರೀತ ಆಯ್ತು. ನೆನ್ನೆ ರಾತ್ರಿಯೇ ಪರಿಚಯವಾಗಿದ್ದು. ಆಗ್ಲೇ ಪಾತಾಳಗರಡಿ ಹಾಕಿ ಶೋಧಿಸೋಕೆ ಷುರು ಮಾಡಿದ್ದೀಯಲ್ಲ. ಕೆಳ ಮಧ್ಯಮ ದರ್ಜೆಯವ್ರ ಬದ್ಕೇ ಇಷ್ಟು. ತಕರಾರಿಲ್ದೆ ಯಾರ್ಗೂ ಅಪಾಯವಾಗ್ದಂಥ ಸುಳ್ಳುಗಳ ನಡ್ವೆಯೇ ಅವ್ರಜೀವ್ನ." ಸ್ವಲ್ಪ ಕಹಿಯಾಗಿಯೇ ಮಾತಾಡಿದರು. ಮಾತು ಜಾಸ್ತಿ. ಅದರಲ್ಲಿ ತೀಕ್ಷ್ಣತೆ ಹೆಚ್ಚು. ಇದು ವೈದೇಹಿ ಧಾಟಿ, ಕೆಲವೊಮ್ಮೆ ಇದು ಪ್ರಯೋಜನಕ್ಕೆ ಬರುತ್ತೆ. ಆಗಾಗ ಅಪಾಯವೂ ಕೂಡ.

"ಹೆಚ್ಚೇನು... ಕೇಳ್ಲಿಲ್ಲ?! ದನಿಯೇರಿಸಿದರು ವೈದೇಹಿ.

"ಕೇಳಿಸ್ತು..." ಮಾತು ಬೇಡವೆಂದು ಸನ್ನೆ ಮಾಡಿದರು.

ಇವರು ಪೂಜೆ ಮುಗಿಸಿಕೊಂಡು ಬರುವ ವೇಳೆಗೆ ಪೇಪರ್ ತಂದಿಟ್ಟ. ಕಾಫೀ ಬೆರೆಸಿ ತಂದಳು. "ಡಾಕ್ಟ್ರು, ನಿಮ್ಮನ್ನ... ಬರ್ಹೇಳಿದ್ರಲ್ಲ" ನೆನಪಿಸಿದಾಗ ಸುಬ್ಬಣ್ಣ ನಕ್ಕುಬಿಟ್ಟರು. ಅದು ಅವ್ರ ಅಭ್ಯಾಸ ಅಷ್ಟೇ. ಅದ್ನ ನಾವು ಡೀಪಾಗಿ ತಗೋಬಾರ್ದು. ಸಾಧ್ಯವಾದ್ರೆ... ಲಾಯರ್ ಮುರುಗೇಂದ್ರ ಆಫೀಸ್‌ಗೆ ಹೋಗ್ಬಾ. ಮಿನಿಸ್ಟರ್ ರೆಕಮಂಡೇಷನ್ ಲೆಟರ್ ಕೊಡುಸ್ತೀನೀಂತ ಅವನು ಅಂದಿದ್ದಾನೆ. ಅಲ್ಪಸ್ವಲ್ಪವಾದ್ರು ಉಪಯೋಗವಾಗುತ್ತೇನೋ ನೋಡ್ಬೇಕು" ಎಂದರು. ಈ ವಾರದ ಕೊನೆಯಲ್ಲಿ ರಿಟರ್ನ್ ಟೆಸ್ಟ್‌ನಲ್ಲಿ ಸೆಲೆಕ್ಟ್ ಆಗಿದ್ದುದರಿಂದ ಇಂಟರ್‌ವ್ಯೂಗೆ ಕರೆದಿದ್ದರು, ಜೀವ ವಿಮಾ ಆಫೀಸ್‌ನಲ್ಲಿ ನಂದಿತಾಗೆ.

ಸರಿಯೆನ್ನುವಂತೆ ತಲೆಯಾಡಿಸಿದಾಗ ಮಗಳತ್ತ ಕರುಣೆ, ಮೆಚ್ಚಿಗೆಯ ನೋಟ ಬೀರಿದರು ಸುಬ್ಬಣ್ಣ.

"ಅದ್ನೇ ಮಾತಿನಲ್ಲಿ ಹೇಳ್ಬಹುದಿತ್ತಾ! ಮಾತಾಡ್ಬೇಕು, ನಂದಿತಾ ಅವಶ್ಯಕತೆ ಇರುವಷ್ಟಾದ್ರೂ... ಅದ್ಕಿಂತ ಕಮ್ಮಿ ಮಾತಾಡಿದ್ರೆ ಹೇಗೆ!" ಎಂದಾಗ ಅವಳ ಪ್ರತಿಕ್ರಿಯೆ ಸೊನ್ನೆ. ಪುಟ್ಟ ನಂದಿತಾಳದು ಇದೇ ಸ್ವಭಾವ. ಬೆಳೆದಂತೆ ಕೂಡ ಬದಲಾಗಿಲ್ಲ. ಅದೊಂದು ಚಿಂತೆ ಅವರನ್ನ ಕಾಡುತ್ತಿತ್ತು.

ಇವರು ಪೇಪರ್ ನೋಡಿ ಮುಗಿಸುವ ವೇಳೆಗೆ ನಂದಿತಾಳ ತಂಗಿಯವರ ಜಗಳ ಶುರುವಾಗಿತ್ತು. ಪಿಸಿಪಿಸಿ, ವಟವಟದ ನಂತರ ಜೋರಾಗಿಯೇ ಮಾತುಗಳಲ್ಲಿ ಕಾದಾಡತೊಡಗಿದರು. ಆಗ ನಡುವೆ ನಂದಿತಾಳ ಸ್ವರಕ್ಕಾಗಿ ಕಿವಿಗಳನ್ನು ತೆರೆದಿಡುತ್ತಿದ್ದರು. ಒಮ್ಮೆ ಕೂಡ ಕೇಳಿದ್ದಿಲ್ಲ.

ಟಿಫನ್ ಬಾಕ್ಸ್ ಬ್ಯಾಗ್‌ಗೆ ಸೇರಿಸುತ್ತ ಬಂದ ನಂದಿತಾ "ಅಮ್ಮ ಹೇಳಿದ್ದು ಇವತ್ತು ನೀವು ರಜಾಂತ. ನಾನು... ಹೋಗಿಬರ್ತೀನಿ" ಎಂದಾಗ ಮೇಲೆದ್ದರು ಸುಬ್ಬಣ್ಣ. "ನಾನು ಬಸ್‌ಸ್ಟಾಪ್‌ನವರ್ಗೂ ಬರ್ತೀನಿ ನಡೀ." ಕೋಣೆಗೆ ಹೋಗಿ ಷರಟು ಹಾಕಿಕೊಂಡು ಬಂದರು.

ಅಪ್ಪ, ಮಗಳು ಕೂಡಿಯೇ ಬಸ್ ಸ್ಟಾಪ್‌ಗೆ ನಡೆದರು.

"ಕೆಲ್ಸದಿಂದ ತೆಗ್ದುಹಾಕಿದ್ರೆ ನೀನೇನು ವರೀ ಮಾಡ್ಕೋಬೇಡ. ಸಿಕ್ ಫ್ಯಾಕ್ಟರಿ ಎಂದೋ ಮುಚ್ಚಿಹೋಗ್ಬೇಕಿತ್ತು. ಈಗ್ಲೂ ಫ್ಯೂಚರ್ ಬಗ್ಗೆ ಯಾವ್ದೇ ಆಶಾಭಾವನೆ ಇಟ್ಕೊಳ್ಳೋಕ್ಕಾಗೋಲ್ಲ. ಪರ್ಮನೆಂಟಾದ ಒಳ್ಳೆ ಜಾಬ್ ಸಿಕ್ಕುತ್ತೆ. ಒಳ್ಳೆ ಮಾರ್ಕ್ಸ್ ಇದೆ" ಆಶಾಭಾವನೆಯನ್ನು ಅವಳಲ್ಲಿ ನೆಟ್ಟರು. ನಂದಿತಾ ಮೌನವಾಗಿ ಕೇಳಿದಳು. ಯಾವುದೋ ಭಯ ಅವಳನ್ನ ಒತ್ತಿ ಹಿಡಿಯುತ್ತಿತ್ತು.

"ಏನಾದ್ರೂ... ಹೇಳು!" ಅವರೇ ಹೇಳಿದರು.

ಗಲಿಬಿಲಿಯಿಂದ ಅವರತ್ತ ನೋಡಿದಳು "ಏನ್ಹೇಳ್ಲಿ.... ಏನೂ ತೋಚೋಲ್ಲ" ಎಂದಳು ದೀನವಾಗಿ. ಸುಬ್ಬಣ್ಣನ ಕರುಳು ಕತ್ತರಿಸಿದಂತಾಯಿತು.

"ನಿಮ್ಮ ಮೂರು ಮಕ್ಕಳಲ್ಲಿ ನಿಮ್ಗೇ ನಂದಿತಾಳ ಮೇಲೆ ಪ್ರೀತಿ ಹೆಚ್ಚು. ಇದು ಅನ್ಯಾಯ ಅನ್ನಿಸೋಲ್ವಾ!" ವೈದೇಹಿ ಎಷ್ಟೋ ಸಲ ಕೇಳಿದ್ದರು. ಉತ್ತರ ನೀಡದಿದ್ದರೂ ಅದು ಸತ್ಯವೆಂದು ಆಕೆಗೆ ಗೊತ್ತು.

ಅಷ್ಟರಲ್ಲಿ ಬಸ್‌ಸ್ಟಾಂಡ್ ತಲುಪಿದ್ದರು. ಅದೂ ಇದೂ ಮಾತಾಡುತ್ತ ಬಸ್ಸು ಬರುವವರೆಗೂ ನಿಂತರು. ಅವಳ ಬಳಿ ಮಾತಾಡಲೆಂದು ಕಾಯುತ್ತಿದ್ದ ಮಹಾಲಿಂಗಂ ತಟಗುಟ್ಟಿದ. ಇರುಸು ಮುರುಸು. ಒಂದು ರೀತಿಯ ಅನುಮಾನ! ಕೆಲಸ ಸಿಕ್ಕಿದ ಈ ದಿನಗಳಲ್ಲಿ... ಸಿಕ್ಕ ಕೆಲಸವನ್ನು ಏನಾದರೂ ಮಾಡಿ ಉಳಿಸಿಕೊಳ್ಳುವ ಪ್ರಯತ್ನ ಮಾಡಬಹುದು. ಆ ಕಾರಣಕ್ಕಾಗಿಯೇ ಸಲಹೆ, ಸೂಚನೆ ನೀಡಲು ಇಲ್ಲಿಯವರೆಗೂ ಬಂದಿದ್ದಾರೆ ಅವಳ ತಂದೆ?

"ನಂಗೆ ತಿಂಗ್ಳಿಗೆ ಇಷ್ಟೊಂತ ಪಾಕೆಟ್ ಮನೀ ಕೊಡ್ಬೇಕು. ಒಂದು ಕ್ರೀಮ್ ಬೇಕೂಂದ್ರು.... ನಿಮ್ಮ ಕೈ ಕಾಯ್ಬೇಕು. ಕೇಳ್ದ ಕೂಡ್ಲೇ.... ಏನಾದ್ರೂ ತಂದ್ಕೊಡ್ತೀರಾ?" ಮಡದಿ ರಾಗ ಹಾಡಿದ್ದಳು ರಾತ್ರಿಯೆಲ್ಲ. ಈ ಕೆಲಸ ಉಳಿಯದಿದ್ದರೇ ಅವನಂತೂ ಕಾವಿ ತೊಡಲು ಸಿದ್ಧನಿದ್ದ. ಕಾವಿಗೂ ಸಾಲ ಮಾಡಬೇಕಿತ್ತು ಯಾರಾದರೂ ಕೊಟ್ಟರೇ.

ಅದೇ ಬಸ್ಸು ಓಡಿ ಬಂದು ಹತ್ತಿದ ಮಹಾಲಿಂಗಂ ಏದುಸಿರು ಬಿಡುತ್ತ ಕಿಟಕಿಯ ಪಕ್ಕ ಕೂತ ನಂದಿತಾಳ ಕಡೆ ಆಗಾಗ ನೋಟ ಹರಿಸಿದ. ಅಂಥ ತಾಕಲಾಟವೇನು ಕಾಣಲಿಲ್ಲ ಅವಳ ಮುಖದಲ್ಲಿ.

ಫ್ಯಾಕ್ಟರಿಯ ಹತ್ತಿರದ ಬಸ್‌ಸ್ಟಾಪ್‌ನಲ್ಲಿ ದಡಬಡಿಸಿಕೊಂಡು ಇಳಿದ. ಹಿಂದೆ ಫ್ಯಾಕ್ಟರಿಯ ಬಸ್ಸುಗಳು ಓಡಾಡುತ್ತಿದ್ದು ನಷ್ಟ ದಿನದಿಂದ ದಿನಕ್ಕೆ ಹೆಚ್ಚಾಗತೊಡಗಿದಾಗ ನಿಂತಿದ್ದು ಮಾತ್ರವಲ್ಲ, ಸಾಲಕ್ಕೆ ಮಾರಾಟವಾಗಿ ಹೋಗಿತ್ತು.

ಹತ್ತು ಹೆಜ್ಜೆ ಮುಂದಕ್ಕೆ ಹೋದವಳನ್ನ ಮಹಾಲಿಂಗಂ ಸ್ವರ ಹಿಡಿದು ನಿಲ್ಲಿಸಿತು. "ನಂದಿತಾ, ಒಂದಿಷ್ಟು ಮಾತಾಡೋದು ಇದೆ, ನಿಂತ್ಕೊಳ್ಳಿ" ಎಂದ ಅವಳ ಸನಿಹಕ್ಕೆ ಬಂದು.

ಬೆಳಿಗ್ಗೆ ವೈದೇಹಿಯವರಿಂದ ಪಡೆದ ಮೂರು ಹತ್ತರ ನೋಟುಗಳನ್ನ ಹಿಂದಕ್ಕೆ ಕೊಟ್ಟ. "ನಿಮ್ಮ ಹೆಲ್ಪ್ ನಂಗೆ ಬೇಕು" ಎಂದವನು ಎಲ್ಲಾ ವಿವರಿಸಿದ. "ನಂಗೆ ಕೆಲ್ಸದ ಅಗತ್ಯ ತೀವ್ರವಾಗಿದೆ. ಇಲ್ದಿದ್ರೆ ನನ್ನ ಸ್ಥಿತಿ ಚಿಂತಾಜನಕವಾಗುತ್ತೆ. ಪ್ಲೀಸ್ ನಂದಿತಾ?" ಎಂದ. ಅವಳು ಒಪ್ಪದಿದ್ದರೇ ಹೆದರಿಸಿ ಬೆದರಿಸಿ ಬಲವಂತವಾಗಿಯಾದರೂ ಒಪ್ಪಿಸಬೇಕೆಂದುಕೊಂಡಿದ್ದ. ಅವನಿದ್ದ ಸಂಕಷ್ಟ ಸ್ಥಿತಿಯಲ್ಲಿ ಇದೊಂದು ದಾರಿ ಇತ್ತು. "ಆಯ್ತು, ಆಫೀಸ್‌ಗೆ ಹೊತ್ತಾಯ್ತು" ಹೊರಟೇಬಿಟ್ಟಳು.

ವಾದ ಮಾಡಬಹುದು, ತಮ್ಮ ಮನೆಯ ಸಮಸ್ಯೆಗಳನ್ನು ತೋಡಿಕೊಂಡು ತನ್ನ ಕೆಲಸದ ಅನಿವಾರ್ಯತೆಯ ಬಗ್ಗೆ ಮನದಟ್ಟು ಮಾಡಿಕೊಡಲು ಪ್ರಯತ್ನಿಸಬಹುದು

ಎಂದೆಲ್ಲ ತಿಳಿದಿದ್ದು ಪೂರ್ತಿ ಹಂಡ್ರೆಡ್ ಪರ್ಸೆಂಟ್ ಸುಳ್ಳಾಗಿತ್ತು. ಚಕಾರವೆತ್ತದೆ ಒಪ್ಪಿಗೆ ಸೂಚಿಸಿದ್ದಳು.

ಅವಳ ಸೀಟು ಬಳಿಗೆ ಬಂದಾಗ ಟೇಬಲ್ ಮೇಲೊಂದು ಲೆಟರ್ ಇತ್ತು. ಕವರ್ ಬಿಡಿಸಿ ನೋಡಿದಳು.

"ಮ್ಯಾನೇಜರ್‌ನ ನೋಡ್ಬೇಕಂತೆ..." ಆಫೀಸು ಬಾಯ್ ಹೇಳಿದ. ಕವರ್ ಹಿಡಿದೇ ಅವರ ರೂಮು ಹೊಕ್ಕಳು. "ಬಾ... ನಂದಿತಾ.... ಕೂತ್ಕೋ" ಒಂದಿಷ್ಟು ಪೀಠಿಕೆಯಲ್ಲೇ ಅವಳನ್ನ ಕೆಲಸದಿಂದ ತೆಗೆದುಹಾಕಿರುವ ಸುದ್ದಿ ತಿಳಿಸಿ "ಇದ್ಕೇ ಸಹಿ ಮಾಡಿ ತಗೋ, ನಿನ್ನ ಉಳಿಕೆಯ ಪೂರ್ತಿ ಹಣ ಕೊಟ್ಟಿದ್ದಾರೆ" ಹೇಳಿದರು. ಒಂದು ಮಾತಾಡಲಿಲ್ಲ ನಂದಿತಾ. ಸಹಿ ಮಾಡಿ ಹಣ ತಗೊಂಡಳು.

ತದೇಕಚಿತ್ತರಾಗಿ ಅವಳನ್ನ ನೋಡಿದರು. ಅವರಿಗೆ ಇಷ್ಟವಾಗಿದ್ದಳು. ನಂದಿತಾ ಹಾಗೆ ಅವಳ ಕೆಲಸವನ್ನು ಅವರು ಮಾಡಿಕೊಂಡು ಹೋಗುವವರ ಸಂಖ್ಯೆ ಕಡಿಮೆ ಇತ್ತು. ಕಾಡು ಹರಟೆ, ಇಲ್ಲದ ರಗಳೆ, ಎರಡು ಹೆಣ್ಣುಗಳ ಸೀಟುಗಳು ಎದುರುಬದುರು ಇದ್ದರಂತು ಮುಗಿದುಹೋಯಿತು. ಒಳಗೊಳಗೇ ಮಸಲತ್ತು, ಜಗಳ — ಇದು ಅವರವರ ಸಂಸ್ಕೃತಿಯನ್ನು ಅನುಸರಿಸಿ ನಡೆಯುತ್ತಿತ್ತು.

"ಕೂತ್ಕೋ ನಂದಿತಾ, ನಂಗಂತು ಬಹಳ ಬೇಜಾರು. ನಾಲ್ಕು ಸಲ ಒಂದೇ ವಿಷ್ಯ ಹೇಳಿದ್ರು ನೂರು ತಪ್ಪು ಮಾಡೋರು. ನಿನ್ನಂಗೆ ಒಂದ್ಸಲ ಹೇಳಿದ್ರೂ, ತಪ್ಪು ಮಾಡ್ದೇ ರಿಪೋರ್ಟ್ ರೆಡಿ ಮಾಡೋರ್ನ ಹುಡ್ಕಿದ್ರೂ ಸಿಗೋಲ್ಲ. ಆದ್ರೂ ಐ ಯಾಮ್ ಹೆಲ್ಪ್‌ಲೆಸ್" ಎಂದು ತಮ್ಮ ಅಸಹಾಯಕತೆಯನ್ನು ತೋಡಿಕೊಂಡರು. ಮೌನವಾಗಿಯೇ ಇದ್ದಳು ನಂದಿತಾ.

"ಮುಂದೇನು ಮಾಡ್ತೀಯಾ?" ಕೇಳಿದರು. ಬೆಚ್ಚಿದವಳಂತೆ ಉತ್ತರಿಸಿದಳು. "ಮನೆಗೆ ಹೋಗ್ತೀನಿ" ನಾಗಮಣಿ ನಕ್ಕುಬಿಟ್ಟರು. ತೀರಾ ಇನ್ನೊಸೆಂಟಾಗಿ ಕಾಣುವ ಅವಳೆಷ್ಟು ಬುದ್ಧಿವಂತಳೆಂದು ಅವರಿಗೆ ಗೊತ್ತು. "ಕೆಲ್ಸದ ಬಗ್ಗೆ ನಾನು ಹೇಳಿದ್ದು" ತಿಳಿಸಿದರು.

ಅರ್ಥ ಮಾಡಿಕೊಂಡು ನಸುನಕ್ಕಳು. "ಒಂದೆರಡು ಕಡೆ ಇಂಟರ್‌ವ್ಯೂ, ರಿಟೆನ್ ಟೆಸ್ಟ್‌ಗೆ ಹೋಗಿದ್ದೆ. ಬೇರೆ ಎಲ್ಲಾದ್ರೂ ಸಿಗ್ಬಹ್ದು. ಆವಗರ್ೂ ಅಮ್ಮನಿಗೆ ಸಹಾಯ ಮಾಡ್ಕೊಂಡಿರ್ತೀನಿ" ಸಹಜವಾಗಿ ಹೇಳಿದಳು.

ಅಂದಿಗೆ ಆಫೀಸ್‌ನ ಋಣ ಮುಗಿದಿತ್ತು. ಕೆಲವರಿಗಂತು ತೀರಾ ಬೇಜಾರು. ಅರವಿಂದ ಘೋಷರು ಕರೆಸಿ ಒಂದೆರಡು ಒಳ್ಳೆಯ ಮಾತುಗಳನ್ನಾಡಿದರು. ಗೇಟ್‌ನತ್ತ ಹೊರಟಿದ್ದವಳಿಗೆ ಬುಲಾವ್ ಬಂತು. ಆಫೀಸ್‌ನ ಸ್ಟೆನೋ-ಕಂ-ಪರ್ಸನಲ್ ಕ್ಲರ್ಕ್ ಲಕ್ಷ್ಮೀದೇವಮ್ಮನಿಗೆ ಆಕ್ಸಿಡೆಂಟಾಗಿತ್ತು. ಟೆಂಪರರಿಯಾಗಿ ಆಕೆಯ ಕೆಲಸವನ್ನು ನಿರ್ವಹಿಸುವವರ ಅಗತ್ಯವಿತ್ತು. ಅದು ನಂದಿತಾ ಮಡಿಲಿಗೆ ಬಿತ್ತು.

ಮ್ಯಾನೇಜರ್ ನಾಗಮಣಿ ರೂಂನಿಂದ ಎಂ.ಡಿ. ರೂಮಿಗೆ ಹೋದಾಗ ಆಸ್ಪತ್ರೆಗೆ ಹೊರಡುವ ತರಾತುರಿಯಲ್ಲಿದ್ದ ಮಹೇಂದರ್ ಕೆಲವು ಅರ್ಜೆಂಟ್ ಲೆಟರ್‌ಗಳನ್ನು

ಡಿಕ್ಟೇಟ್ ಮಾಡಿ "ಬೇಗ ಟೈಪ್ ಮಾಡ್ಕೊಂಡ್ಬನ್ನಿ" ಹೇಳಿದ. ಅವನು ತೀರಾ ಚುರುಕು. ನಡಿಗೆ ಬಿರುಸು. ಅವನೊಂದಿಗೆ ಕೆಲಸ ಮಾಡಲು, ಓಡಾಡಲು ಸಾಕಷ್ಟು ತಾಕತ್ತಿನ ಜೊತೆ ಬುದ್ಧಿಯೂ ಇರಬೇಕಿತ್ತು.

ಲೆಟರ್‌ಗಳನ್ನು ತಂದು ಕೊಟ್ಟವಳಿಗೆ ಏನೋ ಹೇಳಲು ನೋಟವೆತ್ತಿದವನ ನೋಟ ಹಾಗೆಯೇ ನಿಂತಿತು. ಆ ಕಣ್ಣುಗಳ ಪರಿಚಯವೆನಿಸಿತು. ಎಲ್ಲಿ? ಹೇಗೆ? ಒಂದು ರೀತಿಯ ಭ್ರಮೆಯಲ್ಲಿ ಬಿದ್ದ. ಇದು ಎರಡನೇ ಸಲ ಅವನನ್ನು ಕಾಡಿದ್ದು.

"ಸರ್..." ಕೂಗಿದಾಗಲೇ ಎಚ್ಚೆತ್ತಿದ್ದು. ಹೋಗುವಂತೆ ಸನ್ನೆ ಮಾಡಿದ ನಂದಿತಾಗೆ. ಆಕಸ್ಮಾತ್ತಾಗಿ ಸುಳಿಯುವ ಯಾವುದೇ ದುರ್ಬಲತೆಯನ್ನು ಬೇರೆಯವರ ಮುಂದೆ ಪ್ರದರ್ಶನಕ್ಕೆ ಇಡಲಾರ. ತೀರಾ ಆತ್ಮಾಭಿಮಾನದ ಯುವಕ.

ಲಕ್ಷ್ಮೀದೇವಮ್ಮ ಆಕ್ಸಿಡೆಂಟ್‌ನಿಂದ ಆಸ್ಪತ್ರೆ ಸೇರಿ ಇವಳ ಕೆಲಸ ಉಳಿಯಿತು. ಅವಳ ಮಟ್ಟಿಗೆ ಇದೊಂದು ಆನಂದಕರವಾದ ವಿಷಯವೇನು ಅಲ್ಲ.

ಅಂದೆಲ್ಲ ಒಂದು ರೀತಿ ಷಾಕ್‌ನಲ್ಲಿಯೇ ಇದ್ದು ಮನೆಗೆ ಮರಳುವಾಗ ಆಫೀಸ್‌ನ ಅಕೌಂಟ್ ಸೆಕ್ಷನ್‌ನವರು "ಕಂಗ್ರಾಟ್ಸ್ ನಂದಿತಾ, ನಮ್ಗಂತು ಗ್ರ್ಯಾಂಡಾದ ಪಾರ್ಟಿ ಕೊಡಿಸ್ಬೇಕು. ನಿಮ್ಗೇ ಕೆಲ್ಸ ಉಳಿದಿದ್ದು ಸೆಲಬ್ರೇಟ್ ಮಾಡ್ಬೇಡ್ವಾ?" ನಗೆಯಾಡಿದರು.

"ಲಕ್ಷ್ಮೀದೇವಮ್ಮ ಮೇಡಮ್‌ಗೆ ಆಕ್ಸಿಡೆಂಟ್ ಆಗಿದೆ. ನಂಗೆ ಕೆಲ್ಸವಿಲ್ದಿದ್ರೂ ಪರ್ವಾಗಿಲ್ಲ. ಅವ್ರಿಗೆ ಆಕ್ಸಿಡೆಂಟ್ ಆಗಿದ್ದು ತುಂಬ ದುಃಖದ ಸಂಗ್ತಿ" ಎಂದಳು. ಅವಳ ಸ್ವರ ಒದ್ದೆಯಾಗಿದ್ದು ಅವರುಗಳ ಗಮನಕ್ಕೆ ಬಂದಾಗ ಸರಿದು ಮಾಯವಾಗಿಬಿಟ್ಟರು.

ಮ್ಯಾನೇಜರ್ ನಾಗಮಣಿ ಹೊರಬಂದವರು ಸ್ನೇಹದಿಂದ ಅವಳ ಹೆಗಲ ಮೇಲೆ ಕೈ ಹಾಕಿದರು. "ಎನಿವೇ... ಕಂಗ್ರಾಟ್ಸ್... ಎಂ.ಡಿ. ವೆರಿ ಬ್ರಿಲಿಯೆಂಟ್... ಅವ್ರ ಹತ್ರ ಕೆಲ್ಸ ಮಾಡೋದು ಅದೃಷ್ಟದ ವಿಷ್ಯ. ಅನುಭವದ ಸಂಪಾದ್ನೇ ಆಗುತ್ತೆ. ಸಂಬ್ಳ ತಗೊಂಡಿದ್ದಕ್ಕೆ ಕೆಲ್ಸ ಮಾಡ್ದ ತೃಪ್ತಿನೂ ಸಿಕ್ಕುತ್ತೆ" ಅಂತಸ್ತನ್ನ ಮರೆತು ಆಡಿದ ಮಾತುಗಳು.

ಅವಳ ಕಣ್ಣಲ್ಲಿ ತಟ್ಟನೆ ಕಂಬನಿಯುಕ್ಕಿತು. "ಮೇಡಮ್, ಆಕ್ಸಿಡೆಂಟ್..." ಎಂದಳು.

ನಾಗಮಣಿ ಕನ್ನಡಕ ತೆಗೆದು ಕರುಣೆಯಿಂದ ನೋಡಿದರು "ಇಷ್ಟೊಂದು ಸೆನ್ಸಿಟಿವ್ ಯಾವಾಗ್ಲೂ ಒಳ್ಳೆದಲ್ಲ. ಬೀ ಡೇರ್. ಆ ಆಕ್ಸಿಡೆಂಟ್‌ಗೂ ನಿಂಗೂ ಏನು ಸಂಬಂಧವಿಲ್ಲ. ಮನೆಗೆ ತಾನೇ ಆ ಕಡೆ ಹೋಗೋದಿದೆ, ಡ್ರಾಪ್ ಮಾಡ್ತೀನಿ" ಎಂದು ನಾಗಮಣಿ ತಮ್ಮ ಫಿಯೆಟ್‌ನಲ್ಲಿ ಹತ್ತಿಸಿಕೊಂಡರು. ಐವತ್ತರ ಅಂಚಿನಲ್ಲಿದ್ದ ಆಕೆಗೆ ಮಕ್ಕಳಿರಲಿಲ್ಲ. ವಯಸ್ಸಿನ ಸಹಜ ಸ್ವಭಾವವೆನ್ನುವಂತೆ ಅವಳನ್ನ ಕಂಡರೆ ಇಷ್ಟ.

ಮನೆಯ ಮುಂದೆ ಕಾರು ನಿಂತಾಗ ಹೊರಗೇ ಇದ್ದರು ಸುಬ್ಬಣ್ಣ. ಇಡೀ ದಿನ ಮನೆಯಲ್ಲಿ ಕೂತು ಅವರಿಗೆ ಬೋರ್ ಆಗಿತ್ತು.

ಇಳಿದು ಬಂದ ಮಗಳನ್ನೆ ನೋಡಿದರು. ತೀರಾ ಮಂಕಾಗಿ ಕಂಡಳು. "ಒಂದ್ಸಲ ಸೈಕಿಯಾಟ್ರಿಸ್ಟ್‌ಗೆ ತೋರ್ಸಿ..." ಇದು ಹೆಂಡತಿಯ ಸಲಹೆ ಮಾತ್ರವಲ್ಲ, ಅವರ ಏಕೈಕ

ವಕೀಲ ಗೆಳೆಯನ ಸಲಹೆ. "ಏನಾಗಿದೆ... ಅವ್ಳಿಗೆ? ಒಬ್ಬೊಬ್ಬರ ಸ್ವಭಾವ ಒಂದೊಂದು ತರಹ ಇರುತ್ತೆ" ದಬಾಯಿಸಿದ್ದರು. ಯಾವುದೇ ಕಾರಣಕ್ಕೂ ನ್ಯೂರೋಸೆಂಟರ್‌ಗೆ ಅವಳನ್ನು ಕರೆದೊಯ್ಯಲಾರರು.

"ಯಾಕೆ, ನಂದಿತಾ... ಒಂದು ತರಹ ಇದ್ದಿ?" ಕೇಳಿದರು. ಮೊದಲು ಅವಳ ಕಣ್ಣಲ್ಲಿ ಇಣುಕಿದ್ದು ಭಯ. ಅಂದು ಕಂಡ ಭಯವೇ. ಸುಬ್ಬಣ್ಣನ ಎದೆಯ ಬಡಿತವೇರಿತು. "ನಂದಿತಾ..." ಭುಜದ ಮೇಲೆ ಕೈಯಿಟ್ಟರು, ಬೆಚ್ಚಿದಂತೆ ಅವರತ್ತ ತಿರುಗಿದ ಅವಳ ಕಣ್ಣುಗಳಿಂದ ಎರಡು ಬಿಂದುಗಳು ಉದುರಿದವು. "ಆಕ್ಸಿಡೆಂಟ್ ಆಯ್ತು ಲಕ್ಷ್ಮೀದೇವಮ್ಮನಿಗೆ..." ಎಂದಳು.

"ಸಿಲ್ಲಿ ಗರ್ಲ್.... ಸಿಟಿಯಲ್ಲಿ ಅವೆಲ್ಲ ಮಾಮೂಲಿ. ನಡೀ..... ನಡೀ..." ಭುಜ ತಟ್ಟಿದರು.

ಸುಬ್ಬಣ್ಣ ಹೃದಯದ ಬಡಿತ ನಾರ್ಮಲ್‌ಗೆ ಬರಲು ಕೆಲವು ನಿಮಿಷಗಳು ಬೇಕಾಯಿತು.

ಗೋರಂಟಿ ಹಚ್ಚಿಕೊಳ್ಳುತ್ತಿದ್ದ ಸೌದಾಮಿನಿ, ಪ್ರತಿಭಾ ವಾದವಿವಾದದಲ್ಲಿಯೇ ಇದ್ದರು.

"ನಂದಿತಾ.... ಬಂದ್ಲು. ಎಲ್ಲಾ ನೀವೇ ಮುಗ್ಸಿಬಿಡ್ಬೇಡಿ." ವೈದೇಹಿಯ ಎಚ್ಚರಿಕೆಯೇನು ಪ್ರಯೋಜನಕ್ಕೆ ಬರಲಿಲ್ಲ. "ಮುಗ್ದೇಹೋಯ್ತು" ಸೌದಾಮಿನಿಯ ಸ್ವರ.

ಏನು ಕೇಳದವಳಂತೆ ಕೋಣೆಗೆ ಹೋಗಿಬಿಟ್ಟಳು. ಬೆಂಕಿ, ಚೀರಾಟ, ಗದ್ದಲ – ಸ್ವಗತದಲ್ಲಿ ಕೇಳಿಸುತ್ತಿತ್ತು. ಎರಡು ಕೈಗಳಲ್ಲಿ ಕಿವಿಗಳನ್ನು ಮುಚ್ಚಿಕೊಂಡಳು. ಅವೇನು ನಿಲ್ಲಲಿಲ್ಲ.

"ಅಮ್ಮ..." ಒಮ್ಮೆ ಚೀರಿದಳು.

ನಿರೀಕ್ಷಿಸಿದಂತೆ ಓಡಿ ಬಂದ ಸುಬ್ಬಣ್ಣನ್ನ ಅಪ್ಪಿಕೊಂಡಳು. ಅವಳ ಹೃದಯದ ಬಡಿತ ದೊಡ್ಡ ಸದ್ದಿನಂತಿತ್ತು. ಬಿಗಿಯಾಗಿ ಮುಚ್ಚಿಕೊಂಡ ಕಣ್ಣುಗಳ ಹಿಂದೆ ಕನಸಿನಲ್ಲಿ ಕಂಡಂಥ ಭೀಕರ ದೃಶ್ಯಗಳು.

"ರಿಲ್ಯಾಕ್ಸ್ ಮೈ ಚೈಲ್ಡ್... ಯಾಕೆ... ಯಾಕಂತ?" ತಲೆ ಸವರಿದರು. "ತೀರಾ ಡರ್‌ಪೋಕ್ ಆಗ್ಬಿಟ್ಟೆ, ಈಗಿನ ಹುಡ್ಗೀರು ಹೇಗೆ... ಇರ್ತಾರೆ ಗೊತ್ತಾ?" ಅಣಕಿಸಿದರು.

ಬಂದ ವೈದೇಹಿ ಸೊಂಟದ ಮೇಲೆ ಕೈಯಿಟ್ಟುಕೊಂಡು ನಿಂತರು. ಮಗಳು ಮಾತ್ರವಲ್ಲ, ಈಗ ಗಂಡ ಕೂಡ ಸಮಸ್ಯೆಯಾಗಿ ಕಂಡರು.

"ಒಂದ್ಸಲ ನಂದಿತಾನ ಯಾಕೆ ಡಾಕ್ಟರಿಗೆ ತೋರಿಸ್ಬಾರ್ದು!" ಹೆಂಡತಿಯ ಸಲಹೆಯನ್ನು ಎಂದೂ ಪುರಸ್ಕರಿಸರು. ಇಂದು ಹೇಳಿದರು ಅಷ್ಟೆ ಎಂದುಕೊಂಡರು.

ಸ್ವಲ್ಪ ಅವಳ ಮಿದುಳು, ಮನಸ್ಸು ಶಾಂತವಾದ ಮೇಲೆ ಸುಬ್ಬಣ್ಣನವರು "ಹೋಗಿ ಮುಖ ತೊಳ್ಕೊಂಡ್ಬಾ.... ನಿಮ್ಮಮ್ಮ ಕಡ್ಲೇ ಹಿಟ್ಟು ಕಲಸ್ಕೊಂಡ್... ಬಿಸಿಯಾಗಿ ಬೋಂಡ ಹಾಕಲು ಕಾಯ್ತಾಇದ್ದಾಳೆ." ಕೆನ್ನೆ ತಟ್ಟಿದರು. ಇವಳ ಮೇಲೆ ಅವರು ವಹಿಸುವಷ್ಟು ನಿಗಾ, ಮುತುವರ್ಜಿ ಬೇರೆ ಮಕ್ಕಳ ಮೇಲೆ ವಹಿಸರು! ಯಾಕೆ? ಈ ಪ್ರಶ್ನೆಗೆ ಅವರೊಬ್ಬರೇ ಉತ್ತರ ಹೇಳಬೇಕು; ಹೇಳರು.

ಅಡಿಗೆ ಮನೆ ಹೊಕ್ಕ ಸುಬ್ಬಣ್ಣ ಪಾತ್ರೆಗಳನ್ನು ದಡಬಡ ಎತ್ತಿ ಸದ್ದು ಮಾಡುತ್ತಿದ್ದ ಹೆಂಡತಿಯ ಕೈ ಹಿಡಿದು "ಇದು ಕಿಚನ್, ಒಂದು ರೀತಿಯಲ್ಲಿ ಡೇಂಜರಸ್ ಪ್ಲೇಸ್. ಚಾಕು, ಚೂರಿ, ಗ್ಲಾಸ್, ಬೆಂಕಿ ಪೊಟ್ಟಣ ಎಲ್ಲಾ ಇಲ್ಲೇ ಇರೋದು, ಸ್ವಲ್ಪ ನೀನು ಸಹನೆ ತಪ್ಪಿದ್ರೂ.... ಇಡೀ ಮನೆ ಸುಟ್ಹೋಗುತ್ತೆ. ಅರ್ಥವಾಯ್ತು. ನನ್ನ ಚಿನ್ನದ ಗೊಂಬೆ..." ರಮಿಸಲು ನೋಡಿದರು. ಆಕೆ ಒರಟಾಗಿ ಕೈ ಎಳೆದುಕೊಂಡರು.

"ನಂಗ್ಯಾಕೋ, ಎಲ್ಲಾ ವಿಚಿತ್ರವಾಗಿ ಕಾಣುತ್ತೆ. ಪ್ರತಿಭಾ ಸೌದಾಮಿನಿಯಷ್ಟು ನಾರ್ಮಲ್ ಆಗಿಲ್ಲ. ನಂದಿತಾ. ಒಂದಿಷ್ಟು ಎಲ್ಲಾದ್ರೂ ತೋರಿಸೋಣಾಂದ್ರೆ... ಅವಕಾಶ ಕೊಡೋಲ್ಲ. ಏನು ನಿಮ್ಮ ಉದ್ದೇಶ?" ವೈದೇಹಿ ಸಿಡಿದರು.

ಇದು ಸಹಜ! ಹೆಂಡತಿಯನ್ನು ದೂಷಿಸುವಂಥ ಅವಿವೇಕಿಯಲ್ಲ ಸುಬ್ಬಣ್ಣ. ತಾನು ಗಂಡು, ಹೆಚ್ಚು ಬುದ್ಧಿವಂತ ಅನ್ನೋ 'ಅಹಂ' ಕೂಡ ಇಲ್ಲದ ವ್ಯಕ್ತಿ.

ಹಸ್ತ ತೆಗೆದು ಐದು ಬೆರಳು ಮೇಲೆತ್ತಿದರು. "ಒಂದೇ ಕೈನಲ್ಲಿರೋ ಐದು ಬೆರಳು ಒಂದಕ್ಕೂ ಮತ್ತೊಂದಕ್ಕೂ ಎಷ್ಟೊಂದು ವ್ಯತ್ಯಾಸ. ಅಕ್ಕಪಕ್ಕದಲ್ಲಿರೋ ಬೆರಳುಗಳು ಕೂಡ ಸಮವಾಗಿಲ್ಲ. ಯಾಕೆ, ಕೈಯೊಂದೆ ಅಲ್ಲಾ! ಅದೇ ಪ್ರಕೃತಿಯ ರಹಸ್ಯ, ಹಾಗಂತ ಡಾಕ್ಟ್ರು ಹತ್ರ ಹೋಗಿ ಐದು ಬೆರಳನ್ನು ಒಂದೇ ಸಮಕ್ಕೆ ಮಾಡೀಂತ ಕೇಳ್ತೀವಾ! ನಂದಿತಾಗೆ.... ಏನು ಆಗಿಲ್ಲ, ಆತಂಕಪಡೋಕೆ?" ಅತ್ಯಂತ ಸಮಾಧಾನದಿಂದ ಹೇಳಿದರು.

ಮುಖ ತಿರುಗಿಸಿಕೊಂಡು ವೈದೇಹಿ ಗ್ಯಾಸ್ ಒಲೆಯ ಮೇಲಿಟ್ಟ ಬಾಂಡಲಿಯಲ್ಲಿನ ಎಣ್ಣೆಯತ್ತಲೇ ನೋಡತೊಡಗಿದಳು. ಸ್ವಲ್ಪ ಕಾದ ಎಣ್ಣೆಯಂತೆಯೇ ಇತ್ತು ಆಕೆಯ ಮನಸ್ಥಿತಿ ಕೂಡ.

"ಸ್ವಲ್ಪ ಹೋಗಿ, ನನ್ಮಗ್ಳನ್ನ ನೋಡು. ನಾನು ಈ ಕೆಲ್ಸ ಮಾಡ್ತೀನಿ" ಭುಜವಿಡಿದು ಹೇಳಿದರು. "ಹೋಗು ಮಹರಾಯ್ತಿ, ನಾನು ಹಾಕಿದ್ರೆ ಬೇಯಿಸೋಲ್ಲಾಂತ ಬೋಂಡ ಮುಷ್ಕರ ಮಾಡೋಲ್ಲ" ಬಲವಂತದಿಂದ ಹೆಂಡತಿಯನ್ನ ಹೊರಗೆ ಕಳಿಸಿದರು.

* * * *

ಒಂದೆರಡು ಸಲ ನಂದಿತಾನ ನೋಡಿದ ಮೇಲೆ ಈ ಕಣ್ಣುಗಳ ಪರಿಚಯವಿದೆಯೆನಿಸಿತು. ಪಕ್ಕಕ್ಕೆ ನೂಕಿದಷ್ಟು ಆ ವಿಷಯ ಅವನನ್ನು ಕೊರೆಯತೊಡಗಿತು. ಎಲ್ಲಿ? ಹೇಗೆ? ಅವೆರಡಕ್ಕೂ ಅವನಲ್ಲಿ ಉತ್ತರವಿಲ್ಲ.

ಇಡೀ ರಾತ್ರಿ ಆ ಕಣ್ಣುಗಳೇ ಅವನನ್ನು ಕಾಡಿದಾಗ ಆಫೀಸ್‌ಗೆ ಬಂದ ಕೂಡಲೇ ನಂದಿತಾಗೆ ಬುಲಾವ್.

"ಟೇಕ್ ಯುವರ್ ಸೀಟ್..." ಹೇಳಿದ.

ನಿಂತೇ ಡಿಕ್‌ಟೇಷನ್ ತೆಗೆದುಕೊಳ್ಳುತ್ತಿದ್ದವಳಿಗೆ ಇಂದು ಆಶ್ಚರ್ಯದ ಜೊತೆ ಆತಂಕ ಕೂಡ. ಏನಾದರೂ ಅಡ್ವೈಸ್ ಮಾಡುವ ಸಲುವಾಗಿಯೇ? ಅನುಮಾನಿಸಿದಳು.

"ನಂದಿತಾ, ಕೂತ್ಕೊಳ್ಳಿ...." ಸೀರಿಯಸ್ಸಾಗಿ ಹೇಳಿದ.

ಗಂಟಲಲ್ಲಿ ಸಿಕ್ಕಿಕೊಂಡ ಉಗುಳನ್ನ ಬಲವಂತವಾಗಿ ನುಂಗಿ ಕೂತುಕೊಂಡಳು. "ಯೆಸ್, ಸರ್..." ತಲೆಯೆತ್ತಲಿಲ್ಲ. ಬಾಲ್‌ಪೆನ್ ನೋಟು ಹಾಕಿಕೊಳ್ಳಲು ಸಿದ್ಧವಾಯಿತು.

"ಸ್ವಲ್ಪ ತಲೆಯೆತ್ತಿ... ನಿಮ್ತಂದೆ ಹೆಸರೇನು?" ಕೇಳಿದ.

"ಸುಬ್ಬಣ್ಣ ಅಂತ. ಪೋಸ್ಟ್ ಆಫೀಸ್‌ನಲ್ಲಿದ್ದಾರೆ." ಅಳುಕಲಿಲ್ಲ ಅವಳ ದನಿ. ತೀಕ್ಷ್ಣವಾಗಿ ಅವಳ ಮುಖವನ್ನೇ ನೋಡಿದ. ಕಣ್ಣುಗಳು ಮಾತ್ರವಲ್ಲ ಮುಖ ಪರಿಚಯ ಕೂಡ ಇದೆಯೆನಿಸಿತು. "ಎಂದಾದ್ರೂ ದೆಹಲಿಗೆ ನೀವು ಬಂದಿದ್ರಾ?" ಅವನ ದನಿ ಸ್ವಲ್ಪ ಎತ್ತರಿಸಿತು.

"ಇಲ್ಲ...." ಚುಟುಕಾಗಿತ್ತು ಉತ್ತರ.

"ನನ್ನ ಹಿಂದೆ ಎಲ್ಲಾದ್ರೂ.... ನೋಡಿದ್ರಾ?" ಪ್ರಶ್ನಿಸಿದ.

ಗಲಿಬಿಲಿ ಕಣ್ಣುಗಳಲ್ಲಿ ಮೂಡಿದರೂ ಬೇಗ ಮರೆಯಾಯಿತು. "ಕಾನ್ಫರೆನ್ಸ್ ಹಾಲ್‌ನಲ್ಲಿ ಮೊದಲ್ನೇ ಸಲ ನೋಡಿದ್ದು" ಎಂದಳು ಸಹಜವಾಗಿ. ಅವಳೇನು ಸುಳ್ಳು ಹೇಳುತ್ತಿದ್ದಳೆಂದೇನು ಅನ್ನಿಸಲಿಲ್ಲ. "ಸೋ ಯು ಕೆನ್ ಗೋ, ಹಿಂದೆ ನನ್ನ ಎಲ್ಲಾದ್ರೂ ನೋಡಿದ್ದು ನೆನಪಾದ್ರೆ ಖಂಡಿತ ಬಂದು ತಿಳ್ಸೀ" ಎಂದ. ಆದರೂ ಅವನಿಗೆ ಸಮಾಧಾನವಿಲ್ಲ. ಎಲ್ಲೋ, ಎಂದೋ ನೋಡಿದ ಪರಿಚಿತ ಮುಖ ಕಾಡಿತು. ಹಿಂದು ಇರಬಹುದೆ ಎಂದುಕೊಂಡರೂ ಸತ್ತ ಅವಳು ಜೀವಂತವಾಗಿರಲು ಸಾಧ್ಯವಿರಲಿಲ್ಲ.

ನಂದಿತಾನ ನೋಡಿದಾಗಲೆಲ್ಲ ಅದೇ ಮುಖದ ನೆನಪು. ಹೇಗೆ ಸಾಧ್ಯ? ಪಕ್ಕಕ್ಕೆ ತಳ್ಳಲು ಪ್ರಯತ್ನಿಸಿದ. ಮರೆಯಲು ಯತ್ನಿಸಿದ. ದೆಹಲಿ ಮುಂಬಯಿಗಳ ನಡುವೆಯೇ ಅವನ ಓಡಾಟ. ಈ ಕಡೆ ಬಂದರೂ ಫೈವ್ ಸ್ಟಾರ್ ಹೋಟೆಲ್‌ನಲ್ಲಿಯೇ ಉಳಿದುಕೊಳ್ಳುತ್ತಿದ್ದುದು. ಚಿನ್ನದ ಸ್ಪೂನ್ ಬಾಯಲ್ಲಿಟ್ಟುಕೊಂಡೇ ಹುಟ್ಟಿದ್ದು. ಸ್ವಲ್ಪ ಎಚ್ಚರ ತಪ್ಪಿ ಅವನ ತಂದೆ ವಿಶ್ವಾಮಿತ್ರ ಬಹಳಷ್ಟು ಕಳೆದುಕೊಂಡಿದ್ದರೂ ತೀರಾ ಏನು ಕುಸಿದಿರಲಿಲ್ಲ. ತೀರಾ ಮೆಟೀರಿಯಲಿಜಂ ನಡುವೆಯು ಹೃದಯ, ಮನಸ್ಸು ಉಳ್ಳವರು.

ಅಂದು ಸಂಜೆ ನಂದಿತಾನ ನೋಡಿದ ಮೇಲೆ ತೀರಾ ಕಸಿವಿಸಿಗೊಂಡಿದ್ದ. ಬಂಗ್ಲೆಗೆ ಬಂದವನೆ ಆಲ್ಬಮ್‌ಗಳನ್ನು ಮುಂದೆ ಹಾಕಿಕೊಂಡು ಕೂತ. ನೋಡುವುದು, ಆ ನೆನಪುಗಳಲ್ಲಿ ಒಂದಾಗುವುದು ಅವನಿಗೆ ಇಷ್ಟವಾದ ಕೆಲಸವೆ.

ಡಿನ್ನರ್ ಮುಗಿಸಿ ಬಂದವನು ಉಳಿದ ಒಂದೇ ಒಂದು ಆಲ್ಬಮ್‌ನ ಎತ್ತಿಕೊಂಡ. ಹತ್ತೆರಡು ವರ್ಷಗಳ ಹಿಂದಿನ ಆಲ್ಬಮ್. ಬರೀ ಕಾಶ್ಮೀರದ ಫೋಟೋಗಳೇ ಇದ್ದವು. ಮೇಜರ್ ಜಿ.ಟಿ. ಆರ್ಯ ಅವರ ಆಹ್ವಾನದೇ ಮೇಲೆ ಹೋಗಿದ್ದು. ಅವನ ತಂದೆ ವಿಶ್ವಾಮಿತ್ರ, ಮೇಜರ್ ಆರ್ಯ ಮತ್ತು ಈಗ ಕೇಂದ್ರ ಮಂತ್ರಿಮಂಡಲದಲ್ಲಿದ್ದ ಬಲವಂತರಾಯ್ ಖಾಸ ದೋಸ್ತುಗಳು. ಮೊದಲಿನವರು ಇಲ್ಲವಾಗಿ ಈಗ ಬಲವಂತರಾಯ್ ಮಾತ್ರ ಹಿರಿಯರಾಗಿ ಹಿತಚಿಂತಕರಾಗಿ ಉಳಿದಿದ್ದರು.

ಒಂದೊಂದೇ ಫೋಟೋ ತಿರುವಿದವನ ನೋಟ ಒಂದು ಕಡೆ ನಿಂತಿತು. ಉಣ್ಣೆಯಟೋಪಿ, ಸ್ವೆಟರ್ ಧರಿಸಿದ್ದ ಮೇಜರ್ ಜಿ.ಟಿ. ಆರ್ಯ ಅವರ ಏಕೈಕ ಮುದ್ದು ಮಗಳು ಹಿಂದು. ಅದೇ ಮುಖಭಾವ, ಕಣ್ಣುಗಳಲ್ಲಿನ ಕಾಂತಿಯನ್ನು ನಂದಿತಾಳಲ್ಲಿ ಕಂಡಂತಾಯಿತು.

ಒಂದೇ ಸಮನೆ ಐದು ನಿಮಿಷ ನೋಡಿದ. ಮನ ಸುಳ್ಳು ಹೇಳಿರಲಿಲ್ಲ. ಮೇಜರ್ ಜಿ.ಟಿ. ಆರ್ಯ ಅವರ ಮಗಳು ಬೆಳೆದು ದೊಡ್ಡವಳಾಗಿದ್ದರೇ ಹೀಗೇ, ಇಷ್ಟೇ ಇರುತ್ತಿದ್ದಳು. ಬರೀ ಹೇರ್ ಸ್ಟೈಲ್ ಮತ್ತು ಉಡುಪಿನಲ್ಲಿ ವ್ಯತ್ಯಾಸ ಕಾಣಬಹುದಿತ್ತು. ಸೀರೆ ಬಿಟ್ಟು ಮಾಡ್ರನ್ ಡ್ರೆಸ್‌ನಲ್ಲಿ ಇರುತ್ತಿದ್ದಳೇನೋ!

ಮತ್ತೆ ಅದೇ ಆಲ್ಬಮ್‌ನಲ್ಲಿ ಒಂದೇ ಒಂದು ಫೋಟೋ ಇತ್ತು. ಜಿ.ಟಿ. ಮಿತ್ರ ಅವರ ಫ್ಯಾಮಿಲಿಯದು. ಆರ್ಯ ಅವರ ಏಕೈಕ ಸೋದರ ಮಿತ್ರ.

ದುಂಡದುಂಡಗಿದ್ದ ಹಿಂದು ಕತ್ತಿನವರೆಗೂ ಕತ್ತರಿಸಿದ್ದೇ ಫಳಫಳ ಹೊಳೆಯುವ ಕಪ್ಪುಗೂದಲಿನ ಪುಟ್ಟ ಹುಡುಗಿ. ಮಾತಿನಲ್ಲಿ ವಿಪರೀತ ಜೋರು. ಅವಳಣ್ಣ ಅಶೋಕ್ ಅಂದರೆ ಮಹೇಂದರ್‌ನ ಫ್ರೆಂಡ್‌ದು ಸ್ವಲ್ಪ ಪುಕ್ಕಲು ಸ್ವಭಾವ.

ನೆನಪುಗಳು ಅವನ ಕಣ್ಣುಗಳನ್ನು ಮಂಜಾಗಿಸಿತು. ಹಲವು ಪದಕಗಳನ್ನು ಗಳಿಸಿದ್ದ, ಮೇಜರ್ ಆರ್ಯ ಮಗನಲ್ಲಿ ವಿಶ್ವಾಸ, ಧೈರ್ಯ ತುಂಬುತ್ತಿದ್ದರು.

"ಬೀ ಡೇರ್ ಮೈ ಬಾಯ್, ಮನುಷ್ಯನ ಗಮನ ತಾನು ಮಾಡಬೇಕಾದ ಕೆಲ್ಸದ ಬಗ್ಗೆ ಇರ್ಬೇಕೇ ವಿನಹ ಪ್ರಾಣದ ಮೇಲಲ್ಲ. ನಿನ್ನ ಸಂಪೂರ್ಣ ಶಕ್ತಿ, ಮಿದುಳು, ಮನಸ್ಸನ್ನ ಒಟ್ಟಿಗೆ ಕೇಂದ್ರೀಕರಿಸಿ ಯಾವ್ದೇ ಕಾರ್ಯಕ್ಕಾದ್ರೂ ಮುನ್ನುಗ್ಗೋ ಪ್ರವೃತ್ತಿ ಬೆಳೆಸ್ಕೋಬೇಕು."

ತಂದೆಯ ಮಾತುಗಳಿಗೆ ಅಶೋಕ್ ಎದ್ದು ಹೋಗುತ್ತಿದ್ದ. ಅವರಿಗೆ ಮಗಳ ಮೇಲೆ ಪೂರ್ಣಭರವಸೆ. ಹೆಣ್ಣು ಎಂಬ ತಾರತಮ್ಯ ತೋರದೆ ಬೆಳೆಸಿದ್ದರು. ಪುಟ್ಟ ವಯಸ್ಸಿಗೆ ಈಜಿನಲ್ಲಿ ನಿಷ್ಣಾವಂತಳು. ಪಿಸ್ತೂಲು ಗುರಿ ಇಡುವಷ್ಟು ಚಾಣಾಕ್ಷಳು. ಸ್ಟೀರಿಂಗ್ ವ್ಹೀಲ್ ಹಿಡಿಯಲಾಗದ ವಯಸ್ಸಿನಲ್ಲಿ ಕಾರೋಡಿಸಿದ್ದಳು. 'ಐ ಷೂಟ್... ಯು' ಒಮ್ಮೆ ಇವನತ್ತ ಪಿಸ್ತೂಲು ತೋರಿಸಿದ್ದು ನೆನಪಿತ್ತು.

ಅಂದು ಆ ಪುಟ್ಟ ಬಾಲೆ ಮೆಚ್ಚು ಮೂಡಿ ಸ್ನೇಹರಾಗಿ ನಿಂತಿದ್ದಳು ಅವನಲ್ಲಿ. ವಿಶ್ವಾಮಿತ್ರನಿಗೆ ಅವಳೆಂದರೆ ತುಂಬ ಇಷ್ಟ. ಹೆಚ್ಚು ಮುದ್ದು ಮಾಡುತ್ತಿದ್ದದ್ದು ಅವಳನ್ನೆ.

ಅಷ್ಟು ಚೂಟಿ, ಪಾದರಸದ ನಡಿಗೆ. ಅವಳಮ್ಮನ ಪ್ರಕೃತಿಯ ಸುಂದರ ರೂಪು ಅವಳಿಗೆ ಬಳುವಳಿಯಾಗಿ ಬಂದಿತ್ತು.

"ನೀನೇನು ಆಗ್ತೀಯಾ?" ಮೇಜರ್ ಆರ್ಯ ಮಗನನ್ನ ಪ್ರಶ್ನಿಸಿದರು. "ಮೇಷ್ಟ್ರು ಆಗ್ತೀನಿ" ಎನ್ನುತ್ತಿದ್ದ. ಆಗ ನಕ್ಕುಬಿಡುತ್ತಿದ್ದರು. ಹೆಂಡತಿಯ ಕಡೆ ನೋಡಿ ಹುಬ್ಬು ಕುಣಿಸಿ "ತುಂಬ ಡರ್‌ಪೋಕ್, ಹೆಚ್ಚು ನಿರೀಕ್ಷೆ ಬೇಡ. ಆರಾಮಾಗಿ ಮೇಷ್ಟ್ರು ಕೆಲ್ಸ ಮಾಡ್ಲೀ." ನಗೆಯಾಡುತ್ತಿದ್ದರು. ಆದರೆ ಹಿಂದು ಉತ್ತರ ಹುಚ್ಚೇರಿಸುವಂತಿತ್ತು. "ನಾನು ಐ.ಪಿ.ಎಸ್. ಮಾಡ್ತೀನಿ ಡ್ಯಾಡ್, ದೊಡ್ಡ ಪೊಲೀಸ್ ಆಫೀಸರ್, ತುಂಬ ದೊಡ್ಡ ಪೊಲೀಸ್ ಆಫೀಸರ್ ಕಿರಣ್‌ಬೇಡಿ ತರಹ" ಎನ್ನುತ್ತಿದ್ದಳು ಆತ್ಮವಿಶ್ವಾಸದಿಂದ. ಪ್ರಕೃತಿ - ಮಿಕ್ಕವರು ಕಣ್ಣರಳಿಸಿ ನೋಡಿದರೆ ಮೀಸೆಗಳನ್ನು ಬೆರಳುಗಳಿಂದ ತೀಡುತ್ತ ಎದೆಯುಬ್ಬಿಸಿ ಹುಬ್ಬು ಕುಣಿಸುತ್ತಿದ್ದರು ಮೇಜರ್ ಆರ್ಯ. ಅವರ ಕಣ್ಣುಗಳಲ್ಲಿ ಮೆಚ್ಚಿಗೆ ತುಂಬಿ ತುಳುಕುತ್ತಿತ್ತು.

ಅವೆಲ್ಲ ನೆನಪಿಡುವಂಥ ಅಮೂಲ್ಯ ನಿಮಿಷಗಳೆ ಅವರ ಪಾಲಿಗೆ ನೂರು ಕನಸುಗಳು ಮಗಳ ಬಗ್ಗೆ. ಕೆಲವು ದಿನಗಳಲ್ಲಿ ಅವೆಲ್ಲ ನಿರ್ನಾಮವಾಗಿಬಿಡುತ್ತದೆಯೆಂದು ಆ ಕುಟುಂಬಕ್ಕೆ ಗೊತ್ತಿರಲಿಲ್ಲ.

ಮಗನಿಗೆ ಆರ್ಯ ಒಂದು ಮಾತು ಹೇಳುತ್ತಿದ್ದರು. "ಧೈರ್ಯವಿಲ್ದಿದ್ರೆ ನೀನು ಯಾವ್ದೇ ಕ್ಷೇತ್ರದಲ್ಲಿ ಸುಖಿಯಾಗ್ಲಾರೆ. ದುರ್ಬಲ ಕೈಯಲ್ಲಿ ಯಾವ್ದು ಕ್ಷೇಮವಲ್ಲ. ಆತ್ಮವಿಶ್ವಾಸವಿಲ್ದ ವ್ಯಕ್ತಿ ಮೇಷ್ಟ್ರು ಆಗಿ ಬಂದ್ರೆ... ಯಾವ ವಿದ್ಯಾರ್ಥಿಯೂ ಗೌರವಿಸಲಾರ. ಮೈಂಡ್ ಇಟ್. ಅವ್ರ ಹುಟ್ಟು ಭೂಮಿಗೆ ಭಾರ. ಹೆತ್ತ ತಾಯಿ ಋಣ ಕೂಡ ತೀರಿಸೋಲ್ಲ ಅಂಥ ಜನ" ಅವುಡು ಕಚ್ಚಿ ಮಗನತ್ತ ನೋಡುತ್ತಿದ್ದರು.

"ನಂಗೇನು ಆ ಕೆಲ್ಸ ಬೇಡ. ಒಂದು ಎಸ್ಟೇಟ್ ಕೊಂಡುಕೊಂಡೆ. ಅಲ್ಲಿ ಆರಾಮಾಗಿ ಇದ್ಕೊಳ್ತೀನಿ" ಅಶೋಕ್ ಮತ್ತಷ್ಟು ಪಲಾಯನವಾದ ಪ್ರಕಟಪಡಿಸುತ್ತಿದ್ದ.

ಮೇಜರ್ ಆರ್ಯ ಹಲ್ಲುಗಳನ್ನು ಕಚ್ಚಿಡಿದು ಮಗನನ್ನು ನೋಡುತ್ತಿದ್ದರು. ಈ ಗುಣ ಯಾರಲ್ಲಿಯೂ ಇಷ್ಟಪಡುತ್ತಿರಲಿಲ್ಲ ಅವರು.

"ಹೋಗ್ಲಿ ಬಿಡಿ, ಹೇಗೂ ನನ್ನಂಗೆ ತೀರಾ ಮೃದು, ಧೈರ್ಯ ಕಮ್ಮಿ. ನಿಮ್ಮ ಪ್ರಕಾರ ಬೆಳ್ಸಿಕೊಳ್ಳಿ ಹಿಂದುನ" ಎಂದು ಪ್ರಕೃತಿ ಅಪ್ಪ ಮಗನಲ್ಲಿ ಕಾಂಪ್ರಮೈಸ್ ಮಾಡಿಸಲು ನೋಡಿದಾಗ ಬಡಪೆಟ್ಟಿಗೆ ಒಪ್ಪದ ಸ್ವಭಾವ ಆರ್ಯ ಅವರದು. ಅವರು "ನೋ ಬಿಡೋಲ್ಲ. ನನ್ಮಗ ಅಪ್ರಯೋಜಕನಾಗೋದು ನಂಗೆ ಸಾವಿಗಿಂತ ಹಿಂಸೆ. ಸೈನ್ಯಕ್ಕೆ ಭರ್ತಿ ಮಾಡಿಸ್ತೀನಿ. ಮೇಜರ್ ಆರ್ಯ ಮಗ ಜನರಲ್ ಅಶೋಕ್ ಆಗ್ಬೇಕು." ಮೀಸೆಯ ಮೇಲೆ ಕೈಹಾಕುತ್ತಿದ್ದರು.

ಅವರ ತಮ್ಮ ಮಿತ್ರ ಅವನನ್ನು ಕರೆದು ತಮ್ಮ ಪಕ್ಕ ಕೂಡಿಸಿಕೊಂಡು ತಲೆ ಸವರುತ್ತಿದ್ದರು. "ಬೇಡ, ಅವ್ನ ಪಾಡಿಗೆ ಅವನನ್ನ ಬಿಡಿ. ಹಿಂದು ನಿಮ್ಗೇ ಇದ್ದಾಳಲ್ಲ. ಅಶೋಕ್ ನನ್ನತ್ರ ಇರ್ತಾನೆ, ನನ್ನ ಆಫೀಸ್ ಸಮಾಳಿಸಿಕೊಳ್ಳೋಕೆ ವಿಠಲ್‌ನಿಂದಾಗೋಲ್ಲ. ಅವ್ನ ಜೊತೆ ಅಶೋಕ್ ಕೂಡ ಇರ್ಲಿ" ಮಿತ್ರ ಹೇಳುತ್ತಿದ್ದರು ಅಣ್ಣನಿಗೆ. ಅದು ಇಷ್ಟವಿಲ್ಲವೆಂದು ಆರ್ಯ ಕಣ್ಣುಗಳೇ ಸ್ಪಷ್ಟಪಡಿಸುತ್ತಿತ್ತು.

ಮಿತ್ರ ದೊಡ್ಡ ಟ್ಯಾಕ್ಸ್ ಕನ್ಸಲ್ಟೆಂಟ್. ಅವರಿಗೆ ಅಸಿಸ್ಟೆಂಟ್ ಆಗಿ ಹತ್ತು ಜನ ಇದ್ದರು. ಆಫೀಸ್ ದೊಡ್ಡದು. ದೊಡ್ಡ ದೊಡ್ಡ ಉದ್ಯಮಿಗಳು ಆರ್ಥಿಕ ಸ್ಥಿತಿಯ ಬಗ್ಗೆ ಸಲಹೆ ಪಡೆಯಲು ಬರುತ್ತಿದ್ದರು. ಎಲ್ಲಾ ಚೆನ್ನಾಗಿಯೇ ಇತ್ತು. ಹೆಂಡತಿ ಒತ್ತಡಕ್ಕಾಗಿ ಆಫೀಸ್ ಅನ್ನು ದೆಹಲಿಯಿಂದ ಮುಂಬಯಿಗೆ ಬದಲಾಯಿಸಿದರು. ನಂತರ ಅದನ್ನು ಮುಚ್ಚಿ ಮಗಳು ಬಿಂದು ಹೆಸರಿನಲ್ಲಿ "ಬಿಂದು ಕನ್ಸಸ್ಟ್ರಕ್ಷನ್, ಬಿಂದು ಬಿಲ್ಡರ್ಸ್" ಪ್ರಾರಂಭಿಸಿದ ನಂತರವೇ ಹಿನ್ನಡೆ ಶುರುವಾಗಿತ್ತು.

ಆಗ ಮೇಜರ್ ಆರ್ಯ ಫ್ಯಾಮಿಲಿ ಒಂದಿತ್ತು. ರಜೆಯನ್ನು ಉಲ್ಲಾಸವಾಗಿ ಕಳೆಯಲು ಒಂದು ಯೋಜನೆ ಹಾಕಿಕೊಂಡಿದ್ದರು. ಆಗ ತಂದೆಯೊಂದಿಗೆ ಅವರಲ್ಲಿ ಕೆಲವು ದಿನ ಕಳೆದಿದ್ದ ಮಹೇಂದರ್.

ಆಗ ಸುಮಾರು ಹಿಂದುಗೆ ಏಳರ ವಯಸ್ಸು ಇರಬಹುದು, ಅಶೋಕನ ವಯಸ್ಸು ಹದಿನೈದು . ಅಂದರೆ ಹದಿನಾಲ್ಕು ವರ್ಷಗಳ ಹಿಂದೆ.

ಅಶೋಕ್ ಸಪೂರಾಗಿ ಎತ್ತರವಾಗಿದ್ದರೆ, ಹಿಂದು ದಷ್ಟಪುಷ್ಟವಾಗಿದ್ದಳು. ಚೇಡಿಸುತ್ತಿದ್ದ ವಿಠಲ್‌ನೊಂದಿಗೆ ಅಶೋಕ್ "ನೀನು ಹೀಗೆ ತಿಂದು ತಿಂದು ಊದ್ಬಿಟ್ರೆ, ಐ.ಪಿ.ಎಸ್.ಗೆ ಸೆಲೆಕ್ಟ್ ಆಗೋಲ್ಲ. ನನ್ನ ಬದ್ಲು ನೀನು ಮೇಡಮ್. ಗುಂಡಮ್ಮ ಟೀಚರ್" ಹಂಗಿಸುತ್ತಿದ್ದ. ಅವಳೇನು ಕೇರ್ ಮಾಡುತ್ತಿರಲಿಲ್ಲ "ಹೋಗೋಗು, ಮೊದ್ಲು ತಿಂದು ಶರೀರನ ಗಟ್ಟಿ ಮಾಡ್ತೀನಿ. ಆಮೇಲೆ ವ್ಯಾಯಾಮ, ಜಾಗಿಂಗ್, ಸ್ವಿಮಿಂಗ್ ಮಾಡಿ ಹೇಗೆ ಬಲಪಡಿಸ್ತೀನಿ ನೋಡು" ರೋಪು ಹಾಕುತ್ತಿದ್ದಳು ಹಿಂದು.

ರೂಪದಲ್ಲಿ ನಿಲುವಿನಲ್ಲಿ ಹಿಂದು, ನಂದಿತಾ ನಡುವೆ ಸ್ವಾಮ್ಯವಿತ್ತು. ಆದರೆ ನಡೆಯಲ್ಲಿ ತೀರಾ ಭಿನ್ನ, ಸರಳ, ಸೌಜನ್ಯ. ನಂದಿತಾ ಸದಾ ಹೆದರಿದಂತೆ ಯಾವುದೋ ಒತ್ತಡದ ನಡುವೆ ಇದ್ದಂತೆ ಕಾಣುತ್ತಿದ್ದಳು.

ಮತ್ತೆ ಅದೇ ಅಲ್ಬಮ್‌ನ ತಿರುವಿ ಹಾಕಿದ. ಹಿಂದುನ ಬಹಳ ನೋಡಿದ. "ಯಾರು ಉಳೀಲಿಲ್ಲ" ಮಿತ್ರ ಹೇಳಿದನ್ನ ಕೇಳಿದ್ದೆ. ಮತ್ತೆ ಅಂದು ಕರಕಲಾದ ಹಿಂದುನ ಪುನರ್ಜನ್ಮವೇ? – ಮನ ಲೆಕ್ಕ ಹಾಕಿತು. ಹದಿನಾಲ್ಕು ವರ್ಷಗಳ ಹಿಂದೆ ಮರಣಿಸಿದ್ದ ಹಿಂದು ಮತ್ತೆ ಹುಟ್ಟು ಪಡೆದಿದ್ದರೂ ಅವಳ ವಯಸ್ಸು ಈಗ ಹದಿನಾಲ್ಕು ಅಥವಾ ಅದಕ್ಕಿಂತ ಕಮ್ಮಿ ಆಗುತ್ತಿತ್ತು. ಆದರೆ ನಂದಿತಾ ವಯಸ್ಸು ಇಪ್ಪತ್ತೊಂದು ಮರುಹುಟ್ಟಲ್ಲ. ಅವನಿಗೆ ಪುನರ್ಜನ್ಮದ ಬಗ್ಗೆ ನಂಬಿಕೆಯೂ ಇರಲಿಲ್ಲ ಅಥವಾ ತನ್ನದು ಒಂದು ರೀತಿಯ ಭ್ರಮೆಯೆ?

ರಾತ್ರಿ ಬಹಳ ಹೊತ್ತು ಮಾಡಿ ಮಲಗಿದ್ದರಿಂದ ಬೆಳಿಗ್ಗೆ ವಿಪರೀತ ಇರುಸುಮುರುಸು. ಎಂದಿನ ಕ್ವಿಕ್‌ನೆಸ್‌ಗೆ ಸೋಮಾರಿತನ ಬಡಿದಂತಾಯಿತು. ಸ್ನಾನ, ಬ್ರೇಕ್‌ಫಾಸ್ಟ್ ಪ್ರತಿಯೊಂದರಲ್ಲೂ ಲೇಟು.

ಡ್ರಾಯರ್‌ನಲ್ಲಿ ಒಂದು ಆಟೋಗ್ರಾಫ್ ಸಿಕ್ಕಿತು ಅವನಿಗೆ. 'Early to bed, early to rise, makes a man healthy, wealthy and wise' ಓದಿ ಅವನ ಹೃದಯ ಭಾರವಾಯಿತು.

ಮೇಜರ್ ಆರ್ಯ, ಪ್ರಕೃತಿ ಆರ್ಯ, ಅವನ ಫ್ರೆಂಡ್ ಅಶೋಕ್ ಆರ್ಯ ಮತ್ತು ಹಿಂದು ಆರ್ಯ ಬಂದು ಅವನ ಕಣ್ಮುಂದೆ ನಿಂತಂತಾಯಿತು. ಅವರೊಂದಿಗೆ ಕಳೆದ ಗಳಿಗೆಗಳೆಲ್ಲಾ ರಸ ಗಳಿಗೆಗಳು.

ಹಿಂದೆಯೇ ಸುಟ್ಟು ಕರಕಾದ ದೇಹಗಳು ಗೋಚರಿಸಿ ನಡುಗಿದ. ನೊಂದ, ಬಹಳ ವರ್ಷಗಳ ನಂತರ ಅವರಿಗಾಗಿ ಕಣ್ಣೀರು ಸುರಿಸಿದ. ಅವನ ತಂದೆ ವಿಶ್ವಾಮಿತ್ರ ಬಹಳ ಕೊರಗಿದ್ದರು ಗೆಳೆಯನ ಕುಟುಂಬಕ್ಕಾಗಿ.

* * * *

ಕಾರ್ಖಾನೆಗೆ ಬಂದ ಕೂಡಲೇ ಮಹೇಂದರ್ ಕಣ್ಣುಗಳು ಹಾಯುತ್ತಿದ್ದುದು ಸೆಕ್ಯೂರಿಟಿ ಕಡೆಗೆ. ಹಿಂದಿನ ಅನಾಹುತ, ಮತ್ತು ಕಾರ್ಖಾನೆಯ ಅದೋಗತಿಗೆ ಅವರೆಷ್ಟು ಕಾರಣವೆಂದು ಅವನಿಗೆ ಗೊತ್ತು. ಆ ಕಡೆ ಹೆಚ್ಚು ಮುತುವರ್ಜಿಯ ಜೊತೆ ಅನುಮಾನದ ದೃಷ್ಟಿಯಲ್ಲೇ ನೋಡುತ್ತಿದ್ದ.

ಕಚ್ಚಾ ಸಾಮಗ್ರಿಯನ್ನು ಮತ್ತು ಸಿದ್ಧವಾದ ಟೈಲ್ಸ್‌ಗಳನ್ನು ಲಾರಿಗಳಲ್ಲಿ ಸಾಗಿಸಿ ಹಣ ಮಾಡಿಕೊಂಡಿದ್ದರು ಕೆಲವರು. ಅವರಿಗೆ ಕೆಲವರು ಶಾಮೀಲು, ಪೂರ್ತಿ ಇತಿಹಾಸವನ್ನು ತಿಳಿದೇ ಕೊಂಡಿದ್ದು.

ಹಳಬರನ್ನು ಪೂರ್ತಿ ತೆಗೆಯದಿದ್ದರೂ ಕೆಲವರನ್ನು ಹೊಸದಾಗಿ ನೇಮಕ ಮಾಡಿದ್ದ. ಬೇರೆಯ ಕಡೆಯವರು ಕೆಲವರು. ಅವರಲ್ಲಿ ಅವನ ಪಿ.ಎ. ಸಮೀರ್ ಒಬ್ಬ. ಕೆಲವು ಸೂಕ್ಷ್ಮ ಜವಾಬ್ದಾರಿಗಳನ್ನ ಅವನಿಗೆ ವಹಿಸಿದ್ದ. ಬಡತನದಲ್ಲಿ ಹುಟ್ಟಿ ಬೆಳೆದು ಬಂದರೂ ನಿಷ್ಠಾವಂತ ಕುಟುಂಬದವನೆಂಬ ಸರ್ಟಿಫಿಕೇಟ್ ಮಹೇಂದರ್‌ನ ಆಕರ್ಷಿಸಿದ್ದು.

ತನ್ನ ಸೀಟಿನಲ್ಲಿ ಆಸೀನಗೊಂಡ ಮಹೇಂದರ್ ಹಿಂದೆಯೇ ಬಂದ ಸಮೀರ್ ಕಡೆ ನೋಟವೆತ್ತಿದ, ಮುಖದಲ್ಲಿಯೇ ವಿಷಯವನ್ನು ಹುಡುಕುವಂತೆ.

"ಮತ್ತಷ್ಟು ಮ್ಯಾಟರ್ ಸಿಕ್ಕಿದೆ. ಇನ್ನು ಕೆಲವು ಅಪರಾಧಿಗಳು ಗಪ್‌ಚಿಪ್ಪಾಗಿ ಕೆಲ್ಸ ಮಾಡ್ತಾ ಇದ್ದಾರೆ. ಅವ್ರು ಬದಲಾದ್ರೆ... ಪರ್ವಾಗಿಲ್ಲ. ಎಕ್ಸಪೀರಿಯನ್ಸ್ ಹ್ಯಾಂಡ್ಸ್‌ಗೆ ಎಲ್ಲಾ ಲೂಪ್ ಹೋಲ್‌ಗಳು ಅವ್ರಿಗೆ ಗೊತ್ತು" ದನಿ ತಗ್ಗಿಸಿ ಹೇಳಿದ ನಯವಾಗಿ ನಮ್ರತೆಯಿಂದ.

ಇಡೀ ಫ್ಯಾಕ್ಟರಿಯ ಈ ಸ್ಥಿತಿಗೆ ಕಂಬಿಗಳನ್ನು ಎಣಿಸುತ್ತಿರುವ ಕೆಲವರು ಮಾತ್ರ ಕಾರಣವಲ್ಲ, ಇನ್ನೂ ಹಲವಾರು ಜನ ಇದ್ದಾರೆಂಬುದು ಅವನ ಗೆಸ್ ಕೂಡ.

"ನೋಡೋಣ, ಬೀ ಕೇರ್‌ಫುಲ್... ರೆಡ್ ಹ್ಯಾಂಡಾಗಿ ಸಿಕ್ಕಾಗ ತಕ್ಷಣ ಆಕ್ಷನ್ ತಗೋಬಹುದ್ದು. ಉದ್ಯಮದ ಖರ್ಚಿನಿಂದ ಅವ್ರು ಜರ್ಮನಿ, ಇಟಲಿಗೆ ಹೋಗ್ಬಂದಿದ್ದಾರೆ. ಬೇರೆಯವ್ರು ಅದ್ರ ಉಪಯೋಗ ಪಡೀಬಹುದ್ದು. ಅದ್ಕೇ ಅವಕಾಶ ಕೊಡಕೂಡ್ದು" ಎಂದ ಮಹೇಂದರ್. ಇಷ್ಟು ಫೇಮಸ್ ಆಗಿರೋ ಫ್ಯಾಕ್ಟರಿಯ ಸಂಕಷ್ಟಗಳಿಗೆ ಹಲವು ಹತ್ತು ಕಾರಣಗಳು.

ಫೈಲ್ ಹಿಡಿದು ಅರವಿಂದ ಘೋಷ್ ಬಂದಾಗ ಸಮೀರ ಸರಿದು ನಿಂತ. ಹಿರಿಯರೆಂಬ ಗೌರವ. ಅದೇ ರೀತಿಯಲ್ಲಿ ಮಹೇಂದರ್ ಅವರನ್ನ ಕಾಣುತ್ತಿದ್ದರಿಂದ ಪಾಲಿಸಬೇಕಾದ್ದು ಅವನ ಧರ್ಮವು ಕೂಡ.

"ಲಕ್ಷ್ಮೀದೇವಮ್ಮ ಹಸ್ಬೆಂಡ್ ಬಂದಿದ್ರು. ಆರ್ಥಿಕವಾಗಿ ಅಷ್ಟೇನು ಬಲವಾಗಿಲ್ಲದ ಫ್ಯಾಮಿಲೀಂತ ತಮ್ಮ ಪತ್ರದಲ್ಲಿ ಬರ್ದುಕೊಂಡಿದ್ದಾರೆ. ಯಾವ್ದೇ ಕಾಂಪೆನ್‌ಸೇಷನ್, ಹೆಲ್ಪ್ ಸಾಧ್ಯವಿಲ್ಲ ಅಂದ್ಕೊಂಡ್ರು... ಲೋನ್ ಕೊಡೀಂತ ಪ್ರಾರ್ಥಿಸಿದ್ದಾರೆ" ಹೇಳಿ ನಿಂತರು.

"ಟೇಕ್ ಯುವರ್ ಸೀಟ್..." ಕೂಡುವಂತೆ ಹೇಳಿದ.

ಹಿಂದಿನ ಮ್ಯಾನೇಜ್‌ಮೆಂಟ್ ಫ್ಯಾಕ್ಟರಿ ಲಾಭದ ವಿಷಯದಲ್ಲಿ ಹೆಚ್ಚು ಮುತುವರ್ಜಿ ವಹಿಸದಿದ್ದರೂ ಕೆಲಸಗಾರರ ವಿಷಯದಲ್ಲಿ ಬಹಳ ಮೃದುವಾಗಿ ನಡೆದುಕೊಂಡಿತ್ತು. ಹೌಸ್ ಲೋನ್, ವೆಹಿಕಲ್ ಲೋನ್ ಅಂತ ಸಾಂಕ್ಷನ್ ಮಾಡಿ ಅವರನ್ನು ಶ್ರೀಮಂತರನ್ನಾಗಿಸಿದ ತಾನು ದಿವಾಳಿಯತ್ತ ಸಾಗಿದ್ದ.

"ನೋ ಸಾಧ್ಯನೇ ಇಲ್ಲ" ತಲೆಯಾಡಿಸಿದ ಮಹೇಂದರ್. "ಪ್ರತಿಯೊಂದಕ್ಕೂ ಈ ಕಡೆ ನೋಡ್ಬಾರ್ದು. ಇಂಥ ಕಷ್ಟಗಳಿಗಂತ್ಲೇ ಪ್ರತಿಯೊಬ್ರು ಉಳಿತಾಯ ಮಾಡ್ಬೇಕು ತಮ್ಮ ಸಂಪಾದ್ನೆಯಲ್ಲಿ. ಎಲ್ಲಿವರ್ಗೂ ಈಸಿಯಾಗಿ ಈ ಕಡೆ ಸಿಗುತ್ತೋ, ಅವರೆಗೂ ಸ್ವಂತ ಚಿಂತನೆ, ಸ್ವಂತ ಉಳಿತಾಯ ಮಾಡೋಲ್ಲ. ಇಂಥ ಅಪ್ಲಿಕೇಷನ್‌ನ ಮುಂದೆ ತಗೋಬೇಡಿ" ಬಹಳ ಸ್ಟ್ರಿಕ್ಟಾಗಿ ಹೇಳಿದ.

ಅರವಿಂದ ಘೋಷ್‌ಗೆ ಇದು ಸರಿಯಾಗಿ ಕಂಡಿತು. ದಯನೀಯವಾಗಿ ಬಂದು ನಿಲ್ಲುತ್ತಿದ್ದ ಲಕ್ಷ್ಮೀದೇವಮ್ಮನ ಗಂಡನ ನೆನಪಾಯಿತು.

"ಓಕೆ, ಸರ್..." ಹೊರ ನಡೆದರು.

ಫೈಲ್‌ನ ನೋಡುತ್ತ ಮಹೇಂದರ್ "ಸಮೀರ್, ಸ್ಟೆನೋ ಲಕ್ಷ್ಮೀದೇವಮ್ಮನ ಫ್ಯಾಮಿಲಿ ಬಗ್ಗೆ ಸ್ವಲ್ಪ ಕಾನ್ಫಿಡೆನಷಿಯಲ್ ರಿಪೋರ್ಟ್ ತರಿಸ್ಕೋ. ಇಲ್ಲೇ ದುಡಿದ ಜನ. ನೆಕ್ಸ್ಟ್ ವೀಕ್ ಎಲ್ಲಾ ಪೇಪರ್‌ಗಳಲ್ಲಿ.... ನಮ್ಮ ಫ್ಯಾಕ್ಟರಿಯ ಅಡ್ವರ್ಟೈಸ್‌ಮೆಂಟ್ ಇರ್ಬೇಕು... ಹೊಸ ರೀತಿಯಲ್ಲಿ. ಆ ಸೆಕ್ಷನ್‌ನವರ್ನ ಕರೆಸಿ.... ಒಂದು ರಿಪೋರ್ಟ್ನು ತಯಾರ್ಸು" ಸರಸರ ಹೇಳಿ ಹೋಗುವಂತೆ ಸನ್ನೆ ಮಾಡಿದ.

ನ್ಯಾಷನಲ್, ಇಂಟರ್‌ನ್ಯಾಷನಲ್ ಮಾರ್ಕೆಟ್‌ನಲ್ಲಿ ಅತಿಯಾಗಿ ಬೇಡಿಕೆಯಲ್ಲಿದ್ದ ಟೈಲ್ಸ್‌ಗಳ ಮಾರುಕಟ್ಟೆ ತೀವ್ರವಾಗಿ ಕುಸಿದಿತ್ತು. ಮತ್ತೆ ಆ ಮಟ್ಟಕ್ಕೆ ಒಯ್ಯಲು ತೀವ್ರ ಶ್ರಮ ಅಗತ್ಯವಿತ್ತು.

"ಮೆ ಐ ಕಮಿನ್, ಸರ್...?" ನಂದಿತಾ ಸ್ವರ. ಅಂದಿನ ಹಿಂದು ತಕ್ಷಣ ಮಸ್ತಿಷ್ಕದಲ್ಲಿ ಸುಳಿದಳು. "ಐ ಷೂಟ್ ಯು ಮಹೇಂದರ್...." ರಿವಾಲ್ವಾರ್ ಗುರಿಹಿಡಿದ ಕ್ಷಣದ ಜ್ಞಾಪಕ. ಎಷ್ಟು ದಟ್ಟವಾಯಿತೆಂದರೆ ಅವಳೇ ಬಂದು ನಿಂತಂಗಾಯಿತು. ಚಲಿಸಿ ಹೋದ.

"ಮೈ ಐ ಕಮಿನ್, ಸರ್...?" ಮತ್ತೆ ನಂದಿತಾ ದನಿ ಕೇಳಿದ ನಂತರವೆ ಎಚ್ಚೆತ್ತಿದ್ದು, "ಯೆಸ್..." ಎಂದ ಪ್ರಯತ್ನಪೂರ್ವಕವಾಗಿ, ಎರಡು ಲೆಟರ್‌ಗಳ ಡಿಕ್ಟೇಷನ್ ನೀಡಿದ ನಂತರ "ಟೇಕ್ ಯುವರ್ ಸೀಟ್..." ಎಂದ.

ದೀರ್ಘವಾಗಿ ಪರಿಶೀಲನಾತ್ಮಕವಾಗಿ ನೋಡುವುದು ಸಭ್ಯತೆಯಲ್ಲವೆಂದು ಅವನಿಗೆ ಗೊತ್ತು.

"ನೀನ್ಯಾಕೆ ಎಜುಕೇಷನ್ ಮುಂದುವರಿಸ್ಬಾರ್ದಿತ್ತು?" ಅವಳ ಮೂಲಕವೇ ಒಂದಿಷ್ಟು ತಿಳಿಯುವ ಕುತೂಹಲ. "ಒಳ್ಳೆ ಮಾರ್ಕ್ಸ್ ಇತ್ತು. ಪಿ.ಯು.ಸಿ.ಯಲ್ಲಿ ಮೂರನೆ ರ್‍ಯಾಂಕ್. ಮತ್ತೆ ಯಾವುದಾದ್ರೂ... ಕೋರ್ಸು ಮಾಡ್ಬಹುದಿತ್ತು" ಇದು ಅವನಿಗೆ ಅನಗತ್ಯವಾದರೂ ಮೇಜರ್ ಆರ್ಯ ಮಗಳು ನಂದಿತಾಳಲ್ಲಿ ಅವನನ್ನು ಕಾಡುತ್ತಿದ್ದಳು.

"ಗೊತ್ತಿಲ್ಲ, ಸರ್... ಆದ್ರೆ ಡಿಗ್ರಿಯಲ್ಲಿ ಸೆಕೆಂಡ್ ಕ್ಲಾಸ್, ಅದು ಎರಡನೆ ಅಟೆಂಪ್ಟ್‌ನಲ್ಲಿ ಆಗಿದ್ದು" ಹೇಳಿದಳು.

ಪರಿಶೀಲನಾತ್ಮಕವಾಗಿ ಅವಳ ಮಾತುಗಳನ್ನು ತೂಗಿ ನೋಡಿದ. ಸಹಜವೆನಿಸಲಿಲ್ಲ.

"ಯಾಕೆ, ನೀವು ಡಿಗ್ರಿಯಲ್ಲಿ ಸರ್ಯಾಗಿ ವ್ಯಾಸಂಗ ಮಾಡ್ಲಿಲ್ವಾ! ನಿಮ್ಮ ಐ.ಕ್ಯೂ. ನಾರ್ಮಲ್ ಮಟ್ಟಕ್ಕಿಂತ ಹೆಚ್ಚಿಗಿದೆ ಅಂದ್ರು... ಅರವಿಂದ ಘೋಷ್. ಹೆಚ್ಚು ಶ್ರಮವಿಲ್ದೆ... ಕ್ಲಾಸ್ ನಿನ್ನದಾಗ್ಸಿಕೊಳ್ಳಬಹುದಿತ್ತು. ಫಸ್ಟ್ ಅಟೆಂಪ್ಟ್‌ನಲ್ಲಿ ಎಕ್ಸಾಮ್‌ಗೆ ನೀನು ಅಟೆಂಡ್ ಆಗಿಲ್ವಾ?" ಸಂದರ್ಶಕರ ಪ್ರಶ್ನೆಗಳಂತಿತ್ತು ಅವನ ಮಾತಿನ ಜಾಡು.

ಹಣೆಯಂಚಿನಲ್ಲಿ ಬೆವರು ಮೂಡಿ ಸ್ವಲ್ಪ ನರ್ವಸ್ ಆದಂತೆ ಕಂಡಳು ನಂದಿತಾ. ನೋಟು ಪುಸ್ತಕ ಹಿಡಿದ ಅವಳ ಕೈ ಕಂಪಿಸುತ್ತಿದ್ದುದು ಮಹೇಂದರ್ ಗಮನಕ್ಕೆ ಬಂದಾಗ ಅವನ ಆಟ ಇನ್ನಷ್ಟು ತೀಕ್ಷ್ಣವಾಯಿತು ಅವಳ ಮುಖದ ಮೇಲೆ.

"ಸೋ ಯು ಕೆನ್ ಗೋ..." ಎಂದ ಅವಳನ್ನ ಸಂಕಷ್ಟದಿಂದ ಪಾರು ಮಾಡುವಂತೆ. "ಈಗಿಂದಿಗ್ಲೇ ಟೈಪ್ ಆಗ್ಬೇಕು. ತೀರಾ ಕಾನ್ಫಿಡೆನ್ಸಿಯಲ್..." ಎಚ್ಚರಿಸಿದ. ತಲೆದೂಗಿದಳು.

ಎಂ.ಡಿ. ರೂಂನ ಮುಂಭಾಗದಲ್ಲಿಯೇ ಕಂಪ್ಯೂಟರ್ ಮತ್ತು ಟೈಪ್‌ರೈಟಿಂಗ್‌ನ ವ್ಯವಸ್ಥೆ ಇತ್ತು. ಸ್ವಲ್ಪ ಸುಧಾರಿಸಿಕೊಂಡಮೇಲೆಯೇ ಲೆಟರ್ಸ್ ರೆಡಿ ಮಾಡಿದ್ದು, ಕಂಪ್ಯೂಟರ್‌ನಲ್ಲಿ ಡಿಪ್ಲೋಮಾ ಮಾಡಿಕೊಂಡಿದ್ದು ಅವಳಿಗೆ ಅನುಕೂಲವಾಗಿತ್ತು.

ನಂದಿತಾ ಕಂಪನಿಯ ಮೈನ್ ಗೇಟ್‌ನಿಂದ ಹೊರಬರುವ ವೇಳೆಗೆ ಸುಬ್ಬಣ್ಣ ಆಟೋ ನಿಲ್ಲಿಸಿಕೊಂಡು ಕಾದಿದ್ದು ಆಶ್ಚರ್ಯ ತಂದಿತು.

"ಬಾಮ್ಮ... ಬಾ... ಹತ್ತು ನಿಮಿಷದಿಂದ ಕಾಯ್ತ ಇದ್ದೆ" ಮಗಳನ್ನ ಆಟೋ ಹತ್ತಿಸಿಯೇ ಹತ್ತಿದ್ದು. ವೈದೇಹಿಗೆ ಎರಡು ದಿನದಿಂದ ಸ್ವಲ್ಪ ಜ್ವರವಿತ್ತು. ಆ ಬಗ್ಗೆ ಗಾಬರಿ ನಂದಿತಾಗೆ. "ಅಪ್ಪ, ಅಮ್ಮ... ಹೇಗಿದ್ದಾರೆ?" 'ಓ...' ಎಂದು ನಗೆ ಬೀರಿದವರು, "ಅವ್ಳಿಗೇನು ಜಿಂಕೆ ಹಾಗೆ ಓಡಾಡಿಕೊಂಡಿದ್ದಾಳೆ. ನಥಿಂಗ್ ಟು ವರೀ. ಒಂದು ಇಂಪಾರ್ಟೆಂಟ್ ವಿಷ್ಯವಿದೆ. ಮೂರು ಹೆಣ್ಣು... ಗಂಡಿನ ತಪಾಸಣೆ ಆರಂಭಿಸದೆ ಇರ್ತೀನಾ! ಈಗ ಒಂದು ಸಂಬಂಧ ಬಂದಿದೆ. ಎಲ್ಲಾ ಅನ್ಕೂಲವಿದೆ. ಹುಡ್ಗ ಹುಡ್ಗೀ ನೋಡ್ದೆ ಶಾಸ್ತ್ರ ಮುಗಿದ್ಮೇಲೆ ಮಾತಾಡ್ಬಹುದಲ್ಲ. ಅವ್ರ ಬರುವು ಕೂಡ ಆಕಸ್ಮಿಕ..." ಒಂದೇ ಏಟಿಗೆ ಎಲ್ಲಾ ಹೇಳಿ ಮುಗಿಸಿಬಿಟ್ಟರು. ಅವಳೇನು ಹೇಳಲಿಲ್ಲ. ಸಂತೋಷವಾಗಲೀ, ವಿಷಾದವಾಗಲಿ ಅವಳ ಮುಖದಲ್ಲಿ ಮೂಡಲಿಲ್ಲ.

ಸ್ವಲ್ಪ ಸುಬ್ಬಣ್ಣನ ಉತ್ಸಾಹ ಇಳಿಯಿತು. ಇದು ಮೊದಲ ಪ್ರಸ್ತಾಪ. ಹೆಣ್ಣಿನ ಬದುಕಿನಲ್ಲಿ ಇದೊಂದು ತಿರುವು. ಇದಕ್ಕಾದರೂ ಮಗಳ ಪ್ರತಿಕ್ರಿಯೆ ಭಿನ್ನವಾಗಿರುತ್ತದೆಯೆಂದು ತಿಳಿದಿದ್ದು ತಪ್ಪಾಗಿತ್ತು.

ಆಟೋಗೆ ಹಣ ತೆತ್ತು ಇಳಿದಾಗ ಸೌದಾಮಿನಿ ಕಾದಿದ್ದವಳಂತೆ ಧಾವಿಸಿ ಬಂದು ಉಸುರಿದಳು. "ಮತ್ತೆ ಹೇಳಿ ಕಳ್ಸಿದ್ರು. ಆರರ ಹೊತ್ಗೆ ಇಲ್ಲಿ ಇರ್ತಾರಂತೆ. ಎಲ್ಲಾ ರೆಡಿ.... ಅಮ್ಮ ನಿಮ್ಮಗಳ ದಾರೀನೇ ಕಾಯ್ತಾ ಇದ್ಲು." ಆರೂವರೆ ಈಗ ಆರಾಗಿತ್ತು. ಹೇಗೂ ಮನೆಗೆ ಬಂದಾಗಿತ್ತು. ಬೆಳೆದು ನಿಂತ ಮೂರು ಹೆಣ್ಣು ಮಕ್ಕಳ ತಂದೆ ಮದುವೆಯ ಪ್ರಯತ್ನವೆನ್ನುವಂತೆ ಹೆಣ್ಣು, ಗಂಡು ನೋಡುವುದಕ್ಕೆ ವೇದಿಕೆ ಏರ್ಪಾಟು ಮಾಡಿದ್ದರು.

"ನಂಗಂತು.... ತುಂಬ ಖುಷಿ..." ಎನ್ನುತ್ತ ಸೌದಾಮಿನಿ ಅಕ್ಕನ ಭುಜದ ಮೇಲೆ ಕೆನ್ನೆಯೂರಿ "ನಿಂಗೆ ಅಲಂಕಾರ ಮಾಡೋದು ನಂಗೆ ಅಮ್ಮಾ ವಹಿಸಿದ್ದಾರೆ. ಅಷ್ಟಕ್ಕೂ ನಿಂಗೇನು ಅಲಂಕಾರ ಬೇಡ. ಇಂಥ ಬಣ್ಣ, ರೂಪ, ನಿಲುವು ಎಷ್ಟು ಜನಕ್ಕಿದೆ. ಪ್ರಯತ್ನಪಟ್ಟಿದ್ರೆ ಮಿಸ್ ಯೂನಿವರ್ಸ್ ಪಟ್ಟ ನಿನ್ನದಾಗ್ತ ಇತ್ತು." ಬಡಬಡ ಉಸುರಿದಳು. ಅವಳ ಸ್ವಭಾವವೇ ಅಷ್ಟು. ಎಸ್.ಎಸ್.ಎಲ್.ಸಿ. ದಾಟದೇ ಮನೆಯಲ್ಲಿ ಕೂತರೂ ಅಡಿಗೆ, ಕಸೂತಿ, ಡಾಲ್ ಮೇಕಿಂಗ್, ಬಾಟಿಂಗ್ ಎಲ್ಲಾ ಕರಗತ ಮಾಡಿಕೊಂಡಿದ್ದಳು. ಈಚೆಗೆ ಒಂದಿಷ್ಟು ಸಂಗೀತದ ಕಲಿಕೆಯು ಕೂಡ.

"ಅದೆಲ್ಲ ಇರ್ಲಿ.... ಅಮ್ಮನಿಗೆ ಜ್ವರ ಹೇಗಿದೆ? ಕ್ಲಿನಿಕ್‌ಗೆ ಕರ್ಕೊಂಡ್ಹೋಗಿದ್ಯಾ?" ತಣ್ಣಗೆ ಪ್ರಶ್ನಿಸಿದಾಗ ಸೌದಾಮಿನಿಯ ಉತ್ಸಾಹ ತಣ್ಣಗಾಯಿತು. "ಛೀ, ನೀನೊಂದು ತರಹ! ಎಂಥ ಸಂತೋಷ... ಮನಃಪೂರ್ತಿ

ಅನುಭವಿಸೋದ್ಬೇಡ್ವಾ! ಅಮ್ಮನಿಗೇನು ಜ್ವರ ಇಲ್ಲ" ಮುಖ ದಪ್ಪಗೆ ಮಾಡಿಕೊಂಡು ಹೋದ ತಂಗಿಯತ್ತಲೇ ನೋಡಿದ ನಂದಿತಾ ತಲೆಯತ್ತ ನೋಟ ಹರಿಸಿದಳು. ಮನಸ್ಸಿನಲ್ಲಿದ್ದ ಮಾತು ತುಟಿಗೆ ಬರಲಿಲ್ಲ.

ತಮ್ಮ ಮನೆಯೇ ಎನ್ನುವಷ್ಟರಮಟ್ಟಿಗೆ ಪರಿಶುಭ್ರವಾಗಿ, ನೀಟಾಗಿದ್ದುದನ್ನು ನೋಡಿ ಆಶ್ಚರ್ಯದ ಜೊತೆ ಸಂತಸವೂ ಮೂಡಿತು.

ತಂದೆಯತ್ತ ತಿರುಗಿ "ಅಪ್ಪ, ದಿನಾ... ಯಾರಾದ್ರೂ ಗಂಡಿನವ್ರು ಬರೋ ಏರ್ಪಾಟು ಮಾಡ್ಬೇಕು. ಆಗ ನಮ್ಮ ಮನೆ ಹೇಗಿರುತ್ತೇ, ನೋಡಿ" ಮಂಕುಗಟ್ಟಿದ್ದ ಹಿತ್ತಾಳೆಯ ಹೂದಾನಿ ಫಳಫಳ ಹೊಳೆಯುತ್ತಿದ್ದುದ್ದನ್ನ ನೋಡಿ ಕೈಗೆತ್ತಿಕೊಂಡಾಗ ಪ್ರತಿಭಾ ಓಡಿ ಬಂದಳು. "ಬೆರಳಿನ ಗುರುತೇ ಬೀಳುತ್ತೆ. ನಾನು ಎಷ್ಟು ಕಷ್ಟಪಟ್ಟು ಉಜ್ಜಿದ್ದೀನಿ ಗೊತ್ತಾ? ಬ್ಯಾಂಕ್ ಮ್ಯಾನೇಜರ್ ಮನೆಯಿಂದ ಪಾಲಿಷ್ ತಂದು ಹಾಕ್ದೇ, ಹೇಗಿದೆ ನೋಡು!" ಎಂದಾಗ, ಅದೇ ಸ್ಥಳದಲ್ಲಿದ್ದ ನಂದಿತಾ ಅವಳ ಕೈಗಳಲ್ಲಿನ ಹೂಗಳನ್ನು ನೋಡಿದಳು. ಮುಖ ಊದಿಕೊಂಡಂತೆ ಉತ್ತರಿಸಿದಳು. "ಶರ್ಮಿಳಾ... ಮನೆಯಿಂದ ತಂದೆ." ಮರುಕ್ಷಣದಲ್ಲಿಯೇ ಹಿತ್ತಾಳೆ ವಾಜ್‌ನಲ್ಲಿ ಅಲಂಕಾರಗೊಂಡವು ಹೂಗಳು.

ಆ ಮನೆಯಲ್ಲಿ ವಿಪರೀತದ ಸಂಭ್ರಮ, ಜ್ವರ ಮರೆತು ಎದ್ದ ವೈದೇಹಿ ಕೇಸರಿಭಾತ್, ಉಪ್ಪಿಟ್ಟಿನ ತಯಾರಿ ಮುಗಿಸಿದ್ದರಿಂದ ಮಗಳನ್ನ ಹುಡುಕಿಕೊಂಡು ಕೋಣೆಗೆ ಬಂದರು. ರಾಶಿ ಕೂದಲು ನಂದಿತಾ ಬೆನ್ನನ್ನು ಆವರಿಸಿತ್ತು.

"ಮಹಿಳಾ ಸಮಾಜದಲ್ಲಿ ಹೊಸ ಮಾದರಿ ಹೇರ್‌ಸ್ಟೈಲ್ ಕಲ್ತು ಬಂದಿದ್ದೀನಿ. ನಿಂಗೆ ಹಾಕ್ತೀನಿ.." ಸೌದಾಮಿನಿಯ ಹುರುಪಿನ ಮಾತನ್ನು ತಡೆದ ವೈದೇಹಿ "ಹೇಗಿದ್ರೂ.... ಚೆನ್ನಾಗಿ ಕಾಣ್ತಾಳೆ, ಶಿಲ್ಪದಲ್ಲಿಯೇ ಅಸಾಧಾರಣ ಸೌಂದರ್ಯವಿರೋವಾಗ... ತೀರಾ ಅಲಂಕಾರ ಮಾಡಿದ್ರೆ... ವಿಕೃತವಾಗುತ್ತೆ. ಸಡಿಲವಾಗಿ ಜಡೆ ಹೆಣೆದ ಮಲ್ಲಿಗೆ ದಂಡೆ ಮುಡ್ಸು" ಎಂದರು.

ನಂದಿತಾ, ಪ್ರತಿಭಾದು ಹಾಲು ಬಿಳುಪಾದರೂ ನಸುಗೆಂಪು ಸೌದಾಮಿನಿದು. ಇವರಿಬ್ಬರದು ಗುಂಗುರು ಕೂದಲಿನ ಮೋಟು ಜಡೆಯಾದರೇ, ನಂದಿತಾಳದು ಮಾತ್ರ ಉದ್ದ ಕೂದಲು. ಚಿಕ್ಕಂದಿನಲ್ಲಿ ಕೂದಲನ್ನು ಕತ್ತರಿಸಿದ್ದೇನೋ, ಬೆಳೆದಂತೆ ಅವಳ ಕೂದಲ ತಂಟೆಗೆ ಯಾರೂ ಹೋಗಿರಲಿಲ್ಲ. ಅವಳಿಗೂ ಆಸಕ್ತಿ ಇಲ್ಲ ಅಂಥದ್ದರಲ್ಲಿ.

ತಾಯಿಯ ಮಾತು ಸೌದಾಮಿನಿಗೆ ಸಮ್ಮತವಲ್ಲ. ಉದ್ದ ಕೂದಲನ್ನು ಮೂರು ಭಾಗಗಳಾಗಿ ವಿಂಗಡಿಸಿ ತೀರಾ ನಯವಾಗಿ ಬಾಚಿ, ಪ್ರತಿಯೊಂದು ಪ್ರತ್ಯೇಕವಾಗಿ ಹಗ್ಗದಂತೆ ತಿರುಚಿ, ಮೇಲಕ್ಕೆ ಇಡೀ ಕೂದಲಿಗೆ ರಿಬ್ಬನ್ ಕಟ್ಟಿ ಕೆಳಗೆ ಸಡಿಲವಾಗಿ ಇಳಿಬಿಟ್ಟು ಮೇಲೆತ್ತಿ ಕಟ್ಟಿ ನಕ್ಷತ್ರಗಳಿಂದ ಅಲಂಕರಿಸಿ ತೃಪ್ತಿಗೊಂಡಳು.

"ವಂಡರ್‌ಫುಲ್, ಫೆಂಟಾಸ್ಟಿಕ್... ಎಷ್ಟು ಚೆನ್ನಾಗಿ ಕಾಣುತ್ತೆ ಗೊತ್ತಾ!" ಕಣ್ಣರಳಿಸಿ ಮೆಚ್ಚಿಗೆ ಸೂಚಿಸಿದಳು. "ನೀನೇನು ಸಮಸ್ಯೆಯಲ್ಲ, ಮೂವರಲ್ಲಿ... ನಾನೇ ಪ್ರಾಬ್ಲಮ್! ಬಣ್ಣ, ಕೂದಲು... ಓದು ಎಲ್ಲಾ ನೈವೇದ್ಯ..." ಕಿಲಕಿಲನೆ ನಕ್ಕಳು. ಆ

ಮಾತಿನಲ್ಲಿ ಈರ್ಷ್ಯೆ ಇರಲಿಲ್ಲ. ಸತ್ಯವನ್ನು ಒಪ್ಪಿಕೊಳ್ಳುವ, ತನ್ನನ್ನು ತಾನು ವ್ಯಂಗ್ಯಿಸಿಕೊಳ್ಳುವ ಉತ್ತಮ ಮನುಷ್ಯತ್ವವಿತ್ತು.

"ಏನಿಲ್ಲ, ಬಿಳುಪು ಚಾರ್ಮಿಂಗೇ ಕಮ್ಮಿ. ನಮ್ಮಿಬ್ರಿಗಿಂತ ಕಳೆಯಾಗಿರೋಳು... ನೀನೊಬ್ಬೇ. ಬೇಕಾದ್ರೆ... ಅಮ್ಮನ್ನ ಕೇಳು" ತಂಗಿಯ ಕೆನ್ನೆ ತಟ್ಟಿದಳು, ನಂದಿತಾ.

ವೈದೇಹಿ ಕಣ್ಣರಳಿಸಿದರು. ನಂದಿತಾ ಸ್ವಭಾವ ಸ್ವಲ್ಪ ರಿಸರ್ವ್ಡ್ ಅನಿಸಿದರೂ, ಮಾತು ಆಡಬೇಕಾದ ಸಂದರ್ಭಗಳಲ್ಲಿ ಆಡುತ್ತಿದ್ದಳು. ತೀರಾ ಹೆಚ್ಚಿಗಲ್ಲ.

ಆರರ ಸುಮಾರಿಗೆ ಗಂಡಿನ ಮನೆಯವರು ಬಂದರು. ಅಂಥ ಶ್ರೀಮಂತರೇನು ಅಲ್ಲ. ಆದರೂ ಟ್ಯಾಕ್ಸಿಯಲ್ಲಿ ಬಂದರು. ಮಾತುಕತೆ, ತಿಂಡಿ ಉಪಚಾರದ ನಂತರ ಹೆಣ್ಣು ತೋರಿಸುವ ಶಾಸ್ತ್ರ.

ಓಡಾಡುತ್ತಿದ್ದ ಸೌದಾಮಿನಿ, ಪ್ರತಿಭಾಗಿಂತ ಹೊಳೆಯುವ ಬಣ್ಣ ನಂದಿತಾದು. ಇವರಿಬ್ಬರಿಗಿಂತ ಎತ್ತರ. ಬಹುಶಃ ನೋಡಬಂದ ಯುವಕನ ಸಮಕ್ಕೆ ಇದ್ದಳೇನೋ. ಅದು ಅಸಮವೆನಿಸಲಿಲ್ಲ. ಅಂತು ಹೆಣ್ಣು ಇಡೀ ಕುಟುಂಬಕ್ಕೆ ಒಪ್ಪಿಗೆ.

"ನಿಮ್ಮಗಳ ಸಮ್ಮತಿ ಸಿಕ್ರೆ... ನಮ್ಮದೇನು ಅಭ್ಯಂತರವಿಲ್ಲ" ದೊಡ್ಡಸ್ಥಿಕೆ ತೋರದೆ ಸರಳತನ ಪ್ರದರ್ಶಿಸಿದರು. ಸುಬ್ಬಣ್ಣನಿಗಂತೂ ತಬ್ಬಿಬ್ಬು. "ತುಂಬ ಸಂತೋಷ, ನಮ್ದು ಕೂಡ ಅಭ್ಯಂತರವಿಲ್ಲ. ನಮ್ಮ ನಂದಿತಾ ಒಪ್ಪಿದ್ರೆ... ಎಲ್ಲಾ ಮುಗ್ದಂಗೆ" ಸಂತಸದಿಂದ ಹೇಳಿದರು.

"ನಿಧಾನವಾಗಿ ವಿಚಾರ್ಸಿ, ನಮ್ಮ ಪ್ರವೀಣ್ ನಾಳೆ ಸಂಜೆ ಫೋನ್ ಮಾಡ್ತಾನೆ. ತಿಳ್ಸಿದ್ರೆ... ಸಾಕು. ಮುಂದಿನ ಮಾತುಕತೆಗಳಿಗೆ ಹಿರಿಯರು ಇದ್ದೀವಲ್ಲ" ಎಂದರು ಪ್ರವೀಣ್ ತಂದೆ. ಅದಕ್ಕೆ ಬೇರೊಬ್ಬರ ಚಕಾರವಿರಲಿಲ್ಲ.

ಹರ್ಷವೋ... ಹರ್ಷ... ಸುಬ್ಬಣ್ಣನಿಗೆ ಎಷ್ಟೋ ಜನ ಹೆಣ್ಣು ಹೆತ್ತವರು ಅವರನ್ನ ಹೆದರಿಸಿಬಿಟ್ಟಿದ್ದರು. "ಸಾಲಾಗಿ ಮೂವರು ವಯಸ್ಸಿಗೆ ಬಂದ ಹೆಣ್ಣು ಮಕ್ಕಳನ್ನು ಇಟ್ಕೊಂಡ್... ಹೇಗೆ ನಿದ್ದೆ ಮಾಡ್ತಾ ಇದ್ದೀಯಾ! ಒಂದೊಂದು ಹೆಣ್ಣನ್ನ ಹೊರ್ಗೇ ದಬ್ಕೋ ವೇಳೆಗೆ ನಿನ್ನ ತಿಥಿಯಾಗ್ಬಿಡುತ್ತೆ" ಇಂಥ ಮಾತುಗಳನ್ನು ನಗುತ್ತಲೇ ನುಂಗಿಕೊಂಡಿದ್ದರು.

ಮಿಕ್ಕ ಕೇಸರಿಭಾತ್‌ನ ತಟ್ಟೆಯಲ್ಲಿ ಹಾಕಿಕೊಂಡು ಬಂದು ಹಾಲ್‌ನಲ್ಲಿ ಕೂತರು. "ನಂಗೆಂಥ ಸಂತೋಷವಾಗಿದೆ, ಗೊತ್ತಾ! ಹೂವೆತ್ತಿದಂತೆ ನಂದಿತಾ ಮದ್ವೆ ನಿಶ್ಚಯವಾಯ್ತು. ಮಿಕ್ಕ ಇಬ್ಬರದೇನು... ನಾಲ್ಕು ಜನದ್ದು ಬೇಕಾದ್ರೂ ಮಾಡ್ತೀನಿ" ಹೇಳಿಕೊಂಡರು ಜೋರಾಗಿ.

ಗಂಡನ ಹುಂಬತನಕ್ಕೆ ವೈದೇಹಿಗೆ ನಗು ಬಂತು. ಇನ್ನು ಪ್ರಥಮ ಹಂತ ಕೂಡ ಮುಗಿದಿರಲಿಲ್ಲ. ಈ ಸಂಬಂಧ ಆಕೆಗೂ ಸಮ್ಮತ. ಮಾತುಕತೆಗೆ ಕೂತಾಗಲೇ ವರದಕ್ಷಿಣೆ, ವರೋಪಚಾರ, ಚಿನ್ನ, ಬೆಳ್ಳಿ... ಮದ್ವೆಯ ವೈಭವದ ಮಾತುಗಳೆಲ್ಲ ಬರೋದು - ಆಗಲೇ ಗಂಡಿನ ತಂದೆ ಕುಸಿಯೋದು.

"ಮಾಡ್ತೀರಾ... ಬಿಡಿ! ಇಡೀ ಹಿತ್ತಲಿಗೆ ಒಂದು ಪಾರಿಜಾತದ ಗಿಡ ಇದೆ. ಅದೇ ಹಣಾಂತ ಉದರ್ಸಿಬಿಟ್ರೆ ತುಂಬ್ಕೋಬೇಕಷ್ಟೆ. ಅದೆಲ್ಲ... ಮುಂದೆ! ಮೊದ್ಲು ನಿಮ್ಮ ಮಗ್ಳುನ ಒಂದ್ಮಾತು ವಿಚಾರ್ಸಿ, ಒಪ್ಗೆ ಸಿಕ್ಮೇಲೆ ಮುಂದಿನದು. ಮಿಕ್ಕ ಕೇಸರಿಭಾತ್‌ನೆಲ್ಲ ನೀವೇ ತಟ್ಟೆಗೆ ಸುರ್ಕೊಂಡ್... ಬಂದಿದ್ದೀರಲ್ಲ, ಹುಡುಗರ್ಯಾರೂ... ತಿಂದಿಲ್ಲ" ಗಂಡನ ತಪ್ಪನ್ನ ಅರಿವಿಗೆ ತಂದುಕೊಟ್ಟರು.

ಇದೆಲ್ಲ ಸುಬ್ಬಣ್ಣನಿಗೆ ಗೊತ್ತಿದ್ದುದೇ. ಆಯಾ ಕ್ಷಣದ ಸುಖ, ಸಂತೋಷವನ್ನು ಆಗಾಗಲೇ ಅನುಭವಿಸಿಬಿಡಬೇಕು. ಮರುಕ್ಷಣವೇನೋ ಯಾರಿಗೆ ಗೊತ್ತು. ಬದುಕು ತೀರಾ ಅನಿಶ್ಚಯದ ನೆರಳಲ್ಲಿ.

"ನಿನ್ಮಾತು ಕರೆಕ್ಟ್, ಅದ್ನ ನಾಳೆ ಯೋಚ್ಸೋಣ. ಬಸುರಿಯಾದ ಹೆಣ್ಣು ಒಂಬತ್ತು ತಿಂಗ್ಳ ನಂತರ ಬರೋ ಪ್ರಸವ ವೇದನೆಗೆ ಹೆದರಿ, ಪ್ರಾರಂಭದಿಂದ್ಲೆ ಅಳೋಕೆ ಶುರು ಮಾಡ್ತಾಳ! ಅದು ಅಬ್‌ನಾರ್ಮಲ್. ನನ್ನ ಫಾರ್ಮುಲಾನೆ ಸರಿ." ಎದೆಯುಬ್ಬಿಸಿ ಹೇಳಿದರು. ನಂದಿತಾ ಒಪ್ಪುವುದರಲ್ಲಿ ಸಂದೇಹವೇನು ಕಾಣಲಿಲ್ಲ. ಎಲ್ಲೋ, ಪಾತಾಳಗರ್ಭದಲ್ಲಿ ಒಂದು ಅನುಮಾನದ ಎಳೆ ಅಡಗಿ ನಾನು ಇಲ್ಲಿದ್ದೇನೆ, ನಾನು ಇಲ್ಲಿದ್ದೇನೆ ಎಂದು ಕ್ಷೀಣ ದನಿಯಲ್ಲಾದರೂ ಕೂಗಿ ಹೇಳುತ್ತಿತ್ತು. ಅದಕ್ಕೆ ಕಿವುಡನೇನು ಅಲ್ಲ.

ಇಷ್ಟು ಹೊತ್ತರವರೆಗಿದ್ದ ಹರ್ಷ ಸ್ವಲ್ಪ ಅಂದರೆ ಸಾಸಿವೆ ಕಾಳಿನಷ್ಟು ತಗ್ಗಿತು. ಸೌದಾಮಿನಿ, ಚಂದ್ರಿಕಾನ ಬೈಯ್ದಿದ್ದರು, ರೇಗಾಡಿದ್ದರು. ಚಿಕ್ಕಂದಿನ ದಿನಗಳಲ್ಲಿ ಕೆಲವೊಮ್ಮೆ ಹೊಡೆದದ್ದುಂಟು. ಆದರೆ ನಂದಿತಾ ಬಗ್ಗೆ ಹಾಗೆ ವರ್ತಿಸಿದ್ದೇ ಇಲ್ಲ. ಅದಕ್ಕೆ ಅವಕಾಶ ಮಾಡಿಕೊಡದಂಥ ಹುಡುಗಿ.

ಕೇಸರಿಭಾತ್ ತಟ್ಟೆ ಪಕ್ಕಕ್ಕೆ ಸರಿಸಿ ಮೇಲೆದ್ದರು.

"ವೈದೇಹಿ, ನೀನೇ... ಒಂದ್ಮಾತ್ಕೇಳು" ಎಂದರು ಮೆಲ್ಲಗೆ.

ರೇಶಿಮೆಯ ಸೀರೆ ಮಡಚುತ್ತಿದ್ದ ವೈದೇಹಿ "ನೋಡಿ, ಆ ಕೆಲ್ಸ ನೀವೇ ಇಟ್ಕೊಳ್ಳಿ. ಎಲ್ಲಾ ಮನೆಯಲ್ಲಿ ಮಕ್ಳು ಅಮ್ಮನ ಸೆರಗಿಡಿದು ಓಡಾಡಿದ್ರೆ... ನಮ್ಮನೆಯಲ್ಲಿ ತಿರುಗುಮುರ್ಗಾ. ಎಲ್ಲಾ ನಿಮ್ಮ ಹಿಂದೆನೇ....ಇರ್ತಾರೆ" ಸೀರೆಯ ಅಂಚಿನ ಜರಿಯನ್ನು ಕೈಯಿಂದ ಸರಿ ಮಾಡುತ್ತ ಹ್ಯಾಂಗರ್‌ಗೆ ಹಾಕಿದರು. ಹೆಂಡತಿಯ ಮಾತು ಉತ್ಪ್ರೇಕ್ಷಿಸುವಂಥದ್ದಲ್ಲವೆಂದು ಸುಬ್ಬಣ್ಣನಿಗೆ ಗೊತ್ತು.

ಮತ್ತೆ ಕೇಸರಿಭಾತ್ ತಟ್ಟೆಯನ್ನು ಗಂಡನ ಮುಂದಿಟ್ಟು "ನಾನು ತಮಾಷೆಗೆಂದೆ; ಇದು ಯಾರ್ಗೂ ಸಾಕಾಗೋಲ್ಲ. ಬೇರೆ ಮಾಡ್ತೀನಿ. ನೀವು ತಿಂದು.... ಮುಗ್ಸಿ" ಬಲವಂತಪಡಿಸಿ ಒಳಗೆ ಹೋದ ವೈದೇಹಿ ತಲೆಯೊತ್ತಿಕೊಂಡರು. ಜ್ವರವಿದ್ದರೂ ಅನಿವಾರ್ಯವಾದುದ್ದರಿಂದ ಎದ್ದು ಓಡಾಡಿ ದಣಿದಿದ್ದರು.

"ಅಮ್ಮ..." ನಂದಿತಾಳ ಸ್ವರಕ್ಕೆ ಹಿಂದಿರುಗಿದರು. "ಕ್ಲಿನಿಕ್‌ಗೆ... ಹೋಗ್ಬರೋಣ. ಇವತ್ತಿನ ಓಡಾಟದ ಬಳಲಿಕೆಗೆ ರಾತ್ರಿ ಜ್ವರ ಬಂದ್ರೆ... ಕಷ್ಟ" ಆಕೆ ಕೂತುಬಿಟ್ಟರು. ಮೈಯೆಲ್ಲ ಸ್ವಲ್ಪ ಬಿಸಿಯೆನಿಸಿತ್ತು. "ನಂಗೆ ಸಾಕಾಗಿದೆ... ನಂದಿತಾ.

ಟ್ಯಾಬ್ಲೆಟ್ಸ್ ಇದೆ... ಅದ್ನೇ ತಗೋತೀನಿ" ಕೈ ಹಿಡಿದು ಬಳಿಯಲ್ಲಿ ಕೂಡಿಸಿಕೊಂಡರು. ಕ್ಷಣ ವೈದೇಹಿಯ ಎದೆ ಭಾರವಾಯಿತು. ನಂದಿತಾ ಅವಳ ಹಿಂದೆ ಸೌದಾಮಿನಿ, ಆಮೇಲೆ ಚಂದ್ರಿಕಾ... ಎಲ್ಲಾ ಹಸೆ ಮಣೆಯೇರಿ ತವರುಮನೆಗೆ ಗುಡ್‌ಬೈ ಹೇಳುವಂಥವರೆ. ಈಗ ಹೆಣ್ಣು ಮಕ್ಕಳಿಂದ ತುಂಬಿದ ಮನೆ ನಾಳೆ ಬರಿದು. ಆಮೇಲಿನ ದಿನಗಳು ತೀರಾ ನೀರಸವೆನಿಸಿತು. ಗಂಟಲುಬ್ಬಿದ್ದರೂ ತುಟಿ ಕಚ್ಚಿ ದುಃಖ ನುಂಗಿದರು.

ತಾಯಿಯ ಹಣೆ, ಕತ್ತು ಮುಟ್ಟಿ ನೋಡಿದ ನಂದಿತಾ "ಆಗ್ಲೇ ಟೆಂಪರೇಚರ್ ಏರ್ತಾ ಇದೆ. ಡಾಕ್ಟರ್ನ್ನೇ ಮನೆಗೆ ಬರ್ಹೇಳಿದ್ನೋಗೆ?" ಎಂದಳು. ವ್ಯರ್ಥ ಖರ್ಚು ಬೇಡವೆನಿಸಿ ಆಕೆ ಎದ್ದಳು.

ದಾರಿಯಲ್ಲಿ ಈ ವಿಷಯ ಪ್ರಸ್ತಾಪಿಸಿದರು "ನೋಡಿದೆಯಲ್ಲ, ಗಂಡು ಒಪ್ಗೇ ತಾನೇ? ಆಸೆಬುರುಕ ಜನರ ಹಾಗೆ ಕಾಣೋಲ್ಲ. ಗಂಡಿನ ಅಪ್ಪ, ಅಮ್ಮ ಅನ್ನೋ ಬಿಗುಮಾನ ಕೂಡ ಇಲ್ಲ. ನಮ್ಗೆ ಬೇಕಾಗಿದ್ದು ಇಂಥ ಸಂಬಂಧವೇ! ನಿಂಗೆ ಒಪ್ಗೇ... ತಾನೇ?"

ತುಟಿ ತೆರೆದು ಏನೂ ಹೇಳಲಾರದೆ ಹೋದಳು ನಂದಿತಾ. ಯುವಕನಲ್ಲಿ ಕುಂದು ಹುಡುಕಲು ಕಾರಣ ಇರಲಿಲ್ಲ. ಇವಳ ಹಿಂದೆ ಇಬ್ಬರು ಹಸೆಮಣೆಯೇರಲು ತುದಿಗಾಲಿನಲ್ಲಿ ನಿಂತಿದ್ದರಿಂದ ಜಾಗ ತೆರವು ಮಾಡಬೇಕಿತ್ತು.

ಆ ವೇಳೆಗೆ ಕ್ಲಿನಿಕ್ ತಲುಪಿದ್ದರಿಂದ ವಿಷಯಕ್ಕೆ ವಿರಾಮ ಬಿತ್ತು. ಮೌನನ ಒಪ್ಪಿಗೆ ಎಂದೇ ತಿಳಿದರು.

ರಾತ್ರಿ ಊಟದ ನಂತರ ಸುಬ್ಬಣ್ಣ ಮಗಳನ್ನು ಹತ್ತಿರ ಕೂಡಿಸಿಕೊಂಡು "ಗಂಡನ್ನ ನೋಡಿದೆಯಲ್ಲ, ನಂದಿತಾ. ನಮ್ಗೆಲ್ಲ ಒಪ್ಗೆ. ಉಳಿದಿಬ್ರಿಗೂ ಇಂಥ ಸಂಬಂಧಗಳೇ ಸಿಕ್ಕಿದ್ರೆ.... ಪುಣ್ಯ. ನೀನು ಬೇಕಾದ್ರೆ ಕೆಲ್ಸಕ್ಕೆ ಮಾಮೂಲಾಗಿ ಹೋಗ್ಬಹ್ದು. ಅಕಸ್ಮಾತ್ ಲಕ್ಷ್ಮೀದೇವಮ್ಮ ಆಸ್ಪತ್ರೆಯಿಂದ ಡಿಸ್ಚಾರ್ಜ್ ಆಗಿ ಕೆಲ್ಸಕ್ಕೆ ಹಿಂದಿರುಗಿ.... ನೀನು ಆ ಪ್ಲೇಸ್ ಖಾಲಿ ಮಾಡ್ಬಂದ್ರು... ಅವ್ರದೇನು ಆಕ್ಷೇಪಣೆ ಇಲ್ಲ. ಆ ಮೇಲಿನದು ನಿಮ್ಮಿಬ್ಬರಿಗೆ ಸಂಬಂಧಪಟ್ಟಿದ್ದು. ಈಗ್ಹೇಳು..." ಎಂದರು ಕಾತುರದಿಂದ.

ತಂದೆಯ ಕಣ್ಣುಗಳಲ್ಲಿ ಆತುರ, ಕಾತುರ ಮಿಳಿತವಾದ ಆಸೆಯನ್ನು ನಂದಿಸಲು ಅವಳಿಗೆ ಇಷ್ಟವಾಗಲಿಲ್ಲ.

"ನಿಮ್ಮಿಷ್ಟ...." ಅಷ್ಟೇ ಅಂದಿದ್ದು.

ಸುಬ್ಬಣ್ಣನಿಗೆ ಅಷ್ಟು ಸಾಕಿತ್ತು. ಗಂಡು ಸಾಫ್ಟ್ ಆಗಿ ಕಂಡಿದ್ದ. ಇವಳ ಸ್ವಭಾವ ವಿವರಿಸಿ ಸ್ವಲ್ಪ ಕೋ-ಆಪರೇಷನ್ ಕೇಳಿದರು. ನಿರಾಕರಿಸಲಾರ. ಸಂಯಮ, ಸಮಾಧಾನದಿಂದ ಆ ಸ್ವಭಾವದಿಂದ ವಿಮುಕ್ತಳನ್ನಾಗಿಸಲು ಪ್ರಯತ್ನಪಡಬಲ್ಲ ಎನ್ನುವ ನಂಬಿಕೆ ಅವರದು.

ಮರುದಿನ ಫೋನ್ನಲ್ಲಿ ವಿಷಯ ತಿಳಿಸಿದಾಗ ಗಂಡಿನಿಂದ ಹರ್ಷದ ಉದ್ಗಾರ. "ಥ್ಯಾಂಕ್ಯೂ ಸರ್, ನನ್ನ ಮಟ್ಟಿಗೆ ಬಹಳ ಇಷ್ಟವಾದ ಹುಡ್ಗೀ ನಂದಿತಾ. ಇನ್ನು ಯಾವ್ದೇ

ಮಾತುಕತೆಗಳಿಲ್ಲಾಂತ್ಲೇ ಅರ್ಥ. ಮಿಕ್ಕಿದ್ದೆಲ್ಲ ನಿಮ್ಮ ಅನ್ಕೂಲಕ್ಕೆ ಬಿಟ್ಟಿದ್ದು." ಬಿರುಸು ಬಿಗುಮಾನವಿಲ್ಲದೆ ಮನದ ಮಾತುಗಳನ್ನು ಹೇಳಿಕೊಂಡ ಪ್ರವೀಣ್ ಆ ಕ್ಷಣ ತುಂಬ ಇಷ್ಟವೆನಿಸಿದ. ತುಂಬ ಮೃದುವಾದರು ಕೂಡ. ಸ್ವಲ್ಪ ಧಾರಾಳ ಮನಸ್ಸಿನಿಂದಲೇ ಒಂದು ಕೆ.ಜಿ. ಪೇಡಾ ಕೊಂಡು ಮನೆಗೆ ಬಂದವರೇ ಒಂದು ಪೇಡಾವನ್ನು ಹೆಂಡತಿಯ ಬಾಯೊಳಗೆ ತುರುಕಿ ಸಂತೋಷದ ಜೊತೆ ರಸಿಕತೆಯನ್ನೂ ಪ್ರದರ್ಶಿಸಿದರು.

"ನಮ್ಮ ನಂದಿತಾದು ಮಾತ್ರವಲ್ಲ ಅದೃಷ್ಟ ನಮ್ದು ಕೂಡ. ಪ್ರವೀಣ್‌ದು ತುಂಬ ಒಳ್ಳೆತನ. ಕೊಟ್ಟುಬಿಡುವ ಮಾತಿರಲಿ; ಒಂದು ದೇವಸ್ಥಾನದಲ್ಲಿ ವಿವಾಹ ಮಾಡ್ಕೊಟ್ರೂ... ಬೇಡವೆನ್ನಲಾರ." ತಮ್ಮ ಹರ್ಷಕ್ಕೆ ಸುಬ್ಬಣ್ಣ ಕಾರಣ ತಿಳಿಸಿದಾಗ ಬಾಯಲ್ಲಿನ ಫೇಡಾವನ್ನು ಪೂರ್ತಿ ಗಂಟಲೊಳಗೆ ತಳ್ಳಿ ಒಂದು ಲೋಟ ನೀರು ಕುಡಿದ ನಂತರವೇ ಪ್ರತಿಕ್ರಯಿಸಿದ್ದು ವೈದೇಹಿ. ಆಕೆಯ ಕಣ್ಮುಂದೆ ಮಗಳ ರೂಪ ನಿಲುವು ತುಂಬಿಕೊಂಡಿತು. ಆ ಉದ್ದ ನಿಲುವು, ರೂಪು, ಅಂಗಾಂಗಗಳ ಖಚಿತತೆ ಒಂದು ಅಂಶ ಕೂಡ ಅವರ ಮನೆತನದಲ್ಲಿ ಯಾರಲ್ಲಿಯೂ ಕಂಡಿರಲಿಲ್ಲ.

"ಅದ್ಕೆ ಕಾರಣ ನಂದಿತಾ ರೂಪು. ಹಾಲಿನಲ್ಲಿ ಅದ್ದಿ ತೆಗೆದಂತಿದ್ದಾಳೆ. ಇಷ್ಟು ಒಳ್ಳೆ ಬಣ್ಣ ಯಾರ್ಗೂ ಇಲ್ವಲ್ಲ" ಅದೇ ಅನುಮಾನ. ಹಿಂದೆ ಎಷ್ಟೋ ಸಲ ಅದಕ್ಕೆ ಉತ್ತರಿಸಿದ್ದರು ಸುಬ್ಬಣ್ಣ. ಪದೇ ಪದೇ ಅದೇ ಮಾತು ಸಹಿಸದಾಯಿತು. "ಚಂದ್ರಿಕಾಗೂ ಅದೇ... ಬಣ್ಣ ತಾನೇ! ನಂದಿತಾ ಅಷ್ಟು ಉದ್ದ ಇಲ್ಲ... ಅಷ್ಟೆ" ಸಿಡುಕಿದರು.

ನಂತರ ಹಳೇ ಆಲ್ಬಮ್‌ನಲ್ಲಿನ ಒಂದು ಫೋಟೋ ಹುಡುಕಿ ತಂದು ಹೆಂಡತಿಯ ಮುಂದೆ ಹಿಡಿದರು.

"ಸ್ವಲ್ಪ ನೋಡು..... ಕೂತಿದ್ದವರಲ್ಲೆ ಪಾತಜ್ಜಿನೇ ಎತ್ತರ. ನನ್ನಜ್ಜಿ.... ಅಮ್ಮ ಈಕೆ! ಎಂಥ ಸುಂದರ ರೂಪು ಇತ್ತೂಂತ ಅಜ್ಜಿ ಹೊಗಳೋರು. ಅದೇ ಹೋಲಿಕೆ ನಂದಿತಾಗೆ. ಬರೀ ಅಪ್ಪ, ಅಮ್ಮನ ಹೋಲಿಕೆಗಳು ಮಾತ್ರ ಬರೋಲ್ಲ ಮಕ್ಕಳಲ್ಲಿ. ಹಿಂದಿನ ತಲೆಮಾರಿನ ಅಜ್ಜ ಅಜ್ಜೀರಂತೆ ಹುಟ್ಟೋರೇ... ಹೆಚ್ಚು" ವಿವರಣೆ ಕೊಟ್ಟರು.

ತೀರಾ ಹಳೆಯ ಫೋಟೋ, ಅದರ ಕಟ್ಟು, ಫ್ರೇಮ್ ಪೂರ್ತಿ ಸವೆದು ಹೋದುದ್ದರಿಂದ ಅದರಿಂದ ಫೋಟೋನ ಬಿಡಿಸಿ ತೆಗೆದು ಆಲ್ಬಮ್ ಒಂದು ಕಡೆ ಸೇರಿಸಿದ್ದರು ನೆನಪಾಗಿ.

ಮತ್ತಷ್ಟು ಫೋಟೋನ ಹತ್ತಿರಕ್ಕೆ ಹಿಡಿದು ನೋಡಿದರು. ಹಳೆಯದಾದ ಬ್ಲಾಕ್ ಅಂಡ್ ವೈಟ್ ಫೋಟೋ. ಆ ಇಡೀ ಫೋಟೋದಲ್ಲಿ ಒಂಬತ್ತು ಜನ ಇದ್ದರು. ಕೂತವರು ಐವರು, ನಿಂತವರು ನಾಲ್ವರು. ಕೂತವರಲ್ಲಿ ಮೂರನೇ ವ್ಯಕ್ತಿಯೇ ಪಾರ್ವತಿ, ಅಂದರೆ ಅವರ ಹೋಲಿಕೆಯನ್ನು ನಂದಿತಾ ಪಡೆದುಕೊಂಡ ಪಾರ್ವತಿ ಬಾಯಿ, ಪಕ್ಕದಲ್ಲಿ ಕೂತ ಗಂಡನಿಗಿಂತ ಎತ್ತರವಿದ್ದರು. ಭುಜದ ತುಂಬ ಹೊದ್ದ ಸೀರೆಯ ಸೆರಗು, ಕಿವಿಯಲ್ಲಿ ವಾಲೆ, ಕೆನ್ನೆ ಚೈನ್, ಜುಮುಕಿ, ಮೂಗಿನ ಎರಡು

ಕಡೆಗಳಲ್ಲೂ ಹರಳಿನ ಬೇಸರಿ. ನಂದಿತಾನ ಅಲ್ಲಿ ಕೂಡಿಸಿ ನೋಡಿದಾಗ ವೈದೇಹಿಯ ಮುಖ ಅರಳಿತು.

"ಖಂಡಿತಾ, ನಂದಿತಾ ಪೂರ್ತಿ ಇವರ ಹೋಲಿಕೆಯೇ. ಅವ್ರನ್ನಂತು ನೋಡೋಕೆ ಸಾಧ್ಯವಿಲ್ಲ.... ಇವಳಲ್ಲಿ ಅವ್ರನ್ನು ನೋಡ್ಕೋಬಹುದ್ದು" ಮನತುಂಬಿ ನುಡಿದರು ಆಕೆ.

ಸುಬ್ಬಣ್ಣನ ಎದೆಯ ಭಾರ ಮತ್ತಷ್ಟು ಇಳಿಯಿತು. "ಸಮಾಧಾನವಾಯ್ತಲ್ಲ, ಇನ್ನೊಮ್ಮೆ... ನಂದಿತಾ ಎತ್ತರ, ಬಣ್ಣ, ರೂಪಿನ ಸುದ್ದಿ ಎತ್ತಬೇಡ." ಹೇಳಿದ ಹಿಂದೆಯೇ ಆ ಫೋಟೋ ಕಟ್ಟು, ಗಾಜು ಹಾಕಿಸಿ ಏಕೆ ಗೋಡೆಯ ಮೇಲೆ ತಗುಲಿ ಹಾಕಬಾರದು. ಕೆಲವು ಪ್ರಶ್ನೆಗಳಿಗೆ ಆರಾಮಾದ ಉತ್ತರ. ನಂದಿತಾ ಮನದಲ್ಲಿ ಆಕಸ್ಮಿಕ ಮೂಡಬಹುದಾದ ಪ್ರಶ್ನೆಗೆ ಇಂದೇ ಉತ್ತರ ನೀಡಿ ಆ ಪ್ರಶ್ನೆ ಜೀವ ತಳೆಯದಂತೆ ಮಾಡುವುದರ ಜೊತೆಗೆ ಎಂದಾದರೂ ಪ್ರವೀಣ್ ಮೆಚ್ಚಿಗೆಯಿಂದ ಪ್ರಶ್ನಿಸಿದರೇ ಏಕಾಂತದಲ್ಲಿ, ಅದಕ್ಕೆ ಅವಳಲ್ಲಿ ಉತ್ತರ ಸಿದ್ಧವಾಗಿರುವ ಅನುಕೂಲ ಕೂಡ ಎಂದುಕೊಂಡ ಕೂಡಲೇ, ಫೋಟೋನ ಆಲ್ಬಮ್‌ನಿಂದ ತೆಗೆದುಬಿಟ್ಟರು. "ಇದಕ್ಕೊಂದು ಫ್ರೇಮ್ ಹಾಕಿಸ್ತಾನಿ. ಮುಂದೆ ನಮ್ಮ ಮಕ್ಕಿಗೆ ಆಗೋ ಮಕ್ಕಲ್ಲಿ... ಇವ್ರುಗಳ ಹೋಲಿಕೆ ಇರ್ಬಹುದ್ದು. ಅದ್ಕೇ ಜೋಪಾನ ಮಾಡ್ಬೇಕು." ಉತ್ಸಾಹದಿಂದ ಹೇಳಿದರು. ನಕ್ಕರಷ್ಟೆ ವೈದೇಹಿ.

ಇಂಥ ಒಂದು ಹೊಸ ವಿಷಯದಿಂದ ಏಕತಾನತೆ ಇದ್ದ ಮನೆಯಲ್ಲಿ ಒಂದು ರೀತಿಯ ಹೊಸ ಚಲನೆ, ಮಾತು, ಹಾಸ್ಯವೆಲ್ಲ ನಂದಿತಾಳ ಮದುವೆಗೆ ಸಂಬಂಧಿಸಿದ್ದೇ.

* * * *

ಎರಡು ದಿನ ಮುಂಬಯಿಗೆ ಹೋದ ಮಹೇಂದರ್ ಬರುವಾಗ ಫ್ಲೈಟ್‌ನಲ್ಲಿ ತನ್ನ ಪ್ರೊಫೆಸರ್‌ನ ಸಂಧಿಸಿದ. ಅದೂ ಯೋಗಾಯೋಗವೆನ್ನುವಂತೆ ಅಕ್ಕಪಕ್ಕದ ಸೀಟು ಇವರುಗಳದು.

"ಒಂದು... ಪ್ರಾಬ್ಲಮ್... ಅಲ್ಲ... ಡೌಟ್..." ಅನುಮಾನಿಸುತ್ತ ಮಹೇಂದರ್ ಶುರು ಮಾಡಿದಾಗ ಅವರು ನಕ್ಕರು. "ಎನಿವೇ.... ಹೇಳು.... ಇಫ್ ಇಟ್ ಈಸ್ ಪಾಸಿಬಲ್ ಟು ಸಾಲ್ವ್ ಲೆಟ್ ಅಝ್ ಸಾಲ್ವ್ ಇಟ್" ಎಂದು ಉತ್ಸಾಹ ತೋರಿದರು.

ಶಿಷ್ಯ ಹೇಳಿದ್ದನ್ನು ಗಮನವಿಟ್ಟು ಆಲಿಸಿದರು. ಸಾಕಷ್ಟು ಓದಿಕೊಂಡಿದ್ದರು. ಅವರಿಗೂ ಪುನರ್ಜನ್ಮದ ಮೇಲೆ ಅಂಥ ನಂಬಿಕೆ ಇರಲಿಲ್ಲ.

"ಇದೊಂದು ಪುನರ್ಜನ್ಮವೆಂದುಕೊಂಡರು. ಹಿಂದು ಸಾವಿನ ನಂತರ ಮರುಹುಟ್ಟು ಪಡೆದಿರ್ಬಹುದ್ದು ಅನ್ನೋ ಡೌಟು. ನಿನ್ನ ಮನಸ್ಸಿನಲ್ಲಿದೆಯೇನೋ, ಐ ಡೋಂಟ್ ಸೇ.... ನಾನು ಆ ಬಗ್ಗೆ ಏನು ಹೇಳೋಲ್ಲ. ಎವ್ವೆರಿಬಡೀ ಲುಕ್ಸ್ ಲೈಕ್ ಸಮ್‌ವನ್ ಎಲ್ಸ್. ಪ್ರತಿಯೊಬ್ರು ಇನ್ನೊಬ್ಬರ ತರಹ ಕಾಣಿಸ್ತಾರೆ. ಒಬ್ಬರನ್ನ

ನೋಡಿದಾಗ ಎಲ್ಲೋ ನೋಡಿದ್ದೀವಿ ಅನ್ನೋ ಭಾವನೆ ಬರುತ್ತೆ. ಕ್ವೈಟ್ ನ್ಯಾಚುರಲ್. ಪ್ರತಿಯೊಬ್ಬರಿಗೂ ಅವ್ರಂತೆ ಕಾಣೋ ತದ್ರೂಪಿ (Astro-twin) ಎಲ್ಲೋ ಇರುತ್ತಾನೆಂಬ ನಂಬ್ಕೇ. ಆ ಪುಟ್ಟ ಹುಡ್ಗೀ ಹಿಂದು ನೆನಪಿನಾಳದಲ್ಲಿ ಉಳ್ದು ಈಗ ನಂದಿತಾ ರೂಪದಲ್ಲಿ ಹೊರಬಿದ್ದಿದ್ದಾಳೆ" ತಮಾಷೆಯಾಗಿ ಹೇಳಿದರು. ಅಲ್ಲಗಳೆಯದೆ ಅವರು ಹೇಳಿದ್ದನ್ನು ಗಂಭೀರವಾಗಿ ತೆಗೆದುಕೊಂಡ ಮಹೇಂದರ್.

ವ್ಯಾಸಂಗ, ಪ್ರೊಫೆಷನ್, ವಿದೇಶದಲ್ಲಿ ಕಳೆದ ಎರಡು ವರ್ಷಗಳಲ್ಲಿ ಎಷ್ಟೋ ಜನ ಯುವತಿಯರನ್ನು ನೋಡಿದ್ದ. ಕೆಲವರು ಸ್ನೇಹಿತರಾಗಿ ಉಳಿದಿದ್ದರು. ಯಾರಲ್ಲೂ ಕಾಣದ ಹಿಂದುನ ನಂದಿತಾಳಲ್ಲಿ ಕಾಣಲು ಕಾರಣವೇನು? ತೀರಾ ಅರ್ಥವಾಗದ ಒಗಟಾಗಿ ಕಂಡಿತು.

ಅದೆಷ್ಟು ಮಹೇಂದರ್‌ನ ಆವರಿಸಿತೆಂದರೆ ತೀರಾ ಸೀರಿಯಸ್ಸಾಗಿರುತ್ತಿದ್ದ ಅವನ ಮುಖ ನಂದಿತಾಳನ್ನ ಕೂಡ ಕೂಡಲೇ ಮೃದುವಾಗುತ್ತಿತ್ತು. ಯಾವುದೋ ಹೃದಯಾಳದೊಂದು ಭಾವ ಕಾಡುತ್ತಿತ್ತು. ತೀರಾ ಸೆಂಟಿಮೆಂಟ್ ವ್ಯಕ್ತಿಯಲ್ಲ. ತೀರಾ ಭ್ರಮಿತನಾಗುವಂಥ ದುರ್ಬಲ ವ್ಯಕ್ತಿ ತಾನಲ್ಲವನ್ನುವ ದೃಢವಾದ ನಂಬಿಕೆ ಅವನದು.

ತಳ್ಳಿದಷ್ಟು ಅವನ ಮಿದುಳನ್ನು ದಟ್ಟವಾಗಿ ಆವರಿಸುತ್ತಿದ್ದಳು ಹಿಂದು ಆರ್ಯ.

"ಮಹೇಂದರ್, ಐ ಡೋಂಟ್ ಲೈಕ್ ಇಟ್.... ಅನ್ಯಾಯ ಕಂಡ್ರೆ... ಷೂಟ್ ಮಾಡ್ಬಿಡ್ತೀನಿ" ಪಿಸ್ತೂಲ್ ಇವನತ್ತ ಹಿಡಿದಿದ್ದ ಅದ್ಭುತ ಹಿಂದು 'ಐ ಲೈಕ್ ಯು' ಮನದಲ್ಲಿಯೇ ಹೇಳಿಕೊಂಡ.

ಅಂದು ಇಡೀ ಕುಟುಂಬ ಬೆಂದು ಭಸ್ಮವಾದ ಸುದ್ದಿ ತಿಳಿದವನು ತಿಂಗಳಾನುಗಟ್ಟಲೇ ಆ ದುಃಖದಿಂದ ಹೊರ ಬರಲಾರದೆ ಚಡಪಡಿಸಿದ್ದ. ಆ ಪುಟ್ಟ ವಯಸ್ಸಿನಲ್ಲೇ ಭೂಮಿಗಿಳಿದಿದ್ದರು ಅವನ ತಂದೆ. ಮನದ ಕೋಲಾಹಲ ಹತ್ತಿಕ್ಕಲಾರದೆ ಬಂಗ್ಲೆಯಿಂದ ಫೋನೆತ್ತಿದ. "ಒಂದಿಷ್ಟು ಅರ್ಜೆಂಟ್ ಪತ್ರಗಳು ಟೈಪ್ ಆಗೋದಿದೆ. ನಂದಿತಾನ.... ಕಳ್ಸೀ" ಅರವಿಂದ ಘೋಷ್‌ಗೆ ಹೇಳಿದ.

ಕೆಲವು ಕಾನ್ಫಿಡೆನ್‌ಷಿಯಲ್ ಪತ್ರಗಳು, ನೋಟ್, ಟೈಪಿಂಗೆಲ್ಲ ಎಂ.ಡಿ. ಪಿ.ಎ. ಸಮೀರ್ ಮಾತ್ರ ನೋಡಿಕೊಳ್ಳುತ್ತಿದ್ದುದು ಅವರಿಗೆ ಗೊತ್ತು. ಎರಡು ದಿನದಿಂದ ಸಮೀರ್ ಆಫೀಸ್‌ಗೆ ಕೂಡ ಬಂದಿರಲಿಲ್ಲ. ಊರಿನಲ್ಲಿ ಇಲ್ಲವೇನೋ ಅಂದುಕೊಂಡರು. ಹೊಸ ಮ್ಯಾನೇಜ್‌ಮೆಂಟ್‌ನೊಂದಿಗೆ ಅಂಥ ನಿಕಟ ಸಂಪರ್ಕ ಬೆಳೆದಿರಲಿಲ್ಲ ಇನ್ನು.

ಆಫೀಸ್ ಕಾರು ಫೈಲ್‌ನೊಂದಿಗೆ ನಂದಿತಾನ ಕರೆದೊಯ್ದಿತು ಎಂ.ಡಿ. ಬಂಗ್ಲೆಗೆ. ಹಚ್ಚಹಸುರಾಗಿ ಬೆಳೆದ ಲಾನ್ ಮಧ್ಯೆ ಅಲ್ಲಲ್ಲಿ ಗುಲಾಬಿ ಗಿಡಗಳು. ಒಂದೋ, ಎರಡೋ ಅರಳಿನಿಂತ ಹೂಗಳು ಅವೆಲ್ಲ ಒಂದೇ ಬಣ್ಣದವು. ಅಂಗೈ ಅಗಲದ ಬಿಳಿ ಗುಲಾಬಿ ಹೂಗಳು. ಇವೆಲ್ಲ ನೋಡಿ ಕೂಡ ಅವಳಿಗೇನೂ ಅನ್ನಿಸಲಿಲ್ಲ. ತಟ್ಟನೆ ವಿಷಾದವನ್ನಾಗಲೀ, ಸಂತೋಷವನ್ನಾಗಲೀ ವ್ಯಕ್ತಪಡಿಸುವುದೇ ಮರೆತಂತಾಗುತ್ತಿತ್ತು ಕೆಲವೊಮ್ಮೆ. ತನಗೆ ಸಂವೇದನೆಯೇ ಇಲ್ಲವೇ? ಯಾಕಿಲ್ಲ? ಎಲ್ಲದರ ಮೇಲೂ ಬೂದಿ

ಆವರಿಸಿದಂತಾಗುತ್ತಿತ್ತು ಕೆಲವೊಮ್ಮೆ. ಆಗ ಯಾವುದೋ ಒತ್ತಡಕ್ಕೆ, ಬಲವಂತಕ್ಕೆ ಮಾತಾಡುತ್ತಿದ್ದಳು, ಚಲಿಸುತ್ತಿದ್ದಳು, ಕೆಲಸಗಳನ್ನು ಮಾಡುತ್ತಿದ್ದಳು ಕೀಲುಗೊಂಬೆಯಂತೆ.

"ಕೂತಿರಿ, ಬರ್ತಾರೆ..." ಎಂದು ಬಿಳಿಯ ಯೂನಿಫಾರಂ ತೊಟ್ಟಿದ್ದ ಸರ್ವೆಂಟ್ ಮುಂದಿನ ಡ್ರಾಯಿಂಗ್ ರೂಂ ತೋರಿಸಿ ಹೋದವನು ಐದು ನಿಮಿಷದಲ್ಲಿ ಅವಳ ಮುಂದೆ ಬಿಸ್ಕತ್ ಮತ್ತು ಟೀಯ ಟ್ರೈ ತಂದಿಟ್ಟು ಹೋದ.

"ನಾನೇನು ಅತಿಥಿನಾ?" ಅನ್ನಿಸಿತು ಅವಳಿಗೆ. ಹಿಂದೆ ಇದ್ದ ನಡುವಯಸ್ಸಿನ ಎಂ.ಡಿ. ನೌಕರ ವರ್ಗ ಎನ್ನುವುದನ್ನು ಮರೆತು ಕಂಪನಿಯ ಸಮಸ್ಯೆಗಳನ್ನೇ ಹೇಳಿಕೊಂಡುಬಿಡುತ್ತಿದ್ದರು. ವಿಪರೀತ ಮಾತು. ಕೆಲಸಕ್ಕಿಂತ ಎಲ್ಲರ ತಲೆ ಬಿಸಿಯಾಗುತ್ತಿದ್ದುದ್ದೇ ಹೆಚ್ಚು.

"ಆ ಮನುಷ್ಯನಿಗೆ ತನ್ನ ಸ್ಥಾನದ ಬೆಲೆ ಗೊತ್ತಿಲ್ಲ. ಇಂಥ ವ್ಯಕ್ತಿಯ ಕೈಯಲ್ಲಿ ಯಾರ್ಗೂ ಭವಿಷ್ಯವಿಲ್ಲ. ಯಾರೂ ಕ್ಷೇಮವಲ್ಲ" ತೀರಾ ಬೇಸತ್ತ ಅರವಿಂದ ಘೋಷ್ ಆಗಾಗ ನುಡಿಯುತ್ತಿದ್ದರು. ಆದರೆ ಹೊಸ ಎಂ.ಡಿ.ಯ ಬಗ್ಗೆ ಅಪಾರವಾದ ಮೆಚ್ಚಿಗೆ "ಉದ್ಯಮಿಯ ಯಶಸ್ಸು ಆರ್ಥಿಕವಾಗಿ ತಾಳಿ ಹಾಕಬಲ್ಲ ಕಲೆಯನ್ನು ಅವಲಂಬಿಸಿರುತ್ತೆ. ಪ್ರತಿಯೊಂದು ಕ್ಷಣ, ಒಂದೊಂದು ಹೆಜ್ಜೆ ಮುಂದಿಡುವಾಗ್ಲೂ ಆರ್ಥಿಕವಾಗಿ ಎಷ್ಟು ಲಾಭದಾಯಕವೆಂದು ಯೋಚಿಸಬಲ್ಲಂಥವ್ನು... ಸಕ್ಸಸ್ ಆಗ್ತಾನೆ" ಇದು ಅವರ ಮಾತುಗಳು.

ಹತ್ತು ನಿಮಿಷದ ನಂತರ ಮಹೇಂದರ್ ಬಂದಾಗ ಎದ್ದು ನಿಂತಳು ಅಪ್ರಯತ್ನಕವಾಗಿ. ಹಣೆಯಂಚಿಗೆ ಅಲ್ಲಲ್ಲಿ ಬೆವರಿನ ಬಿಂದುಗಳು ಶೇಖರವಾದವು.

"ಟೇಕ್ ಯುವರ್ ಸೀಟ್..." ಎಂದು ಕೂತ. ಆಗ ಸ್ನಾನ ಮುಗಿಸಿ ಬಂದಿರಬೇಕು. ಬಳಸಿದ ಸೋಪಿನ ವಾಸನೆ ಇಡೀ ರೂಮನ್ನ ಆವರಿಸಿದಂತಾಯಿತು. ತಂದಿದ್ದ ಫೈಲನ್ನು ಅವನ ಮುಂದಿಟ್ಟಳು. "ಕೂತ್ಕೋ.... ನಂದಿತಾ..." ಮತ್ತೆ ಹೇಳಿದ ನಂತರವೇ ಕೂತಿದ್ದು.

ಅವನ ನೋಟ ಬಿಸ್ಕತ್‌ನಿಂದ ಹರಿದು ಅವಳ ಮುಖದಲ್ಲಿ ನೆಟ್ಟಿತು. "ತಗೊಳ್ಳಿ..." ಎಂದವ ನೋಟವನ್ನು ಫೈಲ್‌ನಲ್ಲಿ ನೆಟ್ಟ. ಗೋಡಂಬಿ, ಬಾದಾಮಿಯ ಬಿಸ್ಕತ್‌ಗಳು ಹಿಂದುಗೆ ಇಷ್ಟ. ಅಶೋಕ್ ಕೆಲವೊಮ್ಮೆ ಹೇಳಿದ್ದ ಮಾತ್ರವಲ್ಲ, ಮುಕ್ಕುವುದನ್ನು ನೋಡಿದ್ದ ಕೂಡ. ಇದೊಂದು ಸಣ್ಣ ಪರೀಕ್ಷೆ. ಅವಳಿಗೆ ಅದರ ಅರಿವೇನು ಇರಲಿಲ್ಲ. ಗಂಟಲು ಒಣಗಿತು. ಕಣ್ಣುಗಳಲ್ಲಿ ಅನಾವಶ್ಯಕವಾದ ಭಯ. ಆದರೆ ಹಿಂದು ಕಣ್ಣುಗಳಲ್ಲಿ ಸದಾ ಧೈರ್ಯ, ಆತ್ಮವಿಶ್ವಾಸದ ಬೆಳಕು "ಡೋಂಟ್ ಕೇರ್, ನಂಗೆ ಅಂಜಿಕೇನೆ ಇಲ್ಲ" ವರ್ಷಗಳ ಹಿಂದೆ ಎದೆಯುಬ್ಬಿಸಿ ಹೇಳಿದ ಮಾತುಗಳು ಇನ್ನೂ ಅವನ ನೆನಪಿನಲ್ಲಿತ್ತು. ವಾರೆಗಣ್ಣಿನಿಂದ ಅವಳ ಮುಖದ ಭಾವನೆಗಳನ್ನು ಗಮನಿಸುತ್ತಿದ್ದ.

"ತಗೋ... ಹಿಂದು" ಎಂದ ಮತ್ತೆ.

ಕಣ್ಣುಗಳಲ್ಲಿ ಗಾಬರಿಯೊಡೆದು ಕಂಪಿಸುವ ತುಟಿಗಳನ್ನು ತೆರೆದಳು "ನನ್ನೆಸ್ರು... ನಂದಿತಾ". ಅವಳ ಮಾತಿಗೆ ಮುಗುಳ್ನಕ್ಕ. "ಓಹೋ, ಹೌದಲ್ವಾ.... ನನ್ನ ಗರ್ಲ್ ಫ್ರೆಂಡ್ ಒಬ್ರು ಇದ್ರು; ಅವ್ರ ಹೆಸರು ಹಿಂದು..." ಹೇಳಿದ.

ಅವಳ ಮುಖದಲ್ಲಿ ಅಂಥ ವಿಪರೀತ ಸಂಘರ್ಷಣೆಗಳೇನು ಪ್ರತಿಫಲಿಸಲಿಲ್ಲ. ಒಂದು ಮಿಲ್ಕ್ ಬಿಸ್ಕತ್ ಎತ್ತಿಕೊಳ್ಳುವಾಗ ಕೂಡ ಅವಳ ಕೈ ಕಂಪಿಸುತ್ತಿದ್ದುದು ಮಹೇಂದರ್ ಗಮನಕ್ಕೆ ಬಂತು.

ಅರವಿಂದ ಘೋಷ್ ಕೆಲವು ಒಳ್ಳೆಯ ಮಾತುಗಳನ್ನು ಹೇಳಿದ್ದು ಇವಳ ಬಗ್ಗೆಯೇ "ಗುಡ್, ಬ್ರಿಲಿಯಂಟ್.... ಅಂಡ್ ಸಿನ್ಸಿಯಾರಿಟಿ ವರ್ಕರ್. ಬೇರೆ ಯುವತಿಯರಂತೆ ಸದಾ ಸೀರೆ, ಅಲಂಕಾರದ ಬಗ್ಗೆ ಹರಟೆಯೊಡೆಯೋಲ್ಲ."

ಕ್ಷಣ ಮಹೇಂದರ್‌ನ ಪ್ರಯತ್ನದ ಮೇಲೆ ನಿರಾಶೆ ಕವಿದರೂ ಕೂಡಲೇ ಚೇತರಿಸಿಕೊಂಡ. ಅವಳ ಮಿದುಳು ಎಷ್ಟೇ ವಿಶ್ಲೇಷಿಸಿದರೂ ಮಹೇಂದರ್‌ನ ಮನಸ್ಸು ಹಿಂದುನ ನಂದಿತಾಳಲ್ಲಿ ನೋಡುವ ಪ್ರಯತ್ನವನ್ನು ಬಿಡಲಿಲ್ಲ. ಇವನನ್ನು ಮತ್ತೆ ಮತ್ತೆ ಪ್ರಚೋದಿಸುತ್ತಿತ್ತು.

ಒಂದಿಷ್ಟು ಡಿಕ್ಟೇಷನ್ ತೆಗೆದುಕೊಂಡ ನಂತರ ಮೇಲೆದ್ದಳು. ಅವನೇ ಟೀ ಬೆರೆಸತೊಡಗಿದಾಗ ಸಂಕೋಚಿಸಿದಳು "ಸರ್..." ಎಂದು ಕೂಡಲೇ ತನ್ನ ಪ್ರಯತ್ನಬಿಟ್ಟ "ಕೂತ್ಕೊಂಡು.... ನೀವೇ ಟೀ ಬೆರೆಸೀ..." ಆದೇಶಿಸಿದ. ಅವಳಿಗೆ ಈಗೇನು ಬೇಕಿರಲಿಲ್ಲ. ಅದನ್ನು ಧೈರ್ಯದಿಂದ ಹೇಳುವಷ್ಟು ದಾಷ್ಟಿಕತೆ ಬೆಳೆದಿರಲಿಲ್ಲ.

ಪುಟ್ಟ ಹಿಂದು ತಾನೇ ಎಲ್ಲರಿಗೂ ಟೀ ಬೆರೆಸಿಕೊಡುತ್ತಿದ್ದಳು. "ಮಹೇಂದರ್, ನಿಂಗೆ... ಎರ್ಡು ಸ್ಪೂನ್ ಷುಗರ್ ಸಾಕಾ? ನಿಂಗೇನು ಷುಗರ್ ಇಲ್ದಿದ್ರೆ... ಪರ್ವಾಗಿಲ್ಲ! ಒಂದು ಡಜನ್ ರಸಗುಲ್ಲ ತಿಂದಿದ್ದಿ. ಇನ್ನು ತಿಂಗ್ಳಿಗಾಗೋಷ್ಟು ಷುಗರ್ ಸಪ್ಲೇ ಮಾಡುತ್ತೆ ನಿನ್ನ ಶರೀರಕ್ಕೆ" ಪೀಡಿಸುತ್ತಿದ್ದಳು. ಅದನ್ನು ಎರಡು ಕ್ಷಣದ ಹಿಂದೆ ಕೇಳಿದನೇನೋ ಎನ್ನುವ ಭ್ರಮೆ ಅವನದು. ಕಳೆದ ನೆನಪುಗಳು ಅವನನ್ನ ಎಷ್ಟು ಮೃದುವಾಗಿಸುತ್ತಿದ್ದವೆಂದರೆ ತೀರಾ ಬೆಣ್ಣೆಯಂತಾಗಿಬಿಡುತ್ತಿದ್ದ.

ಕಸಿವಿಸಿ, ಗಲಿಬಿಲಿ ಅವಳಿಗಂತೂ ಬೆರೆಸಲು ಬರುವುದಿಲ್ಲ. "ತಗೋ... ಕುಡೀ" ಅವಳಮ್ಮ ಕಾಫೀ ಲೋಟ, ಟೀ ಕಪ್‌ನ ಅವಳ ಮುಂದಿಡುತ್ತಿದ್ದರು. ಅಷ್ಟೇ ಅವಳ ಪರಿಜ್ಞಾನ ಟೀ, ಕಾಫೀ ಬಗ್ಗೆ.

"ನಂಗೆ ಅಭ್ಯಾಸ ಇಲ್ಲ! ಟೀ... ಕಾಫೀ ಅವೆಲ್ಲ ಮಾಡೇ ಇಲ್ಲ. ಬೆರೆಸೋದು ಕೂಡ ಬರೋಲ್ಲ" ಎಂದಾಗ ಅವನಿಗೆ ವಿಸ್ಮಯ. ಜಗತ್ತಿನ ಎಂಟನೇ ಅದ್ಭುತದ ವಿಷಯ ಕೇಳಿದಂತಾಯಿತು. ಅವನ ಪ್ರಕಾರ ಯಾವ ವರ್ಗವೇ ಆಗಿರಲಿ, ಹೆಣ್ಣಿಗೆ ಅಡಿಗೆಯ ಮನೆಯ ಪರಿಚಯ. ಪರಿಜ್ಞಾನವಿರುತ್ತದೆ. ಕಾಫೀ ಬೆರೆಸೋಕೆ ಬರೋಲ್ಲ ಅಂದ್ರೆ!" ಓಕೇ, ನಾನೇ ಬೆರ್ಸೀ... ಕೊಡ್ತೀನಿ" ಎಂದು ತಾನೇ ಎರಡು ಕಪ್ ಟೀ ಬೆರೆಸಿದ. ಅವಳ ಕಪ್‌ಗೆ ಮೂರು ಸ್ಪೂನ್ ಸಕ್ಕರೆ ಹಾಕಿದ. ಹಿಂದೂ ಸಕ್ಕರೆ ಬೆರೆಸದ

ಕಾಫೀ, ಟೀ ಕುಡಿಯುತ್ತಿದ್ದಳು "ಕಹಿ ಯಾಕೆ... ಸಕ್ರೆ ಬೆರೆಸ್ಬೇಕು? ಹಾಗೇ.... ಕುಡೀತೀನಿ" ಅವಳ ವಾದ ಕೇಳಿ ಆರ್ಯ ನಗುತ್ತಿದ್ದರು.

ತೆಪ್ಪಗೆ ಕುಡಿದಿಟ್ಟ ನಂದಿತಾ ಮೇಲೆದ್ದಳು. ಬೆವತ ಮುಖವನ್ನೊರಸಿಕೊಳ್ಳಲು ಕೂಡ ಒರೆಸಿಕೊಳ್ಳದಷ್ಟು ಸಂಕೋಚಿಸುತ್ತಿದ್ದಳು ಅಥವಾ ಭಯಪಡುತ್ತಿದ್ದಳು. ಯಾಕೆ? ಸ್ವಲ್ಪ ವಿಲಕ್ಷಣವಾಗಿ ಕಂಡಿತು ಮಹೇಂದರ್‌ಗೆ.

ಆಫೀಸ್ ಸ್ಟಾಫ್‌ನಲ್ಲಿ ನಾಗಮಣಿ, ಇವಳನ್ನು ಬಿಟ್ಟು ಇನ್ನಿಬ್ಬರು ಮಹಿಳೆಯರು ಇದ್ದರು. ಮೇಲ್ನೋಟಕ್ಕೆ ನಯ, ವಿನಯ ವ್ಯಕ್ತಪಡಿಸಿದರು. ಭಯ, ಸಂಕೋಚ ಅನ್ನುವ ಪದಗಳ ಅರ್ಥ ಅವರಿಗೆ ಗೊತ್ತಿಲ್ಲವೆಂದು ಊಹಿಸಿಕೊಳ್ಳಬಹುದು ಕಣ್ಣುಗಳಲ್ಲಿನ ಪ್ರಭೆಯನ್ನು ನೋಡಿ.

"ಬರ್ತೀನಿ... ಸರ್" ಎಂದಳು ಅತ್ಯಂತ ಮೃದುವಾಗಿ. ಮಹೇಂದರ್‌ಗೆ ಯಾಕೋ ನಗು ಬಂತು, ನಗಲಿಲ್ಲ. ಮಧ್ಯಮ ದರ್ಜೆಯ ಸಂಕೋಚ, ಲಜ್ಜೆಗಳಿಲ್ಲದ ಮೇಲ್ವರ್ಗದಲ್ಲಿ ಹುಟ್ಟಿ ಬೆಳೆದವನು.

ಡ್ರಾಯಿಂಗ್ ರೂಮಿನಿಂದ ಬೆಡ್‌ರೂಮಿಗೆ ಬಂದ. ಖಿನ್ನತೆ ಅವನನ್ನು ಕಾಡಿತು.

"ಸುಟ್ಟು ಭಸ್ಮವಾಗಿ ಹೋದ ಹಿಂದು, ನಂದಿತಾ ರೂಪದಲ್ಲಿ ಕಾಡುತ್ತಿದ್ದೀಯಾ! ಮನಸ್ಸಿಗೆ... ಹಿತವೇ. ಆದರೆ ವಿಪ್ಲವ..." ಎಂದ ಜೋರಾಗಿಯೇ.

ಅಷ್ಟರಲ್ಲಿ ಫೋನ್ ಸದ್ದು ಮಾಡಿತು. ಆ ತುದಿಯ 'ರ್‍ಯಾಬೊ ಡಿಟೆಕ್ಟೀವ್ ಏಜೆನ್ಸಿ'ಯ ವೈಶಿಷ್ಟ್ಯ "ನಾವು ಈಗ ಬರಬಹುದಾ, ಸರ್?" ವಿನಯ ಇತ್ತು ದನಿಯಲ್ಲಿ. "ಪ್ಲೀಸ್, ಕಮ್..." ಫೋನಿಟ್ಟ.

ಹಿಂದೆ ಫ್ಯಾಕ್ಟರಿಯಲ್ಲಿ ನಿರಂತರವಾಗಿ ಕಳ್ಳತನಗಳು ನಡೆದೇ ತೀರಾ ನಷ್ಟ ಅನುಭವಿಸಿ ಮುಚ್ಚುವ ಹಂತಕ್ಕೆ ಬಂದಿದ್ದು ಅನ್ನೋದು ಒಂದು ಕಾರಣವೆಂದು ಅವನಿಗೆ ಗೊತ್ತಿತ್ತು. ಕೆಲವರು ಕಸ್ಟಡಿಯಲ್ಲಿದ್ದರು. ಕೆಲವರು ಕೆಲಸ ಕಳೆದುಕೊಂಡು ಮನೆಗೆ ಹೋಗಿದ್ದುಂಟು. ಅವರಿಬ್ಬರ ನಡುವ ಹುಷಾರಾಗಿ ನುಸುಳಿ ಉಳಿದುಕೊಂಡಿರುವವರ ಬಗ್ಗೆ ಎಚ್ಚರ ವಹಿಸಬೇಕಿತ್ತು. ಅಂಥವನ್ನ ಕೆಲವರನ್ನು ಗಮನಿಸಿತ್ತು ಅವನ ಕಣ್ಣುಗಳು. ಅವರುಗಳ ಪೂರ್ಣ ವಿವರಣೆಗಾಗಿ 'ರ್‍ಯಾಬೋ ಡಿಟೆಕ್ಟಿವ್ ಏಜೆನ್ಸೀ'ಯವರನ್ನು ಸಂಪರ್ಕಿಸಿದ್ದ.

ಗುರುತು ಹಾಕಿದ್ದ ಜನರ ಜೊತೆಗೆ ನಂದಿತಾಳನ್ನು ಸೇರಿಸಿದ. ಫ್ಯಾಕ್ಟರಿ ತೀರಾ ಮುಳುಗುವ ಸ್ಥಿತಿಯಲ್ಲಿದ್ದಾಗ ಅಪಾಯಿಂಟ್ ಆದ ಯುವತಿ ಅವಳು. ಅನಗತ್ಯ ಪೋಸ್ಟ್. ಅಗತ್ಯವೋ ಅನಗತ್ಯವೋ ಲಾಭ, ನಷ್ಟಗಳ ತಾಳಮೇಳ ತಿಳಿಯದ ಮೂರ್ಖ ಮ್ಯಾನೇಜ್‌ಮೆಂಟ್ ಇಂಥ ಎಷ್ಟೋ ತಪ್ಪುಗಳನ್ನು ಮಾಡಿತ್ತು.

'ರ್‍ಯಾಬೋ ಡಿಟೆಕ್ಟೀವ್ ಏಜನ್ಸಿ'ಯವರು ಅಸೈನ್‌ಮೆಂಟ್ ಪಡೆದು ಒಂದು ವಾರದ ಅವಧಿಯನ್ನು ಫಿಕ್ಸ್ ಮಾಡಿಕೊಂಡರು. ಇದೇನು ಅಂಥ ಕಷ್ಟದ ಕೆಲಸವಲ್ಲ.

ಕೊಟ್ಟ ವ್ಯಕ್ತಿ ಪೂರ್ಣ, ಸಂಪೂರ್ಣ ವಿವರಗಳ ಅಗತ್ಯ ಇವರ ಮಿದುಳನ್ನು ಉಪಯೋಗಿಸಿ ಸತ್ಯಾಸತ್ಯಗಳ ಮಾಹಿತಿಯನ್ನು ಕೊಡಬೇಕಿತ್ತು.

* * * *

ಮನೆಗೆ ಬಂದಾಗ ಬುಟ್ಟಿ ಹೆಣೆಯುತ್ತಿದ್ದ ಸೌದಾಮಿನಿ ಕಣ್ಣಲ್ಲಿಯೇ ಸನ್ನೆ ಮಾಡಿದಾಗ ಅರ್ಥವಾಗಲಿಲ್ಲ ನಂದಿತಾಗೆ.

"ಏನದು, ಇದು ಹೊಸ ರೀತಿಯ ಬ್ಯೂಟಿ. ಅಮ್ಮ ಮೊನ್ನೆ ಗಣೇಶನ ಗುಡಿಯಲ್ಲಿ ನೋಡಿದ್ರು. ಅದೇ ಪ್ಯಾಟರ್ನ್ ಕಲರ್ ಡಿಫರೆನ್ಸ್..." ಬಗ್ಗಿ ತಯಾರಿಕೆಯ ಹಂತದಲ್ಲಿದ್ದ ಸಣ್ಣ ಪ್ಲಾಸ್ಟಿಕ್ ಎಳೆಗಳಿಂದ ಹೆಣೆಯಲ್ಪಟ್ಟ ಬ್ಯೂಟಿ ನೋಡಿದಳು ನಂದಿತಾ ಗಮನವಿಟ್ಟು. ಅದು ಅವಳಿಗೆ ಇಷ್ಟವಾಯಿತು ಕೂಡ "ತುಂಬಾ ಚೆನ್ನಾಗಿದೆ, ಇದು ಮನೆಗೆ ಇರ್ಲೀ" ಭುಜದಿಂದ ತೂಗಿಬಿದ್ದ ಜಡೆಯನ್ನು ಹಿಂದಕ್ಕೆ ಹಾಕಿಕೊಂಡವಳ ಸೊಂಟ ನೇರವಾಯಿತು. ಕೈ ಹಿಂಡಿ "ಯಾರ್ಬಂದಿದ್ದಾರೆ, ನೋಡು!" ಅತ್ತ ಅಕ್ಕನ ಗಮನ ಸೆಳೆದಳು ಸೌದಾಮಿನಿ.

ಕತ್ತು ತಿರುವಿದಳು. ಅವಳನ್ನೇ ನೆಟ್ಟ ನೋಟದಿಂದ ನೋಡುತ್ತಿದ್ದ ಪ್ರವೀಣ್ ಕೂತಿದ್ದ. ಅಂದಿಗಿಂತ ಟಿಪ್ ಟಾಪಾಗಿ ಬಂದಿದ್ದ. ನೆತ್ತಿ ಸ್ವಲ್ಪ ಅಗಲವಾದರೂ ಕ್ರಾಪನ್ನು ಮುಂದಕ್ಕೆಳೆದು ಬಾಚಿದ್ದ ಆತ ಕಿರುನಕ್ಕ. ಅವಳ ತುಟಿಗಳು ಸ್ಪಂದಿಸಲಿಲ್ಲ, ಬಿಗಿದು ಕೂತವು.

"ಹಲೋ..." ಎಂದ ಅಗತ್ಯಕ್ಕಿಂತ ಮೃದುವಾಗಿ.

"ಹಲೋ...." ಎಂದಳು ಉಗುಳು ನುಂಗಿ.

"ಅಮ್ಮ....." ಎನ್ನುತ್ತ ಒಳಗೆ ಹೋದಳು. ಬೋಂಡ ಕರಿಯುತ್ತಿದ್ದ ವೈದೇಹಿ ಅಡಿಗೆಯ ಮನೆ ಬಾಗಿಲಿಗೆ ಬಂದರು ಸಡಗರದಿಂದ "ಪ್ರವೀಣ್... ಬಂದಿದ್ದಾರೆ. ಬೇಗ ಮುಖ ತೊಳ್ಕೊಂಡು ಸೀರೆ ಬದಲಾಯ್ಸಿ... ಬಾ. ತಿಂಡಿ... ಕೊಡ್ತೀನಿ" ಎಂದರು.

ಮಾತಾಡದೆ ಕೋಣೆಗೆ ಹೋಗಿ ಕೂತುಬಿಟ್ಟಳು. ತನಗೆ ಏನೋ ಆಗಿದೆ. ತಾನು ಎಲ್ಲೋ ಇದ್ದೀನಿ. ಸುತ್ತಲಿನ ಜನವೇನು, ಮನೆಯವರು ಕೂಡ ಅವಳಿಗೆ ಅಪರಿಚಿತರೆನಿಸಿದುಂಟು ಕೆಲವೊಮ್ಮೆ.

"ಏಯ್.... ನಂದಿತಾ" ಬಂದ ಸೌದಾಮಿನಿ ಕೈ ಹಿಡಿದಳು "ಅವ್ರೇನು ತಿಳ್ಕೋತಾರೆ! ಒಂಟಿಯಾಗ್ಬಂದು ಕೂತುಬಿಟ್ಟಿದ್ದೀಯಾ! ಅಡ್ಗೇ ಮನೆಯಲ್ಲಿ ಅಮ್ಮ... ಹಾಲ್‌ನಲ್ಲಿ ಪ್ರವೀಣ್ ಇಬ್ರೂ ಕಾಯ್ತಾ ಇದ್ದಾರೆ. ಏಳೇಳು... ವಿಚಿತ್ರನಪ್ಪ! ನಾನಾಗಿದ್ರೆ... ಹಾರಾಡಿಬಿಡ್ತಾ ಇದ್ದೆ. ಸಂತೋಷದ ಕ್ಷಣಗಳ್ನ ಕೂಡ ಅನುಭವಿಸೋದು ಗೊತ್ತಿಲ್ಲ.... ನಿಂಗೆ" ಪಿಸುಗುಟ್ಟಿದವಳು ಅವಳ ಜಡೆಯನ್ನು ಬಿಚ್ಚಿದಳು. "ಕೆಲವು ಸೆಕೆಂಡ್‌ಗಳಲ್ಲಿ ನಿನ್ನ ಮುಖಮಜ್ಜನ ಮುಗೀಬೇಕು. ಅವ್ರು ಏನಾದ್ರೂ ತಿಳ್ಕೋಬಹ್ದು" ಗದ್ದವನ್ನು ನಂದಿತಾಳ ಭುಜದ ಮೇಲೂರಿ ತೀರಾ ಸಣ್ಣ ದನಿಯಲ್ಲಿ ಹೇಳಿದಳು.

ದೂಡಿದಂತೆ ಮುಖ ತೊಳೆದು ಬಂದಳು. ಅವಳಲ್ಲಿನ ಶಕ್ತಿಯೆಲ್ಲ ಸ್ತಬ್ಧ. ಯಾಕೆ? ಪ್ರವೀಣ್‌ನ ಇಷ್ಟಪಡದಿರಲು ಕಾರಣಗಳಿಲ್ಲ.

ತಿಂಡಿ ಕೊಟ್ಟು ಕಳಿಸಿದ್ದು ವೈದೇಹಿ ನಂದಿತಾಳ ಕೈಯಲ್ಲಿಯೇ. "ಇಷ್ಟೊಂದು ಮೌನವಾದ್ರೆ... ಹೇಗೆ? ಒಂದು ದಿನ ನಿಶ್ಚಿತಾರ್ಥ ಇಟ್ಕೊಂಡ್... ಲಗ್ನದ ದಿನ ಗೊತ್ತು ಮಾಡ್ಕೋಬೇಕು ಅಷ್ಟೆ. ಅಲ್ಲಿನವರ್ಗೂ ಬಂದು ನಿಂತಿದೆ ಮಾತುಕತೆಗಳು" ಹೇಳಿದ್ದರು ಮಗಳಿಗೆ.

ನಾಲ್ಕಾರು ಮಾತುಗಳನ್ನು ಪ್ರವೀಣ್ ಆಡಿದರು. ಅವರು 'ಹಾ, ಹ್ಞೂ' ಅಷ್ಟೆ. ಕೇಳಿದ ಒಂದೆರಡು ಪ್ರಶ್ನೆಗಳಿಗೂ ದೀರ್ಘ ಉತ್ತರಗಳಿಲ್ಲ. ಈಗಿನ ಯುವತಿಯರು ಹೀಗಿರಲು ಸಾಧ್ಯವೇ?

"ಬರ್ತೀನಿ..." ಪ್ರವೀಣ್ ಮೇಲೆದ್ದವನು ಸ್ವಲ್ಪ ಅನುಮಾನಿಸುತ್ತ "ಇಫ್ ಯು ಡೋಂಟ್ ಮೈಂಡ್... ಬಸ್ ಸ್ಟಾಪ್‌ನವರ್ಗೂ... ನನ್ನೊತೆ ಬರೋಕ್ಕಾಗುತ್ತ?" ಕೇಳಿದ.

ತಕ್ಷಣ ಸ್ವಂತವಾಗಿ ಏನೂ ಹೇಳಲಾರದೆ ಅಲ್ಲೇ ನಿಂತಿದ್ದ ವೈದೇಹಿಯವರತ್ತ ನೋಡಿದಳು. 'ಹೋಗಿ... ಬಾ' ಎನ್ನುವಂತೆ ಕಣ್ಣಲ್ಲಿ ಸನ್ನೆ ಮಾಡಿದರು.

"ಆಯ್ತು..." ಎಂದಳು.

ಇಬ್ಬರು ಜೊತೆಗೂಡಿ ಹೊರಟಾಗ ಸೌದಾಮಿನಿ, ಪ್ರತಿಭಾ ಜೊತೆ ವೈದೇಹಿ ಕೂಡ ಬಂದು ಬಾಗಿಲಲ್ಲಿ ನಿಂತರು. ಇಬ್ಬರ ಎತ್ತರ ಹೆಚ್ಚು ಕಡಿಮೆ ಒಂದೇ.

"ನಮ್ಮ ನಂದಿತಾ ಉದ್ದ ಈಗಿನ ಯುವತಿಯರಲ್ಲಿ ಇರೋಲ್ಲ. ಈಗ ನಮ್ಮನ್ನೆ ನೋಡು.... ನಾನು ನಂದಿತಾ ಅಕ್ಕನ ಭುಜಕ್ಕಾದ್ರೂ ಬರ್ತೀನಿ, ಸೌದಾಮಿನಿ... ಅಷ್ಟು ಇಲ್ಲ" ಅಣಕಿಸಿದಳು ಸೌದಾಮಿನಿಯನ್ನು. ಅವಳು ಅಟ್ಟಿಸಿಕೊಂಡು ಹೋಗಿ ಒಂದು ಗುದ್ದು ಕೊಟ್ಟಳು. ಅಂತೂ ರಸಮಯ ನಿಮಿಷಗಳು.

ಆಗಾಗ ನಂದಿತಾ ಅತ್ತ ವಾರೆ ನೋಟವನ್ನು ಹರಿಸುತ್ತಿದ್ದ ಪ್ರವೀಣ್ ಮಾತಾಡಬಹುದೆಂದು ಮತ್ತಷ್ಟು ಹೆಜ್ಜೆಯ ವೇಗ ತಗ್ಗಿಸಿ ಕಾದು ಸೋತ.

"ನಿಮ್ಮ ಕೆಲ್ಸದ ವಿಷ್ಯ ಏನಾಯ್ತು?" ಅವನೇ ಕೇಳಿದ.

"ಏನೂ ಆಗಿಲ್ಲ" ಅಷ್ಟೆ ಹೇಳಿದ್ದು.

ಇಷ್ಟೊಂದು ನಾಚಿಕೆ, ಸಂಕೋಚ, ಮಾತು ಕಮ್ಮಿಯಾದರೆ ಹೇಗೆ? ಕ್ಷಣ ಚಿಂತಿಸಿದ ನಂತರ ತಳ್ಳಿ ಹಾಕಿದ. ಮೆಚ್ಚಿದ ಹುಡುಗಿಯನ್ನು ತೀರಾ ವಿಶ್ಲೇಷಿಸಲು ಅವನ ಮನ ಒಪ್ಪಲಿಲ್ಲ. ನಂದಿತಾಳ ವ್ಯಕ್ತಿತ್ವಕ್ಕೆ ಈ ಸ್ವಭಾವ ಚೆನ್ನದ ಮೆರಗು ಎಂದು ತನ್ನನ್ನು ತಾನು ಸಮಾಧಾನಿಸಿಕೊಂಡ.

"ಪ್ಲೀಸ್ ನಂದಿತಾ... ಸ್ವಲ್ಪ ವಿವರವಾಗಿ ಹೇಳು. ನಂಗೆ ಗೊತ್ತಿರೋದೆಲ್ಲ ಬರೀ ಅಂತೆ ಕಂತೆಗಳು. ಸ್ವಲ್ಪ ಡೀಟೈಲ್ ಬೇಡ್ವಾ? ಅದು ಸಿಕ್ಕ ನಂತರವೆ... ಒಂದಿಷ್ಟು ಪ್ಲಾನ್ ಮಾಡ್ಕೋಬಹ್ದು. ಸ್ವಲ್ಪ... ಹೇಳು... ಹಾಗಾದ್ರೂ.... ನಿನ್ಮಾತು ಕೇಳ್ದಂಗಾಗುತ್ತೆ"

ಅನುನಯಿಸಿದ. ಬದುಕಿನ ಬಗ್ಗೆ ಬಹಳ ಆಸೆ ಇಟ್ಟುಕೊಂಡವನು. ಸುಖದ ದಿನಗಳು ಅವನಿಗೆ ಬೇಕು. ಕಷ್ಟ ಸಮಸ್ಯೆಗಳತ್ತ ಮುಖ ತಿರುಗಿಸದ ವ್ಯಕ್ತಿತ್ವ.

ಎರಡು ನಿಮಿಷ ಮೌನದ ನಂತರ ಇಡೀ ಚಿತ್ರಣವನ್ನೇ ಅವನ ಮುಂದಿಟ್ಟಳು.

"ಫ್ಯಾಕ್ಟರಿ ತೀರಾ ಲಾಸ್‌ನಲ್ಲಿತ್ತು. ಪೂರ್ತಿ ಮುಚ್ಚಿಹೋಗುವ ಸ್ಥಿತಿ ಇತ್ತು. ಮ್ಯಾನೇಜ್‌ಮೆಂಟ್ ಬದಲಾದ್ಮೇಲೆ ಒಂದಿಷ್ಟು ಹೋಪ್, ಹೆಚ್ಚಿನ ಸ್ಟಾಫ್‌ನ ತೆಗ್ದು ಹಾಕೋ ಬಗ್ಗೆ ಅಗ್ರಿಮೆಂಟ್ ಆಗಿತ್ತಂತೆ. ರೀಸೆಂಟ್ ಅಪಾಯಿಂಟ್‌ಮೆಂಟ್ ಕೂಡ ಕ್ಯಾನ್ಸಲ್. ಒಂದು ರೀತಿ ನಂಗೆ ಕೆಲ್ಸದಿಂದ ಟರ್ಮಿನೇಟ್ ಆದಂಗೆಯೇ. ಆಕ್ಸಿಡೆಂಟ್ ಆದ ಲಕ್ಷ್ಮೀದೇವಮ್ಮನ ಕೆಲ್ಸ ಮಾಡ್ತಾ ಇರೋದು. ಆಕೆ ಹಿಂದಿರುಗಿ ದಿನ ಮುಗೀತಷ್ಟೆ."

ಕೆಲಸದ ಬಗ್ಗೆ ಯಾವುದೇ ಭರವಸೆ ಇಲ್ಲವೆಂದು ಸ್ಪಷ್ಟವಾಗಿ ಉಸುರಿದಂತಾಯಿತು. ಪ್ರವೀಣನೇನು ಮಿಡುಕಲಿಲ್ಲ. ಅವನ ಸುಖದ ಕಲ್ಪನೆ ಮಿತಿಯಲ್ಲಿತ್ತು. ಹೆಚ್ಚಿನ ಹಣದ ದುರಾಸೆ ಇರಲಿಲ್ಲ. ಕಟ್ಟಿಕೊಂಡವಳ ಸಂಪಾದನೆಯಿಂದ ಸೌಧ ನಿರ್ಮಿಸಲು ಬಯಸಲಾರ. ತನ್ನ ಮಿತಿಯಲ್ಲಿಯೇ ಚೆನ್ನಾಗಿ ನೋಡಿಕೊಳ್ಳಬೇಕೆಂಬಾಸೆ.

"ಗೋ ಟು ಹೆಲ್, ಹೋಗ್ಲಿ... ಬಿಡು... ಅದಕ್ಕೆ ನಾನು ಖಂಡಿತ ತಲೆ ಕೆಡ್ಸಿಕೊಳ್ಳಲಾರೆ. ನಿನ್ನ ಇಷ್ಟಕ್ಕೆ ಯಾವಾಗ್ಲೂ ನನ್ನ ವಿರೋಧವಿಲ್ಲ. ನೀನು ಇಷ್ಟಪಟ್ರೆ.... ಬೇರೆ ಕಡೆ ಕೆಲ್ಸಕ್ಕೆ ಪ್ರಯತ್ನಪಡೋಣ. ಇಲ್ಲ, ಸಾಕು.... ನನ್ನ ಸಂಪಾದನೆಯ, ತೀರ ಲಕ್ಸುರಿ ಲೈಫ್ ನಮ್ದು ಆಗದಿದ್ರೂ... ಆರ್ಥಿಕವಾಗಿ ಸಂಕಷ್ಟಗಳ್ನ ಎದುರಿಸ್ಬೇಕಿಲ್ಲ" ಬಹಳ ನಿಧಾನವಾಗಿ ಮನಮುಟ್ಟುವಂತೆ ಮುಂದಿನ ತಮ್ಮ ಬದುಕಿನ ಜೊತೆ ಮನೆಯ ಪರಿಸ್ಥಿತಿಯನ್ನು ವಿವರಿಸಿದ.

ಪ್ರವೀಣ್ ತೀರಾ ಒಳ್ಳೆಯವನಾಗಿ ಕಂಡ. ಅತಿ ಒಳ್ಳೆಯತನ ಕೂಡ ಯದ್ವಾ ತದ್ವಾ ಸಿಹಿ ತಿಂದು ವಾಕರಿಸಿಕೊಂಡಂಗೆ. ತಲೆ ಬಗ್ಗಿಸಿಕೊಂಡು ಹೆಜ್ಜೆ ಹಾಕುತ್ತಿದ್ದಳು.

"ನೀನೇನು... ಹೇಳ್ಲೇ ಇಲ್ಲ?" ಕೇಳಿದ.

"ನೀವು ತುಂಬ ಒಳ್ಳೆಯವರು!" ಅಷ್ಟೇ ಹೇಳಿದ್ದು.

ಅಷ್ಟರಲ್ಲಿ ಬಸ್ಸಿನಿಂದ ಇಳಿದ ಸುಬ್ಬಣ್ಣ ಎದುರಾದವರೇ ಕಣ್ಣರಳಿಸಿದರು. "ಸರ್‌ಪ್ರೈಸ್... ವಿಸಿಟ್! ಇವತ್ತು ನಿಮ್ತಂದೆ ಫೋನ್ ಮಾಡಿ ಎರಡು ದಿನಾಂಕಗಳ್ನ ಸೂಚಿಸಿದ್ದಾರೆ. ಅದರಲ್ಲಿ ಒಂದು ದಿನ ನಿಶ್ಚಿತಾರ್ಥ ಇಟ್ಕೊಳ್ಳೋಣಾಂತ ತಿಳ್ಸಿದ್ರು. ಆ ಗುಂಗಿನಲ್ಲೇ ಇದ್ದೆ" ದೇಶಾವರಿ ನಗೆ ಬೀರಿದರು. ಸಂತೋಷದಿಂದ ಅವರ ಮುಖ ಕುಣಿದು ಕುಪ್ಪಳಿಸುತ್ತಿತ್ತು.

"ಹೀಗೇ... ಬಂದಿದ್ದೆ! ಹಾಗೇ... ಬಂದೆ" ಎಂದ ಪ್ರವೀಣ್

"ಬಹಳ ಸಂತೋಷವಪ್ಪ. ಟ್ರಾನ್ಸ್‌ಫರ್ ಬಗ್ಗೆ ಬಂದಿದ್ದರೇನೋ, ಏನಾಯ್ತು?" ಕೇಳಿಯೇಬಿಟ್ಟರು. "ಅಪ್ಲಿಕೇಷನ್ ಕೊಟ್ಟೆ. ಪ್ರಯತ್ನ ಮಾಡೋಕೆ ಮುನ್ನ ಒಂದ್ಸಲ

ನಂದಿತಾ ಕೆಲ್ಸದ ಬಗ್ಗೆ ಕನ್‌ಫಾರ್ಮ್ ಮಾಡ್ಕೋಬೇಕಿತ್ತು" ತಿಳಿಸಿದ. ಅವನ ಅಭಿಪ್ರಾಯ ಹಿಂದೆಯೇ ಅವರಲ್ಲಿ ವ್ಯಕ್ತಪಡಿಸಿದ್ದ.

"ಒಳ್ಳೆ ಕೆಲ್ಸ ಮಾಡಿದ್ರಿ, ನಾನೇ" ಎನ್ನುತ್ತ ಮಗಳ ಕಡೆ ನೋಡಿದರು. ಮಾಮೂಲಾಗಿ ಕಂಡಳು. ಭಾವನೆಗಳ ಏರುಪೇರನ್ನ ಅವಳ ಮುಖದಲ್ಲಿ ತಟ್ಟನೆ ಗುರುತಿಸುವುದು ಕಷ್ಟ ಅಥವಾ ಸ್ಪಂದನ ಶಕ್ತಿ ಅವಳಿಗೆ ಕಮ್ಮಿಯೇ? ಯಾವುದೇ ನಿರ್ಣಯಕ್ಕೆ ಬರಲಾರರು. "ಏನು ಹೇಳಿದ್ರು. ನಮ್ಮ ರಾಜಕುಮಾರಿ?" ಬಲವಂತದ ನಗೆ ಬೀರಿದರು.

"ಇರೋ ವಿಷ್ಯ ಹೇಳಿದ್ರು. ನಿರ್ಣಯ ಅವ್ರೇ ತಗೋಬೇಕು. ನೆಸೆಸಿಟಿ ಈಸ್ ದಿ ಬೆಸ್ಟ್ ಅಡ್ವೈಸರ್ ಅಂತಾರೆ. ಅವ್ರ ನೆಸೆಸಿಟಿನ ಅನುಸರಿಸಿ ನಾನು ಪ್ರಯತ್ನ ಮುಂದುವರೆಸೋದೋ ಬಿಡೋದೋಂತ..." ರಾಗ ಎಳೆದ ಪ್ರವೀಣ್. ಮೃದು ಸ್ವಭಾವವೇ ಅವನದು. ಆದರೆ ನಂದಿತಾ ವಿಷಯದಲ್ಲಿ ಎಷ್ಟು ಮೆತ್ತಗಾಗಿದ್ದನೆಂದರೆ ಅವಳೊಂದು ಗೆರೆ ಎಳೆದರೆ ದಾಟನೇನೋ!

ತಂದೆ, ಮಗಳು ಪ್ರವೀಣ್‌ನ ಆಟೋ ಹತ್ತಿಸಿ ಮನೆಗೆ ಬಂದರು. ಸೌದಾಮಿನಿ, ಪ್ರತಿಭಾ ನಗು ಮಾತು ಅಷ್ಟು ದೂರದವರೆಗೆ ಕೇಳಿಸಿದಾಗ ಮನದ ಮಾತನ್ನ ನಂದಿತಾ ಮುಂದಿಟ್ಟರು.

"ನಂದಿತಾ... ನೀನು ಅವರ ಹಾಗೆ ನಗ್ತಾ, ಮಾತಾಡ್ತಾ ಇರೋದು ಚೆಂದ, ನಂಗಿಷ್ಟ ಕೂಡ."

ಮಿದುಳಿನ ನರಗಳಲ್ಲಿ ತಮ್ಮಲ್ಲಿ ತಾವೇ ಘರ್ಷಣೆಯಲ್ಲಿ ತೊಡಗಿದಂತಾಗಿ, ಯಾವುದೋ ಸದ್ದು, ಚಿತ್ತಾರ-ಹಣೆಯ ಅಂಚು ಬೆವರಿನಿಂದ ಒದ್ದೆ ಆಯಿತು.

ಮೌನವಾಗಿ ತನ್ನ ಕೋಣೆಗೆ ಹೋಗಿ ಕೂತಳು. ಒಂದೊಂದೇ ಕಲ್ಲು ತೆಗೆದು ತೆಗೆದು ಸೇರಿಸಿ ಅದರ ಕೆಳಗಿನ ನೆಲವೇ ಕಾಣದಂತಾಗಿತ್ತು. ಅಲ್ಲೇನಿದೆ, ಹೆಕ್ಕಿ ತೆಗೆಯಲು ಬೇರೆಯವರ ಸಹಕಾರ ಬೇಕು.

"ನಂದಿತಾ, ನಂದು" ವೈದೇಹಿ ಅವಳ ಭುಜದ ಮೇಲೆ ಕೈಯಿಟ್ಟರು. "ಯಾಕೋ ಒಂದು ತರಹ ಇದ್ದೀಯಾ! ಬೇರೇನಾದ್ರೂ ಪ್ರಸ್ತಾಪ ಮಾಡಿದ್ನಾ ಪ್ರವೀಣ್? ವರದಕ್ಷಿಣೆ, ವರೋಪಚಾರವಂತು ಬಿಲ್‌ಕುಲ್ ಬೇಡಾಂತ ಈಗಾಗ್ಲೆ ಅವ್ರ ಅಪ್ಪ, ಅಮ್ಮನೇ ಹೇಳಿದ್ದಾರಲ್ಲ, ಮತ್ತೆ ಏನಾದ್ರೂ... ಹೊಸ ಸುದ್ದಿ" ಕೇಳಿದಾಗ ಇಲ್ಲವೆಂದು ತಲೆಯಾಡಿಸಿದರೂ "ತುಂಬ.... ಒಳ್ಳೆಯವ್ರು..." ಅಷ್ಟೇ ನುಡಿದದ್ದು.

ವೈದೇಹಿ ನಕ್ಕುಬಿಟ್ಟರು. "ಗಂಡಸಿನ ಕಾರ್ಯವನ್ನಾದ್ರೂ ಸಹಿಸ್ಬಹ್ದು. ಅತಿಯಾದ ಒಳ್ಳೆತನ ಅನುಸರಿಸೋದು ತುಂಬ ಕಷ್ಟ. ಪ್ರವೀಣ್‌ಯೇನು ಆ ಪೈಕಿ ಅಲ್ಲ. ಎರಡು ಫಿಫ್ಟಿ ಫಿಫ್ಟಿ.... ಇರೋದ್ರಿಂದ ಮ್ಯಾನೇಜ್ ಮಾಡೋದೇನು ಕಷ್ಟವಲ್ಲ. ನಿಮ್ಮಪ್ಪ ಸೆವೆನ್‌ಟಿಫೈವ್, ಟ್ವೆಂಟಿಫೈವ್... ಅದೇ ಕಷ್ಟ ನೋಡು" ನಗೆಯಾಡಿದರು. ಮಕ್ಕಳ ನಡುವೆ ಗೆಳತಿಯಾಗಿ ಬೆರೆತುಹೋಗುವಂಥ ಸ್ವಭಾವ.

ಬಂದ ಪ್ರತಿಭಾ ಎಳೆದೊಯ್ದಳು ಅವಳನ್ನ "ನಂದಕ್ಕಾ, ನಾವು ನಿನ್ನ ಒಂಟಿಯಾಗಿರೋಕೆ ಬಿಡೋಲ್ಲ. ಹೇಗೂ ಒಂದು ತಿಂಗಳು... ಅಥವಾ ಅದ್ಕೂ ಕಡ್ಮೆ ದಿನಗಳು ಇರ್ತಿಯೇನೋ!" ಎಂದಳು. ಸಂತೋಷ, ಸಂಭ್ರಮದ ಹಿಂದೆ ಅಗಲಿಕೆಯ ನೋವು ಕೂಡ ಇತ್ತು.

ಇಂಚು ಇಂಚು ಉತ್ಸಾಹ ಅಡಗಿ ಸುಬ್ಬಣ್ಣನವರು ಕಡೆಗೆ ನಿಸ್ತೇಜರಾದರು. ಎದೆಯಾಳದ ನೋವು ನರನರಗಳಲ್ಲಿ ಪುಟಿದು ಇಡೀ ಮೈಯನ್ನು ಆವರಿಸಿದಂತಾಯಿತು. ಬಹು ಪ್ರಯಾಸದಿಂದ ಎದ್ದು ಕೋಣೆಗೆ ಹೋಗಿಬಿಟ್ಟರು.

ಸೌದಾಮಿನಿಯವರನ್ನು ಸುತ್ತಿಟ್ಟು "ಅಪ್ಪನಿಗೆ... ಆಗ್ಲೇ ಯೋಚ್ನೆ! ಎಲ್ಲಾ ಮದ್ವೆಗೇ ಹೇಗಪ್ಪ ದುಡ್ಡು ಕಾಸು ಹೊಂಚಿಕೊಳ್ಳೋದೂಂತ ಯೋಚ್ಸಿದ್ರೆ.... ಅವ್ರು ಮಾತ್ರ ನಂದಿತಾನ ಕಳ್ಸಿಕೊಡೋ ದಿನನಾ ಕಲ್ಪಿಸಿಕೊಂಡು ಈಗ್ಲೆ ಚಿಂತಿತರಾಗ್ತಾರೆ" ನಗೆಯಾಡಿದಳು. ತಮಾಷೆಯಲ್ಲ, ಅಸೂಯೆಯಲ್ಲ, ಮೆಚ್ಚಿಗೆ ಇತ್ತು. ಮೂವರು ಹೆಣ್ಣು ಮಕ್ಕಳಲ್ಲೇನು, ಎರಡು ಗಂಡು ಸೇರಿ ಐದು ಜನ ಮಕ್ಕಳಲ್ಲಿ 'ನಂದಿತಾನೇ' ಹೆಚ್ಚಿಗೆ ಹಚ್ಚಿಕೊಂಡಿರೋದೆಂದು ಎಲ್ಲರಿಗೂ ಗೊತ್ತು. ಆ ಬಗ್ಗೆ ಒಬ್ಬರಲ್ಲ ಒಬ್ಬರು ಮಾತಾಡುತ್ತಿದ್ದರು. ಆದರೆ ಈರ್ಷ್ಯೆಯಿಂದಲ್ಲ.

"ಅಲ್ವಾ, ನಂದಕ್ಕಾ ನಂದಿತಾ" ಕೆನ್ನೆಯ ಬಳಿ ಬಗ್ಗಿ ಪಿಸುಗುಟ್ಟಿದಾಗ ನಂದಿತಾ ಮುಖದಲ್ಲಿ ಬೆಳದಿಂಗಳು ಹರಡಿತು. "ತಂದೆ ಪ್ರೀತಿ ಮಕ್ಕಳ್ಲಿ ಸಮಾನವಾಗೇ ಇರುತ್ತೆ. ಒಬ್ರು... ಹೆಚ್ಚೇನು ಕಡ್ಮೆಯೇನು, ಎಲ್ಲರೂ ಹೆತ್ತವ್ರಿಗೆ ಒಂದೇ" ಎಂದಳು. ಇದು ಸರ್ವೇ ಸಾಮಾನ್ಯವಾದ ಮಾತು. ಸಹಜವಾದ ವಿಷಯ.

ಬೋಂಡ ತಟ್ಟೆ ತಂದು ಅವಳ ಮುಂದೆ ಹಿಡಿದವಳು "ನೋ, ನಾನು ಒಪ್ಪೋಲ್ಲ. ನಮ್ಮ ಲೆಕ್ಚರರ್ ಜಾರ್ಜ್ ಅವೆಲ್ ಹೇಳ್ದ ಒಂದ್ಮಾತು ಆಗಾಗ ಹೇಳ್ತಾ ಇರ್ತಾರೆ ಪಾಠದ ನಡ್ವೇ. ಆಲ್ ಆರ್ ಈಕ್ವಲ್ ಬಟ್ ಸಮ್ ಆರ್ ಮೋರ್ ಈಕ್ವಲ್ ಅಂತ. ಅಪ್ಪನ ಪ್ರೀತಿಯಲ್ಲಿ ನಾವೆಲ್ಲ ಸಮಾನರೇ, ಸ್ವಲ್ಪ ಹೆಚ್ಚು ಸಮಾನರು ನಂದಕ್ಕಾ, ಆಮ್ ಐ ರೈಟ್ ?" ಪ್ರತಿಭಾ ಎಂದಳು ಕಣ್ಣು ರೆಪ್ಪೆಗಳನ್ನು ಬಡಿಯುತ್ತ.

"ಯೆಸ್, ಕರೆಕ್ಟ್" ಅನುಮೋದಿಸಿದ್ದು ಸೌದಾಮಿನಿ. ವೈದೇಹಿ ಕೂಡ ಹಿಂದೆ ಬೀಳಲಿಲ್ಲ "ಪ್ರತಿಭಾ ಹೇಳಿದ್ದು ಪೂರ್ತಿ ಸರಿ. ಎಲ್ಲರಿಗಿಂತ ಹೆಚ್ಚಾಗಿ ನೀವು ಪ್ರೀತಿಸೋದು ನಂದಿತಾನೆ." ಸೌದಾಮಿನಿಯ ಅನುಮೋದನೆಯನ್ನು ಎತ್ತಿ ಹಿಡಿದಾಗ ಪೂರ್ತಿ ಒಪ್ಪಿಗೆ ಸೂಚಿಸಿದ್ದು ನಂದಿತಾ. "ಹೌದು, ನಿಮ್ಮನ್ನೆಲ್ಲ ದೂರಕ್ಕೆ ನೂರರಷ್ಟು ಪ್ರೀತಿಸಿದ್ರೆ.... ನನ್ನ ನೂರಕ್ಕೆ ನೂರ ಹತ್ತರಷ್ಟು."

ಸುಬ್ಬಣ್ಣ ನಕ್ಕುಬಿಟ್ಟರು. ಅದನ್ನ ಇಲ್ಲವೆನ್ನಲಾರರು ಖಂಡಿತ. ಈಗಲೂ ಮನೆಗೆ ಬಂದ ಕೂಡಲೇ ಅವರ ನೋಟ ಹರಿಸುತ್ತಿದ್ದುದು ನಂತಿದಾನೆ. ಅವಳ ಓದಿನ ಬಗ್ಗೆ ಕಾಳಜಿ ವಹಿಸಿದಷ್ಟು ಮಿಕ್ಕ ಮಕ್ಕಳ ವಿಧ್ಯಾಭ್ಯಾಸದತ್ತ ಗಮನಹರಿಸಿರಲಿಲ್ಲ. ಹಾಗೆಂದು ಉಳಿದವರನ್ನು ಅಲಕ್ಷಿಸಿದರು ಎಂದು ಅರ್ಥವಲ್ಲ; ಆದರೆ ಸ್ವಲ್ಪ ಹೆಚ್ಚಿನ ಗಮನ ಅವಳತ್ತ.

ರ್‍ಯಾಂಕ್ ಪಡೆದಾಗ ಒಂದು ಮೂರು ಕೆ.ಜಿ. ಪೇಡಾವನ್ನು ಹಂಚಿದ್ದರು. ಹೇಳಿಕೊಂಡಿದ್ದು ಹೇಳಿಕೊಂಡಿದ್ದೆ. ಪಿ.ಯು.ಸಿ.ಯಲ್ಲಿ ಬರೀ ಕ್ಲಾಸ್ ಪಡೆದಾಗ ಚಿಂತೆಗೀಡಾಗಿದ್ದರು.

"ಎಲ್ಲಾದ್ರೂ ಟ್ಯೂಷನ್‌ಗೆ ಕಳ್ಸಬೇಕಿತ್ತೇನೋ" ಎಂದು ಹೆಂಡತಿ ಅಂದಾಗ ಅಪರೂಪಕ್ಕೆ ಸಿಟ್ಟನ್ನ ಮೂಗಿನ ತುದಿಗೆ ತರಿಸಿದ್ದರು. "ಏನೇನೋ, ಮಾತಾಡ್ಬೇಡ. ಅವಳೇನು ಡಲ್ ಸ್ಟೂಡೆಂಟ್ ಅಲ್ಲ. ಬರೀ ನಾರ್ಮಲ್ ಐ ಕ್ಯೂ ಅಲ್ಲ ನಂದಿತಾದು. ಏನೋ... ಹೇಗೋ ಆಯ್ತು ಬಿಡು. ಆದ ಬಗ್ಗೆಯೇನು ಪ್ರಸ್ತಾಪಿಸೋಕೆ ಹೋಗ್ಬೇಡ" ಎಂದು ಹೆಂಡತಿಯನ್ನು ತೆಪ್ಪಗಾಗಿಸಿದ್ದರು. ಬಹಳ ದಿನದವರೆಗೂ ಅದೊಂದು ಕೊರಗಾಗಿತ್ತು ಅವರಿಗೆ.

"ಎಂಟ್ರೆನ್ಸ್ ಎಕ್ಸಾಮ್‌ಗೆ ಕೂತ್ಕೋತೀಯಾ?" ತಂದೆಯ ಪ್ರಶ್ನೆಗೆ ನಿರಾಕರಿಸಿದ್ದರು ನಂದಿತಾ "ಬೇಡಪ್ಪ, ಯಾವ ಪೇಪರ್‌ನಲ್ಲೂ ಅಷ್ಟೊಂದು ಚೆನ್ನಾಗಿ ಮಾಡಿಲ್ಲ. ನಂಗೆ ಮೆಡಿಕಲ್, ಇಂಜಿನಿಯರಿಂಗ್ ಅಂಥ ಕೋರ್ಸುಗಳ ಬಗ್ಗೆ ಆಸಕ್ತಿ ಇಲ್ಲ."

ತೆಪ್ಪಗಾಗಿದ್ದರು, ತಮ್ಮ ಮಕ್ಕಳಲ್ಲಿ ಹೆಚ್ಚು ಬುದ್ಧಿವಂತಳು ಇವಳೇ, ಮಾಮೂಲಿಗಿಂತ ಏನಾದರೂ ಓದಲಿ ಎನ್ನುವ ಆಸೆ ಇತ್ತು. ಆದರೆ ತಮ್ಮ ಮನದ ನಿರಾಸೆಯನ್ನು ಹೊರಗೆಡವಲಿಲ್ಲ ಮಾತ್ರವಲ್ಲ, ಯಾವುದೇ ಒತ್ತಾಯವೇರಲಿಲ್ಲ.

* * * *

ಡಿಟೆಕ್ಟಿವ್ ಏಜೆನ್ಸಿಯ ರಿಪೋರ್ಟ್ ಮಹೇಂದರ್ ಕೈ ತಲುಪಿದ್ದು ಸಂಜೆ. ಆಗ ತಾನೇ ಆಫೀಸ್‌ನಿಂದ ಹಿಂದಿರುಗಿದ್ದ. ಸ್ನಾನದ ನಂತರವೇ ಮಿಕ್ಕ ಕೆಲಸದತ್ತ ಗಮನ.

ಮೈ ದಣಿಯೋವರೆಗೂ ಸ್ನಾನ ಮುಗಿಸಿ ಬಂದವ ಅರ್ಧ ಕಪ್ ಹಾರ್ಲಿಕ್ಸ್ ಕುಡಿದು ರಿಪೋರ್ಟ್ ಫೈಲ್ ತೆಗೆದ.

ಕೆಲವು ಮುಖ್ಯವಾಗಿ ಜೀವನಕ್ಕೆ ಸಂಬಂಧಿಸಿದ್ದು ಮಾತ್ರವಲ್ಲ, ತೀರಾ ಸಾಮಾನ್ಯ ಕಾರ್ಮಿಕರ ಕೈಪಿಡಿಯೂ ಇತ್ತು. ಇಬ್ಬರ ವಿಷಯದಲ್ಲಿ ಅವನ ಸಂದೇಹ ನಿಜವಾಗಿತ್ತು. ರೆಡ್ ಇಂಕ್‌ನಲ್ಲಿ ಮಾರ್ಕ್ ಮಾಡಿದ ಎರಡು ಹೆಸರುಗಳನ್ನ.

ಕೊನೆಯದಾಗಿ ನಂದಿತಾ ರಿಪೋರ್ಟ್, ಇಡೀ ಶರೀರದ ಸ್ಕ್ಯಾನಿಂಗ್ ಮಾಡಿದಂತೆ ಅವರ ಇಡೀ ಕುಟುಂಬದ ಕೈಗನ್ನಡಿ.

ಸುಬ್ಬಣ್ಣ ಪೋಸ್ಟ್ ಆಫೀಸ್‌ನಲ್ಲಿ ಕೆಲಸ ಮಾಡುತ್ತಿದ್ದುದು ಒಳ್ಳೆಯವ, ಪ್ರಾಮಾಣಿಕ, ಸರ್ವಿಸ್ ರಿಜಿಸ್ಟರ್‌ನಲ್ಲಿ ಯಾವುದೇ ರಿಮಾರ್ಕ್ಸ್‌ಗಳಿಲ್ಲ. ಇಲ್ಲಿಗೆ ಬಂದು ಒಂದೆರಡು ವರ್ಷವಾಗಿತ್ತು. ಸರ್ವಿಸ್‌ನಿಂದ ವಿಶ್ರಾಂತಿ ಪಡೆಯಲು ಎರಡು ವರ್ಷ ಮಾತ್ರವಿತ್ತು. ಹತ್ತಿರದ ಬಾನೂರು ಸ್ವಂತ ಸ್ಥಳ. ಇಲ್ಲಿಗೆ ಸಮೀಪವಾಗಿದ್ದರಿಂದ ಇಲ್ಲೇ ಉಳಿಯುವ ಅಪೇಕ್ಷೆ.

ಈಗ ಇರುವ ಅವರ ಹೆಂಡತಿ ವೈದೇಹಿ ಎರಡನೆ ಬಾರಿ ಹಸೆ ಮಣೆಯೇರಿ ಕೈ ಹಿಡಿದಾಕೆ ಉತ್ತಮ ಸಂಸಾರವಂತೆ. ಇಬ್ಬರು ಗಂಡು ಮಕ್ಕಳನ್ನು ಹೆತ್ತರೂ, ಸವತಿಯ ಮಕ್ಕಳನ್ನು ತನ್ನ ಮಕ್ಕಳಂತೆ ಕಾಯುವ ಹೃದಯವಂತೆ. ಮನೆಯಲ್ಲಿ ಅಂಥ ಸಮಸ್ಯೆಗಳಿಲ್ಲ. ಇವೆಲ್ಲ ಹಿನ್ನೆಲೆ ಒದಗಿಸಿತ್ತು.

ನಂದಿತಾ ಮೂವರು ಹೆಣ್ಣು ಮಕ್ಕಳಲ್ಲಿ ಅತ್ಯಂತ ಚೆಲುವೆ. ತೀರಾ ಗಂಭೀರ ಸ್ವಭಾವ, ಕೆಲವೊಮ್ಮೆ ಮಾತೇ ಆಡದ್ದರಿಂದ ವಿಭಿನ್ನತೆ ಗೋಚರಿಸುತ್ತಿತ್ತು. ಕೆಲವು ಮುಖ್ಯವಾಗಿ ಡಿನ್ನರ್ ನಂತರ ಹೇಳಿದ ಸಮೀರ್‌ಗೆ "ನಾಳೆ ಮುಂಬೈಗೆ ಏರ್ ಟಿಕೆಟ್ ಬೇಕು" ಆಗಲೇ ಕಾರ್ಯೋನ್ಮುಖನಾದ. ಜಿ.ಟಿ. ಮಿತ್ರ ಅವರನ್ನು ಭೇಟಿ ಮಾಡುವುದು ಮೊದಲ ಉದ್ದೇಶ. ಅರನಿಗೆ ತಿಳಿದಂತೆ ಮೇಜರ್ ಜಿ.ಟಿ. ಆರ್ಯಗೆ ಸ್ವಂತ ತಮ್ಮ, ಏಕೈಕ ಹತ್ತಿರದ ಬಂಧು ಅವರೊಬ್ಬರೇ. ಮತ್ತೆ ಇನ್ನು ಯಾರಾದರೂ ಇದ್ದಾರ? ಎಲ್ಲಾ ವಿಷಯ ಕೂಲಂಕಷವಾಗಿ ತಿಳಿಯುವುದು ಅವನ ಇರಾದೆ.

ಸುಬ್ಬಣ್ಣನವರ ಮಗಳೆ ನಂದಿತಾ! ಇದು ಬಹಳ ಸುಲಭವಾಗಿ ಸಾಬೀತಾಗಿತ್ತು! ಅವಳು ಚಿಕ್ಕಂದಿನಲ್ಲಿ ಕಲಿತ ಹಳ್ಳಿಯ ಶಾಲೆ ಮುಚ್ಚಿ ಹೋಗಿದ್ದರಿಂದ ನಂದಿತಾ ಪ್ರೈಮರಿ ಶಾಲೆಯಲ್ಲಿ ಕಲಿತಿದ್ದಕ್ಕೆ ಡಾಕ್ಯುಮೆಂಟ್ಸ್ ಸಿಕ್ಕಿರಲಿಲ್ಲ. ಮಿಡ್ಲ್ ಸ್ಕೂಲಿಗೆ ದಾಖಲಾದ ಕಡೆ ತಂದೆ ಎನ್ನುವ ಕಡೆ ಸುಬ್ಬಣ್ಣ ಎಂದೇ ನಮೂದಾಗಿತ್ತು.

ಮಹೇಂದರ್ ಏರ್‌ಪೋರ್ಟ್‌ನಿಂದ ನೇರವಾಗಿ ಜಿ.ಟಿ. ಮಿತ್ರ ಅವರ ಫ್ಲ್ಯಾಟ್‌ಗೆ ಹೋದ. ಅವರು ಹನ್ನೆರಡು ವರ್ಷದ ಹಿಂದೆಯೇ ಫ್ಲ್ಯಾಟ್ ಖಾಲಿ ಮಾಡಿ "ಜುಹೂ"ನಲ್ಲಿ ಒಂದು ಬಂಗ್ಲೆಯಲ್ಲಿರೋ ವಿಷಯ ತಿಳಿಯಿತು.

ಹೋಟೆಲ್‌ನಲ್ಲಿ ರೂಂ ಮಾಡಿ ರಾತ್ರಿಯೇ ಜುಹೂಗೆ ಹೋಗಿದ್ದು. ನೋಡಿ ವರ್ಷಗಳೇ ಕಳೆದುಹೋಗಿತ್ತು. ಜಿ.ಟಿ. ಆರ್ಯ ಕುಟುಂಬದ ಮರಣದ ನಂತರ ಕಂಡಿರಲಿಲ್ಲ. ಆಗ ಮಧ್ಯ ವಯಸ್ಸಿನಲ್ಲಿದ್ದ ಮಿತ್ರ ನಡು ವಯಸ್ಸು ತಲುಪಿದ್ದರು. ಅಂದು ಅವರ ತಲೆಯಲ್ಲಿ ಕಂಡ ಕೂದಲಿನ ಕಾಲುಭಾಗದ ಕೂದಲು ಇಂದು ಅವರ ನೆತ್ತಿಯ ಮೇಲಿರಲಿಲ್ಲ. ಇದ್ದು ಕೂದಲು ಪೂರ್ತಿ ಬೆಳ್ಳಗಾಗದಿದ್ದರೂ ಬಿಳಿ ಕೂದಲಿನ ಸಂಖ್ಯೆಯೇ ಹೆಚ್ಚಿದ್ದು, ಕಪ್ಪು ಕೂದಲು ಅಲ್ಪಸಂಖ್ಯಾತರಾಗಿದ್ದವು. ಪೂರ್ಣಗೊಂಡ ಜೀರ್ಣವಾಗಿತ್ತು, ಅಂದಿನ ಹೊಳಪಾಗಲಿ, ಕಾಂತಿಯಾಗಲಿ ಮುಖದಲ್ಲಿ ಇರಲಿಲ್ಲ.

ನೋಡಿದ ಕೂಡಲೇ ಕಣ್ಣುಗಳನ್ನು ಅರಳಿಸಿ ನೆನಪು ಮಾಡಿಕೊಂಡರು. "ನೀನು ವಿಶ್ವಾಮಿತ್ರ ಅವ್ರ ಮಗನಲ್ವಾ. ಬಹಳ ವರ್ಷ ಆಯ್ತು. ನಿಮ್ತಂದೆ ಹೋದ ವಿಷ್ಯಾನು ಯಾರಿಂದ್ಲೋ ತಿಳೀತು". ಗುರುತು ಹಿಡಿದರು. ಶ್ರಮಪಡದೇ ಅಣ್ಣನ ಸಾವಿನೊಂದಿಗೆ ಅವರ ಸ್ನೇಹಿತರು, ಬಂಧುಗಳನ್ನು ಕೂಡ ತೊರೆದುಕೊಂಡು ಬಿಟ್ಟಿದ್ದರು ಅಂದೇ. ಇಂದು ಆತ್ಮೀಯತೆಯಿಂದ ಹೆಗಲ ಮೇಲೆ ಕೈ ಹಾಕಿ ಒಳಗೆ ಕರೆದೊಯ್ದರು. ಹಿತವೆನಿಸಿದರೂ ಮಹೇಂದರ್ ಎದೆಯಲ್ಲಿ ಭಾರ. ಅವರೆಲ್ಲರು ಬದುಕಿದ್ದರೇ ಒಂದು ರೀತಿ ಕುಸಿಯುವಂತಾಯಿತು.

"ಕೂತ್ಕೋ ಮಹೇಂದರ್, ನಮ್ಮ ಹಿಂದು ಮಹೀ ಅಂತ ಕೂಗ್ತಾ ಇದ್ದಿದ್ದು ನೆನಪಿದೆ!" ಅಣ್ಣನ ಮಗಳನ್ನ ನೆನಪಿಸಿಕೊಂಡರು ಆ ವಿಷಯವನ್ನು ಅಷ್ಟಕ್ಕೇ ಮೊಟಕುಗೊಳಿಸಿ ಇನ್ನೆಲ್ಲ ಮಾತಾಡಿದರು ಸ್ನೇಹದಿಂದಲೆ.

ಕಡೆಗೆ ಮೇಜರ್ ಜಿ.ಟಿ. ಆರ್ಯ ಅವರನ್ನ ಬಲಿ ತೆಗೆದುಕೊಂಡ ವಿಷಯ ಬಂದಾಗ ಸ್ವಲ್ಪ ಉದ್ವಿಗ್ನನಾಗಿದ್ದ ಮಹೇಂದರ್. ಅವರು ಹೇಳಿದನ್ನ ತಲೆ ಬಗ್ಗಿಸಿಕೊಂಡು ಕೂಡುವ ವಯಸ್ಸು ಅವನದು. ಅಂದಿನ ತರುಣ ಈಗ ಯುವಕ. ಬಹುಶಃ ನಂದಿತಾನ ಕಾಣದಿದ್ದರೇ ಅವನು ಕೂಡ ತಲೆ ಕೆಡಿಸಿಕೊಳ್ಳುತ್ತಿರಲಿಲ್ಲವೇನೋ. ಇಂದು ಸತ್ಯವನ್ನು ತಿಳಿಯುವ ಆತುರ, ಕಾತುರ.

"ಕಾರಿಗೆ ಹಠಾತ್ತಾಗಿ ಹೇಗೆ ಬೆಂಕಿ ಹತ್ತಿಕೊಂಡಿತು? ಆ ಬಗ್ಗೆ ಪೊಲೀಸ್ ರಿಪೋರ್ಟ್‌ನಲ್ಲಿ ಏನು ಬರೆದಿದೆ ಅಂಕಲ್?" ಕೇಳಿದ. ಆಳವಾದ ಬಾವಿಯಲ್ಲಿ ಬಿದ್ದ ತಾಮ್ರದ ಬಿಂದಿಗೆಯನ್ನು ಪಾತಾಳ ಗರಡಿಯ ಮೂಲಕ ಶೋಧಿಸಲು ಹೊರಟಿದ್ದ. ಕೈಯಲ್ಲಾಡಿಸಿ ದೀರ್ಘವಾದ ಉಸಿರೆಳೆದು ದಬ್ಬಿದಳು "ಏನು ಗೊತ್ತಾಗಿಲ್ಲ. ಬಹುಶಃ ಅಣ್ಣ ಸಿಗರೇಟು ಸೇದೋರು" ನಿಲ್ಲಿಸಿ ಮಧ್ಯೆ ಉಸಿರೆಳೆದುಕೊಂಡು "ಏನು ಹೇಳೋಕ್ಕಾಗೋಲ್ಲ. ಅವ್ರಿಗೂ ಏನೂ ಸಿಗ್ಲಿಲ್ಲ. ಇನ್‌ವೆಸ್ಟಿಗೇಷನ್ ರಿಪೋರ್ಟ್‌ನಲ್ಲಿ ಒಂದು ಪತ್ರಿಕೆ ದುಷ್ಕೃತ್ಯ ಇದು ಅಂತ ಬರೀತು. ಕಾಲ ಕಳೆದಂತೆ ತಣ್ಣಗಾಯ್ತು. ನಾವು ಎಲ್ಲಕಳಕೊಂಡ್ವಿ. ನಾವು ಬದುಕಿದ್ದೀವಷ್ಟೆ? ಇಂದು ನಡೆದಂತೆ ದುಃಖಿಸಿದರು.

"ಐಯಾಮ್ ಸೋ ಸಾರಿ, ನೆನಪಿಸಿ ನಿಮ್ಮ ಮನಸ್ಸಿಗೆ ನೋವುಂಟು ಮಾಡಿದೆ" ಕ್ಷಮೆ ಯಾಚಿಸಿದ. ದುರಂತ ನಡೆದು ವರ್ಷಗಳೇ ಕಳೆದುದ್ದರಿಂದ ಬೇಗ ಚೇತರಿಸಿಕೊಂಡರು. ಮಿತ್ರ "ಅದೊಂದು ಮರ್ಮಘಾತಕ ದುರಂತ" ತಮ್ಮನ್ನ ತಾವೇ ಸಂತೈಸಿಕೊಂಡಾಗ ಮೇಲೆದ್ದ.

"ಯಾಕೆ ಇಷ್ಟೊಂದು ಅರ್ಜೆಂಟ್? ನಮ್ಮ ಬಿಂದುಗೆ ನಿನ್ನ ಜ್ಞಾಪ್ಕವಿದೆ. ಆಗಾಗ ನೆನಸ್ಕೋತಾಳೆ. ಇರು" ಒತ್ತಾಯಿಸಿದರು.

ನನ್ನ ಪರಿಚಯದ ವ್ಯಕ್ತಿ ಇಂದು ಅಪರಿಚಿತವಾಗಿ ಬಿಡುವ, ದೀರ್ಘಕಾಲದ ಸ್ನೇಹ ಕೂಡ ಮರೆತುಹೋಗುವ ಇಂಥ ದಿನಗಳಲ್ಲಿ ಕೆಲವು ದಿನಗಳ ಪರಿಚಯ ಇಷ್ಟೊಂದು ವರ್ಷಗಳ ನಂತರವೂ ಜೀವಂತವಾಗಿದೆಯೆಂದರೆ ಅವರಿಗೆ ಆಶ್ಚರ್ಯ.

"ಸಾರಿ ಸರ್, ಮತ್ತೊಮ್ಮೆ ಬರ್ತೀನಿ. ಒಂದಿಷ್ಟು ಅರ್ಜೆಂಟ್ ವರ್ಕ್ಸ್ ಮೇಲೆ ಮುಂಬಯಿಗೆ ಬಂದಿದ್ದು, ಒಂದೊಂದು ನಿಮಿಷವು ಕೂಡ ವ್ಯಾಲುಯೆಬಲ್. ಮತ್ತೊಮ್ಮೆ.... ಬರ್ತೀನಿ. ಆ ದಿನಗಳ ನೆನಪುಗಳೆಲ್ಲ ತೀರಾ ಜೀವಂತ. ಅಂದಿನ ವ್ಯಕ್ತಿಗಳ್ನ ಸಂಧಿಸೋದು ಮನಸ್ಸಿಗೆ ತೀರಾ ಹಿತ. ಇನ್ನೊಂದ್ಸಲ ಖಂಡಿತ ಬರ್ತೀನಿ" ಬೀಳ್ಕೊಟ್ಟು ಹೊರ ಬಾಲ್ಕನಿಗೆ ಬರುವ ವೇಳೆಗ ತಾಯಿ, ಮಗಳು ಕಾರಿನಿಂದ ಇಳಿದರು.

ತಕ್ಷಣ ಪರಿಚಯದ ನಗೆ ಬೀರಿದ ಬಿಂದು "ಮಹೀ, ಅಲ್ವಾ! ಹೇಗೆ... ಮಲ್ಲೋಕೆ ಸಾಧ್ಯ? ಬಂದಕೂಡ್ಲೇ ಹೊರಟಿದ್ದೀಯಾ!" ಸ್ನೇಹದಿಂದ ಬಿಂದು ಅವನ ಕೈ ಹಿಡಿದುಕೊಂಡಳು.

ಹಿಂದೂ, ಬಿಂದುವಿನಲ್ಲಿ ಅಪಾರವಾದ ಹೋಲಿಕೆ. ಅಣ್ಣತಮ್ಮಂದಿರ ಮಗಳು ಎನ್ನುವುದಕ್ಕಿಂತ ಒಂದೇ ತಾಯಿಯ ಮಕ್ಕಳು ಎನ್ನುವಂಥ ಸಾಮ್ಯವಿದ್ದರೂ ಅಂದಿನ ಹಿಂದುನ ನೋಡಿದವರು ಇನ್ನಷ್ಟು ಉದ್ದವೆಂದೇ ಲೆಕ್ಕ ಹಾಕಿಯಾರು. ಇವಳದು ಪುಟ್ಟಪುಟ್ಟ ಜೇನುಗಣ್ಣುಗಳಾದರೆ ಅವಳದು ಕಪ್ಪು ಅರಳುಗಣ್ಣುಗಳು. ಬಣ್ಣದಲ್ಲಿ ಕೂಡ ಕಿಂಚಿತ್ತು ವ್ಯತ್ಯಾಸ. ಆದಾರೂ ಅಕ್ಕತಂಗಿಯರೆನ್ನಲು ಅಡ್ಡಿಯೇನು ಇರಲಿಲ್ಲ. ಕೂಡಿ ಓಡಾಡಿದ ದಿನಗಳಲ್ಲಿ ಬಿಂದು ಪಾತ್ರ ಕೂಡ ಕಡಿಮೆ ಇರಲಿಲ್ಲ. ಆದರೆ ವಿಶಿಷ್ಟವಾದ ವ್ಯಕ್ತಿತ್ವದಿಂದ ಹಿಂದು ಅವನ ನೆನಪಲ್ಲಿ ತೀರಾ ಹಸಿರಾಗಿದ್ದಳು.

"ಹಲೋ..." ಎಂದವ "ಮೈ ಗಾಡ್... ನೀನ್ಯಾಕೆ ಇಷ್ಟೊಂದು ಕುಳ್ಳು ಅದೆ! ನನ್ನ ಊಹೆಯಲ್ಲಿ ನಿನ್ನ ಎತ್ತರವೇ ಬೇರೆ ಇತ್ತು" ಸ್ನೇಹದಲ್ಲಿ ತಮಾಷೆಯನ್ನು ಬೆರೆಸಿ ಆತ್ಮೀಯವಾಗಿ ಮಾತಾಡಿದ.

"ಅದೆಲ್ಲ ಕೂತು... ಮಾತಾಡೋಣ" ಎಳೆದೊಯ್ದಳು.

ಮಿಸಸ್ ಮಿತ್ರ ಕೂಡ ಮಾತಾಡಿಸಿದರು. ತಂದೆ, ಮಗಳಲ್ಲಿನ 'ಮಾತು, ಸ್ನೇಹಕ್ಕೂ ಆಕೆ ಮಾತಾಡಿಸಿದ ರೀತಿಗೂ ಸ್ವಲ್ಪ ವ್ಯತ್ಯಾಸವಿತ್ತು. ಒಬ್ಬೊಬ್ಬರ ಸ್ವಭಾವ, ಮೂಡ್ ಒಂದೊಂದು ತರಹ. ಎಲ್ಲಾ ಪದಾರ್ಥಗಳನ್ನು ತಕ್ಕಡಿಯಲ್ಲಿ ಹಾಕಿ ತೂಗಿದರು. ಗುಣ, ಸ್ವಭಾವ, ತೂಗುವಿಕೆ ಬೇರೆ ಇರುತ್ತದೆ. ತೂಗುವ ಕಲ್ಲು ಮಾತ್ರ ಒಂದೇ.

"ನೀನು ಡಿನ್ನರ್ ಮುಗ್ಸಿಕೊಂಡೇ ಹೋಗ್ಬೇಕು" ಪಟ್ಟು ಹಿಡಿದಳು. ಮೇಲ್ವರ್ಗದಲ್ಲಿ ಬೆಳೆದ ಬಿಂದುವಿನಲ್ಲಿ ದಾಕ್ಷಿಕತೆ ತಾನೇತಾನಾಗಿ ಬಂದಿತ್ತು. "ನನ್ನ ರೂಂನಲ್ಲಿ ಕೂತು ಮಾತಾಡೋಣ" ಎಳೆದೊಯ್ದಳು.

ಮೊದಲು ಅವನ ಕಣ್ ಸೆಳೆದಿದ್ದು ಹಿಂದು, ಬಿಂದು 10 x 12 ಅಡಿ ಸೈಜಿನ ಭಾವಚಿತ್ರ. ಅತಿ ಕಾಸ್ಟ್ಲಿ ಫ್ರೇಮ್ ಹಾಕಿ ಕಾರ್ನರ್‌ನಲ್ಲಿರಿಸಿದ್ದರು. ಅವನ ನೋಟ ಅತ್ತಿತ್ತ ಚಲಿಸಲಿಲ್ಲ. ತುಂಬು ನಗೆ ಚೆಲ್ಲಿದ್ದಳು ಹಿಂದು.

"ವಂಡರ್‌ಫುಲ್..." ಫ್ರೇಮನ್ನು ಎತ್ತಿಕೊಂಡ. "ಹಿಂದು" ಅವನ ಮನ ನರಳಿ ನರಳಿ ಅತ್ತಿತ್ತು. ಇನ್ನೊಬ್ಬ ಕಿರಣ್ ಬೇಡಿಯಾಗುವ ಆಸೆ ಮುದುರಿಹೋಗಿತ್ತು.

"ಮೆಡಿಸನ್ನೋ, ಲಾನೋ ಮಾಡು" ಅವಳಮ್ಮ ಅಂದಾಗ ಹಿಂದು ನಿರಾಕರಣೆ ಜೋರಾಗಿತ್ತು. "ಇಂಪಾಜಿಬಲ್, ನಂಗೆ ಅವೆರಡು ಇಷ್ಟವೇ ಇಲ್ಲ. ಐ.ಪಿ.ಎಸ್. ಮಾಡ್ತೀನಿ, ಇಲ್ಲ ಸೈನ್ಯದಲ್ಲಿ ಭರ್ತಿ ಆಗ್ತೀನಿ."

ಭಾರವಾದ ನಿಟ್ಟುಸಿರು ದಬ್ಬಿದ. ಭವಿಷ್ಯದಲ್ಲಿ ಇಷ್ಟೊಂದು ಭರವಸೆ, ಆಕಾಂಕ್ಷೆಯನ್ನಿಟ್ಟುಕೊಂಡ ಹಿಂದು ಹೇಗೆ ಇಲ್ಲವಾಗಿ ಹೋದಳು? ಬದುಕಿನ ಅತ್ಯಂತ ಘೋರ ದುರಂತವೆನಿಸಿತು ಅವನಿಗೆ.

"ದಿನಕ್ಕೊಮ್ಮೆಯಾದ್ರೂ ಈ ಫೋಟೋ ನೋಡಿ ಅಳ್ತೀನಿ. ವರ್ಷಕ್ಕೊಮ್ಮೆ ಬರುತ್ತಿದ್ದ ಅಂಕಲ್ ಫ್ಯಾಮಿಲಿಗೆ ಕಾಯಬೇಕೆನಿಸಿತ್ತು ಮನ. ಆದ್ರೂ ಯಾರಿಲ್ಲ" ಬಿಕ್ಕಿಯೇಬಿಟ್ಟಳು ಬಿಂದು. ಪುಟ್ಟ ವಯಸ್ಸಿನಲ್ಲಿ ಕಂಡ ಘೋರ ದುರಂತದಿಂದ ಅವಳಿನ್ನೂ ಚೇತರಿಸಿಕೊಂಡಿರಲಿಲ್ಲ. ಒಂದೇ ವಯಸ್ಸಿನ ಸ್ನೇಹಬಂಧುತ್ವಕ್ಕಿಂತ ಮಿಗಿಲಾಗಿ ಆವರಿಸಿತ್ತು ಅವರಿಬ್ಬರನ್ನ.

ಮಾತು ಮೌನವಾಯಿತು. ನೊಂದ ಮನಗಳು ಒಂದನ್ನೊಂದು ಮೂಕವಾಗಿಯೇ ಸಂತೈಸಿತು.

"ಡೋಂಟ್ ಮೈಂಡ್... ಬಿಂದು. ಈ ಫೋಟೋ ನಿಂಗೆ ಕೊಡ್ತೀಯಾ! ನೆನಪಾಗಿ... ಉಳೀತಾಳೆ ಹಿಂದು" ಅರಿವಾಗದಂತೆ ಅವನ ಸ್ವರ ಒದ್ದೆಯಾಯಿತು. ಅದರ ಹಿಂದೆ ಇನ್ನೊಂದು ಉದ್ದೇಶವೂ ಇತ್ತು ಅವನಿಗೆ. ಏನೇ ಇರಲಿ, ಅವನಂತು ಪ್ರಯತ್ನ ಮಾಡುವವನೆ.

ಬಿಂದು ಆ ಫ್ರೇಮನ್ನ ಸ್ವಸ್ಥಾನದಲ್ಲಿರಿಸಿ "ಆಲ್ಬಮ್‌ನಲ್ಲಿ ಬೇಕಾದಷ್ಟು ಫೋಟೋಗಳು ಇವೆ. ಒಂದಲ್ಲ... ಎರ್ಡು ತಗೋ. ಅಶೋಕ್ ಜೊತೆಗಿದ್ದ ನಿನ್ನ ಫೋಟೋಗಳು ಕೂಡ ಇದೆ" ಎಂದವಳು ಆಲ್ಬಮ್ ತಂದು ಅವನ ಮುಂದಿಟ್ಟು "ಕುಡಿಯೋಕೆ ಏನಾದ್ರೂ ಕೋಲ್ಡ್ ತರ್ತೀನಿ..." ಹೊರಗೆ ಹೋದಳು.

ಹೆಚ್ಚು ಫೋಟೋಗಳೆಲ್ಲ ಮೇಜರ್ ಆರ್ಯ ಫ್ಯಾಮಿಲಿಯದೇ. ರಾಷ್ಟ್ರಪತಿಯಿಂದ ವಿಶೇಷ ಪದಕ ಪಡೆದಂಥ ಮುಖ್ಯವಾದ ಚಿತ್ರಗಳಿಂದ ಹಿಡಿದು ಅವರು ಸಂಚರಿಸಿದ ಜಾಗ ಮಗುವಾಗಿದ್ದಾಗಿನ ಹಿಂದು, ಅಶೋಕ್‌ರ ಭಾವಚಿತ್ರಗಳಿಂದ ಹಿಡಿದು ಆ ಮಹೇಂದರ್ ಪ್ರವೇಶದವರೆಗೂ ಇತ್ತು.

ಎರಡು ಭಾವಚಿತ್ರಗಳನ್ನು ಆಲ್ಬಮ್‌ನಿಂದ ತೆಗೆದ. ಅಶೋಕ್, ಅವನು ಇದ್ದ ಭಾವಚಿತ್ರದ ಜೊತೆ ಒಂಟಿಯಾಗಿದ್ದ ಹಿಂದು ಫೋಟೋ ಒಂದು.

ಎರಡು ಗ್ಲಾಸ್ ಕಿತ್ತಲೆ ಹಣ್ಣಿನ ರಸ ಹಿಡಿದು ಬಂದಳು. ಐಸ್‌ನ ತುಂಡುಗಳು ಅದರ ಮೇಲೆ ತೇಲುತ್ತಿತ್ತು.

"ಏನಾದ್ರೂ... ಹಾಟ್ ತಗೋತೀಯಾ?" ಕೇಳಿದಳು.

"ನೋ, ಇದೇ ಸಾಕು..." ಗ್ಲಾಸ್ ಎತ್ತಿಕೊಂಡ.

ನಿಧಾನವಾಗಿಯೇ ಸಿಪ್ ಮಾಡಿದ "ಸುಟ್ಟು ಕರಕಲಾದ ಹಿಂದು ಬಹಳ ವಿಕಾರವಾಗಿದ್ಲಾ?" ಆಗ ಬಿಂದು ವಯಸ್ಸಿನಲ್ಲಿ ತೀರಾ ಚಿಕ್ಕವಳೆಂಬ ವಿಷಯ ಮರೆತಂತಿತ್ತು. ವಿವೇಕ ಮಂಕಾಗಿತ್ತು.

"ನಾನು ನೋಡ್ಲೇ ಇಲ್ಲ! ಆಗಾಗ ಡ್ಯಾಡ್ ಹೇಳ್ತಾ ಇರ್ತಾರೆ, ಗುರ್ತಿಸೋಕ್ಕಾಗದಷ್ಟು ಸುಟ್ಟುಹೋಗಿದ್ರಂತೆ. ಸಿಕ್ಕ ಬೂದಿ ಮತ್ತೆಲ್ಲ ಕೂಡಿ ಹಾಕಿ ಅಂತಿಮ ಸಂಸ್ಕಾರ ಮಾಡಿದ್ದು. ಈ ಮನೆ ನಮ್ಮ ದೊಡ್ಡಪ್ಪಕೊಂಡದ್ದೆ. ಒಂದು ದಿನ ಕೂಡ ವಾಸ ಮಾಡಲಾರದಷ್ಟು ದುರಾದೃಷ್ಟ" ಎಂದಳು. ಅನ್ಯಮನಸ್ಕತೆಯಿಂದ. ಅಂತು ಒಂದು ಸುದ್ದಿ ತಿಳಿದಂತಾಯಿತು. ಮೇಜರ್ ಆರ್ಯರ ಸಮಸ್ತ ಆಸ್ತಿಗೂ ಏಕೈಕ ತಮ್ಮ ಮಿತ್ರನೆ ವಾರಸುದಾರ.

ಡಿನ್ನರ್ ಮುಗಿಸಿಯೇ ಹೊರಟಿದ್ದು. ತಂದೆ, ಮಗಳು ಬಂದು ಬೀಳ್ಕೊಟ್ಟರು.

ಬಂದ ದಿನವೇ ಡಿಟೆಕ್ಟೀವ್ ಏಜೆನ್ಸಿಯಿಂದ ಬಂದ ರಿಪೋರ್ಟ್‌ನ ಪರಿಶೀಲಿಸಿದ. ನಂದಿತಾಗೆ ಮದುವೆ ಗೊತ್ತಾಗಿತ್ತು. ಗಂಡು ಪ್ರವೀಣ್ ಬ್ಯಾಂಕ್‌ನಲ್ಲಿ ಕ್ಯಾಷಿಯರ್. ಒಳ್ಳೆಯ ಮನುಷ್ಯ. ಯಾವ ಕೆಟ್ಟ ಅಭ್ಯಾಸಗಳೂ ಇಲ್ಲ. ನಿಶ್ಚಿತಾರ್ಥದ ದಿನವೂ ಗೊತ್ತಾಗಿತ್ತು.

ರಿಪೋರ್ಟ್ ತೆಗೆದಿಟ್ಟು ಬಂದು ಮಲಗಿದ. ಪ್ರವೀಣ್‌ನ ಸ್ವಲ್ಪಮಟ್ಟಿನ ವಿವರಗಳು ಇತ್ತು. ನಿದ್ರಿಸಲಾಗಲಿಲ್ಲ. ಪಕ್ಕಕ್ಕೆ ಹೊರಳಿದ. ಮತ್ತೆ ಎದ್ದು ಕೂತ. ಮಿತ್ರ ಮನೆಯಿಂದ ತಂದಿದ್ದ ಫೋಟೋಗಳನ್ನು ತೆಗೆದ. ನಂದಿತಾಳ ಮುಖ ಅಲ್ಲಿ ಪ್ರತಿಫಲಿಸಿದಂತಾಯಿತು. ಹೇಗೆ?

ಮದುವೆಯಾದ ಮೇಲೆ ನಂದಿತಾ ಕೆಲಸ ಬಿಡಬಹುದು ಅಥವಾ ತಾನೇ ಲಕ್ಷ್ಮೀದೇವಮ್ಮ ಬಂದನಂತರ ತೆಗೆದು ಹಾಕಬಹುದು. ಆಮೇಲೆ ತಾನು ಕಾಣಲು ಸಾಧ್ಯವಾಗದಿರಬಹುದು. ಇವೆಲ್ಲ ಸಹಜ. ಅತಿ ಮಾನುಷವಾದ ವಿಷಯಗಳಲ್ಲ.

ಸತ್ತ ಹಿಂದುನ ನನ್ನ ಮನಸ್ಸು, ಹೃದಯ ಯಾಕೆ ನಂದಿತಾಳಲ್ಲಿ ನೋಡುತ್ತಿದೆ? ಸೈಕಾಲಜಿಸ್ಟ್‌ನ ಕಾಣಲೇ? ಏನೋ ಒಂದು ಉದಾಹರಣೆ ಹೇಳಿ ವಿಶ್ಲೇಷಿಸಬಹುದಷ್ಟೆ. ಖಂಡಿತ ತನ್ನ ಮಟ್ಟಿಗೆ ಪರಿಹಾರ ಸಿಗದು.

ಮರುದಿನ ಕೇಶವನ್ ಎನ್ನುವ ಮಾರ್ಕೆಟಿಂಗ್ ಮ್ಯಾನೇಜರ್‌ನ ವಜಾ ಮಾಡಲಾಗಿದ್ದು ಎಲ್ಲರಿಗೂ ಆಶ್ಚರ್ಯ. ಅಸಿಸ್ಟೆಂಟ್ ಮಾರ್ಕೆಟಿಂಗ್ ವಿಭಾಗದಲ್ಲಿ ಕೆಲಸ ನಿರ್ವಹಿಸುತ್ತಿದ್ದ ಮನುಷ್ಯ ತೀರಾ ಧರ್ಮಭೀರು, ಉತ್ತಮರಲ್ಲಿ ಉತ್ತಮ. ಸದಾ ದೇವರ ನಾಮ ಮಾತ್ರ ಜಪಿಸುವ ಆ ವ್ಯಕ್ತಿ ಹಣೆಯಲ್ಲಿ ಭಗವಂತನ ಲಾಂಛನ. ಅಂತು ತಪ್ಪು ಮಾಡಲು ಸಾಧ್ಯವೇ ಇಲ್ಲ ಎನ್ನುವಂಥ ವ್ಯಕ್ತಿ. ಎಲ್ಲರ ಪ್ರಕಾರ "ದೇವರಂಥ ಮನುಷ್ಯ."

ಅರವಿಂದ ಘೋಷ್ "ಇದು ಹೇಗೆ ಸಾಧ್ಯ? ಇಂಪಾಜಿಬಲ್..." ತಲೆ ಕೆರೆದುಕೊಂಡರು. ವರ್ಷದಲ್ಲಿ ಕನಿಷ್ಟ ನಾಲ್ಕು ಸಲವಾದರೂ ತಿರುಪತಿಗೆ ಭೇಟಿ ಕೊಡುವ ಮನುಷ್ಯ ಗೋಕುಲಾಷ್ಟಮಿಯ ದಿನ ಕೃಷ್ಣನ ಪ್ರಸಾದಕ್ಕೆ ಜಾತಿ, ಭೇದ ಮರೆತು ಅಂತಸ್ತನ್ನು ಕಡೆಗಾಣಿಸಿ ಪರಿಚಯವಿದ್ದವರನ್ನೆಲ್ಲ ಕರೆಯುವಂಥ ಅಪರೂಪದ ವ್ಯಕ್ತಿ.

"ಟೂ ಮಚ್... ಅನ್ನಿಸೋಲ್ವಾ!" ಮೇಡಮ್ ಫೈಲ್ ಹಿಡಿದು ಹೋದ ಮಹಾಲಿಂಗಂ ಮ್ಯಾನೇಜರ್ ನಾಗಮಣಿಯವರ ಬಳಿ ಮೆಲ್ಲನೆಯ ದನಿಯಲ್ಲಿ ರಾಗ ತೆಗೆದಾಗ "ನಿಮಗ್ಯಾಕ್ರಿ ಇಲ್ದ ಉಸಾಬರಿ. ನಿಮ್ಮನ್ನ ಉಳ್ಸಿಕೊಂಡಿದ್ದೇ ಟೂ ಮಚ್, ಯಾವುದಕ್ಕೂ ಕಾರಣ ಇರುತ್ತೆ. ತೆಪ್ಪಗೆ ನಿಮ್ಮ ಸೀಟಿಗೆ ಹೋಗಿ" ರೇಗಿ ಕಳುಹಿಸಿದರು. ಕಣ್ಣಲ್ಲಿ ಮಿನುಗುವ ಪ್ರಾಮಾಣಿಕತೆ, ಧೀರ ನಡೆ, ನೇರ ನುಡಿಯ ಧೀಮಂತಿಕೆ ಎಂ.ಡಿ.ಯ ಬಗ್ಗೆ ಆಕೆಗೆ ನಂಬಿಕೆ, ಗೌರವ, ವಿಷಯ ತಿಳಿಯದೆ ಮಾತಾಡುವುದು ಸರಿ ಕಂಡಿರಲಿಲ್ಲ.

ಆದರೂ ಈ ಬಗ್ಗೆ ಪಿಸುನುಡಿಗಳು ಅಲ್ಲಲ್ಲಿ ಹರಡಿ ಕ್ಯಾಂಟಿನ್ ಕೂಡ ತಲುಪಿತು. ಈಚೆಗೆ ಪ್ರತಿಯೊಬ್ಬರಿಗೂ ನೋಟೀಸ್ ನೀಡಿ ಇವರ ಒಪ್ಪಿಗೆಯ ಸಹಿ ಪಡೆದ ನಂತರವೇ ಹೊಸ ಮ್ಯಾನೇಜ್‌ಮೆಂಟ್ ಬಂದಿದ್ದು. ಮೂರು ವರ್ಷ ಮುಷ್ಕರ ಹೂಡುವುದಿಲ್ಲವೆಂದು ಫ್ಯಾಕ್ಟರಿಯ ಯೂನಿಯನ್ ಮುಚ್ಚಳಿಕೆ ಬರೆದು ಕೊಟ್ಟಿತ್ತು. ಇಲ್ಲದಿದ್ದರೇ ಫ್ಯಾಕ್ಟರಿ ಮೈನ್ ಗೇಟ್‌ಗೆ ಬೀಗ ಬಿದ್ದು ಯಂತ್ರಗಳು ಸ್ತಬ್ಧವಾಗುತ್ತಿದ್ದವು.

ಕೇಶವನ್ ಅರವಿಂದ ಘೋಷ್ ಬಳಿ ಬಂದು ಪೆಚ್ಚು ಮುಖ ಮಾಡಿಕೊಂಡು "ನೋಡಿ ಸರ್, ನನ್ನ ವಿಷ್ಯದಲ್ಲಿ ಎಷ್ಟೊಂದು ಅನ್ಯಾಯವಾಗಿದೆ. ಎಲ್ಲ ನನ್ನ ಒಂಟಿಯಾಗಿಸಿ ಬಲಿಪಶು ಮಾಡ್ತಾ ಇದ್ದಾರೆ." ನೋವು ತೊಡಿಕೊಂಡಾಗ ಫೈಲಿನಿಂದ ನೋಟವೆತ್ತಿ ಕನ್ನಡಕ ತೆಗೆದುಹಾಕಿಕೊಂಡರು ಮತ್ತೆ.

"ನನ್ನ ಪ್ರಕಾರ ಹಾಗೇ ಆಗಿಲ್ಲ. ಮ್ಯಾನೇಜ್‌ಮೆಂಟ್ ತಪ್ಪು ಮಾಡಿದ್ರೆ... ಕೋರ್ಟಿಗೆ ಹೋಗ್ಬಹುದ್ದು. ಈಗಿನ ಸ್ಥಿತಿಯಲ್ಲಿ ನಿನ್ನೊಬ್ಬನ ಸಲುವಾಗಿ ಹೋರಾಟಕ್ಕೆ ಇಳಿಯೋದು, ಚಳುವಳಿ, ಘೇರಾವ್ ಅಂಥದ್ದು ಸಾಧ್ಯವಿಲ್ಲ. ಒಮ್ಮೆ ಹೋಗಿ ಎಂ.ಡಿ. ಅವ್ರನ್ನ ಭೇಟಿ ಮಾಡು. ಅವ್ರು ಮನುಷ್ಯರು. ತುಂಬು ಹೃದಯ, ಒಳ್ಳೆಯ ಮನಸ್ಸು ಇರೋ ವ್ಯಕ್ತಿ." ಕಡೆಯ ಮಾತನ್ನ ಗಟ್ಟಿಯಾಗಿ ಒತ್ತಿ ಹೇಳಿ ತಮ್ಮ ಕೆಲಸದಲ್ಲಿ ಮಗ್ನರಾದರು.

ಕೇಶವ್ ಹೋಗಲಿಲ್ಲ. ಅಲ್ಲೇ ಕೂತಿದ್ದರು. ಐದು ನಿಮಿಷ, ಹತ್ತು ನಿಮಿಷ, ಹದಿನೈದು ನಿಮಿಷವಾದರೂ ಜಾಗ ಬಿಟ್ಟು ಅಲ್ಲಾಡಲಿಲ್ಲ. ಎರಡು ಸಲ ಬಂದು ಹೋದ ಆಫೀಸ್‌ಬಾಯ್ ಒಂದು ತರಹ ನೋಡಿದನಷ್ಟೆ.

ಆಗಾಗ ಪದೇ ಪದೇ ನೋಡಿ ಸಾಕಾದ ಅರವಿಂದ್ ಘೋಷ್ ಸಹನೆಗೆಟ್ಟು ಮುಖ ಗಂಟು ಹಾಕಿದರು. "ಐಯಾಮ್ ಹೆಲ್ಪ್‌ಲೆಸ್, ನೀವೇ ಫೇಸ್ ಮಾಡ್ಬೇಕು. ನಿಮ್ಗೆ ತಲುಪಿದ ಲೆಟರ್‌ನಲ್ಲಿ ಕಾರಣ ನಮೂದಿಸಿದ್ದಾರ?" ಕೇಳುತ್ತ ಮುಂದಿದ್ದ ಫೈಲು ಮುಚ್ಚಿದರು. ಕೇಶವ್ ಬಗ್ಗೆ ಅನುಕಂಪವೆ. ಗೋಕುಲಾಷ್ಟಮಿಯ ನೆಪದಲ್ಲಿ ಹಲವು ಸಲ ಹೋಗಬೇಕಾಗಿ ಬಂದಿತ್ತು ಅವರ ಮನೆಗೆ. ಆಗ ನಿರಾಡಂಬರ ಜೀವನ, ಸರಳತನ ಕಂಡು ಮೆಚ್ಚಿಕೊಂಡಿದ್ದರು. ಪೂರ್ತಿ ಇಷ್ಟವಾಗಿರಲಿಲ್ಲ. "ಕೇಶವನ್, ಸ್ವಲ್ಪ ಮನೆ ಕಡೆ ಗಮನ ಕೊಡಿ. ನಿಮ್ಮ ನಂಬ್ಕೆಗಳ್ನ, ಭಾವನೆಗಳ್ನ ಮನೆಯವ್ರ ಮೇಲೆ ಹೇರೋ ಮುಂದು ಯೋಚ್ಸಿ. ಅವ್ರು ಜೀವ ಇರೋ ಮನುಷ್ಯರು. ಪ್ರತ್ಯೇಕವಾದ ಆಸೆ, ಆಕಾಂಕ್ಷೆ ಇರುತ್ತೆ

ಅನ್ನೋದು ನಿಮ್ಮಗಮನದಲ್ಲಿ ಇರ್ಲಿ" ಬುದ್ಧಿ ಹೇಳಲು ಪ್ರಬಲವಾದ ಕಾರಣವಿತ್ತು. ಕೇಶವ ಹೆಂಡತಿಯ ಕಿವಿಯಲ್ಲಿ ಬಿಳಿ ಚಿನ್ನದ ಹಳೆಯ ಕಾಲದ ಕೆಂಪು ಓಲೆಗಳು. ಉಟ್ಟಿದ್ದಿದ್ದು ಸಾಧಾರಣ ಸೀರೆ, ಮುಖದಲ್ಲಿ ಮಂಕುತನ, ಮಕ್ಕಳ ಸ್ಥಿತಿಯು ಕೂಡ ಅಷ್ಟೇನು ಉತ್ತಮವಾಗಿರಲಿಲ್ಲ. ಮನೆಯಲ್ಲಿದ್ದುದು ಎರಡು ಮರದ ಹಳೆಯ ಕಾಲದ ಕುರ್ಚಿಗಳು ಅವರಪ್ಪನ ಕಾಲದವು. ಐದು ಸಾವಿರಕ್ಕೂ ಮಿಕ್ಕ ಸಂಬಳ ಪಡೆಯುರ ವ್ಯಕ್ತಿ. ಇಂಥ ಸ್ಥಿತಿಯಲ್ಲಿರುವ ಅಗತ್ಯವಿಲ್ಲವೆಂದು ಅವರ ಲೆಕ್ಕಾಚಾರ.

ಇವರ ಬುದ್ಧಿ ಮಾತುಗಳಿಂದ ಕೂಡ ಅವರ ಮನೆಯ ಸ್ಥಿತಿ ಸುಧಾರಿಸಿರಲಿಲ್ಲ. ಈ ಸಲ ಗೋಕುಲಾಷ್ಟಮಿಗೆ ಹೋದಾಗಲೂ ಕೇಶವನ ಹೆಂಡತಿ ಹರಿದ ನೂಲಿನ ಸೀರೆಗೆ ತೇಪೆ ಹಾಕಿ ಉಟ್ಟಿದ್ದರು.

ಇಂಥ ವ್ಯಕ್ತಿಯ ಅಪರಾಧವೇನು? ಏನೇನು.... ಅರ್ಥವಾಗಲಿಲ್ಲ.

"ರ್‍ಶ್ರೀ ಕೇಶವ್.... ನಾನು ಕೇಳಿದ್ದು ಕೇಳಿಸಿಲ್ವಾ? ಐ ಡೋಂಟ್ ಲೈಕ್ ಇಟ್. ನೀವೊಂದು ರೀತಿ ಪಲಾಯನವಾದಿ. ಇದ್ರಿಂದ ಏನು... ಪ್ರಯೋಜನ? ಧೈರ್ಯವಾಗಿ ಫೇಸ್ ಮಾಡಿ" ಬೇಸತ್ತು ನುಡಿದರು ಅರವಿಂದ ಘೋಷ್. ತಟ್ಟನೆ ಎತ್ತ ಕೇಶವ್, ಕಾಲುಹಿಡಿದುಬಿಟ್ಟ "ನೀವು ಸಹಾಯ ಮಾಡದಿದ್ರೆ.... ನಾನು ನನ್ನ ಸಂಸಾರ ಬೀದಿಗೆ ಬೀಳ್ತೀವಿ." ಅಳಲು ಶುರು ಮಾಡಿದ.

ಹೇಳಿ ಸೋತ ಅರವಿಂದ ಘೋಷರು "ಪ್ಲೀಸ್ ಗೆಟ್ ಅಫ್, ನಿಲ್ಲಿಸಿ... ಅಳೋದ್ನ. ಈಗ ಹೋಗಿ ಪ್ಲೀಸ್, ಲಂಚ್ ಟೈಮ್‌ನಲ್ಲಿ ಎಂ.ಡಿ.ನ ನೋಡೋಣ" ಸಮಾಧಾನಿಸಿ ಕಳುಹಿಸಿದರು.

ಅಂದೇ ವಜಾ ಮಾಡಿದ್ದ ಮಿಡಿಗೇಶಿ ಎನ್ನುವ ಎಂಪ್ಲಾಯೀನ ಹಿಂದಕ್ಕೆ ಕರೆಸಲು ಆಜ್ಞೆ ಹೊರಡಿಸಿದ್ದರು. ಇದೊಂದು ಪ್ರಮುಖ ಬದಲಾವಣೆ. ಒಂದು ರೀತಿಯಲ್ಲಿ ಕೆಲಸಗಾರರಿಗೆ ಷಾಕ್ ಟ್ರೀಟ್‌ಮೆಂಟ್.

ಕಾದಿದ್ದವನಂತೆ ಅರವಿಂದ ಘೋಷ್‌ನ "ಟೇಕ್ ಯುವರ್ ಸೀಟ್..." ಎಂದ ಮಹೇಂದರ್ ಕೇಶವನ್‌ನ ಒಮ್ಮೆ ನೋಡಿದ. ಕಣ್ಣಲ್ಲಿ ಬೆಂಕಿ ಇತ್ತು. ತಲೆ ತಗ್ಗಿಸಿದರು.

ಘೋಷ್ ಸ್ವಲ್ಪ ಇರುಸು ಮುರುಸಿನಿಂದಲೇ ಅವನ ಮನೆ ಸ್ಥಿತಿ ವಿವರಿಸಿದರು. "ಬರೀ ದೇವರು, ಹಬ್ಬ, ಪುಣ್ಯಕ್ಷೇತ್ರಗಳ ಓಡಾಟದ ಮನುಷ್ಯ. ಮನೆಯವ್ರಿಗೇನು ಈ ವ್ಯಕ್ತಿಗೆ ಎರ್ಡು ಜೊತೆ ಒಳ್ಳೆ ಬಟ್ಟೆ ಇದೇ ಅಂದ್ರೆ... ಆಶ್ಚರ್ಯ!"

"ವೆರಿ ಇಂಟರೆಸ್ಟಿಂಗ್" ಎಂದ ಮಹೇಂದರ್ ಮುಖ ಬಿಗಿದು ಕೇಶವ್‌ನತ್ತ ನೋಡಿದ. "ಇದೆಲ್ಲ ಸತ್ಯನಾ? ನಾನು ನಂಬಬೇಕು!" ಸೀಟಿನ ಹಿಂದಕ್ಕೆ ಪೂರ್ತಿ ಒರಗಿ "ಯೋಚ್ಸಿ ಹೇಳಿ, ನಿಮ್ಮನ್ನ ವಜಾ ಮಾಡಿರೋದು ಮೊದಲ ಹೆಜ್ಜೆ ಅಷ್ಟೆ. ಪೊಲೀಸ್ ಎನ್‌ಕ್ವೈರಿ, ನಿಮ್ಮಮಗ್ನ ಹೆಸರಲ್ಲಿರೋ ಆಸ್ತಿ ಜಾಸ್ತಿ... ಇನ್ನೊಬ್ರ ಹೆಸರಲ್ಲಿರೋ ಬ್ಯಾಂಕ್ ಬ್ಯಾಲೆನ್ಸ್..." ನಿಧಾನವಾಗಿ ಮಾತು ಆಡಿದರೂ ಸಿಡಿಲಿನಂತೆ ಹೋಗಿ ಕೇಶವನನ್ನು ಅಪ್ಪಳಿಸಿದ ಏಟಿಗೆ ತೋಯ್ದುಹೋದ ಬೆವರಿನಿಂದ. "ಸರ್ ಸರ್ ಸರ್" ತೊದಲಿದ.

"ಗೆಟ್ ಔಟ್ ಫ್ರಂ ಮೈ ಸೈಟ್, ವಾಚ್‌ಮೆನ್ ಹೊರ್ಗೆ ಕಳ್ಸೋಕೆ ಮೊದ್ಲು ನಡೀರಿ. ಆಲ್ ಆರ್ ರೋಗ್ಸ್..." ಸಿಡಿದು ಬಿದ್ದ ಮಹೇಂದರ್. ಘೋಷ್‌ಗೆ ಷಾಕ್‌ನ ಜೊತೆ ತಮ್ಮ ತಪ್ಪಿನ ಅರಿವು "ಸಾರಿ, ಸರ್... ಅನ್‌ಪ್ರಿಡಿಕ್ಟಬಲ್... ಊಹೆಗೆ ನಿಲುಕದ್ದು, ಧಾರ್ಮಿಕ ಮುಸುಕು ನನ್ನ ಮೋಸ ಮಾಡ್ತು" ತಪ್ಪನ್ನು ಅರ್ಥ ಮಾಡಿಕೊಂಡು ಕ್ಷಮೆಯಾಚಿಸಿದರು.

ಮಹೇಂದರ್‌ನ ಮುಖದ ಬಿಗಿತವೇನು ಸಡಿಲವಾಗಲಿಲ್ಲ. ಕೆಲವನ್ನು ಕ್ಷಮಿಸನು. ಅನಾವಶ್ಯಕವಾಗಿ ತಲೆ ಹಾಕುವುದು ಮಹಾಪರಾಧ. ಕಳುಹಿಸಿದ ನಂತರ ನಂದಿತಾ ವಿಷಯ ಅವನ ಮಿದುಳು ಕೊರೆದಿದ್ದು. ಇಂಥ ಟೆನ್‌ಷನ್‌ನ ಆರಾಮಾಗಿ ನಿಭಾಯಿಸಬಲ್ಲ. ಅವನೆದೆಯ ಭಾವಗಳ ಜೊತೆ ಒಂದು ನಿಗೂಢವಾದ ಸಂಶಯ. ಸುಬ್ಬಣ್ಣನ ಮೊದಲ ಹೆಂಡತಿಗೆ ಮೂವರು ಹೆಣ್ಣು ಮಕ್ಕಳು! ವೈದೇಹಿಗೆ ಎರಡು ಗಂಡು. ಆದರೂ ನಂದಿತಾನ ಬಿಟ್ಟು ಯಾರು ಯಾವುದೇ ತರಗತಿಯಲ್ಲಿ ಮೊದಲ ರ್‍ಯಾಂಕ್ ಪಡೆದಿದ್ದಿಲ್ಲ. ಹತ್ತರ ನಂತರದ ರ್‍ಯಾಂಕೇ ಟೆಸ್ಟ್‌ಗಳಲ್ಲಿ. ಅಂದರೆ ನಾರ್ಮಲ್ ಮೈಂಡ್‌ನ ವಿದ್ಯಾರ್ಥಿಗಳು. ಜೆನೆಟಿಕಲ್ಲಾಗಿ ಪ್ರತಿಭಾವಂತ ವಂಶವಲ್ಲ.

"ಮೆ ಐ ಕಮಿನ್, ಸರ್...?" ನಂದಿತಾ ಸ್ವರ. ತೀರಾ ಪರಿಚಯದ ಸ್ವರ ಅನಿಸುತ್ತಿತ್ತು ಪ್ರತಿ ಬಾರಿಯು. ದನಿಯ ಹಿಂದೆಯೇ ಹಿಂದೂ ಪ್ರತಿಬಿಂಬ ಬಂದು ನಿಲ್ಲುತ್ತಿತ್ತು. "ಯೆಸ್, ಕಮಿನ್..." ಎಂದ.

ಮಾರನೆ ದಿನದ ಲೀವ್ ಲೆಟರ್ ಅವನ ಮುಂದಿಟ್ಟಳು. ಮ್ಯಾನೇಜರ್ ನಾಗಮಣಿ "ಸದ್ಯಕ್ಕೆ ನಮ್ಮ ಪವರ್ ಎಲ್ಲಾ ಮೊಟಕು ಮಾಡಿ, ಹೆಚ್ಚು ಕಡ್ಮೆ ಎಲ್ಲಾ ಅಧಿಕಾರ ಎಂ.ಡಿ.ನೇ ಇಟ್ಕೊಂಡಿದ್ದಾರೆ. ಪೂರ್ತಿ ಪರಿಸ್ಥಿತಿಯ ಸುಧಾರಣೆ ಆಗೋವರ್ಗೂ ಇದೇ. ಪರ್ಸನಲ್ಲಾಗಿ ಎಂ.ಡಿ.ನ ಮೀಟ್ ಮಾಡೀ ಲೀವ್ ಸ್ಯಾಂಕ್ಷನ್ ಮಾಡಿಸ್ಕೋ" ಎಂದಿದ್ದರು. ಹಿಂದೆ ಲೀವ್ ಲೆಟರ್ ಮ್ಯಾನೇಜರ್ ಮುಂದಿಟ್ಟು ಕಣ್ಮರೆಯಾಗಿ ಬಿಡುತ್ತಿದ್ದರು. ಈಗ ಅದು ಸಾಧ್ಯವಿರಲಿಲ್ಲ.

ಲೀವ್ ಲೆಟರ್ ಮೇಲೆ ಕಣ್ಣಾಡಿಸಿದವನು ನೋಟ ಮೇಲೆತ್ತಿದ "ಸದ್ಯಕ್ಕೆ ಲೀವ್ ಯಾರ್ಗೂ ಕೊಡೋಲ್ಲ!" ನೇರವಾಗಿತ್ತು ಅವನ ಮಾತು.

ಸ್ವಲ್ಪ ಕಸಿವಿಸಿಗೊಂಡಳು. "ಈಗ ಲೀವ್ ಸಿಗೋಲ್ಲ. ರಜ ಇದ್ದ ದಿನ ಎಂಗೇಜ್‌ಮೆಂಟ್ ಇಟ್ಕೋಬಹುದ್ದು" ತಂದೆಗೆ ಹೇಳಿದಾಗ ಅವರು ನಕ್ಕುಬಿಟ್ಟಿದ್ದರು. "ಅದ್ಹೇಗೆ... ಸಾಧ್ಯ! ಶುಭ ಕಾರ್ಯಕ್ಕೆ ಒಳ್ಳೆಯ ದಿನ, ವಾರ ಎಲ್ಲಾ ಬೇಕಾಗುತ್ತೆ. ಯಾವ್ದೇ ಪಾಲಿಸಿ ತೀರಾ ಅನಿವಾರ್ಯ ಪರಿಸ್ಥಿತಿಗಳಿಗೆ ಅನ್ವಯಿಸೋಲ್ಲ. ಈ ಲೀವ್ ಲೆಟರ್ ಅವ್ರ ಮುಂದಿಡು. ಖಂಡಿತ ಸ್ಯಾಂಕ್ಷನ್ ಮಾಡ್ತಾರೆ" ಮಗಳನ್ನು ಒಲಿಸಿ ಟೈಪಾದ ಲೀವ್ ಲೆಟರ್‌ನ ಕೊಟ್ಟು ಕಳುಹಿಸಿದ್ದರು. ಏನು ವಿಷಯವೆಂದೂ ಸಹ ನೋಡಿರಲಿಲ್ಲ ಅವಳು.

ಮೌನವಹಿಸಿದಳು. ಧೀಮಂತಿಕೆ ಮರೆಯಾಗಿ ಸ್ವಲ್ಪ ಮೆತ್ತಗಾದ. ಏನೋ ಒಂದು ರೀತಿಯ ತಳಮಳ. ಸ್ನೇಹದ ತಂತಿಯ ಝೇಂಕಾರ. ಬೇರೆಲ್ಲೋ ಕಡೆಯಿಂದ ಅಲ್ಲ, ಅವನ ಹೃದಯಾಳದಿಂದ ಅತ್ಯಂತ ಸ್ಪಷ್ಟವಾಗಿ ಕೇಳಿಸುತ್ತಿತ್ತು.

"ಕೂತ್ಕೋ... ನಂದಿತಾ" ಎಂದ. ಮತ್ತೊಮ್ಮೆ ಲೀವ್ ಲೆಟರ್ ಮೇಲೆ ಕಣ್ಣಾಡಿಸಿದ "ನಂಗೆ ಹೆಣ್ಣು, ಗಂಡು, ಅನ್ನೋ ಭೇದ ಇಲ್ಲ. ಪ್ರತಿಯೊಂದು ವಿಷ್ಯದಲ್ಲೂ ಆಯ್ಕೆ ಅವಳ್ದೇ. ಷ್ಯೂರ್... ಆ ವಿಷ್ಯದಲ್ಲಿ ನಾನು ಯಾರ ಮಾತನ್ನೂ ಕೇಳೋಲ್ಲ." ಮೇಜರ್ ಆರ್ಯ ಆಡಿದ ಮಾತುಗಳು. ಆದರೆ ನಂದಿತಾ ತನ್ನ ಇಷ್ಟ-ಅನಿಷ್ಟಗಳನ್ನು ಪ್ರತಿಪಾದಿಸಲು ಕೂಡ ಅಶಕ್ತಳೆನಿಸಿತು. ಅಷ್ಟು ಬದಲಾವಣೆ.

"ಕಂಗ್ರಾಟ್ಸ್, ಲವ್ ಮ್ಯಾರೇಜಾ?" ಕೇಳಿದ.

"ಸರ್, ಅರೇಂಜ್ಡ್ ಮ್ಯಾರೇಜ್" ಉಸುರಿದಳು. ಕುತ್ತಿಗೆ ಹಿಡಿದು ಯಾರೋ ಹೇಳಿಸಿದಂಥ ಭಾವ ಮುಖದ ಮೇಲೆ. ನೋಡಲಾಗಲಿಲ್ಲ ಅವನಿಗೆ. "ಹೋಗಿ ನಿಮ್ಮ ರಜ ಸ್ಯಾಂಕ್ಷನ್ ಆಗಿದೆ" ಎಂದ. ಯಾಕೋ ಅವನ ಮನಸ್ಥಿತಿಯಲ್ಲಿ ಏರುಪೇರಾಯಿತು. ನೀರು ಕುಡಿದ. ಶಮನವಾಗಲಿಲ್ಲ.

ಫೈಲು ಎಳೆದುಕೊಂಡು ಅರವಿಂದ ಘೋಷ್‌ಗೆ ಫೋನ್‌ನಲ್ಲಿ ಕರೆದ.

ವಿಷಯ ಹರಡಲು ತಡವಾಗಲಿಲ್ಲ. 'ಕಂಗ್ರಾಟ್ಸ್' ಜೊತೆ ಸಂಜೆ ಮಹಾಲಿಂಗಂ ಜೊತೆಯಾದ.

"ಬೈ ದಿ ಬೈ, ಡೋಂಟ್ ಮೈಂಡ್... ಒಬ್ರ ಸಂಪಾದ್ನೆಯಲ್ಲಿ ಕಷ್ಟ. ನಿಮ್ಗೇ ಕೆಲ್ಸ ಇದೇಂತ ಮದ್ವೆಯಾಗಿ ನಾಳೆ ನಿಮ್ಮ ಕೆಲ್ಸ ಹೋದ್ರೆ.... ಕಿರುಕುಳ ಶುರು ಮಾಡ್ಬಹ್ದು. ಒಮ್ಮೆ ಈ ಬಗ್ಗೆ ಮಾತಾಡಿ ನೇರವಾಗಿ" ಸಲಹೆ ಕೊಟ್ಟ. ಅದು ಅವಳಿಗೂ ಸರಿಯೆನಿಸಿತು. ಈ ನಿಮಿಷದವರೆಗೂ ಮದುವೆ, ನಂತರದ ಬದುಕಿನ ಬಗ್ಗೆ ಯೋಚಿಸಿಯೇ ಇರಲಿಲ್ಲ. "ನಮ್ಮಪ್ಪ ಮಾತಾಡಿರ್ಬೇಕು..." ಎಂದಳು ಮುಗ್ಧವಾಗಿ.

ಅವಳ ಅಮಾಯಕತ್ವಕ್ಕೆ ತಲೆ ಚಚ್ಚಿಕೊಳ್ಳಬೇಕೆನಿಸಿತು. ಆದರೂ ಆ ಮುಗ್ಧತೆ ಇಷ್ಟವಾಯಿತು. ಒಂದಿಷ್ಟು ಮಾತಾಡುವ ಮನಸ್ಸು ಕೂಡ ಅವನಿಗೆ.

"ಒಂದ್ಮಾತು, ನನ್ಜೊತೆ ಯಾಕ್ ಕಾಫೀ ಕುಡೀಬಾರ್ದು? ನಿಮ್ಮಿಂದ ನನ್ಕೆಲ್ಸ ಉಳೀತು" ಬೇರೆಡೆ ಹೊರಳಿಸಿದ ಮಾತನ್ನು. "ಅದ್ಹೇಗೆ?".... ಎಂದಳು. ಅಂಥ ಆಶ್ಚರ್ಯವೇನು ಮಿನುಗಲಿಲ್ಲ ಸ್ವರದಲ್ಲಿ. ಮಹಾಲಿಂಗಂ ನಸುನಕ್ಕ. "ನೀವು ತೀರಾ ಇನ್ನೊಸೆಂಟ್ ತರಹ ಮೂವ್ ಮಾಡ್ತೀರಾ? ಆದ್ರೆ, ನಿಮ್ಮನ್ನ ನೋಡಿದೋರಿಗೆ ಹಾಗೆ ಅನ್ನಿಸೋಲ್ಲ. ತುಂಬ ಬ್ರಿಲಿಯಂಟ್ ತರಹ ಕಾಣ್ತೀರಾ" ಮನದ ಮಾತನ್ನ ಹೇಳಿದ. ಉತ್ಪ್ರೇಕ್ಷೆಯಲ್ಲ. ಮೊದಲ ಸಲವೇನು, ನೋಡಿದಾಗಲೆಲ್ಲ ಹಾಗೇ ಅನ್ನಿಸುತ್ತಿತ್ತು.

ಇದಕ್ಕೆ ಅವಳಿಂದ ಯಾವುದೇ ಪ್ರತಿಕ್ರಿಯೆ ಇಲ್ಲ. ಮಿದುಳಿನಲ್ಲಿ ಅಸ್ಪಷ್ಟವಾದ ಗೊಂದಲಗಳು, ಪ್ರಶ್ನೆಗಳು, ಅರ್ಥವಾಗದ ದೃಶ್ಯಗಳು-ಆ ಸಮಯದಲ್ಲಿ ಬುದ್ಧಿ ಶೂನ್ಯತೆಯನ್ನು ಅನುಭವಿಸಬೇಕಿತ್ತು.

ಬಸ್ ಸ್ಟಾಪ್ ತಲುಪುವ ಮುನ್ನ ಮತ್ತೊಮ್ಮೆ ಕಾಫಿಯ ವಿಷಯ ಪ್ರಸ್ತಾಪಿಸಿದಾಗ ನಯವಾಗಿ ನಿರಾಕರಿಸುವುದರ ಜೊತೆಗೆ ಒಂದು ಆಫರ್‌ನ ಕೊಟ್ಟಳು ಕೂಡ.

"ನೀವು ಮನೆಗ್ಬನ್ನಿ. ಅಮ್ಮ ಆವಾಗ... ಆವಾಗ ನಿಮ್ಮನ್ನ ಕೇಳ್ತಾ ಇರ್ತಾರೆ. ಹೇಗೂ ಕಾಫೀ ಆಗುತ್ತೆ... ಅಲ್ಲೇ."

ಬೇರೆ ದಿನವಾದರೆ ನಿರಾಕರಿಸುತ್ತಿದ್ದನೇನೋ, ಇಂದು ಸಮ್ಮತಿಸಿದ. ಎರಡು-ಮೂರು ದಿನಗಳಿಂದ ಕೈಹಿಡಿದ ಮನದನ್ನೆ ಹೋಟೆಲ್ ಮತ್ತು ಸಿನಿಮಾಗೆ ಆಫರ್ ಮಾಡಿದ್ದಳು. ಅವಳ ಕೂಡುವಿಕೆ ಎಷ್ಟು ಜಾಸ್ತಿಯಾಗಿತ್ತೆಂದರೆ ಮೂರು ದಿನಗಳಿಂದ ಅವಳನ್ನ ಸ್ಪರ್ಶಿಸಲು ಬಿಟ್ಟಿರಲಿಲ್ಲ. ತಾಪತ್ರಯಗಳು ಅವನ ಬಯಕೆಗಳನ್ನು ಸುಟ್ಟು ಭಸ್ಮ ಮಾಡಿದ್ದವು. ಆ ಬಗ್ಗೆಯೇನು ಅವನದು ತಕರಾರು ಇರಲಿಲ್ಲ. ಕಾಂಪೌಂಡ್ ಅಂಚಿನಲ್ಲಿ ಹೋಗಿ ಮಲಗಿ ಎಂದರೂ ಸಿದ್ಧ.

ಮನೆಗೆ ಬಂದಾಗ ಸುಬ್ಬಣ್ಣ ಮನೆಯಲ್ಲಿಯೇ ಇದ್ದರು. ನಿಶ್ಚಿತಾರ್ಥಕ್ಕೆಂದು ಎರಡು ದಿನ ರಜ ಪಡೆದಿದ್ದರು. ಒಂದಿಷ್ಟು ಓಡಾಟ ಇತ್ತು. ಸಮಸ್ಯೆಗಳ ಜೊತೆ ಸಂಭ್ರಮ ಸಡಗರವೂ ಇತ್ತು. ಅಂತು ಒಂದಿಷ್ಟು ಬದಲಾವಣೆ.

"ಬನ್ನಿ... ಬನ್ನಿ..." ತುಂಬು ಮನದ ಸ್ವಾಗತವೇ. "ನಮ್ಮ ನಂದಿತಾ ಮದ್ವೆ ಸೆಟಲ್ ಆಯ್ತು. ನಾಳೆ ಎಂಗೇಜ್‌ಮೆಂಟ್." ಸಂತೋಷವನ್ನು ಹೇಳಿಕೊಂಡರು. ಮಹಾಲಿಂಗಂ ನಗುಮುಖ ಮಾಡಿದ.

ಅವನ ವಿವಾಹಕ್ಕೆ ಮುನ್ನ ದಿನಗಳು ಕನಸುಗಳನ್ನು ಅರಳಿಸಿತ್ತು ಇಂಥ ವಿಷಯಗಳನ್ನು ಕೇಳಿ. ಈಗ ಅವೆಲ್ಲ ಸ್ತಬ್ಧ. ಒಂದು ರೀತಿಯ ಭಯ. ಬಲಿಪೀಠಕ್ಕೆ ಒಯ್ಯುವ ಕುರಿಯ ನೆನಪು.

"ಬಹಳ ಸಂತೋಷ, ನಂದಿತಾ ಅಂಥವ್ರಿಗೆ ಗಂಡು ಸಿಗೋದು ಕಷ್ಟವಲ್ಲ" ಹೇಳಿದ ಮಹಾಲಿಂಗಂ. ಆ ಮಾತು ಸುಬ್ಬಣ್ಣನ ಮನಕ್ಕೆ ಹಿತವಾಯಿತು. "ಆ ಮಾತು ನೂರರಷ್ಟು ಸತ್ಯವೇ ಆದ್ರೂ... ಒಳ್ಳೆಯ ಜನ ಸಿಕ್ಕಿದ್ದಾರೆ. ನಮ್ಗೆ ಅಷ್ಟು ಸಾಕು" ತೃಪ್ತಿಯಿಂದ ಹೇಳಿದರು.

ಲಘು ಫಲಾಹಾರದ ಜೊತೆ ಒಂದಿಷ್ಟು ಕಾಫಿಯು ಆಯಿತು. ಅರ್ಧ ಗಂಟೆಯೇನು ಮಹಾಲಿಂಗಂ ಒಂದು ಗಂಟೆ ಮೇಲೆ ಹರಟಿದ. ಅವನಿಗೆ ವೇಳೆ ಕಳೆದೇ ಮನೆಗೆ ಹೋಗಬೇಕಿತ್ತು. ಸುಮ್ಮನೆ ಹಾದಿಬೀದಿ ಸುತ್ತಿ ವೇಳೆ ಕಳೆಯುವುದರ ಬದಲು ಒಂದು ಕಡೆ ಕೂತಿದ್ದ.

"ಮನೆಯವರಾರು ಊರಲ್ಲಿಲ್ಲ" ಹಸಿ ಸುಳ್ಳು ಹೇಳಿದ.

"ಹಾಗಾದ್ರೆ... ಊಟ ಮಾಡ್ಕೊಂಡ್ಹೋಗಿ" ವೈದೇಹಿಯ ಸಲಹೆಗೆ ಸುಬ್ಬಣ್ಣ ಒಂದು ಮಾತು ಸೇರಿಸಿದ. "ತಟ್ಟೆ ಹಾಕೋ ವೇಳೆನೇ. ಇನ್ನೊಂದು ತಟ್ಟೆ ಹಾಕಿದ್ರೆ ನಿಮ್ದು ಮುಗ್ದೋಯ್ತು."

ಅಂತು ಮಹಾಲಿಂಗಂ ಊಟ ಮುಗಿಸಿ ಹೊರಟಾಗ ಗಡಿಯಾರದ ಮುಳ್ಳು ಹತ್ತಕ್ಕೆ ಸಮೀಪವಾಗಿತ್ತು. ಇಷ್ಟೊತ್ತು ಮನೆಯವರೆಲ್ಲ ಅವನೊಂದಿಗೆ ಮಾತಾಡಿದ್ದರು. ಆದರೆ ಸುಮ್ಮನಿದ್ದವಳು ನಂದಿತಾ ಮಾತ್ರ.

ಹೋಗುವ ಮುನ್ನ ಮಹಾಲಿಂಗಂ ನಂದಿತಾಗೆ ಒಂದು ಉಪಕಾರ ಮಾಡಿ ಹೋಗಿದ್ದ. ಇಲ್ಲದಿದ್ದರೇ ಅವಳ ಜೀವನಕ್ಕೆ ಒಂದು ಅಪರೂಪದ ತಿರುವು ಸಿಗಲು ಸಾಧ್ಯವಿರಲಿಲ್ಲ.

"ಸಾರ್, ನಂದಿತನ ಗಮನಿಸಿದ್ರಾ! ಸ್ವಲ್ಪ ಕೂಡ ಸಂತೋಷವಿಲ್ಲ ಅವ್ರ ಮುಖದ ಮೇಲ್ಲೆ, ಕಣ್ಣುಗಳು ಎಷ್ಟು ಮಂಕಾಗಿವೆ. ಮೊದ್ಲೇ ಗಂಭೀರ ಸ್ವಭಾವ. ಈವಾಗ ಮತ್ತಷ್ಟು ಡಲ್. ಯೋಚ್ನಸಬೇಕಾದ ವಿಷ್ಯ. ಅವ್ರಿಗೆ ಮದ್ವೆ ಇಷ್ಟವಿದ್ಯೋ, ಇಲ್ವೋ ವಿಚಾರ್ಸಿ. ಈಗ ಸಣ್ಣ ತೊಂದರೆಗೆ ಹೆದರಿದ್ರೆ... ಮುಂದಿನ ಭವಿಷ್ಯವೆಲ್ಲ ಕತ್ತಲಾಗುತ್ತೆ" ಅನ್ನ ತಿಂದ ಋಣ ತೀರಿಸಿ ಹೋಗಿದ್ದ.

ಸುಬ್ಬಣ್ಣನಿಗೆ ಚಿಂತಿಸುವಂತಾಯಿತು. ಅವಳ, ಸ್ವಭಾವ ಸ್ವಲ್ಪ ವಿಭಿನ್ನ. ತಲೆ ಕೆಟ್ಟಂತಾಯಿತು. ಮಗಳನ್ನು ಅರಸಿಕೊಂಡು ಅವಳ ರೂಮಿಗೆ ಬಂದರು.

ಇಡೀ ಜಗತ್ತು ತನ್ನ ಪಾಲಿಗೆ ಸತ್ತಿದೆಯೆನ್ನುವಂತೆ ಕೂತಿದ್ದಳು ನಂದಿತಾ. ಮೊದಲೇ ಬೆಣ್ಣೆಯಂಥ ಸುಬ್ಬಣ್ಣನ ಹೃದಯ ಮಂಜಾಯಿತು.

"ನಂದಿತಾ..." ಮಗಳ ಬಳಿ ಕೂತರು.

ತಲೆಯೆತ್ತಿ ತಂದೆಯ ಕಡೆ ನೋಡಿದಳು. ಆ ನೋಟಕ್ಕೆ ಕರಗಿದರು ಮತ್ತಷ್ಟು. "ಗೆಲುವಾಗಿಲ್ಲ! ಆಫೀಸ್‌ನಲ್ಲಿ ಏನಾದ್ರೂ ಪ್ರಾಬ್ಲಮ್? ಕೆಲ್ಸದ ಬಗ್ಗೆ ತಲೆ ಕೆಡಿಸ್ಕೋಬೇಕಿಲ್ಲ. ಅಕಸ್ಮಾತ್ ತೆಗ್ದುಹಾಕಿದ್ರೂ.... ಬೇರೆ ಕಡೆ ಸಿಕ್ಕುತ್ತೆ. ಡೋಂಟ್ ವರೀ.." ದನಿಯಲ್ಲಿ ಪ್ರೀತಿಯನ್ನ ಹರಿಸಿದರು. ಒಬ್ಬ ಜವಾಬ್ದಾರಿಯುತ ತಂದೆ ಮಾತ್ರವಲ್ಲ. ಮಗಳ ಮನಸ್ಸನ್ನು ಅರಿತು ಮೃದುವಾಗಿ ವರ್ತಿಸಬಲ್ಲ ಸಹೃದಯಿ.

ಒಂದೆರಡು ನಿಮಿಷದ ದೀರ್ಘ ಮೌನದ ನಂತರ "ಹಾಗೇನಿಲ್ಲ. ನನ್ತಲೆಯಲ್ಲಿ ಯೋಚ್ನೆಗಳೇ ಬರೋಲ್ಲ" ಎಂದಾಗ ಭಯಗೊಂಡರು. ಸುಬ್ಬಣ್ಣ ತೋರಗೊಡದೆ "ಯು ಆರ್ ಕರೆಕ್ಟ್, ನೀನು ನನ್ನ ಹಾಗೇ! ಸದಾ ಯೋಚ್ಸಿ ಯೋಚ್ಸಿ ನಿಮ್ಮಮ್ಮನ ತಲೆ ಎಷ್ಟು ಬೇಗ ನರೆತಿದೆ ನೋಡು. ವಯಸ್ಸಿನಲ್ಲಿ ನಂಗಿಂತ ಇಪ್ಪವರ್ಷ ಚಿಕ್ಕೋಳು. ಮೌನದ ಸಮ್ಮತಿ ಅಂದ್ಕೊಂಡೇ. ಈಗ್ಲೂ ನಿನ್ನ ಅಭಿಪ್ರಾಯಕ್ಕೇನೇ ಮನ್ನಣೆ. ಪ್ರವೀಣ್ ಬಗ್ಗೆ ನಿನ್ನ ಅಭಿಪ್ರಾಯವೇನು?" ಒತ್ತಾಯಿಸಿದರು. ಮಗಳ ಸ್ವಭಾವ ಬಲ್ಲ ಅವರು ಪೂರ್ತಿ ಇಷ್ಟಪಡದ ಅವಳನ್ನು ಬಲವಂತದಿಂದ ಮದುವೆಯ ಬಂಧನದಲ್ಲಿ ಸಿಕ್ಕಿಸಲಾರರು.

"ತುಂಬ ಒಳ್ಳೆಯಶ್ರು" ಹೇಳಿದಳು ಚುಟುಕಾಗಿ.

ಇಷ್ಟೇ ಸಾಕಾ ಮಗಳ ಒಪ್ಪಿಗೆ ಅನ್ನಿಸಿತು ಅವರಿಗೆ. "ಹೌದು, ನನ್ನ ಮಟ್ಟಿಗೂ ಒಳ್ಳೆಯವ್ರೆ. ಪ್ರವೀಣ್ ಬಗ್ಗೆ ಇನ್ನೊಂದು ಮಾತಿಲ್ಲ. ಅದಷ್ಟೇ... ಸಾಲ್ದು! ಜೀವ್ನ ಪೂರ್ತಿ ಜೊತೆಯಲ್ಲಿ ಇರ್ಬೇಕು. ಬೆಳಿಗ್ಗೆ ಮದ್ವೆಯಾಗಿ ಸಂಜೆ ಡೈವೋರ್ಸ್

ಕೊಡೋಂಥ ಸಂಸ್ಕೃತಿಯಲ್ಲ ನಮ್ದು. ಈಗ್ಹೇಳು.... ನಿನ್ನ ಅಭಿಪ್ರಾಯ!" ಸಹಜವಾಗಿ ನಿಧಾನವಾಗಿ ತ್ಯಂತ ಸಂಯಮದಿಂದ ಕೇಳಿದರು.

"ನಂಗೇನೂ... ಗೊತ್ತಾಗೊಲ್ಲ. ಪ್ಲೀಸ್..." ಎಂದಳು. ಅವಳ ಕಣ್ಣಿಂದ ಕಂಬನಿ ಚಿಮ್ಮಿತು "ಪ್ಲೀಸ್ ಅಪ್ಪ" ಎಂದವಳು ನಿಲ್ಲಿಸಿದಾಗ ತೋರುಬೆರಳಿನಿಂದ ಕಣ್ಣೀರು ತೊಡೆದರು. "ಹೇಳು, ಧೈರ್ಯವಾಗಿ ಹೇಳು. ಬರೀ ನಿನ್ತಂದೆ ಅಲ್ಲ, ಒಬ್ಬ ಗುಡ್‌ಫ್ರೆಂಡ್ ಅಂತ ತಿಳ್ಕೋ" ಉತ್ಸಾಹಿಸಿದರು. ಹೃದಯ ಕಿತ್ತು ಬಾಯಿಗೆ ಬಂದಂತಾಯಿತು ಆ ಕ್ಷಣ.

ನಂದಿತಾ ಎಷ್ಟೋ ಪ್ರಯತ್ನಿಸಿದಳು. ಯಾವುದೋ ಒತ್ತಡಗಳು ಅದುಮಿ ತುಟಿ ತೆರೆಯದಂತೇನು, ಸ್ವರ ಹೊರಡದಂತೇನು, ಮನದಲ್ಲಿ ಭಾವನೆಗಳು ಹೊರಡದಂತೆ ತಡೆದಿತ್ತು.

"ನಂಗೇನು ಗೊತ್ತಾಗೊಲ್ಲ!" ಎಂದಳು ಪ್ರಯಾಸದಿಂದ ಪ್ರವೀಣ್ ಒಳ್ಳೆಯತನದ ಬಗ್ಗೆ ನಂಬಿಕೆ ಇತ್ತು. ಆದರೆ ಅವನ ಮಾತು, ಸನ್ನಿಹ ಯಾವುದೇ ರಾಗಗಳನ್ನು ಕೆರಳಿಸುತ್ತಿರಲಿಲ್ಲ.

ಚಿಂತಿಸುವಂತಾಯಿತು ಅವರಿಗೆ. ಒಮ್ಮೆ ಅವರ ಗೆಳೆಯ ಒಂದು ಸಲಹೆಯನ್ನಿತ್ತಿದ್ದ "ನೋಡು ಸುಬ್ಬಣ್ಣ, ನಂದಿತಾ ಮಂಕು ನೋಡಿದ್ರೆ ಏನೋ ಪ್ರಾಬ್ಲಮ್ ಇದೆ ಮಾನಸಿಕವಾಗಿ ಅನ್ನಿಸುತ್ತೆ. ಅಂದು ಪರಿಚಯಿಸಿದ್ನಲ್ಲ ತೊಂಡೆಬಾವಿ. ಅವ್ರು ಹೆಡ್ ಆಫ್ ದಿ ಡಿಪಾರ್ಟ್‌ಮೆಂಟ್ ಆಫ್ ಸೈಕಾಲಜಿ. ಒಳ್ಳೆ ಸೈಕಾಲಜಿಸ್ಟ್ ಅಂತ ಹೆಸರು ಮಾಡಿದ್ದಾರೆ. ಒಮ್ಮೆ ಅವ್ರ ಹತ್ರ ಕರ್ಕೊಂಡ್ಹೋಗ್ಬಾ."

ಅದನ್ನು ನಿರಾಕರಿಸಿದ್ದರು. "ಏನು ನಿನ್ನ ಮಾತಿನ ಅರ್ಥ? ಅವ್ಳಿಗೆ ಮೆಂಟಲ್ ಪ್ರಾಬ್ಲಮ್ ಇದೇಂತಾನಾ! ಮಹಾರಾಯ ಅವ್ಳ ಸ್ವಭಾವವೇ ಹಾಗೆ. ಒಂದೇ ಕೈನ ಐದು ಬೆರಳು ಕೂಡ ಸಮವಾಗಿರೋಲ್ಲ. ಅದಕ್ಕೋಸ್ಕರ ಸರ್ಜನ್‌ನ ಹುಡ್ಕಿಕೊಂಡ್ಹೋಗೋಕ್ಕಾಗುತ್ತ?"

ಈಗಲೂ ಸೈಕಾಲಜಿಸ್ಟ್ ತೊಂಡೆ ಬಾವಿ ಇದೇ ಊರಿನಲ್ಲಿದ್ದರು. ಒಮ್ಮೆ ಅವರಲ್ಲಿ ಕರೆದುಕೊಂಡು ಹೋಗಿ ಬರಲಾ, ಎನ್ನುವ ವಿಚಾರ ಅವರಲ್ಲಿ ಬಂದ ಕೂಡಲೇ ಭಯಗ್ರಸ್ತರಾಗಿದ್ದರು. "ಗೋ..." ಬೆವರು ತೊಡೆದುಕೊಳ್ಳುವಂತಾಯಿತು. ಈ ವಿಷಯದಲ್ಲಿ ರಾಜಿಯಾಗರು.

"ನಿಂಗೆ ಮದ್ವೆ ಇಷ್ಟವಿಲ್ವಾ?" ಮತ್ತೊಮ್ಮೆ ಕೇಳಿದರು. ಪ್ರವೀಣ್ ಬಗ್ಗೆ ಯಾವುದೇ ಭಾವನೆಗಳು ಇಲ್ಲದ ನಂದಿತಾ "ನಿಮ್ಮಿಷ್ಟ ಅಪ್ಪ, ನಂಗೇನು ಗೊತ್ತಾಗೊಲ್ಲ" ಅದೇ ಮಾತು.

ರೂಮಿನಿಂದ ಹೊರಗೆ ಬಂದರು. ರಾಶಿ ಕನಕಾಂಬರದ ಹೂ ಹಾಕಿಕೊಂಡು ಕಟ್ಟುತ್ತಿದ್ದ ಸೌಧಾಮಿನಿಯ ಕಡೆ ನೋಡಿದರು. ಸಂತಸದ ಸೊಬಗು ಅವಳ ಮುಖದ ಮೇಲೆ.

"ಒಂದ್ಲೋಟ ನೀರು ತಗೊಂಡ್ಬಾ, ಸೌದಾಮಿನಿ" ಎಂದವರು ಹಿಂದಕ್ಕೆ ಒರಗಿದರು "ಈಗೇನು ಮಾಡುವುದು?" ಮದುವೆಯ ನಂತರ ನಂದಿತಾಳಲ್ಲಿ ಬದಲಾವಣೆ ಬರಬಹುದು. ಅಕಸ್ಮಾತ್ ಬರದಿದ್ದರೇ, ಮುಂದಿನ ಚಿತ್ರದ ಮೇಲೆ ದಟ್ಟವಾಗಿ ಶಾಯಿ ಹರಡಿಕೊಂಡು ವಿರೂಪವಾದಂತೆ ಕಂಡಿತು. ಸಣ್ಣಗೆ ಬೆವೆತರು.

"ನೀರು..." ಎಂದಾಗ ಎಚ್ಚೆತ್ತರು. ಎದೆ ವಿಪರೀತ ಭಾರ. ಪ್ರಯಾಸದಿಂದ ದಬ್ಬಿದರು ಉಸಿರನ್ನ "ಪ್ರವೀಣ್... ಹೇಗೆ?" ಕೇಳಿದರು. ಅವಳ ಮುಖದಲ್ಲಿ ಮಲ್ಲಿಗೆಗಳು ಅರಳಿತು "ಏನಪ್ಪ ಹೀಗೆ... ಕೇಳ್ತೀರಾ! ಅಂಥ ಗಂಡು ಸಿಕ್ಕೋದೇ... ಅದೃಷ್ಟ. ನಂದಿತಾನದು ಪುಣ್ಯ" ತುಂಬು ಮನಸ್ಸಿನ ಮಾತು. 'ಆ ಅದೃಷ್ಟ ನಿನ್ನದಾದರೂ ಆಗ್ಲೀ' ಎಂದು ಹಾರೈಸಿತು ಅವರ ಮನ, ಕಷ್ಟದಿಂದ ನುಂಗಿಕೊಂಡರೂ ತುಮುಲವನ್ನ.

ಮಲಗುವ ಮುನ್ನ ಹೆಂಡತಿಗೆ ಹೇಳಿದರು "ಐದು ಗಂಟೆ ಬಸ್ಸಿಗೆ ಹೋಗಿ ಪ್ರವೀಣ್, ಅವ್ನ ತಾಯ್ತಂದೆಯರ್ನ ಒಂದ್ಸಲ ನೋಡಿ ಮಾತಾಡ್ಕೊಂಡ್ಬರ್ಬೇಕು." ಅಗತ್ಯವಾಗಿ ಆ ಕೆಲಸ ಸುಬ್ಬಣ್ಣನೇ ಮಾಡಬೇಕಿತ್ತು. ಇಷ್ಟ ಅನಿಷ್ಟಗಳನ್ನ ಅರಿಯದ ಸ್ಥಿತಿಯಲ್ಲಿರುವ ನಂದಿತಾನ ಮದುವೆಯೆನ್ನುವ ಸಂಕೋಲೆಯೊಳಗೆ ಬಂಧಿಸಲಾರರು. ಬೇರೆಯವರ ಅಡಿಕೆ, ಮಾನ ಮರ್ಯಾದೆಗಿಂತ ಮಗಳ ಭವಿಷ್ಯ ಅವರಿಗೆ ಮುಖ್ಯ.

"ಮತ್ತೇನಾದ್ರೂ ವಿಷ್ಯ ಉಂಟಾ?" ವೀಳೆದೆಲೆಗೆ ಸುಣ್ಣ ಸವರುತ್ತ ವೈದೇಹಿ ಸಹಜವಾಗಿ ಕೇಳಿದಾಗ, ಸುಬ್ಬಣ್ಣನ ಹಣೆಯಲ್ಲಿನ ಗೆರೆಗಳು ಆಳಕ್ಕೆ ಇಳಿದವು. ಕಣ್ಣುಗಳ ಸುತ್ತಲಿನ ಕಪ್ಪು ವಲಯ ಮತ್ತಷ್ಟು ದಟ್ಟವಾಗಿ ಹೆಚ್ಚಿ ಐದು ವರ್ಷದಷ್ಟು ವಯಸ್ಸು ಮುಸುಕಿತು. "ಹೌದು, ಬೆಳಿಗ್ಗೆ ಅಂಥ ತರಾತುರಿ ಮಾಡ್ಕೋಬೇಡ. ಹೊಸ್ದಾಗಿ ಯಾರ್ಗೂ ವಿಷ್ಯ ಮುಟ್ಸಿ ನಿಶ್ಚಿತಾರ್ಥಕ್ಕೆ ಆಹ್ವಾನಿಸೋಕೆ ಹೋಗ್ಬೇಡ. ಋಣಾನುಬಂಧವಿದ್ದು, ಅವ್ರುಗಳು ದೊಡ್ಡ ಮನಸ್ಸು ಮಾಡಿದ್ರೆ ನಂದಿತಾ ನಿಶ್ಚಿತಾರ್ಥವಲ್ಲ... ಸೌದಾಮಿನಿದು" ಎಂದರು ಒತ್ತಿ. ಆಕೆಯ ಕೈಯಲ್ಲಿದ್ದ ವೀಳೆಯದೆಲೆ ಜಾರಿತು. ಆಶ್ಚರ್ಯ, ವಿಸ್ಮಯ ಅದಕ್ಕೂ ಮೀರಿದ ಆತಂಕ. ಮಾತು ಹೊರಡದಂತೆ ಕೂತರು.

ಆ ರೂಮಿನಲ್ಲಿ ಗಾಳಿ ಕೂಡ ಸ್ತಬ್ಧವಾಯಿತು. ಕಿಟಕಿಯ ಬಳಿ ಗಾಳಿ ಕಾವಲುಗಾರನಾಗಿ ಅಪ್ಪಣೆಗಾಗಿ ಕಾದು ನಿಂತಿತು.

"ನಂಗೆ... ಅರ್ಥವಾಗಿಲ್ಲ!" ಮೌನ ಮುರಿದರು ವೈದೇಹಿ. ವೀಳೆದೆಲೆಯನ್ನು ಮಡಚಿ ಬಾಯಿಗಿಟ್ಟುಕೊಳ್ಳುತ್ತ ಹಾಸಿಗೆಯಲ್ಲಿ ಜಾರಿದರು. ಸುಬ್ಬಣ್ಣ "ಅಂಥದೇನಿಲ್ಲ, ಹೇಗೂ ನಂದಿತಾಗೆ ಕೆಲ್ಸ ಇದೆ. ಒಳ್ಳೆ ರೂಪು ಬಣ್ಣ, ವಿದ್ಯಾವಂತೆ, ಗಂಡು ಸಿಗೋದು, ಮದ್ವೆ ಆಗೋದು ಯಾವ್ದು ಕಷ್ಟವಲ್ಲ. ಸೌದಾಮಿನಿ ವಿದ್ಯೆ ನೈವೇದ್ಯ. ಕೆಲ್ಸ ಸಿಗೋಲ್ಲ. ಒಳ್ಳೆ ಗೃಹಿಣಿಯಾಗಬಲ್ಲಳು. ಅವ್ಳು ನೋಡೋಕೆ ನಂದಿತಾಗೆ ಅಕ್ಕನ ಹಾಗೆ ಕಾಣಿಸ್ತಾಳೆ. ಅವ್ರು ಒಪ್ಕೊಂಡ್ರೆ.... ಇವ್ಳ ಮದ್ವೇನೇ ಮಾಡ್ಬಿಡೋಣಾಂತ. ಎಲ್ಲಾ ಯೋಚ್ಸೇ ಈ ತೀರ್ಮಾನಕ್ಕೆ ಬಂದಿರೋದು" ಎಂದರು ಸ್ಪಷ್ಟವಾಗಿ. ವೈದೇಹಿಗೆ ಸರಿಯೆನಿಸಲಿಲ್ಲ.

ಗಂಡ ಹೇಳಿದಲ್ಲಿ ನಿಜವಿರಬಹುದು. ಹಾಗೆಂದು ಹಿರಿಯಳನ್ನ ಬಿಟ್ಟು ಕಿರಿಯಳಿಗೆ ಮದುವೆ ಮಾಡುವುದೇ?

"ಇಷ್ಟು ಕಾರಣಗಳಿಗಾಗಿ ಈ ನಿರ್ಣಯಕ್ಕೆ ಬಂದ್ರಾ? ನಂಗೆ ಸರಿಯೆನಿಸೋಲ್ಲ. ಇವೆಲ್ಲ ಹೊಸ್ದಲ್ಲ. ಅಂದೇ ನಂದಿತಾಗೆ ಬದ್ಲು ಸೌದಾಮಿನಿಗೇ ತೋರ್ಸಬೇಕಿತ್ತು. ಜನ ಏನು ಅಂತಾರೆ? ಅವ್ರು ಒಪ್ಕೋತಾರ? ಒಂದು ತರಹ ಮಾರ್ಕೆಟ್ ವ್ಯಾಪಾರ ಮಾಡ್ಬಿಟ್ರಿ" ಜಿಗುಪ್ಸೆಗೊಂಡರು. ಖುಷಿಯಲ್ಲಿದ್ದ ಆಕೆ ಪಾತಾಳಕ್ಕಿಳಿದರು.

"ಹೌದು... ಅಂದ್ಕೋ! ಲೈಟು... ಆರ್ಸು. ಬೆಳಿಗ್ಗೆ ಬೇಗ ಏಳ್ಬೇಕು" ಹೊದ್ದಿಕೆಯನ್ನೆಳೆದುಕೊಂಡರು. ಆಕೇಗೇನು ತೋಚಲಿಲ್ಲ. "ಇಂಥದೊಂದು ಕಲ್ಪನೆ ಕೂಡ ಆಕೆಗಿಷ್ಟವಿಲ್ಲ ಇದೆಲ್ಲ ತಮಾಷೆಗೆ ತಾನೇ?" ಸ್ವಲ್ಪ ಬಿರುಸಿನಿಂದ ಕೇಳಿದರು.

ಮುಚ್ಚಿದ್ದ ಕಣ್ ತೆರೆದ ಸುಬ್ಬಣ್ಣ "ಇಂಥ ವಿಷ್ಯಗಳಲ್ಲಿ ಯಾರಾದ್ರೂ ತಮಾಷೆ ಮಾಡ್ತಾರ? ಸುಮ್ನೇ ಮಲಕ್ಕೋ! ನಾಳೆ ನಾನ್ಹೋಗಿ ಬರೋವರ್ಗೂ ಮಕ್ಳ ಹತ್ರ ಕೂಡ ಈ ಪ್ರಸ್ತಾಪ ಬೇಡ" ತಾಕೀತು ಮಾಡಿದರು.

ಲೈಟು ಆರಿಸಿ ಮಲಗಿದರು. ವೈದೇಹಿ ಬಿಗಿಯಾಗಿ ಕಣ್ ರೆಪ್ಪೆ ಮುಚ್ಚಿಕೊಂಡರೂ ನಿದ್ದೆ ಬರದು. ನಿದ್ದೆ ಕಣ್ಣಿನ ಅಧೀನವಲ್ಲ, ಮನಸ್ಸಿನ ಸುಪರ್ದಿನಲ್ಲಿರುತ್ತದೆಯೆಂದುಕೊಂಡರು. ಹೊರಳಿ ಹೊರಳಿ ನರಳಿದರು. ಅದಕ್ಕಿಂತ ಕೆಟ್ಟ ಸ್ಥಿತಿ ಸುಬ್ಬಣ್ಣನದು. ಆದರೆ ಹೊರಳಲಿಲ್ಲ. ನರಳಲಿಲ್ಲ. ನಿಶ್ಯಬ್ದವಾಗಿ ಅನುಭವಿಸಿದರು.

ಹೋದ ಸುಬ್ಬಣ್ಣ ಹನ್ನೆರಡು ಗಂಟೆಯೊಳಗೆ ಹಿಂದಿರುಗಿದರು. ಒಂದಿಷ್ಟು ಪ್ರಸನ್ನತೆ ಇತ್ತು ಅವರ ಮುಖದ ಮೇಲೆ.

"ಮಾಮೂಲಾಗಿ ಎಲ್ಲಾ ನಡೀಲಿ. ಸೌದಾಮಿನಿ ಮದ್ವೆ ನಿಶ್ಚಿತಾರ್ಥ, ಏನೇನೋ ಹೇಳಿ ಅವ್ರಲ್ಲಿ ಗೊಂದಲ ಎಬ್ಬಿಸ್ಬೇಡ. ನಾನೇ ಎಲ್ಲಾ ಹೇಳ್ಕೋತೀನಿ" ತಮ್ಮ ತಲೆಯ ಮೇಲೆ ಹಾಕಿಕೊಂಡರು. ನಿಶ್ಚಿಂತೆಯಿಂದ ಸಂಸಾರದ ಚುಕ್ಕಾಣಿ ಹಿಡಿದ ವ್ಯಕ್ತಿ ಇಡೀ ಕುಟುಂಬ ವ್ಯಕ್ತಿಗಳ ಪೂರ್ಣ ಜವಾಬ್ದಾರಿ. ಅದರಿಂದ ನುಣುಚಿಕೊಳ್ಳುವುದು ಸಾಧ್ಯವಿಲ್ಲ.

ತುಟಿ ಕಚ್ಚಿಡಿದು ಓಡಾಡಿದರು ದುಸದುಸ ಎನ್ನುತ್ತ ವೈದೇಹಿ. ಹರಳೆಣ್ಣೆಯ ಬಟ್ಟಲು ಹಿಡಿದು ಬಂದವರು ನಂದಿತಾ ಬದಲು ಸೌದಾಮಿನಿಯನ್ನ ಕೂಡಿಸಿ ನೆತ್ತಿಗೆ ಹಚ್ಚಿದಾಗ ಅವಳಿಗೆ ಆಶ್ಚರ್ಯ.

"ನಂಗ್ಯಾಕೆ, ಹಚ್ಚುತೀಯಮ್ಮ! ನಂದಿತಾಕ್ಕನಿಗೆ ನಾನೇ ಹಚ್ಚಿ ಎರೀತೀನಿ ಬಿಡು. ಸುಮ್ನೇ ಮೇಲಕ್ಕೆ ಇಳಿದ ಎಣ್ಣೆಯನ್ನು ಮುಖಕ್ಕೆ ಸವರಿಕೊಳ್ಳುತ್ತ. ಅದನ್ನು ಕೇಳಿಸಿಕೊಳ್ಳದವಂತೆ ವೈದೇಹಿ ಇನ್ನಷ್ಟು ಎಣ್ಣೆಯನ್ನ ಕೂದಲಿಗೆ ತಿಕ್ಕಿ "ಇದೇ ಮಾತುಗಳ್ನ ನಿಮ್ಮಪ್ಪನಿಗೆ ಹೇಳು. ಅದ್ಕೇ ಕಾರಣ ಅವ್ರೇ ನಿಂಗೆ ಹೇಳ್ತಾರೆ" ಬಟ್ಟಲು ಹಿಡಿದು ಒಳಗೆ ಹೋದರು. ಅವಳಿಗೇನು ಅರ್ಥವಾಗಿಲ್ಲ. ಮತ್ತಷ್ಟು ನೆತ್ತಿಯನ್ನ ತಿಕ್ಕಿಕೊಳ್ಳುತ್ತ

ತಂದೆಯನ್ನರಸಿಕೊಂಡು ಕೋಣೆಗೆ ಹೋದಳು. ಅದು ಇದು ಕೆಲಸ ಮಾಡುತ್ತಿದ್ದವಳು ಅವರೆಗೂ ಸ್ನಾನ ಕೂಡ ಮಾಡಿರಲಿಲ್ಲ.

"ಬೆಳಿಗ್ಗಿಂದ ಪುರಸೊತ್ತಿಲ್ಲ. ಈಗ ಸ್ನಾನಕ್ಕೆ ಹೊರಡೋಣ ಅನ್ನೋ ಹೊತ್ಗೇ ಅಮ್ಮ ತಂದು ಹರಳೆಣ್ಣೆ ಮೆತ್ತಿದ್ದಾಳೆ" ಎಂದಳು.

ಏನೋ ಗುರುತು ಹಾಕುತ್ತಿದ್ದ ಸುಬ್ಬಣ್ಣ ತಲೆಯೆತ್ತಿ ಮಗಳ ಕಡೆ ನೋಡಿದರು. "ನಿಂಗೆ ಪ್ರವೀಣ್ ಇಷ್ಟವಾಗಿದ್ರಲ್ಲ. ನಿಂಗೆ ನಿಶ್ಚಯ ಮಾಡ್ಬಿಟ್ಟೆ. ನಂದಿತಾ ಸ್ವಲ್ಪ ಮೂಡಿ. ಆ ಇಡೀ ಕುಟುಂಬ ಮಾತಿನವ್ರು ಇಷ್ಟ ಬಂದಾಗ ಮಾತಾಡೋ ಹುಡ್ಗೀ. ಎಲ್ಲಿ ತಾಳಮೇಳ ತಪ್ಪುತ್ತೋಂತ ನಂಗೆ ಭಯ" ಉಸುರಿದರು ಮಗಳನ್ನೇ ನೋಡುತ್ತ.

ನಿಂತಲ್ಲಿಯೇ ಅವಳು ಚಲಿಸಿದ ಗೊಂಬೆಯಾದಳು. ಸ್ಥಬ್ದ ಚಿತ್ರವಾದಳು. ಉಸಿರು ನಿಂತಂತಾಯಿತು ಕೆಲವು ಕ್ಷಣ. ಅಂಥ ಒಂದು ಸಣ್ಣ ವಿಷಯಕ್ಕಾಗಿ ನಂದಿತಾ ಬದಲು ತನಗೇ ಮದುವೆ ಮಾಡುವುದಾ?

"ಸೌದಾಮಿನಿ" ನಂದಿತಾ ಕೂಗಿಕೊಂಡು ಬಂದಾಗ ಕೀಲು ಕೊಟ್ಟ ಬೊಂಬೆಯಂತೆ ಅವಳತ್ತ ತಿರುಗಿದಳು ಅಸಹಾಯಕ ದೃಷ್ಟಿ ಬೀರುತ್ತ. "ಏನು... ಇದೆಲ್ಲ!" ಇವಳ ಕೇಳಿಕೆಗೆ ನಂದಿತಾ ತಂದೆಯತ್ತ ನೋಟಹರಿಸಿದಳು. ಮುಗುಳ್ನಕ್ಕರು ಸುಬ್ಬಣ್ಣ "ಇವ್ರದೆಲ್ಲ ಒಂದೇ ದೂರು. ನಿಮ್ಗೇ ನಂದಿತಾ ಮೇಲೆ ಬಹಳ ಪ್ರೀತಿಯಿದೆ. ಅದು ನಿಜಾಂತ ಸಾಬೀತಾಗ್ಬೇಕಲ್ಲ. ಪ್ರವೀಣ್ ಜೊತೆ ಸೌದಾಮಿನಿ ಮದ್ವೆ. ಅವನ ಮನೆಯವರು ಒಪ್ಕೊಂಡಿದ್ದಾರೆ. ಒಂದಷ್ಟು ದಿನ ನಂದಿತಾ ನಮ್ಮ ಮನೆಯಲ್ಲೇ ಇರ್ಲಿ" ಎಂದರು. ಸ್ವಾರ್ಥ ಪ್ರದರ್ಶನವೆನಿಸಬಹುದು ಬೇರೆಯವರಿಗೆ. ಆದರೆ ನಂದಿತಾ, ಸೌದಾಮಿನಿ ಹಾಗೇ ಅರ್ಥ ಮಾಡಿಕೊಳ್ಳಲಿಲ್ಲ. ಕಕ್ಕಾಬಿಕ್ಕಿಯಾದವಳು ಸೌದಾಮಿನಿ ಮಾತ್ರ.

"ಪ್ಲೀಸ್, ಇದು ನಂಗೆ ಸರಿಯೆನಿಸೋಲ್ಲ ಅಪ್ಪ. ನಂದಿತಾ ನಂಗಿಂತ ಹಿರಿಯಳು ತಾನೇ" ಆ ಪ್ರಶ್ನೆಗೆ ಅವರಲ್ಲಿ ಉತ್ತರವಿಲ್ಲ, ಗಂಭೀರವಾದರು. "ಇನ್ನಷ್ಟು ಅಂದರೇ... ಪ್ರವೀಣ್‌ಗಿಂತ ವಿದ್ಯಾವಂತ, ಬುದ್ಧಿವಂತ, ಪ್ರಜ್ಞಾವಂತನಿಗೆ ನಂದಿತಾನ ಕೊಡ್ಬೇಕು. ತೀರಾ ಅವ್ಳ ಮನಸ್ಸು ಸೆನ್ಸಿಟಿವ್. ಅದ್ನ ಮನಸ್ಸಿನಲ್ಲನ್ಕೊಂಡೇ ನಾನು ಈ ಉದ್ದೇಶಕ್ಕೆ ಬಂದಿದ್ದು. ನಿನ್ನ ಇಷ್ಟ ತಿಳ್ದೇ ಮುಂದುವರಿದಿದ್ದು. ಆ ಮನೆಯವ್ರಂಥ ಸಂಬಂಧ ಸಿಗೋದು ಕಷ್ಟವೇ ನಮಗೆ" ಸಂಕ್ಷಿಪ್ತವಾಗಿ ಬಿಡಿಸಿಟ್ಟಾಗ ಅಕ್ಕ ತಂಗಿಯರಿಗೆ ಬಾಯಿ ತೆರೆಯಲಾಗಲಿಲ್ಲ. ಸೌದಾಮಿನಿ ಗಲಿಬಿಲಿಗೊಂಡರೇ, ನಂದಿತಾ ನಿರಾತಂಕವಾಗಿದ್ದಳು. ಅರ್ಥವಾಗದ ಸ್ಥಿತಿಯಲ್ಲಿರುವ ಹೆಜ್ಜೆಯನ್ನು ಮುಂದಕ್ಕೆ ಎತ್ತಿಡಲು ಹೆದರುತ್ತಿದ್ದಳು! ಅದು ಹೆದರಿಕೆಯೋ, ಹಿಂಜರಿಕೆಯೋ ಮತ್ತೆ ಯಾವುದಾದರೂ ಮಾನಸಿಕ ಒತ್ತಡಗಳೋ ಅರ್ಥೈಯಿಸಿಕೊಳ್ಳಲಾರದ ಸ್ಥಿತಿ.

ನಿಶ್ಚಿತಾರ್ಥ ನಡೆಯಿತು. ಪ್ರವೀಣ್ ಮುಖದಲ್ಲಿ ಪೂರ್ತಿ ಸಂತೋಷ ಕಾಣಲಾಗಲಿಲ್ಲ. ಅವನ ಮನೆಯವರಿಗೆ ಸ್ವಲ್ಪ ಗಂಭೀರವಾಗಿ ಕಾಣುವ ನಂದಿತಾಗಿಂತ

ಸರಳವಾಗಿ ಬೆರೆಯುವ, ಆಗಾಗ ಪ್ರವೀಣ್ ಕಡೆ ಮೋಹಕ ನೋಟ ಹರಿಯುವ ಸೌದಾಮಿನಿ ಇಷ್ಟವಾದಳು.

"ಅಷ್ಟು ಒಳ್ಳೆ ಬಣ್ಣ, ಎತ್ತರವಿಲ್ದಿದ್ರೂ ಸೌದಾಮಿನಿ ಚೆನ್ನಾಗಿದ್ದಾಳೆ. ಪ್ರವೀಣ್‌ನು ಚೆನ್ನಾಗಿ ನೋಡ್ಕೋತಾಳೆ. ಹೊರಗೆ ಹೋಗಿ ದುಡಿಯದಿದ್ರೂ ಮನೆಯನ್ನ ಅಚ್ಚುಕಟ್ಟಾಗಿ ನೋಡ್ಕೋತಾಳೆ, ನಮ್ಗೆ ಅಷ್ಟ್ ಸಾಕು" ಪ್ರವೀಣ್ ಅಮ್ಮನ ಉವಾಚ. ಅವನಪ್ಪ ಹಾ 'ಹ್ಞೂ' ಎನ್ನಲಿಲ್ಲ. ಪ್ರವೀಣ್ ಮನಕ್ಕಂತೂ ನಿರಾಸೆ. ಎಟುಕದ ದ್ರಾಕ್ಷಿ ಹುಳಿಯೆಂದುಕೊಳ್ಳಲಿಲ್ಲ. ಆ ದ್ರಾಕ್ಷಿಯ ಬೆಲೆ ತನ್ನಂಥವನಿಗೆ ಎಟುಕೋದಿಲ್ಲ ಎಂದುಕೊಂಡ. ಈಗಲೂ ನಂದಿತಾ ಬಗ್ಗೆ ಕೋಪವಿಲ್ಲ. ಗೌರವವೇ. "ಐಯಾಮ್ ಅನ್‌ಲಕ್ಕೀ, ತೀರಾ ಬೆಲೆಬಾಳುವ ವಜ್ರನ ಪಡೆಯಲು ಅರ್ಹತೆ ಬೇಕು. ಕಾಯ್ದಿಡುವುದು, ಜೋಪಾನ ಮಾಡುವುದು ಮತ್ತಷ್ಟು ಕಷ್ಟ" ಇದು ಅವನ ಅನಿಸಿಕೆಯಷ್ಟೆ.

* * * *

ಮಾಮೂಲಾಗಿ ಒಂದು ವಾರ ಆಫೀಸಿಗೆ ಬಂದರೂ ಅವಳ ಮದುವೆಯ ನಿಶ್ಚಿತಾರ್ಥ ನಡೆಯದ ಬಗ್ಗೆ ಯಾರಿಗೂ ಸುಳಿವು ಸಿಕ್ಕಲಿಲ್ಲ.

ಅಂದು ಮಹೇಂದರ್ ಆಫೀಸ್‌ಗೆ ಬಂದ ಕೂಡಲೇ ಅರವಿಂದ ಘೋಷ್‌ನ ಕರೆಸಿಕೊಂಡು ಇದುವರೆಗೆ ಕೆಲಸದಿಂದ ವಜಾ ಮಾಡಿದ ಆಪರೇಟರ್ ಮುನಿಯಪ್ಪನನ್ನು ಹಿಂದಕ್ಕೆ ಕರೆಸುವ ಬಗ್ಗೆ ತಿಳಿಸಿ ಆಗಲೇ ಆ ಪತ್ರಕ್ಕೆ ಸಹಿ ಹಾಕಿದ.

"ಇನ್ನು ಕೆಲವು ಅಪರಾಧಿಗಳು ಒಳ್ಗೇ ಉಳ್ದುಕೊಂಡಿದ್ದಾರೆ. ಆದ್ರೂ ಒಬ್ಬ ನಿರಪರಾಧಿಗೆ ಶಿಕ್ಷೆಯಾಗ್ಬಾರ್ದು." ಅರ್ಥಗರ್ಭಿತವಾಗಿ ಹೇಳಿದ.

ಅವರು ತಲೆದೂಗಿದರು. ಪಾದರಸದಂಥ ಚುರುಕುತನದ ಮಹೇಂದರ್ ಚಟುವಟಿಕೆ ಕೆಲವರನ್ನು ಭಯಗ್ರಸ್ತರನ್ನಾಗಿ ಮಾಡಿದರೇ, ಫ್ಯಾಕ್ಟರಿಯ ಹಿತಚಿಂತಕರಂತು ಹರ್ಷಿಸಿದರು.

"ಥ್ಯಾಂಕ್ಯೂ ಸರ್ ಥ್ಯಾಂಕ್ಯೂ" ಎಂದರು.

ಸಾಕಷ್ಟು ಜನರೊಂದಿಗೆ ಚರ್ಚಿಸಿದ್ದ ಆರ್ಯ ಅವರ ಕುಟುಂಬದ ಬಗ್ಗೆ, ದುರ್ಘಟನೆ ನಡೆದ ಸಮೀಪದ ಪೊಲೀಸ್ ಸ್ಟೇಷನ್‌ನ ಹಳೆಯ ಕಡತಗಳನ್ನೆಲ್ಲ ತೆಗೆದು ಪರಿಶೀಲಿಸಿದ್ದ. ಆ ಅಪಘಾತದಲ್ಲಿ ಮೇಜರ್ ಆರ್ಯ ಅವರ ಸಂಪೂರ್ಣ ಕುಟುಂಬ ಸುಟ್ಟು ಭಸ್ಮವಾಗಿತ್ತು. ಅಂದಿನ ಪೊಲೀಸ್ ಫೈಲ್‌ನಲ್ಲಿದ್ದ ಭಾವಚಿತ್ರಗಳನ್ನು ನೋಡಿದ್ದ. ಸುಟ್ಟ ಕಾರು ಆಸ್ಥಿಪಂಜರದಂತಿತ್ತು.

ಸೈನ್ಯದ ಮಾಹಿತಿ ಪ್ರಕಾರ ಕೂಡ ಮೇಜರ್ ಆರ್ಯ ಅವರ ಕುಟುಂಬ ಮರಣಿಸಿತ್ತು. ವರ್ಷದ ನಂತರ ಅವರಿಗೆ ಸಲ್ಲಬೇಕಾದುದಕ್ಕೆಲ್ಲ ಅವರ ಏಕೈಕ ತಮ್ಮ ವಾರಸುದಾರನೆಂದು ಗುರ್ತಿಸಿ ಕೊಡಮಾಡಲ್ಪಟ್ಟಿತ್ತು.

ಕೆಲವು ಮಾಹಿತಿಗಳನ್ನು ಸಂಗ್ರಹಿಸಿದ್ದ. ಈಗ ಮಿತ್ರ ವಾಸಿಸುವ ಮನೆ ಆವರಣ ಆರ್ಯ ಅವರದು. ಲಾಕರ್‌ಗಳಲ್ಲಿದ್ದ ಒಡವೆ, ಬ್ಯಾಂಕ್ ಅಕೌಂಟ್ ಎಲ್ಲಾ ಅವರ ವಶ ಇದೆಲ್ಲ ಸಹಜವೆ. ಆದರೆ ಎಷ್ಟೇ ಪ್ರಯತ್ನಪಟ್ಟರೂ ನಂದಿತಾಳಲ್ಲಿ ಹಿಂದುವನ್ನ ಕಾಣುವ ಮನಸ್ಸು ವಿಚಿತ್ರ ರೀತಿಯಲ್ಲಿ ಯೋಚಿಸುತ್ತಿತ್ತು.

ತದ್ರೂಪಿ ಇರಬಹುದು. ಸಾಮ್ಯವಿರಬಹುದು. ಆದರೆ ಕಣ್ಣುಗಳು, ಅದರಲ್ಲಿನ ಭಾವ ಅವನನ್ನ ಮೋಸಗೊಳಿಸಲು ಸಾಧ್ಯವಿರಲಿಲ್ಲ.

ಬಂಗ್ಲೆಗೆ ಮಧ್ಯಾಹ್ನ ಹಿಂದಿರುಗಿದವನು ಫೋನ್ ಹಚ್ಚಿದ. "ಆ ಕಾನ್ಫಿಡೆನ್ಸ್ ಫೈಲ್ ನಂದಿತಾ ಕೈಯಲ್ಲಿ ಆಫೀಸ್ ಕಾರಿನಲ್ಲಿ ಕಳ್ಸಿ ಬೇಗನೇ" ಘೋಷ್‌ರಿಗೆ ಹೇಳಿದ. ಮತ್ತಷ್ಟು ಮಗದಷ್ಟು ಅರಿಯುವ ಕುತೂಹಲ ಚಡಪಡಿಕೆಯನ್ನು ಹತ್ತಿಕ್ಕಲಾರದ ಮನಸ್ಥಿತಿ.

ಫೈಲು ಹಿಡಿದು ಬಂಗ್ಲೆಯ ಬಾಗಿಲಿಗೆ ಬಂದಳು. ಆರು ಅಡಿ ಅಗಲ, ಒಂಬತ್ತು ಅಡಿ ಉತ್ತದ ಟೀಕ್ ಬಾಗಿಲು ಅವಳನ್ನು ತಡೆದು ನಿಲ್ಲಿಸಿತು. ನವಿರಾದ ಕೆತ್ತನೆಯಲ್ಲಿ ಅಬ್ಬರಿಸುವ ಸಿಂಹದ ಚಿತ್ರ.

"ಐ ಲೈಕ್ ಇಟ್, ಈ ಬಾಗಿಲ ಮುಂದೆ ಬಂದು ನಿಲ್ಲುವ ಯಾವ್ದೇ ವ್ಯಕ್ತಿಯಾದ್ರೂ ಕ್ಷಣ ನಿಂತು ಎದೆಯ ಮೇಲೆ ಕೈ ಇಟ್ಕೋಬೇಕು" ಎನ್ನುವ ಮಾತುಗಳು ತೂರಿ ಬಂದವು. ಎಲ್ಲಿಂದ? ಸುತ್ತಲೂ ನೋಡಿದಳು ಯಾರು ಇರಲಿಲ್ಲ. ಗಾಳಿ ಹೊತ್ತು ತಂದಿತ್ತೇ? "ಕಮಿನ್ ಮೇಡಮ್..." ಬಾಗಿಲು ಹಿಂದಕ್ಕೆ ಸರಿಯಿತು. ಮನೆಯ ಬಿಳಿಯ ಸಮವಸ್ತ್ರದ ಸರ್ವೆಂಟ್ ನಿಂತಿದ್ದ ನಮ್ರತೆಯಿಂದ. ಮಾತಾಡದೆ ಹೆಜ್ಜೆಗಳನ್ನು ಎತ್ತಿಟ್ಟಳು. ಹಿಂದೆ ಬಂದಾಗ ಆ ಬಾಗಿಲು ಇತ್ತಾ?

"ಹಿಂದು..." ಎಂದ ತಟ್ಟನೇ.

ಅತ್ತಿತ್ತ ನೋಟಹರಿಸಿದಳು ನಂದಿತಾ. ಯಾರೂ ಇರಲಿಲ್ಲ. ಯಾರನ್ನು ಉದ್ದೇಶಿಸಿ ಕರೆದಿದ್ದು. 'ಹಿಂದು...' ಈ ಹೆಸರು ಕೂಡ ಅಪರಿಚಿತವಲ್ಲ. 'ನೀನು.... ನಂದಿತಾ..... ನಂದಿತಾ... ನಂದಿತಾ' ಯಾರೋ ಹೇಳಿದರು. ಆ ಹೆಸರಿನ ಪರಿಚಯ ಅವಳಿಗುಂಟು. ತಂದೆಯ ನಲ್ಮೆಯ ದನಿ. ಅವರನ್ನ ಕಂಡರೆ ಅವಳಿಗೆ ವಿಪರೀತವಾದ ಪ್ರೀತಿ.

"ನಾನು ಹಿಂದು ಅಲ್ಲ, ನಂದಿತಾ" ಎಂದಳು.

"ದಟ್ಸ್ ಓಕೆ, ಹಿಂದು ನನ್ನ ಬಾಲ್ಯದ ಫ್ರೆಂಡ್. ಅಭ್ಯಾಸದ ಬಲ ಅಷ್ಟೆ" ಸ್ವಲ್ಪ ನೋಟ ಮೇಲೆತ್ತಿ ಫೈಲಿನ ಪುಟಗಳನ್ನು ತಿರುವಿದ "ಯಾವಾಗ್ಮದ್ವೆ?" ಕೇಳಿದ. ಸ್ವರದಲ್ಲೇನು ಉತ್ಸಾಹವಿರಲಿಲ್ಲ "ಕೆಲ್ಸದಲ್ಲಿ ಮುಂದುವರೀತೀರಾ?" ಮತ್ತೊಂದು ಪ್ರಶ್ನೆ.

"ನಂಗಲ್ಲ ಸೌದಾಮಿನಿಗೆ ಮದ್ವೆ" ಮೆಲ್ಲಗೆ ಉಸುರಿದಳು. ಮಹೇಂದರ್‌ನ ನೋಟ ಚಲಿಸದೆ ನಿಂತಿತು. ಅಂಗೈ ಫೈಲ್‌ನ ಪುಟಗಳನ್ನು ಮೆಲ್ಲಗೆ ಸವರಿತು. ಯಾಕೆ? ಕೆನ್ನೆಯುಜ್ಜಿ, ಬೆರಳುಗಳಿಂದ ಕ್ರಾಪನ್ನ ಸವರಿ ಅವಳನ್ನ ನೋಡಿದ.

"ನನ್ನ ಮದ್ವೆ ಎಂಗೇಜ್‌ಮೆಂಟ್ ಅಂತ ತಾನೇ ಲೀವ್ ಕೇಳಿದ್ದು?" ಅವನ ಸ್ವರ ಗಡುಸಾಯಿತು. ಸುಳ್ಳು ಹೇಳಿದ್ದಕ್ಕೆ ಬೇಸರ. ಚಲಿಸಲಿಲ್ಲ ಅವಳೇನು "ಲೀವ್ ಲೆಟರ್ ಕೊಟ್ಟಾಗ ನನ್ನ ಮದ್ವೆ ಎಂಗೇಜ್‌ಮೆಂಟ್‌ನ ವಿಷ್ಯವೇ ಇತ್ತು. ಆಮೇಲೆ ಬದಲಾಗಿದ್ದು" ಸ್ಪಷ್ಟಪಡಿಸಿದಳು. ಕವಿದಿದ್ದ ಮೋಡಗಳು ಚದುರಿದಂತಾಯಿತು ಮಹೇಂದರ್‌ಗೆ. ಹಗುರವಾಗಿ ತೇಲಾಡಿದಂತಾಯಿತು.

ಒಂದೆರಡು ಲೆಟರ್‌ಗಳನ್ನು ಡಿಕ್ಟೇಟ್ ಮಾಡಿದ, ಲಕ್ಷ್ಮೀದೇವಮ್ಮ ತಮ್ಮ ಕೆಲಸಕ್ಕೆ ಹಿಂದಿರುಗುವವರಿದ್ದರು, ಮುಂದಿನ ವಾರ. ಕೆಲಸದಿಂದ ಇವಳನ್ನ ಟರ್ಮಿನೇಟ್ ಮಾಡುವುದು ಅನಿವಾರ್ಯ.

ಹಿಂದಿರುಗಿಸಿದ ಫೈಲು ಹಿಡಿದು ಮೇಲೆದ್ದಾಗ ಮಹೇಂದರ್ "ನಿಮ್ಮನ್ನ ಹಿಂದು ಅಂತ ಕೂಗಿದ್ರೆ ಹೇಗೆ?" ಕೇಳಿದಾಗ ವಿಚಲಿತಳಾದಳು. "ಹೇಗೆ, ಸಾಧ್ಯ ಸರ್...? ನನ್ಹೆಸರು ನಂದಿತಾ. ಕೂಗಿದ ತಕ್ಷಣ ನಾನೇ ಅನ್ನಿಸ್ಬೇಕಲ್ಲ ನಂಗೆ" ಎಂದಳು ಮೆಲ್ಲಗೆ. ಮಹೇಂದರ್ ತುಟಿಯಂಚಿನಲ್ಲಿ ತೆಳುವಾದ ನಗೆ ಇಣುಕಿತು. "ನೀವು ಕೋ-ಆಪರೇಟ್ ಮಾಡ್ಬೇಕು. 'ಹಿಂದು' ಎನ್ನುವ ಹೆಸರು ನಂದು ಅನ್ನೋ ವಿಷ್ಯ ನಿಮ್ಮ ಮನಸ್ಸು ಮನದಟ್ಟು ಮಾಡಿಕೊಡ್ಬೇಕು. ಇದೇನು ಪ್ರಯಾಸವಲ್ಲ" ಎಂದ ಸ್ನೇಹದಿಂದ. ಆರ್ಯರ ಮಗಳು ಹಿಂದು ಮುಂದೆ ನಿಂತ ಅನುಭವ. ಅದೇ ರಾಗ, ಅದೇ ಭಾವ. ಅಂದಿನ ಪುಟ್ಟು ಹಿಂದು ಬೆಳೆದು ನಂದಿತಾ ಆಗಿ ಅವನ ಮುಂದೆ ನಿಂತಂತಾ ಭ್ರಾಂತಿ, ಭ್ರಮೆ, ಏನಾದರಾಗಲೀ ಅವನು ನಂದಿತಾಳಲ್ಲಿ ಕಾಣುತ್ತಿದ್ದದ್ದು ಆರ್ಯ ಮಗಳು, ಅಶೋಕ್‌ನ ತಂಗಿಯನ್ನ.

"ಹೇಗೆ, ಸಾಧ್ಯ? ನಾನು ನಂದಿತಾ... ಹೇಗೆ ಹಿಂದು ಆಗ್ತೀನಿ?" ಪ್ರಶ್ನಿಸಿದಾಗ ಮಹೇಂದರ್ ನಕ್ಕುಬಿಟ್ಟ. "ಯಾಕೆ, ಸಾಧ್ಯವಿಲ್ಲ? ಪ್ರಯತ್ನಿಸಿ ನೋಡಿ" ಸರಿಯೆನ್ನುವಂತೆ ತಲೆದೂಗಿ ಹೊರಟಳು 'ಹಿಂದು'. ನಂದಿತಾ ಇಂಥ ಗೊಂದಲ ವರ್ಷಗಳ ಹಿಂದೆ ತನ್ನಲ್ಲಿ ಎದ್ದಿತ್ತಾ? ಸದ್ಯಕ್ಕೆ ಆ ಪ್ರಶ್ನೆಗೆ ಅವಳಲ್ಲಿ ಉತ್ತರವಿಲ್ಲ.

ರೂಮಿಗೆ ಬಂದ ಮಹೇಂದರ್ ಆರ್ಯರ ವ್ಯಕ್ತಿತ್ವ ನೆನಪು ಮಾಡಿಕೊಂಡ. ಅಂಥ ಸರಳ ಮನುಷ್ಯ, ಉತ್ತಮವಾದ ಹಾಸ್ಯ ಪ್ರವೃತ್ತಿ. ಅವರು ತಮ್ಮನ್ನು ತಾವು ಹಾಸ್ಯ ಮಾಡಿಕೊಂಡು ನಗುತ್ತಿದ್ದರು, ನಗಿಸುತ್ತಿದ್ದರು. ಅವರ ದಟ್ಟ ಮೀಸೆಯಡಿಯ ತುಟಿಗಳ ಮೇಲೆ ಸದಾ ಕಿರುನಗು.

ಮಿತ್ರರ ನಂಬರ್‌ಗೆ ಡಯಲ್ ತಿರುಗಿಸಿದ. ಫೋನ್‌ನಲ್ಲಿ ಸಿಕ್ಕಿದ್ದು ಮಿಸಸ್ ಮಿತ್ರ "ಹಲೋ, ನಾನು ಮಹೇಂದರ್ ಅಂತ" ಪರಿಚಯಿಸಿಕೊಂಡ. "ಯಾವ ಮಹೇಂದರ್...?" ಸರಿಯಾಗಿ ಕೇಳಿಸಲಿಲ್ಲ. "ಸ್ವಲ್ಪ ಜೋರಾಗಿ ಮಾತಾಡಿ. ಮಿತ್ರ ಅಂಕಲ್ ಇಲ್ವಾ?" ವಿಶ್ವಾಸದಿಂದ ಕೇಳಿದ.

"ಡ್ಯಾಮಿಡ್... ಯಾವ್ದೋ ರಾಂಗ್ ನಂಬರ್" ಫೋನಿಟ್ಟಿದ್ದರಿಂದ ಪೂರ್ತಿ ಸದ್ದು ಅಡಗಿತು. ಮಹೇಂದರ್‌ನ ಅವುಡುಗಳು ಬಿಗಿದುಕೊಂಡವು. ಇತ್ತೀಚೆಗೆ ಭೇಟಿಯಾಗಿ

ಆ ಮನೆಯವರೊಂದಿಗೆ ಕೆಲವು ಸಮಯ ಕಳೆದಿದ್ದ. ಬೇಸರದಿಂದ ಫೋನಿಟ್ಟ. ಮಸ್ತಿಷ್ಕದಲ್ಲಿ ಆಂದೋಳನವಷ್ಟೆ.

ಮುಂದಿನ ಡ್ರಾಯಿಂಗ್ ರೂಮಿನಲ್ಲಿ ಹೋಗಿ ಕೂತಳು. ಕುಡಿಯುವ ನೀರಿನೊಂದಿಗೆ ಕಿತ್ತಲೆ ರಸವೂ ಬಂತು. ನೋಟ ಅತ್ತಿತ್ತ ಆಡಿತು. ಕೆಲವು ವಸ್ತುಗಳನ್ನು ಎಲ್ಲೋ ನೋಡಿದ್ದೇನೆಂತ ಅನ್ನಿಸಿತು. ಬಳಸಿದ ನೆನಪು ಕೂಡ, ಎಲ್ಲಿ? ತೋಚಲಿಲ್ಲ. ಅವರದು ಕೆಳ ಮಧ್ಯಮ ದರ್ಜೆಯ ಸಂಸಾರ, ಸಾಮಾನ್ಯ ಜೀವನ. ಇಂಥ ಕಾಸ್ಟ್ಲಿ ಪದಾರ್ಥಗಳನ್ನು ಚಲನಚಿತ್ರಗಳಲ್ಲಿ ನೋಡಬೇಕಷ್ಟೆ. ಎಲ್ಲಾ ವಿಚಿತ್ರವಾಗಿ ಕಂಡಿತು.

ಹಿಂದಿನ ಎಂ.ಡಿ. ಬಿ.ಕೆ. ಆಚಾರ್ ಬಂಗ್ಲೆಗೆ ಒಮ್ಮೆ ಹೋಗಿದ್ದಳು ಅವರನ್ನ ನೋಡುವ ಸಲುವಾಗಿ ತಂದೆಯೊಂದಿಗೆ. ಅಲ್ಲಿನ ವಾತಾವರಣ ತೀರಾ ಭಿನ್ನ. ಮನೆ ತುಂಬ ಜನ, ಕೂಗಾಟ. ಆ ಮನುಷ್ಯ ಕೂಡ ಎತ್ತರದ ಸ್ವರದಲ್ಲಿ ಸಾಮಾನ್ಯ ಮಾತುಗಳನ್ನಾಡುತ್ತಿದ್ದ. ಇಂದಿನ ನಿಶ್ಶಬ್ದದಲ್ಲಿ ಭಯವಿರಲಿಲ್ಲ. ಹಾಯಾಗಿತ್ತು, ಆಹ್ಲಾದಕರವೆನಿಸಿತು.

ಮಹೇಂದರ್ ಮರೆಯಲ್ಲಿ ನಿಂತು ಅವಳ ಮುಖದ ಭಾವನೆಗಳಲ್ಲಿ ಆಗಬಹುದಾದ ಮಾರ್ಪಾಟುಗಳನ್ನು ಗಮನಿಸುತ್ತಿದ್ದ. ಎರಡು ನಿಮಿಷದ ನಂತರ ಸ್ವಲ್ಪ ನೀರು ಕುಡಿದಿಟ್ಟವಳು ನಂತರ ಅದನ್ನು, ಗ್ಲಾಸನ್ನ ಪೂರ್ತಿ ಖಾಲಿ ಮಾಡಲು ಮೂರು ನಿಮಿಷ ತೆಗೆದುಕೊಂಡಳು. ಆಗಾಗ ಬದಲಾಗುತ್ತಿದ್ದ ನಂದಿತಾಳ ಮುಖದ ಭಾವನೆಗಳು ತಟಸ್ಥಗೊಂಡಾಗ ನಿಶ್ಶಬ್ದವಾಗಿ ಒಳಗೆ ಬಂದ.

ತಕ್ಷಣ ಎದ್ದು ನಿಂತಳು "ಗುಡ್ ಇವ್ನಿಂಗ್ ಸರ್, ಫೈಲುಗಳು" ಎಂದು ಹೇಳುವಷ್ಟು ಸಮರ್ಥಳಾದಾಗ ಕೂಡುವಂತೆ ಸನ್ನೆ ಮಾಡಿದ ಕೂತು.

"ಇದು ಕರೆಕ್ಟ್ ಆಗಿದ್ಯಾ, ಒಮ್ಮೆ ನೋಡಿ" ಒಂದು ಅಕೌಂಟ್ ಬಿಲ್‌ನ ಅವಳ ಮುಂದುವರಿಸಿದ. ಮುಖವನ್ನು ಗಮನಿಸಬೇಕು, ನೋಡಬೇಕು. ಅವನ ಉದ್ದೇಶ ಅಷ್ಟೆ. ಸುಬ್ಬಣ್ಣನ ಮಗಳು ನಂದಿತಾ ಬಗ್ಗೆ ಅವನ ಆಸಕ್ತಿ ಇಲ್ಲ. ಮೇಜರ್ ಜಿ.ಟಿ. ಆರ್ಯ ಮಗಳು ಹಿಂದು ಹುಡುಕಾಟ ಇವಳಲ್ಲಿ. ಹುಡುಕಿಯೇ ತೀರುವನೆಂಬ ಹಟ. 'ತದ್ರೂಪಿಗಳು... ಜಗತ್ತಿನಲ್ಲಿ ಒಬ್ಬ ವ್ಯಕ್ತಿಯಂತೆ ಏಳು ಜನ ಇರುತ್ತಾರೆ' ಓದಿದ ವಿಷಯ. ಮನದಲ್ಲೇ ಅವಲೋಕಿಸಿದ.

ಅಂದು ಕೂಡ ಮೇಜರ್ ಆರ್ಯ ಮನೆಯವರ ವಿಷಯ ಮಾತನಾಡಿದಾಗ ಸಿಡಿಮಿಡಿಗುಟ್ಟಿ ಅಸಹನೆ ವ್ಯಕ್ತಪಡಿಸಿದ್ದನ್ನು ನೆನಪಿಸಿಕೊಂಡ. ಮಿತ್ರ ಅವರಿಂದ ಕೆಲವು ವಿಷಯಗಳನ್ನು ಅವನು ತಿಳಿಯಬೇಕಿತ್ತು. ಸುಟ್ಟ ಕಾರಿನಲ್ಲಿ ಕರಕಲಾದ ದೇಹಗಳು ಸಿಕ್ಕಿದ್ದವು ಎಂದು ಮಾತ್ರ ಪೊಲೀಸ್ ರಿಪೋರ್ಟ್‌ನಲ್ಲಿತ್ತು. ಐದು ದೇಹಗಳು ಅಂದೇನು ಇರಲಿಲ್ಲ. ಈ ವಿವರ ಮುಚ್ಚಿ ಹೋಗಲು ಕಾರಣವೇನು? ಆ ಬಗ್ಗೆ ಪ್ರಶ್ನಿಸಲೇ ಫೋನ್ ಮಾಡಿದ್ದ.

ರಾತ್ರಿ ಫೋನ್‌ನಲ್ಲಿ ಸಿಕ್ಕಿದ್ದು ಕೂಡ ಮಿಸಸ್ ಮಿತ್ರನೇ "ಯಾವ ಮಹೇಂದರ್? ಯಾಕೆ ಫೋನ್ ಮಾಡಿ ತೊಂದರೆ ಕೊಡ್ತೀರಾ? ಮೈಂಡ್ ಯುವರ್ ಬಿಸಿನೆಸ್"

ಎಂದು ಅನಾವಶ್ಯಕವಾಗಿ ಆಕೆ ನಾಲಿಗೆ ಹಾಯಿಸಿ ಅಪಾಯ ತಂದುಕೊಂಡಿದ್ದರು. ಸ್ವಲ್ಪ ಸಂಯಮ, ಸಹನೆ, ಸೌಜನ್ಯ ತೋರಿದ್ದರೇ ಭಯಂಕರ ಬಿರುಗಾಳಿಯ ಛಾಯೆಯೇನು ಆ ಕುಟುಂಬದ ಮೇಲೆರಗಲು ಸಿದ್ಧವಾಗುತ್ತಿರ್ಲಿಲ್ಲ.

ಮಹೇಂದರ್ ತಾಳ್ಮೆಗೆಟ್ಟು ಫೋನನ್ನು 'ರಪ್' ಎಂದು ಕುಕ್ಕಿದ ಕ್ರೆಡಲ್ ಮೇಲೆ. ಫ್ಲಾಟ್‌ನಲ್ಲಿದ್ದ ಜನ ಬಂಗ್ಲೆಯ ವಾಸಕ್ಕೆ ಬಂದ ಮೇಲೆ ಸೌಜನ್ಯವನ್ನು ಮರೆತಿರಬೇಕೆಂದುಕೊಂಡ. ಆ ಬಂಗ್ಲೆಯನ್ನು ಸಾಯುವುದಕ್ಕೆ ಕೆಲವು ಸಮಯಕ್ಕೆ ಮುನ್ನ ಮೇಜರ್ ಆರ್ಯ ಕೊಂಡಿದ್ದರು. ಅವರ ಕುಟುಂಬದ ಸಾವಿನ ನಂತರ ಇವರ ಪಾಲಾಗಿತ್ತು. ಮಹೇಂದರ್ ರಕ್ತ ಕುದಿಯಿತು. ಯಾಕೋ ಏನೋ ಆ ಕುಟುಂಬದ ಬಗ್ಗೆ ಒಂದಿಷ್ಟು ವಿವರ ತಿಳಿಯಬೇಕೆನಿಸಿತು.

ಮುಂಬಯಿ ಡಿಟೆಕ್ಟೀವ್ ಏಜೆನ್ಸಿಗಳನ್ನು ಸಂಪರ್ಕಿಸಲು ಇಷ್ಟಪಡದೇ ರ್‍ಯಾಬೋ ಡಿಟೆಕ್ಟೀವ್ ಏಜೆನ್ಸಿಯವರನ್ನು ಫೋನ್‌ನಲ್ಲಿ ತಕ್ಷಣ ಸಂಪರ್ಕಿಸಿದ.

ರ್‍ಯಾಬೋ ಡಿಟೆಕ್ಟೀವ್ ಏಜೆನ್ಸಿಯ ಹೆಡ್ ವಸಿಷ್ಟರನ್ನು ಫೋನ್‌ನಲ್ಲಿ ಸಂಪರ್ಕಿಸಿ ಕರೆದುಕೊಂಡ ಗುಟ್ಟಾಗಿ. ಮಹೇಂದರ್ ಅವರೊಂದಿಗೆ ಮಾತಾಡಿ ಕೆಲವು ವಿಷಯಗಳನ್ನು ತಿಳಿಸಿ ಅಡ್ವಾನ್ಸ್‌ನೊಂದಿಗೆ ಅಸೈನ್‌ಮೆಂಟ್ ಕೊಟ್ಟ.

"ಅತಿ ಸೂಕ್ಷ್ಮವಾದ ವಿಷ್ಯ. ಅವ್ರ ಅರಿವಿಗೆ ಬರಬಾರ್ದು. ಸ್ಪೆಷಲ್ ಇಂಟರೆಸ್ಟ್ ತಗೊಂಡ್ ನೀವೇ ಹೋಗ್ಬನ್ನಿ. ಖರ್ಚಿನ ಬಗ್ಗೆ ಯೋಚ್ಸಬೇಡಿ. ನಂಗೆ ಕಂಪ್ಲೀಟ್ ಡಿಟೈಲ್ಸ್ ಬೇಕು. ಒನ್ ವೀಕ್, ಫಾರ್ಟ್‌ನೈಟ್, ಮನ್ತ್ ಒಳ್ಗೇ ನಂಗೆ ರಿಪೋರ್ಟ್ ಕೊಟ್ರೆ ಸಾಕು. ವಿಷ್ಯ ತೀರಾ ಕಾನ್ಫಿಡೆನ್‌ಷಿಯಲ್" ಹೇಳಿದ.

ವಸಿಷ್ಟ ತಲೆದೂಗಿದರು ಒಪ್ಪಿಗೆಯೆನ್ನುವಂತೆ. ಮಹೇಂದರ್ ನಿಶ್ಚಿಂತನಾದ.

ಇದೆಲ್ಲ ವ್ಯರ್ಥವೆನಿಸಬಹುದು. ಆದರೆ ನಂದಿತಾನ ನೋಡಿದ ನಂತರ ಅನುಮಾನ. ಹಿಂದಿನ ಅಂದರೆ ಆ ದುರ್ಘಟನೆ ನಡೆದ ದಿನಗಳಲ್ಲಿನ ಹಳೆಯ ಪತ್ರಿಕೆಗಳನ್ನು ಸಂಗ್ರಹಿಸಿದ್ದ ಪ್ರಯಾಸವಾಗಿಯೆ. ಕೆಲವು ಪತ್ರಿಕೆಗಳು ಅನುಮಾನ ವ್ಯಕ್ತಪಡಿಸಿದ್ದವು. 'ಇದೊಂದು ಕಗ್ಗೊಲೆ' ದೊಡ್ಡ ಹೆಡ್ಡಿಂಗ್ ಕೊಟ್ಟು ಬರೆದಿತ್ತು. ಆಗ ಮುಖ್ಯ ವಿಷಯವಾಗಿದ್ದ ಇದು ನಂತರ ಮರೆತು ಹೋಗಿತ್ತು. ಪಬ್ಲಿಕ್ ಮೆಮೊರಿ ವೆರಿ ಶಾರ್ಟ್. ಬದುಕಿನ ಮುಖ್ಯ ಪ್ರವಾಹದಲ್ಲಿ, ಇತಿಹಾಸದಲ್ಲಿ ಯಾವ ದುರಂತಗಳೂ ದೊಡ್ಡವಲ್ಲ. ಒಂದಕ್ಕಿಂತ ಒಂದು ದೊಡ್ಡವಾದ ದುರ್ಘಟನೆಗಳು ನಡೆಯುತ್ತ ಹಿಂದಿನದನ್ನು ಮರೆಸುತ್ತೆ.

ಮಹೇಂದರ್ ಎದ್ದು ಹೋಗಿ ಹಿಂದೆ ಫೋಟೋ ಹಾಕಿಟ್ಟ ಫ್ರೇಮ್ ಹಿಡಿದು ಬಂದ ಅಂದಿನ ಪುಟ್ಟ ಹಿಂದುನಲ್ಲಿ ಇಂದಿನ ಯುವತಿ ನಂದಿತಾ ಪ್ರತಿಫಲಿಸಿದಳು. ಮೇಜರ್ ಆರ್ಯ ಅವರ ಮಗಳು ಬದುಕಿದ್ದರೇ, ನಂದಿತಾ ಹಾಗೆಯೇ ಇರುತ್ತಿದ್ದಳು ಬೇಸಿಕ್ಕಾಗಿ. ಆದರೆ ಬೆಳೆದ ಪರಿಸರಕ್ಕೆ ಅನುಗುಣವಾದ ನಡತೆಯನ್ನು ಮಾತ್ರ ಕಾಣಬಹುದಿತ್ತು.

'ನಂದಿತಾ, ಹಿಂದು ಬೇರೆಯಲ್ಲ' ಇದು ಅವನ ಮಿದುಳು ಹೇಳಿದ ಮಾತಲ್ಲ, ಮನಸ್ಸು ಹೇಳಿದ್ದು, ಹೃದಯ ಒಪ್ಪಿಕೊಂಡಿದ್ದು. ಉದ್ವೇಗ, ಸಂತೋಷದಿಂದ ತಬ್ಬಿಬ್ಬಾದ. ಕೂಗಿ ಜಗತ್ತಿಗೆಲ್ಲ ಹೇಳಬೇಕೆಂದೇನು ಅನ್ನಿಸಲಿಲ್ಲ. ಆದರೂ ತೃಪ್ತಿಗೊಳ್ಳಲಾರ "ಹಿ ವಾಂಟ್ ಟ್ರೂತ್.'

ನಂದಿತಾ ಎಂಗೇಜ್‌ಮೆಂಟ್‌ನ ದಿನ ಆದ ಬದಲಾವಣೆ ವಿಸ್ಮಯವೆನಿಸಿತು ಅವನಿಗೆ. ಯಾಕೆ? ವಿಲಕ್ಷಣವೆನಿಸದಿದ್ದರೂ ಅತ್ಯಂತ ಸ್ಪಷ್ಟವಾದ ಅರ್ಥಪೂರ್ಣವಾದ ಕಾರಣವಿರಬೇಕೆಂದುಕೊಂಡ.

ಆಕಸ್ಮಿಕವೆನ್ನುವಂತೆ ಎರಡನೆಯ ದಿನ ಸುಬ್ಬಣ್ಣನವರನ್ನು ನೋಡುವ ಅವಕಾಶವಾಯಿತು. ಅಕೌಂಟ್ ಸೆಕ್ಷನ್‌ನಲ್ಲಿ ಕೆಲಸ ಮಾಡುವ ಕೃಷ್ಣಪ್ಪನವರನ್ನು ನೋಡುವ ಸಲುವಾಗಿ ಬಂದ ವ್ಯಕ್ತಿ ತಾನಾಗಿ ಪರಿಚಯ ಹೇಳಿಕೊಂಡ: "ಇಲ್ಲೇ ನನ್ಮಗ್ಳು ಕೆಲ್ಸ ಮಾಡ್ತಾಳೆ. ನಂದಿತಾ ಎಂದು."

ಆಶ್ಚರ್ಯಚಕಿತನಾದ. ಛೇಂಬರ್‌ಗೆ ಬಂದ ಮಹೇಂದರ್ ಸುಮ್ಮನೆ ಕೂತುಬಿಟ್ಟ. ತೀಕ್ಷ್ಣವಾಗಿ ಒಂದೇ ಕ್ಷಣದಲ್ಲಿ ಸುಬ್ಬಣ್ಣನ ಮುಖದಲ್ಲಿ ಹುಡುಕಾಟ ನಡೆಸಿದ್ದ. ಸಾಮಾನ್ಯ ರೂಪು, ಸಾಧಾರಣ ಪರ್ಸನಾಲಿಟಿ. ಅದಕ್ಕೆ ಅನುಗುಣವಾದ ಮುಖಭಾವ, ಸ್ವರ ಯಾವುದರಲ್ಲೂ ವಿಶಿಷ್ಟತೆಯನ್ನು ಕಾಣುವಂತಿರಲಿಲ್ಲ. ಇಂಥ ವ್ಯಕ್ತಿಗೆ ಫಳಫಳ ಕೋರೈಸುವಂಥ ನಂದಿತಾ ಮಗಳು - ವಿಲಕ್ಷಣವೆನಿಸಿತು.

ತಲೆ ಬಿಸಿಯೆನಿಸಿತು. ಹಿಂದಕ್ಕೆ ಒರಗಿ ಕೂತ.

ಅಷ್ಟರೊಳಗೆ ಛೇಂಬರ್‌ನೊಳಕ್ಕೆ ಬಂದ ಮ್ಯಾನೇಜರ್ ನಾಗಮಣಿ ಲಕ್ಷ್ಮೀದೇವಮ್ಮ ತಂದುಕೊಟ್ಟ ಡಾಕ್ಟರ್ ರಿಪೋರ್ಟ್‌ನ ಅವನ ಮುಂದಿಟ್ಟು "ಕೆಲ್ಸಕ್ಕೆ ತಗೋಬಹುದೂಂತ ಡಾಕ್ಟ್ರು ಸರ್ಟಿಫಿಕೇಟ್ ಕೊಟ್ಟಿದ್ದಾರೆ. ಒಂದ್ವಿಷ್ಯ ಸರ್, ಲಕ್ಷ್ಮಿದೇವಮ್ಮನ ಪ್ಲೇಸ್‌ನಲ್ಲಿ ಕೆಲ್ಸ ಮಾಡ್ತಾ ಇರೋ ನಂದಿತಾ ಕ್ಲೆವರ್, ಸಿನ್ಸಿಯರ್. ಆ ಹುಡ್ಗೀನ ಕೆಲ್ಸದಿಂದ ತೆಗೆದ್ರೆ ನಮ್ಗೆ ಲಾಸ್. ಲಕ್ಷ್ಮೀದೇವಮ್ಮ ಅಂಥ ಬ್ರಿಲಿಯೆಂಟ್ ಅಲ್ಲ" ಕರ್ತವ್ಯವೆನ್ನುವಂತೆ ತಿಳಿಸಿದರು.

ಮಹೇಂದರ್ ತಕ್ಷಣ ಏನೂ ಮಾತಾಡಲಿಲ್ಲ. ಡಾಕ್ಟರ್ ರಿಪೋರ್ಟ್ ನೋಡಿ ಪಕ್ಕಕ್ಕೆ ಸರಿಸಿದ. "ಇದಿರ್ಲಿ, ಆಕೆ ಯಾವಾಗ್ಬರ್ತಾರಂತೆ ಕೆಲ್ಸಕ್ಕೆ? ಮನೆ ತಾಪತ್ರಯಗಳಿಗಾಗಿ ಕೆಲ್ಸಕ್ಕೆ ಹಾಜರಾಗೋದ್ಬೇಡ. ಒಂದ್ಸಲ ಪರ್ಸನಲ್ಲಾಗಿ ಡಾಕ್ಟ್ರ ಹತ್ರ ಮಾತಾಡಿ. ಆಮೇಲೆ ಡಿಸಿಷನ್ ತಗೋಬಹ್ದು. ಇಲ್ಲ, ಇನ್ನು ಕೆಲವು ದಿನ ಲೀವ್ ಮುಂದುವರಿಸ್ಲಿ" ಸಲಹೆ ನೀಡಿದರು.

ಆಕೆ 'ಹ್ಞೂ'ಗುಟ್ಟಿ ಹೊರಗೆ ಬಂದರು. ಕಿರಿಯ ವಯಸ್ಸಿನ ಮಹೇಂದರ್ ಬಗ್ಗೆ ಆಕೆಗೆ ಗೌರವ. ಹಿಂದಿನ ಎಂ.ಡಿ. ಬಂದು ಛೇಂಬರ್‌ನಲ್ಲಿ ಕೂತರೆ ಮುಗೀತು. ಎಲ್ಲರನ್ನೂ ಅಲ್ಲೇ ಕರೆಸಿ ಮಾತಾಡುತ್ತಿದ್ದರು. ಸಮಸ್ತ ಮಾತುಕತೆಗಳು ನಡೆಯುತ್ತಿದ್ದುದು ಛೇಂಬರ್‌ನಲ್ಲೇ. ಒಬ್ಬ ಸಾಮಾನ್ಯ ವರ್ಕರ್‌ನಾಗಲಿ ಅಲ್ಲಿಗೆ ಕರೆಸಿ ಮಾತಾಡುತ್ತಿದ್ದರು.

ಮಹೇಂದರ್ ಹಾಗಲ್ಲ. ದಿನಕ್ಕೊಮ್ಮೆಯಾದರೂ ಫ್ಯಾಕ್ಟರಿಯ ಒಳಗೆ ಬರುತ್ತಿದ್ದ. ಎಷ್ಟು ಸೂಕ್ಷ್ಮಮತಿಯೆಂದರೆ ಪ್ರತಿಯೊಂದರ ಕಡೆಯೂ ಅವನ ಗಮನ. ವರ್ಕರ್ಸ್ ಯಾರು ಫ್ಯಾಕ್ಟರಿಯೊಳಗೆ ಬೀಡಿ, ಸಿಗರೇಟು ಸೇದುವಂತಿರಲಿಲ್ಲ. ಹರಿದು ಹೋಗುವಾಗ ಒಂದಿಷ್ಟು ವಾಸನೆ ಬಂದರೂ ನಿಲ್ಲುತ್ತಿದ್ದ.

"ನೋ ಸ್ಮೋಕಿಂಗ್ ಅಂತ ಗೊತ್ತಿಲ್ವಾ! ಸೇದಿದೋರು ಬಂದು ನನ್ನ ಛೇಂಬರ್‌ನಲ್ಲಿ ನೋಡ್ಲಿ" ಎಂದು ಹೋಗುತ್ತಿದ್ದ. ಅವನ ಕಣ್ನೋಟ ಎಂಥವರನ್ನಾದರೂ ಮಣಿಸುತ್ತಿತ್ತು. ಹೆದರಿಸುತ್ತಿತ್ತು. ಸೇದಿದವನು ಹೋಗಿ ಅವನ ಮುಂದೆ ನಿಂತು ಅಪಾಲಜಿ ಕೇಳುತ್ತಿದ್ದ. "ಮತ್ತೆ ಈ ತಪ್ಪು ಆಗ್ಬಾರ್ದು. ಬೀ ಕೇರ್‌ಫುಲ್. ಮೊದಲ ಸಲ ಎಕ್ಸ್‌ಕ್ಯೂಜ್.... ಎರಡನೆ ಸಲ ಪನೀಷ್‌ಮೆಂಟ್, ಮೂರನೆ ಸಲದ ಪ್ರಶ್ನೇನೇ ಬರೋಲ್ಲ" ಎಂದಾಗ ಸುಪ್ರೀಂಕೋರ್ಟು ತೀರ್ಮಾನದಂತೆ ಭಾಸವಾಗುತ್ತಿತ್ತು ಆ ವ್ಯಕ್ತಿಗೆ.

ಅರವಿಂದ ಘೋಷ್‌ರ ಕಡೆಯ ಮಗನ ಮದುವೆ ವಿದೇಶದಲ್ಲಿ ನಡೆದರೂ ಅಲ್ಲಿ ಆರತಕ್ಷತೆ ಏರ್ಪಾಟು ಮಾಡಿದ್ದರು. ಮಹೇಂದರ್‌ಗೆ ಸ್ಪೇಷಲ್ ಇನ್ವಿಟೇಷನ್, ದಂಪತಿ ಸಮೇತರಾಗಿ ಬಂಗ್ಲೆಗೆ ಹೋಗಿ ಆಹ್ವಾನಿಸಿ ಬಂದಿದ್ದರು. ಹೋಗುವ ಅನಿವಾರ್ಯತೆ ಇತ್ತು ಅವನಿಗೆ.

ಬಂಗ್ಲೆಯಿಂದ ಮರ್ಸಿಡೀಸ್ ಹೊರಟಾಗ ಎಂಟು ಗಂಟೆ 'ಅಂತ ಭರ್ಜರಿಯೇನಲ್ಲ. ವಿಪರೀತ ಜನಕ್ಕೆ ಆಹ್ವಾನವೂ ಇಲ್ಲ. ಸಣ್ಣ ಗೆಟ್ ಟುಗೆದರ್ ಅಷ್ಟೆ" ಅರವಿಂದ ಘೋಷ್ ಹೇಳಿದ ಮಾತು.

ಕಾರಿಗೆ ವಿಶೇಷ ಸ್ವಾಗತ. ಸ್ವತಃ ಅರವಿಂದ ಘೋಷರೇ ಬಂದು ಕಾರಿನ ಬಳಿಗೆ ಸ್ವಾಗತಿಸಿದರು. ಅವನು ಕಣ್ಣು ಹರಿದ ಕಡೆಯಲ್ಲಿ ಪರಿಚಯದ ಮುಖಗಳೇ. ಹೆಚ್ಚಿನ ಜನರೆಲ್ಲ ಆಫೀಸು, ಫ್ಯಾಕ್ಟರಿಯಲ್ಲಿ ಕೆಲಸ ಮಾಡುತ್ತಿದ್ದ ಜನರೇ.

"ಪ್ಲೀಸ್... ಕಮ್ ಸರಿ...." ಅರವಿಂದ ಘೋಷ್‌ರ ಇನ್ನೊಬ್ಬ ಮಗ ಬಂದು ಕರೆದೊಯ್ದ. ಬಾಡಿಗಾರ್ಡ್‌ಗಳಂತೆ ಅವನ ಕೈ ಕೆಳಗೆ ಕೆಲಸ ಮಾಡುವವರೆಲ್ಲ ನಿಂತಾಗ ನಗು ಬಂತು. ಸನ್ನೆ ಮಾಡಿ ರಿಸೆಪ್ಷನಿಸ್ಟ್ ಸೋಮುನ ಕರೆದು "ಇದೊಂದು ವಿವಾಹದ ಸಂತೋಷದ ಸಮಾರಂಭ. ಇಲ್ಲಿ ಎಲ್ಲರ ಹಾಗೇ ಆಹ್ವಾನಿತನಾಗಿ ಬಂದ ವ್ಯಕ್ತಿ ನಾನು ಕೂಡ. ಇದು ಆಫೀಸಲ್ಲ... ಅದ್ನ ಎಲ್ಲರಿಗೂ ಹೇಳಿ" ಎಂದ ಸೀರಿಯಸ್ಸಾಗಿ. ಅಲ್ಲಲ್ಲಿ ನಿಂತ ಮೋಡಗಳು ಗಾಳಿಗೆ ಸಿಕ್ಕಿ ಚದುರಿ ಅವರೆಲ್ಲ ಮಾಯವಾದರು. 'ದಿಸ್ ಈಸ್ ಟೂ ಮಚ್' ಅಂದುಕೊಂಡ. ಫ್ಯಾಕ್ಟರಿ ದಿವಾಳಿಯಾಗಲು ಕೇವಲ ಕೆಲವೇ ಜನರನ್ನ ಬಿಟ್ಟು ಮಿಕ್ಕವರೆಲ್ಲರ ಪಾಲು ಇತ್ತು. ಒಂದು ರೀತಿ ಬೇಸರದ ಜೊತೆ ರೋಷವು ಕೂಡ ಅವರ ಬಗ್ಗೆ.

ಸ್ವಲ್ಪ ಕಾಲು ಕುಂಟುತ್ತ ಬಂದ ಲಕ್ಷ್ಮೀದೇವಮ್ಮ "ಗುಡ್ ಇವ್ನಿಂಗ್.... ಸರ್" ಎಂದಾಗ ಅತ್ತ ನೋಟ ಹರಿಸಿದ. ಸ್ವಲ್ಪ ಬಳಲಿದಂತೆ ಕಂಡರೂ ಹೆಚ್ಚಿನ

ಪರಿಣಾಮವೇನೂ ಆಕೆಯ ಮುಖ, ದೇಹದ ಮೇಲೆ ಬೀರಿದಂತಿರಲಿಲ್ಲ. "ಹೇಗಿದ್ದೀರಾ?" ಪ್ರಶ್ನಿಸಿದ.

ಸ್ವಲ್ಪ ಸಂಕೋಚಿಸಿದರು "ಪರ್ವಾಗಿಲ್ಲ , ಸರ್...." ಮತ್ತೇನೋ ಹೇಳಲು ಮುಂದಾದಾಗ ಮುಖ ಗಂಟಿಕ್ಕಿದ "ಆಫೀಸ್‌ಗೆ... ಬನ್ನಿ" ಹೇಳಿದ. ಇಂಥದನ್ನು ಅವನು ಇಷ್ಟಪಡಲಾರ. ಅಪರಾಧ ಮಾಡಿದವಳಂತೆ ಹೋದಳು.

ಅವನ ಕಣ್ಣುಗಳು ಒಂದೆಡೆ ನಿಂತವು. ನಂದಿತಾ ಜೊತೆಗೆ ಇನ್ನಿಬ್ಬರು ಯುವತಿಯರಿದ್ದರು. ಬಣ್ಣದಲ್ಲಿ ಇನ್ನೊಬ್ಬಳಲ್ಲಿ ಸಾಮ್ಯತೆ ಕಂಡರೂ ಉಳಿದವಳು ಪೂರ್ತಿ ಬೇರೆ. ಡಿಟೆಕ್ಟೀವ್ ಏಜೆನ್ಸಿ ಕೊಟ್ಟ ರಿಪೋರ್ಟ್‌ನಲ್ಲಿ ಈ ಮಾಹಿತಿ ಇತ್ತು. ಉಳಿದಿಬ್ಬರು ಮಾತು, ಹರಟೆಯಲ್ಲಿ ತೊಡಗಿದ್ದರೇ ಬಹಳ ಗಂಭೀರವಾಗಿ ಕೂತಿದ್ದಳು ನಂದಿತಾ. ಬಹಳ ಸೂಕ್ಷ್ಮವಾಗಿ ಪರೀಕ್ಷಿಸುವಂತೆ ನೋಡಿದ. ಒತ್ತಡಗಳ ಮಧ್ಯೆ ನಲುಗಿದಂತೆ, ದಿಗ್ಭ್ರಮೆಯಲ್ಲಿದ್ದಂತೆ ಕಂಡಳು. ಅಥವಾ ತನ್ನ ಭ್ರಮೆಯೋ ಎಂದು ಯೋಚಿಸುವಂತಾಯಿತು ಮಹೇಂದರ್‌ಗೆ.

ಮಾತುಕತೆ ನಂದಿತಾಗಾಗಿ ನಡೆದರೂ ನಿಶ್ಚಿತಾರ್ಥ ಅವಳ ತಂಗಿಗೆ, ಈ ಬಗ್ಗೆ ಒಂದಿಷ್ಟು ಸತ್ಯ ತಿಳಿಯಬೇಕೆನಿಸಿತು. ನಂದಿತಾ ನಿಜಾ ಹೇಳಿದರೂ ಪೂರ್ತಿ ಚಿತ್ರ ಹಿಡಿದಿಡುವುದು ಕಷ್ಟವೆನಿಸಿತು.

ಅರವಿಂದ ಘೋಷರು ಬಂದು ಕರೆದೊಯ್ದು ಮಗ, ಸೊಸೆಗೆ ಪರಿಚಯ ಮಾಡಿಸಿದರು. 'ವಿಶ್' ಮಾಡಿದನಂತರ ತಾವೇ ಕಾರಿನವರೆಗೂ ಹೋಗಿ ಹತ್ತಿಸಿದ್ದರು.

ಬಂಗ್ಲೆಗೆ ಹೋದ ಕೂಡಲೇ ಪಿ.ಎ. ಸಮೀರ್‌ನ ಕರೆದು 'ಸ್ಟೆನೋ ಕಮ್ ಟೈಪಿಸ್ಟ್... ಕ್ಲರ್ಕ್ ಲಕ್ಷ್ಮೀದೇವಮ್ಮ ನಾಳೆ ಆಫೀಸ್‌ಗೆ ಬರ್ಬಹ್ದು. ಒಂದು ರೀತಿ ನಿಸ್ಸಹಾಯಕ ಸ್ಥಿತಿ. ಈಗ ಮತ್ತಷ್ಟು ಕೆಲ್ಸದ ಅನಿವಾರ್ಯತೆ ಇದೆ. ಸ್ವಲ್ಪ ನಂದಿತಾ ಮನೆ ಪರಿಸ್ಥಿತಿ ತಿಳ್ಕೋ...." ಎಂದ ಅವನ ತಲೆಯಲ್ಲಿ ಒಂದು ಯೋಜನೆ ಇತ್ತು. ಸಿಕ್ ಫ್ಯಾಕ್ಟರಿಯಾದುದ್ದರಿಂದ ಒಂದು ಹಂತದವರೆಗೂ ಹೆಣಗಬೇಕಿತ್ತು. ತಾನು ನಂದಿತಾ ಬಗ್ಗೆ ಹೆಚ್ಚಿನ ಉತ್ಸಾಹ ತೋರುವುದು ಬೇರೆಯವರಿಗೆ ತಕ್ಷಣಕ್ಕೆ ಗೊತ್ತಾಗುವುದು ಅವನಿಗಿಷ್ಟವಿಲ್ಲ. ವಿಷಯ ಮಾತ್ರ ತಿಳಿಯಬೇಕಿತ್ತು.

ನಿಶ್ಚಿತಾರ್ಥ ಬದಲಾವಣೆಗೆ ಕಾರಣವೇನೋ ತಿಳಿಯಿತು. ಹೆಚ್ಚು ಸ್ಪಷ್ಟವಾಗಲಿಲ್ಲ.

"ಮೂರು ಹೆಣ್ಣಿನ ಜೊತೆ ಎರಡು ಗಂಟು ಮಕ್ಕಳ ದೊಡ್ಡ ಸಂಸಾರ. ನಂದಿತಾಗೆ ಕೆಲ್ಸ ಇತ್ತು. ಸೌದಾಮಿನಿ ಮನೆಯಲ್ಲಿ ಇದ್ಲು. ಇದೇ ಮುಖ್ಯವಾದ ಕಾರಣವಿರ್ಬಹ್ದು. ಆರ್ಥಿಕವಾಗಿ ಅವ್ಳ ಸಹಾಯ ಆ ಕುಟುಂಬಕ್ಕೆ ಅಗತ್ಯ" ಹೇಳಿದ ಪಿ.ಎ. ಒಳ್ಳೆಯ ಮನಸ್ಸುಳ್ಳ ವ್ಯಕ್ತಿ. ಮಧ್ಯಮ ವರ್ಗದಲ್ಲಿ ಹುಟ್ಟಿ ಬೆಳೆದೋನು. ಆ ವರ್ಗದ ಕಷ್ಟಸುಖಗಳನ್ನು ಬಲ್ಲ, ತಲೆದೂಗಿದ.

ಮರುದಿನ ಮಿತ್ರ ಅವರ ಭೇಟಿ ಆಕಸ್ಮಿಕವೆ ಇಡೀ ಕುಟುಂಬ ಬೆಂಗಳೂರಿಗೆ ಆಗಮಿಸಿ ಫೈವ್ ಸ್ಟಾರ್ ಹೋಟೆಲ್‌ನಲ್ಲಿ ಇಳಿದುಕೊಂಡಿತ್ತು.

"ಸರ್‌ಪ್ರೈಜ್.... ಅನ್ನಿಸೊಲ್ವಾ!" ಆತ್ಮೀಯವಾಗಿ ಕೈ ಕುಲುಕುತ್ತ ಮಿತ್ರ ಹೇಳಿದಾಗ ತಲೆಯಾಡಿಸಿದ "ನೋ... ನೋ.... ಸರ್‌ಪ್ರೈಜ್ ಏನಲ್ಲ!" ಅರ್ಥಗರ್ಭಿತವಾಗಿ ನುಡಿದ. "ಅಫ್‌ಕೋರ್ಸ್... ಇಂಥ ತಿರ್ಗಾಟಗಳು ಈಚೆಗೇನೇ!" ಒಂದು ಕಾಲದಲ್ಲಿ ಬಹಳ ರಿಸ್ಕ್‌ನಲ್ಲಿದ್ದ ಮನುಷ್ಯ. ಹಿಂದಿನ ನೆನಪುಗಳು ಅವರ ಗಂಟಲನ್ನು ಭಾರವಾಗಿಸಿದವು.

ಟೀ ನಂತರ ಅವರ ಕುಟುಂಬವನ್ನು ಬಂಗ್ಲೆಗೆ ಡಿನ್ನರ್‌ಗೆ ಆಹ್ವಾನಿಸಿದ ಮಹೇಂದರ್.

"ಹೇಗೋ ಬಂದಿದ್ದೀರಾ, ಒಂದೆರಡ್ಗಂಟೆ ಜೊತೆಯಲ್ಲಿ ಕಳೀಬಹ್ದು." ಆಹ್ವಾನ ಸಮ್ಮತವೆ ಅವರಿಗೂ ಕೂಡ. ಆದರೆ ಮಿಸೆಸ್ ಮಿತ್ರ ಅವರ ಸಮ್ಮತಿ ಬೇಕಿತ್ತು. "ಥ್ಯಾಂಕ್ಯೂ, ದಟ್ಸ್... ಓಕೆ... ಬಹುಶಃ ಬಿಂದು ಅವ್ರ ಮದರ್ ಬೇರೇನಾದ್ರೂ ಪ್ರೋಗ್ರಾಂ ಫಿಕ್ಸ್ ಮಾಡ್ಕೊಂಡಿದ್ರೆ.... ನಿಮ್ಮನ್ನ ಡಿಸಪಾಯಿಂಟ್ ಮಾಡ್ಬೇಕಾಗುತ್ತಲ್ಲ?" ಅನುಮಾನಿಸಿದಾಗ ನಕ್ಕುಬಿಟ್ಟ. ಮೇಜರ್ ಆರ್ಯ ಮತ್ತು ಜಿ.ಟಿ. ಮಿತ್ರ ಅಣ್ಣತಮ್ಮಂದಿರಾದರೂ ಸ್ವಭಾವ, ಬದುಕುವ ರೀತಿಯಲ್ಲಿ ಬಹಳ ವ್ಯತ್ಯಾಸವಿದೆಯೆನಿಸಿತು. ತಕ್ಷಣ ಮಿತ್ರ ಬಗೆಗಿನ ಗೌರವ ಕಡಿಮೆಯಾಯಿತು.

"ಎನಿವೆ, ಅವಕಾಶವಾದಾಗ ಮುಂಬಯಿಗೆ ಹಿಂದಿರುಗೋ ಮೊದ್ಲು ಒಮ್ಮೆ ಬನ್ನಿ. ಮಾತಾಡೋದಿದೆ ನಂಗೂ ಒಂದಿಷ್ಟು" ಬೀಳ್ಕೊಟ್ಟ. ಮೇಜರ್ ಆರ್ಯ ಅವರ ಬಳಿ ಇದ್ದ ಸ್ನೇಹ, ಸಲಿಗೆ ಇವರ ಬಳಿಯಲ್ಲಿ ಅವನಿಗೆ ಇರಲಿಲ್ಲ. ಆರ್ಯ ಅವರ ಮಿತ್ರ ಎನ್ನುವ ಕಾರಣಕ್ಕೆ ಹೋದಾಗ 'ಅಂಕಲ್' ಎಂದಿದ್ದ. ಇನ್ನು ಮೇಲೆ ಆ ಬಂಧುತ್ವವನ್ನು ನೆನಪು ಮಾಡಲಾರ.

ಜಿ.ಟಿ. ಮಿತ್ರ ಅವರಿಗಿಂತ ಆದರ ಮಿಸಸ್ ಬಗ್ಗೆ ಕುತೂಹಲ, ಹೆಂಡತಿಯ ಮಾತನ್ನು ಮಾಮೂಲಿಗಿಂತ ಹೆಚ್ಚಾಗಿ ಕೇಳುವ, ಸ್ವಂತ ಆಲೋಚನೆಗಳನ್ನು ಅದುಮಿಡುವ ಮಿತ್ರರಿಗೆ ಸ್ವಂತ ವ್ಯಕ್ತಿತ್ವ ಇಲ್ಲವೆನಿಸಿತು. ಗಂಡನ ಮೇಲೆ ಪೂರ್ತಿ ಹಿಡಿತ ಸಾಧಿಸಿರುವ ಸಮ್ಮತ ದಿಟ್ಟೆ ಮಾತ್ರವಲ್ಲ; ಚತುರಮತಿ, ಹೆಚ್ಚಿನ ಸ್ವಾರ್ಥಿಯೆನಿಸಿತು.

ಎರಡು ದಿನ ಕಳೆಯಿತು. ಸ್ನೇಹದಿಂದೇನು ಆಹ್ವಾನಿಸಿರಲಿಲ್ಲ. ಆ ಕುಟುಂಬವನ್ನು, ಪತ್ರಿಕೆ, ಫೋಟೋ ಮತ್ತು ಪೊಲೀಸ್ ರಿಪೋರ್ಟ್‌ನಲ್ಲಿ ಒಂದಿಷ್ಟು ವ್ಯತ್ಯಾಸ ಕಾಣುತ್ತಿತ್ತು. ಅಂದಿನ ದುರ್ಘಟನೆಯ ಬಗ್ಗೆ ಮಾತಾಡಬೇಕೆಂದುಕೊಂಡಿದ್ದ. ಅವೆಲ್ಲ ಸಹಜವೆ. ಸ್ವಂತದವರು ಆಸಕ್ತಿ ಪರಾಮರ್ಶಿಸಬೇಕಷ್ಟೆ.

ಬೇಗ ಬಂದವನು ಹೊರಗಿನ ಲಾನ್ ಮೇಲೆ ಕೇನ್ ಚೇರ್ ಮೇಲೆ ಕೂತು ಬರಿಯ ಕಾಲಿನಲ್ಲಿ ಹುಲ್ಲಿನ ಮೃದುತ್ವದಲ್ಲಿ ಪಾದಗಳನ್ನೂರಿ ತಣ್ಣನೆಯ ಹಿತವನ್ನು ಆಸ್ವಾದಿಸುತ್ತಿದ್ದ.

ವಾಚ್‌ಮನ್ ವಿಶ್ ಮಾಡಿ ನಮ್ರತೆಯಿಂದ ವಿಸಿಟಿಂಗ್ ಕಾರ್ಡು ಕೊಟ್ಟ. ಬಿಡುವಂತೆ ಸೂಚಿಸಿದ್ದ. ಹಿಂದಿನ ರಾಜು ಸಿರಾಮಿಕ್ ಟೈಲ್‌ನ ಎಂ.ಡಿ. ಮಿಕ್ಕ

ಆಫೀಸರ್‌ಗಳ ಮೇಲೆ ಹಲ್ಲೆ ನಡೆದಿತ್ತು. ಅದರಿಂದಲೇ ಬಂಗ್ಲೆ ಮತ್ತು ಫ್ಯಾಕ್ಟರಿಗೆ ಬಿಗಿಯಾದ ಸೆಕ್ಯೂರಿಟಿ ವ್ಯವಸ್ಥೆ.

ಬಹಳ ಅಸಹನೆಯಿಂದಲೇ ಒಳಗೆ ಬಂದ ಜಿ.ಟಿ. ಮಿತ್ರ ಅಸಹನೆಯನ್ನು ಮುಖದ ಮೇಲೆ ನಗುವಾಗಿ ಪರಿವರ್ತಿಸಿದರು. ಕೈಕುಲುಕಿ ಬರ ಮಾಡಿಕೊಂಡ.

"ಮೈ ಗಾಡ್, ಹೋಂ ಮಿನಿಸ್ಟರ್ ಬಂಗ್ಲೆ ಪ್ರವೇಶಿಸಿದಂತಾಯ್ತು. ವಾಚ್‌ಮನ್ ಎಲ್ಲಾದ್ರೂ ಸಿ.ಬಿ.ಐ.ನಲ್ಲಿ ಕೆಲ್ಸ ಮಾಡಿದ್ನಾ, ಜಾಲಾಡಿಬಿಟ್ಟ" ಎಂದರು.

ಬರೀ ನಸುನಕ್ಕ ಅವರ ಮಾತುಗಳಿಗೆ ಬಿಂದು ಗೊಂಬೆಯಂತೆ ನಿಂತು ಗಾರ್ಡನ್‌ನ ಅವಲೋಕಿಸುತ್ತಿದ್ದಳು. ಅವಳ ಗಮನ ಇತ್ತ ಸೆಳೆದ. "ಯಾಕೆ ಬಿಂದು, ಬಹಳ ಡಲ್ ಆಗಿದ್ದೀಯ! ಮುಂಬಯಿ ಫ್ಯಾಷನ್ಸ್‌ಗೆ ಹೊಂದಿಕೊಂಡಳು. ಇಲ್ಲಿ ಎಲ್ಲಾ ಬೋರ್ ಅನ್ನಿಸಿರಬೇಕು." ಅವಳು ಏನಾದರೂ ಹೇಳುವ ಮೊದಲು ಒರಟಾಗಿ ಛೇರ್ ಮೇಲೆ ಕೂತರು ಸಮ್ಮತಿ.

"ಟೂ ಮಚ್, ಯಾರು ಟಾಲರೇಟ್ ಮಾಡೋಕ್ಕಾಗೋಲ್ಲ. ಮಿನಿಸ್ಟರ್ ಮನೆಗಳಿಗೆ ಆರಾಮಾಗಿ ಹೋಗ್ಬಂದಿದ್ದೀವಿ. ಇಂದು ಆದ ಅವಮಾನ ಎಂದೂ ಆಗಿರ್ಲಿಲ್ಲ" ದನಿಯೇರಿಸಿಯೇ ಹೇಳಿದರು. ಆಕೆಯ ಸಹನೆ, ಸಂಯಮ ಎರಡು ಕಡಿಮೆಯೆನಿಸಿತು ಮಹೇಂದರ್‌ಗೆ. ಪ್ರತಿಕ್ರಿಯಿಸಲು ಹೋಗಲಿಲ್ಲ.

ಒಳಗೆ ಕರೆದೊಯ್ದು ಸಮ್ಮತಿಯ ಮುಖದ ಬಣ್ಣವೇ ಬದಲಾಯಿತು. ಮೆಚ್ಚಿಗೆಯ ಮಾತಾಡಿದರು. ಹೊಗಳಿದರು ಮತ್ತು ಮಹೇಂದರ್. ಗಂಡನ ಮಾತುಕತೆಗಳಲ್ಲಿ ನೇರವಾಗಿ ಭಾಗವಹಿಸಿದರು.

ನಂತರ ತಾನು ಸಂಗ್ರಹಿಸಿದ ಅಂದಿನ ದುರ್ಘಟನೆಯ ಪೇಪರ್ ವರದಿ, ಫೋಟೋಗಳನ್ನು ತಂದು ಅವರುಗಳ ಮುಂದಿಟ್ಟ.

"ಐ ವೋಂಟ್ ಸೀ, ನಂಗೆ ಇದೆಲ್ಲ ನೋಡೋಕ್ಕಾಗೋಲ್ಲ" ಮುಖ ಕಿವಿಚಿ ಎದ್ದು ಮತ್ತೊಂದು ಕಡೆ ಹೋಗಿ ಕೂತರು. "ಇನ್ನು ನಾವು ಆ ಷಾಕ್‌ನಿಂದ ಚೇತರ್ಸಿಕೊಂಡಿಲ್ಲ" ದುಃಖದಿಂದ ಹೇಳಿದರು ಮಿತ್ರ.

"ವಾಟ್ ಈಸ್ ದಿಸ್, ನಾನ್ಸೆನ್ಸ್! ಡಿನ್ನರ್‌ಗೆ ಆಹ್ವಾನ ಕೊಟ್ಟ ಈ ರೀತಿ ನೋಯಿಸೋದು. ಅವಮಾನಿಸೋದು" ಸಮ್ಮತಿಯ ಜೋರು ನುಡಿಗಳನ್ನು ತಡೆದಿದ್ದು ಬಿಂದು. "ಸ್ಟಾಪ್ ಇಟ್ ಮಮ್ಮಿ, ಸಹಜವಾಗಿ ವಿಷ್ಯನ ಪ್ರಸ್ತಾಪಿಸಿದ್ದು. ಅದ್ಕೆ ನೀನ್ಯಾಕೆ ಎಕ್ಸೈಟ್ ಆಗ್ತೀಯಾ? ಎಂದಾದ್ರೂ ಮರ್ಯೋಕೆ ಆಗುತ್ತಾ ಅವ್ರನ್ನ" ಒದ್ದೆ ಸ್ವರದಿಂದ ಹೇಳಿದಳು. ಆದರೂ ಆಕೆಯ ಧುಮುಗುಟ್ಟುವಿಕೆ ಕಡಿಮೆಯಾಗಲಿಲ್ಲ.

ನೇರವಾಗಿ ಸಮ್ಮತಿಯವರನ್ನು ನೋಡಿದ ಮಹೇಂದರ್ ಅವನ್ನೆಲ್ಲ ತೆಗೆದಿಟ್ಟ "ನಂಗೆ ಅರ್ಥವಾಗಿಲ್ಲ. ಮಿಸಸ್ ಸಮ್ಮತಿ ಮಿತ್ರ. ವರ್ಷಗಳ ಹಿಂದೆ ನಡೆದ ಘಟನೆ. ಕಾಲ, ದುಃಖ, ವೇದನೆ ಪ್ರತಿಯೊಂದನ್ನು ಕಡ್ಮೆ ಮಾಡಿರುತ್ತೆ. ಎಂಥ ವಿಷ್ಯವಾದ್ರೂ ಆರಾಮಾಗಿ ಮಾತಾಡ್ಬೋದು. ಒಮ್ಮೆ ಥರೋ ಚೆಕಪ್ ಮಾಡ್ಸಿ. ನೀವು ನಾರ್ಮಲ್

ಆಗಿ ಕಾಣೋಲ್ಲ. ಎಷ್ಟೋ ಹೃದಯವಿದ್ರಾವಕ ವಿಷ್ಯವಾದ್ರೂ ಕಾಲ ಕಳೆದಂತೆ ಮಾತಾಡುವಷ್ಟು ಸಹಜತೆಗೆ ಮರಳಿರುತ್ತೆ. ಇಲ್ಲಿ ಹಾಗೆ ಯಾಕೆ ಆಗಿಲ್ಲ?" ಎಂದ ಅರ್ಥಪೂರ್ವಕವಾಗಿ. ಆಕೆಯ ಮುಖ ವಿವರ್ಣವಾಗಿದ್ದು ಗಮನಿಸಿದ.

ಆಮೇಲೆ ಹತ್ತೇ ನಿಮಿಷಕ್ಕೆ ಹೊರಟರು. ತೀರಾ ಅತ್ಯಾಕರ್ಷಕವಾದ ಪುಟ್ಟ ದಂತದ ಆನೆಯನ್ನು ಬಿಂದುಗೆ ಪ್ರೆಸೆಂಟ್ ಮಾಡಿದ.

"ಮಹೇಂದ್ರ" ಹದಿನೈದು ದಿನವಾದ್ರೂ ಫ್ರೆಂಡ್ಸ್ ಆಗಿದ್ವಿ. ಅವು ಗೋಲ್ಡನ್ ಡೇಸ್. ಆ ನೆನಪುಗಳು ಮರಿಯಕ್ಕಾಗೋಲ್ಲ. ತನ್ನ ಬುದ್ಧಿಗಿಂತ ಸಮಾಜದ ಬಗ್ಗೆ ಕಾಳಜಿ ಇಟ್ಟುಕೊಂಡಿದ್ದ 'ಹಿಂದು' ಇಲ್ಲವಾಗಿ ಹೋಗಿದ್ದು ದೊಡ್ಡ ದುರಂತ" ಎಂದ. ಬಿಂದು ಕಣ್ಣುಗಳು ಹನಿಗೂಡಿದವು.

ಕತ್ತಿನಲ್ಲಿದ್ದ ಲಾಕೆಟ್‌ನ ಚೈನ್ ಅವನ ಮುಷ್ಟಿ ಹಿಡಿದಳು "ಇದು ಪ್ರವಾಸ ಹೊರಡೋ ಹಿಂದಿನ ದಿನ ನಂಗೆ ಹಿಂದು ಕೊಟ್ಟಿದ್ದು. ನಂಗಿಷ್ಟವಾಯ್ತು ಅನ್ನೋ ಒಂದೇ ಕಾರಣಕ್ಕೆ ತೆಗ್ದು ಕೊಟ್ಟು." ನೆನಪು ಹೂವಾಗಿ ಅರಳಿದಾಗ, ಎರಡು ಕಣ್ಣೀರಿನ ಬಿಂದುಗಳು ಉದುರಿ ಅಶ್ರುತರ್ಪಣವಾಯಿತು. ಸಮವಯಸ್ಕ ಸೋದರಿಯರ ಮಧ್ಯೆ ಬೆಳೆದ ಪ್ರೀತಿಗೆ ನವಿರುತನವಿತ್ತು.

ಕಾರಿನ ಬಳಿಗೆ ಹೋದ ಸಮ್ಮತಿ ಬಂದವರೇ "ದಿಸ್ ಈಸ್ ವೆರಿ ಬ್ಯಾಡ್. ಸಂತೋಷದ ಕ್ಷಣಗಳಿಗೆ ಬೇಕಾದ್ದು ಸಿಹಿಯಾದ ನೆನಪುಗಳು ಮೈಂಡ್ ಇಟ್... ನಡೀ." ಮಗಳ ಕೈಹಿಡಿದು ದರದರನೆ ಎಳೆದುಕೊಂಡು ಹೋದಾಗ ಒರಟಾಗಿ ಕೈ ಕೊಡವಿದಳು ಬಿಂದು "ಟೂ ಮಚ್, ಸ್ವಲ್ಪವಾದ್ರೂ, ಮ್ಯಾನರ್ಸ್ ಬೇಡ್ವಾ? ಬಿಹೇವ್ ಲೈಕ್ ಎ ಸಿವಿಲೈಜ್ ಉಮನ್. ಬೇರೆಯವ್ರಿಗೆ ಇನ್‌ಸಲ್ಟ್ ಆಗಿ ಮಾತಾಡೋದೇ ನಂಗೆ ಅಭ್ಯಾಸವಾಯ್ತು" ಮುಖಕ್ಕೆ ಹೊಡೆದಂತೆ ಮೂದಲಿಸಿದಾಗ ಎದೆಯ ಮೇಲೆ ಎರಡು ಕೈಗಳನ್ನ ಕಟ್ಟಿ ಪ್ರೇಕ್ಷಕನಾದ. ಮಹೇಂದರ್ ತಾಯಿ, ಮಗಳ ಸ್ವಭಾವಗಳಲ್ಲಿನ ಭಿನ್ನತೆ ಮಾತ್ರವಲ್ಲ, ಎಷ್ಟು ಸಾಮರಸ್ಯವಿದೆಯೆಂಬುದು ಕೂಡ ಅರಿವಾಯಿತು.

ಕಾರಿನಲ್ಲಿ ಕೂತಿದ್ದ ಮಿತ್ರ ಇಳಿದು ಬಂದರು. "ಸಾರಿ, ಮಿಸ್ಟರ್... ಮಹೇಂದ್ರ... ತಾಯಿ ಮಗ್ಳ ಮಧ್ಯೆ ಕಮ್ಯುನಿಕೇಶನ್ ಗ್ಯಾಪ್. ನೋಡೋಕೆ ಸಮ್ಮತಿ ಹಾಗೆ... ಕಂದ್ರು ತುಂಬ ಪುಕ್ಕಲು ಸ್ವಭಾವ. ಆ ದುರ್ಘಟನೆಯ ನಂತರ ಕಾರು ಹತ್ತೋಕು... ಅಂಜೋಳು. ಡೋಂಟ್ ಮಿಸ್ಟೇಕ್ ಹರ್..." ಸಮಜಾಯಿಷಿ ನೀಡಿದರು. ಬರೀ ನಸುನಕ್ಕ. ಸಮ್ಮತಿಯ ಅಗಲವಾದ ಜೇನುವರ್ಣದ ಕಣ್ಣಿನಲ್ಲಿನ ಕ್ರೂರತೆ ಗುರ್ತಿಸಿದ್ದ. ಕೆಟ್ಟ ಹೆಣ್ಣು ಹೌದೋ, ಅಲ್ಲವೋ ಒಳ್ಳೆಯ ಹೆಣ್ಣಲ್ಲ-ಲಾಜಿಕ್ ಮಾಡಿತು ಅವನ ಮನ.

ಬಹಳ ಹೊತ್ತಿನವರೆಗೂ ರಾತ್ರಿ ಅವನಿಗೆ ನಿದ್ರಿಸಲಾಗಲಿಲ್ಲ. ಬೆಳಿಗ್ಗೆ ಕಾಫಿಯ ಜೊತೆ ಸಮೀರ್ ಒಂದು ಲಾಕೆಟ್ ಚೈನನ್ನು ಅವನ ಮುಂದಿಟ್ಟ.

"ಇದು ಮುಂದಿನ ಗಾರ್ಡನ್‌ನಲ್ಲಿ ಬಿದ್ದಿತ್ತಂತೆ, ವಾಚ್‌ಮನ್... ತಂದ್ಕೊಟ್ಟ."

ಯಾವುದೋ ಬಳ್ಳಿ ಬಂದು ಅವನ ಕಾಲಿಗೆ ತೊಡರಿದಂತಾಯಿತು. ಕಾಫೀ ಸಿಪ್ ಮಾಡಿದ ನಂತರವೇ ಕೈಗೆತ್ತಿಕೊಂಡಿದ್ದು. ತೀರಾ ತೆಳುವಾದ ಚಿನ್ನದ ಸರ. ಅದಕ್ಕೆ

ಲಾಕೆಟ್ ಕೂಡ ಪುಟ್ಟದ್ದೇ ಸಿಂಗಪೂರ್‌ನಲ್ಲಿ ಕೊಂಡಿದ್ದಂತೆ ಬಿಂದು ಹಿಂದೆ ಹೋದಾಗ ಹೇಳಿದ್ದಳು ಬರ್ತ್‌ಡೇ ವಿಶೇಷ ಸಂದರ್ಭಗಳಲ್ಲಿ ಮಗಳಿಗೆ ಬಹುಮಾನಿಸಿರಬೇಕು ಆರ್ಯ.

ಹಿಂದು ನಕ್ಕಂತಾಯಿತು. ಇದೇ ನಗು ನಂದಿತಾ ತುಟಿಗಳ ಮೇಲೆ ಚಿಮ್ಮುವುದು. ಮಿದುಳಿನ ಲೆಕ್ಕಾಚಾರಕ್ಕೂ ಮನಸ್ಸಿನ ಭಾವನೆಗಳಿಗೂ ನಡುವೆ ಅಪಾರ ಅಂತರ.

ಅವರು ಇಳಿದುಕೊಂಡ ಹೋಟೆಲ್‌ಗೆ ಫೋನ್ ಮಾಡಲು ಡಯಲ್ ತಿರುಗಿಸಿದವನು ಸುಮ್ಮನಿಟ್ಟ. ಬಿಂದು ಹುಡುಕಿ ಬಂದರೇ ಕೊಡುವುದು. ಇಲ್ಲದಿದ್ದರೇ ತನ್ನ ಬಳಿಯಲ್ಲಿಯೇ ಉಳಿಯಲೀ ಎನ್ನುವ ನಿರ್ಧಾರಕ್ಕೆ ಬಂದ.

ಅಂದು ಆಫೀಸ್‌ಗೆ ಬಂದಾಗ ನಂದಿತಾ ತಾನೇ ಬಂದು ಇನ್ವಿಟೇಷನ್ ಕೊಟ್ಟಳು.

"ನನ್ತಂಗಿ ಸೌದಾಮಿನಿಯ ಮದ್ವೆ. ತಾವು ಖಂಡಿತ ಬರ್ಬೇಕು" ಮುತ್ತುಗಳು ಉದುರಿದಂತೆ ಮಾತಾಡಿದಳು. ನೋಟವೆತ್ತಿದ ಮುಖದ ಸೀರಿಯಸ್‌ತನ ತಾನಾಗಿ ಕರಗಿ ಮೀಸೆಯ ಕೆಳಗಿನ ತುಟಿಯ ಮೇಲೆ ಕಂಡು ಕಾಣದಂಥ ಮಂದಹಾಸ ಮಿನುಗಿತು. ಕವರು ಬಿಡಿಸಿ ಓದಿದ. ವಧುವಿನ ಹೆಸರಿನ ಜಾಗದಲ್ಲಿ ನಂದಿತಾ ಹೆಸರು ಇರಬೇಕಿತ್ತು. ಅವರು ಹೇಳಿದ ಕಾರಣವಂತೂ ನಂಬಲಿಕ್ಕಾಗಲಿಲ್ಲ ಮಹೇಂದರ್‌ಗೆ "ಓಕೆ ಹಿಂದು... ಅಂದು ಮುಂಬಯಿಗೆ ಹೋಗೋದಿದೆ. ಬೈ ಛಾನ್ಸ್... ಕ್ಯಾನ್ಸಲ್ಲಾದ್ರೆ ಬರ್ತೀನಿ. ಅಂತು ನಡ್ಯೋ ಮೀಟಿಂಗ್ ಪೋಸ್ಟ್‌ಪೋನಾಗ್ಬೇಕಷ್ಟೆ" ಎಂದು ಇನ್ವಿಟೇಷನ್ ಕವರ್ ಮುಚ್ಚಿ ಟೇಬಲ್ ಮೇಲೆ ಇರಿಸುತ್ತ, ನಂದಿತಾ, ಹಿಂದುನ ಬೇರೆ ಮಾಡಲು ಅವನ ಮನ ಒಪ್ಪದು. ಕೆಲವು ರಿಯಾಯಿತಿಗಳು ಅದಕ್ಕಾಗಿಯೇ ಅವಳ ಬಳಿ ಮಾತಾಡುವಾಗ ಮೃದುವಾಗುತ್ತಿದ್ದ. ಸ್ವರಕ್ಕೆ ನವಿರುತನ ಬೆರೆಸುತ್ತಿದ್ದ ಮುಖದಲ್ಲಿ ಮಾರ್ದವತೆ ತುಂಬಿಕೊಳ್ಳುತ್ತಿತ್ತು.

"ಸಾರಿ ಫಾರ್ ದಿ ಡಿಸ್ಟರ್ಬ್, ..." ಎಂದಳು ಮೆಲ್ಲಗೆ.

"ದಟ್ಸ್ ಓಕೆ, ಲೀವ್ ಲೆಟರ್ ಇಲ್ಲ. ತಕ್ಷಣಕ್ಕೆ ಲೀವ್ ಸಿಗೋಲ್ಲ" ಎಚ್ಚರಿಸಿದಾಗ "ಎಕ್ಸ್‌ಕ್ಯೂಜ್ ಮಿ, ಸರ್... ಮ್ಯಾನೇಜರ್ ಹತ್ರ ಕೊಟ್ಟಿದ್ದೀನಿ. ಅವ್ರು ರೆಕಮಂಡ್... ಮಾಡ್ತೀನಂದ್ರು" ವಿಷಯ ತಿಳಿಸಿದಳು. ಅದಕ್ಕೆ ಇನ್ನೊಂದು ಕಾರಣವೂ ಇತ್ತು. ಮುಂದಿನ ವಾರ ಲಕ್ಷ್ಮೀದೇವಮ್ಮ ಹಿಂದಿರುಗಬಹುದು. ಸದ್ಯಕ್ಕೆ ಆಕೆಯ ಕೆಲಸವನ್ನು ನಿರ್ವಹಿಸುತ್ತಿದ್ದುದು ನಂದಿತಾ. ಆ ಬಗ್ಗೆ ಒಂದಿಷ್ಟು ಎಂ.ಡಿ.ಯ ಬಳಿ ಮಾತಾಡಲು ಉದ್ದೇಶಿಸಿದ್ದರು ನಾಗಮಣಿ.

"ಸೋ ಯು ಕೆನ್ ಗೋ" ಎಂದು ಸೀಟಿಗೆ ಒರಗಿದ.

ಪೂರ್ತಿ ಸೀಟಿಗೆ ಒರಗಿ ಸೀಲಿಂಗ್ ದಿಟ್ಟಿಸಿದ. ಆಕಸ್ಮಿಕವಾಗಿ ಬದಲಾಗದಿದ್ದರೇ ಮುಂದಿನ ವಾರ ನಂದಿತಾ ಪ್ರವೀಣ್ ಹೆಂಡತಿಯಾಗುತ್ತಿದ್ದಳು. ಬಹುಶಃ ಆಮೇಲೆ ಕೆಲಸ ಬಿಡುವ ಛಾನ್ಸಸ್ ಇತ್ತು. ಬೇರೆ ಕಡೆ ಜಾಬ್‌ನ ಅನ್ವೇಷಣೆ ನಡೆದಿದೆಯೆಂದು ಒಮ್ಮೆ ಅರವಿಂದ ಘೋಷರು ಮಾತಿನ ಸಂದರ್ಭದಲ್ಲಿ ಅಂದಿದ್ದರು. ಬಹುಶಃ ದೂರವಾಗುವ ಸಾಧ್ಯತೆ, ತಾನು ಕಾಣದಂತಾಗುವ ಸಾಧ್ಯತೆಯೂ ಇತ್ತು. ಈಗ

ಅವನಿಗೆ ನಗು ಬಂತು. ಪೂರ್ತಿ ಸುಬ್ಬಣ್ಣನ ಮಗಳಾಗಿ ಯಾವುದೇ ಗೊಂದಲವಿಲ್ಲದೆ ಆರಾಮಾಗಿರುತ್ತಿದ್ದಳು. ತನ್ನ ಕಣ್ಣಿಗೆ ಬೀಳದಿದ್ದರೇ ಅದು ಸಾಧ್ಯವಾಗುತ್ತಿತ್ತೇನೋ, ಸುಲಭವಾಗಿತ್ತೇನೋ. ಈಗಂತು ಸಾಧ್ಯವಿಲ್ಲ. ದೃಢವಾಗಿತ್ತು ಮಹೇಂದರ್‌ನ ನಿಶ್ಚಯ. ರಿಸ್ಕ್‌ಗೆ ಸಿದ್ಧ.

ಸಂಜೆ ಬರೀ ಅರ್ಧ ಗಂಟೆ ಪರ್ಮಿಷನ್ ಪಡೆದು ನಂದಿತಾ ಬೇಗ ಬರುವ ವೇಳೆಗೆ ಪ್ರವೀಣ್ ಕೂಡ ಬಂದಿದ್ದ. ಹುರುಪಾಗಿ, ಉಲ್ಲಾಸವಾಗಿದ್ದರೂ ಪ್ರವೀಣ್ ನಂದಿತಾನ ನೋಡಿದ ಕೂಡಲೇ ಸಪ್ಪಗಾಗುತ್ತಿದ್ದ. ಮನದಲ್ಲಿ ವಿಚಿತ್ರ ಕ್ಷೋಭೆ ಅನುಭವಿಸುತ್ತಿದ್ದ. ನಂದಿತಾ, ಅವನ ಮದುವೆಯ ಮಾತುಕತೆ ನಡೆದು ಒಂದು ಹಂತಕ್ಕೆ ಬಂದಾಗ ಆಕಾಶ ಪುಷ್ಪ ಪಡೆದಂತೆ ಸಂಭ್ರಮಿಸಿದ್ದ.

"ಹಲೋ ಮಿಸ್ಟರ್ ಪ್ರವೀಣ್" ಎಂದಳು.

ರೆಡಿಯಾಗಿ ಕೂತಿದ್ದ ಸೌದಾಮಿನಿ ಮುಖ ಉಮ್ಮಿಸಿದಳು. "ಲೇಟ್. ನಾನು ರೆಡಿಯಾಗಿ ಕೂತು ಗಂಟೆಗಳು, ದಿನಗಳು, ಯುಗಗಳೇ ಕಳ್ದುಹೋಗಿತ್ತೇನೋ ಅನ್ನಿಸ್ತು. ಯು ಆರ್ ಟೂ ಲೇಟ್" ನಸು ಮುನಿಸನ್ನ ಪ್ರದರ್ಶಿಸಿದಾಗ ನಂದಿತಾ ಕೈಯನ್ನು ಅವಳ ಮುಂದೆ ಹಿಡಿದಳು. "ಅರ್ಧ ಗಂಟೆ ಪರ್ಮೀಷನ್ ಪಡ್ದು ಆಟೋಹತ್ತಿದ್ದು. ಬಸ್ಸಿಗೆ ಕೂಡ ಕಾಯ್ಲಿಲ್ಲ. ನಿಂಗೆ ನಿಮಿಷಗಳು ಕೂಡ ದಿನಗಳನ್ನು ಅನ್ನಿಸೋಕೆ ಪ್ರವೀಣ್ ಕಾರಣ ಇರ್ಬಹುದ್ದು. ಹೊರಡೋಣ" ಮತ್ತೆ ಯಾವುದೇ ಸಿದ್ಧತೆಯಲ್ಲಿ ತೊಡಗಲಿಲ್ಲ. ಅವಳು ಅಲಂಕಾರ ಪ್ರಿಯಳಲ್ಲವೆಂದು ಮನೆಯವರಿಗೆ ಮಾತ್ರವಲ್ಲ ಪ್ರವೀಣ್‌ಗೆ ಕೂಡ ಗೊತ್ತು. ಸೌದಾಮಿನಿ ಮಾಡುವ ಅಲಂಕಾರಕ್ಕೂ, ನಂದಿತಾಳ ಸರಳತನದ ಅಲಂಕಾರಕ್ಕೂ ಮಧ್ಯದ ವ್ಯತ್ಯಾಸವನ್ನು ಅಳೆಯಬಲ್ಲ.

ವೈದೇಹಿ ಮಗಳನ್ನು ಒಳಗೆ ಕರೆದರು. "ಆಫೀಸ್‌ನಿಂದ ಬಂದಿರೋದು. ಮುಖದಲ್ಲಿ ದಣಿವು ಇರೋಲ್ವಾ? ಒಂದಿಷ್ಟು ಮುಖ ತೊಳ್ದು ಫ್ರೆಷ್ ಆಗಿಹೋಗು" ಆದೇಶಿಸಿದರು. ತಾಯಿಯ ಮಾತನ್ನ ಮೀರಳು.

"ಲಿಕೋ" ಷಾಪಿಂಗ್ ಕಾಂಪ್ಲೆಕ್ಸ್‌ನಲ್ಲಿ ಮಹೇಂದರ್ ಮೂವರನ್ನು ಒಟ್ಟಿಗೆ ನೋಡಿದ್ದು ಆಕಸ್ಮಿಕವೆ. ಅವನ ಕಣ್ಣುಗಳು ಸೂಕ್ಷ್ಮದರ್ಶನದ ಯಂತ್ರವಾಯಿತು. ಬೌದ್ಧಿಕ ಪ್ರಭೆಯಿಂದ ಮುಕ್ಕಳಿಸುತ್ತಿತ್ತು. ನಂದಿತಾ ಮುಖ, ಅದೇ ಸೌದಾಮಿನಿಯ ಮುಖದಲ್ಲಿ ಎದ್ದು ಕಾಣುತ್ತಿದ್ದುದು ಬೌದ್ಧಿಕ ಶೂನ್ಯತೆ, ಅಂದವಾಗಿಯೇ ಇದ್ದರೂ ತೀರಾ ಸಾಧಾರಣ ಕಳೆ, ರೂಪು ಬಣ್ಣಕ್ಕಿಂತ ಈ ವ್ಯತ್ಯಾಸ ಅವನನ್ನು ವಿಚಲಿತನನ್ನಾಗಿಸಿತು ಹೆಚ್ಚಿಗೆ.

ಬಂಗ್ಲೆಗೆ ಹಿಂದಿರುಗುವ ವೇಳೆಗೆ ರ್‍ಯಾಬೊ ಡಿಟೆಕ್ಟಿವ್ ಏಜನ್ಸಿಯ ಮುಖ್ಯಸ್ಥ ಮಿಸ್ಟರ್ ವಸಿಷ್ಠ ಕೂತಿದ್ದರು. ಎದ್ದು ಗೌರವ ತೋರಿಸಿ ವಿಶ್ ಮಾಡಿದರು. ಸೈನ್ಯದಲ್ಲಿದ್ದ ವ್ಯಕ್ತಿ ಪೀಸ್ ಕೀಪಿಂಗ್ ಫೋರ್ಸ್‌ನ ಜೊತೆ ಶ್ರೀಲಂಕಾಗೆ ಹೋಗಿದ್ದ ಜಾಫ್ನನಲ್ಲಿ ಗಾಯಗೊಂಡಿದ್ದು ಮಾತ್ರವಲ್ಲ ಒಂದು ಕಾಲು ಕಳೆದುಕೊಂಡು ಸೈನ್ಯದಿಂದ ನಿರ್ಗಮಿಸಿ ಇಂಥ ಒಂದು ಏಜನ್ಸಿಯನ್ನು ತೆರೆದಿದ್ದರು. ಮಾತು ತೀರಾ ಕಡಿಮೆ. ಕೆಲಸದಲ್ಲಿ ಹೆಚ್ಚಿನ ಚುರುಕಿನ ವ್ಯಕ್ತಿ.

"ಕಂಪ್ಲೀಟ್ ರಿಪೋರ್ಟ್ ರೆಡಿ. ಒಂದೆರಡು ದಿನ ತಡವಾಯ್ತು. ಆ ಫ್ಯಾಮಿಲಿ ಈಗ ಬೆಂಗ್ಳೂರಿನಲ್ಲಿದೆ" ಎಂದವರು ಹೋಟೆಲ್ ಹೆಸರು, ರೂಮಿನ ನಂಬರ್, ಫೋನ್ ನಂಬರ್ ಜೊತೆ ಅವರ ತಿರುಗಾಟದ ವಿವರವನ್ನು ಒದಗಿಸಿದರು. "ಮತ್ತೇನಾದ್ರೂ ಅನುಮಾನವಿದ್ರೆ..." ಅದಕ್ಕೆ ತಾವು ಸಿದ್ಧವೆಂದು ಸೂಚಿಸುವಂತೆ ಮಾಡಿದರು.

"ಥ್ಯಾಂಕ್ಯೂ... ಥ್ಯಾಂಕ್ಯೂ ವೆರಿ ಮಚ್" ಎಂದಾಗ ಮೇಲೆದ್ದರು. ಅವರ ಫೀಜನ್ನು ಕ್ಯಾಷಾಗಿ ಸಲ್ಲಿಸಿದ. "ಎನೀವೆ... ಐಯಾಮ್ ವೆರಿ ಹ್ಯಾಪಿ..." ಸಂತೋಷ ವ್ಯಕ್ತಪಡಿಸಿದ ಕೂಡ.

ಡಿನ್ನರ್ ನಂತರ ರಿಪೋರ್ಟ್ ತೆಗೆದ. ಮೇಜರ್ ಆರ್ಯ, ಮಿತ್ರರ ಜೊತೆಗೆ ಒಂದು ಹೆಣ್ಣು ಸಂತಾನವೂ ಇತ್ತು ಮಲೆನಾಡಿನ ಚಾಮಯ್ಯನವರಿಗೆ. ಒಂದು ಕಾಲಕ್ಕೆ ದೊಡ್ಡ ಕುಳವಾಗಿದ್ದ ಟೀ ಎಸ್ಟೇಟ್ ಓನರ್ ಮಕ್ಕಳ ಮದುವೆಯ ಕಾಲಕ್ಕೆ ಸ್ವಲ್ಪ ಕುಸಿದರೂ ಚೇತರಿಸಿಕೊಳ್ಳುವ ಅವಕಾಶವಿತ್ತು. ಹಿರಿಯ ಮಗ ಆರ್ಯ ಸೈನ್ಯದಲ್ಲಿ ಭರ್ತಿಯಾದರೇ ಕಿರಿಯ ಮಿತ್ರ, ಅವನ ಹೆಂಡತಿ ಎಸ್ಟೇಟ್‌ನಲ್ಲಿ ನಿಂತಿದ್ದು, ಬಹಳ ಕಾಲ ನಡೆಯಲಿಲ್ಲ. ಮಗ, ಸೊಸೆಯನ್ನು ನಿರ್ದಾಕ್ಷಿಣ್ಯವಾಗಿ ಮನೆಯಿಂದ ಹೊರಗೆ ಹಾಕಿದ ಹದಿನೈದು ದಿನದಲ್ಲಿಯೇ ಸತ್ತರು. ಆರ್ಯಗೆ ಎಸ್ಟೇಟ್ ಮಾರುವ ಇಷ್ಟವಿರಲಿಲ್ಲ. ಆದರೆ ಒತ್ತಾಯ, ಒತ್ತಡಗಳಿಗೆ ಮಣಿದರು. ಬಂದ ಹಣ ಮೂರು ಭಾಗ. ಅದಕ್ಕೆ ತಕರಾರು ಎತ್ತಿದ್ದು ಸಮ್ಮತಿ. "ಕೀಪ್ ಕ್ವೈಟ್ ಈ ವಿಷ್ಯದಲ್ಲಿ ನೀನು ತಲೆ ಹಾಕಬಾರದು." 'ಮಾರ್ಷಲ್ ಲಾ' ವಿಧಿಸಿದರು ನಾದಿನಿಗೆ. ತೀರಾ ಆರ್ಥಿಕ ಅನಾನುಕೂಲತೆಯಿಂದ ಬಳಲುತ್ತಿದ್ದ ತಮ್ಮನಿಗಾಗಿ ಒಂದು ಕನ್‌ಸ್ಟ್ರಕ್ಷನ್ ಕಂಪನಿ ಪ್ರಾರಂಭಿಸಿದರು. ಅದರ ಮೇಲೆ ಅವರ ಬಂಡವಾಳ ಕೂಡ ಬಿತ್ತು. ಕೆಲವು ವರ್ಷಗಳಲ್ಲಿ ಹಿಂದಿರುಗಿಸುವ ಮಾತು ಕೊಟ್ಟ ಮಿತ್ರ ಅದನ್ನು ಪೂರ್ಣಗೊಳಿಸುವ ಮುನ್ನ ಇಡೀ ಕುಟುಂಬ ಇಲ್ಲವಾಗಿತ್ತು. ಅಲ್ಲದೆ ಆರ್ಯರ ಉಳಿಕೆ, ಗಳಿಕೆಯೆಲ್ಲ ಇರುವ ಪಾಲು ಬಿಂದು ಕನ್‌ಸ್ಟ್ರಕ್ಷನ್ ಕಂಪನಿ ಒಡತಿ ನೇರವಾಗಿ ಸಮ್ಮತಿಯೇ. ಅವಳ ಬುದ್ಧಿ ಚತುರತೆಯ ಮೇಲೆಯೇ ನಡೆಯುತ್ತಿತ್ತು. ಮೊದಲು ವರ್ಷಗಳು ನಷ್ಟ ಅನುಭವಿಸಿದ್ದರೂ ಈಗ ಚೇತರಿಸಿಕೊಂಡಿತ್ತು. ಈಗ ಮುಂಬಯಿಯಲ್ಲಿ ಸಾಧಾರಣ ಕುಳ ಮಿತ್ರನಂಥ ನೂರಾರು ಮಂದಿಯಲ್ಲಿ ಒಬ್ಬರಾಗಿದ್ದರು.

ಕಡೆಯಲ್ಲಿ ಆರ್ಯ ಕುಟುಂಬದ ಸಾವಿನಿಂದ ಸಿಕ್ಕ ಹಣ, ಒಡವೆ, ಬ್ಯಾಂಕ್ ಬ್ಯಾಲೆನ್ಸ್, ಬಂಗ್ಲೆಯ ಜೊತೆ ಅವರು ಕೊಂಡಿದ್ದ ಕಾಸ್ಟ್ಲಿ, ಪೈಂಟಿಂಗ್ಸ್, ಮಿಕ್ಕದರ ಲೆಕ್ಕ ದೊಡ್ಡದಾಗಿತ್ತು. ಅಂತ ಆ ಕುಟುಂಬದ ಸಾವು ಇವರಿಗೆ ಅನುಕೂಲವಾಗಿ ಪರಿಣಮಿಸಿತ್ತು.

'ಸಮ್ಮತಿಯವರ ಎಕ್ಸೈಟಿಂಗ್‌ಗೆ ಇದು ಒಂದು ಕಾರಣವೆ ಇರಬೇಕು' ಮುಖ್ಯವಾದ ಕಡೆ ರೆಡ್ ಲೆಡ್‌ನಿಂದ ಒಂದೊಂದು ಗೀಟು ಎಳೆದ.

ಆದರೂ ಏನು ತೋಚಲಿಲ್ಲ. ಸಹಜವಾಗಿಯೇ ಕಂಡಿತು. ಆರ್ಯ ಸಮಸ್ತವು ಮಿತ್ರರದೇ. ಇದೇನು ಅವರ ಬಯಕೆಯೇ? ಈ ಪ್ರಶ್ನೆ ಅವನನ್ನು ಸ್ವಲ್ಪ ಗೊಂದಲದಲ್ಲಿ ಕೆಡವಿತು.

ಬಿಂದು ಕನ್‌ಸ್ಟ್ರಕ್ಷನ್ ಕಂಪನಿ ಸ್ವಲ್ಪ ನಷ್ಟದಲ್ಲಿಯೇ ನಡೆಯುತ್ತಿತ್ತು. ಕೆಲವು ಕಟ್ಟಡಗಳು ಅರ್ಧಕ್ಕೆ ನಿಂತಿದ್ದವು. ಅದಕ್ಕೆ ಆರ್ಥಿಕ ಅಡಚಣೆಯೂ ಒಂದು ಕಾರಣ. ಇದನ್ನ ಅರಿತೋ ಏನೋ ಆರ್ಯ ತಮ್ಮ ಹಣಕ್ಕೆ ಡಿಮ್ಯಾಂಡ್ ಮಾಡಿದ್ದರು. ಹೆಚ್ಚು ಬಾಯಿ, ತೀರಾ ದುಂದುಗಾರಿಕೆಯ ನಾದಿನಿಯ ಬಗ್ಗೆ ಅವರಿಗೆ ಕೋಪ. ಅದನ್ನು ಮಾತಿನಲ್ಲಿ ತಮ್ಮನಿಗೆ ತಿಳಿಸಿದ್ದರು ಕೂಡ. ತಮ್ಮನ ಕುಟುಂಬದ ಬಗ್ಗೆ ಕಾಳಜಿ. ಅವನ, ತನ್ನ ಮಕ್ಕಳ ಬಗ್ಗೆ ಅವರಿಗೆ ಭೇದ ಇರಲಿಲ್ಲ.

ಒಂದಲ್ಲ ನಾಲ್ಕು ಸಲ ಡಿಟೆಕ್ಟಿವ್ ಏಜನ್ಸಿಯ ರಿಪೋರ್ಟ್ ಓದಿದರು. ಕೆಲವನ್ನು ಇಂಪಾರ್ಟೆಂಟ್ ಎಂದು ಗುರುತು ಹಾಕಿಕೊಂಡ. ಇದಿಷ್ಟು ವಿವರಣೆ ಸಂಗ್ರಹ ಮಾತ್ರ. ಆದರೆ ಅದೇ ಹಿಂದೂ, ನಂದಿತಾನ? ಈ ಪ್ರಶ್ನೆಗೆ ಉತ್ತರ ಸುಲಭವಲ್ಲ. ಅಂದು ಹಿಂದು ಸತ್ತಿದ್ದರೆ ನಂದಿತಾ... ಯಾರು? ಈ ಪ್ರಶ್ನೆಗೆ ಸರಳ ಉತ್ತರ. ಸುಬ್ಬಣ್ಣನ ಮೊದಲ ಹೆಂಡತಿಯ ಸಂತಾನದ ಮೂವರು ಹೆಣ್ಣು ಮಕ್ಕಳಲ್ಲಿ ಒಬ್ಬಳು. ಇದು ವಾಸ್ತವ ಸಂಗತಿ! ಸಮಾಜಕ್ಕೆ ಗೊತ್ತಿರೋದು ಆದರೆ ಮಹೇಂದರ್ ಮುಖ ಹಿಂಡಿ ಚಡಪಡಿಸಿದ. ಎಷ್ಟೇ ತಳ್ಳಿಹಾಕಲು ಪ್ರಯತ್ನಿಸಿದಷ್ಟು 'ಹಿಂದುನೇ ನಂದಿತಾ' ಎನ್ನುವ ಮನಸತ್ವ ಬಲವಾಗುತ್ತಿತ್ತು.

* * * *

ಮೂರು ದಿನದ ರಜಕ್ಕೆ ಮಾತ್ರ ಅಪ್ಲೇ ಮಾಡಿದ್ದಳು. ಅದು ಸ್ಯಾಂಕ್ಷನ್ ಕೂಡ ಆಗಿತ್ತು. ಪ್ರವೀಣ್ ಅಳಿಯನಾಗುವವನು ಎನ್ನುವ ಡೌಲು, ದೌಲತ್ತು ತೋರದೇ ಆಗಾಗ ಬರುತ್ತಿದ್ದ.

ಅಂದು ಪ್ರವೀಣ್ ಬಂದಾಗ ಗೆಳತಿಯರಿಗೆ ಇನ್ವಿಟೇಷನ್ ಹಂಚಲು ತಂಗಿಯೊಂದಿಗೆ ಹೋಗಿದ್ದಳು ಸೌದಾಮಿನಿ. ಸ್ಕೂಲಿಗೆ ಹೋಗಿದ್ದ ರವಿ, ಕಿರಣ್ ಬಂದಿರಲಿಲ್ಲ. ದೂರದ ಚಿಕ್ಕಮ್ಮನನ್ನು ಕರೆತರಲು ಹೋಗಿದ್ದರು ಸುಬ್ಬಣ್ಣ ದಂಪತಿಗಳು. ಮನೆಯಲ್ಲಿ ಇದ್ದಿದ್ದು ನಂದಿತಾ ಮಾತ್ರ.

"ಹಲೋ... ನಂದಿತಾ" ಎಂದ ವಿಶ್ವಾಸದಿಂದಲೇ.

ಕೊಬ್ಬರಿ ಗಿಟಕಿನ ಮೇಲೆ ಗಂಡಭೇರುಂಡ ಬಿಡಿಸುತ್ತಿದ್ದ ನಂದಿತಾ ತಟ್ಟನೇ ಎದ್ದು "ಹಲೋ... ಬನ್ನಿ, ಸೌದಾಮಿನಿ ಫ್ರೆಂಡ್ ಮನೆಗೆ ಹೋಗಿದ್ದಾಳೆ" ಎಂದು ಕಿರು ನಗುವಿನೊಂದಿಗೆ ಆಹ್ವಾನಿಸಿದಳು. ಕೂತ ಪ್ರವೀಣ್ ಮುಖ ಮೇಲೆತ್ತಿ ಭಾವಣೆ ದಿಟ್ಟಿಸುತ್ತ ಉಸಿರು ದಬ್ಬಿದ.

ತುಂಬು ಕೊಬ್ಬರಿ ಗಿಟಕನ್ನು ತಟ್ಟೆಯಲ್ಲಿಟ್ಟು ಅಲ್ಲಲ್ಲಿ ಸಿಡಿದ ಕೊಬ್ಬರಿಯ ಸಿಪ್ಪೆಯನ್ನ ತೆಗೆದು ಎಸೆದು ಬಂದವಳನ್ನ ದೀರ್ಘವಾಗಿ ನೋಡಿದ.

"ಡೋಂಟ್ ಮೈಂಡ್, ನಿಮ್ಮನ್ನೊಂದು ಪ್ರಶ್ನೆ ಕೇಳ್ಲಾ? ಐ ವಾಂಟ್ ಟ್ರೂತ್. ನಿಮ್ತಂದೆ ಹೇಳ್ದ ಕಾರಣನ ನನ್ನ ಮನಸ್ಸು ನಂಬೋಕೆ ಸಿದ್ಧವಿಲ್ಲ" ವ್ಯಾಕುಲತೆಯಿಂದ ಹೇಳಿದ. ನಂದಿತಾ ತಲೆಯಲ್ಲಿ ಗೊಂದಲ ಸೃಷ್ಟಿಸಿಕೊಳ್ಳಲು ಇಚ್ಛಿಸಲಿಲ್ಲ. ಅಥವಾ ಅವಳಿಗೆ ಅಂಥ ಭಾವನೆ ಮೂಡಲಿಲ್ಲ. "ಕೇಳಿ..." ದನಿ ತಗ್ಗಿಸಿದಳು. ಮತ್ತಷ್ಟು ಮೃದುವಾಗಿತ್ತು ಸ್ವರ.

"ನೀವು ಮೊದ್ಲು ನನ್ಮದ್ವೆ ಆಗೋಕೆ ಒಪ್ಪಿಕೊಂಡಿದ್ರಾ?" ಕೇಳಿದ. ಉತ್ತರ ಹೊಳೆಯಲಿಲ್ಲ "ಗೊತ್ತಿಲ್ಲ...." ಸ್ಪಷ್ಟವಾಗಿಯೇ ಉಸುರಿದಳು.

ದೀರ್ಘವಾಗಿ ನೋಡಿದ ಪ್ರವೀಣ್ ಕಣ್ಣುಗಳಲ್ಲಿ ವ್ಯಥೆಯ ನೆರಳು ಇಣಕಿತು. "ಹಾಗಂದ್ರೆ ಅರ್ಥವೇನು ನಂದಿತಾ? ಈಗ ಬೇಡ ಅನ್ನೋಕಾದ್ರೂ ಏನು ಕಾರಣ ಹೇಳಿ. ಬಹುಶಃ ನಿಮ್ಗೆ ನಾನು ತಕ್ಕವನಲ್ಲ ಅನ್ನೋದಾ... ನಿಮ್ಮ ಅಭಿಪ್ರಾಯ?" ಸೋತವನಂತೆ ಕೇಳಿದಾಗ ಬೇಸರಗೊಂಡಳು.

"ಇಲ್ಲ ಪ್ರವೀಣ್, ಅಂಥದೇನಿಲ್ಲ. ನನ್ನ ನಿರುತ್ಸಾಹ ನೋಡಿ ಅಪ್ಪನೇ ನಿರ್ಧಾರ ಕೈಗೊಂಡ್ರು. ನಿಮ್ಮನ್ನು ಸೌದಾಮಿನಿ ಮದ್ವೆಯಾಗೋದ್ರಿಂದ ಹೆಚ್ಚು ಸುಖವಾಗಿ ಇರ್ತೀರಾ?"

ಈ ಮಾತುಗಳಿಂದಲೂ ಅವನಿಗೇನು ಅರ್ಥವಾಗಲಿಲ್ಲ. ತನಗೆ ನಂದಿತಾನ ಮದ್ವೆಯಾಗೋ ಅದೃಷ್ಟವಿಲ್ಲವೆಂದುಕೊಂಡನೇ ವಿನಃ ಕೋಪಗೊಳ್ಳಲಿಲ್ಲ.

ಒಳಗೆ ಹೋದ ನಂದಿತಾ ಒಂದಿಷ್ಟು ಉಂಡೆ ಚಕ್ಕುಲಿ ತುಂಬಿಕೊಂಡು ಬಂದು ಅವನ ಮುಂದಿಟ್ಟಳು. "ಸೌದಾಮಿನಿ ಬರೋವಗೂ ತಿಂತಾ ಇರೀ." ರೂಮಿಗೆ ಹೋಗಿಬಿಟ್ಟಳು.

ನಂದಿತಾ ಒಂದು ಪ್ರಶ್ನೆಯಾಗಿ ಅವನನ್ನು ಕಾಡಿದಳು. ಉತ್ತರಕ್ಕೆ ಬದಲಾಗಿ ಮತ್ತಷ್ಟು ಪ್ರಶ್ನೆಗಳು ಸೇರಿಕೊಳ್ಳುತ್ತಿದ್ದವು ಯೋಚಿಸಿದಷ್ಟು.

ಹುರುಪು, ಉತ್ಸಾಹದಿಂದಿದ್ದ ಸೌದಾಮಿನಿ ಬಂದವಳೇ ಮಂಕಾಗಿ ಕೂತಳು. "ನಾನು ಮದ್ವೆಗೆ ಒಪ್ಕೋಬಾರ್ದಿತ್ತು. ಹೋದವ್ರ ಮನೆಯಲ್ಲೆಲ್ಲ ಪ್ರಶ್ನೆ. ನಾನಾ ಕಾರಣಗಳ್ನ ಅವ್ರೇ ಊಹಿಸ್ಕೊಂಡ್ ನನ್ನ ಕೇಳ್ತಾರೆ." ಪ್ರವೀಣ್‌ನ ಗಮನಿಸಿದವಳು ಒದರಿದಳು.

"ಪ್ರಶ್ನೆ ಒಂದಾದ್ರೂ... ಉತ್ತರ ಮಾತ್ರ ಅವರವ್ರು ಊಹಿಸ್ಕೊಂಡಂಗೆ." ಕಿರುನಗುವಿನೊಂದಿಗೆ ಹೇಳಿದಾಗ ಬೆಚ್ಚಿ ಅವನತ್ತ ನೋಡಿದವಳು ತಲೆ ತಗ್ಗಿಸಿದಳು ಒಂದಿಷ್ಟು."ಸಾರಿ, ನಿಮ್ಮನ್ನ ನೋಡ್ಲೇ ಇಲ್ಲ."

"ಅದೇನು, ಟನ್ನುಗಟ್ಲೇ ಭಾರ ಇರೋ ಕೊಶ್ಚನ್ ಕೇಳ್ಗಿ ಹುದುಗಿದ್ದೆ. ನಿಂಗೆ ಏನು, ಯಾರ್ಗೂ ಕಾಣಿಸೋ ಸ್ಥಿತಿಯಲ್ಲಿಲ್ಲ" ಆರಾಮಾಗಿ ನುಡಿದು ಅವಳ ಮನದ ಭಾರ ಕಳೆದ. ಒಂದಿಷ್ಟು ಚೇತರಿಸಿಕೊಂಡಳು ಸೌದಾಮಿನಿ.

ಅಕ್ಕನನ್ನು ಅರಸಿಕೊಂಡು ಬಂದ ಪ್ರತಿಭಾ "ನಂದಕ್ಕಾ, ನೀನು ಯಾರನ್ನಾದ್ರೂ ಲವ್ ಮಾಡಿದ್ದೀಯಾ, ಮಾಡ್ತಾ ಇದ್ದೀಯಾ? ಇಂಥದೊಂದು ರೂಮರ್. ನಂಗೆ ಮಾತ್ರ ಡೌಟ್. ಎಂದೂ ರೋಮ್ಯಾಂಟಿಕ್ ಮೂಡ್‌ನಲ್ಲಿ ನಿನ್ನ ನೋಡ್ಲೇ ಇಲ್ಲ." ಅವಳ ಕೈಯಲ್ಲಿನ ಪುಸ್ತಕ ತೆಗೆದಿಟ್ಟಳು.

ನಂದಿತಾಗೆ ಏನು ಹೇಳಬೇಕೂಂತ ತೋಚಲಿಲ್ಲ. ಸ್ಪಷ್ಟವಾದ ಕಾರಣ ಕೊಡಲಾರಳು.

"ನಿನ್ನ ಡೌಟ್ ನಿಜ. ಅಂಥದೇನಿಲ್ಲ. ಅಪ್ಪನ್ನೇ ಕೇಳ್ಬೇಕು."

ನಂದಿತಾ ಮಾತು ಕೇಳಿ ಗೊಳ್ಳೆಂದು ನಕ್ಕಳು. "ಮೈಗಾಡ್, ಲವ್ ಅನ್ನೋದು ತೀರಾ ಪರ್ಸನಲ್ ಅಂತಾರೆ. ನೀನು ಅಪ್ಪನ್ನ ಕೇಳೂಂತ ಅಂತೀಯಲ್ಲ. ಏನೋ ಮಿಸ್ಟರಿ ಇದೆ" ಮತ್ತಷ್ಟು ನಕ್ಕಳು.

ರಿಸೆಪ್ಷನ್ ಸೀರೆ ಬದಲಾಯಿಸಿಕೊಂಡು ಬರಲು ಪ್ರವೀಣ್, ಸೌದಾಮಿನಿ ಹೊರಟ ಮೇಲೆ ಬಂದ ಸುಬ್ಬಣ್ಣ, ವೈದೇಹಿ. ಆಕೆಯ ಮುಖ ಮರದಂತಾಗಿತ್ತು.

"ನೋಡಿದ್ರಾ, ಪ್ರತಿಯೊಬ್ಬರದು ಒಂದೊಂದ್ಮಾತು. ನಂದಿತಾಗೆ ಮದ್ವೆ ಮಾಡಿಯಾದ್ಮೇಲೆ ಸೌದಾಮಿನಿ ಬಗ್ಗೆ ಯೋಚ್ಸಬೇಕಿತ್ತು. ಇಬ್ರ ಮದ್ವೆ ಒಂದೇ ಸಲ ಮಾಡಿದ್ರಾಗಿತ್ತು. ಈಗ್ನೋಡಿ ಅವರವರಿಗೆ ತೋಚಿದಂತೆ ಒಬ್ಬಬ್ಬೊರದು ಒಂದೊಂದು ಮಾತು. ಕೆಲವರಿಗೆ ನನ್ಮೇಲೆ ಕೆಂಗಣ್ಣು" ಕೋಪ, ಅಳು ಬೆರೆತಸ್ವರದಲ್ಲಿ ಹೇಳಿದರು. ಸುಬ್ಬಣ್ಣ ಏನು ಎಕ್ಸೈಟ್ ಆಗಲಿಲ್ಲ. ಇದನ್ನೆಲ್ಲ ಊಹಿಸಿದ್ದರು ಕೂಡ. ಸಮಾಜ ಏನಾದರೂ ಹೇಳಲಿ, ಮನೆಯ ನೆಮ್ಮದಿಯೇ ಮುಖ್ಯ.

"ನಾಲಿಗೆ ಅವ್ರದು, ಮನಸ್ಸು ಅವ್ರದು. ಅದ್ರಿಂದ ನಮಗೇನು ಉಪಯೋಗವಿಲ್ಲ. ಸುಮ್ನೇ ಕೇಳಿದ್ರಾಯ್ತು." ಅಷ್ಟೇ ಹೇಳಿದ್ದು. ತೀರಾ ಎಳೆತ ಎಲ್ಲಿ ನಂದಿತಾ ಮನಸ್ಸನ್ನು ಘಾಸಿಗೊಳಿಸುತ್ತದೆಯೋ ಎನ್ನುವ ಭಯ.

ಕೆಳ ಮಧ್ಯಮ ದರ್ಜೆಯ ಜನ ಹೇಗೆ ಮದುವೆ ಮಾಡಬಹುದೋ, ಎಷ್ಟು ಖರ್ಚು ಮಾಡಬಹುದೋ ಅಷ್ಟೇ ಏರ್ಪಾಟು ನಡೆದಿದ್ದು.

ಅಲಂಕಾರ, ಆಡಂಬರ ಸರಳವಾಗಿ ಕಂಡರೂ ಊಟ, ತಿಂಡಿ ಉಪಚಾರದ ವಿಷಯದಲ್ಲಿ ಧಾರಾಳತನವಿತ್ತು. ಭಾನುವಾರವಾದ್ದರಿಂದ ಇಡೀ ಆಫೀಸ್ ಸ್ಟಾಫ್ ಮದುವೆಗೆ ಬಂದಿತ್ತು. ಸಂಜೆ ಮಹೇಂದರ್‌ನ ಮರ್ಸಿಡೀಸ್ ಕಾರು ಬಂದು ನಿಂತಿದ್ದು ಕೆಲವರಿಗಾದರೂ ಆಶ್ಚರ್ಯ. ಇಂಥ ನಿರೀಕ್ಷೆ ಕಡಿಮೆಯೆ.

ಸ್ವತಃ ಸುಬ್ಬಣ್ಣನವರೇ ಓಡಿ ಬಂದು ಆಹ್ವಾನಿಸಿದರು ಸಂಭ್ರಮದಿಂದ. ಒಳಗಿದ್ದ ನಂದಿತಾಳಿಗೆ ವಿಷಯ ಮುಟ್ಟಿದ್ದು ಕೂಡ ಅವರ ಮೂಲಕವೇ.

"ಹೋಗಿ ಮಾತಾಡ್ಸು, ನಮಗೇ ಅಂಥ ಪರಿಚಯವೇನು ಇಲ್ಲ. ದೊಡ್ಡ ಮನಸ್ಸು ಮಾಡಿ ಬಂದಿದ್ದೇ ಹೆಚ್ಚು" ಮೆಚ್ಚಿಕೆ ಇತ್ತು ಅವರ ದನಿಯಲ್ಲಿ.

ವಧೂವರರಿಗೆ ವಿಶ್ ಮಾಡಿ ಆಗಲೇ ಹೊರಟಿದ್ದ ಮಹೇಂದರ್ ಕಣ್ಣುಗಳು ಹುಡುಕುತ್ತಿದ್ದುದು ನಂದಿತಾಗಾಗಿ.

"ಸಾರಿ ಸರ್, ಒಳ್ಗಡೆ ಇದ್ದೆ" ಎಂದಳು ನವಿರಾಗಿ.

"ಬೈ ಆಲ್ ಮೀನ್ಸ್..." ಸ್ವಲ್ಪ ಬೇಸರ ಇಣುಕಿತು ಅವನ ಮುಖದ ಮೇಲೆ. "ಊಟ ಮುಗ್ಸಿಕೊಂಡ್ಹೋಗ್ಬೇಕು. ಕನಿಷ್ಟ, ಬಫೆಟ್ಟಾದ್ರೂ" ಅದನ್ನು ಹೇಳಿದವರು ಸುಬ್ಬಣ್ಣ, ಮಗಳ ಪಕ್ಕದಲ್ಲಿ ನಿಂತು.

ಹಣ್ಣಿನ ರಸ ಮಾತ್ರ ಕುಡಿಯಲು ಒಪ್ಪಿಗೆ ಸೂಚಿಸಿದಾಗ ಅವರಿಗೆ ಪರಮಾನಂದ. ಫಲ ತಾಂಬೂಲ ಜೊತೆ ಸ್ವೀಟ್ಸ್ ಒಂದು ತಟ್ಟೆಯನ್ನು ಕಾರಿನಲ್ಲಿಡಿಸಿ ಸಂತೃಪ್ತರಾದರು.

ಕಾರು ಹತ್ತುವ ಮುನ್ನ "ಹಿಂದು..." ಎಂದಿದ್ದು ಮಾತ್ರ ಸುಬ್ಬಣ್ಣನಿಗೆ ಕೇಳಿಸಿತು. ನಂತರದ ಮಾತಿಗೆ ಅವರ ಕಿವಿಗಳು ಮುಚ್ಚಿಕೊಂಡವು. ಪೂರ್ತಿ ನಿಶ್ಶಬ್ದ. ನಿರ್ಜನವಾದ ಕಾಡಿನ ಮಧ್ಯೆ ನಿಂತಂಥ ಅನುಭವ. ಮಾತಿಲ್ಲ, ಅವರ ಮಿದುಳೇ ನಿಷ್ಕ್ರಿಯವಾಯಿತು.

ಅಂದೇನು ಮೂರು ದಿನವಾದರೂ ಆ ಷಾಕ್‌ನಿಂದ ಚೇತರಿಸಿಕೊಳ್ಳಲಿಲ್ಲ ಸುಬ್ಬಣ್ಣ. 'ಹಿಂದು' ಆ ಪದವೇ ಮಾರ್ದನಿಸುತ್ತಿತ್ತು ಅವರಲ್ಲಿ.

ಅಂದು ಆಫೀಸ್‌ಗೆ ಹೋಗಲು ರೆಡಿಯಾಗುತ್ತಿದ್ದ ಮಗಳನ್ನು ಕೇಳಿದರು "ಲಕ್ಷ್ಮಿದೇವಮ್ಮ... ಬಂದ್ರಾ?" ಹ್ಯಾಂಡ್ ಬ್ಯಾಗ್‌ನೊಳಕ್ಕೆ ತಿಂಡಿಯ ಡಬ್ಬಿ ಇಡುತ್ತಿದ್ದ ನಂದಿತಾ "ಮೊನ್ನೆ ತಾನೇ ಬಂದಿದ್ರು. ನಡ್ಯೋಕೆ ಇನ್ನು ಸ್ವಲ್ಪ ಕಷ್ಟ, ನಂಗೊತ್ತಿಲ್ಲ" ಎಂದಳು.

ಪೇಪರ್‌ನಿಂದ ಗಾಳಿ ಹಾಕಿಕೊಂಡ ಸುಬ್ಬಣ್ಣ "ಹೇಗೂ ಅಲ್ಲಿ ನಿಂಗೆ ಪ್ಲೇಸ್ ಇಲ್ಲ. ಇಂದಿನಿಂದ ಹೋಗೋದ್ಬೇಡ. ಎಲ್.ಐ.ಸಿ.ಯ ಅಕೌಂಟ್ ಸೆಕ್ಷನ್‌ನಲ್ಲಿ ಕೆಲ್ಸ ಸಿಕ್ಕಿದೆ" ಹಿಂದಿನ ದಿನ ಬಂದ ಪೋಸ್ಟ್‌ನ ಮಗಳಿಗೆ ಕೊಟ್ಟರು. ಅದಕ್ಕಾಗಿ ಸಾಕಷ್ಟು ಶ್ರಮ, ಹಣ ವಿನಿಯೋಗಿಸಿದ್ದರೆಂದು ಅವರಿಗೆ ಮಾತ್ರ ಗೊತ್ತು. ಯಾಕೋ, ಈ ದಿನಗಳು ಕಠಿಣವೆನಿಸಿತು. ಟೆಂಪರರಿ ಜಾಬ್ ಆದ್ದರಿಂದ ಅವಳೇನು ಹೆಚ್ಚಿಗೆ ಯೋಚಿಸಬೇಕಿರಲಿಲ್ಲ.

ಮುಂಬಯಿನಿಂದ ಬರುವ ವೇಳೆಗೆ ಮಹೇಂದರ್, ನಂದಿತಾ ಎಲ್.ಐ.ಸಿ.ಯಲ್ಲಿ ಜಾಯಿನ್ ಆಗಿದ್ದಳು. ಆ ಕೆಲಸಕ್ಕೆ ಲಕ್ಷ್ಮೀದೇವಮ್ಮ ಬಂದಿದ್ದಳು.

ಅವನಿಗೆ ತನ್ನ ಸ್ಥಾನ, ಮರ್ಯಾದೆಯ ಪ್ರಜ್ಞೆ ಇದ್ದುದ್ದರಿಂದ ಆ ವಿಷಯವನ್ನು ಸೀರಿಯಸ್ಸಾಗಿ ತೆಗೆದುಕೊಳ್ಳಲಿಲ್ಲ. ಮಹಾಲಿಂಗಂ ಮತ್ತು ನಂದಿತಾನ ಕೆಲಸದಿಂದ ತೆಗೆಯುವುದು ಮ್ಯಾನೇಜ್‌ಮೆಂಟ್‌ನ ಪೂರ್ವ ನಿರ್ಧಾರಿತ ಕ್ರಮ.

ಲಂಚ್‌ಗೆ ಬಂಗ್ಲೆಗೆ ಬಂದವನು ಅಲ್ಲೇ ಉಳಿದ. ಎದೆಯಾಳದ ಭಾವನೆಗಳೆಲ್ಲ ಸ್ಫೋಟಾಯಿತು. ತನ್ನ ಮುಂದೆ ಅನ್ಯಾಯ ನಡೆಯುತ್ತಿದ್ದರೂ ನಿಸ್ಸಹಾಯಕತೆಯ ನಟನೆ ಸೈರಿಸಲಾರದಾಯಿತು.

ಎಂ.ಡಿ.ಯಾಗಿ ಈಗ ಅವನೇನು ಮಾಡುವಂತಿರಲಿಲ್ಲ. ಒಳ್ಳೆ ಸಂಬಳ, ಜಾಬ್ ಸೆಕ್ಯೂರಿಟಿ ಇರುವ ಕೆಲಸ ನಂದಿತಾಳದು. ಮೂರು ವರ್ಷ ಹೊಸದಾಗಿ ಯಾರನ್ನೂ ಅಪಾಯಿಂಟ್‌ಮೆಂಟ್ ಮಾಡ್ಕೋಬಾರದು ಎನ್ನುವುದಕ್ಕೆ ಬದ್ಧನಾಗಿದ್ದ. ಅವನದೇ ತೀರ್ಮಾನ ಕೂಡ.

ಹಿಂದು 'ಹಿಂದು' ನಾಮಾಂಕಿತವಾಗಿದ್ದ ಬಂಗ್ಲೆ ಮರುನಾಮಕರಣವಾಗಿತ್ತು ಬಿಂದು ಎಂದು. ಅದು ಅವನನ್ನು ಬಹಳ ನೋಯಿಸಿತ್ತು.

ಎರಡು ಮೂರು ದಿನ ಚಿಂತಿಸಿ, ತಲೆ ಕೆಡಿಸಿಕೊಂಡು ಒಂದು ನಿರ್ಧಾರಕ್ಕೆ ಬಂದ. ಸುಬ್ಬಣ್ಣನವರಿಗೆ ಒಂದು ಲೆಟರ್ ಕಳುಹಿಸಿದ. ಸಂಜೆ ಬಂದು ತಮ್ಮನ್ನು ನೋಡುವ ಆಹ್ವಾನ.

ಸುಬ್ಬಣ್ಣ ಆ ಸಮಯದಲ್ಲಿ ಫೋನ್ ಮಾಡಿ ಕ್ಷಮೆಯಾಚಿಸಿದ. "ನಮ್ಮ ಚಿಕ್ಕಪ್ಪನಿಗೆ ಹಾರ್ಟ್ ಅಟ್ಯಾಕ್ ಆಗಿದೆ. ತಕ್ಷಣ ಹೋಗ್ಬೇಕಿದೆ. ಬಂದ್ಮೇಲೆ... ಬಂದು ಭೇಟಿ ಮಾಡ್ತೀನಿ" ಮೌನವಾಗಿ ಫೋನಿಟ್ಟ ಮಹೇಂದರ್.

ದೊಡ್ಡ ಕೋಟ್ಯಾಧೀಶನೆ ಇರಬಹುದು. ಒಬ್ಬ ಹೆಸರಾಂತ ನಟ, ಕಲಾವಿದ, ಸಾಹಿತಿ ಇರಬಹುದು. ಆ ಕಡೆ ಆಸಕ್ತಿಯಿಲ್ಲದವನು ಉತ್ಪ್ರೇಕ್ಷಿಸುತ್ತಾನೆ. ತನಗೆ ಇಂಟರೆಸ್ಟ್ ಇಲ್ಲಾಂತ ಪರೋಕ್ಷವಾಗಿಯೇನು ಪ್ರತ್ಯಕ್ಷವಾಗಿ ತಿಳಿಸುತ್ತಾನೆ. ಇದು ಜಗತ್ತು, ವ್ಯಕ್ತಿಗಳ ನಡವಳಿಕೆ.

ಅದೇ ಸಮಯಕ್ಕೆ ಎಲ್.ಐ.ಸಿ. ಹೆಡ್ ಆಫೀಸ್‌ಗೆ ಫೋನ್ ಮಾಡಿದ "ಸ್ವಲ್ಪ... ನಂದಿತಾ ಹತ್ರ ಮಾತಾಡ್ಬೇಕು" ಆಡಿಟ್ ನಡೆಯುತ್ತಿದ್ದರಿಂದ ಸುಲಭವಾಗಿ ಸಿಕ್ಕಳು. "ಒಂಬತ್ತನೇ ನಂಬರ್ ಫೈಲ್ ಸಿಕ್ಕಿಲ್ಲ. ಬಂದು ಆಫೀಸ್‌ನಲ್ಲಿ ಮೀಟ್ ಮಾಡೋದು" ಫೋನಿಟ್ಟುಬಿಟ್ಟ. ಅಕ್ಷರಗಳನ್ನು ಒತ್ತಿ ಪಿ.ಎ. ಸಮೀರ್ ಸ್ಟೈಲ್‌ನಲ್ಲಿ ಹೇಳಿದ್ದರಿಂದ ಅವಳಿಗೆ ಯಾರೆಂದು ಊಹಿಸುವುದು ಸ್ವಲ್ಪ ಕಷ್ಟವೆನಿಸಿತ್ತು.

ಮನೆಗೆ ಸ್ವಲ್ಪ ಲೇಟಾಗಿಯೇ ಬಂದಿದ್ದು. ಸುಬ್ಬಣ್ಣ ಯಾವುದೋ ಆಫೀಸ್ ಕಡತಗಳನ್ನು ಹೊತ್ತು ತಂದಿದ್ದರು. ಒಂದಿಷ್ಟು ಅಮೌಂಟ್ ಟ್ಯಾಲಿ ಆಗುತ್ತಿರಲಿಲ್ಲ. ಅದಕ್ಕೆ ಕಾರಣ ಅವರ ಪ್ರಕಾರ ಮಹೇಂದರ್. ನಂದಿತಾನ 'ಹಿಂದು' ಎಂದು ಕೂಗಿ ಬೆಚ್ಚಿ ಬೀಳಿಸಿದ್ದ ಮೊದಲ ವ್ಯಕ್ತಿ. ಧಗಧಗ ಉರಿಯುವ ಬೆಂಕಿಯಂತೆ ಹತ್ತಿರಕ್ಕೆ ಸರಿಯುವುದೇನು ಒಂದು ಕಿಲೋಮೀಟರ್ ದೂರವಿರಲು ನಿಶ್ಚಯಿಸಿದ್ದರು.

ಆಗಾಗ ಬಾಗಿಲು ಕಡೆ ನೋಡುತ್ತಿದ್ದರು ಸುಬ್ಬಣ್ಣ. "ಆಡಿಟ್ ಇದೆ, ಸಂಜೆ ಲೇಟಾಗ್ಬಹುದ್ದು." ಹೇಳಿ ಹೋಗಿದ್ದರಿಂದ ಅರ್ಧ ಧಾವಂತ ಕಡಿಮೆಯಾಗಿತ್ತು. ಇಲ್ಲದಿದ್ದರೇ ಒಮ್ಮೆ ಹೋಗಲು ಹಿಂಜರಿಯುತ್ತಿರಲಿಲ್ಲ. ನಿರಾತಂಕವಾಗಿದ್ದ ಅವರಿಗೆ ಮಹೇಂದರ್ ಭಯದ ರೂಪದಲ್ಲಿ ಕಾಣಿಸಿಕೊಂಡು ಹೆದರಿಸುತ್ತಿದ್ದ. ಸುಲಭವಾಗಿ ಮರೆತುಬಿಡಬಹುದಾದ ಹೆಚ್ಚು ಸಂಪರ್ಕವಿಲ್ಲದ ವ್ಯಕ್ತಿ ಅವರ ಮಸ್ತಿಷ್ಕದಲ್ಲಿ ನಿಂತು ಕಾಡುತ್ತಿದ್ದ.

"ಬಸ್ಸಿನಲ್ಲೇ... ಬಂದೇ" ತಂದೆ ಕೇಳುವ ಮುನ್ನ ಹೇಳಿ ಕೋಣೆಗೆ ಹೋದಳು. ಓದುತ್ತಿದ್ದ ಪ್ರತಿಭಾ ಪುಸ್ತಕ ಮುಚ್ಚಿದಳು. "ಅಪ್ಪ ನಿನ್ನ ಹಚ್ಕೊಂಡಿರೋದು ನೋಡಿದ್ರೆ... ಅಸೂಯೆ ಆಗುತ್ತೆ. ನಂದಕ್ಕಾ ಕಡೆಯಲ್ಲಿ ಹುಟ್ಟಿದ್ದ ಗಂಡು ಮಕ್ಕಿಗಿಂತ ನಿನ್ಮೇಲಿರೋ ಪ್ರೀತಿಯೇ ಹೆಚ್ಚು." ಅವಳ ಕೈಯಲ್ಲಿನ ಹ್ಯಾಂಡ್ ಬ್ಯಾಗ್ ಕಿತ್ತುಕೊಂಡಳು.

ಹತ್ತೇ ನಿಮಿಷದಲ್ಲಿ ಕಡತಗಳನ್ನು ಕಟ್ಟಿ ಅಕೌಂಟೆಂಟ್‌ನ ಮನೆಗೆ ಕಳಿಸಿ ಒಳಗೆ ಬಂದರು. "ಇನ್ನೆಷ್ಟು ದಿನ ಆಡಿಟ್?" ವಿಚಾರಿಸಿಕೊಂಡರು. ಬಹುಶಃ ಮಹೇಂದರ್ ಫೋನ್ ಮಾಡಿರುತ್ತಾನೆ. ಕಲ್ಪನೆಂಬ ಇದ್ದರೇ ಮಗಳನ್ನು ವಿಚಾರಿಸುತ್ತಿದ್ದರು. ಹೋಗದಂತೆ ತಡೆಯುತ್ತಿದ್ದರು. ಇನ್ನು ತನಗೆ ಯಾಕೆ ಬರಲು ಹೇಳಿ ಕಳಿಸಿದ್ದು ಎನ್ನುವ ಜಿಜ್ಞಾಸೆಯಲ್ಲಿಯೇ ಇದ್ದರು.

ಊಟದ ಮಧ್ಯೆ ಕೂಡ ಮಾತಾಡಲಿಲ್ಲ ಸುಬ್ಬಣ್ಣ. ರಿಸೆಪ್ಷನ್‌ನಲ್ಲಿ ಮಂಕಾದ ಗಂಡ ಇನ್ನು ಗೆಲುವಾಗಿಲ್ಲವೆಂದು ವೈದೇಹಿ ಅನಿಸಿಕೆ. ಯಾಕೆ? ಕೇಳಿಯೂ ಇದ್ದಳು. ಹೇಳಿದರೆ... ತಾನೇ! 'ಏನಿಲ್ಲ, ಸುಮ್ನೇ ನಿಂದು ತಲೆ ಹರಟೆ. ಒಂದು ಮದ್ವೆಗೆ ಇಷ್ಟೊಂದು ಖರ್ಚಾಯಿತಲ್ಲ, ಇನ್ನು ಎರ್ಡು ಹೆಣ್ಣು ಮಕ್ಳು ಜವಾಬ್ದಾರಿ ಇರೋ ತಂದೆ ನಾನು' ಈ ತರಹ ಮಾತಾಡಿ ಬಾಯಿ ಮುಚ್ಚಿಸುತ್ತಿದ್ದರು. ಇದೆಲ್ಲ ನಿಜವೇ ಆದರೂ ಇಷ್ಟು ವರ್ಷಗಳು ಇಲ್ಲದ ಆತಂಕ, ಯೋಚನೆಯೆಂದರೆ-ಅದೇ ಚಿಂತೆಗೆ ಕಾರಣ ಮಾಡಿತ್ತು.

"ನಂಗ್ಯಾಕೋ... ಭಯ!" ಎಲೆ ಮಡಚಿಕೊಡುತ್ತ ವೈದೇಹಿ ಹೇಳಿದಾಗ ನಕ್ಕುಬಿಟ್ಟರು "ಯಾಕೆ, ಅಂಥದೇನಾಗಿದೆ. ನಮ್ದು ಸುಖೀ ಸಂಸಾರ. ಹಾಗೇ ನೋಡಿದ್ರೆ ಸಮಸ್ಯೆಗಳೇ ಇಲ್ಲ."

ಜಾರಿಸಿದ ಮಾತನ್ನ. ಕುಟುಂಬವನ್ನು ಅತಿಯಾಗಿ ಪ್ರೀತಿಸುವಂಥ ವ್ಯಕ್ತಿ. ನಿರಂತರವಾಗಿ ಮನೆಯಲ್ಲಿನ ಪ್ರತಿಯೊಬ್ಬರನ್ನೂ ಸಾಧ್ಯವಾದಷ್ಟು ಸುಖ ಸಂತೃಪ್ತಿಯಿಂದ ಇಡಲು ಪ್ರಯತ್ನಿಸುತ್ತಿದ್ದರು.

ಸುಣ್ಣವನ್ನು ಪರಪರನೆ ವಿಳ್ಳೆದೆಲೆಗೆ ಬಳಿದು "ಒಂದು ದಿನ ಎರ್ಡು ದಿನವಾದ್ರೆ.... ಸಹಿಸ್ಕೋಬಹ್ದು. ನಿಮ್ಮುಖದಲ್ಲಿ ಗಾಬ್ರಿ... ಚಿಂತೆ. ನಿಮ್ಮ ಚಿಂತೆಯಿಂದ ಸಮಸ್ಯೆಗೆ ಪರಿಹಾರ ಸಿಗುತ್ತಾ? ಮಕ್ಳ ವಿಷಯದಲ್ಲಿ ಎಂದೂ ಇಂಥ ನಿಲುವು ಇರ್ಲಿಲ್ಲ" ಮನದಲ್ಲಿದ್ದನ್ನು ತೋಡಿಕೊಂಡರು. ಮೌನವಹಿಸಿದರು ಸುಬ್ಬಣ್ಣ, ಕಣ್ಮುಚ್ಚಿ ನಿದ್ರಿಸಿಬಿಟ್ಟರು.

ಬೆಳಿಗ್ಗೆ ಬೆಳಿಗ್ಗೆಯೇ ಬಂದರು ಸೌದಾಮಿನಿ. ಪ್ರವೀಣ್‌ಗೆ ಹತ್ತು ಸಾವಿರದ ಡಿಮ್ಯಾಂಡ್ ಡ್ರಾಫ್ಟನ್ನು ಮದುವೆಯಲ್ಲಿ ಉಡುಗೊರೆಯಾಗಿ ನೀಡಿದ್ದ ಮಹೇಂದರ್. ಅವರ ಖರ್ಚಿನ ಬಗ್ಗೆ ಒಂದು ನಿರ್ಧಾರಕ್ಕೆ ಪರದಾಡುತ್ತಿದ್ದರು.

"ಇವತ್ತು ತೀರ್ಮಾನವಾಗ್ಲೇಬೇಕು" ಸೌದಾಮಿನಿಯ ಪಟ್ಟು. ವೈದೇಹಿ ನಕ್ಕರು. "ಏನಂಥ ವಿಷ್ಯ! ಏನಿದ್ರೂ ನಿಮ್ಮಿಬ್ಬರಲ್ಲಿಯೇ ತೀರ್ಮಾನವಾಗಬೇಕು." ಪರಿಹಾರ ಸೂಚಿಸಿದರು.

"ಅಪ್ಪ, ಎಂ.ಡಿ. ಪ್ರಸೆಂಟೇಷನ್ ಹತ್ತು ಸಾವಿರಕ್ಕೆ ಒಂದ್ಜೊತೆ ಬಳೆ ಮಾಡ್ಸಿಕೊಳ್ಳೋಣಾಂತ. ಅವ್ರು ಫಿಕ್ಸೆಡ್ ಮಾಡೋಣಾಂತ. ನೀವೇ ಹೇಳಿ ಚಿನ್ನ ಒಂದು ರೀತಿಯಲ್ಲಿ ಆಪದ್ಧನ ಮಾತ್ರವಲ್ಲ." ಆಸೆ ಅವಳ ಕಣ್ಣುಗಳಲ್ಲಿ ಇಣಕಿತು. ಅದಕ್ಕೆ ಪ್ರವೀಣ್‌ನ ತಕರಾರು. "ಹೇಗೂ, ಕೈಯಲ್ಲಿ ಬಳೆಗಳು ಇವೆ. ಇನ್ನೊಂದ್ಜೊತೆ... ಯಾಕೆ? ಫಿಕ್ಸೆಡ್... ಮಾಡ್ಲಿ. ಇಂಟರೆಸ್ಟ್ ಅವ್ಳ ಪಾಕೆಟ್ ಮನೀ ಆಗುತ್ತೆ" ಎಂದ ಖಡಾಖಂಡಿತವಾಗಿ.

ಇಬ್ಬರ ಮಾತು ತಳ್ಳಿಹಾಕುವಂಥದ್ದಲ್ಲ. ಮಗಳನ್ನು ಬೆಂಬಲಿಸಿ ಅಳಿಯನನ್ನು ನಿಷ್ಠೂರ ಕಟ್ಟಿಕೊಳ್ಳುವಂಥ ಮೂರ್ಖರಲ್ಲ.

"ಪ್ರವೀಣ್ ಹೇಳೋದ್ರಲ್ಲಿ ಸತ್ಯವಿದೆ. ಫಿಕ್ಸೆಡ್ ಡಿಪಾಜಿಟ್‌ಗೆ ಹಾಕು, ಉಳಿತಾಯ, ನಿನಗೆ ಮಾತ್ರವಲ್ಲ, ದೇಶದ ಆರ್ಥಿಕ ನೀತಿಗೂ ಸಹಾಯ ಮಾಡುತ್ತೆ" ಎಂದರು ನಗುತ್ತ.

ಸೌದಾಮಿನಿ ಗೊಂದಲವೆಬ್ಬಿಸಿ ಕೂಗಾಡತೊಡಗಿದಳು ನಸುಮುನಿಸಿನಿಂದ. ಇದನ್ನು ನಿರೀಕ್ಷಿಸಿಯೇ ಇದ್ದಳು. ಇಲ್ಲಿಗೆ ಬರೋಕೆ ಒಂದು ಪ್ಲಾನ್ ಅಷ್ಟೆ.

ಮನೆಯವರೆಲ್ಲ ಅಲ್ಲಿ ಸೇರಿ ನಗಾಡತೊಡಗಿದರು. ಅಂತು ರಸನಿಮಿಷಗಳು. ಬೇಗನೆ ಹೊರಟಿದ್ದ ನಂದಿತಾ ಒಂದು ಪರಿಹಾರ ಸೂಚಿಸಿದಳು. "ಬಳೆ, ಡಿಪಾಜಿಟ್ ಮುಂದಿನ ದಿನಗಳಲ್ಲಿ ಸಾಧ್ಯ. ಹೇಗೂ ಪ್ರಸೆಂಟೇಷನ್ ಆಗಿ ಬಂದ ಹಣ ಉಪಯೋಗವಾಗ್ಲಿ. ಹನಿಮೂನ್.... ಖರ್ಚಿಗಿಟ್ಕೊಂಡ್ರಾಯ್ತು" ಎಂದಳು. ಎಲ್ಲರಿಗೂ ಷಾಕ್. ಅಪರೂಪಕ್ಕೆ ಒಮ್ಮೆ ಇಷ್ಟೊಂದು ಮಾತಾಡಿದರೇ, ಮರುಕ್ಷಣ ಜಗತ್ತನ್ನೆ ತಲೆಯ ಮೇಲೆ ಹೊತ್ತಂತೆ ಖಿನ್ನತೆಯಿಂದ ಕೂಡುತ್ತಿದ್ದಳು.

ಸುಬ್ಬಣ್ಣನವರು ಸ್ನಾನಕ್ಕೆ ಓಡಿದರು. ಬೇಗ ಹೊರಟಿದ್ದಕ್ಕೆ ಕಾರಣ ಕೇಳುವುದೋ, ಅವಳಾಗಿ ಹೇಳುವುದೋ ನಡೆಯುತ್ತಿತ್ತು. ಬೇರೊಂದು ತಿರುವು ಸಿಗುತ್ತಿತ್ತೇನೋ, ಅಂತು ವೇಳೆಗೆ ಮ್ಯಾನೇಜರ್ ನಾಗಮಣಿಯವರ ಎದುರು ಕೂತಿದ್ದಳು.

"ನಿನ್ಕೆಲ್ಸದ ಬಗ್ಗೆ ನಾನು ರೆಕಮಂಡ್ ಮಾಡಿದ್ದೆ. ಅರವಿಂದ್ ಘೋಷ್ ಕೂಡ ಒಂದ್ಮಾತು ಹೇಳೋಕೆ ಇದ್ರು. ಆಗ ಎಂ.ಡಿ. ದೊಡ್ಡ ಮನಸ್ಸು ಮಾಡೋ ಸಂದರ್ಭ ಇತ್ತು." ಹೇಳಿಕೊಂಡರು ಆಕೆ. ತಂದೆಯ ಮಾತೆಂದರೆ ಅವಳಿಗೆ ಹಿಪ್ನಾಟಿಸಂಗೆ ಒಳಗಾದಂತೆ ಬೇರೊಂದು ಯೋಚಿಸಳು.

ಬಂದಿದ್ದಕ್ಕೆ ಆಕೆ ಕಾರಣ ಕೇಳಿದ ನಂತರವೇ ನಂದಿತಾ ಹೇಳಿದ್ದು "ಒಂಬತ್ತನೇ ನಂಬರ್ ಫೈಲ್ ಬಗ್ಗೆ ಫೋನ್ ಮಾಡಿದ್ರು."

ನಾಗಮಣಿಗೆ ಆಶ್ಚರ್ಯ. "ಮೂರು ದಿನದಿಂದ ರಜದಲ್ಲಿ ಇದ್ದೆ. ನಂಗೆ... ಗೊತ್ತಿಲ್ಲ. ಎಂ.ಡಿ. ಬಂದ್ಮೇಲೆ ತಿಳಿಬೇಕು. ವೆರೀ ಸಿನ್ಸಿಯರ್ ಅಂಡ್ ಗುಡ್ ಆಫೀಸರ್ ನಮ್ಗೂ ಇಂಥವ್ರ ಕೈಕೆಳ್ಗೆ ಕೆಲ್ಸ ಮಾಡೋದು ಒಂದು ಒಳ್ಳೆ ಅನುಭವ" ಹೊಗಳಿಕೊಂಡರು ಬಾಸ್‌ನ ಬಗ್ಗೆ.

ಹತ್ತು ಹದಿನೈದಕ್ಕೆ ಮಹೇಂದರ್ ಬಂದ ವಿಷಯ ಗೊತ್ತಾಗಿ ಎದ್ದಳು. "ಲೇಟಾಯ್ತು. ಒಂದ್ಗಂಟೆ ಪರ್ಮಿಷನ್ ಪಡ್ದು ಬಂದಿದ್ದೆ. ಆಡಿಟ್ ನಡೀತಾ ಇರೋದ್ರಿಂದ... ರಜನ ಕೊಡೋಲ್ಲ."

ಕನ್ನಡಕ ಸರಿಪಡಿಸಿಕೊಂಡು ಹಾಗೆಯೇ ನೋಡಿದರು ನಾಗಮಣಿ. ನೋಡಬೇಕೆನಿಸುವ ಮುಖ, ಅದರ ಮೇಲಿನ ನವಿರಾದ ಫಳಫಳ ಹೊಳೆಯುವ ಭಾವನೆಗಳು. ಮೊದಲು ಇನ್ನೊಬ್ಬ ಮಗಳಿಗೆ ಸುಬ್ಬಣ್ಣ ಮದುವೆ ಮಾಡಿದ ಅಂತರಾರ್ಥ ಹೊಳೆಯಿತು "ನಿನ್ತಂದೆ ಬುದ್ಧಿವಂತ್ರು. ಬ್ಯೂಟಿ ನಂದಿತಾ ಮದ್ವೆ ಅವ್ರ ಪಾಲಿಗೆ ಕಷ್ಟವಿಲ್ಲ. ಆರಾಮಾಗಿ ಯಾವುದಾದ್ರೂ ರಾಜಕುಮಾರ ಹುಡ್ಕಿ ಕೊಂಡ್ಬರ್ತಾನೆ" ನಗೆಯಾಡಿದರು. ಅದರಲ್ಲಿ ಮೆಚ್ಚಿಗೆ ಇತ್ತು. ಅದನ್ನ ಸ್ವೀಕರಿಸುವುದು ಇಷ್ಟವಾಗಲಿಲ್ಲ. "ಥ್ಯಾಂಕ್ಯೂ ಮೇಡಮ್, ಎಂ.ಡಿ.ಯವ್ರು ಬಂದಿರ್ಬೇಕು" ಹ್ಯಾಂಡ್ ಬ್ಯಾಗ್ ಎತ್ತಿಕೊಂಡು ನಡೆದಳು.

ಗಡ್ಡಕ್ಕೆ ಕೈಹಚ್ಚಿ ಯೋಚಿಸಿದರು ನಾಗಮಣಿ. ನಂದಿತಾನ ಎಂ.ಡಿ. ಕರೆಸಿರುವುದರ ಹಿಂದೆ ಮತ್ತೇನಾದರೂ ಇದೆಯೆ? ಅದನ್ನ ಮನಸ್ಸಿನಿಂದ ತಳ್ಳಿಹಾಕಿ ತಮ್ಮ ಕೆಲಸದಲ್ಲಿ ಮಗ್ನರಾದರು.

"ಮೆ ಐ ಕಮಿನ್ ಸರ್?" ಎಂದಾಗ ಫೈಲಿನ ಪುಟ ಮೊಗಚುತ್ತ "ಯೆಸ್, ಕಮಿನ್" ಎಂದ ಇಂದು ದನಿಯನ್ನು ಕೂಡ ಮೃದುವಾಗಿರಿಸದೆ. ಒಂದು ರೀತಿಯ ಅಸಮಾಧಾನವಿತ್ತು ಅವಳ ಬಗ್ಗೆ.

ಮೌನವಾಗಿ ನಿಂತು ಅವಳ ಕಡೆ ಒಮ್ಮೆ ಕಣ್ಣು ಹಾಯಿಸಿ "ಕೂತ್ಕೋ ನಂದಿತಾ, ನೀನೇನು ಇಲ್ಲಿನ ಎಂಪ್ಲಾಯ್ ಅಲ್ಲ. ಇಲ್ಲಿನ ಫಾರ್ಮಾಲಿಟಿಸ್‌ಗಳ ಬದ್ಧತೆ ನಿಂಗಿಲ್ಲ. ಫೈಲು ಸಿಕ್ಕಿದೆ. ನಿಂಗೆ ಸುಮ್ನೇ ತೊಂದರೆ ಕೊಟ್ಟೆ" ಎಂದ ಕೂಡಲೆ ಅವಳಿಗೆ ಕೂಡುವ ಅಗತ್ಯ ಕಾಣಲಿಲ್ಲ.

ಅರ್ಥ ಮಾಡಿಕೊಂಡು ನಸುನಗೆಯಿಂದ "ಕೂತ್ಕೋ, ಒಂದಿಷ್ಟು ಮಾತಾಡೋದಿದೆ" ಎಂದ ಒತ್ತಾಯಪೂರ್ವಕವಾಗಿ. ಗೊಂಬೆಯಂತೆ ಕೂತಳು "ಇಲ್ಲಿ ಕೆಲ್ಸ ಬಿಟ್ಟ ಕಾರಣ?" ಕೇಳಿದ.

"ಸದ್ಯಕ್ಕೆ ನಾನು ಲಕ್ಷ್ಮೀದೇವಮ್ಮ ಪ್ಲೇಸ್‌ನಲ್ಲಿ ಕೆಲ್ಸ ಮಾಡ್ತಾ ಇದ್ದಿದ್ದು. ಒಳ್ಳೆ ಸ್ಯಾಲರಿಗಿಂತ ಜಾಬ್ ಸೆಕ್ಯೂರಿಟಿ ಮುಖ್ಯ ಅಂತ ಅಪ್ಪ ಹೇಳಿದ್ರು" ವಿವರಣೆ ನೀಡಿದಳು.

ವಯಸ್ಸಿನಲ್ಲಿದ್ದ ಹೆಣ್ಣನ್ನು ಎದುರಿಗೆ ಕೂಡಿಸಿಕೊಂಡು ನೋಡಿದರೆ ನಾನಾ ಅರ್ಥಗಳು. ಅವನದು ಪರೀಕ್ಷಕ ನೋಟ. ಅಲ್ಲಿ ತೇರ್ಗಡೆಯಾದದ್ದು ಕೂಡ ಮೇಜರ್

ಆರ್ಯ ಅವರ ಮಗಳು ಹಿಂದುನೆ. ಅವನ ಆರನೆಯ ಇಂದ್ರಿಯ (sixth sense) ಗುರ್ತಿಸಿ ಒತ್ತಿ ಹೇಳಿತು. ಅದಕ್ಕೆ ಮನಸ್ಸು, ಹೃದಯಗಳ ಸಹಕಾರ. ಮಿದುಳು ಮಾತ್ರ ಸ್ವಲ್ಪ ಸಂದೇಹಿಸುತ್ತಿತ್ತು. ಸುಬ್ಬಣ್ಣನ ಮಗಳು ಹೇಗೆ ಹಿಂದು ಆಗುತ್ತಾಳೆ?

"ಸೋ ಯು ಕೆನ್ ಗೋ" ಈಗ ಒಬ್ಬ ಎಂ.ಡಿ.ಯಾಗಿ ಸ್ಥಾನದ ಗೌರವ, ಬಿಗುವು ಅರಿತು ಹೇಳಿದ.

'ಮಹೇಂದರ್ ಟೈಲ್'ನಿಂದ ನಂದಿತಾ ಹೊರ ಬಂದಾಗ ಎದುರು ಐಸ್‌ಕ್ರೀಮ್ ಪಾರ್ಲರ್‌ನಲ್ಲಿದ್ದರು ಸೌದಾಮಿನಿ. ಪ್ರವೀಣ್ ಅವರಿಗೆ ಆಶ್ಚರ್ಯ. ಮುಖ ಮುಖ ನೋಡಿಕೊಂಡಿತು. ನಂದಿತಾ ಇಲ್ಲಿಗೆ ಬರಲು ಕಾರಣ?

"ನಂದಿತಾದು ಏನಾದ್ರೂ ಅರಿಯರ್ಸ್ ಹಣ ಬರೋದಿತ್ತಾ? ಫುಲ್ ಸೆಟಲ್ ಆಗಿರ್ಲಿಲ್ವಾ?" ಮಡದಿಯನ್ನು ಕೇಳಿದ ಪ್ರವೀಣ್. ಗೊತ್ತಿಲ್ಲವೆಂದು ತಲೆಯಾಡಿಸಿದಳು. "ಅಪ್ಪನಿಗೆ ಗೊತ್ತಿರಬೇಕಷ್ಟೆ. ಅವಳಾಗಿ ಹೇಳೋದು ಕಡ್ಮೆ. ಅವ್ರೇ ಪ್ರತಿಯೊಂದು ಕೇಳಿ ತಿಳ್ಕೋತಾರೆ. ಕರ್‍ದು ಬರ್ತೀನಿ" ಸೌದಾಮಿನಿ ಹೊರಗೆ ಹೋದವಳು ನಂದಿತಾನ ಎಳೆದುಕೊಂಡು ಬಂದಳು.

"ಅಂತೂ ನಮ್ಮ ಕೈಗೆ ಸಿಕ್ಕಿಹಾಕ್ಕೊಂಡ್ರಿ. ಒಂದಿಷ್ಟು ಐಸ್‌ಕ್ರೀಮ್ ತಿನ್ನೋಣ. ನಿಮ್ಮ ಕಂಪನಿ ನಮ್ಮ ಅದೃಷ್ಟ" ಪ್ರವೀಣ್ ಹೇಳಿದ ನಂದಿತಾಳ ಹೊಳಪು ಕಣ್ಣುಗಳನ್ನು ದಿಟ್ಟಿಸುತ್ತ "ಬೇಡ ಅನ್ನಬಾರ್ದು. ನಮ್ದು ಅನುನಯ ರಿಕ್ವೆಸ್ಟ್" ಮುಗುಳ್ನಗುತ್ತ ಅವಳಿಗಾಗಿ ಐಸ್‌ಕ್ರೀಮ್ ತರಲು ಎದ್ದು ಹೋದವನು ಒಮ್ಮೆ ಹಿಂದಕ್ಕೆ ನೋಟ ಹರಿಸಿದ.

ಮಂಕಾಗಿ ಕಂಡರೂ ಅವಳ ಕಣ್ಣುಗಳು ನಕ್ಷತ್ರಗಳೆನಿಸಿತು. ಈ ಬುದ್ಧಿಮತ್ತೆಯ ಕಣ್ಣುಗಳನ್ನು ಬೇರೆಯವರು ಗುರ್ತಿಸಿ ಚಕಿತರಾಗಬೇಕು. ಅತ್ತ ಗಮನವಿಲ್ಲ ನಂದಿತಾಗೆ.

ಐಸ್‌ಕ್ರೀಮ್ ತಂದು ಅವಳ ಮುಂದೆ ಇರಿಸಿದವನು "ಒಂದಿಷ್ಟು ನಿಮ್ಮ ಆಫೀಸ್‌ನ ಫೋನ್ ನಂಬರ್ ಕೊಡಿ. ಚಿಟಿಕೆಹೊಡೆಯೋದ್ರಲ್ಲಿ ಬರ್ತೀನಿ" ಎಂದು ಅವಳಿಂದ ಫೋನ್ ನಂಬರ್ ಪಡೆದು ಹೋದ ಪ್ರವೀಣ್, ಒಂದು ಸುಳ್ಳು ಮಧ್ಯಾಹ್ನದ ರಜೆ ಅವಳಿಗಾಗಿ ಪಡೆದು ಬಂದು ಟೇಬಲ್ ಮೇಲೆ ತಾಳ ಹಾಕಿದ.

"ಇನ್ನು ಆಫೀಸ್‌ನ ಚಿಂತೆ ಇಲ್ಲ. ಆರಾಮಾಗಿ ನಮ್ಮ ಜೊತೆ ಸುತ್ತಾಡ್ಬಹ್ದು. ನೋ... ಪ್ರಾಬ್ಲಮ್" ನಗುತ್ತ ಹೇಳಿದ ಪ್ರವೀಣ್. ಅವನಿಗೆ ನಂದಿತಾ ಮುಂದೆ ನಿಂತರೆ ಆಕಾಶದಲ್ಲಿ ತೇಲುವಂತಾಗುತ್ತಿತ್ತು. ಆ ಮುಖ ವ್ಯಕ್ತಿತ್ವದ ಅಟ್ರಾಕ್ಷನ್ ಏನೂ ಹೇಳಲಾರ. ಇದು, ಅದು, ಇಂಥದ್ದು ಎನ್ನುವುದಕ್ಕಿಂತ ನಂದಿತಾಳ ಇಡೀ ವ್ಯಕ್ತಿತ್ವದಲ್ಲಿ ಅಟ್ರಾಕ್ಷನ್ ಇದೆಯೆನಿಸಿತು.

ಅಲ್ಲಿ ಇಲ್ಲಿ ಸುತ್ತಾಡಿ ಒಂದೂವರೆ ಗಂಟೆಯ ಒಂದು ಇಂಗ್ಲಿಷ್ ಚಲನಚಿತ್ರವನ್ನು ನೋಡಿ ಹಿಂದಿರುಗಿದರು ಅವರಿಬ್ಬರು. ಅವಳನ್ನು 'ಮಹೇಂದರ್ ಸಿರಾಮಿಕ್ ಟೈಲ್'ಗೆ ಹೋಗಿದ್ದು ಯಾಕೆಂದು ವಿಚಾರಿಸಲಿಲ್ಲ.

ರಾತ್ರಿ ತಂದೆಯನ್ನು ಹೊರಗೆ ಕರೆದೊಯ್ದು ಸೌದಾಮಿನಿ "ಅಪ್ಪ, ಮಹೇಂದರ್ ಟ್ರೈಲ್ಸ್‌ನಿಂದ ಯಾವುದಾದ್ರೂ ಅರಿಯರ್ಸ್ ಹಣ ಬರ್ಬೇಕಾ ನಂದಿತಾಗೆ?" ಕೇಳಿದಳು. ಅವರ ಪ್ರಕಾರ ಇಲ್ಲ. ಸಂಬಳ ಬಂದ ಕೂಡಲೇ ಅವರ ಕೈಯಲ್ಲಿ ಕೊಡುತ್ತಿದ್ದಳು. ಇವರೇ ಅವಳ ಓಡಾಟ, ಖರ್ಚಿಗೆಂದು ಹಣ ಕೊಡುತ್ತಿದ್ದರು. ಹಣದ ಬಗ್ಗೆ ವಿಪರೀತ ಕಾಳಜಿಯಾಗಲಿ, ಅಂಥ ಪರಿಜ್ಞಾನವಾಗಲಿ ಮಗಳಿಗಿಲ್ಲವೆಂದು ಅವಳಿಗೆ ಗೊತ್ತು.

"ಯಾಕೆ, ನಿಂಗೇನಾದ್ರೂ ಹಣ ಕೊಡ್ಬೇ?" ಕೇಳಿದರು.

ಸೌದಾಮಿನಿ ಮುಖ ಮಂಕಾಯಿತು. "ಏನಿಲ್ಲ, ಮಹೇಂದರ್ ಆಫೀಸ್‌ನಿಂದ ಹೊರಗೆ ಬಂದಳು ನಂದಿತಾ. ನಂಗೊಂದು ಡೌಟು. ಅಲ್ಲೇ ಯಾರನಾದ್ರೂ... ಪ್ರೀತಿಸಿರ್ಬೇಕು. ಅಪ್ಪ, ಈ ವಿಷ್ಯದಲ್ಲಿ ಯಾವಾಗ್ಲೂ ನಿಮ್ಮ ನಿರಾಕರಣೆ ಕೂಡ್ದು. ಯಾರ್ನ ಇಷ್ಟಪಟ್ರೊ ಅವ್ರಿಗೇ ಕೊಟ್ಟು ಮದ್ವೆ ಮಾಡಿ. ತುಂಬ ಸೆನ್ಸಿಟಿವ್ ನಂದಿತಾ" ಕಣ್ತುಂಬಿ ಹೇಳಿದಳು. ವಿಸ್ಮಿತರಾದರು. ಯಾವುದೋ ಭಯ ಅವರನ್ನು ಆವರಿಸಿತು. ಹೃದಯ ಹಿಂಡಿ ರಕ್ತ ಒಸರುವಂತಾಯಿತು.

ಕಂಬನಿ ತುಂಬಿದ ಕಣ್ಣುಗಳಿಂದ ತಂದೆಯನ್ನು ನೋಡಿದ ಸೌದಾಮಿನಿ "ನಾವು ಏನೇನೋ ಕೇಳಿದ್ದೀವಿ, ಪೀಡಿಸಿದ್ದೀವಿ, ಕಾಡಿದ್ದೀವಿ. ಅವ್ಳೆಂದಾದ್ರೂ... ಏನಾದ್ರೂ ಕೇಳಿದ್ದಳೆ? ನಂಗಂತೂ ಏನು ನೆನಪಿಲ್ಲ. ನನ್ನ ಊಹೆ ನಿಜವಾದ್ರೆ ಖಂಡಿತ ನೀವು ಅಡ್ಡ ಹೋಗಕೂಡ್ದು" ಎನ್ನುವ ವೇಳೆಗೆ ಇನ್ನು ಅಲ್ಲಿ ನಿಲ್ಲಲಾರವೆಂದು ಕಂಬನಿಯ ಬಿಂದುಗಳು ಒಸರಿಬಿಟ್ಟವು ಕೆನ್ನೆಯ ಮೇಲೆ. ದಿಗ್ಭ್ರಾಂತರಾದರು ಸುಬ್ಬಣ್ಣ.

"ಖಂಡಿತ... ಇಲ್ಲ!" ಮಗಳ ಕೈ ಹಿಡಿದು ಹೇಳಿದರು. ಹೃದಯದಿಂದ ಬಂದಂಥ ಮಾತಂತು ಅಲ್ಲ! ಅದು ಅವರೊಬ್ಬರಿಗೆ ಮಾತ್ರ ಗೊತ್ತು. ತಣ್ಣನೆಯ ಹವಾದಲ್ಲೂ ಬೆವತರು. 'ಹಿಂದು' ಎನ್ನುತ್ತ ಶಬ್ದ ಕೇಳಿದ ದಿನವೇ ಅವರ ಜೀವ ಉಡುಗಿಹೋಗಿತ್ತು. ಯಾರು ಈ ಮಹೇಂದರ್?

ಇದು ಯಾವುದೇ ಪರಿವೆ ಇಲ್ಲದೆ ನಂದಿತಾ ಮಲಗಿ ಆರಾಮಾಗಿ ನಿದ್ರಿಸುತ್ತಿದ್ದಳು. ಶಬ್ದಗಳು, ನೆನಪುಗಳು ನಿದ್ದೆಯಲ್ಲಿ ಕಂಗೆಡಿಸಿ ಎದ್ದು ಕೂತಳೆಂದರೆ ಆಮೇಲಿನ ನಿದ್ದೆ ಗಗನ ಕುಸುಮ. ಆಮೇಲೆ ಮೂರುನಾಲ್ಕು ದಿನಗಳು ಮಂಕುತನ, ಶೂನ್ಯದ ಮಧ್ಯೆ ಜೀವನ ಎನ್ನುವಂತಿರುತ್ತಿದ್ದಳು.

ಬೆಳಿಗ್ಗೆ ನಂದಿತಾ ಹೊರಟಾಗ ಜೊತೆಗೂಡಿದರು. ಸುಬ್ಬಣ್ಣ "ನೀನು ಒಳ್ಳೆ ಸಲಹೆ ಕೊಟ್ಟೆ" ನಗುವಿನೊಂದಿಗೆ ಹೇಳಿದಾಗ ಅರ್ಥವಾಗದವಳಂತೆ ಮುಖ ಮಾಡಿದಳು "ಯಾವ... ಬಗ್ಗೆ?" ಯಾವ ನೆನಪೂ ಇರಲಿಲ್ಲ ಅವಳಿಗೆ.

"ನಿಮ್ಮ ಹಿಂದಿನ ಎಂ.ಡಿ. ಮಹೇಂದರ್ ಮದ್ವೆಯಲ್ಲಿ ಪ್ರಸೆಂಟ್ ಮಾಡ್ದ ಹತ್ತುಸಾವಿರ ಬಗ್ಗೆ. ಚಿನ್ನ ಮುಂದೆ ಮಾಡಿಸ್ಕೋಬಹ್ದು. ಹಣ ಡಿಪಾಜಿಟ್ ಮಾಡ್ಬಹ್ದು. ಈ ದಿನಗಳು ಮರಳಿ ಬರುತ್ತಾ?" ನೆನ್ನೆಯ ವಿಷಯ ಎತ್ತಿದರು. ಅವಳಿಗೆ ಅನಾಸಕ್ತಿ. ನೆನ್ನೆ ಆ ಸಮಯದಲ್ಲಿದ್ದ ಉತ್ಸಾಹ ಇಂದಿಲ್ಲ. ತುಟಿ ತೆರೆಯಲಿಲ್ಲ.

ಮಗಳ ಸ್ವಭಾವ ಬಲ್ಲ ಸುಬ್ಬಣ್ಣನಿಗೆ ಏನೂ ಅನ್ನಿಸಲಿಲ್ಲ. ಆದರೆ ವಿಷಯ ತಿಳಿಯಬೇಕಿತ್ತು.

"ಬೈ ದಿ ಬೈ.... ನಂದಿತಾ ಒಂದ್ವಿಷ್ಯ ಲಕ್ಷ್ಮೀದೇವಮ್ಮ ಏನಾದ್ರೂ ಸಿಕ್ಕಿದ್ರಾ?" ಬಳಸಿ ವಿಷಯ ಷುರು ಮಾಡಿದಾಗ ನಂದಿತಾ "ಇಲ್ಲ, ನೆನ್ನೆ ಆಫೀಸ್‌ಗೆ ಹೋಗಿದ್ದೆ. ಆಕೆ ರಜ ಹಾಕಿ ಡಾಕ್ಟ್ರು ಚೆಕ್ ಅಪ್‌ಗೆ ಹೋಗಿದ್ರೂಂತ ಮ್ಯಾನೇಜರ್ ತಿಳ್ಸಿದ್ರು" ಅತ್ಯಂತ ಸಹಜವಾಗಿ ನುಡಿದಳು. ಮುಚ್ಚಿಡುವ ಇರಾದೆಯಂತೂ ಇರಲಿಲ್ಲ.

ಅವಳಾಗಿಯೇ ಹೇಳಿದ ಮೇಲೆ ಸುಲಭವಾಯಿತು. "ನೀನು ಹೋಗಿದ್ಯಾ?" ವಿಷಯ ಗೊತ್ತಿಲ್ಲದವರಂತೆ ನಟಿಸಿದರು. ಕಾರಣ ಅವಳೇ ಹೇಳಿದ ಮೇಲೆ ಸುಬ್ಬಣ್ಣ ಎದೆಯ ಮೇಲಿನ ಭಾರ ಕಮ್ಮಿಯಾದರೂ, ಏನಾದರೂ ಒಂದು ಪ್ರಬಲವಾದ ಕಾರಣ ಇದ್ದಿರಬಹುದೇ. ಆರಾಮಾಗಿ ಸುಳ್ಳು ಹೇಳಿ ತಪ್ಪಿಸಿಕೊಂಡರು. ಈಗ ನಂದಿತಾ ನಿಜ ಹೇಳಿದ್ದರೇ? ಸ್ವಲ್ಪ ಕಸಿವಿಸಿ ಅನುಭವಿಸಿದರು.

ಬಸ್ಸು ಹತ್ತಿಸಿ ಮನೆಗೆ ಬಂದರು. ಫೈಲ್ ವಿಷಯ ಇರಲೀ, ತನಗೆ ಎಂ.ಡಿ. ಹೇಳಿ ಕಳಿಸಿದ್ದರ ಹಿಂದಿನ ಉದ್ದೇಶವೇನು? ಎಷ್ಟು ತಲೆ ಕೆಡಿಸಿಕೊಂಡರೆಂದರೇ ಎರಡು ದಿನ ನಿದ್ದೆ ಬರಲಿಲ್ಲ ಪೂರ್ತಿಯಾಗಿ.

ಆ ದಿನ ಆಫೀಸಿಗೆ ಬರಲು ಎರಡು ಜೊತೆ ಬಟ್ಟೆ ಹಾಕಿಕೊಂಡರು ಬ್ರೀಫ್‌ಕೇಸ್‌ಗೆ. "ವೈದೇಹಿ, ಒಂದು ಒಳ್ಳೆ ಗಂಡಿದೆ ಅಂತ ಗೊತ್ತಾಗಿದೆ. ಹೋಗಿ ನೋಡ್ಕೊಂಡ್ಬರ್ತೀನಿ" ಎಂದರು. ಆಕೆ ಚಕಿತರಾದರು. ಒಬ್ಬ ಮಗಳ ಮದುವೆ ಮುಗಿಸಿ ಎರಡು ತಿಂಗಳಾಗಿತ್ತು. ಇನ್ನೂ ಅದರಿಂದಲೇ ಚೇತರಿಸಿಕೊಳ್ಳಲಾರದಂಥ ಮಧ್ಯಮ ವರ್ಗದ ಸ್ಥಿತಿ. ಅಂಥದ್ದರಲ್ಲಿ ಇನ್ನೊಬ್ಬ ಮಗಳ ಮದುವೆಯ ಪ್ರಯತ್ನ ವಿಚಿತ್ರವಾಗಿ ಕಂಡಿತು.

"ನಂಗೇನು... ಅರ್ಥವಾಗಿಲ್ಲ!" ಸ್ವರ ಮುದುರಿತ್ತು.

"ಅರ್ಥವಾಗ್ದೇ ಇರೋಂಥದೇನಿಲ್ಲ. ಸಮಯ ಒಂದೇ ಆಗಿರೋಲ್ಲ. ನಮ್ಮನಮ್ಮ ಜವಾಬ್ದಾರಿಗಳ್ನ ಮೈಯಲ್ಲಿ ಶಕ್ತಿ ಇರೋವಾಗ್ಲೇ ಮಾಡಿ... ಮುಗಿಸ್ಕೋಬೇಕು. ಇದು ಸತ್ಯ ತಾನೇ! ನಮ್ಗೇ ನಂದಿತಾ ಆದ್ಮೇಲೆ ನಂತರ ಇನ್ನೊಬ್ಬ ಮಗ್ಳು ಇದ್ದಾಳೆ" ಎಂದರು. ಇವೆಲ್ಲ ನಿಜವೇ. ಆದರೆ ಸಾಧ್ಯಸಾಧ್ಯತೆಗಳ ಪರಿಜ್ಞಾನ ಬೇಡವೇ? ಪ್ರವೀಣ್‌ನಂಥ ಗಂಡು ಮತ್ತೆ ಸಿಗೋಕೆ ಸಾಧ್ಯವೇ?

"ಕನಿಷ್ಟ ಒಂದ್ವರ್ಷವಾದ್ರೂ ಸುಮ್ಮನಿರೋದು ಒಳ್ಳೇದು. ಕೆಲ್ಸ ಸಿಕ್ಕಿದೆ. ಚೆನ್ನಾಗಿದ್ದಾಳೆ. ಪ್ರವೀಣ್‌ಗಿಂತ ಒಳ್ಳೆ ಗಂಡೇ ಅವ್ಳಿಗೆ ಸಿಕ್ತಾನೆ" ತೋಚಿದ್ದು ಹೇಳಿದರು. ಇಂದು ಅದಕ್ಕೆ ಒಪ್ಪಿಗೆ ನೀಡುವ ಸ್ಥಿತಿಯಲ್ಲಿರಲಿಲ್ಲ. "ನೋಡೋಣ, ಒಂದೆರಡು ದಿನದಲ್ಲಿ ಬರ್ತೀನಿ" ಹೊರಟೇಬಿಟ್ಟರು.

ಆಕೆ ನಿಂತಲ್ಲಿ ಗೊಂಬೆಯಾದರು. ಏನಿದು ಹುಚ್ಚಾಟ. ನಂದಿತಾ ವಿಷಯದಲ್ಲಿ ಸ್ವಲ್ಪ ಗಂಡ ಅತಿರೇಕವಾಗಿ ವರ್ತಿಸುತ್ತಾರೆಂದು ಗೊತ್ತು. ಯಾಕೆ?

* * * *

ಸುಬ್ಬಣ್ಣನಿಗೆ ಚಲನವಲನಗಳ ಮೇಲೆ ಕಣ್ಣಿಟ್ಟ ವ್ಯಕ್ತಿ ಒಂದಷ್ಟು ಇನ್‌ಫರ್ಮೇಷನ್ ಕಲೆಕ್ಟ್ ಮಾಡಿಕೊಂಡು ಬಂದು ಒಪ್ಪಿಸಿದ ಮಹೇಂದರ್‌ಗೆ. ನಂದಿತಾಗೆ ಗಂಡು ನೋಡುವ ಹಡಾಹುಡಿಯಲ್ಲಿದ್ದಿದ್ದು ಆಶ್ಚರ್ಯಚಕಿತನನ್ನಾಗಿಸಿತು.

ಸಭ್ಯ ಸಜ್ಜನ ವ್ಯಕ್ತಿ. ಒಮ್ಮೆ ಭೇಟಿಯಾಗಿದ್ದ ವ್ಯಕ್ತಿ. ತಾನು ಅವರ ಮದುವೆಯ ರಿಸೆಪ್ಷನ್‌ಗೆ ಹೋಗಿದ್ದಿದೆ. ಹಾಗಿದ್ದು ತಾನು ಹೇಳಿ ಕಳಿಸಿದರೇ ತಪ್ಪಿಸಿಕೊಂಡಿದ್ದೇಕೆ? ಇದರ ಹಿಂದೆ ಏನೋ ಇದೆ!

ಅಂದು ಅರವಿಂದ ಘೋಷ್‌ರನ್ನ ಬಂಗ್ಲೆಗೆ ಕರೆಸಿಕೊಂಡ ಮಹೇಂದರ್, ಗತ್ತು, ಗಾಂಭೀರ್ಯ ಬಿಟ್ಟು ಸರಳವಾಗಿ ಮಾತಾಡಿದ.

"ನಂಗೆ ನಿಮ್ಮಿಂದ... ಒಂದು ಹೆಲ್ಪ್ ಬೇಕು"

ಮಹೇಂದರ್ ಮಾತು ಕೇಳಿ ವಿಸ್ಮಯಗೊಂಡರು. ಫ್ಯಾಕ್ಟರಿ, ಆಫೀಸ್‌ನ ವಿಷಯದಲ್ಲಿ ಸರ್ವಾಂತರ್ಯಾಮಿ ನೋಟವಿಡಿದೇ ವ್ಯಕ್ತಿಯ ಅಂತರಾತ್ಮ ಬಗೆಯುವಂಥ ಬುದ್ಧಿವಂತಿಕೆ, ಚಾಕಚಕ್ಯತೆ ಇತ್ತು.

"ವಾಟ್ ಕೆನ್ ಯು ಡೂ, ಸರ್. ಅಂದರೆ ರಿಟೈರ್ಡ್ ಅಂಚಿನಲ್ಲಿರೋ ವ್ಯಕ್ತಿಯೆನ್ನುವ ವಿಷ್ಯ. ಮನಸ್ಸಿನಲ್ಲನ್ಕೊಂಡ್ರೆ... ಸಾಕು" ನಕ್ಕರು. ಪ್ರಾಮಾಣಿಕ ನಗು ಅವರದು.

ಹಿಂದೆ ಫ್ಯಾಕ್ಟರಿಯಲ್ಲಿ ಕಾರ್ಮಿಕರ ನಡುವೆ ಜಗಳ ನಡೆದು ಮ್ಯಾನೇಜ್‌ಮೆಂಟ್ ಒಂದು ಪಕ್ಷವಹಿಸಿತೆಂದು, ಇನ್ನೊಂದು ಪಕ್ಷದ ಜನ ಬೆದರಿಕೆಯೊಡ್ಡಿ ಬಹಳ ಹಿಂಸೆಗೊಳಿಸಿತ್ತು. ಆಗ ಹೆಚ್ಚಿಗೆ ಘಾಸಿಕೊಂಡವರು ಅರವಿಂದ ಘೋಷ್. ಪೊಲೀಸ್ ಸೆಕ್ಯೂರಿಟಿಯಲ್ಲಿ ದಿನಗಳನ್ನು ದೂಡಿದ್ದರು ಕೆಲವು ಕಾಲ.

ಇದೆಲ್ಲ ಅವನಿಗೆ ಗೊತ್ತಿತ್ತು. ಅದಕ್ಕಾಗಿಯೇ ನಕ್ಕ ಮಹೇಂದರ್ "ನೋ, ಅಂಥದೇನಿಲ್ಲ... ಫ್ಯಾಕ್ಟರಿ, ಆಫೀಸ್‌ಗೆ ಸಂಬಂಧಪಟ್ಟಿದ್ದಲ್ಲ, ತೀರಾ ಪರ್ಸನಲ್. ನಮ್ಮಲ್ಲಿ ಕೆಲ್ಸ ಮಾಡುತ್ತಿದ್ದ ನಂದಿತಾನ ಇಷ್ಟಪಟ್ಟಿದ್ದೀನಿ. ನನ್ನ ಪರವಾಗಿ ಹಿರಿಯರಾಗಿ ನೀವು ನಿಂತು ಮಾತುಕತೆ ನಡ್ಸಬೇಕು" ಎಂದ. ಇದು ಅವರ ನಿರೀಕ್ಷೆಯೇ ಅಲ್ಲ. ಒಂದು ರೀತಿಯ ಷಾಕ್. ಕಲ್ಪಿಸಿಕೊಳ್ಳಲಾರದ, ಕನಸು ಕಾಣಲಾರದ ವಿಷಯದ ಸಾಕಾರ–ಮೂಕನಾಗಿಸಿತು ಅವರನ್ನ.

ಒಂದೆರಡು ನಿಮಿಷಗಳ ನಂತರ "ಐ ಡೋಂಟ್ ಬಿಲೀವ್, ನಂಬೋಕೆ ಸಾಧ್ಯವಿಲ್ಲ" ಎಂದಾಗ ನಸುನಕ್ಕ. "ಕೆಲವಕ್ಕೆ ಕಾರಣ ಸಿಗೋಲ್ಲ. ಇನ್ನು ಪ್ರೀತಿ, ಪ್ರೇಮದ ಬಗ್ಗೆ ನಂಗೆ ಈ ಸಹಾಯ ಮಾಡ್ಬೇಕು. ನನ್ನ ತಂದೆ ತ್ರೀ ಇಯರ್ ಬ್ಯಾಕ್ ತೀರಿಕೊಂಡು, ಇನ್ನು ರಿಲೇಟಿವ್ ಫ್ರೆಂಡ್ಸ್ ಇನ್ವಿಟೇಷನ್ ಕಳ್ಸಿದ್ರೆ ಪುರಸತ್ತಿದ್ರೆ ಖಂಡಿತ ಬರ್ತಾರೆ" ಎಂದ ಸದ್ಯಕ್ಕೆ ನಂದಿತಾ ಕೈತಪ್ಪಿ ಹೋಗದಂತೆ ನೋಡಿಕೋಬೇಕಿತ್ತು. ಸದ್ಯಕ್ಕೆ ಅವನಿಗೆ ಸರಿಯೆನಿಸಿದ್ದು ಇದೊಂದೇ ದಾರಿ.

ಅರವಿಂದ ಘೋಷರು ತನಗೆ ನೀಡಿದ ಮರ್ಯಾದೆಗೆ ಹರ್ಷಚಿತ್ತರಾದರು. "ಖಂಡಿತ ಇಂದೇ ಹೋಗ್ಬರ್ತೀನಿ. ನನ್ನ ಹಾಗೆ ಅವ್ರು ತಬ್ಬಿಬ್ಬು ಆಗ್ತಾರೆ. ನಂದಿತಾ ತುಂಬ ಲಕ್ಕಿ" ಮನ ತುಂಬಿ ಹೇಳಿದರು.

ಹೆಜ್ಜೆ ಮುಂದಕ್ಕೆ ಇಟ್ಟಿದ್ದ ಮಹೇಂದರ್ ಶತಾಯ ಗತಾಯ ಹಿಂದಕ್ಕೆ ಸರಿಯಲಾರ. ಸುಲಭವಾಗಿ ಸುಬ್ಬಣ್ಣ ಒಪ್ಪಲಾರ. ಇದನ್ನು ಅವನ ಮನಸ್ಸು ಒತ್ತಿ ಹೇಳುತ್ತಿತ್ತು. ಅದಕ್ಕೆ ಅವರದೇ ಆದ ಕಾರಣವಿದೆ!

ಅರವಿಂದ ಘೋಷರು ಹೊರಡುವ ಮುನ್ನ ಅವನಿಗೆ ಫೋನ್ ಮಾಡಿ ತಿಳಿಸಿದರು. "ಇಲ್ಲಿನ ಫಾರ್ಮಾಲಿಟೀಸ್ ಪ್ರಕಾರವೇ ಹೆಣ್ಣು ಕೇಳೋಕೆ ಹೋಗ್ತಾ ಇದ್ದೀನಿ ಶ್ರೀಮತಿ ಸಹಿತ" ನಕ್ಕರು.

ಫೋನಿಟ್ಟು ಯೋಚಿಸಿದ ಮಹೇಂದರ್. ತಾನು ನೇರವಾಗಿ ನಂದಿತಾನ ಕೇಳಿದರೇ, ಬಹುಶಃ ತಂದೆಯ ಕಡೆ ಮುಖ ಮಾಡಬಹುದು. ಯಾವುದೋ ಒತ್ತಡಗಳು ಅವಳ ಸ್ವಂತಿಕೆಯನ್ನು ನಿಯಂತ್ರಿಸುತ್ತಿದೆ. ಅವು ಯಾವುವು? ಅದನ್ನು ನಂದಿತಾ ಕೂಡ ಸ್ಪಷ್ಟಪಡಿಸಲಾರಳು.

ಘೋಷ್ ಅವರ ಕಾರು ಸುಬ್ಬಣ್ಣನ ಮನೆಯ ಮುಂದೆ ನಿಂತಾಗ ಹೆಚ್ಚುಕಡಿಮೆ ಮನೆಯವರೆಲ್ಲ ಇದ್ದರು. ಎಲ್ಲರಿಗೂ ಆಶ್ಚರ್ಯ. ಸುಬ್ಬಣ್ಣ ಮಾತ್ರ ಹೆದರಿದ್ದ. ಏನೋ... ಇದೆ... ಏನೋ... ಇದೆ... ಹೆದರಿಸುತ್ತಿತ್ತು ಮನ.

ಅಂದು ಘೋಷ್, ಕೂಡ ಸೌದಾಮಿನಿಯ ಮದುವೆಯ ರಿಸೆಪ್ಷನ್‌ಗೆ ಬಂದಿದ್ದರಿಂದ ಹೊಸದಾಗಿ ಪರಿಚಯಿಸಬೇಕಿರಲಿಲ್ಲ.

"ಬನ್ನಿ.... ಬನ್ನಿ..." ಆಹ್ವಾನಿಸಿದರು.

ಲಘುವಾದ ಬಿಸ್ಕತ್ತು, ಕಾಫಿಯ ಫಲಾಹಾರದ ನಂತರ ಬಂದ ವಿಷಯ ಪ್ರಸ್ತಾಪವೆತ್ತಿದರು. ವಿಷಯ ಪೂರ್ತಿ ಮಾಡುವ ಮುನ್ನವೇ ಮೂರು ಸಲ ಬೆವರನ್ನೊತ್ತಿಕೊಂಡರು ಸುಬ್ಬಣ್ಣ.

"ನಂಗೇನು ಹೇಳೋಕೆ ತೋಚ್ತಾ ಇಲ್ಲ" ಯಾವುದೇ ಉತ್ಸಾಹ ತೋರದೆ ಹೇಳಿದಾಗ ಘೋಷರ ಕಣ್ಣುಗಳು ಕಿರಿದಾಗಿ ವಿಸ್ಮಯ ಮೂಡಿತು. ಪರೀಕ್ಷಾತ್ಮಕವಾಗಿ ದಿಟ್ಟಿಸಿದರು. ನರ್ವಸ್ ಆಗಿದ್ದ ಸುಬ್ಬಣ್ಣ. ಆಗ ತಾನೇ ಹಳೆಯ ಬಟ್ಟೆಯನ್ನು ಒಗೆದು ಒಣಗಿ ಹಾಕಿದಂತಾಗಿತ್ತು ಮುಖ. "ಎಂಥ ಸಂತೋಷದ ವಿಷ್ಯ! ನಿಮ್ಮ ಸ್ಥಾನದಲ್ಲಿ ನಾನು ಇರ್ಬಾದಿತ್ತೆ ಅನ್ನಿಸ್ತ ಇದೆ. ಹೆಣ್ಣು ಹೆತ್ತ ಪ್ರತಿಯೊಬ್ಬ ತಂದೆಯೂ ಆಸೆಪಡುವಂಥ ಗಂಡು ಮಹೇಂದರ್. ಆ ವಯಸ್ಸಿಗೆ ಎಂಥ ಪೋಸ್ಟ್, ಎಷ್ಟೊಂದು ಕೇಪಬಲಿಟಿ ಇದೆ. ಅದೃಷ್ಟ ಬಂದು ಕೆಲವರ ಬಾಗಿಲು ತಟ್ಟುತ್ತೆ ಅನ್ನೋಕೆ ಇದೊಂದು ಉದಾಹರಣೆ. ಇನ್ನೊಂದ್ಮಾತು. ಅದೃಷ್ಟ ಬಾಗಿಲು ತಟ್ಟಿದಾಗ ಸ್ವಾಗತಿಸದೇ ಹೋದ್ರೆ ಅದು ಇನ್ನೊಂದ್ಕಡೆ ಹೋಗುತ್ತೆ." ನಗುತ್ತ ಹೇಳಿದರೂ ಅದರಲ್ಲಿ ಎಚ್ಚರಿಕೆ ಇತ್ತು. ಇಂಥ ನಿರುತ್ಸಾಹ ಅವರ ನಿರೀಕ್ಷಣೆ ಅಲ್ಲ. ಬೇಸರಗೊಂಡರು ಕೂಡ. 'ಮೂರ್ಖ' ಎಂದಿತು ಸುಬ್ಬಣ್ಣನ ಮನಸು.

"ಯೋಚ್ಸಿ... ನಾಳೇ ತಿಳ್ಸಿ" ತಮ್ಮ ಫೋನ್ ನಂಬರ್ ಕೊಟ್ಟು ಮೇಲೆದ್ದರು. "ಮುಖ್ಯವಾಗಿ ನಂದಿತಾ ಒಪ್ಗೇ ಬೇಕು. ಅವ್ಳು ಒಪ್ಗೇ ತಿಳಿಸಿದ್ರೆ ನೀವು ಸ್ವಂತವಾಗಿ ಇನ್ನೊಂದ್ಮಾತು ಆಡ್ಬೇಡಿ" ಹೇಳಿ ಹೊರಟರು.

ವೈದೇಹಿ ಪ್ರತಿಭಾ ಅವರಿಗೆಲ್ಲ ಸಂತೋಷವೇ. ಪ್ರವೀಣ್ ಮತ್ತು ಮಹೇಂದರ್ ಇಬ್ಬರನ್ನ ಒಂದೇ ತಕ್ಕಡಿಯಲ್ಲಿಡಲು ಸಾಧ್ಯವಿಲ್ಲ. ಅಷ್ಟೊಂದು ಅಂತರವಿತ್ತು. ವಿದ್ಯೆ, ಹಣ, ಅಂತಸ್ತು ಪ್ರತಿಯೊಂದರಲ್ಲೂ ಕೂಡ.

"ನಮ್ಮ ನಂದಿತಾದು ಅದೃಷ್ಟ ಅಂದ್ರೆ ತುಂಬ ಅದೃಷ್ಟ. ಇನ್ನೊಂದು ಮಾತೇನು ಬೇಡ. ಸಿಂಪಲ್ ಮದ್ವೆ, ರಿಜಿಸ್ಟರ್ ಮ್ಯಾರೇಜ್. ನಾವು ಎಲ್ಲಕ್ಕೂ ರೇಡೀಂತ ಹೇಳ್ಬಿಡಿ" ಎಂದರು ಸಂತಸದಿಂದ ವೈದೇಹಿ. ಆದರೆ ಸುಬ್ಬಣ್ಣನ ಮುಖದಲ್ಲಿ ಕವಿದುಕೊಂಡಿದ್ದು ಕಾರ್ಮೋಡಗಳು. ಸಮ್ಮತಿ ಇಲ್ಲ ಅವರದು "ಅಷ್ಟು ಸುಲಭವಲ್ಲ. ನಮ್ಮ, ಅವ್ರ ಅಂತಸ್ತಿನ ನಡ್ವೆ ಅಪಾರ ಅಂತರ ಇದೆ. ಈ ಅಂತರ ಅನ್ನೋ ವ್ಯತ್ಯಾಸ ಮುಚ್ಚಿ ಹೋಗೋಲ್ಲ. ಈ ರೂಪದ ಆಕರ್ಷಣೆ, ವಯಸ್ಸಿನ ಕನಸುಗಳು. ಆಮೇಲೆ ಇವೆಲ್ಲ ಇರೋಲ್ಲ. ನಮ್ಮ ನಂದಿತಾ ಕಷ್ಟಪಡ್ಬೇಕಾಗುತ್ತೆ. ನಂಗಿಷ್ಟವಿಲ್ಲ"

ಗಂಡನ ಮಾತುಗಳಿಗೆ ನಿಬ್ಬೆರಗಾದರು ಆಕೆ. ನೂರರಲ್ಲಿ ತೊಂಬತ್ತು ಜನ ಆ ತರಹದವ್ರು ಇರಬಹುದು. ಇನ್ನು ಹತ್ತರಲ್ಲಿ ಮಹೇಂದರ್‌ನ ಯಾಕೆ ಒಬ್ಬರನ್ನಾಗಿಸಬಾರದು?

"ಬರೀ ಕೆಟ್ಟದ್ದೇ ಯಾಕೆ ಯೋಚ್ನೇ ಮಾಡ್ತೀರಾ! ಅದೃಷ್ಟ ಬಂದು ಬಾಗಿಲು ತಟ್ಟಿದೆ. ಅದ್ನ ಮುಂದಕ್ಕೆ ಹೋಗ್ದಂತೆ ಕಟ್ಟಿ ಹಾಕ್ಬೇಕು" ಎಂದರು ವೈದೇಹಿ. ಗಂಡನ ಅಭಿಪ್ರಾಯದಲ್ಲಿ ತನ್ನ ಸಹಮತವಿಲ್ಲವೆಂದು ತಿಳಿಸಿದಂತಾಗಿತ್ತು. ಮಾತಾಡದೆ ಎದ್ದು ಹೋದರು ಸುಬ್ಬಣ್ಣ.

ತಾಯಿ, ಮಗಳು ಮುಖಮುಖ ನೋಡಿಕೊಂಡರು. ಪ್ರತಿಭಾಗಂತೂ ಕುಣಿದಾಡುವಷ್ಟು ಸಂತಸ.

"ಏನೋಪ್ಪ, ನಂದಿತಾ ವಿಷ್ಯ ಬಂದಾಗ ನಾರ್ಮಲ್ಲಾಗಿ ವರ್ತಿಸೋದೇ ಇಲ್ಲ. ಪ್ರವೀಣ್ ಭಾವನಿಗೂ ನಿರಾಶೆಯಾಗಿತ್ತು. ನಂಗಂತೂ ಮಹೇಂದರ್ ಇಷ್ಟ. ಎಷ್ಟು ಎತ್ತರ, ಎಷ್ಟು ಬಿಳುಪು... ಹಾಗಾದರೆ! ಅವ್ರ ಮುಖದಲ್ಲಿನ ಮೀಸೆ ನೋಡೋದೇ ಒಂದು ಚೆಂದ. ಎಂಥ ಕಾರಿನಲ್ಲಿ ಬಂದಿದ್ರು ರಿಸೆಪ್ಷನ್‌ಗೆ. ನಮ್ಗೇ ಕಾರು ಇರೋ ನೆಂಟರುಗಳೇ ಇರ್ಲಿಲ್ಲ" ಅಂದು ಕಂಡ, ಮಹೇಂದರ್‌ನ ಕಲ್ಪಿಸಿಕೊಂಡರು. ನಂದಿತಾ ಅವರ ಜೋಡಿ ಸೂಪರ್ ಅಂದುಕೊಂಡಳು. ತಾನೇನಾದರೂ ಸುಬ್ಬಣ್ಣನ ಸ್ಥಾನದಲ್ಲಿದ್ದರೇ ಈ ಕ್ಷಣವೇ ಮದುವೆ ಮಾಡಿಸಿಬಿಡುತ್ತಿದ್ದೆ ಎಂದುಕೊಂಡಳು.

"ನಾನು ಹಾಗೇ ಅಂದ್ಕೊತೀನಿ. ಎರಡನೆ ಮದ್ವೆ... ಎರಡನೇ ಸಂಬಂಧ... ಬಹಳ ರಿಸ್ಕಿ ಜಾಬ್. ನನ್ನ ಸ್ಥಿತಿ ನೋಡಿದ್ಯಾ! ನಾನು ನಿಮ್ಮನ್ನ ಸ್ವಂತ ಮಕ್ಳು ತರಹ ನೋಡ್ಕೊಬಹುದ್ದು. ನೀವು ನನ್ನ ಹೆತ್ತಮ್ಮನಂತೆ ಪ್ರೀತಿಸ್ಬಹುದ್ದು. ಆದ್ರೂ ಒಂದು ಏನೋ ಕೊರತೆ ಅನ್ನಿಸೋಲ್ವಾ!" ವೈದೇಹಿ ಮನಸ್ಸು ಬಿಚ್ಚಿ ಹೇಳಿಕೊಂಡರು.

ಕಣ್ಣಂಚು ಒದ್ದೆಯಾಯಿತು. ಆ ಮಾತು ನಿಜವಿರಬಹುದು. ಬಹುಶಃ ವೈದೇಹಿ ಯಾವಾಗಲೂ ಮಲತಾಯಿಯಂತೆ ವರ್ತಿಸಿರಲಿಲ್ಲ. ಅವರಿಗೂ ಹಾಗೇ ಅನ್ನಿಸಿರಲಿಲ್ಲ.

"ಪ್ಲೀಸ್ ಹಾಗೆಲ್ಲ... ಹೇಳ್ಬೇಡಿ. ನಾನು ಎಂದಾದ್ರೂ ನಿಮಗೆ ಬೇಜಾರಾಗೋ ಹಾಗೆ ನಡ್ಕೊಂಡಿರ್ಬೇಕು. ನೀವು ಖಂಡಿತ ಅಮ್ಮ....ನೇ" ಅತ್ತೇಬಿಟ್ಟಳು ವೈದೇಹಿಯನ್ನು ತಬ್ಬಿಕೊಂಡು.

ಸುಬ್ಬಣ್ಣ ಹೊರ ಹೋಗುವುದನ್ನು ಕಾದರು. ಗಂಡನ ಅನ್ಯಮನಸ್ಕತೆಯನ್ನು ಕೂಡ ಪ್ರಶ್ನಿಸಲಿಲ್ಲ ವೈದೇಹಿ. ಈ ಸಂಬಂಧ ಕೂಡಿಕೊಳ್ಳುವುದು ಖಂಡಿತ ಆಕೆಗೆ ಇಷ್ಟವಿಲ್ಲ. ಆರ್ಥಿಕ ದೃಷ್ಟಿಯಿಂದಲೂ ಒಳ್ಳೆಯದು. ಸಂಸಾರಕ್ಕೆ ಎಲ್ಲ ಯೋಚಿಸಿ ಒಂದು ನಿರ್ಧಾರಕ್ಕೆ ಬಂದರು.

ಇದು ಯಾವುದು ತನಗೇ ಸಂಬಂಧಪಟ್ಟಿದ್ದು ಅಲ್ಲ ಎನ್ನುವ ತರಹ ಮ್ಯಾಗಝೀನ್ ಹಿಡಿದು ಕೂತಿದ್ದ ನಂದಿತಾನ ನೋಡಿ ಸಂಕಟಪಟ್ಟರು. ಅವಳ ಭವಿಷ್ಯದ ದೃಷ್ಟಿಯಿಂದ ಈ ಮದುವೆಯಾಗುವುದು ಒಳ್ಳೆಯದೆಂದು ಅವರ ಅಭಿಪ್ರಾಯ.

"ನಂದಕ್ಕಾ..." ಎರಡು ಕೈಗಳನ್ನು ಹಿಡಿದುಕೊಂಡು ಲೊಚಲೊಚನೆ ಮುತ್ತಿಕ್ಕಿದ ಪ್ರತಿಭಾ "ನೀನು ಎಂಥ ಲಕ್ಕೀ, ಎಂಥ ಗಂಡನ ಹೊಡ್ದುಬಿಟ್ಟೆ" ಕುಣಿದಾಡುವಂತೆ ಹೇಳಿದಾಗ ಅವಳಿಗೇನು ಅರ್ಥವಾಗಲಿಲ್ಲ.

"ಏನಮ್ಮ... ಇವಳದು!" ವೈದೇಹಿಯ ಕಡೆ ನೋಡಿದಳು. ಇದು ಆಕೆಗೆ ಹೊಸದಲ್ಲ. ಒಮ್ಮೊಮ್ಮೆ ಗಾಬರಿಗೊಳ್ಳುತ್ತಿದ್ದರು. ಆಗೆಲ್ಲ ಅವಳನ್ನ ಮನೋವೈದ್ಯರಿಗೆ ತೋರಿಸಲು ಒತ್ತಾಯ ತರುತ್ತಿದ್ದರು. ಆದೇನು ಪ್ರಯೋಜನವಾಗುತ್ತಿರಲಿಲ್ಲ ಅಷ್ಟೆ.

ಆಕೆ ವಿಷಯವನ್ನು ಪೂರ್ತಿಯಾಗಿ ನಂದಿತಾಗೆ ವಿವರಿಸಿದರು "ಸ್ವಲ್ಪ ಅರ್ಥ ಮಾಡ್ಕೋ ನಂದಿತಾ - ಈ ವಿಷ್ಯದಲ್ಲಾದ್ರೂ ಹಟ ಮಾಡು. ನಿಮ್ಮಪ್ಪ ಇಪ್ಪತ್ತು ವರ್ಷ ಹಿಮಾಲಯದ ತಪ್ಪಲಲ್ಲಿ ಕೂತು ತಪಸ್ಸು ಮಾಡಿದ್ರು ಮಹೇಂದರ್‌ನಂಥ ಗಂಡು ಸಿಗೋಲ್ಲ. ಅಂತಸ್ತು, ಅದು ಹಾಗೇ... ಹೀಗೇಂತ ರಾಗ ತೆಗೆದಿದ್ದಾರೆ. ನೀನು ಪ್ರತಿಭಟಿಸು. ಇದೊಂದು ಉತ್ತಮ ಅವಕಾಶ!" ಬುದ್ಧಿ ಹೇಳಿದರು.

'ಪ್ರತಿಭಟನೆ... ಪ್ರತಿಭಟನೆ' ಯಾವುದೋ ಭಯ ಒತ್ತಡ ನಿಷ್ಕ್ರಿಯವಾಗಿರಿಸಿತ್ತು ಅವಳನ್ನು, ಮೌನವಹಿಸಿದಳು.

"ನಾವೆಲ್ಲ... ನಿನ್ನಕಡೆ ಇರ್ತೀವಿ ನಂದಕ್ಕಾ. ಯೂ ಡೋಂಟ್ ವರೀ! ಬೇಕಾದ್ರೆ ಸೌದಾಮಿನಿ, ಭಾವನ್ನ ಕೂಡ ಕರ್ಸಿಕೊಂಡು ನಮ್ಮ ಪಕ್ಷನ ಪ್ರಬಲಗೊಳಿಸೋಣ. ನೀನು ಹಟಹಿಡಿ. ಉಪವಾಸ ಸತ್ಯಾಗ್ರಹ ಮಾಡ್ತೀನೀಂತ ಬೆದರಿಕೆ ಹಾಕು. ಆಗ ನಿನ್ಮಾತು ಕೇಳ್ತಾರೆ" ಹುರುಪು ತುಂಬಿದ ಪ್ರತಿಭಾ ಸಪೋರ್ಟ್ ಘೋಷಿಸಿದಳು.

ಇಷ್ಟೆಲ್ಲ ಮಾತಾಡಿದರೂ ನಂದಿತಾ ಏನು ಮಾತಾಡದೆ ಕೂತಿದ್ದಳು. ಕೆಲವು ಸಲ ಹಿತವಾಗಿ ನಯವಾಗಿ ಮಾತಾಡಿದ್ದ ಮಹೇಂದರ್ ಬಗ್ಗೆ ಗೌರವ, ಅಭಿಮಾನ, ಆದರೆ ಮದುವೆ... ಏನೇನು ಹೊಳೆಯಲಿಲ್ಲ ಅವಳ ಮಿದುಳಿಗೆ.

"ಅಮ್ಮ ಹುಡುಗ್ರು ಬಂದ್ರು" ಪ್ರತಿಭಾ ತಾಯಿಯನ್ನು ಎಬ್ಬಿಸಿಕೊಂಡು ಹೊರಹೋದಳು. ಎಲ್ಲಾ ಬಾಗಿಲ ಬಳಿ ನಿಂತು ಕೇಳಿದ್ದ ರವಿ, ಕಿರಣ ಒಳಗೆ ಬಂದವರೇ "ನಮ್ಗೂ ಮಹೇಂದರ್ ಇಷ್ಟ. ಅಪ್ಪ ಯಾಕೆ ಬೇಡಾಂತಾರೆ? ನೀನು ಹಟ ಮಾಡು" ಎಂದು ಹೇಳಿ ಓಡಿ ಹೋದರು. ಅವರು ಕೂಡ ಈ ವಿಷಯದಲ್ಲಿ ಧೈರ್ಯವಹಿಸಿದ್ದರು.

ಮಹೇಂದರ್ ಪ್ರತಿಬಿಂಬ ಅವಳ ಕಣ್ಮುಂದೆ ತೇಲಿತು. 'ಹಿಂದು' ಕಿವಿಯಲ್ಲಿ ಪಿಸುಗುಟ್ಟಿದಂತಾಯಿತು. ತಕ್ಷಣ ಹಿತವೆನಿಸಿದರೂ ಮರುಕ್ಷಣ ಗೊಂದಲ, ನಂತರ ಭಯ.

ಮಲಗುವ ಮುನ್ನ ಆ ವಿಷಯವೆತ್ತಿದರು ವೈದೇಹಿ "ನಾಳೆ ಬೆಳಿಗ್ಗೆ ಅರವಿಂದ ಘೋಷರಿಗೆ ಫೋನ್ ಮಾಡ್ಬೇಕಲ್ಲ. ಒಂದು ಕ್ಷಣ ನಂದಿತಾನ ವಿಚಾರ್ಸಿಬಿಡಿ. ಬೆಳಿಗ್ಗೆ ತಿಳಿಸೋಕೆ ಸರಿಹೋಗುತ್ತೆ" ಹೇಳಿದರು. ಎಂದೂ ಹಾಗೆ ನೋಡದವರು ಹೆಂಡತಿಯನ್ನು ದುರುಗುಟ್ಟಿಕೊಂಡು ನೋಡಿದರು. "ಈ ವಿಷ್ಯದಲ್ಲಿ ನೀನು ತೆಪ್ಪಗಿರು. ಎಲ್ಲಾ ಅರ್ಜೆಂಟಾಗಿ ಮಾಡೋಕೆ ಈರುಳ್ಳಿ ಕೊಳ್ಳೋ ವಿಷ್ಯನೇ? ಒಂದ್ನಾಲ್ಕು ದಿನ ಹೋಗ್ಲಿ. ಒಂದು ರೀತಿಯ ಉತ್ಪ್ರೇಕ್ಷೆ ತೋರಿದ್ದು ಆಕೆಗೆ ಸರಿಯೆನಿಸಲಿಲ್ಲ. ದಿಂಬನ್ನ ಒರಟಾಗಿ ಒಗೆದು ಮಲಗಿದರು. ಯಾಕೋ ಎಲೆ ಮಡಚಿ ಕೊಡುವ ಕಷ್ಟ ಕೂಡ ತೆಗೆದುಕೊಳ್ಳಲಿಲ್ಲ.

ಸುಬ್ಬಣ್ಣ ಕೂಡ ಆ ಕಡೆ ಆಸಕ್ತಿವಹಿಸದೆ ಮಲಗಿದರು. ಮಹೇಂದರ್ ಯಾಕೆ ನಂದಿತಾ ಬಗ್ಗೆ ಆಸಕ್ತಿ ವಹಿಸಿದ್ದು, ಇಷ್ಟಪಟ್ಟಿದ್ದು? ಅವಳನ್ನ ಮದುವೆಯಾಗುವ ಬಗ್ಗೆ ಹೇಳಿ ಕಳಿಸಿದ್ದು? ಮೂರು ಪ್ರಶ್ನೆಗಳಿಗೂ ಒಂದು ಸರಳವಾದ ಉತ್ತರ 'ಪ್ರೇಮ', ಅದಷ್ಟೇ ಅಂದುಕೊಳ್ಳಲಾಗಲಿಲ್ಲ ಅವರಿಗೆ. ಮತ್ತೇನೋ... ಇದೆ; ಏನದು? ತಿಳಿಯಲು ಕೂಡ ಇಷ್ಟವಿಲ್ಲ ಅವರಿಗೆ.

ಇಡೀ ರಾತ್ರಿ ಕಣ್ಣು ರೆಪ್ಪೆ ಮುಚ್ಚದಂತೆ ಮಾಡಿದ್ದ ಮಹೇಂದರ್. ಬೇರೆ ಕಡೆ ಟ್ರಾನ್ಸ್‌ಫರ್ ಮಾಡಿಸಿಕೊಂಡು ಹೋಗಿಬಿಡಲೇ? ಹುಚ್ಚುಚ್ಚಾಗಿ ವಿವೇಕ ಕೆಟ್ಟವರಂತೆ ಯೋಚಿಸಿದರು.

ಪೇಪರ್ ನೋಡುತ್ತಿದ್ದಾಗ ರೂಮಿನಿಂದ ಹೊರಬಂದ ನಂದಿತಾ ಅಡುಗೆಯ ಮನೆಗೆ ಹೋದಳು. ಆ ಬಗ್ಗೆ ತಲೆ ಕೆಡಿಸಿಕೊಳ್ಳಬೇಕಾದ್ದೇನು ಇರಲಿಲ್ಲ. ಕೆಲವೊಮ್ಮೆ ತಾನಾಗಿ ಮಾತಾಡಿಸುತ್ತಿದ್ದಳು. ಇಲ್ಲಿ, ಅಲ್ಲಿ ಓಡಾಡಿದರೂ ಮಾತಾಡುವುದಿರಲಿ, ಅವರತ್ತ ನೋಟ ಕೂಡ ಹರಿಸೋಲ್ಲ. ಇದು ಅವಳ ಸಹಜ ಸ್ವಭಾವ.

ಅರವಿಂದ ಘೋಷ್ ಬಂದಾಗ ನಂದಿತಾ ಕೂಡ ಮನೆಯಲ್ಲೇ ಇದ್ದುದ್ದರಿಂದ ವಿಷಯ ಅವಳ ಕಿವಿತಲುಪಿರುತ್ತದೆಯೆಂದುಕೊಂಡರು. ಅದರಲ್ಲಿ ಇವಳ ಪಾಲೆಷ್ಟು?

ಚಿಂತಿಸುವಂತಾಯಿತು. ಸೌದಾಮಿನಿಯ ಮಾತುಗಳು ನೆನಪಾಯಿತು. ಅವಳು ಕೂಡ ನಂದಿತಾ ಸಪೋರ್ಟ್‌ಗೆ ನಿಲ್ಲಬಹುದು. ಈ ವಿಷಯದಲ್ಲಿ ತಾನು ಒಂಟಿಯಾಗಿಯೇ ಎದುರಿಸಬೇಕು!

"ನಂದಿತಾ... ಒಂದ್ಲೋಟ ನೀರು ತಗೊಂಡ್ಬಾ" ಕರೆದರು ಪೇಪರಿನ ಎರಡನೆ ಪುಟ ಮೊಗಚುತ್ತ. "ಹಳೇ ದ್ವೇಷಕ್ಕೆ ಇಡೀ ಕುಟುಂಬ ಆಹುತಿ" ಹೆಡ್ಡಿಂಗ್ ಕೆಳಗಿನ ವಿವರ ಓದಿದರು. ಸೇಡಿಗಾಗಿ ಇಡೀ ಕುಟುಂಬವನ್ನು ಕೂಡಿ ಹಾಕಿ ಬೆಂಕಿ ಹಚ್ಚಿ ಸುಟ್ಟಿದರು.

ಆ ಬೆಂಕಿ ಅವರ ಮುಂದೆ ಧಗಧಗನೆ ಉರಿದಂತಾಯಿತು. ಪೇಪರ್‌ನ ಉಂಡೆ ಮಾಡಿ ದೂರಕ್ಕೆಸೆದವರು ಬೆವತುಬಿಟ್ಟರು.

"ಅಪ್ಪ... ಯಾಕೆ?" ನಂದಿತಾಸ್ವರ ಆ ಕ್ಷಣದಲ್ಲಿ ಅವರಿಗೆ ತಂಗಾಳಿಯಾಯಿತು. ಬೇಗ ಚೇತರಿಸಿಕೊಂಡರು. ಹಣೆಯಲ್ಲಿನ ಬೆವರಿನ ಬಿಂದುಗಳು ಹಾಗೆಯೇ ಇದ್ದವು "ಬೆವತು.... ಬಿಟ್ಟಿದ್ದೀರಾ" ಕೇಳಿದಳು.

"ಏನಿಲ್ಲ, ಪೇಪರ್‌ನಲ್ಲಿ ಒಂದು ಒಳ್ಳೆ ಸುದ್ದಿ ಬೇಡ್ವಾ! ಎಲ್ಲಾ ಒಂದಕ್ಕಿಂತ ಒಂದು ಕೆಟ್ಟ ಸುದ್ದಿಗಳೇ. ಇದು ಬೆವರಲ್ಲ" ಹೆಗಲ ಮೇಲಿನ ಟವಲಿನಿಂದ ಮುಖದ ಬೆವರನ್ನೊತ್ತಿಕೊಂಡರು. ತಟ್ಟನೇ ನಾಲಿಗೆ ಕಚ್ಚಿಕೊಂಡರು. ಅಷ್ಟನ್ನು ಹೇಳಿದ್ದು ಕೂಡ ತಪ್ಪಾಯಿತೇನೋ ಅಂದುಕೊಂಡರು.

ಇಡೀ ಲೋಟ ನೀರು ಕುಡಿದು ಹಿಂದಿರುಗಿಸುತ್ತ "ನೆನ್ನೆ ಅರವಿಂದ ಘೋಷರು ಬಂದಿದ್ರು. ಅವ್ರ ಎಂ.ಡಿ. ನಿನ್ನ ಮದ್ವೆ ಆಗೋ ಅಪೇಕ್ಷೆ ವ್ಯಕ್ತಪಡಿಸಿದ್ದಾರೆ ಅನ್ನೋ ಮಾತ್ನ ಹೇಳಿದ್ರು. ನಮ್ಗೂ ಅವ್ರಿಗೂ ಮಧ್ಯ ಅಗಾಧವಾದ ಅಂತಸ್ತಿನ ತಾರತಮ್ಯ ಅದು. ಮೊನ್ನೆ ಸೌದಾಮಿನಿ ಮದ್ವೆ ಮಾಡಿದ್ದೀವಿ. ಇನ್ನೆರಡ್ವರ್ಷವಾದ್ರೂ... ಅಂಥ ಯೋಚ್ನೆ ಇಲ್ಲ. ನಿನ್ನ ಅಭಿಪ್ರಾಯವೇನು?" ಕೇಳಿದರು. ಪರೋಕ್ಷವಾಗಿ ನಿರಾಕರಣೆಯನ್ನು ತೋರಿದ್ದರು. ನಂದಿನಿ ಏನು ಹೇಳಲಿಲ್ಲ. ಹೃದಕ್ಕೊಂದು ಬಂಧನ, ಮನಸ್ಸಿಗೊಂದು ತಡೆ, ಇವೆಲ್ಲವನ್ನು ನುಗ್ಗಿ ಭಾವನೆಗಳು ನಾಲಿಗೆಗೆ ಬಂದರೂ ದನಿ ಹೊರಡುತ್ತಿರಲಿಲ್ಲ.

"ಅಕಸ್ಮಾತ್ ಫೋನ್ ಮಾಡಿದ್ರೆ ಒಪ್ಗೇ ಇಲ್ಲಾನ್ನು. ಯಾವ್ದೇ ಮಹೇಂದರ್ ಹಿನ್ನೆಲೆ ಗೊತ್ತಿಲ್ದೇ ಒಪ್ಗೇ ಸೂಚಿಸೋದು ಅಪಾಯಕ್ಕೆ ಬಾಗಿಲು ತೆರೆದಂತೆ" ಅವರೇ ಹೇಳಿ ನಂದಿತಾ ಕೆಲಸವನ್ನು ಸುಲಭವಾಗಿಸಿದರು.

ಇನ್ನೊಂದು ಮಾತಾಡದೆ ಲೋಟಾನ ಹಿಂದಕ್ಕೆ ಒಯ್ದಳು.

"ಇದು ಕೇಳೋ... ರೀತಿನಾ! ಏನು ಇವ್ರ ಉದ್ದೇಶ! ನಮ್ಮಪ್ಪ ನಿನ್ನ ದೊಡ್ಡ ಡಾಕ್ಟ್ರುಗೆ ಕೊಟ್ಟು ಮದ್ವೆ ಮಾಡ್ತೀನೀಂತ ಬಂದ ಸಂಬಂಧಗಳನ್ನೆಲ್ಲ ಬೇಡಾಂದ್ಬಿಟ್ರು... ಕಡೆಗೆ ಮೂರು ಮಕ್ಳು, ಅದೂ ಹೆಣ್ಣು ಮಕ್ಳು ಇರೋ ವಿಧುರನಿಗೆ ಕಟ್ಟಿದ್ರು. ಇಲ್ಲೂ... ಅದೇ ಆಗೋದು." ಅಸಮಾಧಾನದಿಂದ ವೈದೇಹಿ ಗೊಣಗುತ್ತಿದ್ದರು ಅಡಿಗೆಯ ಮನೆಯಲ್ಲಿ, ತನ್ನ ಸ್ಥಿತಿ ಹೀಗಾಯಿತೆಂದು ಸೇಡು ತೀರಿಸಿಕೊಳ್ಳುವ ಕೆಟ್ಟತನವಿಲ್ಲದ ಆಕೆ ಹೆಣ್ಣು ಮಕ್ಕಳ ಉತ್ತಮ ಭವಿಷ್ಯಕ್ಕಾಗಿಯೇ ಪರಿತಪಿಸುತ್ತಿದ್ದರು.

ಮಗಳ ಜೊತೆಯಲ್ಲಿಯೇ ಸುಬ್ಬಣ್ಣ ಬಸ್ ಸ್ಟಾಪ್‌ಗೆ ಹೊರಟರು. ಕೆಲವು ಸೂಚನೆಗಳನ್ನು ಕೊಡುವುದಿತ್ತು. ಆದರೆ ಬಸ್ಸು ಬಂದು ಮಾತುಗಳೆಲ್ಲ ಅವರಲ್ಲಿಯೇ ಉಳಿಯುವಂತಾಯಿತು.

ಅವಳ ಆಫೀಸ್‌ನ ಬಳಿಯ ಸ್ಟಾಪ್‌ನಲ್ಲಿ ಇಳಿದಾಗ ಮಹೇಂದರ್ ಕಾರು ಬಂದು ಪಕ್ಕದಲ್ಲಿ ನಿಂತಿತು.

"ಹಿಂದು..." ಸ್ವರ, ಪದ ಮತ್ತೊಂದು ಜಗತ್ತಿಗೆ ಒಯ್ದಂತಾಯಿತು. ಅವಳನ್ನು, "ಒಂದಿಷ್ಟು ಮಾತಾಡೋದಿದೆ... ಬಾ" ಕರೆದ. ಅನುಮಾನಿಸಿದಳು. ಕೆಲವಲ್ಲಿ ತೀರಾ ಸಿನ್ಸಿಯರ್, ರಕ್ತಗತವಾಗಿ ಬಂದ ಗುಣ, ಸ್ವಭಾವ "ಆಫೀಸ್‌ಗೆ ಹೋಗ್ಬೇಕು, ಹೊತ್ತಾಗುತ್ತೆ" ದನಿಯಲ್ಲಿ ಅಂಥ ಅಸಹಜತೆಯೇನು ಇರಲಿಲ್ಲ.

"ನೋ ಪ್ರಾಬ್ಲಮ್. ಅವ್ರಿಗೆ ನಾನು ಫೋನ್ ಮಾಡಿ ಇನ್‌ಫಾರ್ಮೇಷನ್ ಕೊಟ್ಟಿದ್ದೀನಿ. ಆಫ್‌ಡೇ... ಸಿ.ಎಲ್. ಎಂಟರ್ ಮಾಡ್ಕೋತಾರೆ. ಪ್ಲೀಸ್ ಕಮ್... ತೀರಾ ಅರ್ಜೆಂಟಾಗಿ ಮಾತಾಡೋದಿದೆ" ತಾನೇ ಡೋರ್ ತೆಗೆದು ಸ್ವಾಗತಿಸಿದ. ಯಾಕೋ ಮಹೇಂದರ್ ಬಗ್ಗೆ ಒಳ್ಳೆ ಅಭಿಪ್ರಾಯವೆ. ನಿರಾಕರಣೆಗೆ ಕಾರಣ ಹೊಳೆಯಲಿಲ್ಲ. ಹತ್ತಿ ಕೂತಳು.

ತಂದೆ ಹೇಳಿದ ಮಾತುಗಳು ನಂದಿತಾ ತಲೆಯಲ್ಲಿದ್ದವು.

"ಹೇಗಿದೆ... ವರ್ಕ್?" ಕೇಳಿದ, ವಾರೆ ನೋಟದಿಂದ ಅವಳನ್ನು ನೋಡುತ್ತ, ಸುಬ್ಬಣ್ಣನ ಮಗಳು ನಂದಿತಾ ಅನ್ನಿಸಲೇ ಇಲ್ಲ. ಮೇಜರ್ ಆರ್ಯ ಪುತ್ರಿ, ಅಶೋಕ್‌ನ ತಂಗಿ... ಹಿಂದು! ಅದರಿಂದ ಒಂದಿಂಚು ಅತ್ತಿತ್ತ ಸರಿಯಲಾಗಲಿಲ್ಲ. "ಹಿಂದು, ನನ್ನ ಪ್ರಶ್ನೆಗೆ ಉತ್ತರ ಸಿಗಲ್ಲ" ಎಂದ ತಾನೆ.

"ಫೈನ್,ಚೆನ್ನಾಗೇ ಇದೆ. ಆಫೀಸ್ ಕೂಡ ನಿಯರ್. ಬಸ್ಸು ಸಿಗದಿದ್ದ ದಿನಗಳಲ್ಲಿ ನಡ್ದೇ ಹೋಗ್ಬೋದು" ಎಂದಳು.

"ಇಲ್ಲಿಗಿಂತ ಈಸೀನಾ? ಸ್ಯಾಲರಿ... ಸೆಕ್ಯೂರಿಟಿ..." ನಕ್ಕುಬಿಟ್ಟ. "ಲಕ್ಷ್ಮೀದೇವಮ್ಮನಿಗೆ ಕೆಲ್ಸ ಮಾಡೋಕ್ಕಾಗೋಲ್ಲ. ಆ ಪೋಸ್ಟ್‌ಗೆ ನಿನ್ನ ರೆಕಮಂಡ್ ಮಾಡಿದ್ದಾರೆ, ಮ್ಯಾನೇಜರ್" ತಿಳಿಸಿ ಅವಳ ಪ್ರತಿಕ್ರಿಯೆಗೆ ಕಾದ. ಇಂಥ ಆಫರ್‌ನ ತಂದೆ ಒಪ್ಪಲಾರರೆಂದು ಅವಳಿಗೆ ಗೊತ್ತು.

"ನಂಗೆ ಕೆಲ್ಸ ಇದೆಯಲ್ಲ. ಅಪ್ಪ ಒಪ್ಪೋಲ್ಲ. ಮತ್ತೆ ಸ್ಟ್ರೈಕ್, ಲಾಕ್‌ಔಟ್ ಅದೆಲ್ಲ ಅಪ್ಪನಿಗೆ ಇಷ್ಟವಾಗೋಲ್ಲ. ಸಿಕ್ ಫ್ಯಾಕ್ಟರಿ ಚೇತರಿಸಿಕೊಳ್ಳೋಕೆ ಹಲವಾರು ವರ್ಷಗಳೇ ಬೇಕಾಗುತ್ತೆ. ಅನಾವಶ್ಯಕವಾದ ರಿಸ್ಕ್ ಅಪ್ಪ ಒಪ್ಪೋಲ್ಲ." ಉಸುರಿದಳು ಸ್ಪಷ್ಟವಾಗಿ.

ಅವಳು ಬಳಸಿದ ನಾಲ್ಕು ವಾಕ್ಯಗಳಲ್ಲಿ "ಅಪ್ಪ..." ಎನ್ನುವ ಪದವನ್ನು ಮೂರು ಸಲ ಬಳಸಿದ್ದಳು. ಅವಳ ವ್ಯಕ್ತಿತ್ವದ ಮೈನ್ ಕಂಟ್ರೋಲರ್ ಅವರೇ ಎಳೆದು ಹೊರ ತರುವುದು ಕಷ್ಟ. ಕಾಲಾವಕಾಶ ಬೇಕು. ಹತ್ತಿರವಿದ್ದಾಗ ಪ್ರಾಯೋಗಿಕವಾಗಿ ಏನಾದರೂ ಮಾಡಲೂ ಸಾಧ್ಯ ಹೇಗೆ?

ರಾತ್ರಿ ಫೋನ್‌ನಲ್ಲಿ ಅರವಿಂದ ಘೋಷ್ "ಐಯಾಮ್ ಸರ್‌ಪ್ರೈಜ್ಡ್.... ವಿಷ್ಯ ಕೇಳಿದ್ದೇನೆ, ಸಿಹಿ ತಿನ್ನಿಸಿ ಕಳುಸ್ತಾರೆ ಅಂದ್ಕೊಂಡಿದ್ದ. ನೋ ಅವ್ರ ಪ್ರತಿಕ್ರಿಯೆ ಗುಡ್ ಅನ್ನಿಸಿಲ್ಲ. ಯಾಕೆ... ಏನೂಂತ... ಅರ್ಥವಾಗಿಲ್ಲ" ಹೇಳಿದಾಗ ಸರಿಯಾದ ಅಂದಾಜು ಮಾಡಿದ್ದ. ಸುಲಭಕ್ಕೆ ಈ ಮದುವೆಗೆ ಕೂಡ ಸುಬ್ಬಣ್ಣ ಒಪ್ಪಲಾರರು.

ಅದಕ್ಕಾಗಿಯೇ ಮತ್ತಷ್ಟು ರಿಸ್ಕ್ ತೆಗೆದುಕೊಳ್ಳಲು ಸಿದ್ಧವಾದ. 'ವೇರ್ ದೇರಿಸ್ ಲವ್, ದೇರಿಸ್ ರಿಸ್ಕ್," ಎಲ್ಲಿ ಪ್ರೀತಿ ಇರುತ್ತದೆಯೋ ಅಲ್ಲಿ ಕಷ್ಟಗಳೂ ಇರುತ್ತೆ - ಎಲ್ಲೋ ಓದಿದ ಮಾತಾದರೂ ಅನುಭವದಲ್ಲಿ ಗಟ್ಟಿಯಾದದ್ದು. ಅಂದರೆ... ಇಲ್ಲಿ ಪ್ರೇಮ... ಇನ್ ಸರ್ಚ್ ಆಫ್ ಟ್ರೂತ್... ಸತ್ಯಶೋಧನೆ — ತನಗೆ ತಾನೇ ಹೇಳಿಕೊಂಡ.

ಇಂದು ಡ್ರೈವರ್ ಸೀಟ್‌ನಲ್ಲಿ ತಾನು ಇದ್ದಿದ್ದರಿಂದ ಮಹೇಂದರ್ ಒಂದು ಕಡೆ ಕಾರಿನ ವೇಗವನ್ನು ನಿಯಂತ್ರಿಸಿದವನು ನಿಲ್ಲಿಸಿದ.

"ನಂದಿತಾ, ಐ ಲವ್ ಯು, ಐ ಮ್ಯಾರಿ ಯು. ನಿನ್ನ ಅಭ್ಯಂತರವೇನಾದ್ರೂ... ಇದ್ಯಾ?" ಸುತ್ತು ಬಳಸದೆ ನೇರವಾಗಿ ಕೇಳಿದ. ಬಹುಶಃ ಈ ತರಹ ಕೇಳಿದ್ದು ಇವಳಲ್ಲಿ ಮಾತ್ರ. ಹಿಂದೆ ಇಂಥ ಅವಕಾಶ ಒದಗಿ ಬಂದಿರಲಿಲ್ಲವೋ ಅಥವಾ ಆಸಕ್ತಿ ಇರಲಿಲ್ಲವೋ.

ತೀರಾ ಸನಿಹದಲ್ಲಿಯೇ ಅಂದರೆ ಪಕ್ಕದಲ್ಲಿಯೇ ಕೂತಿದ್ದ ನಂದಿತಾನ ಮತ್ತಷ್ಟು ನೇರವಾಗಿ ನೋಡುವ ಅವಕಾಶ. ಎಲ್ಲಾದರೂ ವಂಚನೆ, ಮೋಸ ಮಾಡಿದೆಯೇ ನನ್ನ ಕಣ್ಣುಗಳು ಎಂದು ಮನವನ್ನು ಪ್ರಶ್ನಿಸಿ ಉತ್ತರ ಪಡೆದು ಸಾಕ್ಷಿಯಾಗಿ ನಿಂತಿತು ಅದು ಅಷ್ಟೆ.

ತಂದೆ ಹೇಳಿದ ಮಾತುಗಳೇ ಅವಳ ಮನದಲ್ಲಿ ಇದ್ದಿದ್ದು. "ಹೇಗೆ... ಸಾಧ್ಯ? ನಿಮ್ಮ ನಮ್ಮಗಳ ನಡ್ವೇ ಅಂತಸ್ತಿನ ಪ್ರಶ್ನೆ. ಸೌದಾಮಿನಿ ಮದ್ವೆ ಆಗಿದೆ. ಮತ್ತೆ ಎರಡ್ವರ್ಷ ವಿವಾಹದ ಪ್ರಸ್ತಾಪವಿಲ್ಲ. ಅದು ನಿಮ್ಮ ಹಿನ್ನೆಲೆ ಏನು ಗೊತ್ತಿಲ್ದೇ, ಹೇಗೆ?" ಮುಂದಿನ ಪದಗಳು ನೆನಪಾಗದಿದ್ದರಿಂದ ನಿಲ್ಲಿಸಿದಳು. ಇದೆಲ್ಲ ಗಟ್ಟಿ ಮಾಡಿದ ಪದ್ಯದ ಸಾಲುಗಳೆನಿಸಿತು ಮಹೇಂದರ್‌ಗೆ.

ಸ್ಟೀರಿಂಗ್ ವ್ಹೀಲ್ ಮೇಲಿದ್ದ ಅವನ ಕೈಮೇಲೆ ಮನದ ಒತ್ತಡ ಬಿದ್ದು ಬಿಗಿಯಾಯಿತು. ತುಟಿಯ ಒಳಭಾಗವನ್ನು ಹಲ್ಲುಗಳು ಕಚ್ಚಿಡಿದರೂ ಬೇಗ ಸಡಿಲಿಸಿ ಸ್ವತಂತ್ರವನ್ನಾಗಿಸಿತು.

"ಇವೆಲ್ಲ ಕಾರಣಗಳಲ್ಲ. ಇಲ್ಲಿ ನಾನು, ನೀನು ಮುಖ್ಯ. ನನ್ನಕಡೆಯಿಂದ ಹಸಿರು ಬಾವುಟ ಹಿಂದು. ನಿನ್ನ ಕಡೇನು ಅದೇ ಇರ್ಬೇಕು ಅನ್ನೋದು ನನ್ನ ಬಯಕೆ. ಮಿಕ್ಕಿದ್ದೆಲ್ಲ ನಿಮ್ತಂದೆ ನನ್ನ ಹತ್ರ ಮಾತಾಡ್ತಾರೆ. ನನ್ನ ಬಗ್ಗೆ ನಿನ್ನ ಅಭಿಪ್ರಾಯ ತಿಳ್ಸು. ಪ್ರೇಮವಿಲ್ದಿದ್ರೆ ಬೇಡ. ನೋ ಪ್ರಾಬ್ಲಮ್. ಆಮೇಲೆ ಅದ್ಕೇ ಸಮಯವಿದೆ. ಮುಖ್ಯ ನನ್ನದ್ವೆ ಆಗೋಕೇನಾದ್ರೂ ನಿನ್ನ ಅಭ್ಯಂತರವಿದ್ಯಾ?" ಕೇಳಿದ. ಅವಳ ಪ್ರಶ್ನೆಯಲ್ಲಿ ಅಡಗಿತ್ತು

ಮುಂದಿನ ಹಾದಿ. ಅವಳ ಉತ್ತರ ನೆಗೇಟಿವ್ ಆದರೂ ಖಂಡಿತ ಸೋಲು ಒಪ್ಪಿಕೊಳ್ಳಲಾರ. ಬೇರೆ ತರಹ ಮಹೇಂದರ್ ಪ್ರಯತ್ನ ಮುಂದುವರಿಯುತ್ತಿತ್ತು.

ಹೊರಗೆ ಕಾರಿನ ವಿಂಡೋನಿಂದ ಆಚೆ ನೋಡುತ್ತಿದ್ದವಳ ತಲೆ ತಗ್ಗಿತು. ಏನು ಹೇಳಲಾರದ ಸ್ಥಿತಿ ಅವಳ ಮುಖದಲ್ಲಿ ವ್ಯಕ್ತವಾದಾಗ ಚುರುಕು.

"ಪ್ಲೀಸ್. ನನ್ಕಡೆ ನೋಡು ಹಿಂದು. ಕಣ್ಣಲ್ಲಿಯಾದ್ರೂ ನನ್ನ ಪ್ರಶ್ನೆಗೆ ಸಿಕ್ಕುತ್ತೇನೋ ನೋಡ್ತೀನಿ. ಪ್ಲೀಸ್..." ಅತ್ಯಂತ ನವಿಲು ದನಿಯಲ್ಲಿ ಕೇಳಿದಾಗ ಅವಳ ನೋಟ ಇತ್ತ ತಿರುಗಿತು. ನಂದಿತಾ ನೋಟವನ್ನು ಹಿಡಿದಿಡುವಲ್ಲಿ ಸಮರ್ಥನಾದ. ರೋಮಾಂಚನ, ಹೊಸ ಲೋಕ ದರ್ಶನ, ಸ್ಪರ್ಶನ, ಸಂವೇದನ ಎಂದು ಅನುಭವಿಸಿದ ಅಲೌಕಿಕವಾದ ಆನಂದದ ಅನುಭವ. "ಹಿಂದು, ಪ್ಲೀಸ್ ಟೆಲ್ ಮಿ" ಒಂದೇ ಒಂದು ವರ್ಡ್‌ನಲ್ಲಿ ನಿನ್ನ ಉತ್ತರವಿದ್ರೂ ಸಾಕು. 'ಇದೆ, ಇಲ್ಲ, ಸಾಕು...' ಎಂದ. ಆ ಒತ್ತಾಯ ಒತ್ತಡ ತೀವ್ರವಾಗಿ ಅವಳ ಮೇಲೆ ಪರಿಣಾಮ ಬೀರಿ ತುಟಿಗಳು ಸ್ವಲ್ಪ ಅಲುಗಿ, ನಿಧಾನವಾಗಿ ಚಲಿಸಿ ಮೆಲ್ಲಗೆ ಸ್ವಲ್ಪ ತೆರೆದುಕೊಂಡಿತು "ಇಲ್ಲ..."

ಅವನಿಗೆ ಅಷ್ಟು ಸಾಕಿತ್ತು ಕೂಡ. 'ಥ್ಯಾಂಕ್ ಗಾಡ್' ಎಂದುಕೊಂಡ. "ಥ್ಯಾಂಕ್ಯೂ... ಥ್ಯಾಂಕ್ಯೂ ವೆರಿಮಚ್..." ಎನ್ನುತ್ತ ಕಾರು ಸ್ಟಾರ್ಟ್ ಮಾಡಿದ. ಅರ್ಧಕಾರ್ಯ ಸಾಧಿಸಿದ ಗೆಲವು ಅವನಲ್ಲಿ ಇತ್ತೇ ವಿನಃ ಉದ್ವೇಗ, ಅನಗತ್ಯ ರೋಮಾಂಚನವೇನು ಅವನನ್ನು ಕಾಡಲಿಲ್ಲ.

ಆಫೀಸ್ ಮುಂದೆ ಅವಳನ್ನು ಇಳಿಸಿ ಕಾರು ಮುಂದಕ್ಕೆ ಹೋಯಿತು. ಅವಳು ಕೆಲಸ ಮಾಡುತ್ತಿದ್ದುದು ಅಕೌಂಟ್ ಸೆಕ್ಷನ್‌ನಲ್ಲಿ, ಲೇಟಾಗಿ ಬಂದ ಬಗ್ಗೆ ನಂದಿತಾಳ ಇಮ್ಮೀಡಿಯಟ್ ಆಫೀಸರ್ ಕೂಡ ಏನು ಕೇಳಲಿಲ್ಲ.

ಆ ವೇಳೆಗೆ ಸುಬ್ಬಣ್ಣನವರು ಮೂರು ಸಲ ಫೋನ್ ಮಾಡಿ ನಂದಿತಾ ಇರುವುದನ್ನು ಖಾತರಿಪಡಿಸಿಕೊಂಡಿದ್ದರು.

"ಆಫೀಸ್ ಅವರ್ಸ್‌ನಲ್ಲಿ ಡಿಸ್ಟರ್ಬ್ ಮಾಡ್ಬೇಡಿ. ಲಂಚ್ ಬ್ರೇಕ್‌ನಲ್ಲಿ ಬೇಕಾದ್ರೆ ಫೋನ್ ಮಾಡಿ. ಆಗ ಸಿಕ್ತಾರೆ" ಫೋನಿಟ್ಟಿದ್ದರು ಆಫೀಸರ್.

ಅಂತು ಸುಬ್ಬಣ್ಣನಿಗೆ ಸಮಾಧಾನ. ಮಗಳಿಗೆ ಒಂದಿಷ್ಟು ಸಲಹೆ, ಸೂಚನೆ ಕೊಡುವ ಮುನ್ನ ಮಹೇಂದರ್, ನಂದಿತಾ ಭೇಟಿ ಆಗಬಾರದು. ಆಗೋಕೆ ಬಿಡಲಾರರು. ಆದರೆ ತನ್ನ ಚಾಕಚಕ್ಯತೆಯಿಂದ ಮಹೇಂದರ್ ಸಾಧಿಸಿಕೊಂಡುಬಿಟ್ಟಿದ್ದ. ಇದೊಂದು ರೀತಿಯ ವಿಪರ್ಯಾಸ.

* * * *

ನೇರವಾಗಿ ಅರವಿಂದ ಘೋಷರಿಂದ ಫೋನ್ ಬಂತು ಸುಬ್ಬಣ್ಣನಿಗೆ. "ಕಂಗ್ರಾಟ್ಸ್, ನಂದಿತಾ ಒಪ್ಗೆ ಸಿಕ್ಕಿದ್ದು ಸಂತೋಷ. ಲಗ್ನದ ದಿನ ನಿಶ್ಚಯಿಸಿ ಹೆಚ್ಚಿನ ತೊಂದರೆಗಳೇನು ಬೇಡ." ಫೋನಿಟ್ಟರು.

ನಿಂತ ನೆಲ ಸುಬ್ಬಣ್ಣನನ್ನು ನುಂಗಿದಂತಾಯಿತು. ಬುದ್ಧಿ ಸ್ಥಿಮಿತವಿಲ್ಲದಂತಾಯಿತು. ತಟಗುಟ್ಟಿದರು, ಗಡಬಡಿಸಿದರು. ತನ್ನಿಂದ ಇನ್ನು ಸಾಧ್ಯವೇ ಇಲ್ಲವೆಂದಾಗ ಒಂದು ಕಡೆ ಕೂತುಬಿಟ್ಟರು.

ಎಲ್ಲರಿಗೂ ಆಶ್ಚರ್ಯವೇ. ಅಂಥ ಷಾಕ್ ಆಗುವಂಥ ಸುದ್ದಿ ಫೋನ್‌ನಲ್ಲಿ ಏನು ಬಂತು? ಕೆಲವರು ಪ್ರಶ್ನಿಸಿದರು ತಲೆಯಾಡಿಸಿಬಿಟ್ಟರು.

ಮನೆಗೆ ಬಂದಾಗ ತೀರಾ ಸುಸ್ತಾಗಿದ್ದರು. ಒಬ್ಬ ರಾಕ್ಷಸ ಬಂದು ಅತಿ ಎಚ್ಚರದಿಂದ ಸಾಕಿದ ಚಿನ್ನದ ಪುತ್ಥಲಿಯಂಥ ಮಗಳನ್ನು ಕಳೆದುಕೊಂಡ ರಾಜನಂತೆ ಪರಿತಪಿಸಿದರು.

"ನಂದಿತಾ... ಬಂದ್ಲಾ?" ಹೆಂಡತಿ ತಂದುಕೊಟ್ಟ ನೀರು ಕುಡಿದು ಕೇಳಿದರು. ದನಿ ಪಾತಾಳದಿಂದ ಬಂದಂತಿತ್ತು. ಆಕೆ ಹೆದರಿದರು. "ಯಾಕೆ, ಏನಾಯ್ತು! ಈಗ ತಾನೇ ಬಂದ್ಲು, ಮುಖ ತೊಳೀತಾ ಇದ್ದಾಳೆ. ಕರೀಲಾ?" ಬೇಡವೆಂದು ತಲೆಯಾಡಿಸಿದವರು ರೂಮಿಗೆ ಹೋಗಿ ಮಲಗಿಬಿಟ್ಟರು.

ಈ ಮಹೇಂದರ್ ಯಾಕೆ ಬಂದ ತನ್ನ ನೆಮ್ಮದಿಯನ್ನು ಹಾಳು ಮಾಡಲು? ಮುಷ್ಟಿ ಬಿಗಿ ಹಿಡಿದು ಹಣೆಗೊತ್ತಿಕೊಂಡರು. ತನ್ನಂಥ ಅಜಾತಶತ್ರುಗೆ ಒಬ್ಬ ಶತ್ರು ಹುಟ್ಟಿಕೊಂಡನಲ್ಲ-ಗಳಗಳ ಅಳೋಕೆ ಷುರು ಮಾಡಿಬಿಟ್ಟರು.

ಬಹುಶಃ ಜೀವನದಲ್ಲಿ ಮೊದಲ ಭಾರಿ ಸಂಕಷ್ಟಕ್ಕೆ ಸಿಕ್ಕಿ ಹಾಕಿಕೊಂಡವರಂತೆ ಮಿಲಿಮಿಲಿ ಒದ್ದಾಡಿದರು.

ತಮ್ಮನ್ನ ತಾವೇ ಸಂತೈಸಿಕೊಂಡು ಬಹಳ ಹೊತ್ತಿನ ನಂತರ ಬಂದರು ಹೊರಗೆ. ಮೂವರು ಒಂದೊಂದು ಕಡೆ ಗಾಬರಿಯಿಂದ ನಿಂತಿದ್ದರು. ಎಲ್ಲರ ಮುಖದಲ್ಲೂ ಭಯ.

"ಏನಾಯ್ತು ನಿಮ್ಗೆ?" ವೈದೇಹಿಯ ಆತಂಕದ ಪ್ರಶ್ನೆಗೆ ಉತ್ತರವೀಯದೆ ಬಾತ್‌ರೂಮಿಗೆ ಹೋಗಿ ಬಾಗಿಲು ಹಾಕಿಕೊಂಡರು. ಸುರಿದುಕೊಂಡರೂ ಮನಸೋ ಇಚ್ಛೆ ತಣ್ಣೀರನ್ನು. ತಂಪು ಜಲಕ್ಕೂ ತಣ್ಣಗಾಗದಂಥ ಬಿಸಿ ಭಯಾನಕ ಸ್ವಪ್ನ.

ಅರ್ಧ ಗಂಟೆಯ ನಂತರ ಹೊರಗೆ ಬಂದಾಗಲೂ ಮೂವರು ಹಾಗೆಯೇ ನಿಂತಿದ್ದರು. ಆತಂಕ ಬೆರೆತ ಪ್ರಶ್ನೆಗಳು ಎಲ್ಲರ ಮುಖದ ಮೇಲೂ.

"ಯಾಕೆ, ಎಲ್ಲಾ... ಹೀಗೇ ನಿಂತ್ರಿ! ಆಫೀಸಿನ ಟೆನ್‌ಷನ್ ನಿಮ್ಗೆ ಹೇಳಿಕೊಳ್ಳೋದ್ರಿಂದೇನು ಪ್ರಯೋಜನವಿಲ್ಲ. ಈಗ ಒಂದು ಅಂದಾಜಿಗೆ ಬಂದಿದೆ. ಒಂದಿಷ್ಟು ಕಾಫೀ ತಗೊಂಡ್ಬಾ... ವೈದೇಹಿ" ಒದ್ದೆ ಕೂದಲನ್ನು ಟವಲಿನಿಂದುಜ್ಜುತ್ತ ಅಲ್ಲೇ ಕೂತರು. ಮೊದಲು ಸರಿದಿದ್ದು ನಂದಿತಾ. ಅನುಮಾನ ಇನ್ನಷ್ಟು ದಟ್ಟವಾಯಿತು. ಇದೊಂದು ಪ್ರೀತಿ, ಪ್ರೇಮದ ಪ್ರಕರಣವೇ? ಅಷ್ಟೇ ಆಗಿದ್ದರೇ ಅವರಿಗೆ ಸಂತೋಷವಿತ್ತು. 'ಹಿಂದು' ಎಂದು ಕರೆದಿದ್ದೇಕೆ? ಅದರ ಹಿಂದೆ ಯಾರು ಯಾರು ಇದ್ದಾರೆ? ಅವರೆಲ್ಲ ಎಂಥ ಜನ? ತಲೆಬುಡ ಕಾಣದಂಥ ಪ್ರಶ್ನೆಗಳು.

ಬಿಸಿಬಿಸಿ ಕಾಫೀ ಗಂಟಲೊಳಗೆ ಇಳಿದು ಜಠರದ ಮೂಲಕ ಹೊಟ್ಟೆ ಸೇರಿದನಂತರ ಸ್ವಲ್ಪ ಸಮಾಧಾನ ಸಿಕ್ಕಂತಾಗಿತ್ತು. ಅವರ ಬಳಿ ಇರುವ ಸಣ್ಣ ಕಡ್ಡಿಯಿಂದಲೇ ಆಧುನಿಕ ಶಸ್ತ್ರಾಸ್ತ್ರದ ಒಂದು ತುಕಡಿಯನ್ನೇ ಹಿಮ್ಮೆಟ್ಟಿಸುವಷ್ಟು ಛಲ ಬೆಳೆಸಿಕೊಂಡವರು ಮನದಲ್ಲೇ.

ಬಟ್ಟೆ ಧರಿಸಿ ಟೆಲಿಫೋನ್ ಬೂತ್‌ಗೆ ಹೋಗಿ ನೇರವಾಗಿ ಮಹೇಂದರ್ ಮನೆಗೆ ಫೋನ್ ಹಚ್ಚಿದರು. ಸಿಕ್ಕಿದ್ದು ಪಿ.ಎ. "ಸ್ವಲ್ಪ ಎಂ.ಡಿ.ಯವರ್ಹತ್ರ ಮಾತಾಡ್ಬೇಕಿತ್ತಲ್ಲ" ಎಂದು ಸುಧಾರಿಸಿಕೊಂಡರು "ಇಲ್ಲ, ಅವ್ರು ಮೀಟಿಂಗ್‌ನಲ್ಲಿದ್ದಾರೆ. ನೀವು... ಯಾರು?" ಜಬರದಸ್ತಿನ ದನಿಗೆ ಅವರ ಸ್ವರ ಉಡುಗಿತು. ಗಂಟಲೊಣಗಿತು. ಮಾತು ಹೊರಡಲಿಲ್ಲ. "ಯಾರ್ರಿ.... ನೀವು?" ಭಾಷೆ ಒರಟಾಗಿತ್ತು. ಮರುಕ್ಷಣವೇ ಫೋನಿಟ್ಟು ಸುಮ್ಮನೆ ಬಂದರು ಮನೆಗೆ.

ತುಂಬ ಬಿಜಿ ಇರುವ ಮನುಷ್ಯ. ಅರವಿಂದ ಘೋಷರಿಗೆ ಫೋನ್ ಮಾಡಿದರೇ! ತಲೆ ಕೊಡವಿದರು. ಹೇಳಿದ್ದು, ಕೇಳಿದ್ದು ಎರಡು ಮುಗಿಸಿದ್ದರು ಅವರೇ, ಕಾರ್ಯದ ಸಿದ್ಧತೆಗೆ ನಿರ್ಣಯ ತನ್ನದು.

ರಾತ್ರಿ ಹತ್ತರ ವೇಳೆಗೆ ನಾಲ್ಕು ಸಲ ಪಬ್ಲಿಕ್ ಟೆಲಿಫೋನ್ ಬೂತ್ ಬಳಿಹೋಗಿ ಬಂದಿದ್ದರು. ಆ ನಾಲ್ಕು ಸಲವು ಫೋನ್ ಎತ್ತಿದ್ದು ಮಹೇಂದರ್ ಪಿ.ಎ. ಮೀಟಿಂಗ್, ಡಿನ್ನರ್, ಯಾರೊಂದಿಗೋ ಡಿಸ್‌ಕಷನ್. ಪ್ರತಿ ಸಲವೂ ಇದೇ ಉತ್ತರ. ಸೋತುಹೋದರು ಸುಬ್ಬಣ್ಣ.

"ಇಷ್ಟು ಸಲ ಹೋಗ್ಬರ್ತೀರಲ್ಲ, ಎಲ್ಲಿಗೆ? ಪೂರ್ತಿ ಹೇಳದಿದ್ರೂ ಅಲ್ಪಸ್ವಲ್ಪವಾದ್ರೂ ತಿಳ್ಸಿಹೇಳಿ. ಜೀವನಾ ಕೈಯಲ್ಲಿಟ್ಕೊಂಡಂಗಾಗಿದೆ." ವೈದೇಹಿ ಕಣ್ಣೀರು ಸುರಿಸುವುದೊಂದು ಬಾಕಿ ಇತ್ತು.

ಹೆಂಡತಿಯತ್ತ ಸೀರಿಯಸ್ಸಾಗಿ ನೋಡಿದವರೇ "ಅಂಥದೇನಿಲ್ಲ! ಪ್ರಾಣನ ಕೈಯಲ್ಲಿಟ್ಕೊಂಡ್... ಭಯಪಡೋಂಥದೇನಿಲ್ಲ. ಹೊರ್ಗೆ ದುಡಿಯೋ ಗಂಡಸಿಗೆ ಕೆಲವು ಪರ್ಸನಲ್ ಸಮಸ್ಯೆಗಳು ಇರುತ್ತೆ. ಎಲ್ಲಾ ಹೇಳಿಕೊಳ್ಳೋಕ್ಕಾಗೋಲ್ಲ. ಹೇಳಿದ್ರೂ ನಿಮ್ಗೇ ಅರ್ಥವಾಗೋಲ್ಲ" ಸಹನೆ ಕಳೆದುಕೊಂಡು ದನಿಯೇರಿಸಿದರು.

ಇಡೀ ರಾತ್ರಿ ವೈದೇಹಿ ಕಣ್ಣೀರು ಸುರಿಸಿ ದಿಂಬನ್ನು ಒದ್ದೆ ಮಾಡಿದರು. ಎರಡನೇ ಸಂಬಂಧ ಅನ್ನುವುದನ್ನು ಬಿಟ್ಟರೇ ಸುಬ್ಬಣ್ಣ ಆಕೆಯನ್ನು ಚೆನ್ನಾಗಿಯೇ ನೋಡಿಕೊಂಡರು. ಆದರೂ ಪೂರ್ಣ ಸುಖಿಯಲ್ಲ.

"ಮೂವತ್ತು ಆಯ್ತು, ಡಾಕ್ಟ್ರು ಇಂಜಿನಿಯರ್ ಇರ್ಲೀ, ಮೊದಲ್ನೇ ಸಂಬಂಧದ ಗಂಡು ಸಿಗೋಲ್ಲ" ಅವಳ ಸೋದರಮಾವ ಬಂದು ಅಬ್ಬರಿಸಿದಾಗ ಅವಳಪ್ಪ ಲೆಕ್ಕಕ್ಕೇ ತಗೊಳ್ಳಲಿಲ್ಲ. ಉಡಾಫೆಯ ಮಾತಾಡಿದರು.

ಅದೆಷ್ಟು ಸತ್ಯವೆಂದು ಆರು ತಿಂಗಳೊಳಗೆ ಗೊತ್ತಾಯಿತು. ವರ್ಷ ತುಂಬುವ ವೇಳೆಗೆ ಎರಡನೇ ಸಂಬಂಧಗಳ ಅನ್ವೇಷಣೆಯಲ್ಲಿ ತೊಡಗಿ ಮೂರು ಹೆಣ್ಣು ಮಕ್ಕಳ ಸುಬ್ಬಣ್ಣನ ಕೈಯಲ್ಲಿ ತಾಳಿಕಟ್ಟಿಸಿದ್ದು ಬದುಕಿನ ದೊಡ್ಡ ದುರಂತ.

ನೆನಪುಗಳು ತೀರಾ ದಟ್ಟವಾಗಿ ಬಿಕ್ಕುವಿಕೆ ಷುರುವಾದಾಗ ಬಾಯಿಗೆ ಕೈ ಅಡ್ಡ ಇಟ್ಟುಕೊಂಡರು.

ಆದರೆ ಸುಬ್ಬಣ್ಣ ತಿಳಿದಿದ್ದೇ ಬೇರೆ. ಅತ್ತ ಗಮನ ಕೊಡಲಿಲ್ಲ. ಯಾರೊಂದಿಗೂ ತನ್ನ ಮನದ ಘರ್ಷಣೆಯನ್ನು ಹೇಳಿಕೊಳ್ಳಲಾರರು.

ಬೆಳಿಗ್ಗೆ ಬೆಳಿಗ್ಗೆ ಕಾಫೀ ಹಿಡಿದು ಬಂದ ನಂದಿತಾನ ಹತ್ತಿರ ಕೂಡಿಸಿಕೊಂಡು ಹೋಗಿ ಬಾಗಿಲು ಹಾಕಿ ಬಂದರು.

"ನಂಗೆ... ಅರವಿಂದ ಘೋಷರು ಫೋನ್ ಮಾಡಿದ್ರು" ಹೇಳಿದರು. ತಂದೆಯನ್ನೇ ನೋಡಿದ ನಂದಿತಾ "ಯಾಕೆ ಮಾಡಿದ್ರು?" ಅವಳ ಪ್ರಶ್ನೆ ಮೊಟಕಾಗಿತ್ತು. ಇಂದು ಮಗಳ ಮೇಲೆ ಸುಬ್ಬಣ್ಣನಿಗೆ ಕೋಪ ಬಂತು. ತನ್ನಿಂದ ಮುಚ್ಚಿಡುವಷ್ಟು ಸಮರ್ಥಳಾದಳಲ್ಲ ಎನ್ನುವ ಆಕ್ರೋಶ.

"ನಿಂಗೆ ಏನೂ ಗೊತ್ತಿಲ್ವಾ? ಅವ್ರು ನಿನ್ನ ಮೀಟ್ ಮಾಡಿಲ್ವಾ?" ತಾಳ್ಮೆ ಕುಸಿದು ದನಿಯೇರಿಸಿದರು "ಇಲ್ಲ, ಮೊನ್ನೆ ಮನೆಗೆ ಬಂದಿದಾಗ್ಲೂ... ನಾನು ರೂಮಿನಲ್ಲಿ ಉಳ್ದುಬಿಟ್ಟೆ. ಆಮೇಲೆ ವಿಷ್ಯ ಗೊತ್ತಾಗಿದ್ದು. ಸರಿಯೆನಿಸಲಿಲ್ಲ ನಂಗೆ" ಸಹಜವಾಗಿ ಹೇಳಿದರು.

ಪಶ್ಚಾತ್ತಾಪಪಡುವಂತೆ ಕೆನ್ನೆಯುಜ್ಜಿಕೊಂಡರು. ಅಂದರೆ ಅವರು ಹೇಳಿದ್ದು ಸುಳ್ಳು! ಆದರೆ ಇನ್ನೊಂದು ಅನುಮಾನ. ಸೌದಾಮಿನಿ ಮಾತಿನಂತೆ ನಂದಿತಾ, ಮಹೇಂದರ್‌ನ ಪ್ರೀತಿಸಿರಬಹುದೇ?

"ಇನ್ನೊಂದು ಮಾತು ಕೇಳ್ಲಾ?" ಅವರ ದನಿ ಮೃದುವಾಯಿತು. ಏನೋ ಉತ್ಸಾಹ. ನಂದಿತಾನ ನಮ್ಮಿಂದ ಮಹೇಂದರ್ ಸೆಳೆದುಕೊಳ್ಳಲಾರನೆನ್ನುವ ವಿಪರೀತ ವಿಶ್ವಾಸದಿಂದ ಮೈಮರೆತರು.

ಕಾಫೀ ಲೋಟವನ್ನು ಅವರ ಕೈಗೆ ಕೊಟ್ಟು "ತಣ್ಣಗಾಗಿಹೋಗುತ್ತೆ. ಕುಡೀರಿ. ಅಮ್ಮನಿಗೆ ಒಂದಿಷ್ಟು ಕಾಯಿ ತುರಿದು ಕೊಟ್ಟಿರ್ತೀನಿ" ಬಿಚ್ಚಿದ ಕೂದಲನ್ನು ಮುಡಿ ಕಟ್ಟಿಕೊಂಡು ಹೊರಗೆ ಹೋದಳು.

ಲೋಟವನ್ನು ತುಟಿಯ ಬಳಿಗೆ ಒಯ್ಯಲಾಗಲಿಲ್ಲ ಅವರಿಗೆ. ತನ್ನ ಆವೇಗ, ಪ್ರಶ್ನೆ ಯಾವುದೇ ಪರಿಣಾಮ ಬೀರಲಿಲ್ಲವಲ್ಲ ನಂದಿತಾ ಮೇಲೆ - ಸುಬ್ಬಣ್ಣನ ಮಿದುಳು ಜಡ್ಡುಗಟ್ಟಿದಂತಾಯಿತು.

ಐದು ನಿಮಿಷದ ನಂತರ ಬಂದವಳು ತಣ್ಣಗಾಗಿ ಕೂತಿದ್ದ ಕಾಫಿಯನ್ನು ನೋಡಿ "ಕುಡಿದೇ... ಇಲ್ಲ! ಏನು.... ಪ್ರಾಬ್ಲಮ್. ಯಾವ್ದೇ ವಿಷ್ಯನ ತುಂಬ ಡೀಪಾಗಿ ತಗೊಳೋ ಸ್ವಭಾವ ನಿಮ್ಮದಲ್ವಲ್ಲ. ಟೇಕ್ ಇಟ್ ಈಸಿ. ಸೊಲ್ಯೂಷನ್ ಇಲ್ದ ಸಮಸ್ಯೆಗಳು ಇರೋಲ್ಲಾಂತ ನೀವೇ ಹೇಳ್ತೀರಾ" ಸ್ವಲ್ಪ ದೀರ್ಘವಾಗಿ ಮಾತಾಡಿದಳು. ಮನೆಗೆ ಬಂದ ಮೇಲೆ ಅವರು ವರ್ತಿಸಿದ ರೀತಿ ನೋಡಿ ಗಾಬರಿಗೊಂಡಿದ್ದಳು.

"ಬೇರೆ ಕಾಫೀ... ತರ್ತೀನಿ" ತಣ್ಣಗಾದ ಕಾಫಿಯನ್ನು ಹಿಂದಕ್ಕೆ ಒಯ್ದಾಗ ವೈದೇಹಿ ಅವಳ ಕೈ ಹಿಡಿದುಕೊಂಡರು. "ಏನಾದ್ರೂ ಹೇಳಿದ್ರಾ? ನಂಗಂತು ಭಯವಾಗ್ಬಿಟ್ಟಿದೆ. ಹಣ, ಕಾಸು ಜವಾಬ್ದಾರಿ ಇರೋ ಜಾಬ್, ಏನಾದ್ರೂ ಹೆಚ್ಚುಕಡ್ಮೆಯಾಗಿದೆಯೇನೋ" ಪಿಸುಗುಟ್ಟಿದರು ಅವಳ ಬಳಿ.

"ಕೇಳ್ತೀನಿ! ಹಾಗೇನು ಕಾಣೋಲ್ಲಮ್ಮ. ಅಪ್ಪ ಯಾವಾಗ್ಲೂ ಪರ್‌ಫೆಕ್ಟ್. ನೋಡೋಣ ಹೇಳ್ಲಿ." ಬೇರೆ ಕಾಫಿಯನ್ನು ಬಿಸಿ ಮಾಡಿಕೊಂಡು ಹೋಗಿ ತಂದೆಯ ಮುಂದೆ ಇಟ್ಟಳು. "ಮೊದ್ಲು ಕುಡೀರಿ.... ಆಮೇಲೆ ವಿಷ್ಯ ಏನೂಂತ ಹೇಳ್ಬಹ್ದು." ಅಲ್ಲೇ ಕೂತಳು ಎದುರಿನಲ್ಲಿ.

ಮಗಳನ್ನು ನೋಡುತ್ತ ಕಾಫೀ ಕುಡಿದು ಮುಗಿಸಿದರು. ಅವರ ಪಾಲಿಗೆ ನಂದಿತಾ ಅನರ್ಘ್ಯರತ್ನ, ಬೆಲೆ ಕಟ್ಟಲಾಗದ ಕೊಹಿನೂರು ವಜ್ರ. ಇಂಥದನ್ನು ಕಾಯ್ದಿಡುವುದು ಎಷ್ಟು ಕಷ್ಟವೆಂದು ಅವರಿಗೆ ಗೊತ್ತು.

"ಈಗ್ಹೇಳಿ..." ಎಂದಳು ಅವರನ್ನು ನೋಡುತ್ತ.

ಇಷ್ಟವಿಲ್ಲದಿದ್ದರೂ ಅದೇ ಪ್ರಸ್ತಾಪವೆತ್ತಿದರು. "ಘೋಷವು ಫೋನ್ ಮಾಡಿದ್ರಾ?" ಇಲ್ಲವೆಂದು ತಲೆಯಾಡಿಸಿದಳು. ತೀರಾ ಬಿಜಿಯಾಗಿರುವ ಅವನದೇ ಪ್ರತ್ಯೇಕ ಪ್ರಿಸ್ಟಿಜ್ ಇರುವ ಮಹೇಂದರ್ ಮೀಟ್ ಆಗಿರಬಹುದೆಂದು ಅನುಮಾನಿಸಲಿಲ್ಲ.

"ಅದೇನೋ ಕೇಳ್ಬೇಕೂಂದ್ರಲ್ಲ... ಕೇಳಿ" ಎಂದಳು. ಸ್ವಲ್ಪ ಕೂಡ ಅಳುಕಿರಲಿಲ್ಲ ಅವಳ ಸ್ವಭಾವದಲ್ಲಿ. ಮನದಲ್ಲಿಯೇ ಹತ್ತರವರೆಗೂ ಎಣಿಸಿ ಮಾತು ಪ್ರಾರಂಭ ಮಾಡಿದರು. "ನೀನು ಮಹೇಂದರ್‌ನ ಪ್ರೀತಿಸ್ತಾ ಇದ್ದೀಯಾ? ಐ ಮೀನ್ ಮದ್ವೆ ಆಗ್ಬೇಕನ್ನೋ ಆಸೆ ಏನಾದ್ರೂ ಇದ್ಯಾ?"

ತಂದೆಯ ಎರಡು ಪ್ರಶ್ನೆಗಳು ಕ್ಲಿಷ್ಟ ಮ್ಯಾಥಮ್ಯಾಟಿಕ್ಸ್ ಪ್ರಾಬ್ಲಮ್‌ಗಳು ಅನಿಸಿತು. ತೀರಾ ದಡ್ಡ ವಿದ್ಯಾರ್ಥಿ ಏನೂ ಅರ್ಥವಾಗದಂತೆ ತಲೆ ತಗ್ಗಿಸುವಂತೆ ಮುಖ ಮಾಡಿದಳು.

ಸುಬ್ಬಣ್ಣನ ಅನುಮಾನವನ್ನು ಈ ಮೌನ ಮತ್ತಷ್ಟು ಜಾಗೃತಗೊಳಿಸಿತು. ಎದೆಯ ಬಡಿತ ಏರಿದ್ದು ಎರಡು ಪಟ್ಟು, ಕಿವಿಯ ಬಳಿ ತಮಟೆ ಸದ್ದು ಕೇಳಿದಂತಾಯಿತು. ಎಲ್ಲಿ ನಿಂತುಬಿಡುತ್ತದೆಯೋ ಎನ್ನುವ ಭಯ.

"ನನ್ನ ಪ್ರಶ್ನೆಗೆ ಉತ್ತರ ಬೇಕು, ನಂದಿತಾ. ಸುಮ್ನೇ ಸತಾಯಿಸ್ಬೇಡ. ನನ್ಮಗ್ಳು ಮಾತುನ ಬೇರೊಬ್ಬರ ಬಾಯಲ್ಲಿ ಕೇಳೋದು ಕಷ್ಟ. ಪ್ಲೀಸ್ ಅರ್ಥ ಮಾಡ್ಕೋ" ಅವರ ದನಿ ತೀರಾ ಒಣಗಿತು.

ಮಹೇಂದರ್ ಹೇಳಿದ, ಕೇಳಿದ, ಆಡಿದ ಮಾತುಗಳಿತ್ತು ಅವಳ ಮಿದುಳಲ್ಲಿ. ಅದು ಬಿಟ್ಟು ಬೇರೇನೂ ಚಿಂತಿಸಲಾಗಲಿಲ್ಲ. ಮೌನವಹಿಸಿದಳಷ್ಟೆ.

"ನೀನು ಮಹೇಂದರ್‌ನ ಪ್ರೀತಿಸ್ತೀಯಾ, ಇಲ್ವಾ? ಹ್ಞೂ, ಉಹ್ಞೂ.... ಏರ್ಡೇ ಬೇಕಾಗಿರೋದು. ಸುತ್ತಿ ಬಳಸುವ ಮಾತ್ಬೇಡ. ಬೇರೆಯವ್ರ ಮಾತು ನಾನು ನಂಬೋಲ್ಲ. ಬೇಗ ಹೇಳು" ಆತುರಪಡಿಸಿದರು.

"ಇಲ್ಲ...." ಎಂದ ಕೂಡಲೇ ಎದ್ದು ಅವಳ ಕೈ ಕುಲುಕಿದರು. "ನೀನು ಉಳ್ಕೊಂಡೇ, ನನ್ನನ್ನ ಕೂಡ ಉಳಿಸ್ದೇ. ಇನ್ನು ನೋಡ್ಕೋತೀನಿ." ಹೊರಟೇಬಿಟ್ಟರು.

ಟೆಲಿಫೋನ್ ಬೂತ್‌ಗೆ ಹೋದರು. ಘೋಷ್‌ರವರ ಪರ್ಸನಲ್ ಕಾಲ್‌ಗೆ ಡಯಲ್ ತಿರುಗಿಸಿ ರಿಂಗ್ ಆದಾಗ ಹಣ ಹಾಕಿ ಕಾದರು. ಮೂವತ್ತು ಸೆಕೆಂಡ್‌ಗಳ ನಂತರವೇ ರಿಸೀವರ್ ಎತ್ತಿದ್ದು.

"ಹಲೋ...." ಮೃದುವಾದ ಹೆಣ್ಣಿನ ಸ್ವರ. "ಸ್ವಲ್ಪ ಘೋಷರ ಬಳಿ ಮಾತಾಡ್ಬೇಕಿತ್ತು. ನಾನು ಸುಬ್ಬಣ್ಣ ನಂದಿತಾ ತಂದೆ ಅಂತ್ಹೇಳಿ" ಒಂದೇ ಉಸುರಿನಲ್ಲಿ ಹೇಳಿ ಮುಖದ ಬೆವರನ್ನೊರೆಸಿಕೊಂಡರು. ಯಾಕೋ ಕನೆಕ್ಷನ್ ಕಟ್ ಆಯಿತು. ಮತ್ತೆ ನಾಲ್ಕು ಸಲ ಪ್ರಯತ್ನಿಸಿದ ನಂತರವೇ ಲೈನ್ ಸಿಕ್ಕಿದ್ದು.

"ಹಲೋ, ಅರವಿಂದ ಘೋಷ್ ಹಿಯರ್" ಎನ್ನುವ ಮಾತು ಕೇಳಿದಾಗ ಸಮಾಧಾನಗೊಂಡರು. "ನಾನು ಸುಬ್ಬಣ್ಣ... ನಂದಿತಾ ತಂದೆ ಡೋಂಟ್ ಮೈಂಡ್ ಸರ್... ಅಂತಸ್ತಿನ ವ್ಯತ್ಯಾಸ ನನ್ನ ಹಿಂದೆ ಸರಿಯುವಂತೆ ಮಾಡಿದೆ. ನಂದಿತಾ ಒಪ್ಗೇ ಕೂಡ ಇಲ್ಲ" ಫೋನಿಟ್ಟುಬಿಟ್ಟರು. ರಿಸೀವರ್ ಹಿಡಿದ ಕೈ ಒದ್ದೆಯ ಮುದ್ದೆ ಆಗಿತ್ತು. ಎದೆ ಬಡಿತ ಮಾಮೂಲಿ ಸ್ಥಿತಿಗೆ ಹಿಂದಿರುಗಿರಲಿಲ್ಲ.

ಮಧ್ಯಾಹ್ನ ಆಫೀಸ್‌ಗೆ ಬಂದ. ಫೋನ್ ಬಾಂಬ್‌ನಂತೆ ಸಿಡಿಯಿತು. ಅವರ ಮಿದುಳಿನಲ್ಲಿ "ಬೈ ದಿ ಬೈ ಸುಬ್ಬಣ್ಣ... ಮದ್ವೆಯಾದ್ಮೇಲೆ ನಂದಿತಾ ಅಂತಸ್ತು ಮಹೇಂದರ್ ಪ್ರಿಸ್ಟಿಜ್‌ನ ನಡ್ವೇ ಯಾವ್ದೇ ವ್ಯತ್ಯಾಸ ಇರೋಲ್ಲ. ಸಾಧಾರಣವಾಗಿ ಯೋಚ್ಸಿ ತಲೆ ಬಿಸಿ ಮಾಡ್ಕೋಬೇಡಿ. ನೆನ್ನೆ ದಿನ ನಂದಿತಾ ಎಂ.ಡಿ.ಗೆ ತನ್ನ ಒಪ್ಗೇ ತಿಳ್ಸಿದ್ದಾಳೆ. ಮುಹೂರ್ತ ಕೆಲ್ಸ ಮಾತ್ರ ನಿಮ್ದು. ಆದಷ್ಟು ಬೇಗ ಮುಗ್ಸಿಕೊಡಿ" ಸೇಡು ತೀರಿಸಿಕೊಂಡವರಂತೆ ಫೋನಿಟ್ಟರು. ಸುತ್ತಲ ವಸ್ತುಗಳು ಚೆಲ್ಲಾಪಿಲ್ಲಿಯಾದ ಅನುಭವವಾಯಿತು.

ರಜ ಪಡೆದು ಮನೆಗೆ ಬಂದುಬಿಟ್ಟರು. ಸಾಧಾರಣ ಪೋಸ್ಟ್‌ಮ್ಯಾನ್ ಆಗಿ ಟೆಂಪರರಿ ಕೆಲಸಕ್ಕೆ ಸೇರಿಕೊಂಡವರು ಮುಂದಿನ ಪೋಸ್ಟ್‌ಮಾಸ್ಟರ್ ಪ್ರಮೋಷನ್‌ಗೆ ಕಾದಿದ್ದರು ತುದಿಗಾಲಿನಲ್ಲಿ. ಅದ್ಭುತವಾದ ಕನಸುಗಳಿಲ್ಲ. ಆಡಂಬರವಾದ ಜೀವನವಿಲ್ಲ. ಜಗತ್ತಿನ ವಿಷ್ಯವೆಲ್ಲ ಓದಿ ತಲೆಯಲ್ಲಿ ತುಂಬಿಕೊಳ್ಳುವಂಥ ಮನುಷ್ಯನಲ್ಲ. ತನಗೆ ಮೀರಿದ ಆಘಾತಗಳನ್ನು ಹೇಗೆ ಸಹಿಸಬಲ್ಲ? ಹೆಚ್ಚು ಹಣವಿದ್ದವರೊಡನೆ, ದೊಡ್ಡ ಪದವಿ ಇದ್ದವರೊಡನೆ ಹೇಗೆ ಸಮಸಮವಾಗಿ ನಿಲ್ಲಬಲ್ಲ?

"ಮತ್ತೆ ಘೋಷರು ಫೋನ್ ಮಾಡಿದ್ರು" ಅಷ್ಟನ್ನು ಹೆಂಡತಿ ಕೇಳುವ ಮುನ್ನವೇ ತಿಳಿಸಿದರು. "ನಂದಿತಾನ... ಒಂದ್ಮಾತು ಕೇಳೋಣಾಂತ" ಹಿಂದಿರುಗಿದ್ದಕ್ಕೆ ಕಾರಣ ಕೂಡ ಕೊಟ್ಟರು.

ಆಕೆಯ ಹುಬ್ಬೇರಿತು. ಕೇಳಿದ ಶಾಸ್ತ್ರ ಮುಗಿಸಿದ್ದರು. ಅಲ್ಲಿ ಎರಡು ಮಾತು ಸುಬ್ಬಣ್ಣನೇ ಆಡಿದ್ದರಿಂದ ಹೇಳುವ ಅವಕಾಶವೇ ನಂದಿತಾಗೆ ಇರಲಿಲ್ಲವೆಂದು ಆಕೆಗೆ ಗೊತ್ತು.

"ಕೇಳಿದ್ರಲ್ಲ, ಮತ್ತೆ ಮತ್ತೆ ಕೇಳೋದೂಂದ್ರೆ ಅಷ್ಟೆ. ಮತ್ತೇನು ಹೇಳ್ತಾಳೆ, ಅವ್ಳು! ಎಲ್ಲ ಮಕ್ಕಳಿಗಿಂತ ಅವಳ್ನ ಹೆಚ್ಚು ನಿಯಂತ್ರಣದಲ್ಲಿ ಇಟ್ಕೊಂಡಿದ್ದೀರಾ! ನಂಗೇನೋ... ಇದು ಅತಿ!" ಎಂದರು ವೈದೇಹಿ. ಹೇಳಿದ್ದನ್ನ ತೆಪ್ಪಗೆ ಕೇಳಲು ಇಂದು ಆಕೆಗೆ ಮನಸ್ಸು ಒಪ್ಪಿರಲಿಲ್ಲ.

ಷರಟಿನ ಗುಂಡಿ ಬಿಚ್ಚುತ್ತಿದ್ದ ಸುಬ್ಬಣ್ಣ ಹೆಂಡತಿಯತ್ತ ತಿರುಗಿಸಿದರು. ಮಂದಹಾಸವಿರಲಿಲ್ಲ. ಮುಖ ಗಂಟಾಕಿದ್ದಳು. "ನಿಮ್ಮ ರೀತಿ ಸರಿಯಲ್ಲ" ಮುಖಭಾವನೆ ಒತ್ತಿ ಹೇಳುತ್ತಿತ್ತು. ಸ್ವಲ್ಪ ಮಿಡುಕಿದರು.

"ಇಷ್ಟು ದಿನ ಒಂದು ದೋಷಾರೋಪಣೆ. ಇಂದು ಮತ್ತೊಂದು. ಎಲ್ಲಾ ಮಕ್ಕಳಿಗಿಂತ ಅವ್ಳ ಮೇಲೆ ಇಷ್ಟಾಂದ್ರಿ ಸಾಮೂಹಿಕವಾಗಿ. ನಾನು ಒಪ್ಕೊಂಡೇ. ಇಂದಿನದ್ನ ಕೂಡ ಒಪ್ಪಿಕೊಳ್ಳಾ?" ನಗೆಯೊಂದಿಗೆ ಕೇಳಿದರು. ಹೊರಗಿನ ವಿರೋಧ, ಆರ್ಭಟಕ್ಕೆ ಬೆನ್ನು ಹಾಕಿ ನಿಲ್ಲಬಹುದು. ಮನೆಯ ವಿಷಯ ಹಾಗಲ್ಲ. ನಿಂತ ನೆಲವೇ ಚಿತೆಯಾಗುತ್ತೆ. ಬರೀ ಹೊಗೆಯಾಡಿ ನಿತ್ಯ ಸಾವಿನ ದರ್ಶನ ಮಾಡಿಸುತ್ತದೆಯೆಂದು ಅವರಿಗೆ ಗೊತ್ತು. ಆ ಸ್ಥಿತಿಯನ್ನು ಮಾತ್ರ ತಂದುಕೊಳ್ಳಲಾರರು. "ವೈದೇಹಿ... ನನ್ಮೇಲೆ ಕೋಪನಾ?"

ತೆಪ್ಪಗೆ ಅಡಿಗೆಯ ಮನೆಗೆ ಹೋದರು. ಈಚೆಗೆ ಗಂಡನ ಬಗ್ಗೆ ಕೂಡ ಬೇಸರ. ಸಂಸಾರದಲ್ಲಿ ಜಿಗುಪ್ಸೆ. ಯಾವ ಆಕರ್ಷಣೆ ಮನುಷ್ಯನನ್ನು ಬದುಕಲು ಪ್ರೇರೇಪಿಸುತ್ತದೆ? ಮನುಷ್ಯ-ಮನುಷ್ಯರ ಮಧ್ಯದ ಬಂಧನ ಯಾವುದು? ಇಂಥ ಪ್ರಶ್ನೆಗಳು ಏಳಲು ಷುರುವಾಗಿತ್ತು ತಲೆಯಲ್ಲಿ ಆಕೆಗೆ.

ಆರಾಮಾಗಿ ಮಲಗಿದ ಗಂಡನನ್ನ ಡಿಸ್ಟರ್ಬ್ ಮಾಡಲು ಬಯಸಲಿಲ್ಲ. ಸುಬ್ಬಣ್ಣ ಕೂಡ ತಲೆ ಹೊರಗೆ ಹಾಕಲಿಲ್ಲ. ಹೇಳಿದ್ದು ಒಂದೇ ಮಾತು. "ನಂದಿತಾ ಬಂದ ಕೂಡ್ಲೇ ಕಳ್ಸು."

ಇಂದು ನಂದಿತಾಗೆ ಮಹಾಲಿಂಗಂ ಸಿಕ್ಕಿ ಜೊತೆಯಲ್ಲಿ ಕರೆದೊಯ್ದು ಕಾಫೀ, ತಿಂಡಿ ಕೊಡಿಸುವವರೆಗೂ ಬಿಡಲಿಲ್ಲ. ದಿನಕ್ಕಿಂತ ಅರ್ಧ ಗಂಟೆ ಲೇಟು.

ಹೊರಗಡೆ ಶತಪಥ ಹಾಕುತ್ತಿದ್ದ ಸುಬ್ಬಣ್ಣ ಮಗಳನ್ನು ನೋಡಿದ ಕೂಡಲೇ ರೂಮಿಗೆ ಹೋದರು. ಇಂದಿನ 'ಲೇಟು'ಗೂ ಅವರ ಮನ ಕಾರಣ ಹುಡುಕಿಕೊಂಡಿತ್ತು. 'ಮಹೇಂದರ್‌ನ ಭೇಟಿಯಾಗಿರಬಹುದು.' ಊಹೆ, ಕಲ್ಪನೆ ಸತ್ಯವೆನ್ನುವಷ್ಟೆ ನಂಬಿಕೆ.

ಮುಖ ತೊಳೆದು ಒದ್ದೆ ಮುಖದಿಂದ ಬಂದ ನಂದಿತಾಗೆ ಕಾಫೀ ಕೊಡುತ್ತ "ನೀನು ತಡವಾಗಿ ಬರ್ಬಾರ್ದಿತ್ತು. ಘೋಷರು ಪ್ರಪೋಸಲ್ ತಂದ್ಮೇಲೆ ನಿಮ್ಮಪ್ಪ ನಾರ್ಮಲ್ಲಾಗಿಯೇ ಇಲ್ಲ. ಮಧ್ಯಾಹ್ನನೇ ಬಂದ್ರು. ಎಲ್ಲಾ ವಿಪರೀತ ಅನ್ನಿಸ್ತಾ ಇದೆ." ಬೇಸರದಿಂದ ನುಡಿದರು ವೈದೇಹಿ.

"ಬೇಡಮ್ಮ ಕಾಫೀ, ಮಹಾಲಿಂಗಂ ಸಿಕ್ಕಿದ್ರು... ಬೇಡಾಂದ್ರು ಕೇಳ್ದೆ ಹೋಟೆಲ್‌ಗೆ ಕರ್ಕೊಂಡ್ಹೋದ್ರು. ತಿಂಡಿ, ಕಾಫೀ ಎಲ್ಲಾ ಆಯ್ತು" ತಡವಾದುದಕ್ಕೆ ಕಾರಣ ಹೇಳಿದಳು. ಕಾಲೇಜಿನಲ್ಲಿ ಕಲಿತ ವೈದೇಹಿ ಇದನ್ನೆಲ್ಲ ಹೆಚ್ಚಿಗೆ ಭಾವಿಸಲಾರರು. ಸುಬ್ಬಣ್ಣ ಕೂಡ ಅಷ್ಟೆ. ಆದರೆ... ಈಗ ಮಾತ್ರ ಪರಿಣಾಮ ವಿಪರೀತವಾಗಬಹುದೆಂದು ಮಾತ್ರ ತಿಳಿದುಕೊಂಡರು. "ಹೆಚ್ಚಿಗೆ ಮಾತು ಬೇಡ ಅಷ್ಟೆ. ಯಾಕೋ ಮಹೇಂದರ್ ಜೊತೆ ನಿನ್ನದ್ದೆ ಅವ್ರಿಗೆ ಇಷ್ಟವಿಲ್ಲ" ಸತ್ಯ ಹೇಳಲು ಹಿಂಜರಿಯಲಿಲ್ಲ. ಹಿಂದಕ್ಕೆ ಒಯ್ದರು ಕಾಫೀಯನ್ನು.

"ನಂದಿತಾ..." ಕೋಣೆಯಿಂದಲೇ ಕೂಗಿಕೊಂಡರು ಸುಬ್ಬಣ್ಣ ಮೊದಲ ಸಲ ಮಗಳು ತಮ್ಮನ್ನ ನೆಗ್ಲೆಕ್ಟ್ ಮಾಡಿದಳೆಂಬ ಭಾವ ಬಂತು. 'ಎಲ್ಲಾ... ಇಷ್ಟೇ' ಗೊಣಗಿಕೊಂಡರು.

ಬಂದ ನಂದಿತಾ ಆರಾಮಾಗಿ ಅವರ ಮುಂದೇನೆ ಕೂತಳು. ಮಹಾಲಿಂಗಂ ಜೊತೆಗಿದ್ದುದ್ದರಿಂದ ಬಸ್ ಯೋಚನೆ ಮಾಡದೆ ನಡೆದೇ ಬಂದಿದ್ದು ಕಾಲುಗಳಿಗೆ ಹಿಂಸೆಯೆನಿಸಿತ್ತು.

ಮಂಚದ ಮೇಲೆ ಕೂತವಳು ಒಂದೊಂದೇ ಕಾಲನ್ನು ಮೇಲಕ್ಕೆಳೆದುಕೊಂಡಳು. ಮೊಣಕಾಲುಗಳ ಮೇಲೆ ಗದ್ದವನ್ನೂರಿದಳು.

"ನೀವು ಕರೆದರೂಂತ... ಅಮ್ಮ ಹೇಳಿದ್ರು"

ಖಿನ್ನತೆಯಿಂದ ಅವಳತ್ತ ನೋಟ ಹರಿಸಿದವರು "ಮತ್ತೆ ನಾನೇ ಕೂಗ್ಬೇಕಾಯ್ತು. ಮಹೇಂದರ್ ನಿನ್ನ ಮನೆಗೆ ಡ್ರಾಪ್ ಮಾಡಿದ್ರಾ?" ಸಣ್ಣ ಗುಂಡು ಪಿನ್ನಿನಲ್ಲಿ ಚುಚ್ಚಿದಂತೆ ಕೇಳಿದರು. ಕೆನ್ನೆಗೆ ಬಾರಿಸಿದಂತಾಯಿತು. ಅನುನಯವಾಗಿ ಬೆಳೆದವರು. ತಂದೆಯ ಒರಟು ಮಾತಿನ ಸ್ಪರ್ಶ ಸಹಿಸಳು.

"ಇಲ್ಲ, ಮಹಾಲಿಂಗಂ ಜೊತೆ ಬಂದೆ. ಅವ್ರು ಆಫೀಸ್‌ಗೆ ಬಂದಿದ್ರು. ಅವ್ರ ತಂದೆಯ ಇನ್‌ಷ್ಯೂರೆನ್ಸ್ ಬಾಂಡ್ ಮೆಚ್ಯೂರ್ ಆಗಿದೆಯಂತೆ. ಆ ಬಗ್ಗೆ ಕೆಲವು ಡಾಕ್ಯುಮೆಂಟ್ಸ್ ಕೊಡೋಕೆ ಬಂದಿದ್ರು." ಬಹಳ ಸಿಂಪಲ್ಲಾಗಿ ತಿಳಿಸಿದ್ದು. ನಂಬುತ್ತಿದ್ದರು ಸುಬ್ಬಣ್ಣ. ಇಂದು ಮಾತ್ರ ನಂಬಲಿಲ್ಲ. "ನಂಗೆ ನಂಬ್ಕೇ ಬರ್ತಾ ಇಲ್ಲ. ನೆನ್ನೆ ಮಹೇಂದರ್ ಭೇಟಿ ಆಗಿದ್ರಾ?"

"ಹೌದು...!" ತಣ್ಣಗೆ ಹೇಳಿದಳು.

ಸುಬ್ಬಣ್ಣನ ಮೈಮೇಲೆ ಬೊಬ್ಬೆಗಳು ಎದ್ದಂತಾಯಿತು. ಮೆಲ್ಲಗೆ ಕಾಲ ಬುಡದಿಂದ ಹಾವು ಮೇಲೇರಿ ಬಂದಂತಾಯಿತು. ಯಾವ ಸಮಯದಲ್ಲಾದರೂ ತನ್ನ ಚಾತುರ್ಯ ತೋರಬಹುದು ಅದು.

"ನೆನ್ನೆ ವಿಷ್ಯದ ಸಂಪೂರ್ಣ ಮಾಹಿತಿ ಬೇಕು" ಗುಡುಗಿದರು. ನಂದಿತಾ ಏನೂ ಮುಚ್ಚಿಡಲಿಲ್ಲ. ಅಗತ್ಯವೂ ಎನಿಸಲಿಲ್ಲ. ಹೇಳಿ ಮುಗಿಸಿದಾಗ ಸುಬ್ಬಣ್ಣನ ಜಂಘಾಬಲ ಉಡುಗಿದಂತಾಯಿತು.

"ಅಂದರೆ... ನಿಂಗೆ ಮಹೇಂದರ್‌ನ ಮದ್ವೆ ಮಾಡಿಕೊಳ್ಳೋದ್ರಲ್ಲಿ ಆಕ್ಷೇಪಣೆ ಇಲ್ಲ" ಎನ್ನುವ ವೇಳೆಗೆ ಕೋಣೆಯೊಳಗೆ ಬಂದ ವೈದೇಹಿ "ಅದ್ನ ಇನ್ನಷ್ಟು ಸ್ಪಷ್ಟವಾಗಿ ಹೇಳ್ಬೇಕು! ಪದೇ ಪದೇ ಕೇಳೋಕೆ ನೀವೇನು ಹೊರಗಿನವ್ರ? ಅಪ್ಪಿಗೆ ಮಹೇಂದರ್‌ನ ಮದ್ವೆ ಆಗೋಕೆ ಅಭ್ಯಂತರವಿಲ್ಲ. ಬರೀ ಅಂತಸ್ತು ಅನ್ನೋ ಹಗ್ಗನ ಹಿಡ್ದು ನಂದಿತಾ ಬಾಳು ಹಾಳು ಮಾಡ್ಬೇಡಿ. ಸಂತೋಷದಿಂದ ಕನ್ಯಾದಾನ ಮಾಡ್ಕೊಡಿ" ಅಧಿಕಾರಯುತವಾಗಿ ಮಾತಾಡಿದರು. ತಾನು ಆ ಮನೆಗೆ ಯಜಮಾನ, ಆ ಮಕ್ಕಳು ತನಗೇ ಸೇರಿದವರು ಎಂದು ಒತ್ತಿ ಹೇಳಿದ್ದರು. ಹೆಣ್ಣಿಗೆ ಇದು ಅಗತ್ಯ.

ಸುಬ್ಬಣ್ಣನ ಬಾಯಿಗೆ ಪ್ಲಾಸ್ಟರ್ ಹಾಕಿದಂತಾಯಿತು. ಅತಿರೇಕದ ಮನುಷ್ಯನಲ್ಲ. ಅವರಿಗೆ ಉಳಿದ ದಾರಿ ಒಂದೇ. ಮಹೇಂದರ್‌ನ ಸುಮ್ಮನಾಗಿಸುವುದು, ಜಗಜಟ್ಟಿಯ ಮುಂದೆ ನಿಸ್ಸಹಾಯಕ ಕಡ್ಡಿ ಪೈಲ್ವಾನ್–ಆದರೂ ಹಿಂಜರಿಯರು.

ಉಡುಪು ಧರಿಸಿ ಪರ್ಸ್ ನೋಡಿಕೊಂಡು ರೂಮಿನಿಂದ ಹೊರಗೆ ಬಂದರು "ಮಹೇಂದರ್‌ನ ನೇರವಾಗಿ ನೋಡ್ಬರ್ತೀನಿ. ಏನು ತಿಳಿದೇ, ಅವ್ನ ಎಂ.ಡಿ.ಯ ಸ್ಥಾನ, ಕಾರು ನೋಡಿ ಮರುಳಾಗೋಲ್ಲ" ರಭಸದಿಂದ ಹೊರಗೆ ನಡೆದರು.

ಆಟೋ ಹತ್ತಿ ಮಹೇಂದರ್ ಬಂಗ್ಲೆಯ ಮುಂದೆ ಇಳಿದು ಅತ್ತಿತ್ತ ನೋಡಿದರು. ಸಾಲು ಸಾಲಾಗಿ ದೊಡ್ಡ ದೊಡ್ಡ ಬಂಗ್ಲೆಗಳು. ಶ್ರೀಮಂತ ಪ್ರತಿಷ್ಠಿತ ಜನರು ವಾಸಿಸೋ ಬಡಾವಣೆ.

ಕಾಂಪೌಂಡ್ ದೀಪಗಳತ್ತ ನೋಡಿ ಮುಂದಕ್ಕೆ ಅಡ್ಡಿಯಿಟ್ಟಾಗ ಹುಬ್ಬು ಕುಣಿಸುತ್ತ ಬಂದ ವಾಚ್‌ಮನ್ "ಕ್ಯಾ... ಸಾಬ್ ನಹೀ" ಒಂದೇ ಮಾತು. ಇಂತಿಂಥ ಜನಕ್ಕೆ ಇಷ್ಟಿಷ್ಟೇ ಮರ್ಯಾದೆ ತೋರಬೇಕೆಂಬುದು ಅವನ ಪ್ರೊಫೆಷನ್‌ನ ಮೊದಲ ಮತ್ತು ಕೊನೆಯ ಪಾಠವೇನೋ! ಅಂಥ ನಯಗಾರಿಕೆ, ಗೌರವವನ್ನೇನು ತೋರಲಿಲ್ಲ ಸುಬ್ಬಣ್ಣನ ವಿಷ್ಯದಲ್ಲಿ. ತೊಟ್ಟ ಉಡುಪು, ಬಂದ ಆಟೋ, ಮುಖ ಲಕ್ಷಣ ನೋಡಿಯೇ ಗುರ್ತಿಸಿದ್ದ ಚಾಲಾಕಿ.

ಪಕ್ಕಕ್ಕೆ ಕರೆದು ಕೇಳಿದ ಯಾವ ಸಮಯಕ್ಕೆ ಬರುತ್ತಾರೆಂದು "ಮುಝೆ ನಹೀ ಮಾಲುಮ್, ಪಿ.ಎ.ಸೆ ಪೂಚಿಯೆ. ಅಪಾಯಿಂಟ್‌ಮೆಂಟ್ ಹೈ?" ಹಿಂದಿಯಲ್ಲಿ ಶುರು ಮಾಡಿದ. ಹರಕು ಮುರುಕಾಗಿ ಕನ್ನಡದಲ್ಲಿ ಮಾತಾಡುವುದಕ್ಕಿಂತ ಹಿಂದಿಯೇ ಸರಿಯೆಂದು ತಿಳಿದಿರಬಹುದು. ಅಥವಾ ಅವನನ್ನು ನೋಡಿದ ಕೂಡಲೇ ಕನ್ನಡ ಬಲ್ಲವರು ಕೂಡ ಮಾತಾಡಿಸುತ್ತಿದ್ದುದು ಹಿಂದಿಯಲ್ಲಿಯೇ. ಹಿಂದಿಯ ಮೇಲಿನ ಪ್ರೇಮದಿಂದಲ್ಲ, ತಮಗೇ ಆ ಭಾಷೆ ಗೊತ್ತಿದೆಯೆನ್ನುವ ಧೀಮಾಕು.

ಗಂಟಲು ಒಣಗಿದಂತಾಯಿತು ಸುಬ್ಬಣ್ಣನಿಗೆ. ಅತ್ತಿತ್ತ ಓಡಾಡುವುದು ಅಪಾಯ. ಪರಿಚಯವಿಲ್ಲದ ಬೀದಿ ನಾಯಿ ಸ್ಥಿತಿ. ಶಪಿಸಿಕೊಂಡರು. ಇಂದು ನಂದಿತಾನ ಕೂಡ ಬೈಯ್ದುಕೊಂಡರು. ಮಗಳಿಗೆ ಸಪೋರ್ಟ್ ಮಾಡಿದ ಹೆಂಡತಿಯನ್ನು ಕೂಡ ಅವಳ ಪಕ್ಕನೆ ನಿಲ್ಲಿಸಿದರು. ತೀರಾ ಜಂಜಾಟವಾಗಿ ಕಂಡಿತು ಬದುಕು.

ಮತ್ತೆ ವಾಚ್‌ಮನ್ ಬಳಿ ಬಂದು ನಿಂತರು. "ಪಿ.ಎ. ಎಲ್ಲಿ... ಸಿಕ್ತಾರೆ?" ಬಾಯಲ್ಲಿನ ಎಂಜಲನ್ನು 'ಲೊಚಕ್' ಎಂದು ಪಕ್ಕಕ್ಕೆ ಉಗಿದು ಬಂದವನು "ಪಿ.ಎಸ್. ಮತ್ತು ಪಿ.ಎಸ್. ಎಲ್ಲಾ ಹಿಂದೆ... ಹಿಂದೆನೇ ಇರ್ತಾರೆ" ಕನ್ನಡದಲ್ಲಿಯೇ ಹೇಳಿದ.

ಹತ್ತರ ಎರಡು ನೋಟುಗಳು ತುರುಕಿದ ನಂತರವೆ ಅವನು ಒಂದು ಹದಕ್ಕೆ ಬಂದಿದ್ದು. "ಇನ್ನೇನು ಬರ್ತಾರೆ. ನಿಮ್ದೆಸ್ರು.... ವಿಳಾಸ ಒಂದ್ಪತ್ರದಲ್ಲಿ ಬರ್ಕೊಡಿ, ನೋಡೋಣ. ಅಪಾಯಿಂಟ್‌ಮೆಂಟ್ ತಗೋಬೇಕು ದೊಡ್ಡವ್ರನ್ನ ಭೇಟಿ ಮಾಡ್ಬೇಕೂಂದ್ರೆ..... ಏನು ಜನನೋ" ಸಹಾನುಭೂತಿ ಸೂಚಿಸಿದ.

ಆ ರೋಡಿನ ಕೊನೆಗೆ ಹೋಗಿ ನಿಂತು ಗುರುತು ಹಾಕಿಕೊಟ್ಟರು. ಪ್ರತಿಯೊಂದು ಕಾಂಪೌಂಡ್‌ನಲ್ಲು ಎರಡು ಮೂರು ಆಳೆತ್ತರದ ನಾಯಿಗಳು. ಬಡತನದ ರೇಖೆಯಲ್ಲಿನ ಜನ ಎರಡೊತ್ತು ಊಟ ಮಾಡುವುದೇ ದುಸ್ತರ. ಆದರೆ ನಾಯಿಗಳಿಗೆ ಶ್ರೀಮಂತರು ಮಾಡುವ ಖರ್ಚೆಷ್ಟು?

ಬರೀ ಕಾರುಗಳು ಓಡಾಡುವ ರೋಡು. ಒಮ್ಮೆ ಆಕಾಶ, ಒಮ್ಮೆ ಭೂಮಿ ನೋಡತೊಡಗಿದರು. ವರ್ಣಮಯ ಬದುಕಿನ ಜನ ತಕ್ಷಣ ಎಚ್ಚೆತ್ತರು. ಮಹೇಂದರ್ ಬಂಗ್ಲೆಯೊಳಕ್ಕೆ ಕಾರು ಹೋದಾಗ ದಾಪುಗಾಲು ಹಾಕುತ್ತ ಬಂದರು. ಮನೋಕ್ಲೇಶ ಅನುಭವಿಸಿ ಸಾಕಾಗಿತ್ತು. ಇಂದು ನಿರ್ಣಯಕ್ಕೆ ಬರುವ ಅಗತ್ಯವಿತ್ತು.

ವಾಚ್‌ಮನ್ ಇರುವಂತೆ ಕೈಯೆತ್ತಿ ಸನ್ನೆ ಮಾಡಿ ಹೋದವನು ಹತ್ತು ನಿಮಿಷದ ನಂತರ ಬಂದಿದ್ದು.

"ಕರೀತಾರೆ, ಯಾವ್ದೋ ಡಿಸ್‌ಕಷನ್‌ನಲ್ಲಿದ್ದಾರೆ. ಎಡಪಕ್ಕಕ್ಕೆ ವೈಟಿಂಗ್ ರೂಮಿಗೆ ಇದೆ. ಅಲ್ಲಿ... ಕೂತ್ಕೊಳ್ಳಿ" ಚೆಕ್ ಮಾಡಿದ ನಂತರವೇ ಒಳಗೆ ಬಿಟ್ಟಿದ್ದು.

ಬಂಗ್ಲೆಗೂ ಮೈನ್ ಗೇಟಿಗೂ ನಡುವೆ ಒಂದೆರಡು ನಿಮಿಷವಾದರೂ ಕ್ರಮಿಸಬಹುದಾದಂಥ ಹಾದಿ. ಸಮವಸ್ತ್ರದ ಸರ್ವೆಂಟ್ ಕರೆದೊಯ್ದು ಒಂದು ಕೋಣೆಯಲ್ಲಿ ಕೂಡಿಸಿ ಹೋದ.

ಐದೇ ನಿಮಿಷದಲ್ಲಿ ಒಂದು ಟ್ರಾಲಿ ತಳ್ಳಿಕೊಂಡು ಬಂದ. ಬಿಸ್ಕತ್, ನಟ್ಸ್, ಹಣ್ಣಿನ ರಸ ಇತ್ತು. ಸದ್ಯಕ್ಕೆ ಏನೂ ಬೇಕಿರಲಿಲ್ಲ. ಬೇಡವೆಂದು ಸನ್ನೆ ಮಾಡಿದರು. ಒಳಗೆ ಒಯ್ದ.

ತಲೆಯನ್ನೊತ್ತಿಕೊಂಡರು. ಹೊಟ್ಟೆಯಲ್ಲಿ ಸಂಕಟ. ತಲೆಯಲ್ಲಿ ಟೆನ್‌ಷನ್. ಒಂದು ಉಪಕಾರಕ್ಕೆ ಇಷ್ಟೆಲ್ಲ ಶಿಕ್ಷೆ. ಗಾಜಿನ ಹೂಜಿಯಲ್ಲಿದ್ದ ನೀರನ್ನು ಗ್ಲಾಸ್‌ಗೆ ಬಗ್ಗಿಸಿಕೊಂಡು ಕುಡಿದರು. ಮತ್ತೂ ಮತ್ತು ಬಾಯಾರಿಕೆ. ಇಡೀ ಹೂಜಿಯೇ ಖಾಲಿಯಾದರೂ ಬಾಯಾರಿಕೆ ಕಮ್ಮಿಯಾಗಲಿಲ್ಲ.

ನಲವತ್ತೈದು ನಿಮಿಷಗಳ ನಂತರ ಅದೇ ಸರ್ವೆಂಟ್ ಬಂದು ನಮ್ರವಾಗಿ "ಕರೀತಾರೆ..." ವಿನಂತಿಸಿದ. ಒಣಗಿದ ತುಟಿಗಳನ್ನು ನಾಲಿಗೆಯಿಂದ ಸವರುತ್ತ ಮೇಲೆದ್ದರು. ಇಂಥ ವಾತಾವರಣದ ಅನುಭವವಿಲ್ಲ.

"ಎಲ್ಲಿರ್ತಾರೆ?" ಕೇಳಿದರು.

"ನಾನು ಕರ್ಕೊಂಡ್ಹೋಗ್ತೀನಿ" ಮುಂದೆ ನಡೆದ. ಹಿಂಬಾಲಿಸಿದರು. ಇಡೀ ದೊಡ್ಡ ಹಾಲ್ ಸಿನಿಮಾ ಸೆಟ್‌ನಂತೆ ಅಲಂಕೃತವಾಗಿತ್ತು. ಕಣ್ಣರಳಿಸಿದರು. ಈ ಸಂಬಂಧಕ್ಕೆ ಅವರ ಸಮ್ಮತಿ ಇಲ್ಲ. ಈ ಪ್ರಪೋಸಲ್ ಹಿಂದೆ ಯಾರೋ ಇದ್ದಾರೆ. ಅವರಿಂದ ನಂದಿತಾಗೆ ಅಪಾಯ-ಅವರ ಮಿದುಳಿನಲ್ಲಿ ಎಚ್ಚರಿಕೆಯ ಗಂಟೆ ಮೊಳಗಿತು.

ತೀರಾ ಕಾಸ್ಟ್ಲಿಯ ನೈಟ್ ಕೋಟಿಗೆ ಸೊಂಟದ ಬೆಲ್ಟ್ ಕಟ್ಟುತ್ತ ಬಂದ ಮಹೇಂದರ್ "ಕೂತ್ಕೊಳ್ಳಿ..." ಎಂದು ತಾನೂ ಕೂತವನು ನೇರವಾಗಿ ನೋಡಿದ. ಸೂಕ್ಷ್ಮವಾಗಿ, ತೀರಾ ನೇತ್ರಗಳನ್ನು ಪಾರದರ್ಶಕವಾಗಿ ನೋಟ ನೆಟ್ಟ. ನಂದಿತಾ ಅವರ ಮಧ್ಯೆ ಕಿಂಚಿತ್ತು ಹೋಲಿಕೆ ಇಲ್ಲ. ಅವಳ ಕಣ್ಣುಗಳಲ್ಲಿ ಮಿನುಗುವ ಆತ್ಮವಿಶ್ವಾಸವೆಲ್ಲಿ, ಇವರ ಕಣ್ಣುಗಳಲ್ಲಿನ ನಿಸ್ಸಹಾಯಕತೆ ಎಲ್ಲಿ! ಕನಿಷ್ಟ ಹೋಲಿಕೆ ಕೂಡ ಇಲ್ಲ. "ಹೇಳಿ..." ಎಂದ.

ಮಹೇಂದರ್‌ನ ಕಣ್ಣುಗಳಲ್ಲಿನ ಧೀರತೆ ನೋಡಿ ಕ್ಷಣ ನಾಲಿಗೆಯೊಣಗಿದರೂ ಚೇತರಿಸಿಕೊಂಡರು. ಅವರೇನು ಅವನಿಂದ ಸಹಾಯ ಅಪೇಕ್ಷಿಸಿ ಬಂದಿರಲಿಲ್ಲ. ಅಥವಾ ಕಾಂಟ್ರಿಬ್ಯೂಷನ್ ಕೇಳಲು ಬಂದಿರಲಿಲ್ಲ. ಇನ್ನು ಅಳುಕೇಕೆ. ಅಂಜಿದ ಮನಸ್ಸಿಗೆ ಧೈರ್ಯ ತುಂಬಿಕೊಂಡರು.

ಅಷ್ಟರಲ್ಲಿ ಎರಡು ಸಲ ಫೋನ್ ಬಂತು. ಮಾತಾಡಿ ಮುಗಿಸಿ ಅವರತ್ತ ಗಮನ ಹರಿಸಿದ "ಹೇಳಿ, ಅಂದ್ನಲ್ಲ" ಎಂದ. ಮೊದಲ ಸಲ "ಹೇಳಿ" ಎಂದಿದ್ದಕ್ಕೂ ಈಗ 'ಹೇಳಿ ಅಂದ್ನಲ್ಲ' ಅಂದಿದ್ದಕ್ಕೂ ಸ್ವರದಲ್ಲಿ ಕೂಡ ವ್ಯತ್ಯಾಸವಿದ್ದುದನ್ನು ಗುರ್ತಿಸಿ, ಮೂರನೆಯದಕ್ಕೆ ಅವಕಾಶ ಕೊಡಬಾರದೆಂದು ತಾವೇ ಬಾಯಿಬಿಟ್ಟರು.

"ಅರವಿಂದ ಘೋಷರು ಒಂದ್ವಿಷ್ಯ ಬಂದು ಹೇಳಿದ್ರು. ಅರ್ಹತೆ ಇಲ್ದ ಕಡೆ ಸಂಬಂಧ ಬೆಳ್ಸೋ ಸಮ್ಮತಿ ಇಲ್ಲ. ಅದ್ನೇ ಹೇಳ್ಹೋಗೋಣಾಂತ ಬಂದೆ. ನಿಮ್ಮ ಬಗ್ಗೆ ಗೌರವ ಇದೆ. ಅಷ್ಟೇ ಸಾಕಾಗೋಲ್ಲ. ನಿಮ್ಮ ವಿದ್ಯೆ, ಪ್ರತಿಷ್ಠೆಗೆ ಸಮವಾದ ಕಡೆ ಮದ್ವೆಯಾಗೋದು ಎಲ್ಲಾ ದೃಷ್ಟಿಯಿಂದ್ಲೂ.... ಒಳ್ಳೇದು" ಹೇಳಿ ಸುಧಾರಿಸಿಕೊಂಡರು. ಎಷ್ಟೋ ಧೈರ್ಯ ತಂದುಕೊಂಡರೂ ಯಾಕೋ ಮಹೇಂದರ್ ಮುಂದೆ ಕೂತು ಅಷ್ಟು ಹೇಳುವುದು ಕೂಡ ಕಷ್ಟವಾಯಿತು. ಮುಖದ ಮೇಲೆ ಕರ್ಚೀಫ್ ಆಡಿಸಬೇಕಾಯಿತು.

ಅಷ್ಟು ದೂರದಲ್ಲಿ ಬಂದು ನಿಂತ ಸಮವಸ್ತ್ರದ ಕುಕ್ ಅತಿ ವಿನಯದಿಂದ "ಡಿನ್ನರ್ ರೆಡಿ, ಸರ್" ಎಂದ. ಅದು ಅವನ ಡಿನ್ನರ್ ಸಮಯ. ಕಣ್ಸನ್ನೆಯಿಂದಲೇ ಒಳಗೆ ಹೋದ ಅವನು.

"ಡಿನ್ನರ್ ತಗೊಂಡ್ಮೇಲೆ ಮಾತಾಡ್ಬಹುದ್ದು" ಮೇಲೆದ್ದ.

ಈಗಲೇ ಮುಜುಗರದಿಂದ ಹಿಡಿಯಾಗಿದ್ದ ಸುಬ್ಬಣ್ಣ ಡಿನ್ನರ್‌ಗೆ ಹೋಗಲು ಇಚ್ಛಿಸಲಿಲ್ಲ. "ನೀವು ಮುಗ್ಸಿಕೊಂಡ್ಬನ್ನಿ ಸರ್ ನಂದು... ಆಗಿದೆ. ಹೇಳಿದ್ದು ಮುಗೀತಲ್ಲ. ನಾನು ಹೊರಟರೆ ಹೇಗೆ?" ಎದ್ದೇಬಿಟ್ಟರು. ಸದ್ಯಕ್ಕೆ ಈ ಬಂಗ್ಲೆಯಿಂದ ಹೊರಗೆ

ಹೋಗಿಬಿಡಬೇಕು. ಈ ವಾತಾವರಣ ಮಹೇಂದರ್ ಸಮ್ಮುಖ ಅವರನ್ನು ಉಸಿರುಗಟ್ಟಿಸುತ್ತಿತ್ತು.

ಮಹೇಂದರ್ ತುಟಿಯಂಚಿನಲ್ಲಿ ಕಿರುನಗು ಮಿನುಗಿತು. "ಮುಗ್ದಿಲ್ಲ, ನಾನು ಹೇಳೋದು ಕೂಡ ಇದೆ. ಬನ್ನಿ..." ಆಹ್ವಾನಿಸಿದ. ಬರೀ ಸುಬ್ಬಣ್ಣನಾಗಿದ್ದರೇ ಇಂಥ ಮರ್ಯಾದೆಯೇನು ಬಹುಶಃ ಈ ದೊಡ್ಡ ಹಾಲ್‌ನ ಮುಂಬಾಗಿಲು ದಾಟಿ ಹೊರಗೆ ಬರಲಾಗುತ್ತಿರಲಿಲ್ಲ! ಅಂಥ ಒಂದು ರೀತಿ ಗಂಭೀರತೆಯನ್ನು ಮೈನ್‌ಟೈನ್ ಮಾಡಿದ್ದರು ಎಲ್ಲಾ ದೃಷ್ಟಿಯಿಂದ.

ಉಗುಳು ನುಂಗಿದ ಸುಬ್ಬಣ್ಣ "ಸಾರಿ, ನಂದು ಊಟ ಆಗಿದೆ. ಈ ವಯಸ್ಸು ಕೆಲವನ್ನು ತಡ್ಕೊಳ್ಳಲ್ಲ!" ನಿರಾಕರಿಸಿದರು.

ಒಮ್ಮೆ ದೃಷ್ಟಿ ಬೀರಿದ ಮಹೇಂದರ್ ನಸುನಕ್ಕ. "ನಿಮ್ದು ಊಟ ಆಗಿಲ್ಲ. ಅಷ್ಟೇ ಅಲ್ಲ, ಎರ್ಡು ದಿನದಿಂದ ಸರ್ಯಾಗಿ ಊಟ ಮಾಡಿಲ್ಲ. ಈಗ ಹೇಳಿ ಮುಗ್ಸಿದ್ರಿಂದ ನಿಮ್ಮ ಟೆನ್‌ಷನ್ ಕಡ್ಮೆಯಾಗಿದೆ. ಏಳಕ್ಕೆ ನನ್ನ ಬಂಗ್ಲೆಯ ಮುಂದೆ ಇದ್ರಿ. ಮತ್ತೆ ಯಾವಾಗ ಊಟ ಆಗಿದ್ದು?" ಕರಾರುವಾಕ್ಕಾಗಿ ಹೇಳಿದಾಗ ನಿರಾಕರಣೆಯೇ ಉಡುಗಿ ಮೇಲೆದ್ದರು.

ದೊಡ್ಡದಾದ ಡೈನಿಂಗ್ ಹಾಲ್. ಅದಕ್ಕೆ ಅನುಗುಣವಾದ ದೊಡ್ಡ ಡೈನಿಂಗ್ ಟೇಬಲ್ಲು. ಅದರ ಮೇಲಿನ ಪ್ರತಿ ವಸ್ತು, ಪದಾರ್ಥ ಜೋಡಣೆ ಪ್ರಥಮ ಬಾರಿ ನೋಡಿದಂತಿತ್ತು. ಬರೀ ಮಹೇಂದರ್ ಒಬ್ಬನ ಊಟಕ್ಕೆ ಸಜ್ಜಾದ ಪದಾರ್ಥಗಳನ್ನು ಯಾವುದೋ ರಿಚ್ ಬಡ್ಜೆಟ್‌ನ ಸಿನಿಮಾ ಸೀನ್‌ನ ನೆನೆಸಿಕೊಂಡರು.

ತಾನೇ ಬಡಿಸಿಕೊಂಡ ಮಹೇಂದರ್ ಕುಕ್‌ಗೆ ಸನ್ನೆ ಮಾಡಿದ ಬಡಿಸುವಂತೆ. ಸಿಂಕ್‌ನಲ್ಲಿ ಕೈತೊಳೆದು ಬಂದಾಗ ಕೈವಸ್ತ್ರ ಸಿದ್ಧವಾಗಿತ್ತು. ಸ್ವಲ್ಪ ಸಂಕೋಚದಿಂದಲೇ ಕೂತರು.

ಇವರ ಊಟ ಪ್ರಾರಂಭ ಮಾಡುವ ಮುನ್ನವೇ ಮಹೇಂದರ್ ಊಟ ಮುಗಿಸಿ ಮೇಲೆದ್ದ. "ನಿಧಾನವಾಗಿ ಮುಗ್ಸಿಕೊಂಡ್ಬನ್ನಿ. ನಂಗೊಂದು ಹತ್ತು ನಿಮಿಷದ ಕೆಲ್ಸವಿದೆ" ಹೊರಟುಬಿಟ್ಟ. ಸ್ವಲ್ಪ ನಿರಾಳವೆನಿಸಿತು ಸುಬ್ಬಣ್ಣನಿಗೆ.

ಏನೇ ಆದರೂ ತಿಂದಿದ್ದು ಕಡಿಮೆಯೇ. ಈಗಲೂ ನಂದಿತಾ ಇಷ್ಟೆಲ್ಲ ವೈಭವ ನೋಡಿ ಕೊಡಲು ಸಮ್ಮತಿಸಲಿಲ್ಲ ಅವರ ಮನ. ಬೇರೆ ಬೇರೆ ಕಾರಣಗಳನ್ನು ಕೊಟ್ಟರೂ ನಿರ್ದಿಷ್ಟವಾದ ಕಾರಣವೊಂದಿತ್ತು. ಯಾರಿಗೂ ಹೇಳರು.

ಡೈನಿಂಗ್ ಹಾಲ್‌ನಿಂದ ಹೊರ ಬಂದಾಗ ಬರೀ ಅಯೋಮಯ ಕೆಲವು ಕ್ಷಣಗಳು. ಹೊಸ ಲೋಕದಂತೆ ಭಾಸವಾಯಿತು. ಹೆಜ್ಜೆಗಳು ನೆಲ ಕಚ್ಚಿದವು.

"ಬನ್ನಿ...." ಸಮವಸ್ತ್ರದ ಸರ್ವೆಂಟ್ ಕರೆದೊಯ್ದು ಬಲಗಡೆಯ ಮುಂದಿನ ರೂಮಿನ ಬಾಗಿಲನ್ನು ಮೆಲ್ಲಗೆ ತಳ್ಳಿದ. "ಯೆಸ್..." ಒಳಗಿನಿಂದ ಅನುಮತಿ ಸಿಕ್ಕ ಮೇಲೆ "ಸಾಹೇಬ್ರು... ಕರೀತಾರೆ" ಕೆಳದನಿಯಲ್ಲಿ ಎಂದರೆ ಅವರೊಬ್ಬರಿಗೆ

ಕೇಳುವಂತೆ ಹೇಳಿದ. ಇವರು ಒಳಗೆ ಹೋದ ಮೇಲೆ ತಾನಾಗಿ ಲಾಕ್ ಆಯಿತು ಬಾಗಿಲು.

ಕಾರ್ಡ್‌ಲೆಸ್ ಫೋನ್‌ನ ಬಟನ್‌ಗಳನ್ನು ಅದುಮಿ "ಡೋಂಟ್ ಡಿಸ್ಟರ್ಬ್ ಮಿ" ಎಂದು ಹೇಳಿ ಇಟ್ಟ ಮಹೇಂದರ್ ಇವರತ್ತ ಗಮನಹರಿಸಿದ. "ನೀವು ಹೇಳ್ಬೇಕೂಂತ್ಬಂದ ಮಾತುಗಳನ್ನ ಇನ್ನೊಂದ್ಸಲ ಹೇಳಿ" ಎಂದ. ಆಗ ಹೇಳಿದ್ದಕ್ಕೂ ಈಗ ಹೇಳುವುದಕ್ಕೂ ಏನಾದರೂ ವ್ಯತ್ಯಾಸ ಕಾಣಬಹುದೇನೋ ಎನ್ನುವ ತರ್ಕ ಅವನದು.

ಆಗ ಸುಲಭವಾಗಿ ಹೇಳಿಬಿಟ್ಟಿದ್ದು ಈಗ ಕಷ್ಟವೆನಿಸಿತು ಸುಬ್ಬಣ್ಣನಿಗೆ. ಹೇಗೆ ಪ್ರಾರಂಭ. ಹೇಗೆ ಮುಕ್ತಾಯ! ಕೆಮ್ಮಿ ಗಂಟಲು ಸರಿ ಮಾಡಿಕೊಂಡರು.

"ನಿಮ್ಮ ಸ್ಟೇಟಸ್‌ಗೂ ನಮ್ಗೂ ತಾಳೆಯಾಗದು. ಡೋಂಟ್ ಮೈಂಡ್... ಸರ್" ಸೇರಿಸಿದರು ಮಧ್ಯೆ. "ಈ ಪರಿಸರದಲ್ಲಿ ನಂದಿತಾ ಒಗ್ಗಿಕೊಳ್ಳಲಾರಳು. ಕಷ್ಟವೆನಿಸುತ್ತೆ. ನಿಮ್ಗೂ.... ಆಮೇಲೆ.. ಸರಿಯೆನಿಸದು. ಅದ್ನೇ ಹೇಳಿ ಹೋಗೋಣಾಂತ್ಬಂದಿದ್ದು. ಹೊತ್ತಾಯ್ತು" ಎದ್ದೇಬಿಟ್ಟರು. ಸದ್ಯಕ್ಕೆ ಅವರಿಗೆ ಇಲ್ಲಿಂದ ಹೊರಬೀಳುವುದು ಬೇಕಿತ್ತು.

ಕೂಡುವಂತೆ ಸನ್ನೆ ಮಾಡಿದ ಮಹೇಂದರ್. ಹಿಪ್ನಾಟಿಸಂಗೆ ಒಳಗಾದವರಂತೆ ಸೋಫಾ ಮೇಲೆ ಜಾರಿ ಪೂರ್ತಿ ಒರಗಿಬಿಟ್ಟವರು ತಕ್ಷಣ ಸಾವರಿಸಿಕೊಂಡು ಸರಿಯಾಗಿ ಕೂತರು.

"ವಿವಾಹಕ್ಕೆ ಬೇಕಾಗಿರೋದು, ಅಂತಸ್ತು, ಸ್ಟೇಟಸ್ ಅಂಥದೇನಲ್ಲ. ನಂಗೆ ನಂದಿತಾ ಇಷ್ಟವಾಗಿದ್ದಾಳೆ. ನನ್ನ ಮದ್ವೆಯಾಗೋಕೆ ಅಭ್ಯಂತರವಿಲ್ಲಾಂತ ತಿಳ್ಸಿದ್ದಾರೆ ನಿಮ್ಮ ಮಗ್ಳು. ಎಲ್ಲೇ ಹೋದ್ರೂ ಒಗ್ಗಿಕೊಳ್ಳೋಂತ ಲಕ್ಷಣ ಭಾರತೀಯ ಹೆಣ್ಣಿನದು. ಅಥ್ವಾ ಸಮಾಜ ಹಾಗೆ ಅವ್ರನ್ನ ರೂಪಿಸಿದೆ. ಅದ್ಕೇನು ನಂದಿತಾ ಹೊರತಲ್ಲ" ದೃಢವಾಗಿ ನುಡಿದ.

"ನಿಮ್ಗೇ ಗೊತ್ತಿಲ್ಲ. ಅವ್ಳು ತುಂಬ ಸೆನ್ಸಿಟಿವ್" ಉದ್ವೇಗದಿಂದ ಅವರ ಕಂಠ ನಡುಗಿತು. "ತುಂಬ ಸರಳ, ರೂಡ್ ಅಲ್ಲ. ತೀರಾ ಮೃದುವಾಗಿ ಪ್ರೀತಿಯಿಂದ ಸಾಕಿದ್ದೀವಿ. ಈ ತರಹ ಬದ್ಕು ಅವ್ಳಿಗೆ ಇಷ್ಟವಾಗೋಲ್ಲ."

ಮಹೇಂದರ್ ನಕ್ಕುಬಿಟ್ಟ. ಬಾಲಿಶವೆನಿಸಿದರೂ ಅವರ ಮಾತು ಅರ್ಥಪೂರ್ಣವೆ. ಮಗಳ ಮೇಲಿನ ಹೆಚ್ಚಿನ ಪ್ರೀತಿ ಈ ರೀತಿ ಆಡಲು ಅವಕಾಶ ಮಾಡಿಕೊಟ್ಟಿರಬಹುದೆಂದುಕೊಂಡರೂ ತೀರಾ ಅತಿಯೇ.

"ಇಲ್ಲೇನಾಗಿದೆ! ಕೆಲವು ವ್ಯತ್ಯಾಸಗಳು ಮೇಲ್ಮುಖಕ್ಕೆ ಕಂಡರೂ ಬದುಕೆಲ್ಲ ಒಂದೇ. ನಾನು ಕೂಡ ನಿಮ್ಮ ಮಗ್ಳನ ಪ್ರೀತಿಯಿಂದ್ಲೇ ನೋಡ್ಕೋತೀನಿ. ಆ ಬಗ್ಗೆ ನಿಮ್ಗೆ ಅನುಮಾನ ಬೇಡ. ನಾನು ಸ್ಟ್ರಿಕ್ಟಾಗಿ ಕಂಡ್ರೂ... ಕೈಹಿಡಿದವ್ಳು ಜೊತೆಯಲ್ಲಿ ಹಾಗೇ ನಡ್ದುಕೊಳ್ಳೋಕ್ಕಾಗುತ್ತ? ನೋ..." ಎಂದ. ಸುಲಭವಾಗಿ ಅವರ ಮುಖದ ಭಾವನೆಗಳನ್ನು ಓದಿಕೊಂಡು ಒಂದು ತೀರ್ಮಾನಕ್ಕೆ ಬಂದ. 'ಸುಲಭವಾಗಿ ಸಮ್ಮತಿಸಲಾರರು.'

ಹೆಚ್ಚು ಮಾತುಗಳು ಅವರ ದುರ್ಬಲತೆಯ ಪ್ರದರ್ಶನಕ್ಕೆ ಕಾರಣವಾಗುತ್ತದೆಯೆಂದು ಅನ್ನಿಸಿದ ಕೂಡಲೇ ಮೇಲಕ್ಕೆದ್ದರು.

"ಹೇಗೆ... ಇರಲೀ, ದಯವಿಟ್ಟು ಕ್ಷಮ್ಸಿ. ನಂದಿತಾ ಮದ್ವೆ ಸದ್ಯಕ್ಕೆ ಮಾಡೋಲ್ಲ. ಈಗ ಒಂದ್ಮದ್ವೆ ಮಾಡಿದ್ದೀವಿ. ಸದ್ಯಕ್ಕೆ ಆ ಯೋಚ್ನೆ ಇಲ್ಲ" ಅಂತಿಮ ತೀರ್ಮಾನವೆನ್ನುವಂತೆ ತಿಳಿಸಿದರು.

ಇಷ್ಟು ಹೊತ್ತಿನ ಹಸನ್ಮುಖತೆ ಮಾಯವಾಯಿತು ಅವನ ಮುಖದ ಮೇಲೆ. ಹುಬ್ಬುಗಳು ಬಿಗಿದು ಹಣೆ ಸಂಕುಚಿಸಿತು.

ಮತ್ತೆ ಯಾರಿಗಾಗಿ ತರಾತುರಿ ವರಾನ್ವೇಷಣೆ ಆರಂಭಿಸಿರೋದು? ನಂಗೆ ವಿಷ್ಯ ಎಲ್ಲಾ ಗೊತ್ತು! ನಾನು ನಂದಿತಾನ ತುಂಬ ಇಷ್ಟಪಟ್ಟಿದ್ದೀನಿ. ಅಟ್ ಎನೀ ಕಾಸ್ಟ್... ಕಳ್ದುಕೊಳ್ಳೋಕೆ ಸಿದ್ಧವಿಲ್ಲ. ಕೀಪ್ ಇಟ್ ಇನ್ ಯುವರ್ ಮೈಂಡ್" ಕಡೆಯ ವಾಕ್ಯವನ್ನು ಒತ್ತಿ ಹೇಳಿದ. ವಿರೋಧ ಹೆಚ್ಚಾದಷ್ಟು ಅವನಲ್ಲಿ ಛಲ ಮೂಡುತ್ತಿತ್ತು.

"ಹೋಗ್ಬಹ್ದು.... ನೀವು" ಎಂದ.

ಸುಬ್ಬಣ್ಣ ಹೊರಬರುವ ವೇಳೆಗೆ ಡ್ರೈವರ್ ಸಿದ್ಧವಾಗಿದ್ದ. "ನಿಮ್ಮನ್ನ ಡ್ರಾಪ್ ಮಾಡೋಕ್ಹೇಳಿದ್ದಾರೆ, ಸಾಬ್...." ಬೆವರು ಮೂಡಿದ ಮುಖವನ್ನು ಪಕ್ಕಕ್ಕೆ ತಿರುಗಿಸಿಕೊಂಡು "ಬೇಡ, ಇಲ್ಲೇ ನನ್ನ ಒಬ್ಬ ಸ್ನೇಹಿತ್ರು ಇದ್ದಾರೆ. ಅಲ್ಲಿಗೆ... ಹೋಗ್ತೀನಿ" ಎಂದರು. ಅವನು ಸಮ್ಮತಿಸಲಿಲ್ಲ. ಫೋನ್ ಕೊಟ್ಟ ಅವರ ಕೈಗೆ. "ಇಲ್ಲಿ ನಿಮ್ಮಸ್ನೇಹಿತರಾರು ಇಲ್ಲ. ಕಡೆ ಬಸ್ಸು ಹೋಗಿರುತ್ತೆ. ಆಟೋ ಸಿಗೋಲ್ಲ. ನಡೆದು ಮನೆ ಸೇರ್ಬೇಕೂಂದರೆ ಬೆಳಗಿನ ಜಾವವಾಗಿರುತ್ತೆ. ಆ ವೇಳೆಗೆ ಪೊಲೀಸ್‌ಗೆ ಕಂಪ್ಲೇಂಟ್ ಹೋಗಿ ಹುಡುಕಾಟ ಶುರುವಾಗಿರುತ್ತೆ. ಸುಮ್ನೇ ಕಾರು ಹತ್ತಿ..." ಫೋನ್ ಡಿಸ್‌ಕನೆಕ್ಟ್ ಆಯಿತು.

ಭಯದಿಂದಲೇ ಕಾರಿನೊಳಕ್ಕೆ ತೂರಿದರು. ಸಿನಿಮಾಗಳಲ್ಲಿನ ಸನ್ನಿವೇಶಗಳು ನೆನಪಾದವು. ಊರಾಚೆ ತನ್ನನ್ನ ಎಸೆಯಬಹುದು. ಕೊಲೆ ಮಾಡಬಹುದು. ಆಮೇಲೆ ನಂದಿತಾನ ಎತ್ತಿಕೊಂಡು ಹೋಗಬಹುದು—ಧಗಧಗ ಉರಿಯುವ ಬೆಂಕಿ ಕಣ್ಮುಂದೆ. ಆಕ್ರಂದನ.

ಕಂಪಿಸತೊಡಗಿದರು ಸುಬ್ಬಣ್ಣ. ನಾಲಿಗೆ, ಗಂಟಲು ಒಣಗಿ ನಿತ್ರಾಣವಾಗಿ ರಾಮ ಜಪ ಆರಂಭಿಸಿದ್ದರು. ತನ್ನ ನಂತರದ ಮನೆಯ ಚಿತ್ರ ಕಲ್ಪಿಸಿಕೊಂಡು ಮನದಲ್ಲಿಯೇ ದುಃಖಿಸತೊಡಗಿದರು.

"ಇಳೀರಿ... ಸರ್" ಎಂದ ಡ್ರೈವರ್.

ವಾಸ್ತವಕ್ಕೆ ಮರಳಿದರು. ಡ್ರೈವರ್ ಇಳಿದು ಡೋರ್ ತೆರೆದ "ನಿದ್ದೆ ಮಾಡ್ಬಿಟ್ಟಿದ್ರಾ!" ಕಾಲು ಭೂ ಸ್ಪರ್ಶವಾದಾಗ ಭಯಗ್ರಸ್ತ ಕಣ್ಣುಗಳಿಂದ ಅತ್ತಿತ್ತ ನೋಡಿದರು. ಮನೆಯ ಮುಂದಿನ ಲೈಟು ಉರಿಯುತ್ತಿತ್ತು. ಜೀವ ಬಂದಂತಾಯಿತು.

"ಯಾಕೆ... ಸರ್, ಏನಾದ್ರೂ ಕುಡಿದಿದ್ದೀರಾ" ಡ್ರೈವರ್ ಹಾಸ್ಯ ಮಾಡಿ ಕಾರು ಹತ್ತಿ ಸ್ಟಾರ್ಟ್ ಮಾಡಿದ. ಕಾರು ಎರಡು ಕ್ಷಣದಲ್ಲಿ ಮಾಯವಾಯಿತು.

ನಂದಿತಾ, ಪ್ರತಿಭಾ, ವೈದೇಹಿ ಬಾಗಿಲು ತೆರೆದುಕೊಂಡು ಓಡಿಬಂದರು.

"ಯಾಕೆ... ಇಷ್ಟೊತ್ತು? ನಮ್ಗಂತು ಭಯವಾಯ್ತು" ಎಂದ ವೈದೇಹಿ "ಯಾಕೋ ಬಹಳ ಬೇಗ ತಾಳ್ಮೆ ಕಳ್ಕೋತೀರಾ. ಏನೋ ಒಂದು ಪಟ್ಟು". ಇಷ್ಟು ಹೊತ್ತಿನ ಆತಂಕ ಅಷ್ಟು ಮಾತನ್ನಾಡಿಸಿತು."

ಮನೆಯೊಳಗೆ ಬಂದವರೇ ಕುಸಿದರೂ ತೋರಗೊಡದೆ ಬಾತ್‌ರೂಂಗೆ ಹೋಗಿ ಮುಖ ತೊಳೆದು ಬಂದರು.

"ಮಾತಿನ ನಡ್ವೇ ವೇಳೆ ತಿಳೀಲಿಲ್ಲ. ಅಲ್ಲೇ ಊಟ ಆಯ್ತು. ನೀವುಗಳು ಊಟ ಮುಗ್ಸಿ ಮಲಕ್ಕೋಬೇಕಿತ್ತು" ಎಂದರು. ಸಹಜತೆಯನ್ನು ಪ್ರದರ್ಶಿಸುತ್ತ. ಸದ್ಯಕ್ಕೆ ಚೇತರಿಸಿಕೊಳ್ಳಬೇಕಿತ್ತು ಅವರು. "ನೀವೆಲ್ಲ ಊಟ ಮುಗ್ಸಿ ನಾನು ಮಲಕ್ಕೋತೀನಿ..." ರೂಮಿಗೆ ಹೋಗಿಬಿಟ್ಟರು. ಏನೇನು ಅರ್ಥವಾಗಲಿಲ್ಲ. ಮೂವರು ಮುಖ ಮುಖ ನೋಡಿಕೊಂಡರು. ನಂದಿತಾ ಮದುವೆಯೊಂದು ಸಮಸ್ಯೆಯೇ?

"ನಾನು ಬಡಿಸ್ತೀನಿ" ಪ್ರತಿಭಾ ಒಳಗೆ ಹೋದಳು. ಬೇಸರ ಅವಳಿಗೆ. "ಏನಾಗಿದೆ ಅಪ್ಪನಿಗೆ?" ಗೊಣಗಿಕೊಂಡೇ ಒಂದು ತಟ್ಟೆ ಎತ್ತಿಟ್ಟು ಮೂರು ತಟ್ಟೆಗಳಿಗೆ ಬಡಿಸಿದಳು "ನಂಗಂತೂ ಸಾಯೋಂಥ ಹೊಟ್ಟೆ ಹಸಿವು. ನಾನು ರವಿ, ಕಿರಣ ಜೊತೆ ಊಟ ಮಾಡ್ಬಿಡ್ಬೇಕಿತ್ತು" ತಟ್ಟೆಯ ಮುಂದೆ ಕೂತು ಅನ್ನ ಕಲೆಸತೊಡಗಿದಳು.

ಸಶಬ್ದವಾಗಿ ಸುಬ್ಬಣ್ಣ ನಿದ್ರಿಸಲು ಪ್ರಯತ್ನಿಸಿದರು. ಮಾತು ಬೇಕಿರಲಿಲ್ಲ ಸದ್ಯಕ್ಕೆ, ಭದ್ರವಾಗಿ ಕಣ್ಣು ಮುಚ್ಚಿಕೊಂಡರು.

"ಹಾಲು ಕುಡ್ದು ಮಲಕ್ಕೊಳ್ಳಿ, ಹೇಗೆ ಊಟ ಮಾಡಿದ್ರೋ ಎಷ್ಟು ಊಟ ಮಾಡಿದ್ರೋ." ವೈದೇಹಿ ಸ್ವರದ ಕಾಳಜಿ ಮನಗಂಡು ಎದ್ದು ಕೂತರು. "ಬೇಕಿರ್ಲಿಲ್ಲ, ಫೈವ್ ಸ್ಟಾರ್ ಹೋಟೆಲ್‌ನ ಊಟ. ಒಂದಕ್ಕಿಂತ... ಒಂದು ರುಚಿ. ಆದರೆ ನಂಗೆ ಏನೂ ತಿನ್ನಕ್ಕಾಗಿಲ್ಲ. ಬರೀ ನೋಟದಲ್ಲೇ ಹೊಟ್ಟೆ ತುಂಬಿತು. ಶ್ರೀಮಂತರ ಮನೆ ನೋಟ ಚೆಂದ, ಬಡವ್ರ ಮನೆ ಊಟ ಚೆಂದ ಅಂತ ಇರೋ ವಿಷ್ಯ ಸರ್ಯಾಗಿ ಹೇಳ್ಬಂದೆ. ಅರ್ಥ ಆಗಿರುತ್ತೆ. ಅಂದ್ಕೋತೀನಿ" ಪ್ರಶ್ನೆಗಳ ದಾಳಿಯ ಮೊದಲೇ ಹೇಳಿದರು.

"ಏನಂತ... ಹೇಳಿದ್ರಿ?" ವೈದೇಹಿ ಅಲ್ಲೇ ಕೂತರು.

ಹಾಲು ಪೂರ್ತಿ ಕುಡಿದು ಮುಗಿಸಿದ ನಂತರ ಸುಬ್ಬಣ್ಣ "ನಿಂಗೆ ಬೇರೆ ವಿವರಿಸ್ಬೇಕಾ, ವೈದೇಹಿ? ಸರ್ಯಾಗಿಯೇ ಹೇಳಿದ್ದೀನಿ — ನಮ್ಮಂಥವ್ರ ಮನೆ ಹುಡ್ಗೀರು ಅವ್ರು ಅಂಥ ಶ್ರೀಮಂತಿಕೆಯ ನಡ್ವೇ ಸುಖಪಡೋಲ್ಲ. ನಮ್ಗೇ ಅಂಥ ದುರಾಸೆ ಇಲ್ಲ. ನಮ್ಗೇ ಸಮ ಸಮ ಇರೋಂಥ ಜನನ ಹುಡ್ಕೋಣ." ಲೋಟ

ಕೆಳಗಿಟ್ಟು ಮಲಗಿದರು. ಹೊದ್ದಿಕೆ ಕತ್ತಿನವರೆಗೂ ಎಳೆದುಕೊಂಡರೆ, ಇನ್ನು ಮಾತು ಬೇಡವೆಂದೇ ಅರ್ಥ.

ಬೇಸರವಾದರೂ ಸಮಾಧಾನದಿಂದ ವೈದೇಹಿ ನಿದ್ದೆ ಮಾಡಿದರು. ಬಲವಂತವಾಗಿ ಕಣ್ಮುಚ್ಚಿ ಸಾಕಾದ ಸುಬ್ಬಣ್ಣ ಎದ್ದು ಕೂತರು.

"ಅಟ್ ಎನಿ ಕಾಸ್ಟ್, ನಾನು ಪ್ರೀತಿಸಿದ ಹುಡ್ಗೀನ ಕಳ್ದುಕೊಳ್ಳೋಕೆ ನಾನು ಸಿದ್ಧವಿಲ್ಲ" ದೃಢವಾಗಿ ಹೇಳಿದ್ದ ಮಹೇಂದರ್. ಸುಮ್ಮನೆ ಕೂಡ. ಏನಾದರೂ ಮಾಡುವ ಮುನ್ನ ಮಲೆನಾಡಿನ ಕಡೆಗೆ ಟ್ರಾನ್ಸ್‌ಫರ್ ಮಾಡಿಸಿಕೊಂಡು ಬಿಡಬೇಕು. ಪ್ರಮೋಷನ್ ಬೇಡ, ಏನು ಬೇಡ ಎನ್ನುವ ನಿರ್ಧಾರಕ್ಕೆ ಬಂದರು.

ಸ್ವಲ್ಪ ಬೇಗನೆ ಎದ್ದ ಸುಬ್ಬಣ್ಣ ತನ್ನ ಮಾಮೂಲಿನ ನಡವಳಿಕೆಯಿಂದ ಮನೆಯವರ ಮನವನ್ನು ಹಗುರಗೊಳಿಸಿ ಅರ್ಜೆಂಟಾಗಿ ಒಂದು ಅಪ್ಲಿಕೇಷನ್ ಬರೆದು ಮೈನ್ ಆಫೀಸ್‌ಗೆ ಹೊರಡಲು ಸಿದ್ಧವಾದರು.

"ಊಟ... ಮಾಡೊಲ್ವಾ?" ತಟ್ಟೆ ಹಾಕಿ ಬಂದರು ವೈದೇಹಿ. ಜೇಬಿಗೆ ಒಂದಿಷ್ಟು ನೋಟುಗಳನ್ನು ಸೇರಿಸುತ್ತಿದ್ದ ಸುಬ್ಬಣ್ಣ "ಸ್ವಲ್ಪ ಮೈನ್ ಆಫೀಸ್‌ಗೆ ಹೋಗ್ಬಂದ್ಬಿಡ್ತೀನಿ. ಆಫೀಸ್‌ಗೆ ರಜ ಚೀಟಿ ಕಳಿಸ್ತೀನಿ" ಎಂದರು ಅವಸರವಸರವಾಗಿ. ತಕ್ಷಣ ಏನೋ ನೆನಪಿಸಿಕೊಂಡು ರೂಮಿಗೆ ಬಂದರು. ಜಡೆ ಹೆಣೆಯುತ್ತಿದ್ದ ನಂದಿತಾ ತಲೆ ತಿರುಗಿಸಿದಳು. ಮಾಸದ ಮುಗ್ಧತೆ.

"ನಂದಿತಾ ಎರಡು ದಿನ ಆಫೀಸ್‌ಗೆ ಹೋಗೋದ್ಬೇಡ. ನಾನೇ ಲೀವ್ ಲೆಟರ್ ತಗೊಂಡ್ಹೋಗ್ತೀನಿ" ಎಂದಾಗ ಅವಳಿಗೆ ಕಸಿವಿಸಿ. ಅಕೌಂಟ್ ಸೆಕ್ಷನ್‌ನಲ್ಲಿ ನಾಲ್ಕು ಛೇರ್‌ಗಳು ಖಾಲಿ. "ಎಲ್ಲಾ ಒಟ್ಟೊಟ್ಟಿಗೆ ಲೀವ್ ಹಾಕ್ಕೊಂಡ್ಬಿಟ್ರೆ ಹೇಗೆ!? ಅವ್ರೆಲ್ಲ... ವಾಪಸ್ಸು ಬರೋವರ್ಗೂ... ಮತ್ತೊಬ್ರು ಲೀವ್ ಚೀಟಿ ಹಿಡ್ದು ಬರ್ಬೇಡಿ" ಡೆಪ್ಯೂಟಿ ಅಕೌಂಟೆಂಟ್ ಎಚ್ಚರಿಸಿದ್ದರು.

"ರಜ ಸ್ಯಾಂಕ್ಷನ್ ಆಗೋಲ್ಲ" ಪರಿಸ್ಥಿತಿ ವಿವರಿಸಿದಳು. "ಈಗ ರಜ ಹಾಕೊಂಥದೇನು! ಇಂಥ ಸೋಮಾರಿತನ ಒಳ್ಳೇದಲ್ಲಾಂತ ನೀವೇ ಹೇಳಿದ್ರಿ" ಅವರು ಎಂದೋ ಎಸೆದ ಬಾಣ ಇಂದು ವಾಪಸ್ಸು ಬಂದಿತ್ತು. ಅವಳ ಕಣ್ಣಲ್ಲಿನ ಪ್ರಶ್ನೆ, ಕುತೂಹಲವನ್ನು ಎದುರಿಸಲಾರದೆ ತಲೆ ತಗ್ಗಿಸಿದರು.

"ಹೇಗೊ ಹೊರಟಿದ್ದೀನಿ. ನಿನ್ನ... ಹಾಗೇ ಬಿಟ್ಹೋಗ್ತೀನಿ" ಎಂದರು ಮಾತು ಮರೆಸುತ್ತ. "ಅವಳದ್ದು ಇನ್ನು ಊಟ ಆಗಿಲ್ಲ. ಜೊತೆಯಲ್ಲೇ ಹೋಗೋ ಹಾಗಿದ್ರೆ... ನೀವೂ ಊಟ ಮಾಡ್ಬಿಡಿ" ವೈದೇಹಿ ಮಧ್ಯೆ ಹೇಳಿದಾಗ ಮೈ ಪರಚಿಕೊಳ್ಳುವಂತಾಯಿತು. ಮೊದಲು ಇಂಥದನ್ನು ಸ್ವಾಗತಿಸುತ್ತಿದ್ದವರು ಇಂದು ಇರುಸು ಮುರುಸುಗೊಳ್ಳುತ್ತಿದ್ದರು. "ಸ್ವಲ್ಪ ಸುಮ್ನಿರು ವೈದೇಹಿ, ಮಧ್ಯೆ... ಬರ್ಬೇಡ."

ಊಟ ಮಾಡೋಕೆ ಬಿಡದೇ ಎಳೆದೊಯ್ದರು ನಂದಿತಾ ಜೊತೆಯಲ್ಲಿಯೇ. ಆಫೀಸ್ ಬಳಿ ಇಳಿಸಿದವರು "ನಂದಿತಾ, ಮಹೇಂದರ್ ಹೇಳಿ ಕಳ್ಸಿದ್ರೆ ಖಂಡಿತ

ಹೋಗ್ಬೇಡ. ಫೋನ್ ಬಂದ್ರೆ... ರಿಸೀವ್ ಮಾಡ್ಬೇಡ. ನಂಗ್ಯಾಕೋ ಆ ವ್ಯಕ್ತಿಯ ಬಗ್ಗೆ ಭಯ!" ಅತ್ತಿತ್ತ ನೋಡಿ ಮೆಲ್ಲಗೆ ಉಸುರಿದರು. ಅವಳಿಗೆ ಗಲಿಬಿಲಿ. ಪ್ರಾಮ್ಟ್ ಆದ ಆಫೀಸರ್. ಹ್ಯಾಂಡ್‌ಸಮ್ ಪರ್ಸನಾಲಿಟಿ. ಕಣ್ಣುಗಳಲ್ಲಿ ಕೂಡ ಕ್ರೂರತೆ ಇರಲಿಲ್ಲ. ಮತ್ತೆ ಯಾಕೆ ಭಯ? ಅವಳಿಗೆ ಅರ್ಥವಾಗಲಿಲ್ಲ.

ಎಳೆಯ ಮಗು ಮುಗ್ಧತೆ ಮತ್ತು ತಿಳಿವಳಿಕೆಯ ಅಭಾವದಿಂದ ಪೋಷಕರು ಏನು ಹೇಳಿದರೂ ಅದನ್ನೇ ನಂಬುತ್ತದೆ, ತಲೆಯಲ್ಲಿಟ್ಟುಕೊಳ್ಳುತ್ತೆ. ಮನವನ್ನು ಒಲಿಸುತ್ತೆ, ಬೆಳೆದ ಯುವತಿ ನಂದಿತಾ.

"ನೀನ್ಹೋಗು... ಹೇಳಿದ್ದ ಮನಸ್ಸಿನಲ್ಲಿಟ್ಕೋ" ಎಂದವರು ನಿಲ್ಲಿಸಿದ ಆಟೋ ಹತ್ತಿ ಕೈ ಬೀಸಿದರೂ 'ಮಹೇಂದರ್ ಬಗ್ಗೆ ಯಾಕೆ ಭಯ?'

ಮಲೆನಾಡಿನ ಒಂದು ಹಳ್ಳಿಗೆ ಟ್ರಾನ್ಸ್‌ಫರ್ ಕೇಳಿದ್ದು ಹುಬ್ಬೇರಿಸಿದರು ಡಿವಿಜಿನಲ್ ಮ್ಯಾನೇಜರ್. ಟೂರ್ ಹೊರಟಿದ್ದರಿಂದ ಏನು ಹೇಳಲಿಲ್ಲ.

ಇಡೀ ದಿನ ಅದೇ ಕೆಲಸವಾಯಿತು. ಸುಬ್ಬಣ್ಣನ ಪ್ರತಿಯೊಂದು ಚಟುವಟಿಕೆಯ ರಿಪೋರ್ಟ್ ಮಹೇಂದರ್‌ಗೆ ತಲುಪುತ್ತಿತ್ತೆಂದು ಗೊತ್ತಿರಲಿಲ್ಲ. ಈ ಟ್ರಾನ್ಸ್‌ಫರ್ ಎಷ್ಟೊಂದು ಪ್ರಾಬ್ಲಮ್‌ಗಳನ್ನು ತಂದು ಹಾಕುತ್ತದೆಯೆನ್ನುವ ಅರಿವು ಇರಲಿಲ್ಲ.

* * * *

ಒಂದು ಮುಖ್ಯವಾದ ವಿಷಯಕ್ಕೆ ಮಹೇಂದರ್ ಕಾದು ಕೂತಿದ್ದ. ನಿರೀಕ್ಷಿಸಿದ್ದು ಸುಬ್ಬಣ್ಣನನ್ನ. ಬಂದಿದ್ದು ಮಿತ್ರ, ಬಿಂದು ಆಶ್ಚರ್ಯವೆನಿಸಿತು ಅವನಿಗೆ.

"ಸರ್‌ಪ್ರೈಜ್ ವಿಸಿಟ್ ಕೊಡೋಕೆ ಅಂತ್ಲೇ ಬಂದಿದ್ದು. ಹೇಗಿದ್ದಿಯ?" ಕನ್ನಡದಲ್ಲಿಯೇ ಮಾತಾಡಿಸಿ ಹುಬ್ಬೇರುವಂತೆ ಮಾಡಿದರು. "ದೆನ್, ಓಕೆ..... ನೀವು ಬಂದಿದ್ದಂತೂ ಸಂತೋಷ" ಹರ್ಷದಿಂದಲೇ ಕೈಕೊಟ್ಟ ಸ್ವಾಗತಿಸಿದ. ಆದರೆ ಈಗಿನ ಬಿಜಿನಲ್ಲಿ ಟೆನ್‌ಷನ್‌ನಲ್ಲಿ ವೇಳೆಯನ್ನು ವ್ಯಯಿಸಲು ಮಾತ್ರ ಸಿದ್ಧವಿರಲಿಲ್ಲ.

"ಆರ್ ಯು ಫ್ರೀ?" ಕೇಳಿದರು ಸೀಟನ್ನು ಅಲಂಕರಿಸುತ್ತ "ನೋ, ವೆರಿ ಬಿಜಿ... ಟ್ವೆಂಟಿಫೋರ್ ಅವರ್ಸ್ ಕೆಲ್ಸ ಮಾಡಿದ್ರೂ ಸಾಲ್ದು ಅನ್ನೋ ಸ್ಥಿತಿ." ಕೈಗಳನ್ನಾಡಿಸಿಬಿಟ್ಟ.

ಬಿಂದು ಗೊಂಬೆಯಂತೆ ಮ್ಯಾಗಝಿನ್‌ನ ಪುಟಗಳನ್ನು ತಿರುವಿ ಹಾಕುತ್ತಿದ್ದಳು. ಅವಳತ್ತ ಪ್ರತ್ಯೇಕವಾದ ಲಕ್ಷ್ಯವೇನು ವಹಿಸಲಿಲ್ಲ. ಅವನಲ್ಲಿ ಇದ್ದಿದ್ದು ಇದೊಂದು ವಿಭಿನ್ನವಾದ ಗುಣ. ಹೆಣ್ಣು, ಯುವತಿ, ಸೌಂದರ್ಯವತಿಯೆಂದ ಕೂಡಲೇ ಅವನೇನು ಮೃದುವಾಗುತ್ತಿರಲಿಲ್ಲ. ಹೆಚ್ಚಿನ ರಿಯಾಯಿತಿಗಳೇನು ಅವರಿಗೆ ಸಿಗದು. ಹೆಚ್ಚು ಸಮಯ ಅವರೊಂದಿಗೆ ಇಚ್ಛಿಸುತ್ತಿರಲಿಲ್ಲ. ಇಂಥ ದುರ್ಬಲತೆಯೇ ಎಷ್ಟೋ ರಾಜಕಾರಣಿಗಳನ್ನು, ಉದ್ಯಮಪತಿಗಳನ್ನು, ಕಲಾವಿದರನ್ನು ಮುಗಿಸಿದೆಯೆಂದು ಅವನಿಗೆ ಗೊತ್ತು.

ಬಂದ ಆಪಲ್ ಜ್ಯೂಸ್ ಕುಡಿಯುತ್ತ ಮಿತ್ರ ಹೇಳಿದರು. "ನಾವು ಮುಂಬಯಿ ಬಿಟ್ಟು ಇಲ್ಲಿಗೆ ಬಂದ್ಬಿಡ್ಬೇಕೂಂತ ತೀರ್ಮಾನಿಸಿದ್ದೀವಿ. ಪ್ರತ್ಯೇಕ ಕಾರಣವೇನಿಲ್ಲ. ಬಿಗ್

ಕಾಂಪಿಟೇಷನ್, ಗೇಟ್ ಲಾಸ್ಟ್, ಕಂಪನಿ ಮುಚ್ಚಿಯೇ ಬಿಡುವ ಸ್ಥಿತಿ. ಇಲ್ಲಿ ನೆಲೆಯೂರಲು ನಿನ್ನಿಂದ ಹೆಲ್ಪ್ ಬೇಕು."

ಕಾಲು ಕುಣಿಸುತ್ತ ಕೂತಿದ್ದ ಬಿಂದು ಎದ್ದು ಹೊರಗೆ ಹೋದಳು.

"ಬಿಂದು ಕೂಡ ತುಂಬ ಡಿಪ್ರೆಸ್ ಆಗ್ಬಿಟ್ಟಿದ್ದಾಳೆ. ಆದಾಯಕ್ಕೆ ಮೀರಿದ ವೆಚ್ಚ, ಮೈ... ಗಾಡ್..." ಮುಖ ಕಿವುಚಿದರು.

ಸಮಯವಿಲ್ಲದಿದ್ದರಿಂದ ಮಹೇಂದರ್ ಮೇಲೆದ್ದ "ಸಾರಿ, ಇಂಪಾರ್ಟೆಂಟ್ ಅಪಾಯಿಂಟ್‌ಮೆಂಟ್ ಇದೆ. ಸಂಜೆ ಮೀಟ್ ಮಾಡ್ಬಹುದ್ದು" ಸದ್ಯಕ್ಕೆ ಅವರ್ನ ಅಲ್ಲಿಂದ ಕಳಿಸುವುದು ಬೇಕಿತ್ತು.

ಹೋಟೆಲ್‌ನ ಕಾರ್ಡು ತೆಗೆದು ಅವನಿಗೆ ಕೊಟ್ಟರು. "ಅಲ್ಲಿ ಉಳ್ಕೊಂಡಿದ್ದೀವಿ. ರಾತ್ರಿ ಡಿನ್ನರ್‌ಗೆ ಅಲ್ಲಿಗೆ ಬಾ. ಎಲ್ಲಾ... ಮಾತಾಡ್ಬಹ್ದು. ಶ್ರೀಮತಿ ಕೂಡ ಇದ್ದಾಳೆ." ಆಫರ್ ಕೊಟ್ಟರು.

ತಲೆಯಾಡಿಸಿದ "ಸಾರಿ, ಯೂನಿಯನ್ ಲೀಡರ್‌ಗಳಿಗಾಗಿ ಒಂದು ಟೀ ಏರ್ಪಾಟಾಗಿದೆ. ಅಲ್ಲಿ ನಾನು ಇರ್ಬೇಕು. ವೆರೀ ಇಂಪಾರ್ಟೆಂಟ್ ನಾನೇ ಫೋನ್ ಮಾಡಿ ಒಂದು ಟೈಮ್ ಫಿಕ್ಸ್ ಮಾಡಿ ತಿಳಿಸ್ತೀನಿ" ಎಂದವ ಅಷ್ಟು ದೂರದಲ್ಲಿ ಸಮೀರ್‌ನ ಹತ್ತಿರಕ್ಕೆ ಕರೆದು ಏನೋ ಹೇಳಿದ.

"ಹಲೋ... ಬಿಂದು! ಯಾಕೆ ಇಷ್ಟೊಂದು ಗಂಭೀರ ಮೌನಿಯಾಗಿದ್ದೀಯಾ!" ಗಾರ್ಡನ್‌ನಲ್ಲಿದ್ದ ಅವಳನ್ನು ಮಾತಾಡಿಸಿದ. "ವೆರಿ ಬೋರ್... ಲೈಫೇ ಬೋರ್... ಲೈಫ್‌ನಲ್ಲಿ ಇಂಟರೆಸ್ಟ್ ಹೋಗ್ಬಿಟ್ಟಿದೆ" ಉದಾಸೀನವಾಗಿ ಮಾತಾಡಿದಳು. ಅದಕ್ಕೆ ಅವನದು ತಣ್ಣಗಿನ ಪ್ರತಿಕ್ರಿಯೆ.

ಕಾರು ಹೊರಟ ನಂತರ ಅರವಿಂದ ಘೋಷರ ಸ್ವಂತ ಫಿಯೆಟ್ ಬಂತು. ಡ್ರೈವಿಂಗ್ ಸೀಟ್‌ನಲ್ಲಿದ್ದ ಅವರ ಮಗ ಬಂದು ವಿಶ್ ಮಾಡಿ ಹೋದ ನಂತರ ಅವರತ್ತ ಗಮನಹರಿಸಿದ. ಗೆಲುವಿನ ಲಕ್ಷಣಗಳೇನು ಇರಲಿಲ್ಲ.

"ಯೆಸ್, ಕಮಿನ್..." ಒಳಗೆ ಕರೆದೊಯ್ದ.

ಅರವಿಂದ ಘೋಷರೇ ಜಿಜ್ಞಾಸೆಯಲ್ಲಿ ಮುಳುಗಿದ್ದರು. ಏನೇ ಹೇಳಿದರು ಸುಬ್ಬಣ್ಣನ ಪಟ್ಟು ಸಡಿಲವಾಗಿರಲಿಲ್ಲ. "ನಮ್ಗೆ ದೊಡ್ಡವ್ರ ಸಂಬಂಧ ಬೇಡ. ನಮ್ಮ ಸಮಾನ ಅಂತಸ್ತಿನಲ್ಲಿರೋ ಗಂಡನ್ನೆ ಹುಡ್ಕೋದು. ದಯವಿಟ್ಟು ಕ್ಷಮ್ಸಿ" ಕೈ ಮುಗಿದಿದ್ದರು.

ಅಷ್ಟನ್ನು ಹೇಳಿ ಮುಗಿಸಿದ ಘೋಷ್ "ಐ ಕಾಂಟ್ ಅಂಡರ್‌ಸ್ಟಾಂಡ್ ಆ ಮನುಷ್ಯನಿಗೆ.... ಏನಾಗಿದೆ? ಬೈ ದಿ ಬೈ ನಂದಿತಾ ಚಿಕ್ಕಮ್ಮ ಅಲ್ಲ... ಸ್ವಂತ ತಾಯಿ ಹಾಗೆ ನೋಡ್ಕೊಂಡಿದ್ದಾರೆ. ಆಕೆಯದು ಸಂತೋಷದ ಸಮ್ಮತಿ. ಆದರೆ ಈ ಮನುಷ್ಯ ಒಪ್ಪೋಲ್ಲ."

ಎಲ್ಲಾ ಕೇಳಿದ ಮಹೇಂದರ್ ತಲೆದೂಗಿದ. "ಓಕೆ. ಇದೊಂದು ಸಂಪ್ರದಾಯಿಕವಾದ ಸೌಜನ್ಯದ ದಾರಿ. ಮತ್ತೆರಡು ಇದೆ. ನೋಡೋಣ" ನಗೆ ಬೀರಿದ.

ಘೋಷರು ಚಕಿತರಾದರು. ನಂದಿತಾ ಚೆನ್ನಾಗಿದ್ದಾಳೆ. "ಒಳ್ಳೆ ಹುಡುಗಿ" ಇದನ್ನು ಅವರು ಒಪ್ಪುತ್ತಾರೆ ಕೂಡ. ಆದರೆ ಚೆನ್ನಾಗಿರುವ.... ಇನ್ನಷ್ಟು... ಚೆನ್ನಾಗಿರುವ... ಮತ್ತಷ್ಟು ಒಳ್ಳೆಯವರಾಗಿರುವ ಎಷ್ಟು ಯುವತಿಯರು ಸಿಗರು ಮಹೇಂದರ್‌ಗೆ. ಆದರೆ ಇಂಥ ಪಟ್ಟಿನ ಹಿಂದೆ ಅಡಗಿರುವ ಗೂಢತೆಯೇನು? ಹೇಗೆ ಪ್ರಶ್ನಿಸಲು ಸಾಧ್ಯ? ಇವರಿಗೂ ಬಾಸ್.

"ಥ್ಯಾಂಕ್ಯೂ.... ಥ್ಯಾಂಕ್ಯೂ ವೆರಿ ಮಚ್ ಮಿಸ್ಟರ್ ಘೋಷ್.... ಐಯಾಮ್ ಗ್ರೇಟ್‌ಫುಲ್ ಟು ಯು. ನಾನು ನಿಮ್ಮನ್ನ ನನ್ನ ಪರ್ಸನಲ್ ಕೆಲ್ಸಕ್ಕೆ ಬಳ್ಸಿಕೊಂಡೇ..." ಎಂದ. ಇದನ್ನು ಅವಮಾನವೆಂದೇನು ಅಂದುಕೊಳ್ಳಲಿಲ್ಲ. ಛಾಲೆಂಜ್ ಆಗಿ ಸ್ವೀಕರಿಸಿದ್ದ.

ಇಂದು ತಾನು ಎಂ.ಡಿ. ಎನ್ನುವುದನ್ನು ಮರೆತು ಬಾಲ್ಕನಿಯಲ್ಲಿ ನಿಂತು ಬೀಳ್ಕೊಟ್ಟ. ಅವರನ್ನು ಮನೆಗೆ ತಲುಪಿಸಲು ಡ್ರೈವರ್ ಸಿದ್ಧವಾಗಿದ್ದ.

ಒಳಗೆ ಬಂದ ಮಹೇಂದರ್ ಮೇಲಿನ ಬಾಲ್ಕನಿಯಲ್ಲಿ ಕೂತು ಆರಾಮಾಗಿ ನಕ್ಷತ್ರಗಳನ್ನು ದಿಟ್ಟಿಸತೊಡಗಿದ. ಎಂ.ಡಿ. ಪದವಿ ಅಲಂಕರಿಸಿದ ಮೇಲೆ ಮೊದಲ ಸಲ ಬಂದು ಆರಾಮಾಗಿ ಕೂತಿದ್ದ, ನಕ್ಷತ್ರಗಳ ಲೋಕದಲ್ಲಿ ಅವನು ಹುಡುಕುತ್ತಿದ್ದುದು ಮೇಜರ್ ಆರ್ಯ ಅವರ ಮಗಳೂ ಹಿಂದೂನ.

ಬಹುಶಃ ನಂದಿತಾ ಹಿಂದು ಅಲ್ಲದಿರಬಹುದು. ಆದರೆ ಅವನ ಆರನೆಯ ಇಂದ್ರಿಯ (sixth sense) ಅವಳೇ ಎಂದು ಉಸುರುತ್ತಿತ್ತು. ಧಿಕ್ಕರಿಸಲಾರ ಅವರ ಮಾತನ್ನು. ಈಗ ತಕ್ಷಣದಲ್ಲಿ ನಂದಿತಾ ಹಿಂದು ಎಂದು ಮನದಟ್ಟು ಮಾಡಿಕೊಳ್ಳಬೇಕಾದರೆ ಪಡೆದುಕೊಳ್ಳಬೇಕಿತ್ತು ಮೊದಲು. ಹೇಗೆ? ಖಂಡಿತ ಅಸಾಧ್ಯವೆಂದುಕೊಳ್ಳಲಾರ.

ಇದ್ದ ಒಂದು ಮಾರ್ಗಕ್ಕೆ ಅಡ್ಡ ನಿಂತಿದ್ದ ಸುಬ್ಬಣ್ಣ. ಹೇಗೆ ಪಕ್ಕಕ್ಕೆ ಸರಿಸುವುದು? ಒರಟುತನ ಸಲ್ಲದು. ಅದರ ನೋವು ನಂದಿತಾಗೆ ತಟ್ಟಿದರೆ ಅಪಾಯ ಹೆಚ್ಚು.

ಕಾರ್ಡ್‌ಲೆಸ್ ಫೋನ್‌ನ ಬಟನ್‌ಗಳನ್ನು ಒತ್ತಿ ಸಮೀರ್‌ಗೆ ಬಂದು ಮುಖ್ಯವಾದ ಕೆಲಸ ವಿಧಿಸಿದ "ಯು ಮಸ್ಟ್ ಡೂ...." ಫೋನಿಟ್ಟ.

"ಡಿನ್ನರ್... ರೆಡಿ" ಕುಕ್ ಬಂದು ಹೇಳಿದ್ದ.

ಹಾಲು ಚೆಲ್ಲಿದಂಥ ಬೆಳದಿಂಗಳು. ಏರ್-ಕಂಡಿಷನರ್ ಶಬ್ದದ ಕಾಟವಿಲ್ಲದ ಮಧುರವಾದ ಮಂದಾನಿಲ ತುಂಬ ಹಿತವೆನಿಸಿತು.

"ಇಲ್ಲಿಗೆ ತಗೊಂಡ್ಬಾ" ಮತ್ತಷ್ಟು ಆರಾಮಾಗಿ ಕೂತ.

ತೀರಾ ಅಟ್ಯಾಚ್‌ಮೆಂಟ್ ಇಟ್ಟುಕೊಂಡಿದ್ದ ಬಂಧುಗಳು ಕೂಡ ದೂರ ಸರಿದಿದ್ದರು. ಒಂಟಿತನವೇನು ಬಾಧಿಸದು. ಹೊಸದೊಂದು ತಿರುವಿನ ಒಂದು ಘಟ್ಟದಲ್ಲಿದ್ದ, ತೀರ್ಮಾನ ಅವನದೇ. ಪ್ರಶ್ನಿಸುವವರೇನಿಲ್ಲ. ಪೂರ್ತಿ ರಿಸ್ಕ್ ಕೂಡ ಅವನದೇ.

ಡಿನ್ನರ್ ಮುಗಿಸುವ ವೇಳೆಗೆ ಫೋನ್ ಸದ್ದು ಮಾಡಿತು. ಆ ತುದಿಯಲ್ಲಿ ಸಮೀರ್ ಇದ್ದ. "ಸರ್, ಸುಬ್ಬಣ್ಣನ ನಿಯರೆಸ್ಟ್‌ನ ಹಿಡ್ದು ಒಂದಿಷ್ಟು ಮ್ಯಾಟರ್ ಕಲೆಕ್ಟ್ ಮಾಡ್ದೆ. ಹೊಸ ವಿಷ್ಯ. ನಂದಿತಾಗೆ ಈ ತಿಂಗ್ಳು ಇಪ್ಪತ್ತಾರನೇ ತಾರೀಖು ತಿರುಪತಿಯಲ್ಲಿ ಮದ್ವೆಯಂತೆ. ವಿಷ್ಯನ ತೀರಾ ಸಿಕ್ರೇಟ್ ಆಗಿಟ್ಟಿದ್ದಾರೆ. ಬಹುಶಃ ಅವ್ರ ಮನೆಯವರ್ಗೇನು... ನಂದಿತಾಗೂ ಗೊತ್ತಿರಲಾರ್ದು ಎನ್ನುವ ಊಹೆ." ಬರೀ ಹ್ಲೂಗಟ್ಟಿ ಫೋನಿಟ್ಟ.

ಇಷ್ಟೆಲ್ಲ ಆತುರಕ್ಕೆ ಕಾರಣವೇನು? ಇದೇನು ರಾಜಕುಮಾರ, ರಾಜಕುಮಾರಿಯ ಕತೆಯೇನು? ತಾನೇನಾದರೂ ಕುದುರೆಯ ಮೇಲೆ ಹೋಗಿ ಹಾರಿಸಿಕೊಂಡು ಬರಲು ಸಾಧ್ಯವೇ? ಏನೋ ರಹಸ್ಯವಿದೆ ಇದರಲ್ಲಿ ಸ್ವಲ್ಪ ಶ್ರಮ, ಬುದ್ಧಿ ಉಪಯೋಗಿಸದಿದ್ದರೇ ರಹಸ್ಯದ ಸಮಾಧಿ.

ಬೆಳಿಗ್ಗೆ ಬೆಳಿಗ್ಗೆಯೇ ಸಮೀರ್ ನಂದಿತಾ ಮನೆಗೆ ಹೋದವನು "ನಿಮ್ಮನ್ನ ಕರ್ಕೊಂಡ್ಬರೋಕೆ ಹೇಳಿದ್ದಾರೆ ನಮ್ಮ ಎಂ.ಡಿ." ಸುಬ್ಬಣ್ಣನ ಮುಂದೆ ನಿಂತ. ಜನಿವಾರ ಹಿಡಿದು ಗಾಯತ್ರಿ ಮಂತ್ರ ಹೇಳುತ್ತಿದ್ದವರ ಬಾಯಿ ನಿಂತುಹೋಯಿತು. "ಯಾಕೆ...?" ಎಂದು ಕೇಳಿದರು ಪ್ರಯತ್ನಪೂರ್ವಕವಾಗಿ.

"ಸಮೀರ್, ಆ ವ್ಯಕ್ತಿ ಬರೋದು ನೀನು ಹೇಳುವ ರೀತಿ, ನಡೆದುಕೊಳ್ಳುವ ನಡೆಯನ್ನು ಅವಲಂಬಿಸಿರುತ್ತೆ, ಬಿ ಕೇರ್ ಫುಲ್. ಸುಬ್ಬಣ್ಣ ನಿನ್ನೊಜೆ ಬಂದೇ ತೀರ್ಬೇಕು, ಗಲಾಟೆಯಾಗ್ದಂತೆ ಕಾರ್ಯ ನಿರ್ವಹಿಸ್ಬೇಕು. ಆ ವ್ಯಕ್ತಿ ಒಳ್ಳೆಯವನು. ಅದೇ ಅವ್ನ ಅಡ್ವಾಂಟೇಜ್" ಹೇಳಿ ಕಳಿಸಿದ್ದ ಮಹೇಂದರ್.

ಹುಳಿಗೆ ಒಗ್ಗರಣೆ ಹಾಕುತ್ತಿದ್ದ ವೈದೇಹಿ ಬಂದರು ಗಾಬರಿಯಿಂದ. ಅವರೆಂದೂ ನೋಡಿರದ ವ್ಯಕ್ತಿ ಸಮೀರ್.

"ಏನು... ವಿಷ್ಯ?" ಕೇಳಿದರು ಆತಂಕದಿಂದ. ಒಮ್ಮೆ ಸುಬ್ಬಣ್ಣನತ್ತ ನೋಟ ಹರಿಸಿದ ಸಮೀರ್ ಮುಗುಳ್ನಗು ತೇಲಿಸುತ್ತ "ಏನಿಲ್ಲ.. ಮೇಡಮ್! ಕೇಳಿದರು ಆತಂಕದಿಂದ. ಒಮ್ಮೆ ಸುಬ್ಬಣ್ಣನತ್ತ ನೋಟ ಹರಿಸಿದ ಸಮೀರ್ ಮುಗುಳ್ನಗು ತೇಲಿಸುತ್ತ "ಏನಿಲ್ಲ... ಮೇಡಮ್! ಟ್ರಾನ್ಸ್‌ಫರ್ ಕೇಳಿದ್ರಂತೆ ನಿಮ್ಮ ಮನೆಯೋರು. ಅದು ತೀರಾ ಇಂಟೀರಿಯರ್, ಮಲೇರಿಯಾ ಪ್ರದೇಶದಂತೆ ಸಹಿ ಮಾಡೋಕೆ ಮುನ್ನ ಒಂದ್ಸಲ ಕೇಳೋಣಾಂತ ಹೇಳಿ ಕಳ್ಸಿದ್ದಾರಷ್ಟೆ" ಎಂದ. ಅದು ಅಪ್ಪಟ ಸತ್ಯವಲ್ಲದಿದ್ದರೂ ಪೂರ್ತಿ ಸುಳ್ಳಲ್ಲ. ಮನೆಯವರಿಗೆ ಆ ವಿಷಯ ಹೊಸದು.

"ಏನಪ್ಪ, ನೀವು ಟ್ರಾನ್ಸ್‌ಫರ್‌ಗೆ ಪ್ರಯತ್ನ ಮಾಡ್ತಾ ಇದ್ದೀರಾ! ಬೆಂಗ್ಳೂರಿಗೆ ಬರೋಕೆ ನೂರೆಂಟು ಅಶ್ವಮೇಧಯಾಗ ಮಾಡ್ಬೇಕಾಯ್ತು. ನಮ್ಗೇ ಇಲ್ಲಿಂದ

ವರ್ಗವಾದ್ರೆ ಎಷ್ಟೊಂದು ಕಷ್ಟವಾಗುತ್ತೆ. ನಂದಕ್ಕಾನ ಕೆಲ್ಸದ ಗತಿ, ನನ್ನ ಓದಿನ ಸ್ಥಿತಿ ದೇವ್ರೇ ಕಾಪಾಡ್ಬೇಕು" ಗೋಡೆಗೊರಗಿ ನಿಂತ ಪ್ರತಿಭಾ ಜಾರಿದಂತೆ ನೆಲದ ಮೇಲೆ ಕೂತು ತಲೆಯ ಮೇಲೆ ಕೈಯೊತ್ತಳು. ಏನಾದರಾಗಲೀ ಅವಳಂತು ಇಲ್ಲಿಂದ ಹೋಗಲು ಸಿದ್ಧವಿಲ್ಲ.

ವೈದೇಹಿ ಗಂಡನ ಕಡೆ ನೋಡಿದರು. ಸುಳ್ಳೆನ್ನುವುದು ಕಷ್ಟ. "ಬರ್ತೀನಿ.... ಕೂತ್ಕೊಳ್ಳಿ..." ರೂಮಿಗೆ ಹೋದರು. ಹಿಂಬಾಲಿಸಿದರು. ವೈದೇಹಿ ತರಾಟೆಗೆ ತೆಗೆದುಕೊಳ್ಳಲು "ಏನಾಗಿದೆ.... ನಿಮಗೆ! ಇಲ್ಲಿಗೆ ಬರೋಕೆ ಎಷ್ಟೊಂದು ಕಷ್ಟಪಟ್ವಿ. ಈಗ ಮತ್ತೆ ಟ್ರಾನ್ಸ್‌ಫರ್ ಯಾಕೆ?" ಆಕೆ ಕಣ್ಣಂಚು ಒದ್ದೆ ಮಾಡಿಕೊಂಡು ಅಡಿಗೆ ಮನೆಗೆ ಹೋದರು ಬಂದ ವ್ಯಕ್ತಿಗೆ ಕಾಫೀ ಬೆರೆಸಿಕೊಡಲು.

"ಹಲೋ.... ನಂದಿತಾ ಅವ್ರೆ..." ಸಮೀರ್ ಅಪರಿಚಿತನ ತರಹ ನಟನೆ ಮಾಡಲಿಲ್ಲ. ಆಫೀಸ್‌ನಲ್ಲಿ ನೋಡಿದ್ದ ಒಂದೆರಡು ಸಲ ಮಾತಾಡಿಸಿದ್ದ. ಪೂರ್ತಿ ವಿಷಯ ತಿಳಿಯದಿದ್ದರೂ ಇದೆಲ್ಲದರ ಹಿಂದೆ ಎಂ.ಡಿ.ಯವರಿಗೆ ನಂದಿತಾ ಮೇಲಿರುವ ಆಸಕ್ತಿಯೇ ಕಾರಣವೆಂದು ಗೊತ್ತು.

ನಂದಿತಾಗೆ ಆಶ್ಚರ್ಯ "ಆ ಕಂಪನಿಯಲ್ಲಿ ಕೆಲ್ಸ ಬಿಟ್ರಾ? ನಮ್ಮಪ್ಪನ ಟ್ರಾನ್ಸ್‌ಫರ್ ವಿಷ್ಯ ನಿಮ್ಗೆ ಹೇಗೆ ಗೊತ್ತು" ಕೇಳಿದಳು.

"ನಿಮ್ಮ ತಂದೆಯವ್ರನ್ನೇ ಕೇಳಿ" ಸುಮ್ಮನಾದ.

ಮಗಳಿಗೆ ನಿಜವಾದ ಕಾರಣ ಕೊಡಬೇಕಾದರೆ ಎಲ್ಲಾ ವಿವರಿಸಬೇಕು. ಅದು ಸಾಧ್ಯವಿಲ್ಲವೆಂದು ಅವನ ನಂಬಿಕೆ. ಅಡಿಕೆ ಕತ್ತರಿಸುವ ಕತ್ತರಿಯ ಮಧ್ಯೆ ಸಿಕ್ಕಿಸಿದ್ದ ಸುಬ್ಬಣ್ಣನನ್ನು.

ವೈದೇಹಿಯೇ ಕಾಫೀ ತಂದಿದ್ದರು. ತೀರಾ ಖಿನ್ನತೆಯನ್ನು ಗಮನಿಸಿದ ಸಮೀರ್. ಟ್ರಾನ್ಸ್‌ಫರ್ ಇಷ್ಟವಿಲ್ಲ ಮಾತ್ರವಲ್ಲ, ಆ ವಿಷಯ ಮನೆಯಲ್ಲಿ ಗೊತ್ತಿಲ್ಲವೆನ್ನುವುದು ಮನದಟ್ಟಾಗಿತ್ತು.

ಬಟ್ಟೆ ಧರಿಸಿ ಬಂದ ಸುಬ್ಬಣ್ಣ ಅಸಹನೆಯಿಂದಲೇ ಅವನತ್ತ ನೋಡಿದ. ತೊಂದರೆಯು ಪ್ರಾರಂಭವೆನಿಸಿತ್ತು. ಮಹೇಂದರ್ ಒಬ್ಬ ದೊಡ್ಡ ಖಳನಾಯಕನಂತೆ ಗೋಚರಿಸಿದ.

"ಹೋಗೋಣ...." ಸುಬ್ಬಣ್ಣ ಹೇಳಿದ ಮೇಲೆ ಎದ್ದಿದ್ದು. ಸಮೀರ್‌ನತ್ತ ಕೆಂಗಣ್ಣು ಬಿಟ್ಟರು. ಮುಗುಳ್ನಕ್ಕವನು ಕೈಯಲ್ಲಿ ಸುತ್ತಿಡಿದ ಒಂದು ಪೇಪರ್ ಕೊಟ್ಟವನು "ಬೇಗ್ಬನ್ನಿ..." ಬಾಗಿಲಾಚೆ ಹೋಗಿ ನಿಂತ. ದಬಾವಣೆ ಬೇಡವೆಂದು ಎಚ್ಚರಿಸಿದ್ದ ಮಹೇಂದರ್.

ಜೆರಾಕ್ಸ್ ಪ್ರತಿ ಬಿಚ್ಚಿ ನೋಡಿದವರು ಅವಾಕ್ಕಾದರು. ಟ್ರಾನ್ಸ್‌ಫರ್ ಕೇಳಿದ ಅಪ್ಲಿಕೇಷನ್‌ನ ಪ್ರತಿಯ ಪ್ರತಿ. ಉಗುಳು ಗಂಟಲಲ್ಲಿ ಸಿಕ್ಕಿ ಹಾಕಿಕೊಂಡಿತು.

ನುಂಗಲಾರದೆ ಚಡಪಡಿಸಿದರು. ಅಂದರೆ ತನ್ನ ಪ್ರತಿಯೊಂದು ಕೆಲಸವೂ ಮಹೇಂದರ್‌ಗೆ ಗೊತ್ತು! ಬೆವತ ಮುಖವನ್ನೊರೆಸಲು ಕೂಡ ಅವರಿಂದಾಗಲಿಲ್ಲ.

ಅದನ್ನು ಮಡಚಿ ಜೇಬಿನಲ್ಲಿಟ್ಟುಕೊಂಡು ಹೊರಬಂದಾಗ ಜೊತೆಯಾಗಿದ್ದ ಸಮೀರ್. ಮಾನಸಿಕವಾಗಿ ಸದೆಬಡಿದಿದ್ದ ಮಹೇಂದರ್. ತುಟಿ ತೆರೆಯದೆ ಕಾರು ಹತ್ತಿದ.

ಅರ್ಧ ಗಂಟೆ ವೈಟಿಂಗ್ ರೂಂನಲ್ಲಿ ಕಾದ ನಂತರವೆ ಮಹೇಂದರ್ ಬಂದಿದ್ದು. ತಲೆಯೆತ್ತಿ ಇಂದು ದಿಟ್ಟಿಸಲು ಕೂಡ ಆಗಲಿಲ್ಲ ಸುಬ್ಬಣ್ಣನಿಂದ.

"ಇವತ್ತು ಡೇಟ್... ಎಷ್ಟು?" ಸ್ವಲ್ಪ ಸೀರಿಯಸ್ಸಾಗಿಯೇ ಇತ್ತು ಅವನ ಸ್ವರ. ತಾನು ನರ್ವಸ್ ಆಗಿದ್ದನ್ನ ತೋರಿಸಿಕೊಳ್ಳದೆ "ಐದು... ಅದ್ನ ಕೇಳೋಕೆ ನನ್ನ ಕರ್ಸಿಕೊಂಡ್ರ" ಒಟ್ಟು ಧೈರ್ಯ ಕೂಡಿಸಿಕೊಂಡು ಇಷ್ಟು ಅಂದರು.

ಇನ್ನಷ್ಟು ನೇರವಾಗಿ, ತೀಕ್ಷ್ಣವಾಗಿ ಅವರತ್ತ ನೋಡಿದ. "ಮದ್ವೆ ಇಪ್ಪತ್ತಾರನೇ ತಾರೀಖು. ಆ ದಿನಕ್ಕೆ ಇಪ್ಪತ್ತು ದಿನ ಇದೆ. ಸದ್ಯಕ್ಕೆ ಎರಡ್ವರ್ಷ ಮದ್ವೆ ಮಾಡೋಲ್ಲ ಅಂದೋರಿಗೆ ಇಂಥ ಆತುರ... ಯಾಕೆ?" ವ್ಯಂಗ್ಯವಾಡಿದ. ಅಣಕಿಸುವಂತಿತ್ತು ಅವನ ದನಿ.

ಸುಬ್ಬಣ್ಣನ ಬೆನ್ನಲ್ಲಿ ಚಳಿ ಶುರುವಾಯಿತು. ಈ ವಿಷಯನ ಬಹಳ ಸೀಕ್ರೆಟ್ ಆಗಿಟ್ಟಿದ್ದರು. ಆದರೆ ಮಹೇಂದರ್‌ಗೆ ತಿಳಿದಿತ್ತು. ಹೇಗೆ, ಏಕೆ.... ಎಂದು ತಲೆ ಕೆಡಿಸಿಕೊಳ್ಳುವ ಬದಲು ಸಂದರ್ಭವನ್ನು ಹೇಗೆ ಎದುರಿಸಬೇಕೆಂದು ಚಿಂತಿಸಿದರು.

"ಅದ್ನ ನೀವು ಕೇಳೋ ಅಗತ್ಯವಿಲ್ಲ. ನನ್ಮಗ್ಳಿಗೆ ನಾನು ಯಾವಾಗ್ಲಾದ್ರೂ ಮದ್ವೆ ಮಾಡ್ತೀನಿ. ಅದು ಪಬ್ಲಿಕ್ ವಿಷ್ಯ ಅಲ್ಲ. ಉತ್ತರಿಸ್ಬೇಕಾದ ಅಗತ್ಯ ನಂಗೂ ಇಲ್ಲ" ಎಂದರು ಒಣಗಿದ ಸ್ವರದಲ್ಲಿ. ಜಗಜಟ್ಟಿಯ ಮುಂದೆ ತನ್ನ ಕಾದಾಟವೆಂದು ಅವರಿಗೆ ಗೊತ್ತು.

"ಷೂರ್, ಆದ್ರೆ ನಂದಿತಾ ಬದ್ಕಿನಲ್ಲಿ ನಾನು ಹೊರ್ಗಿನವನಲ್ಲ!" ಒಂದು ಆಡಿಯೋ ಕ್ಯಾಸೆಟ್ಟಿನ ಟೀಪಾಯಿ ಮೇಲೆ ಹಾಕಿದ "ಕೇಳೋಕೆ... ಇಷ್ಟನಾ! ಗಂಡು-ಹೆಣ್ಣಿನ ಮಧ್ಯದ ಪ್ರೀತಿಯ, ಪ್ರೇಮದ ಮಾತುಗಳು ತೀರಾ ಪರ್ಸನಲ್ಲಾಗಿ ಉಳೀಬೇಕು. ತೀರಾ ಅಗತ್ಯವೆನಿಸಿದಾಗ ಬಳಸ್ಕೋತೀನಿ" ಎಂದ. ಈ ಏಟಿಗೆ ತತ್ತರಿಸಿಹೋದರು ಸುಬ್ಬಣ್ಣ. ಮಾನ, ಮರ್ಯಾದೆಯೆಂದು ಬದುಕಿದ ಸರಳ ಜನ.

"ನನ್ನ ಬ್ಲಾಕ್ ಮೈಲ್... ಮಾಡ್ತೀರಾ!" ಉಸಿರುಗಟ್ಟಿದಂತೆ ಕೂಗಿದರು. "ಷಟಪ್, ಮೆತ್ಗೆ ಮಾತಾಡಿ! ಆ ಅಗತ್ಯ ನಂಗಿಲ್ಲ. ಚೆಂಡು ನನ್ನ ಮೈದಾನದಲ್ಲಿದೆ. ಬರೀ ಫಾರ್ಮಾಲಿಟೀಸ್‌ಗೋಸ್ಕರ ಈ ರಿಸ್ಕ್ ಅಷ್ಟೆ. ನೀವು ಈಗ ಹೋಗಿ...." ಮೇಲೆದ್ದ. ಇನ್ನು ಮಾತು ಬೇಡವೆನಿಸಿತ್ತು.

ಬಾಗಿಲವರೆಗೂ ಹೊರಟ ಸುಬ್ಬಣ್ಣ ಹಿಂದಕ್ಕೆ ತಿರುಗಿ "ಒಂದ್ನಿಮ್ಷ..." ಕಂಠ ಗದ್ಗದವಾಗಿತ್ತು. ಕಣ್ಣಲ್ಲಿ ನೀರು ತುಂಬಿಕೊಂಡು ಕೈ ಜೋಡಿಸಿದರು. "ನಿಮ್ಮ ಪ್ರಕಾರ

ಅವ್ರು ಯಾವ ಹಿಂದೂನು ಅಲ್ಲ. ನನ್ಮಗ್ಳು ನಂದಿತಾ. ದಯವಿಟ್ಟು ನಮ್ಮನ್ನ ಬಿಟ್ಬಿಡಿ" ಪ್ರಾರ್ಥೇಯರಾದರು.

ಸಹಾನುಭೂತಿಗೆ ಯೋಗ್ಯವಾದ ವ್ಯಕ್ತಿಯೇ! ಆದರೂ ಅನುಮಾನ ಮಹೇಂದರ್‌ಗೆ. ಇಷ್ಟೊಂದು ವಿರೋಧಕ್ಕೆ ಕಾರಣ ಪೂರ್ತಿ ಊಹಿಸಿಕೊಳ್ಳಲಾಗದಿದ್ದರೂ ಒಂದಿಷ್ಟು ಅಂದಾಜು ಮಾಡಿದ್ದ.

"ನಾನೆಲ್ಲಿ ಹೇಳ್ದೇ.... ನಿಮ್ಮ ಮಗ್ಳು ನಂದಿತಾ ಅಲ್ಲಾಂತ. ಹಿಂದು ಅನ್ನೋ ಹೆಸರು ಇಷ್ಟವಾಯ್ತು. ನಾನು ಪ್ರೀತಿಸಿದ ಹುಡ್ಗಿಗೆ ಇಟ್ಕೊಂಡೇ. ದಟ್ಸ್... ಆಲ್" ಒಳಗೆ ಹೋಗಿಬಿಟ್ಟ.

ಡ್ರೈವರ್ ಸುಬ್ಬಣ್ಣನನ್ನು ತಂದು ಮನೆಯ ಮುಂದೆ ಇಳಿಸಿ ಹೋದ. ಪೂರ್ತಿ ಕುಸಿದಿದ್ದರು. ಮಹೇಂದರ್‌ನ ಕಣ್ಣು ತಪ್ಪಿಸಿ ಮದುವೆ ಮಾಡುವುದು ಸುಲಭ ಸಾಧ್ಯವಲ್ಲ. 'ಅಂಡಲ್ ಎಸ್ಟಿಮೇಟ್' ಮಾಡಿಕೊಂಡು ಮುಂದುವರಿದರೇ ತೀರಾ ಅಪಾಯ.

ವೈದೇಹಿ ನೀರು ತಂದು ಗಂಡನ ಮುಂದೆ ಹಿಡಿದರು. "ಒಂದಿಷ್ಟು ಕುಡ್ದು ಸುಧಾರ್ಸಿಕೊಳ್ಳಿ. ನಿಮ್ಗೆ ಏನೋ ಆಗಿದೆ, ನಾರ್ಮಲ್ ಆಗಿಲ್ಲ. ಒಮ್ಮೆ ಸೈಕಾಲಜಿಸ್ಟ್‌ನ ಕಂಡ್ಬರೋಣ. ಬೇರೆಯವ್ರಿಗೆ ಹೆಚ್ಚು ಕಡ್ಮೆಯಾದ್ರೆ ಸುಧಾರಿಸ್ಕೋಬಹುದು. ಮನೆ ಆಧಾರನೆ ನೀವು. ತೀರಾ ಮುಂದಾಲೋಚನೆ ಇಲ್ದೆ ಯಾವ್ದೇ ಕೆಲ್ಸಕ್ಕೆ ಕೈ ಹಾಕ್ಬಾರ್ದು" ಒಂದಿಷ್ಟು ಬುದ್ಧಿ ಹೇಳಿದರು. ಸ್ತಬ್ದವಾಗಿತ್ತು. ಸುಬ್ಬಣ್ಣನ ಮಿದುಳು. ಯೋಚಿಸುವ ಶಕ್ತಿಯನ್ನು ಕಳೆದುಕೊಂಡಿದ್ದರು ಕೆಲವು ನಿಮಿಷ.

ಬಿರುಸಾಗಿ ಕೋಣೆಯಿಂದ ಬಂದ ಪ್ರತಿಭಾ "ನಮ್ಗೆ ಮಲೆನಾಡಿನ ಸಹವಾಸ ಸಾಕಾಗಿದೆ. ನಂಗೆ ಕಾಲೇಜಿಗೆ ಅನ್ಕೂಲ, ನಾನಂತು ಬರೋಲ್ಲ. ನಂದಕ್ಕಾ.... ನಾನು ಇಲ್ಲೇ ಇದ್ಕೋತೀವಿ. ನೀವು ಬೇಕಾದ್ರೆ ಹೋಗಿಕೊಳ್ಳಿ" ಮೂತಿ ತಿರುಗಿಸಿಕೊಂಡು ಹೋದಳು.

"ನಿಮ್ಮ ಗಂಡು ಮಕ್ಳು ಅದೇ ಮಾತು ಹೇಳಿದ್ದಾರೆ. ಕಟ್ಟಿಕೊಂಡ ತಪ್ಪಿಗೆ ನಾನೊಬ್ಳು ಬರ್ತೀನಿ. ಏನ್ಹೇಳ್ತಂದ್ರಿ?" ವೈದೇಹಿಯ ಮಾತುಗಳು. ಲೋಟ ನೀರು ಖಾಲಿ ಮಾಡಿಟ್ಟರು. "ಸ್ವಲ್ಪ ಸುಮ್ನೆ ಇರೀ. ನನ್ನ ಏನೂಂತ ತಿಳ್ಕೊಂಡಿದ್ದೀರಾ! ಆಳು ಹಳ್ಳಕ್ಕೆ ಬಿದ್ರೆ ಆಳಿಗೊಂದು ಕಲ್ಲಂತೆ" ಗೊಣಗಿಕೊಂಡು ರೂಮಿಗೆ ಹೋದರು.

ಮಲಗಿ ಯೋಚಿಸಿದರು. ಅವರು ಕೇಳಿದ ಕಡೆ ಟ್ರಾನ್ಸ್‌ಫರ್ ಆದರೆ ಇಡೀ ಸಂಸಾರದ ಗತಿಯೇ ಬದಲಾಗುತ್ತದೆಯೆನಿಸಿತು. ಹುಡುಗರು ಸ್ಕೂಲು, ಪ್ರತಿಭಾ ಕಾಲೇಜು... ಇವೆಲ್ಲದರ ನಡುವೆ ವೈದೇಹಿ ಆರೋಗ್ಯ ಕೆಡುತ್ತಿತ್ತು. ಆ ಕಡೆ ಸೀನು ಶುರುವಾದರೆ ಇಡೀ ದಿನ ಸೀನುತ್ತಿದ್ದರು. ಡಾಕ್ಟರ್ ಬಿಲ್ ಹೆಚ್ಚಾಗುತ್ತಿತ್ತು.

ಆಡಿಯೋ ಕ್ಯಾಸೆಟ್‌ನ ನೆನಪಾಯಿತು. ಬಹುಶಃ ನಂದಿತಾ ಗಾಢವಾಗಿಯೇ ಮಹೇಂದರ್‌ನ ಪ್ರೀತಿಸುತ್ತಿರಬೇಕು. ಅವರಿಬ್ಬರ ಒಡನಾಟ ಕೂಡ ಹೆಚ್ಚಾಗಿರಬೇಕು.

ಕ್ಯಾಸೆಟ್‌ನಲ್ಲಿ ಅವಳ ಮಾತುಗಳನ್ನು ಮುದ್ರಿಸಿಟ್ಟುಕೊಂಡಿದ್ದಾನೆ. ಅವನಿಗೆ ಅನುಕೂಲ, ತನಗೆ ಪ್ರತಿಕೂಲ ಮುಂದೇನು?

ಕೆಲವು ಚಿತ್ರಗಳು ಮೂಡಿ ಮೂಡಿ ಮರೆಯಾದವು. ಒಂದಂತು ಭೀಭತ್ಸ ದೃಶ್ಯ. ಮುಂದೆ ಕಾಣುವ ಸಂಭವವಂತೂ ಇರಲಿಲ್ಲ. 'ನಿಮ್ಮ ನಂದಿತಾ.... ನಂಗೆ ಹಿಂದು. ಅವ್ಳು ನಿಮ್ಮ ಮಗ್ಳು ಅಲ್ಲಾಂತ ನಾನೆಲ್ಲಿ ಹೇಳ್ದೆ?' ಈ ಮಾತು ಅವರ ಮೇಲೆ ಸ್ವಲ್ಪ ಪರಿಣಾಮ ಬೀರಿತ್ತು.

ತಟ್ಟನೆ ಎದ್ದು ಕೂತರು. ಕಿಟಕಿಯ ಬಳಿ ನಿಂತರು. ಮೇಲಿನ ಷರಟು ಬದಲಾಯಿಸಿ ಹೊರಡುವ ವೇಳೆಗೆ ಪ್ರವೀಣ್ ಬಂದ. ಹಿಂದೆ ಇದ್ದ ಸೌದಾಮಿನಿ ಬಂದು ಅಪ್ಪಿಕೊಂಡಳು.

"ಹೇಗಿದ್ದೀಯಾಪ್ಪ? ಪ್ರತಿಭಾ ಪತ್ರ ನೋಡಿ ಗಾಬ್ರಿಯಾದ್ವಿ! ಹುಷಾರ್... ತಾನೇ?" ಸೌದಾಮಿನಿ ಸ್ವರದ ಆತಂಕದಿಂದ ಸಂಕೋಚವೆನಿಸಿತು. "ಏನಿಲ್ಲ, ಸ್ವಲ್ಪ ಕೆಲ್ಸ ಜಾಸ್ತಿ! ಟೆನ್‌ಷನ್ ಒಂದಿಷ್ಟು ತಲೆ ಬಿಸಿ... ಅದು ನಿನ್ನವರ್ಗೂ ಬಂತೂನ್ನು. ಅಂತು ಬಂದಿದ್ದು ಒಳ್ಳೆದಾಯ್ತು ಬಿಡು. ಸ್ವಲ್ಪ ಛೇಂಜ್ ಇರುತ್ತೆ. ನನ್ನ ನಾಲಿಗೆನು ಒಂದು ರೀತಿಯ ಊಟ, ತಿಂಡಿಯಿಂದ ಜಡ್ಡು ಹಿಡಿದ್ಹೋಗಿದೆ" ಉಲ್ಲಾಸ ನಗೆ ಬೀರಿದರು. ಅಲ್ಲ ನಟಿಸಿದರು.

ಇಣುಕಿದ ಪ್ರತಿಭಾ ಒಳಗೆ ಸೇರಿಕೊಂಡಳು.

ಸುಬ್ಬಣ್ಣನವರು ಹೊರಗೆ ಹೋದ ಮೇಲೆ ವೈದೇಹಿ ಸುಮ್ಮನಿದ್ದರು. ಪ್ರತಿಭಾ ಎಲ್ಲಾ ವಿವರಿಸಿದಳು ಮೊದಲಿನಿಂದ. ಟ್ರಾನ್ಸ್‌ಫರ್ ವಿಷಯ ಗೊತ್ತಾಗುವವರೆಗೆ.

ಒಮ್ಮೆ ನೋಡಿದರೆ ನೆನಪಿನಲ್ಲಿ ಇಟ್ಟುಕೊಳ್ಳುವಂಥ ಪರಿಪೂರ್ಣ ವ್ಯಕ್ತಿತ್ವ ಮಹೇಂದರ್‌ದು. ಸೌದಾಮಿನಿ ಏನು ನೆನಪು ಮಾಡಿಕೊಳ್ಳಬೇಕಿರಲಿಲ್ಲ. ಸಂತೋಷದಿಂದ ತಬ್ಬಿಬ್ಬಾದಳು. ಕ್ಷಣ ಅಸೂಯೆ ಕಾಡಿದರೂ ಇಂಥ ಅವಕಾಶ ನಂದಿತಾಗಾದರೂ ಸಿಕ್ಕಿತಲ್ಲ ಎಂದು ಸಂತೋಷಗೊಂಡಳು.

"ಏನಾಗಿದೆ, ಅಪ್ಪನಿಗೆ? ಸುಮ್ನೇ ಕೆಟ್ಟದ್ದೇ ಯೋಚ್ನೋದೇಕೆ? ಒಳ್ಳೆ ಜೋಡಿ ನಂದಿತಾ ಎತ್ತರಕ್ಕೆ ಮಹೇಂದರ್. ಕಣ್ಣು ಮುಚ್ಕೊಂಡ್ ಕಾಲು ತೊಳ್ದು ಕನ್ಯಾದಾನ ಮಾಡಿಕೊಡ್ಬಹ್ದು" ಎಂದಳು. ಈ ವಿಷಯದಲ್ಲಿ ಅವಳದು ಪರಿಪೂರ್ಣ ಸಮ್ಮತಿ. ಇದಕ್ಕಾಗಿ ಜಗಳ ಆಡಲು ಸಿದ್ಧಳಿದ್ದಳು.

ಸ್ವಲ್ಪ ಸಪ್ಪಗಾದವನು ಪ್ರವೀಣ್. ಕೇವಲ ಕೆಲವು ತಿಂಗಳ ಹಿಂದೆ ನಂದಿತಾಳೊಂದಿಗಿನ ಬದುಕನ್ನು ಕಂಡವನು. ನಿರಾಶೆ ಹತ್ತಿಕ್ಕಿ ಬದುಕು ಆರಂಭಿಸಿದ್ದ ಹೊಸದಾಗಿ. ಕಂಡ ಕನಸಂತು ಬದುಕಿರುವವರೆಗೂ ಬೆನ್ನಟ್ಟುತ್ತಲೇ ಇರುತ್ತಿತ್ತು.

ಸಂಜೆ ಆಫೀಸಿನಿಂದ ಮನೆಗೆ ಬಂದ ನಂದಿತಾ ಕಣ್ಣರಳಿಸಿದಳು "ಸರ್‌ಪ್ರೈಜಾಗಿ ಬಂದಿದ್ದೀರಲ್ಲ! ಮೊನ್ನೆ ಪತ್ರದಲ್ಲೂ ಏನು ಬರ್ದಿರ್ಲಿಲ್ಲ" ಸೌದಾಮಿನಿಯ ಕೈ ಹಿಡಿದುಕೊಂಡಳು. ಪ್ರಸ್ತಾಪ ಬೇಡವೆಂದು ವೈದೇಹಿ ತಾಕೀತು ಮಾಡಿದ್ದರಿಂದ

ನಾಲಿಗೆಯವರೆಗೂ ಬಂದ ಮಾತುಗಳನ್ನು ನುಂಗಿಕೊಂಡಳು. "ನೋಡ್ಬೇಕೂಂತ ಅನ್ನಿಸ್ತು. ಇವ್ರಿಗೂ ಒಂದಿಷ್ಟು ಆಫೀಸ್ ಕೆಲ್ಸ ಇತ್ತು" ಎನ್ನುತ್ತ ನಂದಿತಾನ ಆಪಾದಮಸ್ತಕ ದಿಟ್ಟಿಸಿದಳು. ಏನೇನು ಬದಲಾವಣೆ ಇಲ್ಲ.

* * * *

ಮೀಟಿಂಗ್ ಮುಗಿಸಿಕೊಂಡು ಮನೆಗೆ ಬರುವ ವೇಳೆಗೆ ಕಾದು ಕೂತಿದ್ದರು ಸುಬ್ಬಣ್ಣ ವೈಟಿಂಗ್ ರೂಂನಲ್ಲಿ. ಒಂದು ಗಂಟೆ ಕಳೆದಿತ್ತು. ದೀರ್ಘವಾದ ಅರವತ್ತು ನಿಮಿಷಗಳನ್ನು - 360 ಸೆಕೆಂಡ್‌ಗಳನ್ನು ಕಳೆದಿದ್ದರು ಪ್ರಯಾಸದಿಂದ. ಹೀಗೆಯೇ ಇನ್ನು ಎರಡು ಗಂಟೆ ಕಳೆಯಬಲ್ಲರು. ಅವರಂತು ಮಹೇಂದರ್‌ನ ಮೀಟ್ ಮಾಡದೆ ಹೋಗರು.

ಬಂಗ್ಲೆಯ ಮ್ಯಾನೇಜರ್ ಹೇಳಿದ್ದರು "ಅಪಾಯಿಂಟ್‌ಮೆಂಟ್ ಇಲ್ದೇ ಭೇಟಿ ಸಾಧ್ಯವಿಲ್ಲ. ಸುಮ್ನೇ ಕಾಯೋದ್ರಲ್ಲಿ ಪ್ರಯೋಜನವಿಲ್ಲ."

ಆದರೂ ಅಲ್ಲಿಂದ ಕದಲದೆ ಕೂತಿದ್ದರು. ಮಹೇಂದರ್‌ನಿಂದ ಬುಲಾವ್ ಇಲ್ಲದೆ ಬಂದಿದ್ದರು. ಅಂಥ ಅನಿವಾರ್ಯವನ್ನು ಮನಗಂಡಿದ್ದರು.

ಮೊದಲು ಸಮೀರ್ ಬಂದವನು ಏನು ವಿಷಯ ಎನ್ನುವಂತೆ ನೋಡಿದ "ತುಂಬ ಬಿಜಿ. ಇವತ್ತು ಯಾರನ್ನು ನೋಡೋಲ್ಲ. ಇನ್ನೊಂದು ದಿನ ನಿಮ್ಮ ಅಪಾಯಿಂಟ್‌ಮೆಂಟ್ ಫಿಕ್ಸ್ ಮಾಡ್ತೀನಿ" ಎಂದ ಮಾಮೂಲಿ ಸ್ವರದಲ್ಲಿ. ಅಂಥ ಇಂಟರೆಸ್ಟ್ ಪ್ರದರ್ಶಿಸಲಿಲ್ಲ.

"ಇವತ್ತು ನೋಡ್ಲೇಬೇಕು. ಪ್ಲೀಸ್... ಒಂದೈದು ನಿಮಿಷ ಸಾಕು" ಸುಬ್ಬಣ್ಣ ಗೋಗರೆದರು.... ಯಾವುದೋ ಭಯ ಅವರನ್ನು ಪೂರ್ತಿ ಮೆತ್ತಗೆ ಮಾಡಿತ್ತು. "ನೋ... ಆಗೋಲ್ಲಾಂದ್ರೆ.... ಆಗೋಲ್ಲ! ಇದೇನು ನಿಮ್ಮ ಪೋಸ್ಟಾಫೀಸೂಂತ ತಿಳ್ಕೊಂಡ್ರಾ. ಯು ಕೆನ್ ಗೋ..."

ಬಹಳ ರಿಕ್ವೆಸ್ಟ್ ನಂತರವೇ ಸಮೀರ್ ಬಗ್ಗಿದ್ದು.

"ನೋಡ್ತೀನಿ... ಇಲ್ಲೇ ಬರ್ತಾರೆ" ಹೇಳಿ ಅರ್ಜೆಂಟಾಗಿ ಹೋದ ಎರಡೇ ನಿಮಿಷದಲ್ಲಿ ಮಹೇಂದರ್ ಬಂದ. ಆಗ ತಾನೇ ಸ್ನಾನ ಮಾಡಿ ಬಂದಿದ್ದರಿಂದ ಫ್ರೆಶ್ಶಾಗಿ ಕಂಡ. ಆದರೂ ಮುಖದಲ್ಲಿನ ಸೀರಿಯಸ್‌ನೆಸ್ ಕಡಿಮೆಯಾಗಿರಲಿಲ್ಲ. ಏನು ಬಂದಿದ್ದು ಎನ್ನುವಂತೆ ನೋಡಿದ.

"ಮದ್ವೆಗೆ ನಾನು ಒಪ್ಕೊಂಡಿದ್ದೀನಿ. ನೀವು ಒಪ್ಗೇ ಸೂಚಿಸಿದ್ರೆ ಸಾಕು. ಅದೇ ಇಪ್ಪತ್ತಾರನೇ ತಾರೀಖು ತಿರುಪತಿಯಲ್ಲಿ ವಿವಾಹದ ಶಾಸ್ತ್ರ ಮುಗ್ಸಿಕೊಡ್ತೀನಿ" ಎಂದರು. ಎದೆ ಢವಗುಟ್ಟುತ್ತಿತ್ತು. ಕಾಕತಾಳೀಯವೆನ್ನುವಂತೆ ನಡೆದ ಘಟನೆಗಳು ಭಯಗ್ರಸ್ತರನ್ನಾಗಿ ಮಾಡಿತ್ತು.

ಮೌನವಹಿಸಿದ ಮಹೇಂದರ್. ಇದೇನು ತೀರ ಅನಿರೀಕ್ಷಿತವೆಂದುಕೊಳ್ಳಲಿಲ್ಲ. ಒಂದಿಷ್ಟು ಕಾಲಾವಕಾಶ ಅಂದರೆ ತಿಂಗಳು, ವರ್ಷಗಳಲ್ಲ, ಇನ್ನೊಂದೆರಡು ದಿನಗಳು ಹೆಚ್ಚಿಗೆ ಅಷ್ಟೆ ಅಂದುಕೊಂಡಿದ್ದ.

"ಇನ್ನೊಂದ್ಮಾತು, ನಂದಿತಾನ ನೀವು ಪ್ರೀತಿಯಿಂದ ನೋಡ್ಕೋಬೇಕು" ಸುಬ್ಬಣ್ಣನ ದನಿ ನಡುಗಿ ಕಣ್ಣಲ್ಲಿ ಮಡುವುಗಟ್ಟಿದ ಕಂಬನಿ ಕೆನ್ನೆಯ ಮಾಲೆ ಧಾರೆಯಾಯಿತು. "ಅವಳದು ಸ್ವಲ್ಪ ವಿಭಿನ್ನ ವ್ಯಕ್ತಿತ್ವ! ಅವ್ಳ ಸ್ವಭಾವ ನಿಮ್ಗೆ ಸರ್ಯಾಗಿ ಅರ್ಥವಾಗೋವರ್ಗೂ ತಾಳ್ಮೆವಹಿಸ್ಬೇಕು. ಯಾವ್ದೇ ಒತ್ತಡ ತರ್ಬಾರ್ದು. ಇನ್ನೊಂದು ಅವ್ಳನ್ನು ಯಾವ್ದೇ ಸೈಕಿಯಾಟ್ರಿಸ್ಟ್‌ಗೆ ತೋರಿಸ್ಬಾರ್ದು. ದಯವಿಟ್ಟು ಮಾತುಕೊಡ್ಬೇಕು ನಂಗೆ." ತಮ್ಮ ಕೈ ಚಾಚಿದರು.

ದೈನ್ಯತೆಯನ್ನು ನೋಡಿ ಮೃದುವಾದ ಮಹೇಂದರ್. ಕ್ಷಣ ಅವನ ಅನುಮಾನ ಅಲುಗಾಡಿತು. 'ನಂದಿತಾ' - 'ಹಿಂದು' ಬೇರೆ ಬೇರೆ! ಒಬ್ಬ ನಿಜವಾದ ತಂದೆಯ ವಾತ್ಸಲ್ಯ, ಕಾಳಜಿಯನ್ನು ಅವರಲ್ಲಿ ಕಂಡ.

"ನಿಮಗ್ಯಾಕೆ, ನನ್ನಲ್ಲಿ ಅಪನಂಬಿಕೆ? ಬಹುಶಃ ನಿಮ್ಮ ಮೊದಲ ಅಳಿಯನಿಂದ ಇಂಥ ಆಶ್ವಾಸನೆಯೇನಾದ್ರೂ ಕೇಳಿದ್ರಾ? ಇಂಥ ನಿಯಮಗಳ ಅನ್ವಯ ನನ್ನೊಬ್ಬನಿಗೇನಾ?" ಸಹಜವಾಗಿ ಕೇಳಿದ.

ಸುಬ್ಬಣ್ಣ ಕಣ್ಣೀರು ತೊಡೆದುಕೊಂಡರು. ಕೆಲವನ್ನು ಯಾರಿಗೂ ವಿವರಿಸಲಾರರು. ಕೈಯೆತ್ತಿ ಐದು ಬೆರಳುಗಳು ತೋರಿಸಿದರು. "ಕೈಯೊಂದೇ, ಬೆರಳುಗಳು ಆಕಾರದಿಂದ ಮಾತ್ರವಲ್ಲ... ಎಲ್ಲಾ ರೀತಿಯಿಂದ್ಲೂ ಬೇರೆ. ನಂದಿತಾ ಸ್ವಭಾವ ಹೆಚ್ಚು ಮೃದು. ಕೆಲವೊಮ್ಮೆ ಗೆಲುವಾಗಿರ್ತಾಳೆ, ಕೆಲವು ಸಲ ಮಂಕಾಗಿಬಿಡ್ತಾಳೆ. ಅದ್ಕೇ ಅಂಥ ದೊಡ್ಡ ಕಾರಣವೇನು ಇಲ್ಲ. ನಾಳೆ ಅವ್ಳಿಗೆ ಹಿಂಸೆ, ನಿಮ್ಮ ಮನಃಶಾಂತಿ ಕೆಡೋದು ನಂಗಿಷ್ಟವಿರ್ಲಿಲ್ಲ. ಅದ್ಕೇ ನಂಗೆ ಹಿಂಜರಿಕೆ. ನೀವು ನಂಗೆ ಭಾಷೆ ಕೊಟ್ಮೇಲೆ... ಮದ್ವೇ. ನಿಮ್ಮ ಮುಂದೆ ಸೆಣಸಾಡೋದು ಕಷ್ಟವಿರ್ಬಹುದ್ದು. ಆದ್ರೆ ಲೋಕ ತ್ಯಜಿಸೋದು ಸುಲಭ" ಅವರ ಕಡೆಯ ಮಾತಿನಲ್ಲಿದ್ದ ಆವೇಶವನ್ನು ಗುರ್ತಿಸಿದ.

ನಿರಾಶೆ ಹತಾಶೆಯಾಗಿ ಇಂಥ ಸಾಧ್ಯತೆಯನ್ನು ತಳ್ಳಿಹಾಕಲು ಸಾಧ್ಯವಿರಲಿಲ್ಲ.

"ನಿಮ್ಗೇನು ಬೇಕು?" ದೃಢವಾಗಿತ್ತು ಅವನ ಸ್ವರ. "ಅವ್ಳು ಅರ್ಥವಾಗೋವರ್ಗೂ ತಾಳ್ಮೆ ವಹಿಸ್ಬೇಕು." ಈಗ ಸುಬ್ಬಣ್ಣನ ಸ್ವರ ಏರಿತು. ಮಹೇಂದರ್ ನಕ್ಕ. "ಸಾಕಾ, ಮತ್ತೇನಾದ್ರೂ ಇದ್ರೆ ಯೋಚ್ಸಿಕೊಂಡ್... ನಾಳೆ ಬನ್ನಿ. ಅಂತು ಒಬ್ಬ ರಾಜಕುಮಾರಿಯನ್ನು ಪ್ರೀತಿಸಿದಂತಾಯ್ತು" ನಗುವಿನೊಂದಿಗೆ ಹೇಳಿದ.

ಸುಬ್ಬಣ್ಣ ಈ ಸಮಯ ಬಿಡಲು ಸಿದ್ಧವಿರಲಿಲ್ಲ. "ಮತ್ತೇನಿಲ್ಲ ಇಷ್ಟೇ ಸಾಕು." ಕೈ ಚಾಚಿದರು. ಮನದಲ್ಲಿಯೇ ನಕ್ಕರೂ ಮಹೇಂದರ್ ಅವರ ಕೈಯಲ್ಲಿ ಕೈಯಿಟ್ಟ "ಬೇಕಾದ್ರೆ.... ಒಂದು ಬಾಂಡ್ ಪೇಪರ್ ರೆಡಿ ಮಾಡ್ಸಿ ಸಹಿ ಹಾಕಿಕೊಡ್ತೀನಿ. ನಿಮ್ಮ ಮನಸ್ಸಿನ ನೆಮ್ದಿಗೋಸ್ಕರ" ಎಂದ. ಕೈಯನ್ನು ಕಣ್ಣಿಗೊತ್ತಿಕೊಂಡರು "ಇದಕ್ಕಿಂತ ದೊಡ್ಡ

ಭರವಸೆ ಯಾವ್ದು ಬೇಡ. ಇಲ್ಲಿ ಸಾಕ್ಷಿಯಾಗಿರೋದು... ಅಂತರಾತ್ಮ... ತಪ್ಪಿ ನಡೆದಾಗ ಅದೇ ಶಿಕ್ಷೆ ವಿಧಿಸುತ್ತೆ" ನಿಶ್ಚಿಂತೆಯಿಂದ ನುಡಿದರು.

ಸುಬ್ಬಣ್ಣ ಹೋದ ಹತ್ತು ನಿಮಿಷದವರೆಗೂ ಯೋಚಿಸಿದ ಮಹೇಂದರ್. ಕ್ರಮಿಸಿದ ದಾರಿಯಿಂದ ಹಿಂದಕ್ಕೆ ಬರಲಾರ. ಅವನ ಅನ್ವೇಷಣೆಯ ಪ್ರಾರಂಭ ಅಷ್ಟೆ.

* * * *

ಮದುವೆ ಮುಗಿದ ಮರುಕ್ಷಣವೇ, ದೀರ್ಘವಾದ ಉಸಿರೆಳೆದು ನಂದಿತಾ ಅತ್ತ ನೋಟ ಹರಿಸಿದ. ಅದು ಹಿಂದುವಿನ ಕಣ್ಣುಗಳೇ ಭ್ರಮೆಯೆನಿಸಲಿಲ್ಲ.

ಅರವಿಂದ ಘೋಷರ ಸಂಸಾರ, ಸಮೀರ್ ಇನ್ನು ಕೆಲವರನ್ನು ಬಿಟ್ಟರೆ, ಸುಬ್ಬಣ್ಣನ ಮನೆಯವರು, ಸ್ವಲ್ಪ ಅವರ ಸಂಬಂಧಿಗಳು ಕೂಡಿ ಒಂದು ದೊಡ್ಡ ವ್ಯಾನ್‌ನಲ್ಲಿ ಬಂದಿದ್ದರು. ಆ ದಿನ ಅಲ್ಲಿಯೇ ಇಟ್ಟುಕೊಂಡು ಮತ್ತೊಂದು ಒಳ್ಳೆಯ ದಿನ ನೋಡಿ ನಂದಿತಾನ ಕಳುಹಿಸಿಕೊಡುವ ನಿರ್ಧಾರ ಅವರದು.

ತಕ್ಷಣ ನಂದಿತಾಳೊಂದಿಗೆ ಹೋಗಿ ಸ್ಪೆಷಲ್ ಸೇವೆಯೊಂದಿಗೆ ದೇವರ ದರ್ಶನ ಮುಗಿಸಿಕೊಂಡು ಬಂದ ಮಹೇಂದರ್ ಹೊರಡುವ ಸೂಚನೆ ಕೊಟ್ಟಾಗ ಎಲ್ಲರಿಗೂ ದಿಗ್ಭ್ರಮೆ.

"ಹೊರಡ್ತಾ.... ಇದ್ದೀನಿ! ಮತ್ತೆರಡು ದಿನ ಇದ್ದು ದೇವರ ದರ್ಶನದೊಂದಿಗೆ ಸುತ್ತಮುತ್ತಲ ಸ್ಥಳಗಳೊಂದಿಗೆ ಮದ್ರಾಸ್ ಕೂಡ ನೋಡಿಕೊಂಡು ನೀವುಗಳು ಹಿಂದಿರುಗಿ" ಅಪ್ಪಣೆ ಕೊಡಿಸಿದ.

ಅದೇನು ಅಸಹಜವೆನಿಸದಿದ್ದರೂ, ಈ ದಿನವಾದರೂ ತಮ್ಮೊಂದಿಗೆ ಉಳಿದಿದ್ರೆ ಚೆನ್ನಾಗಿದೆ ಎಂದುಕೊಂಡರೂ. ಅದನ್ನು ಬಾಯಿಬಿಟ್ಟು ಹೇಳಲು ಹಿಂಜರಿದರು. ಪ್ರತಿಭಾ ಸುಮ್ಮನಿರಲಿಲ್ಲ. "ನೀವು ಬಿಜಿ ಗೊತ್ತು, ಇದೊಂದು ದಿನ ನನ್ನೊತೆ ಇದ್ಬಿಡಿ. ಮಾಂಗಲ್ಯ ಕಟ್ಟಿದ ಕೂಡ್ಲೆ ಹಾರಿಬಿಟ್ರೆ ಹೇಗೆ? ಅಕ್ಕನಿಗೆ ಷಾಕ್." ಹೇಳಿದ ಕೂಡಲೇ ಮುಗುಳ್ನಕ್ಕ ಮಹೇಂದರ್ ಪಿತಾಂಬರದಲ್ಲಿಯೇ ಇದ್ದ ನಂದಿತಾಳತ್ತ ನೋಟ ಹರಿಸಿ, "ಸ್ವಲ್ಪ ಡಿಪ್ರೆಷನ್ಸ್... ಅದು ಅರೆ ಡಿಪ್ರೆಷನ್, ನಿಮ್ಮನ್ನೆಲ್ಲ, ಬಿಟ್ಹೋಗ್ಬೇಕಲ್ಲಾಂತ. ನಂದಿತಾ ನನ್ನೊತೆ ಬರ್ತಾಳೆ" ಸಹಜವಾಗಿ ಹೇಳಿದ. ಷಾಕ್ ತಿಂದಿದ್ದು ಇವರುಗಳೆಲ್ಲ.

ಸ್ವಲ್ಪ ಪಕ್ಕಕ್ಕೆ ಗಂಡನನ್ನ ಕರೆದೊಯ್ದು ವೈದೇಹಿ "ಇದು ಹೇಗೆ ಸಾಧ್ಯ! ಇಲ್ಲಿ ನಡೆದಿದ್ದು ಬರೀ ತಾಳಿ ಕಟ್ಟಿದ ಶಾಸ್ತ್ರ. ಮನೆ ತುಂಬ್ಸಿ ಕೊಟ್ಟಿಲ್ಲ. ಇನ್ನು ಓ..." ಹಣೆಗೆ ಕೈಯೊತ್ತಿದರು. ಸುಬ್ಬಣ್ಣ ತುಟಿ ಕಚ್ಚಿ ದುಃಖ ನುಂಗಿದರು. ಸೌದಾಮಿನಿಯನ್ನು ಕಳುಹಿಸಿಕೊಡುವಾಗ ಕೂಡ ಇಂಥ ಹಿಂಸೆ ಅನುಭವಿಸಿರಲಿಲ್ಲ. "ಮಾತಾಡ್ತೀನಿ" ಹೆಂಡತಿ ಹೆಗಲ ಮೇಲೆ ಕೈಯಿಟ್ಟರು.

ನಂದಿತಾ ಬಳಿಗೆ ಬಂದು ಕಣ್ತುಂಬಿಕೊಳ್ಳುರಂತೆ ನೋಡಿದರು. ಮೋಡಗಳ ಮರೆಯಲ್ಲಿನ ಅಪ್ಸರೆಯಂತೆ ಕಂಡಳು. ಅಷ್ಟರಲ್ಲಿ ಸಮೀರ್ ಬಳಿ ಮಾತಾಡುತ್ತಿದ್ದ ಮಹೇಂದರ್ ಹಿಂದಿರುಗಿದ.

"ಹೋಗ್ಬರ್ತೀವಿ....." ಕೈಗಳನ್ನು ಜೋಡಿಸಿದ ಮಹೇಂದರ್.

ಸುಬ್ಬಣ್ಣ ಸಪ್ಪೆ ಮುಖ ಮಾಡಿ "ಇದು ಸರಿ ಹೋಗೋಲ್ಲ. ನಂದಿತಾ ನಮ್ಜೊತೆ ಇರ್ಲಿ. ಒಂದು ಒಳ್ಳೆ ದಿನ ನೋಡಿ ಕಳ್ಸಿಕೊಡೋ ಏರ್ಪಾಟು ಮಾಡ್ತೀವಿ." ಸಾಧ್ಯವಿಲ್ಲವೆನ್ನುವಂತೆ ತಲೆಯಾಡಿಸಿದ ಮಹೇಂದರ್.

"ಈ ದಿನ ಒಳ್ಳೆದಿದೇಂತ ತಾನೇ ಮುಹೂರ್ತ ಇಟ್ಟಿದ್ದು. ಮತ್ತೆ ಯಾವ ಯಾವುದಕ್ಕೆ ಒಳ್ಳೆ ದಿನ ಬೇಕು? ಅವೆಲ್ಲ ಹೇಗೆ ಸಾಧ್ಯ? ನೋ ರಿಸ್ಕ್ ನಡೀ ನಂದಿತಾ.." ಅವಳ ಭುಜದ ಸುತ್ತಲೂ ಕೈ ಹಾಕಿ ಕರೆದೊಯ್ದು ಕಾರಿಗೆ. ಹಿಪ್ನಾಟಿಸಂಗೆ ಒಳಗಾದವಳಂತೆ ಎಲ್ಲರನ್ನು ತಿರುಗಿ ತಿರುಗಿ ನೋಡುತ್ತಿದ್ದಳು ನಂದಿತಾ. ಕೆಲವೊಮ್ಮೆ ಅವಳ ಮಿದುಳು ಎಚ್ಚರ ತಪ್ಪಿದಂತೆ ನಿಶ್ಶಬ್ದವಹಿಸುತ್ತಿತ್ತು. ಮನಸ್ಸು ಕೂಡ ಅದರ ಗುಲಾಮ. ಹೃದಯ ಮಾತ್ರ ಕಾರ್ಯ ನಿರ್ವಹಿಸುತ್ತಿತ್ತು.

ನಾಲ್ಕು ಕಾರುಗಳು ಒಟ್ಟಿಗೆ ಹೊರಟವು. ಒಂದು ಕಾರಿನಲ್ಲಿ ಅರವಿಂದ ಘೋಷ್ ಫ್ಯಾಮಿಲಿ. ಇನ್ನೊಂದರಲ್ಲಿ ಸೆಕ್ಯೂರಿಟಿ ವಿಂಗ್‌ನವರು. ಇನ್ನೊಂದು ಕಾರಿನಲ್ಲಿ ಸಮೀರ್, ಮಿಕ್ಕವರು. ಹೊಸ ಟಯೋಟಾದಲ್ಲಿ ನಂದಿತಾ, ಮಹೇಂದರ್.

"ಯಾಕೆ, ಮಂಕಾಗಿದ್ದೀಯಾ?" ಅವಳ ಕೈಯನ್ನು ಮೃದುವಾಗಿ ಸವರಿದ. ನಂದಿತಾ ಮನಸ್ಸೆಲ್ಲ ತಿರುಪತಿ ಬೆಟ್ಟದ ಮೇಲಿತ್ತು. ಅಲ್ಲಿ ಕೂಡ ನಾರ್ಮಲ್ ಆಗಿರಲಿಲ್ಲ. ಕದಡುವಂಥ ದೃಶ್ಯಗಳು, ಜನ. "ಹಿಂದು..." ಎಂದ ಎಚ್ಚರಿಸುವಂತೆ. "ಆಹ್ಹಾ... ಹಾ" ಎಂದಳು. ಪದ, ದನಿ ಎರಡು ಹಿತವಾಯಿತು.

"ಅಪ್ಪನಿಗೆ ತುಂಬ ಬೇಜಾರಾಗಿದೆ!" ಎಂದಳು.

ಆರಾಮಾಗಿ ನಕ್ಕು "ಅನಿವಾರ್ಯ ತಾನೇ!" ಅಷ್ಟೇ ಹೇಳಿದ್ದು. ಒಂದು ರೀತಿಯಲ್ಲಿ ವಿಜಯದ ಗರ್ವ ಅವನದು. ಹೃದಯದಲ್ಲಿ ಹೊಸ ರಾಗದ ಸಂಚಲನ. ಇಲ್ಲಿ ಎಂ.ಡಿ. ಸೀಟು ಹತ್ತುವ ಮುನ್ನ ಅಂದುಕೊಂಡಿದ್ದ. 'ಇನ್ನು ಮೂರು ವರ್ಷ, ಫ್ಯಾಕ್ಟರಿಯ ನಷ್ಟ ತಗ್ಗಿ ಸಮಸ್ಥಿತಿಗೆ ಬರುವವರೆಗೂ ವೈಯಕ್ತಿಕ ಗೊಂದಲ, ರಿಸ್ಕಿನಿಂದ ದೂರ. ಆದರೆ ಆದದ್ದೇ ಬೇರೆ. ಸಮ ಸಮ ರಿಸ್ಕ್ ತೆಗೆದುಕೊಳ್ಳಬೇಕಾಯಿತು. ಅವನೆದೆಯಲ್ಲಿ ರೂಪುಗೊಂಡ ಅನುಮಾನದ ಸತ್ಯಾನ್ವೇಷಣೆಯ ಜೊತೆ ತಾನೊಂದು ಅಮೂಲ್ಯವಾದ... ಅತಿ ಅಮೂಲ್ಯವಾದ ಬೇರೆ ಕಟ್ಟಲಾರದ ಕಲಾಕೃತಿಯನ್ನು ಪಡೆದಂಥ ತೃಪ್ತಿ.

ಕಾರು ಆರಾಮಾಗಿ ತೇಲುತ್ತಿತ್ತು. ಆಗಾಗ ನೋಟ ಹರಿಸುತ್ತಿದ್ದ. ಹೊಸ ಸಾಮೀಪ್ಯ, ಹೊಸ ಜೀವನ, ರೋಮಾಂಚಿತ ಸಮಯವೆ.

ಕಾರು ನಿಧಾನಿಸುತ್ತ ಡ್ರೈವರ್ "ಇಲ್ಲೇನಾದ್ರೂ ಕೂಲ್ ಡ್ರಿಂಕ್ಸ್. ಕಾಫಿ, ಟೀ ಏನಾದ್ರೂ ತಗೋತೀರಾ?" ಕೇಳಿದ ನಮ್ರತೆಯಿಂದ.

"ಸ್ಟಾಪ್ ಇಟ್...." ಎಂದವನು ನಂದಿತಾ ಅತ್ತ ತಿರುಗಿ "ಏನಾದ್ರೂ... ತಗೋತೀಯಾ!" ಬೆಚ್ಚಿಬಿದ್ದವಳಂತೆ ಅವನತ್ತ ನೋಡಿದಳು. ಒಂದು ರೀತಿಯ

ಗುಂಗು, ಆಫೀಸ್‌ನ ವಾತಾವರಣ. ಮೊದಲ ಸಲ ಮಹೇಂದರ್‌ನ ನೋಡಿದ್ದು, ನಂತರದ ನೆನಪುಗಳಲ್ಲಿ ಪೂರ್ತಿ ಮಗ್ನವಾಗಿದ್ದಳು.

ಡ್ರೈವರ್‌ಗೆ ಏನೋ ಹೇಳಿದ. ಮುಂದಿನ ಕಾರು ನಿಂತು ಸೆಕ್ಯೂರಿಟಿ ಹೆಡ್ ಓಡಿ ಬಂದ. ಇದು ಒಂದು ಏರ್ಪಾಟು. ಹಿಂದಿನ ಕಾರಿನಿಂದ ಇಳಿದು ಬಂದಿದ್ದು ಸಮೀರ್.

ಕೆಳಗಿಳಿದ ಮಹೇಂದರ್ ನೋಟ ಹರಿಸಿದ. ಇಳಿಜಾರಿನ ರೋಡಿನ ಪಕ್ಕ ಒಂದು ಭವ್ಯ ಹೋಟೆಲ್, ಸುತ್ತಲ ಪ್ರದೇಶ ರಮ್ಯ. ಇದನ್ನೆಲ್ಲ ಆಸ್ವಾದಿಸುವ ಪುರಸತ್ತು, ಸ್ಥಿತಿ ಎರಡೂ ಅವನದಲ್ಲ.

"ವಾಟ್ ಎ ಬ್ಯೂಟಿಫುಲ್..." ಉದ್ಗರಿಸಿದ. ಇಂಥ ಉದ್ಗಾರಗಳು ಅವನ ಮಟ್ಟಿಗೆ ಕಮ್ಮಿಯೇ.

ಕಾಫೀ ಬಂತು, ನಂದಿತಾಳ ಕಾಫಿಯೊಳಕ್ಕೆ ಒಂದು ಸಣ್ಣ ಮಾತ್ರೆ ಜಾರಿ, ಸ್ಪೂನ್ ಆಡಿತು. ಅದು ಮಹೇಂದರ್‌ಗೆ ಮಾತ್ರ ಗೊತ್ತು.

ಕಾರಿನ ಚಕ್ರಗಳಿಗೆ ಜೀವ ಬಂದಾಗ ಜೊಂಪು ಹತ್ತಿತ್ತು ನಂದಿತಾಗೆ. ಸೀಟಿನ ಬೆನ್ನಿಗೆ ಒರಗಿದಾಗ ತೋಳಿನ ಆಸರೆ ನೀಡಿದ. ಹಿತವೆನಿಸಿತು. ಸುಖವೆನಿಸಿತು.

ಹಿಂದಿನ ರಾತ್ರಿ ಮಿಸಸ್ ಸಮ್ಮತಿ ಮಿತ್ರ ಫೋನ್‌ನಲ್ಲಿ ಅವನನ್ನು ಸಂಪರ್ಕಿಸಿದ್ದರು. "ನಿಮ್ಗೆ ಕೋಪ ಇರ್ಬಹ್ದು ಅಂದಿನ ನನ್ನ ವರ್ತನೆಯಿಂದ. ಬಿಲೀವ್ ಮಿ. ಆ ಬಗ್ಗೆ ಇಂದಿಗೂ ನಂಗೆ ಅಂದಿನ ಘಟನೆ ಮರ್ಯಾಕ್ಕಾಗೋಲ್ಲ. ಎಕ್ಸೈಟಿಂಗ್ ಶುರುವಾಗುತ್ತೆ. ಆಗ.... ನಾನು ನಾನಾಗಿರೋಲ್ಲ." ಅಂದಿನ ತಮ್ಮ ವರ್ತನೆಗೆ ಸಬೂಬು ಹೇಳುವುದರ ಜೊತೆಗೆ ಸಹಾಯ ಕೇಳಿದ್ದರು.

"ಒಂದಿಷ್ಟು ಬಿಜಿ. ಮೂರು ದಿನ ಬಿಟ್ಟು ನಾನೇ ಭೇಟಿ ಮಾಡ್ತೀನಿ" ಫೋನಿಟ್ಟಿದ್ದ. ಯಾಕೋ ಏನೋ ಮೊದಲ ನೋಟದಲ್ಲಿಯೇ ಇಷ್ಟವಾಗಿರಲಿಲ್ಲ. ಆಕೆ ಕೆಲವರನ್ನು ಕಂಡಾಗ ಹದಿನೈದು ನಿಮಿಷಗಳ ಮಾತುಕತೆಯ ಆತ್ಮೀಯತೆಯನ್ನು ಮೂಡಿಸುತ್ತೆ. ಕೆಲವು ವ್ಯಕ್ತಿಗಳಲ್ಲಿ ವರ್ಷಾನುಗಟ್ಟಲೆಯ ಪರಿಚಯ ಸ್ನೇಹವಾಗಿ ಮಾರ್ಪಡುವುದಿಲ್ಲ. ವಿಚಿತ್ರವೆನಿಸಿದರೂ ಸತ್ಯ.

ಇಲ್ಲಿಗೆ ಬಂದಾಗಿನಿಂದ ಬಿಂದು ಆಗಾಗ ಫೋನ್ ಮಾಡುತ್ತಿದ್ದಳು. "ನಂಗೆ ಇಲ್ಲಿ ಫ್ರೆಂಡ್ಸ್ ಇಲ್ಲ, ಪರಿಚಿತರಿಲ್ಲ. ತಲೆ ಕೆಡೋಷ್ಟು ಬೋರ್. ಇದ್ನ ಎರಡ್ವರ್ಷದಿಂದ ಅನುಭವಿಸುತ್ತ ಬಂದಿದ್ದೀನಿ" ಹೇಳಿಕೊಂಡಿದ್ದಳು. ಅರ್ಥ ಮಾಡಿಕೊಂಡರೂ ಪ್ರೋತ್ಸಾಹಿಸಲಾರ.

"ಐ ಯಾಮ್ ಸಾರಿ.... ನಂಗೆ ಸ್ನೇಹಿತರು, ಪರಿಚಯದವ್ರು ಬೇಡಾನ್ನೋಷ್ಟು ಕೆಲ್ಸ" ನಕ್ಕಿದ್ದ. ಯಾವುದೇ ತಿರುಗಾಟ, ಮಾತಿಗೆ ಸಮಯವಿಲ್ಲ ಮಾತ್ರವಲ್ಲ, ಇಷ್ಟವೂ ಇಲ್ಲ. ಆದರೆ ಒಂದು ಮಾತು ಅವನನ್ನ ಕೊರೆಯತೊಡಗಿತು. 'ಎರಡ್ವರ್ಷದಿಂದ ಅನುಭವಿಸುತ್ತ ಇದ್ದೀನಿ' — ಯಾಕೆ? ವ್ಯಾಪಾರ, ವ್ಯವಹಾರದಲ್ಲಿ ಡಿಪ್ರೆಷನ್ ಅನಿವಾರ್ಯವೇ. ಅದಕ್ಕೂ ಬಿಂದು ಬೋರ್‌ಗೂ ಸಂಬಂಧವಿಲ್ಲವೆನಿಸಿತು. 'ಬಿಂದು

ಬಿಲ್ಡರ್ಸ್' ಹೆಚ್ಚು ಕಡಿಮೆ ಪೂರ್ತಿ ಜವಾಬ್ದಾರಿಯನ್ನು ಹೊತ್ತುಕೊಂಡಿರೋದು ಸಮ್ಮತಿ, ಮಿತ್ರ ಬರೀ ಎಗ್ಜಿಕ್ಯೂಟಿವ್.

ಆ ವಿಷಯಗಳನ್ನು ಮನಸ್ಸಿನಿಂದ ಪಕ್ಕಕ್ಕೆ ತಳ್ಳಿದ ಮಹೇಂದರ್.

ಬಂಗ್ಲೆ ತಲುಪುವ ವೇಳೆಗೆ ಇನ್ನು ಮಂಪರು ತಗ್ಗಿರಲಿಲ್ಲ ನಂದಿತಾಗೆ. ಪರ್ಷಿಯನ್ ಕಾರ್ಪೆಟ್‌ನ ಮೇಲೆ ಕಾಲಿಟ್ಟ ಕೂಡಲೇ ಎಚ್ಚೆತ್ತಂತಾಯಿತು.

ಮಹೇಂದರ್‌ಗೆ ಸುಬ್ಬಣ್ಣನ ಫೋನ್ ಕಾದಿತ್ತು. "ಹಲೋ, ನಂದಿತಾ.... ಹೇಗಿದ್ದಾಳೆ?" ಧಾವಂತವಿತ್ತು ಅವರ ಸ್ವರದಲ್ಲಿ. ಮುಖ ಗಂಟಾಯಿತು. ರೇಗಲು ಹೊರಟವನು ತಾಳ್ಮೆ ತಂದು 'ಕ್ವೈಟ್ ಆಲ್‌ರೈಟ್, ಯಾಕೆ ಇಷ್ಟು ಧಾವಂತ? ಈಗ ಅವ್ಳು ಇರೋದು ಗಂಡನ ಮನೆಯಲ್ಲಿ, ಅಪ್ಪ ಮನೆಯಲ್ಲಿ. ನಂದಿತಾ ಸಮಸ್ತ ಜವಾಬ್ದಾರಿನು ನಂದು. ಸುಮ್ನೇ ಯಾಕೆ ವರೀ ಮಾಡ್ಕೋತೀರಿ? ಮತ್ತೆ ನಾಲ್ಕು ದಿನ ಅಲ್ಲೇ ಉಳಿದು ದೇವರ ದರ್ಶನ ಮಾಡ್ಕೊಂಡ್ ಸುತ್ತಾಡಿ. ಇಲ್ಲದ್ನ ತಲೆಯಲ್ಲಿ ತುಂಬ್ಕೋಬೇಡಿ. ಎವ್ವೆರಿ ಥಿಂಗ್ ಈಸ್ ಆಲ್‌ರೈಟ್..." ಫೋನಿಟ್ಟ.

ಬೆಡ್‌ರೂಂಗೆ ಬಂದ ನಂದಿತಾ ಎರಡು ಕೈಗಳಿಂದ ತಲೆ ಹಿಡಿದುಕೊಂಡಳು. ಒಂದಿಷ್ಟು ತಲೆಭಾರ. ಗಂಡನ ಜೊತೆ ನಲಿಯುತ್ತ ಹೊರಟ ಸೌದಾಮಿನಿಯ ನೆನಪಾಯಿತು.

"ನಂದಿತಾ..." ಪಕ್ಕದಲ್ಲಿ ತೀರಾ ಸನಿಹದಲ್ಲಿ ಮಹೇಂದರ್‌ನ ಸ್ವರ ಒರಟಾಗಿಯೋ, ಗಂಭೀರವೋ ಆಗಿರುತ್ತಿದ್ದ ದನಿಯಲ್ಲಿ ಜೇನಿತ್ತು. "ನೀನು ತುಂಬ ಟಯರ್ಡ್ ಆಗಿದ್ದೀಯಾ. ರೆಸ್ಟ್... ತಗೋ" ಹಾಸಿಗೆಯ ಬಳಿಗೆ ಕರೆದೊಯ್ದ. ಫುಲ್ ಏರ್ ಕಂಡೀಷನರ್ ಅಳವಡಿಸಿರುವ ರೂಮು. ತೀರಾ ವಿಶಾಲವಾದ ಮಂಚ, ಅದರ ಮೇಲಿನ ಫೋಮ್ ಬೆಡ್ ಹೂವಿನ ಸ್ಪರ್ಶದಂತಿತ್ತು.

ಮಲಗಿಸಿ ಕೆನ್ನೆ ತಟ್ಟಿದ "ಸ್ವಲ್ಪ ರಿಲ್ಯಾಕ್ಸ್... ಮಾಡ್ಕೊ. ಆಮೇಲೆ ಒಟ್ಟಿಗೆ ಡಿನ್ನರ್ ತಗೋಳೋಣ." ಹೊರಗೆ ಹೋದ. ಸಮೀರ್ ಅವನಿಗಾಗಿ ಕಾದಿದ್ದ. ಬಂದ ಫೋನ್‌ನ ಕಾಲ್‌ಗಳ ವಿವರದಲ್ಲಿ ಬಿಂದು ಮತ್ತು ಮಿತ್ರ ಅವರ ಕಾಲ್‌ಗಳಿದ್ದವು ಬೇರೆ ಬೇರೆಯಾಗಿ. ಬೆಳಗಿನ ಎಂಟು ಇಪ್ಪತ್ತಕ್ಕೆ ಮಿತ್ರ ಫೋನ್ ರಿಸೀವ್ ಆಗಿದ್ದರೇ ಸಂಜೆ ಬಿಂದು ಫೋನ್ ಮಾಡಿದ್ದಳು. ಅಷ್ಟು ತಳ್ಳಿಹಾಕುವಂಥ ವಿಷಯವಲ್ಲ. ಅವರನ್ನು ಭೇಟಿಯಾಗಬೇಕಿತ್ತು ಸದ್ಯದಲ್ಲಿ.

ಈಗ ಪೂರ್ತಿಯಾಗಿ ತನ್ನ ಲಕ್ಷ್ಯವನ್ನೆಲ್ಲ ಫ್ಯಾಕ್ಟರಿಯ ಬಗ್ಗೆ ಕೇಂದ್ರೀಕರಿಸುವಂತಿರಲಿಲ್ಲ. ಒಂದು ಕೆಲಸ ಕೈಗೂಡಿತ್ತು. ಬರೀ ಪ್ರಾರಂಭ ಅಷ್ಟೆ, ಮುಕ್ತಾಯದ ದಾರಿ ದೂರವಿತ್ತು.

ಬದುಕಿನಲ್ಲಿ, ಮರೆಯಲಾರದ ಕೆಲವು ಸ್ವಂತ ವ್ಯಕ್ತಿಗಳು, ಬೇರೆಯವರು ಬಂದು ಹೋಗಿರಬಹುದು. ಆರ್ಯ ಅವರ ಕುಟುಂಬವನ್ನು ಎಂದೂ ಮರೆಯಲಾರ. ಅಂದು ಅವನೆದೆಯಲ್ಲಿ ನಿಂತ ಹಿಂದು ಪ್ರತಿಮೆಯ ಮೇಲೆ ಒಂದಿಷ್ಟು ಧೂಳು ಕೂಡ ಸೇರದಂತೆ ಸ್ಫಟಿಕದಂತೆ ಫಳಫಳ ಹೊಳೆಯುತ್ತಿತ್ತು.

ನಿಧಾನವಾಗಿ ಮೆಟ್ಟಲು ಹತ್ತಿ ಬೆಡ್‌ರೂಮಿಗೆ ಬಂದ. ವಿಶಾಲವಾದ ಹಾಸಿಗೆಯಲ್ಲಿ ಮಲಗಿದ್ದ ನಂದಿತಾ ಮುಖದಲ್ಲಿ ಮುಗ್ಧತೆಯ ಜೊತೆ ಆಯಾಸ ಇತ್ತು.

ಬಗ್ಗಿ ಕೆನ್ನೆ ಸವರಿದ. ಮುಂಗೂದಲನ್ನು ಸವರಿದ. ಮನುಷ್ಯ, ಮೃಗವಲ್ಲ, ಮಹೇಂದರ್‌ನಲ್ಲಿ ಉತ್ತಮ ಭಾವನೆಗಳು, ಉತ್ತಮ ಸಂಸ್ಕಾರವಿತ್ತು. ಅವೆರಡು ಮೀರಿದ ಪ್ರೇಮ ಹಿಂದು ಮೇಲೆ.

ಕೆನ್ನೆಯ ಬಳಿ ಬಗ್ಗಿ "ಐ ಲವ್ ಯು ಹಿಂದು, ಅಂದು ಸ್ನೇಹದಲ್ಲಿ ಮಿಡಿದ ರಾಗ ಹೆಮ್ಮರವಾಗಿದೆ." ಉಸುರಿದ. ಬಹುಶಃ ಮಂಪರಿನಲ್ಲಿದ್ದ ಅವಳಿಗೆ ಈ ಮಾತುಗಳು ಕೇಳಿಸಿರಲಿಲ್ಲ.

* * * *

ನಂದಿತಾ, ಮಹೇಂದರ್ ಮದುವೆಗೆ ಕುಣಿಯುತ್ತ ಒಪ್ಪಿಕೊಂಡಿದ್ದ ಪ್ರತಿಭಾ, ಸೌದಾಮಿನಿ ಕೂಡ ಅವರ ಕಾರು ಹೊರಟ ಕೂಡಲೇ ಸಪ್ಪಗಾಗಿದ್ದರು. ಉಳಿಯಲಿಲ್ಲ ವಿವಾಹದ ಹರ್ಷ. ಬಂದಿದ್ದ ನಾಲ್ಕು ಜನ ನೆಂಟರು ನಾಲ್ಕು ಮಾತುಗಳು. ವೈದೇಹಿ ತುಟಿ ತೆರೆಯಲಿಲ್ಲ. ತಪ್ಪಿನ ಅರಿವಾಗಿತ್ತು.

ಮದುವೆಯೆನ್ನುವ ಶಾಸ್ತ್ರವಾದ ಕೂಡಲೆ ನಂದಿತಾ ಮೇಲೆ ಅಧಿಕಾರ ಸ್ಥಾಪಿಸಿದವನಂತೆ ಕರೆದೊಯ್ದಿದ್ದ. ತಮ್ಮ ಸಮ್ಮತಿ, ಅಸಮ್ಮತಿ ಮಹೇಂದ್ರನ ಲೆಕ್ಕಕ್ಕಿಲ್ಲ—ಎಲ್ಲಾ ನೊಂದುಕೊಂಡರು.

ಒಂಟಿಯಾಗಿ ಹೊರಗೆ ಹೋದ ಪ್ರವೀಣ್ ತಿರುಗಾಡಿಕೊಂಡು ಸೂಟ್‌ಗೆ ಬಂದಾಗ, ಒಬ್ಬೊಬ್ಬರು ಒಂದೊಂದು ಕಡೆ ಕೂತಿದ್ದರು ಮಂಕಾಗಿ.

"ಯಾಕೆ, ಎಲ್ಲಾ... ಹೀಗೆ ಕೂತಿದ್ದೀರಾ! ಸುತ್ತಾಡ್ಬಹುದು ಅಥ್ವಾ, ದೇವರ ದರ್ಶನ ಮಾಡ್ಬಹುದು. ಮದ್ವೆ ಮುಗೀತಲ್ಲ ಯಾವ್ದೇ ಟೆನ್‌ಷನ್ ಇಲ್ಲ. ಅದೂ ಇದೂ ಡಿಮ್ಯಾಂಡ್ ಮಾಡುವಂಥ ಅಳಿಯನಲ್ಲ. ನೂರೆಂಟು ತಪ್ಪು ಹುಡ್ಕೋ ಬೀಗರಿಲ್ಲ. ನಾವು.... ಲಕ್ಕಿ. ಎಷ್ಟು ಜನ ಹೆಣ್ಣು ಹೆತ್ತವರಿಗೆ ಈ ಅದೃಷ್ಟವಿದೆ!" ಹಗುರವಾಗಿ ಮಾತಾಡಿದ. ಅವನೇನು ಮಹೇಂದರ್‌ನದು ಮಹಾಪರಾಧವೆಂದು ಪರಿಗಣಿಸಿರಲಿಲ್ಲ.

ಮೆಲ್ಲನೆ ಮೇಲೆದ್ದ ಸೌದಾಮಿನಿ "ಬರೀ... ಕನಸು... ಸಿನಿಮಾ ತರಹ ನಡ್ದುಹೋಯಿತಲ್ಲ! ನಂಗೇನೂ ತೃಪ್ತಿಯಾಗಿಲ್ಲ. ಮೊದ್ಲೇ ತೀರಾ ಸೆನ್ಸಿಟಿವ್. ಕೋಟ್ಯಾಂತರ ವ್ಯವಹಾರ ಮಾಡೋ ಬಿಸಿನೆಸ್ ಮ್ಯಾನ್. ನಮ್ಮಷ್ಟು ತಾಳ್ಮೆ ಎಲ್ಲಿರುತ್ತೆ" ವಿವೇಕದಿಂದ ಹೇಳಿದಳು.

ಪ್ರವೀಣ್‌ಗೆ ಒಪ್ಪಿಗೆಯಾಗಲಿಲ್ಲ ಈ ಮಾತುಗಳು. "ತುಂಬ ಇಷ್ಟಪಟ್ಟು ಮಾಡ್ಕೊಂಡಿದ್ದಾರೆ, ಮಹೇಂದರ್ ನಂದಿತಾನ ಬಹಳ ಚೆನ್ನಾಗಿ ನೋಡ್ಕೋತಾರೆ. ಲಿಮಿಟೆಡ್ ವರ್ಕ್ಸ್ ಇರೋ ನಮ್ಮ ಹಾಗೆ ಮೂರ್ಹೊತ್ತು ಕೈಹಿಡಿದವ್ಳ ಸೆರಗು ಹಿಡ್ದು ಬೋರ್ ಹೊಡ್ಸ್ಕೋ ಬದ್ಲು... ಅವ್ರ ಜೀವನ ಹೆಚ್ಚು ರಮ್ಯವಾಗಿರುತ್ತೆ" ವ್ಯಾಖ್ಯಾನಿಸಿದ.

ಎಲ್ಲರೂ ಪ್ರವೀಣ್ ಕಡೆ ತಿರುಗಿದರು. ಮದುವೆಯಾಗಬೇಕಿದ್ದ ಹೆಣ್ಣು ಕೈಹಿಡಿದ ವ್ಯಕ್ತಿಯ ಬಗ್ಗೆ ಅವನು ತೋರುತ್ತಿದ್ದ ವಿಶ್ವಾಸ, ಒಳ್ಳೆತನ ಹೆಚ್ಚೆನಿಸಿತು. ಅನುಕಂಪ ಮೂಡಿತು ಅಳಿಯನ ಬಗ್ಗೆ ಸುಬ್ಬಣ್ಣನವರಿಗೆ. ಅಂದು ತಪ್ಪು ಮಾಡಿದೆ! ಇಂದು ಅಂದುಕೊಂಡರು ಪ್ರವೀಣ್ ಮತ್ತು ತಮ್ಮಗಳ ನಡುವೆ ತಾಳಮೇಳವಿರುತ್ತಿತ್ತು. ಈಗಿನ ಸಂಬಂಧ ಮಹೇಂದರ್ ಇವರ ಲಿಮಿಟ್‌ಗೆ ಸಿಗದ ವ್ಯಕ್ತಿ.

ಹಾಗೂ ಹೀಗೂ ಎದ್ದರು. ಕೆಲವರು ದೇವರ ದರ್ಶನಕ್ಕೆಂದು ಹೋದರೇ ಪ್ರತಿಭಾ, ಸೌದಾಮಿನಿ ಊರು ಸುತ್ತಲು ಹೋದರು. ಎಲ್ಲೆಲ್ಲಿ ನೋಡಿದರೂ ಭಕ್ತ ಜನ. ವೆಂಕಟೇಶ್ವರನಿಗೆ ಮುಡಿಕೊಟ್ಟ ಹೆಂಗಸರು, ಗಂಡಸರು, ಮಕ್ಕಳ ಓಡಾಟ ಅದ್ಭುತ! ಬಹುಶಃ ಇನ್ನೆಲ್ಲಿಯೂ ಕಾಣಸಿಗಲಿಕ್ಕಿಲ್ಲ.

"ಬಳೆ... ತಗೋತೀನಿ" ಪ್ರತಿಭಾ ಒಂದು ಬಳೆ ಅಂಗಡಿಗೆ ನುಗ್ಗಿದಾಗ, ಅಕ್ಕತಂಗಿಯರು ನಾಲ್ಕಾರು ಕಲರ್‌ನ ಹಸಿರು, ಕೆಂಪು, ನೀಲಿ, ಮುಂತಾದ ಬಣ್ಣದ ಬಳೆಗಳನ್ನು ಆರಿಸಿಕೊಂಡಾಗ ಪ್ರವೀಣ್ ಆಸಕ್ತಿವಹಿಸಿ ಹಸಿರು ಬಳೆಗಳನ್ನು ಕೊಂಡು ಬಾಕ್ಸ್‌ಗೆ ಹಾಕಿಸಿ ಪ್ಯಾಕ್ ಮಾಡಿಸಿದ. 'ಯಾರಿಗೆ?' ಎನ್ನುವ ಪ್ರಶ್ನೆ ಅಕ್ಕತಂಗಿಯರ ಕಣ್ಣುಗಳಲ್ಲಿ. ಆದರೆ ಬಾಯಿಬಿಟ್ಟು ಕೇಳಲಿಲ್ಲ.

ಬೆಟ್ಟ ಇಳಿಯುವ ಅಂಚಿಗೆ ಬಂದು ಕೂತರು ಮೂವರು. ಎರಡು ಕಡೆ ಹಸಿರು ಹೊದೆಸಿದಂಥ ಮರಗಿಡಗಳು. ಮೇಲಿನಿಂದ ಕೆಳಕ್ಕೆ ಒಂದು ಅದ್ಭುತ, ರಮ್ಯ ನೋಟ.

ನೋಡಿ ಬೇಸತ್ತು ಮೇಲೆದ್ದ ಪ್ರತಿಭಾ "ಸುಮ್ನೇ ಕೂಡೋದು ಕಷ್ಟ. ಏನಾದ್ರೂ ತಿನ್ನೋಕೆ ತರ್ತೀನಿ" ಹೋರಾಟವನ್ನು ಕೂಗಿ ನಿಲ್ಲಿಸಿದಳು. ಸೌದಾಮಿನಿ "ಎಲ್ಲೆಲ್ಲೋ... ಹೋಗ್ಬೇಡ. ಈಗ್ಲೇ ಅಪ್ಪ ಪಾತಾಳಕ್ಕೆ ಇಳ್ದು ಹೋಗಿದ್ದಾರೆ. ಆಮೇಲೆ ಒಂದೆರಗ್ಗಂಟೆ ನಿನ್ನ ನೋಡಿಲ್ಲಾಂದ್ರೆ ನಮ್ಮನ್ನ ವೆಂಕಟೇಶ್ವರ ಕಾಪಾಡ್ಬೇಕಾಗುತ್ತೆ. ಪ್ಲೀಸ್ ಬೇಗ್ಬಾ" ಹೇಳಿದಳು. ತಲೆ ಕುಣಿಸಿ ಹೋದಳು.

ಕಾಲಿನ ಬಳಿಯ ಕಲ್ಲನ್ನು ದೂರಕ್ಕೆಸೆದ ಪ್ರವೀಣ್ "ನಂದಿತಾಗೆ ಅವ್ಳ ಸ್ಟೇಟಸ್‌ಗೆ ಅನುಗುಣವಾದ ಪ್ರೆಸೆಂಟೇಷನ್ ಕೊಡೋಕೇ ಸಾಧ್ಯವಿಲ್ಲ. ಈ ಬಳೆಗಳ್ನ ಅವ್ಳಿಗೆ ಕೊಡು. ಅವ್ಳ ದುಂಡು ಬಿಳಿಯ ಕೈಗಳಿಗೆ ಹಸುರು ಬಳೆಗಳು ಚೆನ್ನ" ಮುಂದೆ ಮಾತಾಡಲಿಲ್ಲ.

ಗಂಡನೆದೆಯಲ್ಲಿ ಮಡುವುಗಟ್ಟಿದ ಪ್ರೇಮಕತೆಯನ್ನು ಅವಳೇನು ತಿಳಿಯದವಳಲ್ಲ. ಖಂಡಿತ ನಂದಿತಾನ ತಪ್ಪಿತಸ್ಥಳನ್ನಾಗಿ ಮಾಡಳು.

"ನಿಮ್ಗೆ ಈಗ್ಲೂ ನಂದಿತಾ ಮೇಲೆ ಪ್ರೀತಿ ಇದೆ." ಛೇಡಿಸುವಂತೆ ಕೇಳಿದಳು. ಮುಖ ದಪ್ಪಗೆ ಮಾಡಿ ರೇಗಿದ "ಏನೇನೋ ಮಾತಾಡ್ಬೇಡ. ಮದ್ವೆಯ ಮಾತುಕತೆಗಳ ನಡ್ವೆಯೇ ನಾನು ನಂದಿತಾನ ನೋಡಿದ್ದು. ಮತ್ತೆ ಎಂಥದ್ದು ಪ್ರೀತಿ, ಪ್ರೇಮ."

ತೀರಾ ಪೆಚ್ಚಾದಳು ಸೌದಾಮಿನಿ. ಮಾಮೂಲಾಗಿರುವ ಪ್ರವೀಣ್ ನಂದಿತಾನ ನೋಡಿದ ಕೂಡಲೇ ಕಾಂತಿ ಕಳೆದುಕೊಳ್ಳುತ್ತಿದ್ದ. ಸಹಜವಾಗಿರಲು ಪ್ರಯತ್ನಿಸಿ ಸೋಲುತ್ತಿದ್ದ. ಸಹಾನುಭೂತಿಯೇ ಅವಳಿಗೆ ಪ್ರವೀಣ್ ಬಗ್ಗೆ.

"ಏಯ್ ನೋಡು, ಸೌದಾಮಿನಿ" ಬಗ್ಗಿ ಅವಳ ಕೆನ್ನೆ ತಟ್ಟಿದ. "ನೀನ್ಯಾಕೆ... ಡಲ್ಲಾದೆ? ವಾಸ್ತವ ಪ್ರಪಂಚ, ಊಹಾ ಬದ್ಕು ಬೇರೆ ಬೇರೆ. ಬದ್ಕು... ಒಂದೇ! ಊಹೆಗಳು ಬದಲಾಗುತ್ತ ಹೋಗುತ್ತೆ. ನಂಗೆ ಅನ್ನಿಸುತ್ತೆ ನಂದಿತಾನ ನಾನು ಮದ್ವೆಯಾಗ್ದೆ ಹೋಗಿದ್ದೆ ಉತ್ತಮ. ನಂಗೆ ಅವ್ಳ ಬಗ್ಗೆ ಇರೋ ಭಾವನೆಗಳಿಂದ ಆಕಾಶದೆತ್ತರಕ್ಕೆ ಏರಿಸಿಬಿಡುತ್ತಿದ್ದೆ. ಸಂಸಾರ ಮಾಡೋದು ಭೂಮಿ ಮೇಲೆ. ನಂದಿತಾ ಆಕಾಶ, ನಾನು ಭೂಮಿ ಮೇಲೆ "ಜೋರಾಗಿ ನಕ್ಕು ಅವಳ ಕೈಯನ್ನು ತನ್ನ ಕೈಯೊಳಗೆ ತಗೊಂಡು ಒಂದೊಂದೇ ಬೆಟ್ಟನ್ನು ಮಡಚಿ, "ಅತ್ಯಂತ ಸುಂದರ, ಅದ್ಭುತ ಕಲಾಕೃತಿಯ ಒಡೆಯ ಒಬ್ಬ ಕಲಾ ತಪಸ್ವಿಯಾಗ್ಬೇಕು, ಒಬ್ಬ ಕಲಾರಸಿಕ ಆಗ್ಬೇಕು. ಆ ಅರ್ಹತೆ ನಂಗಿರ್ಲಿಲ್ಲ. ಛಲದ ವ್ಯಕ್ತಿಯೂ ನಾನಲ್ಲ. ಆ ಮೂರು ಗುಣಗಳು ಮಹೇಂದರ್‌ಗೆ ಇದ್ದಿದ್ದರಿಂದಲೇ ಅವರಿಗೆ ದಕ್ಕಿದಳು. ಆ ಬಗ್ಗೆ ಜಲಸಿ ಇಲ್ಲ. ನಂಗೆ ನೀನು ಸಾಕು. ನನ್ನಂಥವ್ನು ಆಕಾಶದಲ್ಲಿರೋ ನಕ್ಷತ್ರದ ಕಡೆ ಕೈ ಚಾಚಬಾರ್ದು" ಭಾವೋದ್ವೇಗದಿಂದ ನುಡಿದವನ ಮುಖ ಕೆಂಪಾಯಿತು. ತಕ್ಷಣ ಮುಖ ಬೇರೆಡೆಗೆ ತಿರುಗಿಸಿ ಆಕಾಶದ ಅಂಚನ್ನು ದಿಟ್ಟಿಸಿದ. ಅಲ್ಲಿ ಕಂಡಿದ್ದು ನಂದಿತಾ. ದೂರ ಬಹುದೂರ... ಕೈ ಚಾಚಲೂ ಅಲ್ಲ. ರೆಕ್ಕೆ ಕಟ್ಟಿಕೊಂಡು ಹೋದರೂ ಮುಟ್ಟಲು ಸಾಧ್ಯವಿಲ್ಲ. ಅಷ್ಟು ದೂರದಲ್ಲಿದ್ದಳು. ಅದೇ ಗಂಭೀರ ಮುಖ, ಹೊಳಪು ಕಣ್ಣುಗಳು. ಆ ಕಣ್ಣುಗಳಲ್ಲಿನ ಹೊಳಪಿನ ತೀಕ್ಷ್ಣತೆಯಲ್ಲಿ ಕಣ್ಣು ಕೋರೈಸುವಿಕೆ ಇರಲಿಲ್ಲ. ಒಂದು ರೀತಿಯ ಶಾಂತತೆ ಇತ್ತು.

"ನೋಡಿ...." ಅವನ ಕೈ ಹಿಡಿದ ಸೌದಾಮಿನಿ "ಚಿಕ್ಕಂದಿನಿಂದ್ಲೂ ಅಷ್ಟೆ. ಅವ್ಳನ್ನ ಕ್ಯಾಚ್ ಮಾಡೋಕೆ ನನ್ನ ಕೈಯಲ್ಲಾಗಿಲ್ಲ. ಬಹಳ ವ್ಯತ್ಯಾಸ ನನ್ನ ಅವ್ಳ ನಡ್ವೇ. ಹುಟ್ಟು ಬುದ್ಧಿವಂತೆ ನಂದಿತಾ. ನಾನು ಅಲ್ಜಿಬ್ರಾ ಒಂದು ಪ್ರಾಬ್ಲಮ್ ಸಾಲ್ವ್ ಮಾಡೋ ವೇಳೆಗೆ, ಕನಿಷ್ಟಾಂದ್ರೆ ಇಪ್ಪತ್ತೈದು ಪ್ರಾಬ್ಲಮ್ ಮಾಡಿ ಮುಗಿಸೋಳು. ಅಷ್ಟೊಂದು ತೀಕ್ಷ್ಣಮತಿ, ಎಸ್.ಎಸ್.ಎಲ್.ಸಿ.ಯಲ್ಲಿ ರ್‍ಯಾಂಕ್, ಆದ್ರೆ ಡಿಗ್ರಿಯಲ್ಲಿ ಎರಡನೇ ಅಟೆಂಪ್ಟ್‌ನಲ್ಲಿ ತೇರ್ಗಡೆಯಾಗಿದ್ದು. ಸ್ವಲ್ಪ ವಿಚಿತ್ರ ಅನ್ನಿಸುತ್ತೆ ಸ್ವಭಾವ. ಜಗಳ, ಅಸೂಯೆ, ಇಂಥದ್ದು ತಾನೇ ಬೇಕೂಂತ ಕೇಳಿದ್ದೇ ಇಲ್ಲ. ಅಪ್ಪನಿಗೆ ಅವ್ಳೂಂದ್ರೆ ಪಂಚಪ್ರಾಣ. ನೇರವಾಗಿ ನಿಮ್ಮ ಜೊತೆ ಮದ್ವೆ ಬೇಡಾಂತ ಏನು ಹೇಳಿಲ್ಲ. ಅದ್ರ ಡಿಸಿಷನ್ ತಗೊಂಡಿದ್ದು ಅಪ್ಪ. ಈಗ್ಲೂ ಅವ್ರ ವಿರೋಧ ಇತ್ತು. ಆದರೆ ಮಹೇಂದರ್ ಬಿಡ್ಲಿಲ್ಲ. ಇಡೀ ಬುಡಾನೆ ಹಿಡ್ದು ಅಲುಗಾಡಿಸುವಂಥ ಶಕ್ತಿವಂತ" ಮನಬಿಚ್ಚಿ ಹೇಳಿಕೊಂಡಳು. ಈಗಲೂ ಗಂಡನ ಮನದಿಂದ ಪೂರ್ತಿ ನಂದಿತಾ ಕಣ್ಮರೆಯಾಗಿಲ್ಲ. ಕಾಲಾವಕಾಶ ಬೇಕಾಗಬಹುದು. ಅಪಾಯವೇನಿಲ್ಲ ಎನ್ನುವುದೇ ಅವಳಿಗೆ ನೆಮ್ಮದಿ.

ಆ ವೇಳೆಗೆ ಎಲ್ಲಾ ಕಾಳುಗಳನ್ನು ಬೆರೆಸಿ ಖಾರ ಹಾಕಿ, ಅದರ ಜೊತೆ ಬಾಳೆಕಾಯಿ ಚಿಪ್ಸ್ ಬೆರೆಸಿದ ಪೊಟ್ಟಣಗಳನ್ನ ಹಿಡಿದು ಬಂದ ಪ್ರತಿಭಾ, ಅವರಿಬ್ಬರಿಗೂ ಒಂದೊಂದು ಕೊಟ್ಟು ತಾನೊಂದು ಬಿಚ್ಚಿಕೊಂಡು ಕೂತು ಒಂದೊಂದೇ ತಿನ್ನತೊಡಗಿದಳು.

ತಟ್ಟನೆ ಕೆಂಪು ಕೆಂಪಾದ ಮುಖದಿಂದ "ಭಾವ, ನಿಮ್ಮಿಬ್ರ ಮಧ್ಯೆ ನಾನ್ಯಾಕೆ? ಡಿಸ್ಟರ್ಬ್ ಆಗೋ ಹಾಗಿದ್ರೆ ಬೇರೆ ಕಡೆ ಹೋಗಿ ಕೂತ್ಕೋತೀನಿ" ಮೇಲೆದ್ದವಳನ್ನ ಕೂಡಿಸಿದ ಪ್ರವೀಣ್.

"ಇವೆಲ್ಲ ಬೇಡ, ಆಗ್ಲೇ ನಮ್ಮ ವಿವಾಹ ಹಳೇದಾಯ್ತು. ನಮ್ಮಿಬ್ರ ನಡುವಿನ ಮಾತುಗಳು ಆಗ್ಲೇ ಜೋರಾಗಿದೆ. ನೀನೇನಾದ್ರೂ ಮಾತಾಡು. ನಾವಿಬ್ರೂ ಕೇಳ್ತೀವಿ" ಎಂದ. ಆ ಮಾತುಗಳಿಗೆ ಆಶ್ಚರ್ಯ ನಟಿಸಿದಳು. "ಮೈ ಗಾಡ್, ಆಗ್ಲೇ ಬೋರಾಯ್ತು! ಹಾಗಾದ್ರೆ ಹೇಗೆ, ಮುಂದಿನ ಸಂಸಾರದ ಗತಿ! ನಂಗಂತೂ ತುಂಬ ಭಯ. ಇಷ್ಟು ಬೇಗ ಬೋರಾಗ್ಬೇಕಾದ್ರೆ. ಯಾಕೆ ಮದ್ವೆ ಆಗ್ಬೇಕು?" ಹುಡುಗಾಟದ ಮಾತಾಡಿದಳು.

ತಲೆಯ ಮೇಲೊಂದು ಮೊಟಕಿದಳು ಸೌದಾಮಿನಿ "ಸಾಕು ಸುಮ್ನಿರು, ಏನೇನೋ ಮಾತಾಡ್ಬೇಡ! ಅಮ್ಮ ಹೇಳೋದು... ಕರೆಕ್ಟ್... ನೀನು ಚಾಟರ್ ಬಾಕ್ಸ್."

ಅದೂ ಇದೂ ಮಾತಾಡತೊಡಗಿದಾಗ ಅಕ್ಕತಂಗಿ ಕೊಟ್ಟದನ್ನು ಮೌನವಾಗಿ ತಿನ್ನತೊಡಗಿದವನು ತಟ್ಟನೆ ಅವರಿಬ್ಬರತ್ತ ನೋಡಿದ. ನಸುಗೆಂಪು, ಸ್ವಲ್ಪ ಚಪ್ಪಟೆ ಕೆನ್ನೆಗಳ ಸೌದಾಮಿನಿಯನ್ನು ನಂದಿತಾ ಪಕ್ಕ ನಿಲ್ಲಿಸಿ ಅಕ್ಕತಂಗಿಯೆಂದು ಹೇಳುವಂತಿರಲಿಲ್ಲ. ಕುಳ್ಳ ಪ್ರತಿಭಾ ಬಣ್ಣದಲ್ಲಿ ನಂದಿತಾನ ಸರಿಗಟ್ಟಿದರೂ ಅವಳ ಉದ್ದದ ಮುಂದೆ ಇವಳು ಕುಳ್ಳ. ಇಲ್ಲೂ ಸಾಮ್ಯ ಕಾಣಲು ಸಾಧ್ಯವಿರಲಿಲ್ಲ.

"ನಿಮ್ಮಗಳ ನಂದಿತಾ ಮಧ್ಯೆ ಸ್ವಲ್ಪ ಕೂಡ ಹೋಲಿಕೆ ಇಲ್ಲ" ಎಂದ ಪ್ರವೀಣ್. ಮೊದಲ ದಿನವೇ ಅರಿವಾಗಿತ್ತು ಅವನಿಗೆ.

ಅಕ್ಕನ ಪೊಟ್ಟಣದಿಂದ ಒಂದು ಹಿಡಿಯೆತ್ತಿ ತನ್ನ ಪೇಪರ್‌ಗೆ ಹಾಕಿಕೊಂಡ ಪ್ರತಿಭಾ "ನಾನು ಥೇಟ್ ಸುಬ್ಬಣ್ಣನ ಮಗ್ಳೇ, ನಮ್ಮಮ್ಮನ ಬಣ್ಣ ಸ್ವಲ್ಪ ಬಂದಿದೆ. ಅಷ್ಟೆ ಇನ್ನು ಸೌದಾಮಿನಿಗೆ ನಮ್ಮಮ್ಮನ ಮುಖ ಲಕ್ಷಣ, ಅಪ್ಪನ ಬಣ್ಣ. ನಂದಿತಾ.... ನಮ್ಮಪ್ಪನ ಅಜ್ಜಿ ತರಹ ಇದೆ... ಬಣ್ಣ... ಇದೇ ರೂಪನಂತೆ. ಹಾಲ್‌ನಲ್ಲಿ ಒಂದು ಫೋಟೋ ಗೋಡೆಗೆ ತಗುಲಿ ಹಾಕಿದೆ. ಬೇಕಾದ್ರೆ ನೀವು ನೋಡಿ. ಇರೋವರಲ್ಲೆಲ್ಲ, ಅವ್ರೇ ಉದ್ದ. ಅವ್ರಿಗ್ಯಾಕೆ ಇಷ್ಟೊಂದು ಪ್ರೇಮ ನಂದಿತಾ ಮೇಲೆ? ನಂಗೂ ಅದೇ ರೂಪ... ಬಣ್ಣ ಇದ್ದಿದ್ರೆ, ಯಾರಾದ್ರೂ, ಅಂದ್ರೆ ಮಹೇಂದರ್‌ನಂಥ ರಾಜಕುಮಾರ್ ಬರ್ತಾ ಇದ್ದನೇನೋ" ಎನ್ನುತ್ತ ನಿರಾಸೆ ನಟಿಸಿ ಖಾಲಿಯಾದ ಪೇಪರ್‌ನ ಸುತ್ತಿ ದೂರಕ್ಕೆಸೆದಳು.

ಮಾತಾಡಲಿಲ್ಲ ಪ್ರವೀಣ್. ನಿಜವಿರಬಹುದೇನೋ. ತಲೆ ಕೆಡಿಸಿಕೊಳ್ಳಲಿಲ್ಲ. ಎಷ್ಟೋ ಹೊತ್ತು ಅಲ್ಲೇ ಕೂತಿದ್ದರು.

ದೇವರ ದರ್ಶನ ಮುಗಿಸಿಕೊಂಡು ಬಂದ ಸುಬ್ಬಣ್ಣ ನಿರಾಸಕ್ತಿಯಿಂದ "ಊರಿಗೆ ಹೊರಟುಬಿಡೋಣ. ಏನು ನೋಡೋ ಮನಸ್ಸಿಲ್ಲ" ಅಂದಾಗ ಹುಡುಗರಿಗೆ ಬೇಸರ. ಮದ್ರಾಸ್ ನೋಡುವ ಕನಸು ಅವರದಾಗಿತ್ತು. "ಮದ್ರಾಸ್‌ಗೆ... ಹೋಗ್ಬೇಕು."

ವೈದೇಹಿ ಕಣ್ಣುಬಿಟ್ಟು ಮಕ್ಕಳನ್ನು ಸುಮ್ಮನಾಗಿಸಿದರು.

ಅಂತು ರಾತ್ರಿಯ ಪ್ರಯಾಣ ಹೊರಡುವುದೆಂಬ ತೀರ್ಮಾನ. ಯಾರೂ ಇನ್ನೊಂದು ಮಾತಾಡಲಿಲ್ಲ. ಗೊತ್ತುಮಾಡಿದ ಗಂಡಿಗೆ ಒಂದಿಷ್ಟು ಹಣ, ವಗೈರೆ ಕೊಟ್ಟಿದ್ದು ಹೋಗಿತ್ತು. ಅದಕ್ಕಾಗಿ ಚಿಂತಿಸಲಿಲ್ಲ. ನಂದಿತಾನ ತಕ್ಷಣ ಕರೆದೊಯ್ದದ್ದು ಷಾಕ್ ಆಗಿತ್ತು.

"ಯಾವ್ದೇ ವಿಷ್ಯ ಹೇಳ್ಲಿಲ್ಲ, ಮಹೇಂದರ್. ಎಷ್ಟೊಂದು ನೋವು! ತನಗೆ ಬೇಕಾದವ್ರಿಗೆ ಪಾರ್ಟಿ ಕೊಟ್ಕೋತಾನೇನೋ, ಅಲ್ಲಿ ನಾವು ಅಪ್ರಸ್ತುತ. ಸದಾ ಬಿಜಿಯ ಮನುಷ್ಯ. ಈ ವೇಳೆಗೆ ನಮ್ಮನ್ನ ಮರ್ತುಬಿಟ್ಟಿರುತ್ತಾನೆ." ಬಹಳ ನೊಂದುಕೊಂಡರು ದಾರಿಯಲ್ಲಿ ಸುಬ್ಬಣ್ಣ.

ಈ ಮದುವೆಗೆ ಬೆಂಬಲಿಸಿದವರೆಲ್ಲ ತುಟಿ ಬಿಚ್ಚದೆ ಕೂತರು. ಪೂರ್ತಿ ನಲಿವನ್ನು ಅನುಭವಿಸಿರಲಿಲ್ಲ. ಮಾತಾಡದೆ ಒಳಗೊಳಗೇ ನುಂಗಿಕೊಂಡರು.

ಜೊತೆಯಲ್ಲಿ ಬಂದವರ್ನ ಅವರವರ ಸ್ಥಳಗಳಿಗೆ ಮುಟ್ಟಿಸಿ ಮನೆ ಸೇರಿದವರು ಇವರುಗಳು ಮಾತ್ರ. ಬೆಳಕು ಹರಿದಿತ್ತು. ಹಾಲಿನವನು ಬಗ್ಗಿ ನೋಡಿ ಎರಡು ಲೀಟರ್ ಹಾಲಿನ ಪ್ಯಾಕೆಟ್‌ಗಳನ್ನು ಇಟ್ಟುಹೋಗಿದ್ದ.

ರಾತ್ರಿಯ ಅರೆಬರೆ ನಿದ್ದೆ. ಎಲ್ಲಾ ಒಂದು ರೀತಿಯ ಟ್ರಾನ್ಸ್‌ನಲ್ಲಿದ್ದರು. ಆಗ ಕಾಲಿಂಗ್ ಬೆಲ್ ಸದ್ದಾಯಿತು.

"ಯಾರೋ.... ನೋಡಮ್ಮ" ಸುಬ್ಬಣ್ಣ ಮೈ ಮುರಿಯುತ್ತ ಮೇಲೆದ್ದರು "ಸ್ನಾನ ಮುಗ್ಸಿಕೊಂಡ್ಹೋಗಿ ನಂದಿತಾನ ನೋಡ್ಕೊಂಡ್... ಬರ್ತೀನಿ ಇದ್ದಾರೋ, ಅಥ್ವಾ ಹನಿಮೂನು ಅಂತ ಎಲ್ಲಾದ್ರೂ ಹಾರಿ ಹೋಗಿದ್ದಾರೊ" ಎಂದರು.

ಅವರ ದನಿಯಲ್ಲಿ ಅಪಾರವಾದ ನೋವಿತ್ತು. ಆ ಕ್ಷಣ ಅವರ ಪಾಲಿಗೆ ಮನುಷ್ಯನ ನಂಬಿಕೆಗಳೆಲ್ಲ ಸತ್ತಂತಾಗಿತ್ತು.

"ಭಾವನ ಸೆಕ್ರೆಟರಿ... ಬಂದಿದ್ದಾರೆ" ಬಾಗಿಲು ತೆಗೆದ ಪ್ರತಿಭಾ ಹೇಳಿ ಹಿಂದಕ್ಕೆ ಸರಿದಳು. ತಿರುಪತಿಯಲ್ಲಿ ಇವಳ ಯೋಗಕ್ಷೇಮ ನೋಡಿಕೊಂಡಿದ್ದು ಸಮೀರ್.

ಒಳಗೆ ಬಂದವನು ಎಲ್ಲರ ಕಡೆ ನೋಟ ಹರಿಸಿ ಮುಗುಳ್ನಗುವಿನಿಂದ "ಹೇಗಿತ್ತು.. ಜರ್ನೀ...? ಏನು ತೊಂದರೆ... ಆಗಿಲ್ವಾ?" ವಿಚಾರಿಸಿದ. ಮಹೇಂದರ್ ಬಳಿ ಮಾತಾಡುವಾಗ ಅವನು ತೋರಿಸುವ ನಮ್ರತೆಗೂ ಇವರ ಬಳಿ ಮಾತಾಡುವ ರೀತಿಗೂ ವ್ಯತ್ಯಾಸವಿತ್ತು.

ಇವರು ತಲುಪಿ ಎರಡು ಗಂಟೆ ಆಗಿದೆಯೋ, ಇಲ್ಲವೋ ಆಗಲೇ ಮಹೇಂದರ್‌ಗೆ ವಿಷಯ ಮುಟ್ಟಿದೆ! ಸೋಜಿಗದ ಸಂಗತಿಯೇ ಎಲ್ಲರಿಗೂ.

"ನೋ, ಪ್ರಾಬ್ಲಮ್... ಅರೆ ನಿದ್ದೆ ಜೊಂಪಿನಲ್ಲಿ ಬಂದ್ವಿ. ಏನು ಅನ್ನಿಸ್ಲಿಲ್ಲ" ಎಲ್ಲರ ಪರವಾಗಿ ಪ್ರವೀಣ್ ಹೇಳಿದ.

"ಬಾಸ್, ಶ್ರೀಮತಿಯವರೊಂದಿಗೆ ಹನ್ನೊಂದು ಗಂಟೆಗೆ ಬರ್ತಾರಂತೆ. ಇನ್‌ಫರ್ಮೇಷನ್ ಕಳ್ಸಿದ್ದಾರೆ" ಎಂದ. ಬಂದ ಕೆಲಸ ಮುಗಿದಿತ್ತು. "ಬರ್ತೀನಿ" ಹೊರಟೇಬಿಟ್ಟ ಇನ್ನೊಂದು ಮಾತಿಗೆ ಅವಕಾಶವಿಲ್ಲ.

ನಿಂತಿದ್ದ ಸುಬ್ಬಣ್ಣನವರು ಕೂತರು "ನಮ್ಗೆ ತೀರಾ ಶ್ರೀಮಂತರ ಚಟುವಟಿಕೆ, ಸ್ವಭಾವಗಳ ನೇರ ಪರಿಚಯವಿಲ್ಲ ನೋಡು. ಎಲ್ಲಾ ವಿಪರೀತವಾಗಿ ಕಾಣುತ್ತೆ. ಅವ್ರು ಇರೋದೇ... ಹಾಗೇನೋ! ಹೇಗೂ ಮಗಳ್ನ ಕೊಟ್ಟಿದ್ದು ಆಗಿದೆ. ಮುಂದೆ ಗೊತ್ತಾಗುತ್ತೆ" ನಿಶ್ಚಿಂತೆಯಿಂದ ನುಡಿದರು.

ಟ್ರಾನ್ಸ್‌ಫರ್ ಅಪ್ಲಿಕೇಶನ್ ನೆನಪಾಯಿತು. ಇನ್ನು ಅದರ ಅಗತ್ಯವಿಲ್ಲ. ತಕ್ಷಣ ಆಫೀಸ್‌ಗೆ ಹೋಗಬೇಕೆಂದುಕೊಂಡರು.

"ಇನ್ನೊಂದು ಕಪ್, ಕಾಫೀ ಕೊಡಮ್ಮ" ಎಂದಾಗ ಸೌದಾಮಿನಿ ಎದ್ದು ಅಡಿಗೆಯ ಮನೆಗೆ ಹೋದರೇ, ಪ್ರವೀಣ್ ರೂಮಿಗೆ ಹೋಗಿ ಮಲಗಿಬಿಟ್ಟ. ನಿದ್ದೆಯ ಅಗತ್ಯವಿತ್ತು ಅವನಿಗೆ.

ಸ್ವಲ್ಪ ಚಲನೆಯುಂಟಾಯಿತು ಮನೆಯಲ್ಲಿ. ವೈದೇಹಿ ಕೈ ಚುರುಕಾಯಿತು. ಆಕೆಯು ಕಾಫೀ ತಂದವರು ಗಂಡನಿಗೆ.

"ಹನ್ನೊಂದು ಗಂಟೆಗೆ ಬರ್ತಾರೆಂದು ಹೇಳಿ ಕಳ್ಸಿದ್ದಾರೆ. ಬೆಳಗಿನ ತಿಂಡಿ ಮುಗಿದಿರುತ್ತೆ. ಮಧ್ಯಾಹ್ನದ ಊಟದ ವೇಳೆಯಲ್ಲಿ ಒಂದೆರಡು ಗಂಟೆ ಉಳ್ಕೊಂಡ್ರೆ... ಪರ್ವಾಗಿಲ್ಲ. ತಕ್ಷಣ ಹೊರಟರೇ ಹೇಗೆ?" ತಮ್ಮ ಸಂದಿಗ್ಧತೆಯನ್ನು ತೋಡಿಕೊಂಡರು.

ತಮಗೂ ಏನು ತೋಚದೆಂದು ಕೈಯಾಡಿಸಿದಳು ಸುಬ್ಬಣ್ಣ.

ಮಲಗಿದ್ದ ಪ್ರವೀಣ್ ಎದ್ದು ಬಂದು ಭವಿಷ್ಯ ನುಡಿದ. "ಎರ್ಡು ತಗೊಳ್ಳಲ್ಲ. ಗಂಟೆಗಳೇನು ಮಹೇಂದರ್ ಅಂಥವರು ಕನಿಷ್ಠ ಒಂದು ನಿಮಿಷ ವೇಸ್ಟ್ ಮಾಡೋಕು ಇಷ್ಟಪಡೋಲ್ಲ. ಒಂದತ್ತು ನಿಮಿಷವಿದ್ರೆ.... ನಮ್ಮ ಪುಣ್ಯ. ಇಡೀ ರಾತ್ರಿ ಜರ್ನಿ... ಹೆಚ್ಚೇನು ತೊಂದ್ರೆ ತಗೋಬೇಡಿ" ವೈದೇಹಿಯವರಿಗೆ ಹೇಳಿದ. ಆ ಮಾತು ಸತ್ಯವೆನಿಸಿತು ಸುಬ್ಬಣ್ಣನಿಗೂ.

"ಅವ್ರು ಹೋಗ್ಲಿ ಬಿಡು, ನಂದಕ್ಕನ್ನ ನಾವು ಇರ್ಸಿಕೊಳ್ಳೋಣ" ಪ್ರತಿಭಾ ಮಧ್ಯೆ ಬಂದು ನುಡಿದಾಗ ಯಾರೂ ಮಾತಾಡ್ಲಿಲ್ಲ. ಇದು ಸಾಧ್ಯವೇ. ಎಂದು ಎಲ್ಲರೂ ಯೋಚಿಸುತ್ತಿದ್ದರು.

ಸ್ನಾನ ಮುಗಿಸಿ ಹೊರಟು ನಿಂತ ಗಂಡನನ್ನು ಕರೆದು ರೂಮಿನಲ್ಲಿ ಇರಿಸಿದ ಫೋಮ್ ಬೆಡ್‌ನ ತೋರಿಸಿದರು.

"ಯಾವ್ದೇ ಶಾಸ್ತ್ರ ಮಾಡೋಕ್ಕಾಗ್ಲಿಲ್ಲ. ಎರ್ಡು ರಾತ್ರಿ ಅಲ್ಲಿ ಕಳ್ದು ಆಗಿದೆ ನಂದಿತಾ. ಈಗೇನು.... ಮಾಡೋದು?" ಕೇಳಿದಾಗ ಅವರಿಗೂ ಏನು ತೋಚಲಿಲ್ಲ "ನಂಗೆ ಅದ್ಕೇ ಈ ಮದ್ವೆಯ ಬಗ್ಗೆ ವಿರೋಧ. ನಂಗೆ ಈಗ್ಲೂ ಮಹೇಂದರ್ ಮುಂದೆ ನಿಂತು

ಮಾತಾಡೋಕ್ಕಾಗೊಲ್ಲ. ನಾಲಿಗೆಯಲ್ಲಿನ ದ್ರವ ಆರಿಹೋಗುತ್ತೆ. ಈ ಸ್ಥಿತಿ ನಂದು" ಖಿನ್ನರಾದರು.

ಚಪ್ಪಲಿ ಮೆಟ್ಟಿ ಹೊರಗೆ ಹೋಗಿ ಬಂದವರು "ಒಮ್ಮೆ ಘೋಷರನ್ನು ಸಂಪರ್ಕಿಸ್ತೀನಿ ಫೋನ್‌ನಲ್ಲಿ" ಎಂದರು ನಿರಾಸಕ್ತಿಯಿಂದ. ಒಂದು ರೀತಿಯ ಸಂಕೋಚವೇ ಅವರೊಂದಿಗೆ ಮಾತಾಡಲು ಕೂಡ.

ಗಡಿಯಾರ ನೋಡಿಕೊಂಡರು. ಹನ್ನೊಂದರ ಒಳಗೆ ಹಿಂದಿರುಗಬೇಕಿತ್ತು. ಅವರ ಮನ ತಳಮಳಿಸಿತು.

"ಒಂದಿಷ್ಟು ಆಫೀಸ್‌ಗೆ ಹೋಗಿ ಬೇಗ ಬಂದ್ಬಿಡ್ತೀನಿ" ಹೊರಟರು.

ಮೊದಲು ಪಬ್ಲಿಕ್ ಟೆಲಿಫೋನ್ ಬೂತ್‌ನಿಂದ ಘೋಷರಿಗೆ ಫೋನ್ ಮಾಡಿದರು. ನಕ್ಕುಬಿಟ್ಟರು ಅವರು "ಶಾಸ್ತ್ರೋಕ್ತವಾಗಿ ಧಾರೆಯೆರೆದು ಕೊಟ್ಟು ನಿಮ್ಮ ಕರ್ತವ್ಯ ಮುಗ್ಸಿದ್ದೀರಿ. ಇನ್ನು ನಂದಿತಾ ವಿಷ್ಯದಲ್ಲಿ ನಿಮ್ಮ ಕರ್ತವ್ಯ ಪೂರ್ತಿ ಮುಗ್ದಂಗೆ. ದಯವಿಟ್ಟು ತಲೆ ಕೆಡಿಸ್ಕೋಬೇಡಿ. ನೀವು ಪುಣ್ಯವಂತರು... ಎಲ್ಲರಿಗೂ ಇಂಥ ಮಗ್ಳು ಅಳಿಯ ಸಿಗೋಲ್ಲ" ಫೋನಿಟ್ಟುಬಿಟ್ಟರು. ನೇರವಾಗಿ ಹೇಳಿದ ಮಾತು ಸುಬ್ಬಣ್ಣನನ್ನು ಘಾಸಿಗೊಳಿಸಿತ್ತು. ಭರ್ಜಿಯಿಂದ ತಿವಿದಂಥ ನೋವು.

ಆಫೀಸ್‌ಗೆ ಹೋಗೋ ವಿಷಯ ಮರೆತರು. ರಜ ಹಾಕಿದ್ದರಿಂದ ಪೋಸ್ಟ್ ಆಫೀಸ್‌ನ ಕಡೆ ಹೋಗಲಿಲ್ಲ. ಕಾಲೆಳೆಯುತ್ತ ಹೊರಟರು. ದಾರಿ ಕ್ರಮಿಸಿದಷ್ಟು ಇಂದು ಉದ್ದವಾಗಿದೆಯೆನಿಸಿತು.

ಟಯೋಟಾ ಕಾರು ನಿಂತಿತ್ತು. ಬಿಳಿಯ ಹಂಸದಂತೆ ಕಂಡಿತು. ಹರ್ಷಗೊಂಡರೂ ಯಾವುದೋ ಭಯ. ಮಹೇಂದರ್ ಪಟ್ಟು ಹಿಡಿದು ಮದುವೆಯಾದುದ್ದರಲ್ಲಿ ಏನಾದರೂ ದುರುದ್ದೇಶವಿದೆಯೇ?

ಬಾಗಿಲು ತಲುಪುವ ಮುನ್ನ ಬಂದ ಪ್ರತಿಭಾ "ಎಲ್ಲಿ ಹೊರಟ್ಹೋಗಿದ್ರಿ, ಅಪ್ಪ? ಆಗ್ಲೇ ನಂದಕ್ಕಾ ಭಾವ ಬಂದು ಹತ್ತು ನಿಮಿಷ ಆಯ್ತು" ಅವರ ಕಣ್ಣುಗಳು ವಾಚ್‌ನತ್ತ ಧಾವಿಸಿತು. ಸರಿಯಾಗಿ ಹನ್ನೊಂದು ಗಂಟೆ ಹನ್ನೆರಡು ನಿಮಿಷಗಳು ಅವರ ವಾಚ್‌ನಲ್ಲಿ. ಬರೀ ಎರಡು ನಿಮಿಷದ ವ್ಯತ್ಯಾಸ.

"ಓ..." ಬಿಳಿಚಿಕೊಂಡಂತಾಯಿತು ಸುಬ್ಬಣ್ಣನ ಮುಖ. "ಏನು ತೊಂದರೆ ಆಗ್ಲಿಲ್ವಾ ಪ್ರಯಾಣದಲ್ಲಿ?" ಪ್ರಶ್ನಿಸಿದ ಮಹೇಂದರ್. "ಏನಿಲ್ಲ.... ಏನಿಲ್ಲ..." ಎಂದರು. ಪ್ರವೀಣ್ ಒಬ್ಬ ಅಲ್ಲಿ ಕೂತು ಮಾತಾಡುತ್ತಿದ್ದುದು.

ನಿಲ್ಲಲಾಗಲಿಲ್ಲ ಅವರಿಗೆ. ಮಗಳನ್ನರಸಿಕೊಂಡು ಒಳಗೆ ಬಂದರು "ನಂದಿತಾ..." ಬಂದು ತಬ್ಬಿಕೊಂಡು ಕಣ್ಣೀರು ಸುರಿಸಿದಳು. ಮಿಕ್ಕೆರಡು ಹೆಣ್ಣು ಮಕ್ಕಳು, ಕಡೆಯ ಎರಡು ಗಂಡು ಮಕ್ಕಳಿಗಿಂತ ಇವಳನ್ನೆ ಹೆಚ್ಚಾಗಿ ಪ್ರೀತಿಸುತ್ತಿದ್ದುದು. ಅದು ಮನೆಯವರಿಗೆ ಮಾತ್ರವಲ್ಲ ಅವಳಿಗೂ ಗೊತ್ತು.

"ಹೇಗಿದ್ದೀಯಾ?" ಕೇಳಿದರು.

"ಫೈನ್..." ಎಂದು ಕಣ್ಣೊರೆಸಿಕೊಂಡಳು.

ಮಗಳ ಮುಖವನ್ನು ಎರಡು ಕೈಗಳಲ್ಲೂ ಹಿಡಿದು ಕಣ್ಣುಗಳನ್ನು ದಿಟ್ಟಿಸಿದರು. ಅವರಿದ್ದ ಸ್ಥಿತಿಯಲ್ಲಿ ಏನು ಗುರ್ತಿಸಲಾಗಲಿಲ್ಲ.

"ಊಟ ಮುಗ್ಸಿಕೊಂಡ್ಹೋಗು." ವೈದೇಹಿ ಗಡಬಡಿಸಿಕೊಂಡು ಹೇಳಿದರು ಸಂಭ್ರಮದಿಂದ. "ಮೈ ಸ್ವೀಟ್ ಹಾರ್ಟ್ ಹನ್ನೆರಡು ಹತ್ತಕ್ಕೆ ಒಂದು ಮೀಟಿಂಗ್ ಇದೆ. ರಾತ್ರಿ ಅವುಗಳನ್ನೆಲ್ಲ ಡಿನ್ನರ್‌ಗೆ ಆಹ್ವಾನಿಸಿ ಬರೋದು ಮಾತ್ರ ಕೆಲ್ಸ. ನಾವು ಹನ್ನೊಂದು ಮೂವತ್ತಕ್ಕೆ ಅಲ್ಲಿ ಬಿಡ್ಬೇಕು." ಅತ್ಯಂತ ನವಿರಾಗಿ ನುಡಿದು ಮುಂದಿನ ಪ್ರೋಗ್ರಾಂ ತಿಳಿಸಿದ್ದ ಮಹೇಂದರ್.

ಅವನ ಶ್ರಮ, ಎಚ್ಚರ ಎರಡೂ ಅಗತ್ಯವಿತ್ತು.

ಹಿಂದಿನ ಸ್ಥಿತಿಯ ನೆನಪಿತ್ತು. ಎಷ್ಟೋ ಜನ ಸರಿಯಾಗಿ ಸಂಬಳವಿಲ್ಲದೆ ಸಾಲ ಸೋಲ ಮಾಡಿಕೊಂಡು ಮನೆಗಳಲ್ಲಿದ್ದ ಟಿ.ವಿ., ಟೇಪ್ ರೆಕಾರ್ಡರ್ ಮಾರಿಕೊಂಡಿದ್ದು ನಂದಿತಾಗೆ ಗೊತ್ತು. 'ಹ್ಞೂ' ಎಂದಿದ್ದಳು. ಈಗ ಸ್ವಲ್ಪ ಮೆಲ್ಲನೆ ತಲೆಯೆತ್ತಿದಳು.

"ಅಮ್ಮ, ಆಗೋಲ್ಲ... ಹನ್ನೆರಡು ಹತ್ತಕ್ಕೆ ಒಂದು ಮೀಟಿಂಗ್ ಇದೆ" ಎಂದಳು ಮೆಲ್ಲಗೆ. ವೈದೇಹಿ ಕಣ್ಣುಗಳು ಕಂಬನಿಯ ಕೊಳಗಳಾದವು. ತುಟಿ ಕಚ್ಚಿ ಹೋಗಿಬಿಟ್ಟರು.

ತಂದಿಟ್ಟ ತಿಂಡಿಯನ್ನು ತಿಂದ ಶಾಸ್ತ್ರ ಮಾಡಿ ಅರ್ಧ ಕಪ್ ಹಾರ್ಲಿಕ್ಸ್ ಕುಡಿದಿದ್ದ ಹೆಣ್ಣು ಕೊಟ್ಟ ಮಾವನ ಮನೆಯಲ್ಲಿ. ಅದು ಹೆಚ್ಚೇ ಅವನ ಮಟ್ಟಿಗೆ.

ವಾಚ್ ಕಡೆ ನೋಡಿದವನು "ನಂದಿತಾ ಪ್ಲೀಸ್" ಎಂದು ಎದ್ದೇ ಬಿಟ್ಟ. ಯಾವ ಬಿಂಕ, ಬಿಗುಮಾನ, ಅಂತಸ್ತಿನ ತಾರತಮ್ಯ ನೋಡದೆ ಪ್ರವೀಣ್ ಕೈ ಕುಲುಕಿ "ರಾತ್ರಿ ಎಲ್ಲಾ ಡಿನ್ನರ್‌ಗೆ ಅಲ್ಲಿಗೆ ಬರ್ಬೇಕು. ಒಂದೆರಡ್ಗಂಟೆ ಮಧ್ಯೆ ಬಂದು ನಂದಿತಾ ಜೊತೆಯಲ್ಲಿ ಮಾತಾಡ್ತಾ ಕೂತಿರ್ಬಹ್ದು. ನಾನಂತು ಡಿನ್ನರ್ ಟೇಬಲ್ ಮುಂದೆ ಒಂಬತ್ತಕ್ಕೆ ಸಿಕ್ತೀನಿ" ದನಿಯಲ್ಲಿ ಆತ್ಮೀಯತೆ ಬೆರೆಸಿ ಹೇಳಿದ. ಪ್ರವೀಣ್ ಒಪ್ಪಿಗೆ ಸೂಚಿಸಿದ.

ಇದೇ ಆಮಂತ್ರಣ ಮನೆಯವರಿಗೆಲ್ಲ ಸಂದಾಯವಾಯಿತು. ವೈದೇಹಿ ಮಾತಾಡಿದರು. "ಒಂದ್ನಾಲ್ಕು ದಿನ ನಮ್ಜೊತೆ ಇರ್ಲೀ ನಂದಿತಾ. ಆಮೇಲೆ ನಾವೇ ತಂದ್ಬಿಡ್ತೀವಿ. ಇಲ್ಲೊಂದು ರಿಸೆಪ್ಶನ್ ಮಾಡೋ ಉದ್ದೇಶವಿತ್ತು."

ಅವನ ಪರವಾಗಿ ಯಾರು ಇರಲಿಲ್ಲ. ಮಹೇಂದರೇ ಸ್ವತಃ ಮಾತಾಡ್ಬೇಕಿತ್ತು. "ಎಕ್ಸ್‌ಕ್ಯೂಜ್ ಮಿ, ಅವೆಲ್ಲ ಬೇಡ" ಹೊರಟೇಬಿಟ್ಟವನು ಹಿಂದಿರುಗಿ ಒಮ್ಮೆ ನಂದಿತಾ ಅತ್ತ ನೋಡಿದ. "ಬರ್ತೀನಮ್ಮ..." ಎಂದಾಗ ಅವರ ಮಾತುಗಳಿಗೆ 'ಯೆಸ್' ಆರ್ 'ನೋ' ಎನ್ನುವ ಉತ್ತರ ಸಿಕ್ಕಿರಲಿಲ್ಲ. "ಬೇಗ ಅಮ್ಮ ಬಂದ್ಬಿಡಿ' ನಡೆದುಬಿಟ್ಟಳು.

ಬಹಳ ಮರ್ಯಾದೆಯಿಂದ ಡೋರ್ ತೆಗೆದ ಸಮೀರ. ನಿಮಿಷವೇನು ಸೆಕೆಂಡ್‌ಗಳಲ್ಲಿ ಕಾರು ಕಣ್ಮರೆಯಾಯಿತು. ಮನೆಯವರೆಲ್ಲ ಗೊಂಬೆಗಳಂತೆ ನಿಂತಿದ್ದರು.

ಮೊದಲು ಒಳಗೆ ಹೋದ ಪ್ರವೀಣ್ "ಸೌದಾಮಿನಿ..." ಎಂದು ಮಡದಿಯನ್ನು ಎಚ್ಚರಿಸಿದ. ಕಣ್ಣುಜ್ಜುತ್ತಲೇ ಒಳ ಬಂದವಳು "ಮೈ ಗಾಡ್, ಇವ್ರ ಬದ್ಕಿಗೂ, ನಮ್ಮ ಜೀವನಕ್ಕೂ ಅಜಗಜಾಂತರ ವ್ಯತ್ಯಾಸ. ಈಗೆಲ್ಲಿ ಅಂತ ತಿಳ್ದಿದ್ರೆ... ನಾನೇ ಮೊದ್ಲು ವಿರೋಧಿಸುತ್ತ ಇದ್ದೆ" ವ್ಯಥಿತಳಾದಳು.

"ಏನೇನೋ ಮಾತಾಡ್ಬೇಡ. ನಿನ್ನ ವಿರೋಧಾನ ಯಾರು ಲೆಕ್ಕ ಇಡ್ತಾ ಇದ್ರು! ಡೋಂಟ್ ಟಾಕ್ ರಬ್ಬಿಷ್! ಮಹೇಂದರ್ ರಿಯಲ್ ಹೀರೋ. ಅವ್ರಲ್ಲಿ ಆ ಗುಣಗಳೆಲ್ಲ ಇದೆ. ಪಟ್ಟುಬಿಡದ ಛಲ. ಸಾಧಿಸುವ ವೈಖರಿ. ಮಾಡಬೇಕಾದ ಕೆಲ್ಸಗಳ ಬಗ್ಗೆ ಸಾಧನೆಯ ತೀವ್ರತೆ. ಎಲ್ಲಕ್ಕಿಂತ ಅವ್ರ ಫ್ಯಾಕ್ಟರಿಯಲ್ಲಿ ಕೆಲ್ಸ ಮಾಡೋ ಕಾರ್ಮಿಕರನ್ನು ಸ್ವಂತ ಬಂಧುಗಳ ತರಹ ನೋಡ್ತಾರೆ. ಆಕ್ಸಿಡೆಂಟ್ ಆದ ಲಕ್ಷ್ಮೀದೇವಮ್ಮನ ಕುಟುಂಬಕ್ಕೆ ಎಷ್ಟು ರೀತಿಯಲ್ಲಿ ನೆರವಾಗಿದ್ದಾರೆ ಗೊತ್ತ" ಸ್ವಲ್ಪ ಆವೇಶದಿಂದಲೇ ಮಾತಾಡಿದ ಪ್ರವೀಣ್. ಯಾಕೋ, ಏನೋ ಮಹೇಂದರ್ ಬಗ್ಗೆ ಅಭಿಮಾನ. ಜಲಸಿ ಇರಬೇಕಿತ್ತು. ಇಲ್ಲಿ ಅದಲುಬದಲು.

ಮತ್ತೆ ಯಾರು ಮಾತಾಡೋಕೆ ಹೋಗಲಿಲ್ಲ. ಸುಬ್ಬಣ್ಣನವರಿಗಂತೂ ಭಯ. ಎಲ್ಲಿ ತಾನು ಅಪ್ಲಿಕೇಷನ್ ಕೊಟ್ಟ ಕಡೆಗೆ ಟ್ರಾನ್ಸ್‌ಫರ್ ಆಗಿ ಬಿಡುತ್ತದೆಯೋ ಎನ್ನುವ ಚಿಂತೆ ಕೂಡ ಕಾಡತೊಡಗಿತು ಅವರನ್ನು.

ಆದರೆ ನಿಮಿಷ ಕ್ಷಣಗಳನ್ನು ಲೆಕ್ಕ ಹಾಕಿದರು ಪ್ರತಿಭಾ, ಸೌದಾಮಿನಿ ಆತುರದಿಂದ. ಅವರಿಗೆ ಬೇಗ ಮಹೇಂದರ್ ಬಂಗ್ಲೆಗೆ ಹೋಗಲು ಕಾತುರ.

"ಈಗ್ಲೇ... ಹೊರಟರೇ ಹೇಗೆ? ಹೇಗೂ ಎಂ.ಡಿ. ಭಾವ ಇರೋಲ್ಲ, ನಂದಿತಾಕ್ಕನ್ನ ಎಲ್ಲಾ ಕೇಳಿ ತಿಳ್ಕೋಬಹ್ದು. ಬಂಗ್ಲೆ, ಗಾರ್ಡನ್ ಎಲ್ಲಾ ನೋಡ್ಬಹ್ದು" ಪಿಸುಗುಟ್ಟಿದಳು ಸೌದಾಮಿನಿಯ ಕಿವಿಯಲ್ಲಿ.

ಮ್ಯಾಗಝೀನ್ ತಿರುವುತ್ತಿದ್ದ ಪ್ರವೀಣ್ ಕಡೆ ಕಳ್ಳ ನೋಟ ಹರಿಸಿದ ಸೌದಾಮಿನಿ "ಯಾಕೋ, ಅಪ್ಪ ಒಂದು ತರಹ ಇದ್ದಾರೆ. ಅಮ್ಮನ ಸ್ಥಿತಿ ದೇವರೇ ಗತಿ. ಕೇಳೋರು... ಯಾರು? ಅಪ್ಪ ಹೋಗೋದೇ ಬೇಡಾಂದ್ಬಿಟ್ರೆ" ಸೌದಾಮಿನಿಯ ಊಹೆ. ಅವನ್ನು ತಳ್ಳಿ ಹಾಕಿದಳು.

"ಹಾಗೇ ಸಾಧ್ಯವೇ ಇಲ್ಲ. ನಂದಕ್ಕಾನ್ನ ಕಂಡ್ರೆ ಅಪ್ಪನಿಗೆ ತುಂಬ ಇಷ್ಟ. ಹೇಗೂ ಒಂದೇ ಊರು. ಹೇಗೂ ಎಂ.ಡಿ. ಸಾಹೇಬ್ರು ಬಿಜಿ. ಮನೆಯಲ್ಲಿ ಇರೋಲ್ಲ. ಮನೆಗೆಲ್ಲ ಒಡತಿಯೊಬ್ಬೆ. ನಾನಂತು ದಿನಕ್ಕೊಮ್ಮೆ ಹೋಗೋಳೆ. ಅಲ್ಲೇ ಉಳಿದ್ರೂ... ಹೆಚ್ಚಲ್ಲ. ಮುಂದೆ ನಂಗೂ ಯಾರಾದ್ರೂ ಇಂಥ ಗಂಡು ಸಿಕ್ರೆ ಆರಾಮಾಗಿ ಮ್ಯಾನೇಜ್ ಮಾಡೋಕೆ ಒಂದಿಷ್ಟು ಅನುಭವ ಸಿಕ್ಕುತ್ತೆ" ಕಿಸಕ್ಕೆಂದಳು ಪ್ರತಿಭಾ. ಇಂಥ ಒಂದು ಕನಸ್ಸಿಗೂ ಮಹೇಂದರ್ ಅವಕಾಶ ಮಾಡಕೊಡನೆಂದು ಅವಳಿಗೆ ತಿಳಿದಿರಲಿಕ್ಕಿಲ್ಲ.

ಎಷ್ಟು ಹೊತ್ತಿಗೆ ಹೋಗುವುದು ಎನ್ನುವುದನ್ನು ಇವರಿಗೆ ಬಿಡದೇ 'ಮಹೇಂದರ್ ಸಿರಾಮಿಕ್ ಟೈಲ್ಸ್' ಕಂಪನಿಯ ಎರಡು ಅಂಬ್ಯಾಸಿಡರ್ ಕಾರುಗಳು ನಾಲ್ಕರ ಸುಮಾರಿಗೆ ಬಂದು ನಿಂತವು.

ಪ್ರತಿಭಾ ಕುಣಿಯುತ್ತಲೇ ಒಳಗೆ ಹೋದಳು. "ಭಾವ ಕಾರು ಕಳ್ಸಿದ್ದಾರೆ. ಬೇಗ... ಬೇಗ.... ರೆಡಿಯಾಗ್ಬೇಕು" ಎಂದಾಗ ವೈದೇಹಿ ಎದ್ದರು. "ಏನ್ಮಾಡ್ತೋಕಾಗುತ್ತೆ! ನಾವೇ ಹೊಂದ್ಕೊಂಡ್ಹೋಗ್ಬೇಕು. ನಮ್ಮಷ್ಟು ಬಿಡುವಿನ ಬದ್ಕಲ್ಲ ಅವರದು." ತಮಗೇ ತಾವೇ ಸಾಂತ್ವನ ಮಾಡಿಕೊಂಡರು.

ಸುಬ್ಬಣ್ಣನ ನಿರಾಕರಣೆಯೇನು ಇರಲಿಲ್ಲ. ಇನ್ನೊಂದಿಷ್ಟು ಅಳಿಯನೊಂದಿಗೆ ಮಾತಾಡಲಿಕ್ಕೆ ಉಂಟು. ಮಹೇಂದರ್‌ದು ಕೂಡ ಅದೇ ಉದ್ದೇಶ.

ನೇರವಾಗಿ ಕಾರುಗಳೇನು ಬಂಗ್ಲೆಯ ಕಡೆ ಹೋಗಲಿಲ್ಲ. ಫ್ಯಾಕ್ಟರಿಯಲ್ಲಿ ಹೋಗಿ ನಿಂತಿತು. ಬರೀ ಆಫೀಸ್ ನೋಡಿದ್ದರು ಸುಬ್ಬಣ್ಣ. ಫ್ಯಾಕ್ಟರಿಯ ಅಗಲ, ಆಕಾರಗಳನ್ನು ನೋಡಿ ಯಾರ ಬಾಯಿಂದಲೂ ಮಾತುಗಳು ಹೊರಡಲಿಲ್ಲ. ಬೃಹತ್ ಮೆಷಿನ್‌ಗಳು ಹೊಗೆ ಉಗುಳುತ್ತಿದ್ದರೂ ಫ್ಯಾಕ್ಟರಿಯ ಆವರಣ ಅತಿ ಸ್ವಚ್ಛ. ಮುಂಭಾಗದಲ್ಲೆಲ್ಲ ಅಚ್ಚ ಹಸುರಿನ ಗಾರ್ಡನ್ ನಿರ್ಮಾಣ.

"ಪೂರ್ತಿ ಇಪ್ಪತ್ತು ಎಕರೆ ಇದೆ" ಬಂದ ಸಮೀರ್ ಹೇಳಿದ. "ಇಲ್ಬನ್ನಿ, ಹೊಸದಾಗಿ ವಿದೇಶದಿಂದ ಖರೀದಿಸಲ್ಪಟ್ಟು ನಾಳೆ ಕಾರ್ಯ ಷುರು ಮಾಡುವ ಟೈಲ್ಸ್ ಮೇಲೆ ಸ್ಕ್ರೀನ್ ಪ್ರಿಂಟ್ ಮಾಡುವ ಯಂತ್ರ" ಎಂದು ಒಂದೊಂದನ್ನೇ ತೋರಿಸಿ ವಿವರಿಸಿದ. ಮೂವತ್ತೈದು ಬಣ್ಣಗಳಲ್ಲಿ ಲಭ್ಯವಿರುವ ಸಿರಾಮಿಕ್ ಟೈಲ್ಸ್‌ನ ತೋರಿಸಿ ವಿವರಣೆ ನೀಡಿದ.

ಇವರ ಅಂದಾಜಿಗೂ ಮೀರಿದ ಕಾರ್ಖಾನೆ. ಇಷ್ಟು ದೊಡ್ಡ ಕಲ್ಪನೆ ಇರಲಿಲ್ಲ ಅವರಿಗೆ. ಸಂತಸದ ಜೊತೆಗೆ ಭಯ ಕೂಡ. ಒಬ್ಬ ಜಗಜಟ್ಟಿ ಸಣಕಲು ವ್ಯಕ್ತಿಯ ಮಧ್ಯದ ಸ್ಪರ್ಧೆಯೆನ್ನುವಷ್ಟರ ಮಟ್ಟಿಗಿನ ಊಹಾಶಕ್ತಿ ಅವರದಾಗಿತ್ತು. ಊಹಿಸಲಾರದಷ್ಟು ಅಗಾಧ ಅಂತರ.

ಪ್ರತಿಭಾ ತಂದೆಯ ಪಕ್ಕಕ್ಕೆ ಸರಿದು "ಅಪ್ಪ, ಕಾರ್ಖಾನೇಂತ ಅನ್ನಿಸೋದೇ ಇಲ್ಲ. ಹೊಗೆ, ಧೂಳು.... ಒಂದ್ಚೂರು ಇಲ್ಲ. ಎಷ್ಟೊಂದು ಸ್ವಚ್ಛವಾಗಿದೆ" ಉದ್ಗರಿಸಿದಾಗ ಸಮೀರ್ ನಸುನಕ್ಕು ಹೇಳಿದ.

"ಮೊದ್ಲು ಹಾಗೇ ಇತ್ತು. ಮ್ಯಾನೇಜ್‌ಮೆಂಟ್ ಬದಲಾಗಿ ಕಾರ್ಖಾನೆ ಇವ್ರ ಕೈ ಸೇರಿದ್ಮೇಲೆ ಕ್ಷಿಪ್ರಗತಿಯಲ್ಲಿ ಆದ ಬದಲಾವಣೆ. ಪ್ರತಿದಿನ ಕಾರ್ಖಾನೆಗೆ ಬಂದ ನಂತರವೇ ಎಂ.ಡಿ. ಆಫೀಸ್‌ಗೆ ಬರೋದು. ಪ್ರತ್ಯಕ್ಷವಾಗಿ ಎಲ್ಲಾ ಪರಿಶೀಲಿಸ್ತಾರೆ. ಅಲ್ಲಲ್ಲೇ ವಿಚಾರ್ಸಿ ಕುಂದುಕೊರತೆಗೆ ತಕ್ಷಣದ ಪರಿಹಾರ. ಅವ್ರ ನೋಟದಿಂದ ಯಾರೂ ತಪ್ಪಿಸಿಕೊಳ್ಳೋಕ್ಕಾಗೊಲ್ಲ." ಸಮೀರ್‌ನ ದನಿಯಲ್ಲಿ ಅಭಿಮಾನವಿತ್ತು. ಇದು ನಾಟಕವಲ್ಲ. ಹೃದಯಾಂತರಾಳದಲ್ಲಿ ಪುಟಿದಂಥ ಗೌರವ. ಡಿಗ್ರಿ ಮುಗಿಸಿ ಅಲ್ಲಲ್ಲಿ ಓಡಾಡಿಕೊಂಡಿದ್ದವನನ್ನು ನೇಮಿಸಿಕೊಂಡಿದ್ದ ಯಾವ ಅನುಭವ, ರೆಕಮಂಡೇಷನ್ ಕೇಳದೆ.

ನಂತರ ಗೆಸ್ಟ್‌ಹೌಸಿಗೆ ಕರೆದೊಯ್ದ. ಕಟ್ಟಿ ಹತ್ತುವರ್ಷವಾದರೂ ಈಚೆಗೆ ನವೀಕರಿಸಲಾಗಿತ್ತು. ವಿಶೇಷ ಅತಿಥಿಗಳಿಗೆ ಮತ್ತು ಅಪರೂಪದ ಮೀಟಿಂಗ್, ಮಧ್ಯಾಹ್ನದ ವೇಳೆಗೆ ರೆಸ್ಟ್‌ಗೆ ಬರುವ ಮಹೇಂದರ್‌ನ ಉಪಯೋಗಕ್ಕೆ.

ಸಣ್ಣ ಉಪಾಹಾರ ಕೂಟದ ಏರ್ಪಾಟು ಆಗಿತ್ತು. ಬಿಸ್ಕತ್, ನಟ್ಸ್, ಚಿಪ್ಸ್ ವಗೈರೆ—ಒಂದು ಬಗೆಯ ಉತ್ತರ ಭಾರತದ ಸ್ವೀಟ್ಸ್. ಇದೆಲ್ಲ ಮುಗಿಯುವ ವೇಳೆಗ ಎಂಟೂ ಮುಕ್ಕಾಲು, ಬಂಗ್ಲೆ ತಲುಪಿದಾಗ ಒಂಬತ್ತಕ್ಕೆ ಐದು ನಿಮಿಷವಿತ್ತು.

ಕಾರು ನೋಡಿಯೇ ದಡಬಡಿಸಿಕೊಂಡು ಇಳಿದ ಸಮೀರ್ "ಬಾಸ್, ಬಂದ್ಬಿಟ್ಟಿದ್ದಾರೆ" ಎಂದ ಅವಸರದಿಂದ. ಅವನಿಗೆ ಮಹೇಂದರ್ ತಿಳಿ ಹೇಳಿದ್ದ. ಈ ಸುಮಾರಿಗೆ ಮಾತ್ರ ಬಂಗ್ಲೆಯ ಮೈನ್‌ಗೇಟ್ ಪ್ರವೇಶಿಸಬೇಕಿತ್ತು. ಇದು ಅವನ ಪ್ಲಾನೇ.

"ಸ್ವಲ್ಪ ಬೇಗ್ಬಂದಿದ್ರೆ ಚೆನ್ನಾಗಿತ್ತು" ಸೌದಾಮಿನಿ ವ್ಯಥಿತಳಾದಳು. "ಅದೆಲ್ಲ ನೋಡೋದೇನ್ಬೇಡ. ಮನೆಗೆ ಕರ್ಕೊಂಡ್ಹೋಗೀಂತ ಹೇಳ್ಬಿಡ್ಬೇಕಿತ್ತು" ವೈದೇಹಿಯ ರಾಗ. ಯಾವುದೇ ಪ್ರತಿಕ್ರಿಯೆ ಇಲ್ಲ ಪ್ರವೀಣ್‌ದು. ಮಹೇಂದರ್ ಒಬ್ಬ ರಿಮೋಟ್ ಕಂಟ್ರೋಲ್ ಹಿಡಿದ ವ್ಯಕ್ತಿಯೆನಿಸಿದ. ತೀರಾ ಖಚಿತತೆ. ಮಾನಸಿಕವಾಗಿ ದೃಢವಾಗಿ ಕಂಡ.

ನಂದಿತಾ ಜೊತೆ ಮಹೇಂದರ್ ಎದುರುಗೊಂಡು ಕರೆದೊಯ್ದ ಎಲ್ಲರನ್ನು. ತೀರಾ ಆತ್ಮೀಯವಾಗಿತ್ತು ಸಂಭಾಷಣೆ. ನಗುನಗುತ್ತಾ ಮಾತಾಡಿದ. ಕಿವಿಯಲ್ಲಿನ ಮುತ್ತಿನ ಗೊಂಚಲು, ಕತ್ತಿನಲ್ಲಿನ ವಜ್ರದ ನೆಕ್ಲೇಸ್ ಸೆಳೆದಿದ್ದು ಪ್ರತಿಭಾನ.

"ಎಷ್ಟೊಂದು ಚೆನ್ನಾಗಿದೆ! ಎಷ್ಟೊಂದು ಫಳಫಳಾಂತ ಹೊಳೆಯುತ್ತೆ" ಪಿಸುಗುಟ್ಟಿದಳು. ನಂದಿತಾಗೆ ಆ ಬಗ್ಗೆ ಪರಿವೆ ಇಲ್ಲ. ಸ್ವತಃ ಅವಳ ಕತ್ತಿಗೆ ಧರಿಸಿದ ಮಹೇಂದರ್ "ಬಹುಶಃ ನಿನ್ನ ಕಣ್ಣುಗಳ ಕನಿಷ್ಟ ಹೊಳಪು ಕೂಡ ಈ ವಜ್ರಗಳಿಗಿಲ್ಲ" ಕಣ್ಣುಗಳನ್ನು ಅತ್ಯಂತ ಮೃದುವಾಗಿ ನವಿರಾಗಿ ಚುಂಬಿಸಿದ್ದ. ಆ ಕ್ಷಣದ ನೆನಪು ಮಾತ್ರ ಅವಳಿಗೆ.

ವಿವಿಧ ರೀತಿಯ ಭಕ್ಷ್ಯಗಳು ಅಡಿಗೆ, ಹಣ್ಣುಗಳು, ಕುಕ್‌ಗೆ ಮೊದಲೇ ಆಜ್ಞೆ ಜಾರಿ ಮಾಡಿದ್ದರಿಂದ, ಮನೆಯವನಂತೆ ಬಡಿಸಿದ. ಮಧ್ಯೆ ಮಧ್ಯೆ ಮಹೇಂದರ್‌ನ ಬಲವಂತ, ನಂದಿತಾ ಮಾತು – ಎಲ್ಲವು ಹಿತವೇ. ಸರಳವಾಗಿ ಬೆರೆಯಲು ಮಾತ್ರ ಸುಬ್ಬಣ್ಣನ ಮನೆಯವರಿಗಾಗಲಿಲ್ಲ. ಇನ್‌ಫಿಯಾರಿಟಿ ಕಾಂಪ್ಲೆಕ್ಸ್ ಕಾಡುತ್ತಿತ್ತು.

ನಂದಿತಾಗೆ ತಿಳಿಸಿದ್ದ "ನಿಮ್ಮಮ್ಮ ಅಪ್ಪ ನಿನ್ನ ತಂಗಿಯರಿಗೆ ಮದ್ವೆ ಉಡುಗೊರೆ ಕೊಡ್ಬೇಕಲ್ಲ, ನಮ್ಮ ಭಾವ ತೀರಾ ಕಂಜೂಸ್ ಅಂದ್ಕೋಬಾರ್ದು" ಕಣ್ಸನ್ನೆ ಹಿಡಿದು ನಕ್ಕ ರೀತಿ ತೀರಾ ಮೋಹಕವಾಗಿತ್ತು.

ಆಫೀಸ್‌ನಲ್ಲಿ ಕೆಲಸ ಮಾಡುವಾಗ ಡಿಕ್ಟೇಷನ್ ತೆಗೆದುಕೊಳ್ಳಲು ಛೇಂಬರ್‌ಗೆ ಹೋದದ್ದುಂಟು. ಎಷ್ಟೇ ಮೃದುವಾಗಿ ಕಂಡರೂ ಸ್ಟ್ರಿಕ್ಟ್ ಅಡ್ಮಿನಿಸ್ಟ್ರೇಟರ್. ಇಂಥ ನಗು, ಮಾತು ಕಂಡಿದ್ದಿಲ್ಲ.

ಕುಂಕುಮದೊಂದಿಗೆ ದೊಡ್ಡ ಕಲಾಬತ್ತಿನ ಪೂರ್ತಿ ಜರಿಯಿದ್ದ ಕಾಂಜೀವರಂ ರೇಶಿಮೆ ಸೀರೆ ವೈದೇಹಿಗಾದರೇ, ಸೌಧಾಮಿನಿ, ಪ್ರತಿಭಾಗೆ ಚಿನ್ನದ ನೆಕ್ಲೇಸ್, ಅತಿ ಕಾಸ್ಟ್ಲಿ ವಾಚ್ ಪ್ರವೀಣ್‌ಗಾದರೆ ಒಂದು ಸೀಲ್ ಮಾಡಿದ ಉದ್ದನೆಯ ಲಕೋಟೆಯನ್ನು ವೈದೇಹಿಗೇನೇ ಕೊಟ್ಟಳು ನಂದಿತಾ.

"ಇದು ಅಪ್ಪನಿಗೆ.... ಮನೆಗೆ ಹೋದ್ಮೇಲೆ ಕೊಡು ಅವ್ರಿಗೆ. ಒಂದಿಷ್ಟು ಖರ್ಚು ಮಾಡಿ ಆರತಕ್ಷತೆಯ ಜೊತೆ ಅದೂ ಇದೂ ಕೊಡುವಾಸೆ ಇತ್ತು ಅವ್ರಿಗೆ. ಬೇಡಮ್ಮ.... ಸ್ವಲ್ಪ ಅರ್ಥವಾಗೋ ಹಾಗೇ ಹೇಳು. ಅಪ್ಪನಿಗೂ ಬಹಳ ವರ್ಷ ಸರ್ವೀಸಿಲ್ಲ. ಪ್ರತಿಭಾ ಮದ್ವೆ, ಹುಡುಗ್ರ ವಿದ್ಯಾಭ್ಯಾಸವೆಲ್ಲ ಸಂಬ್ಳದಲ್ಲಿಯೇ ನಡೀಬೇಕು. ನನ್ಮೇಲೆ ಕೋಪ ಬೇಡ" ಕಣ್ಣೀರು ಮಿಡಿದು ಅವರ ಕಾಲುಗಳಿಗೆ ಬಾಗಿದಾಗ ಅತ್ತುಬಿಟ್ಟರು ಆಕೆ. ಮಾತು ಮೂಕವಾಯಿತು. ಕಣ್ಣೀರೊಂದೇ ಮಾತಾಡಿದ್ದು.

ಕೂತಿದ್ದ ಸುಬ್ಬಣ್ಣ ಮೆಲ್ಲನೆದ್ದರು "ಸ್ವಲ್ಪ ಮಾತಾಡ್ಬೇಕಿತ್ತು" ಎಂದಾಗ ಎಲ್ಲರತ್ತ ನೋಡಿದವನು ಮೇಲೆದ್ದ "ವೈ ನಾಟ್? ನಂಗೂ ಒಂದಿಷ್ಟು ಹೇಳೋದಿದೆ.... ಬನ್ನಿ" ಮುಂದಿನ ಡ್ರಾಯಿಂಗ್ ರೂಮಿಗೆ ಕರೆದೊಯ್ದ.

ಪೂರ್ತಿ ನಿಶ್ಯಬ್ದ. ಏರ್‌ಕಂಡೀಷನರೊಂದು ಕೆಲಸ ಮಾಡುತ್ತಿದ್ದುದು. ಸುಬ್ಬಣ್ಣ ಹೇಗೆ ಆರಂಭಿಸುವುದು, ಶುರುವೆ ಮುಜುಗರ ತರಬಾರದೆಂದು ಪದಗಳಿಗಾಗಿ ಹುಡುಕಾಟ ನಡೆಸತೊಡಗಿದರು.

"ಮಾತಾಡಿ..." ಎಂದ ಏರ್‌ಕಂಡೀಷನರ್ ಆಫ್ ಮಾಡುತ್ತ ಎದ್ದ. ಸ್ವರ ಹೊರಡಲಿಲ್ಲ. ಪ್ರಯತ್ನವಂತೂ ಮಾಡುತ್ತಿದ್ದರು "ಒಂದಿಷ್ಟು ನೀರು ಕೊಡ್ಲಾ?" ಫ್ರೀಡ್ಜ್‌ನಲ್ಲಿದ್ದ ಬಿಸ್ಲೇರಿ ವಾಟರ್ ಮತ್ತು ಗ್ಲಾಸ್ ತಂದು ಟೀಪಾಯಿ ಮೇಲಿಟ್ಟ.

"ಬೇಡಾ, ಅದೇನೋ... ಹೇಳೋದಿದೆ ಅಂದ್ರಲ್ಲ, ನೀವೇ ಹೇಳಿ... ಮೊದ್ಲು" ಮೇಲುಸಿರಿನೊಂದಿಗೆ ನುಡಿದರು. ಈಗ ನೀರನ್ನು ತಾನೇ ಗ್ಲಾಸ್‌ಗೆ ಬಗ್ಗಿಸಿ ಅವರ ಮುಂದಿಟ್ಟ "ಖಂಡಿತ... ಹೇಳ್ತೀನಿ. ನನ್ಮಾತುಗಳ್ನ... ಕೇಳಿದ್ಮೇಲೆ ಕೆಲವನ್ನು ಮರೀಬಹ್ದು. ಬದಲಾಯಿಸ್ಬಹ್ದು. ಅದ್ಕೇ ನಿಮ್ಗೆ ಮೊದಲ ಅವಕಾಶ ಕೊಡ್ತಾ ಇರೋದು. ಮಾತಾಡಿ, ಇದೇನು ವ್ಯವಹಾರ, ವ್ಯಾಪಾರವಲ್ಲ. ಈಗ ನಿಮ್ಮ ಮಗ್ಳ ಮನೆ. ನಾನು ಕೂಡ ಬೇರೆಯವನಲ್ಲ ನಂದಿತಾ ಕುತ್ತಿಗೆಗೆ ತಾಳಿ ಕಟ್ಟಿದ್ಮೇಲೆ" ಎಂದ ಸರಳವಾಗಿ. ಸ್ವಲ್ಪ ಆತ್ಮವಿಶ್ವಾಸ ತುಂಬುವುದು ಮಹೇಂದರ್‌ನ ಉದ್ದೇಶ. ಅವರಿಗೆ ಷಾರ್ ಆಗಬಹುದಾದ ನ್ಯೂಸ್ ಇತ್ತು. ಅದನ್ನು ತಡೆದುಕೊಳ್ಳಲು ಒಂದಿಷ್ಟು ಶಕ್ತಿಯ ಟಾನಿಕ್.

ಸ್ವಲ್ಪ ಮಾತಾಡಲಿಕ್ಕೆ ಸುಲಭವಾಯಿತು ಸುಬ್ಬಣ್ಣನಿಗೆ. "ನಂದಿತಾಗಿಂತ ಇನ್ನು ಸ್ಫುರದ್ರೂಪಿಗಳು, ಹೆಚ್ಚು ಕಲಿತವ್ರು... ದೊಡ್ಡ ಸಂಬಂಧಗಳಲ್ಲಿನ ಹೆಣ್ಣುಗಳು ಸಿಕ್ತಾ ಇದ್ರು. ಆದರೆ ಹಠ ಮಾಡಿ ಮದ್ವೆಯಾದ್ರಿ" ಎನ್ನುತ್ತ ಆರೋಪಿಸಿದರು. ಸುತ್ತು ಬಳಸಿ ಮಾತಾಡಲು ಅವನಿಗೆ ವೇಳೆ ಇಲ್ಲ. "ಅವ್ರೆಲ್ಲ... ನಂದಿತಾ ಅಲ್ಲ! ಸರಳವಾದ ವಿಷ್ಯ!

ಇದಕ್ಕಾಗಿ ಟೈಮ್ ವೇಸ್ಟ್ ಮಾಡುವುದು ಬೇಕಿಲ್ಲ. ಯಾವುದಾದ್ರೂ ಇಂಪಾರ್ಟೆಂಟ್ ವಿಷ್ಯಗಳಿದ್ರೆ ಹೇಳಿ" ಸೀರಿಯಸ್ಸಾಯಿತು ಅವನ ವಾಯ್ಸ್.

"ಯಾವ್ದೋ ದುರುದ್ದೇಶ ಇಟ್ಕೊಂಡು ಮದ್ವೆಯಾದ್ರಿ" ಉದ್ವೇಗಗೊಂಡರು ಸುಬ್ಬಣ್ಣ. ಅವರ ಸುತ್ತಲು ದಿಗ್ಬಂಧನ ಹಾಕಿದ್ದ "ನನ್ನ ಹಿಂದೆ ಸಿ.ಐ.ಡಿ.ಗಳ್ನ... ಇಟ್ರೆ ಎಲ್ಲಾ ವಿಷ್ಯ ನಿಮ್ಗೇ ಗೊತ್ತಾಗ್ತ ಇತ್ತು. ಆಫೀಸ್ ಮತ್ತು ಟ್ರಾನ್ಸ್‌ಫರ್ ವಿಷ್ಯ" ದನಿಯೇರಿದಾಗ ನೀರಿನ ಗ್ಲಾಸ್‌ನ ಇನ್ನಷ್ಟು ಅವರತ್ತ ಸರಿಸಿದ.

"ಬಿ ಕಾಮ್. ಅನಾವಶ್ಯಕವಾಗಿ ಎಕ್ಸೈಟ್ ಆಗೋದು ಆರೋಗ್ಯಕ್ಕೆ ಒಳ್ಳೇದಲ್ಲ. ಒಂದು ಉದ್ದೇಶದಿಂದ್ಲೇ ನಂದಿತಾನ ಮದ್ವೆ ಆಗಿದ್ದು. ಎಲ್ಲಾ ನಿಜವಿರ್ಬಹುದ್ದು. ಅದೇನು ಅಪರಾಧವಲ್ಲ" ಮುಖ ಗಂಟಿಕ್ಕಿ ತೀರಾ ಗಂಭೀರವಾಗಿ ಹೇಳಿದ. ಮಾತಿಗೆ ಮಾತು ಬೆಳೆಸಿಕೊಂಡು ಇಡೀ ರಾತ್ರಿಯನ್ನು ಬೆಳಗು ಮಾಡುವ ಇಚ್ಛೆಯಿಲ್ಲ. ಹೆಚ್ಚು ಹುಚ್ಚುತನ ಮಾಡಿದರೇ ಸಂತೈಸಲಾರ.

ಸುಬ್ಬಣ್ಣ ಸುಮ್ಮನೆ ಕೂತುಬಿಟ್ಟರು. ಜಗತ್ತು ತಮ್ಮ ಪಾಲಿಗೆ ಸತ್ತಿದೆಯೆನಿಸಿತು ಆ ಕ್ಷಣ. ಹತ್ತಿಕ್ಕಲಾರದಷ್ಟು ಒಳಗುದಿ.

ಸ್ವಲ್ಪ ರೇಗಿತು ಮಹೇಂದರ್‌ಗೆ "ನನಗಿಂತ ಒಳ್ಳೆ ಗಂಡನ್ನ ನಂದಿತಾಗೆ ಹುಡ್ಕೀ ತರ್ತಾ ಇದ್ರಾ? ಯಾಕೆ ನಿರಾಕರಿಸಿದ್ದು? ಅದ್ರಲ್ಲಿ ನಿಮ್ಮ ದುರುದ್ದೇಶವೇನು?" ದನಿಯೇರಿಸಿದ. ಯಾಕೋ ಪೂರ್ತಿ ಸುಸ್ತಾದರು ಸುಬ್ಬಣ್ಣ. ಸ್ವಲ್ಪ ನಡುಕ ಕೂಡ.

ನರ್ವಸ್ ಅವರ ಮುಖದಲ್ಲಿ ಕಂಡಕೂಡಲೇ ಕಾದಾಗಲೇ ಕಬ್ಬಿಣವನ್ನು ತಟ್ಟಬೇಕೆನಿಸಿತು "ನೋಡಿ, ಒಂದ್ವರ್ಷವಾಗ್ಬಹುದ್ದು. ಅದ್ಕಿಂತ ಹೆಚ್ಚಾಗ್ಬಹುದ್ದು. ಅದುವರ್ಗೂ ನೀವು ಯಾರೂ ನಂದಿತಾನ ಭೇಟಿಯಾಗಕೂಡ್ದು. ಅವ್ಳು ಬರೋಲ್ಲ. ಸದ್ಯಕ್ಕೆ ನಿಮ್ಮ ಅವ್ಳ ಸಂಬಂಧ ಖತಂ. ಫೋನ್ ಮಾಡೋದು, ಬರೋದು ಅಂಥ ಪ್ರಯತ್ನಗಳು ಯಾವ್ದೂ ಮಾಡಕೂಡ್ದು. ನನ್ನ ಪ್ರಕಾರ ಅದು ಅಫೆನ್ಸ್. ಶಿಕ್ಷೆ ಕೂಡ ಬೀಳುತ್ತೆ. ನಿಮ್ಗೆ ಮಾತು ಕೊಟ್ಟ ಪ್ರಕಾರ ನಂದಿತಾನ ಯಾವ್ದೇ ಮನೋವೈದ್ಯರಿಗೆ ತೋರಿಸೋಲ್ಲ ಆ ಭಯ ಬೇಡ" ಎಚ್ಚರಿಕೆ ನೀಡುವಂತಿತ್ತು.

ನೆಲದಲ್ಲಿ ಚೆಲ್ಲಿದ ಸುಬ್ಬಣ್ಣನ ನೋಟ ಮೆಲ್ಲ ಮೆಲ್ಲಗೆ ಮೇಲಕ್ಕೇರಿ ಮಹೇಂದರ್ ಮುಖವನ್ನು ದಿಟ್ಟಿಸಿತು. ಶಾಂತವಾಗಿದ್ದ ಕಣ್ಣುಗಳಲ್ಲಿ ದಿಟ್ಟತೆಯನ್ನು ಕಂಡರು. ನಿಸ್ಸಹಾಯಕ ಸ್ಥಿತಿ ಅವರದು. ಕಷ್ಟದಿಂದ ಉಗುಳು ನುಂಗಿದರು.

"ಅಂತಸ್ತಿನ ವ್ಯತ್ಯಾಸ ನನ್ನ, ನನ್ಮಗ್ಳ ಮಧ್ಯೆ ನಿಂತು ಬೇರೆ ಮಾಡ್ತು. ಇದು ನನ್ನ ನಿರೀಕ್ಷೆ ಕೂಡ. ಆದರೆ... ಭಯಂಕರ ಶಿಕ್ಷೆಯಾಗಿ ಮಾರ್ಪಡುತ್ತೇಂತ ನಾನು ತಿಳ್ಕೊಂಡಿರ್ಲಿಲ್ಲ. ನಾನು ಕ್ಷಮ್ಸಿದ್ರೂ ನಿಮ್ಮನ್ನು ನಂದಿತಾ ಕ್ಷಮಿಸೋಲ್ಲ" ಎಂದರು.

"ಷಟಪ್, ಏನೇನೋ ಮಾತಾಡ್ತೀರಾ. ಸುಮ್ನೆ ತೊಂದರೆಗೆ ಒಳಗಾಗ್ಬೇಕಾಗುತ್ತೆ. ಹಿಂದಿನ ಹೇಗೆ ಸುಖವಾಗಿ ನೋಡ್ಕೋಬೇಕೂಂತ ನಂಗೆ ಗೊತ್ತು. ರಂಪ... ರಾಮಾಯಣಗಳು.... ನಿಮ್ಮನ್ನು ಮಾತ್ರವಲ್ಲ ನಿಮ್ಮ ಫ್ಯಾಮಿಲಿಯನ್ನು ಸುಡುತ್ತೆ. ಬಿ ಕೇರ್‌ಫುಲ್..." ಅವುಡು ಕಚ್ಚಿದ.

ಒಳಗೊಳಗೆ ಹೆದರಿದರು ಸುಬ್ಬಣ್ಣ 'ಹಿಂದು' ಎಂದು ಒತ್ತಿಹೇಳಿದ್ದ. ಆ ಬಗ್ಗೆ ಪ್ರಶ್ನಿಸುವ ತಿಳಿಯುವ ಮನಸ್ಸಾದರೂ ತುಟಿ ಕಚ್ಚಿದರು. ಪೂರ್ತಿ ಕೆಸರಿನ ಹೊಂಡದಲ್ಲಿ ಕತ್ತಿನವರೆಗೂ ಮುಳುಗಿದಂಥ ಅನುಭವ.

"ನಂದಿತಾ..." ಎಂದು ತೊದಲಿದರು.

ತೀರಾ ಮೃದುವಾಗಿ ಅವರ ಕೈಹಿಡಿದು ಹೇಳಿದ "ಅವ್ರ ಸಂಪೂರ್ಣ ಜವಾಬ್ದಾರಿ ನಂದು. ನೀವು ನಿಶ್ಚಿಂತೆಯಿಂದ ಇರೀ. ಮನೆಯವ್ರಿಗೆ ಹೇಗೆ ಹೇಳಿದ್ರೆ... ಸರಿಹೋಗುತ್ತೋ ಹಾಗೆ ಹೇಳ್ಕೊಳ್ಳಿ. ಮತ್ತೆ ಯಾರು ಬಂದು ಹಿಂದೂನ ಭೇಟಿ ಮಾಡ್ಬಾರ್ದು."

ನಗುವಿನ ಮುಖವಾಡ ಹೊತ್ತು ಸುಬ್ಬಣ್ಣ ಹೊರಬಂದ ನಂತರ ಮಹೇಂದರ್ ಬಂದಿದ್ದು.

"ನಂದಿತಾ..." ಕಣ್ತುಂಬಿ ಮಗಳನ್ನು ನೋಡಿದರು. "ನಾವು ಬರ್ತೀವಮ್ಮ..." ಹೇಳಿದರು. ಮಹೇಂದರ್ ತಾನಾಗಿ ಫೋನ್ ಮಾಡುವವರೆಗೆ ಅಥವಾ ತಾನಾಗಿ ಕರೆದೊಯ್ದು ಅವರುಗಳ ಮುಂದೆ ನಿಲ್ಲಿಸುವವರೆಗೆ ಮತ್ತೆ ಮಾತಾಡುವಂತಿರಲಿಲ್ಲ. ನೋಡುವಂತಿರಲಿಲ್ಲ.

ಮಹೇಂದರ್ ಮತ್ತು ನಂದಿತಾ ಕಾರಿನವರೆಗೂ ಹೋಗಿ ಬೀಳ್ಕೊಟ್ಟರು.

ಮಡದಿಯ ಕೆನ್ನೆಯ ಮೇಲೆ ಹರಿದ ಕಂಬನಿಯ ಬಿಂದುಗಳನ್ನು ತುಟಿಗಳಿಂದೊರೆಸಿ ತನ್ನ ಬಾಹುಗಳಲ್ಲಿ ತಗೊಂಡ. ಎಲ್ಲವನ್ನು, ಎಲ್ಲರನ್ನು ಮರೆಸುವಂಥ ಆಸರೆ.

ಮನೆಗೆ ಬಂದ ಮೇಲೆ ಸೌದಾಮಿನಿ, ಪ್ರತಿಭಾ ತಮ್ಮ ತಮ್ಮ ನೆಕ್ಲೆಸ್‌ಗಳನ್ನು ತೆಗೆದು ಹಾಕಿಕೊಂಡು ಕನ್ನಡಿಯ ಮುಂದೆ ನೋಡಿಕೊಂಡರು ರಾತ್ರಿಯಲ್ಲಿ ಕೂಡ.

ರವಿ ಮತ್ತು ಕಿರಣ್‌ಗೆ ಅಂಟಿಸಿದ ಎರಡು ಕವರ್‌ಗಳನ್ನು ಕೊಟ್ಟಿದ್ದಳು ನಂದಿತಾ. ಅವರಿಗೆ ತೆರೆದು ನೋಡುವ ಉತ್ಸಾಹವಿದ್ದರೂ ವೈದೇಹಿ ಕಣ್ಸನ್ನೆಯಿಂದ ಸುಮ್ಮನಿರಿಸಿದರು. ಸ್ವಲ್ಪ ನಿರಾಸೆ ಕೂಡ ಅವರಿಬ್ಬರಿಗೆ.

"ನಿಂಗೇನು ಕೊಟ್ಟಿದ್ದಾರೋ, ನೋಡೋಣ" ಪ್ರತಿಭಾ ಕಿತ್ತುಕೊಂಡಾಗ ಸೌದಾಮಿನಿ "ಟಿ.ವಿ.ಯಲ್ಲಿ ಅನೌನ್ಸ್ ಆಗುವಂಥ ಬಹುಮಾನ ಯಾವುದಾದ್ರೂ ಫೈವ್ ಸ್ಟಾರ್ ಹೋಟೆಲ್‌ನಲ್ಲಿ ಒಂದು ವಾರ ಉಚಿತ ಊಟ ಮತ್ತು ವಸತಿ. ಮಹೇಂದರ್ ಸಿರಾಮಿಕ್ ಟೈಲ್ಸ್‌ನವರಿಂದ" ಎಂದು ನಕ್ಕಳು.

ತೆಗೆದವಳು ಬೆಪ್ಪಾದಳು. ಇಪ್ಪತ್ತೈದು ಸಾವಿರ ರೂಪಾಯಿಗಳ ಡಿ.ಡಿ. ಪ್ರತ್ಯೇಕವಾಗಿ ಬಹುಶಃ ಇವರಿಗಿಂತ ಬೆಲೆಯಲ್ಲಿ ಹೆಚ್ಚಿನದೇ ಅವರಿಗೆ ಕೊಟ್ಟಿರುವ ಹಣ.

"ಅಪ್ಪ... ಇಲ್ನೋಡಿ" ತಂದೆಯ ಮುಂದೆ ಹಿಡಿದಳು. ಯಾವ ಸಂತೋಷವೂ ಆಗಲಿಲ್ಲ ಅವರಿಗೆ. ಅದನ್ನು ತೋರಗೊಡದೆ "ದೊಡ್ಡ ಉಡುಗೊರೆಯೇ ಸಿಕ್ಕಿದೆ!"

ಮಹೇಂದರ್ ಎಳೆದ ಕಟ್ಟುನಿಟ್ಟಾದ ರೇಖೆಯನ್ನು ನೆನಪು ಮಾಡಿಕೊಂಡರು. ದಾಟಲು ನಿಶ್ಯಕ್ತರೇ.

"ಅಪ್ಪನಿಗೆ ಉಡುಗೊರೆಯೇನು ಕೊಡ್ಲಿಲ್ಲಾಂತ ಕೋಪ ನಂದಕ್ಕಾನ... ಮೇಲೆ" ರವಿ ನುಡಿದವನು ತಂದೆಯ ಮುಖ ನೋಡಲು ಅಂಜಿದ. ಎಂದಿನಂತಿರಲಿಲ್ಲ. ಇಂದು ಎಂದು ಅವನಿಗೂ ಗೊತ್ತು.

ಮಧ್ಯದಲ್ಲಿ ಬಂದ ವೈದೇಹಿ "ಯಾಕೆ ಕೊಟ್ಟಿಲ್ಲ? ಏನೋ ಕವರ್ ಕೊಟ್ಟಿದ್ದಾಳೆ. ಮನೆಗೆ ಹೋದ್ಮೇಲೆ ನೋಡಿ ಅಂದಿದ್ದಾಳೆ" ಉದ್ದನೆಯ ಲಕೋಟೆಯನ್ನು ಗಂಡನ ಕೈಗಿತ್ತಾಗ ಅವರ ನಿರುತ್ಸಾಹ ನೋಡಿ ಪ್ರತಿಭಾ ಅದನ್ನು ಪ್ರವೀಣ್ ಮುಂದಿಟ್ಟಳು. "ನೀವೇ ಓಪನ್ ಮಾಡಿ, ಭಾವ ಇದ್ರಲ್ಲೇನೋ ದೊಡ್ಡ ಸಸ್ಪೆನ್ಸ್ ಇದ್ದಂಗಿದೆ" ಎದುರು ಕೂತಳು.

ಅದು ಪ್ರವೀಣ್‌ಗೆ ಇಷ್ಟವಾಗಲಿಲ್ಲ. "ಬೇಡ... ಬೇಡ... ಯಾರ್ಗೆ ಕೊಟ್ಟಿದ್ದೆಯೋ ಅವ್ರೇ ಓಪನ್ ಮಾಡ್ಲಿ..." ನಿರಾಕರಿಸಿದ.

"ಬೆಳಿಗ್ಗೆ... ನೋಡ್ತೀನಿ" ಸುಬ್ಬಣ್ಣ ಹೊರಟ ರೂಮಿಗೆ.

ಅದನ್ನು ನೋಡದ ಹೊರತು ಪ್ರತಿಭಾಗೆ ನಿದ್ದೆ ಬರದು, ಸೌದಾಮಿನಿಯದು ಅದೇ ಸ್ಥಿತಿ.

"ನಾವೇ.... ನೋಡ್ತೀವಿ" ಕವರೊಡೆದರು.

ಸಾಗರದಲ್ಲಿ ಒಂದು ಮನೆ ಸುಬ್ಬಣ್ಣನ ಹೆಸರಿಗೆ ಕೊಂಡ ಪತ್ರಗಳು, ದಿಗ್ಭ್ರಾಂತರಾದರು ಎಲ್ಲರೂ. ಸಿದ್ದಾಪುರದಲ್ಲಿ ಒಂದು ನಾಲ್ಕು ವರ್ಷ ಇದ್ದರು ಮೊದಲು ಇಲ್ಲಿಗೆ ಬರುವ ಮುನ್ನ, ಈಗ ಅವರು ಶೃಂಗೇರಿ ಆಚೆಯ ಒಂದು ಊರಿಗೆ. ಸಿದ್ದಾಪುರಕ್ಕಿಂತ ಅನಾನುಕೂಲವಾದ ಪ್ರದೇಶ. ಬುದ್ಧಿ ಕೆಟ್ಟಂತೆ ಅಪ್ಲಿಕೇಷನ್ ಬರೆದುಕೊಂಡಿದ್ದರು ಟ್ರಾನ್ಸ್‌ಫರ್‌ಗಾಗಿ.

"ಹೇಗೂ ಅಪ್ಪ, ಸ್ವಂತಕ್ಕೆ... ಒಂದ್ಮನೆ ಮಾಡಿರ್ಲಿಲ್ಲ. ಇನ್ನ ಆ ಜಮೀನು ಯಾವ ಲೆಕ್ಕಕ್ಕೂ ಇಲ್ಲ. ಅಲ್ಲಿನ ಬದ್ಲು ಇಲ್ಲೇ ಒಂದ್ಮನೆ ಕೊಂಡುಕೊಟ್ಟಿದ್ರೆ... ಚೆನ್ನಿತ್ತು. ನಾನು ಈ ಮಾತನ್ನು ಹೇಳ್ತೀನಿ, ನಂದಕ್ಕಾನಿಗೆ..." ಪ್ರತಿಭಾಳ ಆಸೆ ಇನ್ನಷ್ಟು ದೂರ. ಒಂದೇ ರೀತಿಯ ಬದುಕಿಗಿಂತ ಇನ್ನಷ್ಟು ಅನುಕೂಲವಾಗಿ ಜೀವನ ನಡೆಸುವ ಆಸೆ ಅವಳಿಗೆ.

ವೈದೇಹಿಗೆ ತೀರಾ ಇರುಸುಮುರುಸು "ಏನಿದರ... ಅರ್ಥ! ಇಷ್ಟೆಲ್ಲ ಕೊಡೋ ಅಗತ್ಯವೇನಿತ್ತು?" ಸಂಕೋಚದಿಂದ ನುಡಿದರು. ಅದೇನು ಸರಿಯೆನಿಸಲಿಲ್ಲ ಪ್ರತಿಭಾಗೆ. "ಏನಾಯ್ತು. ನಾವು ಭಾವನಷ್ಟು ಶ್ರೀಮಂತರಾಗಿದ್ರೆ. ಅವ್ರಿಗೆ ಬಂಗ್ಲೇನೇ ಕೊಂಡುಕೊಡ್ತಾ ಇದ್ವಿ. ಈಗ ಅವ್ರಿಗಿದೆ. ಕೊಡ್ಲಿ ಬಿಡು. ತಾರತಮ್ಯವೆಲ್ಲ ನಮ್ಮ ಸೃಷ್ಟಿ ಅಷ್ಟೆ" ಎಂದಳು.

ಪ್ರವೀಣ್, ಸೌದಾಮಿನಿ ಮಾತಾಡ್ಲಿಲ್ಲ. ಒಬ್ಬೊಬ್ಬರು ಒಂದೊಂದು ತರಹ ಯೋಚಿಸುತ್ತಿದ್ದರು. ಒಮ್ಮೆ ಅನ್ನಿಸಿತು ಕೂಡ ಸೌದಾಮಿನಿಗೆ. "ಬಹುಶಃ ಪ್ರವೀಣ್

ಜೊತೆ ನಂದಕ್ಕಾನ್ನ ಮದ್ವೆಯಾಗಿಬಿಟ್ಟಿದ್ರೆ! ಮಹೇಂದರ್..." ಕಲ್ಪನೆ ಕೂಡ ಸಾಧ್ಯವಿಲ್ಲವೆನಿಸಿತು ಅವಳಿಗೆ. ಎದ್ದು ಹೋದಳು ಮಲಗಲು. ಹಿಂಬಾಲಿಸಿದ ಪ್ರವೀಣ್.

ಮಾತಿನ ಮಲ್ಲಿ ಪ್ರತಿಭಾ "ಅಕ್ಕ, ಯಾವ ದೇವ್ರನ್ನ ಹೆಚ್ಚಿಗೆ ಪೂಜೆ ಮಾಡ್ತಾ ಇದ್ದಿದ್ದು? ನಾನು ಆ ದೇವರನ್ನು ಹಿಡೀತೀನಿ" ಹಾಸಿಗೆ ಹಾಸತೊಡಗಿದಳು. "ಕಿರಣ್ ನಿಂಗೆ... ಗೊತ್ತೇನೋ?"

"ನಿಂಗೆ ಅಷ್ಟು ಗೊತ್ತಾಗೊಲ್ವಾ! ಅಪ್ಪ ಮಂಗಳಾರತಿ ಕೊಟ್ಟಾಗ ತಗೋತಿದ್ಲು. ತೀರ್ಥ ಕೊಟ್ಟಾಗ ಕೈಯೊಡ್ಡೋಳು. ದೇವಸ್ಥಾನಕ್ಕೆ ಎಲ್ಲರ ಜೊತೆ ಬರೋಳು ನಂದಕ್ಕಾ! ಇನ್ನ ಸಪರೇಟಾಗಿ.... ಯಾವ ದೇವ್ರ ಪೂಜೆ ಮಾಡ್ತಾ ಇದ್ಲು? ಅಂಥದೆಲ್ಲ.... ಏನಿಲ್ಲ" ಬೆಡ್‌ಷೀಟ್ ತಲೆಗೆ ಗುಬುರು ಹಾಕಿಕೊಂಡ. ಹ್ಯಾಂಡ್‌ಲೂಂ ಹೌಸ್‌ನಲ್ಲಿ ತಂದ ಸಾಧಾರಣ ಹೊದ್ದಿಕೆ.

ಪ್ರತಿಭಾ ತನ್ನ ಹೊದ್ದಿಕೆಯನ್ನು ಮುಟ್ಟಿ ನೋಡಿದಳು. ತೀರಾ ಒರಟೆನಿಸಿತು. ಮಹೇಂದರ್, ನಂದಿತಾ ಬೆಡ್‌ರೂಂ ನೋಡಿ ದಂಗು ಬಡಿದುಹೋಗಿದ್ದಳು. ಹಾಸಿಗೆಯ ಮೇಲೆ ಕೂತರೇ ಎಂಥ ಸುಖಾನುಭವ. ಹೊದ್ದಿಕೆಯನ್ನು ಮುಟ್ಟಿ ಮುಟ್ಟಿ ನೋಡಿದ್ದಳು. ಎಂಥಾ... ಅದ್ಭುತ!

"ಛೇ..." ಎಂದುಕೊಂಡು ಮಲಗಿದಳು.

ಅಷ್ಟೆಲ್ಲ ಸಿಗದ ಮೇಲೆ ಮದುವೆ, ಸಂಸಾರ, ಬದುಕು ಯಾಕೆ ಬೇಕು? ಹನಿಗೂಡುವುದು ಅವನ ಕಣ್ಣುಗಳು. ನಿಧಾನವಾಗಿ ಇಳಿಯಿತು ಕಣ್ಣೀರಿನ ಬಿಂದುಗಳು ದಿಂಬಿನಾಳಕ್ಕೆ.

ಮನೆ ಪೂರ್ತಿ ನಿಶ್ಶಬ್ದವಾದ ನಂತರ ಛಾವಣಿಯನ್ನು ದಿಟ್ಟಿಸುತ್ತ ಮಲಗಿದ್ದ ಗಂಡನಿಗೆ ಹೇಳಿದರು ಪಿಸುದನಿಯಲ್ಲಿ.

"ಸಾಗರದಲ್ಲಿ ಒಂದ್ಮನೆ ತೆಗ್ದುಕೊಟ್ಟಿದ್ದಾರೆ ಅಳಿಯಂದ್ರು... ನಿಮ್ಹೆಸರಿಗೆ. ನಮ್ಮ ನಂದಿತಾದು ದೊಡ್ಡ ಅದೃಷ್ಟ. ಸೌದಾಮಿನಿಯನ್ನು ನೋಡೋಕ್ಕಾದ್ರೂ ಬಸ್ಸಿನಲ್ಲಿ ಹೋಗ್ಬೇಕು. ಆಟೋದಲ್ಲಿ ಹೋಗಿ ನೋಡಿ ಬರ್ಬಹ್ದು."

ಹೆಂಡತಿಯತ್ತ ನೋಟಹರಿಸಿದರು. ಮೂರ್ಖತನಕ್ಕೆ ಅಳಬೇಕೋ ನಗಬೇಕೋ ಗೊತ್ತಾಗಲಿಲ್ಲ. "ಹ್ಲೂ, ಬಡ್ಡಿ ಸಮೇತ ಚುಕ್ತ ಮಾಡಿದ್ದಾರೆ. ಯಾರ್ಗೆ ಬೇಕು... ಅವ್ರ ಮನೆ, ನಾವೇನು ತಿರುಪೆಯವ್ರೂಂತ ತಿಳಿದ್ನಾ. ನನ್ಮಗನ.... ಮಾರ್ಕೊಂಡ್ನಾ?" ಎದ್ದು ಕೂತು ಆವೇಶದಿಂದ ಕೂಗಾಡಿದಾಗ ಆಕೆಗೇನು ಮಾಡಬೇಕೋ ಗೊತ್ತಾಗಲಿಲ್ಲ. ಇಷ್ಟು ಅವಿವೇಕವಾಗಿ ಎಂದೂ ವರ್ತಿಸಿರಲಿಲ್ಲ. "ಮೆತ್ತಗೆ ಮಾತಾಡಿ! ಅಳಿಯಂದ್ರು ಇದ್ದಾರೆ ಮನೆಯಲ್ಲಿ. ತೀರಾ ಚಿಕ್ಕವರಾಗಿಬಿಡ್ಬಾರ್ದು ಅವ್ರ ಎದುರಿನಲ್ಲಿ" ಸಮಾಧಾನಿಸಲು ನೋಡಿದರು.

ಯಾಕೋ ಏನೋ ಅಸಂಬದ್ಧವಾಗಿ ಕೂಗಾಡಿ ಎಲ್ಲರೂ ಸೇರುವಂತೆ ಮಾಡಿಬಿಟ್ಟರು.

"ನಮ್ಗೆ ಯಾರ್ಮನೇನು ಬೇಕಿಲ್ಲ. ನಾವೇನು ಭಿಕಾರಿಗಳಲ್ಲ" ಇಡೀ ಲಕೋಟೆ ಹರಿಯಲು ಹೋದಾಗ ಕಿತ್ತುಕೊಂಡ ಪ್ರವೀಣ್ "ಬೇಡಾಂದ್ರೆ ಹಿಂದಿರುಗಿಸಿದರಾಯ್ತು. ಪತ್ರಗಳ್ನ... ಹರಿಯೋದೇಕೆ? ನಿಮ್ಗೆ ಮನೆ ಬೇಡ... ಅಷ್ಟೇ ತಾನೇ! ನಾನೇ ಊರಿಗೆ ಹೋಗೋ ಮೊದ್ಲು ಕೊಟ್ಟು ಹೇಳ್ಬರ್ತೀನಿ" ಎತ್ತಿಟ್ಟು ಹೋದ.

ಇಷ್ಟೆಲ್ಲ ಉದ್ವೇಗ, ಅಸಮಾಧಾನ, ಅಸಹನೆಗೆ ಏನೋ ಪ್ರಬಲವಾದ ಕಾರಣವಿರಬೇಕೆಂದುಕೊಂಡ ಪ್ರವೀಣ್.

ಒಂಬತ್ತು ಗಂಟೆಗೆ ಪೋಸ್ಟ್‌ನಲ್ಲಿ ಸುಬ್ಬಣ್ಣನ ಟ್ರಾನ್ಸ್‌ಫರ್ ಆರ್ಡರ್ - ಅದು ಪ್ರಮೋಷನ್ ಟ್ರಾನ್ಸ್‌ಫರ್ - ಬಂತು. ತುಂಬ ಸಂತೋಷವೇ ಸುಬ್ಬಣ್ಣನಿಗೆ. ಕುಣಿಯುವಂತಾಯಿತು. ಪ್ರಮೋಷನ್‌ಗೆ ಕಾದು ಕಾದು ಕಡೆಗೆ ತನ್ನ ಹಣೆಯಲ್ಲಿ ಬರೆದಿಲ್ಲವೇನೋ ಎನ್ನುವ ನಿಲುವಿಗೆ ಬಂದಿದ್ದರು.

"ಸಾಗರಕ್ಕೆ ಟ್ರಾನ್ಸ್‌ಫರ್..." ಪ್ರತಿಭಾ ಉದ್ಗಾರ.

ತೇಲುತ್ತಿದ್ದ ಸುಬ್ಬಣ್ಣನಿಗೆ ಭೂಸ್ಪರ್ಶವಾದಂತಾಯಿತು. 'ಸಾಗರಕ್ಕೆ... ಸಾಗರ...' ಅಂದರೆ ಈ ಟ್ರಾನ್ಸ್‌ಫರ್ ಹಿಂದೆ ಪ್ರಮೋಷನ್ ಹಿಂದೆ ಮಹೇಂದರ್‌ನ ಕೈವಾಡಿವಿದೆಯೇ! ಇದ್ದೇ... ಇದೆ! ಅವರ ಅಂತರಾತ್ಮ ಕೂಗಿ ಹೇಳಿತು.

ಇದನ್ನು ಪ್ರವೀಣ್‌ಗೆ ಯಾರೂ ಹೇಳಬೇಕಿರಲಿಲ್ಲ. ನಂದಿತಾಳಿಂದ ಈ ಸಂಸಾರವನ್ನು ದೂರಮಾಡುವ ನಿಶ್ಚಯ ಮಹೇಂದರ್‌ನದು. ಕಾರಣಕ್ಕೆ ಹೆಚ್ಚು ತಲೆ ಕೆಡಿಸಿಕೊಳ್ಳಲಿಲ್ಲ.

"ಒಳ್ಳೇದೇ... ಆಯ್ತುಬಿಡಿ. ಹೇಗೂ ಸ್ವಂತಕ್ಕೊಂದು ಮನೆ ಆಯ್ತು. ಅಪ್ಪ ಅಲ್ಲೇ ರಿಟೈರ್ಡ್.... ಆದರೆ ಅಲ್ಲೇ ಉಳ್ಕೋಬಹ್ದು" ಸೌದಾಮಿನಿ ನಿಶ್ಚಿಂತೆಯಿಂದ ಹೇಳಿದಳು. ಅವರ ಮಟ್ಟಿಗೆ ಈ ಸಂಸಾರಕ್ಕೆ ಮಹತ್ ಉಪಕಾರವೇ ಮಾಡಿದ್ದ ಮಹೇಂದರ್.

ರಾತ್ರಿ ಗಂಡ ಮಾಡಿದ ಹಗರಣದಿಂದ ನೊಂದಿದ್ದ ವೈದೇಹಿ. ತನಗೆ ಸಂಬಂಧವೇ ಇಲ್ಲವೆನ್ನುವಂತೆ ಕೆಲಸದಲ್ಲಿ ಮಗ್ನರಾಗಿದ್ದರು.

ರೂಮಿಗೆ ಹೋಗಿ ಬಟ್ಟೆ ಧರಿಸಿ ಬಂದ ಪ್ರವೀಣ್ "ಬಳೆಗಳ್ನ ನಂದಿತಾಗೆ... ಕೊಟ್ಯಾ?" ಕೇಳಿದ. ಸೌದಾಮಿನಿ ಇಲ್ಲವೆಂದು ತಲೆಯಾಡಿಸಿದಳು. "ಅವ್ಳ ಕೈಗಳಲ್ಲಿನ ಕಲ್ಲು, ಪಚ್ಚೆ, ಮುತ್ತಿನ ಬಳೆಗಳನ್ನು ನೋಡಿದ್ಮೇಲೆ... ಯಾಕೋ ಕೊಡೋಕೆ ಮನಸ್ಸಾಗ್ಲಿಲ್ಲ. ಅಂಥ ಶ್ರೀಮಂತಿಕೆಯ ಮುಂದೆ ಗಾಜಿನ ಬಳೆಗಳು ಯಾಕೆ?" ಅರ್ಥ ಮಾಡಿಕೊಂಡ; ಅದನ್ನು ಸರಿಯೆಂದೇನು ಒಪ್ಪಿಕೊಳ್ಳಲಾರ.

"ಕೊಡ್ಬೇಕಿತ್ತು. ಅಲ್ಲಿ ಕೊಡೋ ವಸ್ತುವಿನ ಬೆಲೆಯಲ್ಲ ಮುಖ್ಯ. ಕೊಡೋ ಜನ.... ಅವ್ರ ಮನಸ್ಸು. ನಂದಿತಾ ತುಂಬ ಸಂತೋಷದಿಂದ್ಲೇ ತಗೋಳ್ಳೋಳು" ಹೇಳಿದ. ನಂದಿತಾ ಸರಳತೆ, ಸುಸ್ವಭಾವದ ಬಗ್ಗೆ ಅವನಿಗೆ ಪೂರ್ಣ ಭರವಸೆ.

ಸಂಜೆ ಅಥವಾ ಬೆಳಿಗ್ಗೆ ಊರಿಗೆ ಹೊರಡಬೇಕಾಗಿದ್ದರಿಂದ ಹಾಗೆಯೇ ನಂದಿತಾನ ನೋಡಿಕೊಂಡು ಪತ್ರ, ಬಳೆ ಕೊಟ್ಟು ಬರುವುದೆಂದು ತೀರ್ಮಾನಿಸಿದರು.

"ಅಮ್ಮ, ನಾನು - ಅವ್ರು ಹೋಗ್ಬರ್ತೀನಿ. ನೆನ್ನೆ ರಾತ್ರಿ ನಾಲ್ಕು ಮಾತು ಕೂಡ ಆಡೋಕಾಗ್ಲಿಲ್ಲ. ಹೇಗೋ ಭಾವಾಜೀ ಇರೋಲ್ಲ. ಒಂದಿಷ್ಟು ಹರಟೆಹೊಡ್ದು... ಬರ್ತೀನಿ" ತಾಯಿಗೆ ಹೇಳಿದಳು ಸೌದಾಮಿನಿ.

ಅದೇನು ತಪ್ಪೆನಿಸಲಿಲ್ಲ ಆಕೆಗೆ "ನೀವುಗಳು ಬೇಕಾದ್ರೆ ಹೋಗ್ಬನ್ನಿ, ಮತ್ತೆ ಯಾರನ್ನು ಕರ್ಕೊಂಡ್ಹೋಗ್ಬೇಡಿ. ಪ್ರತಿಭಾ ಅಂತು ಬೇಡ. ಆಗಾಗ ಬಂದು ಹೋಗೋಕ್ಹೇಳು.... ನಂದಿತಾಗೆ. ಹಾಗೇ ನಿಮ್ಮಪ್ಪನ ಟ್ರಾನ್ಸ್‌ಫರ್ ಮತ್ತು ಪ್ರಮೋಷನ್ ವಿಷ್ಯನು ತಿಳ್ಸು. ಎಷ್ಟು ಖುಷಿಪಡ್ತಾಳೆ." ಮುಗ್ಧವಾಗಿ ಹೇಳಿದರು ವೈದೇಹಿ. ಮನದಲ್ಲಿ ಏನೋ ಕಸಿವಿಸಿ, ನೋವು ಅರ್ಥೈಯಿಸಿಕೊಳ್ಳಲಾರದಂಥ ವ್ಯಾಕುಲ.

"ನಾನಂತು ಖಂಡಿತ ಬರೋಲ್ಲೇ" ಪ್ರತಿಭಾ ಹಠ.

ಹೊರಟಿದ್ದು ಇವರಿಬ್ಬರೇ. ಎಲ್ಲೋ ಹೋಗಿದ್ದ ಸುಬ್ಬಣ್ಣ ಮೊದಲೇ ಬಂದಿದ್ದರೆ ಏನಾದರೂ ನೆಪ ಹೇಳಿ ತಡೆಯುತ್ತಿದ್ದರೇನೋ, ಹಾಗೆ ಆಗಲಿಲ್ಲ.

ಬಂಗ್ಲೆಯ ಗೇಟ್‌ನಲ್ಲಿದ್ದ ವಾಚ್‌ಮನ್ "ಸಾಬ್, ಮೇಮ್‌ಸಾಬ್... ಕೋಯೀ ನಹೀ..." ವಿಷಯ ಮುಟ್ಟಿಸಿದ. ನೆಂಟರು ಅನ್ನುವ ಕಾರಣಕ್ಕೇನು ಒಳಗೆ ಬಿಡಲಿಲ್ಲ.

ಫ್ಯಾಕ್ಟರಿಯ ಆಫೀಸ್‌ಗೆ ಫೋನ್ ಹಚ್ಚಿದಾಗ ರಿಸೀವ್ ಮಾಡಿಕೊಂಡಿದ್ದು ಸಮೀರ್ "ಇಲ್ಲ, ಹತ್ತರ ಫ್ಲೈಟ್‌ಗೆ ದೆಹಲಿಗೆ ಹೋದ್ರೂ.... ಅಲ್ಲಿಂದ ಕಾಶ್ಮೀರಕ್ಕೆ ಹೋಗೋ ಪ್ರೋಗ್ರಾಂ. ತಿಂಗ್ಳು ಪೂರ್ತಿ ಸಿಗೋಲ್ಲ" ಪ್ರತಿಕ್ರಿಯೆಗೆ ಕಾಯದೆ ಫೋನಿಟ್ಟ. ಉತ್ಸಾಹದಿಂದ ಬಂದವರು ಸಪ್ಪಗಾದರು.

"ನಿನ್ಹತ್ರ... ಏನಾದ್ರೂ ಹೇಳಿದ್ಲಾ ನಂದಿತಾ ?" ಪ್ರವೀಣ್ ಕೇಳಿದ. ಇಲ್ಲವೆಂದು ತಲೆಯಾಡಿಸಿದಳು. "ಹನಿಮೂನ್‌ಗೇಂತ... ಹೋಗಿರ್ಬಹ್ದು. ಹೇಳಿದ್ರೆ... ಚೆನ್ನಿತ್ತು. ಒಂದು ತರಹ ಮೂಡಿ. ಅಕಸ್ಮಾತ್ ಮರೆತಿರಲಿಕ್ಕೂ ಉಂಟು. ಅದ್ಕೇ ಅಪ್ಪ ಹೆದರೋದು."

ಇಬ್ಬರೂ ಮನೆಗೆ ಹಿಂದಿರುಗಿದಾಗ ಸುಬ್ಬಣ್ಣ ಇದ್ದರು. ಇಂಥ ನಿರೀಕ್ಷೆಯು ಕೂಡ. ಬಹಳ ಸ್ಪಷ್ಟವಾಗಿ ಹೇಳಿದ ಮಹೇಂದರ್.

"ನಿಮ್ಗೆ ಗೊತ್ತಿರಲಿಲ್ವಾ? ಹನಿಮೂನ್‌ಗೆ ಹೋಗೋ ವಿಷ್ಯ, ಮಹೇಂದರ್ ನನ್ಹತ್ರ ಹೇಳಿದ್ರು. ಬಿಜಿ ಮನುಷ್ಯ. ಅಬ್ಬಬ್ಬ.... ಶ್ರೀಮಂತ ಜನರನ್ನು ಕಂಡ್ರೆ ಎಷ್ಟೊಂದು ಹೊಟ್ಟೆಯುರಿಪಟ್ಕೋತಾ ಇದ್ವಿ. ಈಗ ಗೊತ್ತಾಗುತ್ತೆ ಅವ್ರ ಟೆನ್ಷನ್...

ಕ್ಷಣ ಕೂಡ ಎಚ್ಚರ ತಪ್ಪೋ ಹಾಗಿಲ್ಲ" ಎಂದ ಸುಬ್ಬಣ್ಣ ಅವರ ಬದುಕಿನ ಬಗ್ಗೆ ಸಹಾನುಭೂತಿ ವ್ಯಕ್ತಪಡಿಸಿದರು.

ಪತ್ರಗಳನ್ನು ಅವರಿಗೆ ಕೊಟ್ಟ ಪ್ರವೀಣ್ "ಇನ್ನೊಮ್ಮೆ ಯೋಚ್ಸಿ ಆಮೇಲೆ ತೀರ್ಮಾನಕ್ಕೆ ಬನ್ನಿ. ಸಾಗರಕ್ಕೆ ಹೊರಡ್ಲೇಬೇಕು. ಮನೆ ಹುಡುಕ್ಕೋಬೇಕು. ಅಡ್ವಾನ್ಸ್, ಬಾಡ್ಗೇ ಎಲ್ಲಾ ತಲೆನೋವೇ. ಉಡುಗೊರೆಯಾಗಿ ಬಂದಿರೋ ಮನೆ. ಮುಂದು ಕೂಡ ಎಷ್ಟೋ ಸಮಸ್ಯೆಗಳಿವೆ. ಅನ್ಕೂಲವಾದಂಗಾಯ್ತು. ವಿಶ್ರಾಂತಿಯ ದಿನಗಳ್ನ ಅಲ್ಲೇ ಕಳೆಯೋದು ಒಳ್ಳೇದು. ಇಲ್ಲಿನಷ್ಟು ದುಬಾರಿಯೂ ಅಲ್ಲ ಅಲ್ಲಿನ ಜೀವನ" ಒಂದು ನಾಲ್ಕು ಮಾತುಗಳನ್ನು ಸೇರಿಸಿದ.

ಅಳಿಯನ ಮಾತುಗಳೆಲ್ಲ ನಿಜವೆನಿಸಿತು. ಮನೆ ಬೇಡವೆಂದು ಪತ್ರಗಳನ್ನು ಹಿಂದಿರುಗಿಸಬಹುದು. ಆದರೆ ಮಹೇಂದರ್ ಎಳೆದ ರೇಖೆಯನ್ನು ಮಾತ್ರ ಅಳಿಸಲಾರ. ಸದ್ಯಕ್ಕೆ ನಂದಿತಾನ ನೋಡಲು ಸಾಧ್ಯವಿಲ್ಲ.

ಸಂಜೆ ಸುಮಾರಿಗೆ ಕಾರ್ಖಾನೆಯ ಕಾರು ಬಂದಿತು. ಸಮೀರ್ ಇಳಿದು ಬಂದ "ನೀವೆಲ್ಲ ಸಾಮಾನು ಕಟ್ಟಿದರೇ ಸಾಕು, ನಾಳೆ ಸಾಗರಕ್ಕೆ ಸಾಗಿಸೋಕೆ ವೆಹಿಕಲ್ ಸಿದ್ಧವಾಗಿದೆ. ಹಾಗೆ ನೀವು ಹೊರಟ್ಬಿಡಿ. ನಾಳಿದ್ದು ನಾಳೇ ನೀವು ರಿಲೀವ್ ಆಗೋದು ಒಳ್ಳೇದು" ಎಲ್ಲಾ ಅವನೇ ಹೇಳಿದ.

"ಹೇಗೋ, ಟ್ರಾನ್ಸ್‌ಫರ್ ಆಗಿದೆ. ಎರಡು ದಿನ ಹೆಚ್ಚು ಕಮ್ಮಿ ಹೋಗ್ತೀವಿ. ನಿಮ್ಗೇನು... ತೊಂದರೆ ಬೇಡ!" ಬೇಸರದಿಂದ ಹೇಳಿದರು ಸುಬ್ಬಣ್ಣ.

ಇದನ್ನು ಮೊದಲೇ ಹೇಳಿದ್ದ ಮಹೇಂದರ್. "ಓಕೆ, ನಿಮ್ಮಿಷ್ಟ... ಮನೆ ಓನರ್ ಸ್ವಂತಕ್ಕೆ ಒಂದಾರು ತಿಂಗ್ಳು ಮನೆ ಬೇಕೂಂದಿದ್ದಾರೆ. ನಾಳೆ ನಾಳಿದ್ದರಲ್ಲಿ ಷಿಫ್ಟ್ ಮಾಡದಿದ್ರೆ... ಬಾಡ್ಗೇ ಮನೆಗೆ ಹೋಗ್ಬೇಕಾಗುತ್ತೆ."

ಇಷ್ಟನ್ನು ಹೇಳಿ ಒಂದು ಕ್ಷಣ ನಿಲ್ಲದೆ ಹೊರಟ ಸಮೀರ್. ಇದನ್ನು ಕೇಳಿದ್ದರು ಮನೆಯವರೆಲ್ಲ. ಒಬ್ಬರ ಮುಖವನ್ನೊಬ್ಬರು ನೋಡಿಕೊಂಡರು. 'ಸ್ವಂತಕ್ಕೊಂದು ಮನೆ' ಎಲ್ಲ ಜನರ ಕನಸು ಮಧ್ಯಮದರ್ಜೆಯ ಜನರ ಸೌಭಾಗ್ಯ ಕೂಡ.

"ಈಗೇನ್ಮಾಡ್ತೀರಾ, ಅಪ್ಪ? ಭಾವ ಒಳ್ಳೆ ಮನೇನೆ ಕೊಂಡಿರ್ತಾರೆ ಈಗ ಕಳ್ಕೊಂಡ್ರೆ... ಮುಂದೆ ಸಿಕ್ಕೋಲ್ಲ. ಆರು ತಿಂಗ್ಳೂ... ಅಂದೋರು ವರ್ಷಕ್ಕೂ ಬಿಡದಿದ್ರೇನ್ಮಾಡ್ತೀರಾ! ಆಮೇಲೆ ಪರದಾಟವಾಗುತ್ತೆ" ಪ್ರತಿಭಾಳ ಕಳವಳ.

ಮಹೇಂದರ್ ಸ್ವಭಾವದ ಬಗ್ಗೆ ಪ್ರವೀಣ್ ಒಂದು ತೀರ್ಮಾನಕ್ಕೆ ಬಂದಿದ್ದ. ಪ್ರತಿಯೊಂದು ಕೆಲಸ, ಯೋಜನೆಯ ಹಿಂದೆ ಸ್ಪಷ್ಟವಾದ ಉದ್ದೇಶ ಇರುತ್ತೆ. ಸಾಕಷ್ಟು ಚಿಂತನೆ ನಡೆಸಿರುತ್ತಾನೆ. ಒಮ್ಮೆ ಹಿಂದಕ್ಕೆ ಹೆಜ್ಜೆಯಿಟ್ಟರೆ ಬೇರೆಡೆ ಮುಖ ತಿರುಗಿಸಲಾರ.

"ಯೋಚ್ನೇ ಮಾಡಿ, ಮಾವ! ನಿಮ್ಮ ಸ್ವಾಭಿಮಾನ ಕಳಕೊಳ್ಳೋಂತದ್ದೇನಿಲ್ಲ. ನಂದಿತಾ ನಿಮ್ಮ ಮಗ್ಳು. ಅವ್ಳು ಒಂದಷ್ಟು ಕೆಲ್ಸ ಮಾಡಿ ಸಂಬ್ಳ ತಂದಿದ್ದಾಳೆ. ಅದನ್ನೇನು ನೀವು ನಿರಾಕರಿಸಿಲ್ಲ. ಸೌದಾಮಿನಿ, ನಂದಿತಾ ಮದ್ವೆಯಾದಷ್ಟು ಸುಲಭವಾಗಿ ಪ್ರತಿಭಾ

ಮದ್ವೆಯಾಗುತ್ತೆ ಅನ್ನೋ ಗ್ಯಾರಂಟಿ ಏನಿಲ್ಲ. ಸುಮ್ನೇ ಷಿಫ್ಟ್... ಮಾಡ್ಬಿಡಿ" ಬುದ್ಧಿ ಮಾತು ಹೇಳಿದ. ಅವನದು ಕೂಡ ಮಧ್ಯಮ ದರ್ಜೆಯ ಜೀವನ. ಅದರಲ್ಲಿನ ನೋವು, ನಲಿವುಗಳ ಪರಿಜ್ಞಾನ ಅವನಿಗಿತ್ತು.

ಎಲ್ಲರದು ಒಂದೇ ಒತ್ತಾಯ. ಯಾರಿಗೂ ಮನೆಯನ್ನು ಕಳೆದುಕೊಳ್ಳಲು ಇಷ್ಟವಿಲ್ಲ.

"ಪರೀಕ್ಷೆ ಅಂಥದೇನಿಲ್ಲ, ಇನ್ನು ವರ್ಷದ ಆರಂಭ. ಹುಡುಗರ ಎಜುಕೇಷನ್‌ಗೂ ಕಷ್ಟವಿಲ್ಲ" ಇನ್ನೊಂದು ಮಾತು ಪ್ರವೀಣ್ ಸೇರಿಸಿದ.

ವರ್ಷಾನುಗಟ್ಟಲೆ, ತಿಂಗಳು, ವಾರಗಟ್ಟಲೆ ಆಗಬಹುದಾದ ಕೆಲಸ ಒಂದೇ ದಿನದಲ್ಲಿ ನಲವತ್ತೆಂಟು ಗಂಟೆಗಳಲ್ಲಿ ಮುಗಿದುಹೋಯಿತು.

ಮಹೇಂದರ್ ಸಿರಾಮಿಕ್ ಟೈಲ್ಸ್‌ನ ಲಾರಿ ಬಂತು. ಅಲ್ಲಿನ ಜನರೇ ಎಲ್ಲ ಕಟ್ಟಿ ಲಾರಿಗೆ ಏರಿಸಿಬಿಟ್ಟರು.

ಮನೆಯ ಕೀ ಬಂಚ್ ಸುಬ್ಬಣ್ಣನ ಕೈಯಲ್ಲಿಟ್ಟ ಸಮೀರ್ "ನೀವುಗಳು ವ್ಯಾನ್‌ನಲ್ಲಿ ಹೋಗ್ಬಿಡಿ" ತಾನೇ ಕೂಡಿಸಿ ಬಾಸ್ ಹೇಳಿದ ಕೆಲಸ ಆರಾಮಾಗಿ ಮುಗಿಸಿದ.

ಮನೆಯವರ ಕಣ್ಣಂಚು ಒದ್ದೆಯಾಯಿತು. ಇಲ್ಲಿಗೆ ಬರುವಾಗ ನಂದಿತಾ ಜೊತೆಯಲ್ಲಿ ಇದ್ದಳು. ಈಗ ಪ್ರವೀಣ್ ಇದ್ದ ವ್ಯಾನ್‌ನಲ್ಲಿ.

"ನಂದಿತಾಗೆ... ಒಂದ್ಮಾತು ಹೇಳಿ ಹೋಗೋಕ್ಕಾಗಿಲ್ಲ!" ವೈದೇಹಿ ನೊಂದರು. ಪ್ರವೀಣ್ ಮುಗುಳ್ನಕ್ಕ "ಯಾಕೆ, ಹಾಗೆ... ಅಂದ್ಕೋತೀರಾ! ಔತಣ, ಉಡುಗೊರೆ, ಬೀಳ್ಕೊಡಿಗೆ ಎಲ್ಲಾ ಆದ್ಮೇಲೆ ತಾನೇ ಪ್ರಮೋಷನ್ ಸಹಿತ ಟ್ರಾನ್ಸ್‌ಫರ್ ಆರ್ಡರ್ ಬಂದಿದ್ದು" ಸಮಾಧಾನ ಹೇಳಿದ.

ಎರಡು ವೆಹಿಕಲ್ ಒಂದರ ಹಿಂದೆ ಒಂದರಂತೆ ಸಾಗರದ ಕಡೆಗೆ ದೌಡಾಯಿಸಿದವು.

ಅಂದುಕೊಂಡಂತೆ ಒಂದು ಕೆಲಸ ನಿರ್ವಿಘ್ನವಾಗಿ ನೆರವೇರಿತ್ತು.

* * * *

ಈ ಹದಿನೈದು ದಿನಗಳು ಮಡದಿಗಾಗಿ ವಿನಿಯೋಗಿಸಿದ್ದು ಎಲ್ಲವನ್ನು ಮರೆತ ಮಹೇಂದರ್. ಪ್ರೀತಿ ಹೊಸ ಲೋಕದ ಸಂಚಾರ. ಸುಂದರ ತಾಣಗಳ ಮಧ್ಯದಲ್ಲಿನ ವಿಹಾರ, ಗಂಡನ ಸನಿಹ ಅವಳ ಮಂಕುತನವನ್ನೋಡಿಸಿದವು. ಆಗಾಗ ಗೊಂದಲ, ಆತಂಕ ತಲೆಯಲ್ಲಿ ಹೂತಂತೆ ಕೂತುಬಿಡುತ್ತಿದ್ದಳು.

ಇದನ್ನು ಬಹಳ ಸೂಕ್ಷ್ಮವಾಗಿ ಗಮನಿಸಿದ್ದ.

"ಸೈಕಾಲಜಿಸ್ಟ್... ಮನೋವೈದ್ಯರಿಗೆ ನನ್ನಗ್ನ ತೋರಿಸ್ಬಾರ್ದು" ಈ ಕೇಳಿಕೆಗೆ ಮಿದುಳಿನಲ್ಲಿಯೇ ಕಾರಣ ಹುಡುಕತೊಡಗಿದ್ದ. ಏನೋ ಇರಬಹುದಲ್ಲ, ಇದೆ. ಸುಬ್ಬಣ್ಣ ಬಾಯಿ ಬಿಡಲಾರರು. ತಾನು ಕೂಡ ಆ ಪ್ರಯತ್ನ ಮಾಡಬಾರದು. ಅವನು ಹಿಡಿದ ದಾರಿ ಬೇರೆ.

ಪ್ಲೇನ್‌ನಿಂದ ಇಳಿದಾಗ ಸಮೀರ್ ಕಾರಿನೊಂದಿಗೆ ಕಾದಿದ್ದ. ನಂದಿತಾ ಕಣ್ಣುಗಳು ಬೇರೆ ಯಾರು ಯಾರನ್ನೋ ಹುಡುಕಿತು. ಯಾರಿಲ್ಲ.

"ಯಾರೂ ಬಂದೇ... ಇಲ್ಲ!" ಅನ್ಯಮನಸ್ಕಳಾಗಿ ತನಗೆ ಮಾತ್ರ ಕೇಳುವಂತೆ ಗೊಣಗಿಕೊಂಡಾಗ ಬರೀ ಮುಗುಳ್ನಕ್ಕ. ಕೆಲವು ಪ್ರಶ್ನೆಗಳು ನೂರು ಮಾತುಗಳಿಗೆ ದಾರಿ ಮಾಡಿಕೊಡುತ್ತದೆ.

ಕಾರು ಬಂಗ್ಲೆ ತಲುಪಿದಾಗ ಹಲವು ವ್ಯಕ್ತಿಗಳು ಕಾದಿದ್ದರು ಅವನಿಗಾಗಿ. ಅವರಲ್ಲಿ ಬಿಂದು, ಮಿತ್ರ ಕೂಡ. ಮುಗುಳ್ನಗೆ ಹರಿಸಿದನೇ ವಿನಃ ತಕ್ಷಣ ಅವರ ಬಳಿ ಮಾತನಾಡಲಾಗಲಿಲ್ಲ.

"ಸಾರಿ, ಹದಿನೈದು ದಿನದ ವಿರಾಮದ ನಂತರದ ಬಿಜಿ. ಈಗ್ಹೇಳಿ ಬಂದು ಎಷ್ಟೊತ್ತು ಆಯ್ತು?" ಅವರುಗಳತ್ತ ಗಮನ ಹರಿಸಿದ ಜಿ.ಟಿ. ಮಿತ್ರ ಮುಖದಲ್ಲಿ ಅಸಮಾಧಾನ. "ವಿತೌಟ್ ಇನ್‌ಫಾರ್ಮೇಷನ್ ಮದ್ವೆಯಾಗ್ಬಿಟ್ಟಿದ್ದೀಯ. ನಮ್ಮ ನೆನಪು ಕೂಡ ಇಲ್ಲ" ನಿಷ್ಠೂರದಿಂದ ಹೇಳಿದರು. ಅವರಿಗೆ ಬಹಳ ನಿರಾಸೆಯಾಗಿತ್ತು. ಒಂದು ಮಹತ್ವಾಕಾಂಕ್ಷೆ ಇಟ್ಟುಕೊಂಡೇ ಇಲ್ಲಿ ನೆಲೆಸಲು ತೀರ್ಮಾನಿಸಿದ್ದರು. ಮರಳಿನ ಮನೆಯಂತೆ ಸಮುದ್ರದ ಅಲೆಗಳು ಅದನ್ನು ಕೊಚ್ಚಿಕೊಂಡು ಹೋಗಿತ್ತು.

"ಅಂಥದೇನಿಲ್ಲ. ಸ್ವಲ್ಪ ಅರ್ಜೆಂಟ್‌ನಲ್ಲಿ ಆದ ಮದ್ವೆ. ಸಾಕ್ಷಾತ್ ಕಲಿಯುಗದ ದೈವ ವೆಂಕಟೇಶ್ ಆಶೀರ್ವದಿಸಿದ್ದಾನೆ. ಅಷ್ಟೆ ಸಾಕು ಅನ್ನಿಸ್ತು" ಸಮರ್ಥಿಸಿಕೊಂಡ ತನ್ನ ನಿಲುವನ್ನು.

ಸ್ವಲ್ಪ ಪೆಚ್ಚಾದರು ಜಿ.ಟಿ. ಮಿತ್ರ. ಮಹೇಂದರ್ ತಾವು ಅಂದುಕೊಂಡಿದ್ದಕ್ಕಿಂತ ಹೆಚ್ಚು ಬೆಳೆದಿದ್ದಾನೆಂದುಕೊಂಡರು. "ಒಂದು ಇಂಪಾರ್ಟೆಂಟ್ ಮ್ಯಾಟರ್. ಅಲ್ಲಿನ ಬಂಗ್ಲೇ, ಷೇರುಗಳು, 'ಬಿಂದು ಬಿಲ್ಡರ್ಸ್' ಕನ್‌ಸ್ಟ್ರಕ್ಷನ್ ಎಲ್ಲಾ ಮಾರ್ಬಿಟ್ಟೆ. ಇನ್ನು ಹೇಳೋದಾದ್ರೆ... ನಾಲ್ಕು ಸೂಟ್‌ಕೇಸ್ ಬಟ್ಟೆಗಳ್ನ ಬಿಟ್ಟು ಉಳಿದಿದ್ದೆಲ್ಲ. ಅಂದರೆ ಅರ್ಥವಾಗಿರಬೇಕಲ್ಲ. ಇಲ್ಲೇ ಸೆಟ್ಲು ಆಗೋ ಉದ್ದೇಶ ನಮ್ದು. ನಿನ್ನ ಕೋ-ಆಪರೇಷನ್, ಹೆಲ್ಪ್ ಎರ್ಡೂ ಬೇಕು" ಸಂಪೂರ್ಣ ಚಿತ್ರ ಬಿಡಿಸಿಟ್ಟರು. ಅವನಿಗೇನು ಆಶ್ಚರ್ಯವೆನಿಸಲಿಲ್ಲ, ಉತ್ಸಾಹವು ತೋರಲಿಲ್ಲ.

"ಈಗ ತಾನೇ ಬಂದಿದ್ದು. ಎರ್ಡು ದಿನ ಬಿಟ್ಟೊ ಮಾತಾಡ್ಬಹುದಲ್ಲ. ಒಂದಿಷ್ಟು ರೆಸ್ಟ್‌ನ ಅಗತ್ಯ. ಅದ್ಕೇ ಮೊದ್ಲು ಒಂದಿಷ್ಟು ಕೆಲ್ಸ" ಕಿರುನಗೆಯೊಂದಿಗೆ ಹೇಳಿದಾಗ ತಂದೆ, ಮಗಳು ಏಳುವುದು ಅನಿವಾರ್ಯವಾಗಿತ್ತು. ಹೆಂಡತಿಯ ನಡತೆಯಿಂದ ಮಹೇಂದರ್‌ಗೆ ಬೇಸರವಾಗಿದೆಯೆಂದುಕೊಂಡರು.

ಬಿಂದು ಬೇಸರದಿಂದ "ಮಹೇಂದರ್ ಎಷ್ಟು ಇನ್‌ಸಲ್ಟ್ ಆಗಿ ವ್ಯವಹಾರಿಕವಾಗಿ ಮಾತಾಡಿದ್ರು. ಕನಿಷ್ಠ ಅವ್ರ ಮಿಸಸ್‌ನ ಪರಿಚಯ ಮಾಡ್ಕೊಡೋ ಕಷ್ಟ ಕೂಡ ತಗೊಳ್ಳಿಲ್ಲ. ಎಲ್ಲಾ ಮಮ್ಮಿಯಿಂದ್ಲೆ" ತಾಯಿಯ ಮೇಲೆ ಆರೋಪ ಮಾಡಿದಾಗ ತಳ್ಳಿಹಾಕಿದರು. ಜಿ.ಟಿ. ಮಿತ್ರ. "ಅದೆಲ್ಲ ಏನಿಲ್ಲ, ಆಫೀಸಿನ ಟೆನ್‌ಷನ್‌ಗಳು ಅರ್ಥವಾಗ್ದು ನಿಂಗೆ. ದೊಡ್ಡ ಮೊತ್ತನ ಇನ್‌ವೆಸ್ಟ್ ಮಾಡಿದ್ದಾನೆ ಸಿಕ್ ಫ್ಯಾಕ್ಟರಿಯ

ಮೇಲೆ. ಈಗ ನಮ್ಮ ಸ್ಥಿತಿ ನೋಡು. ಸ್ವಲ್ಪ ಎಚ್ಚರ ತಪ್ಪಿದ್ರೂ ಫ್ಯಾಕ್ಟರಿಯ ಜೊತೆ ಅವ್ನು ಮುಳುಗಿ ಹೋಗ್ಬೇಕಾಗುತ್ತೆ. ನಾವು ಏನಾದ್ವೀಂತ ನಿಂಗೆ ಗೊತ್ತು. ಈಗ ಕಾಂಪಿಟೇಷನ್ ಜಾಸ್ತಿ. ನಮ್ಮ ಕನ್‌ಸ್ಟ್ರಕ್ಷನ್ ಕಂಪನಿ ಜೊತೆ ಬೇರೆ ಕನ್‌ಸ್ಟ್ರಕ್ಷನ್ ಕಂಪನಿಗಳ ಸ್ನೇಹವಿತ್ತಾ? ಬರೀ ಬಡಿದಾಟ, ಲಾಭಕ್ಕಿಂತ ಒಬ್ಬರ ಮೇಲೊಬ್ಬರಿಗೆ ಕಣ್ಣು. ಆತ್ಮಾನಂದ ಕನ್‌ಸ್ಟ್ರಕ್ಷನ್ ಕಂಪನಿ ಜೊತೆ ಪೈಪೋಟಿಗೆ ಹೋಗಿಯೇ ಬೇಕಾದಷ್ಟು ಕಳ್ದುಕೊಂಡಿದ್ದು. ನಮ್ಮ ಸ್ವಂತ ಅನುಭವಗಳ್ನ ನೆನಪಿನಲ್ಲಿಟ್ಕೊಂಡೇ ಬೇರೆಯವ್ರ ಬಗ್ಗೆ ಯೋಚ್ಸಬೇಕು. ಹ್ಯಾವ್ ಲಿಟ್ಲ್ ಪೇಷನ್ಸ್..." ಮತ್ತೆ ಕೂತರು. ಇಲ್ಲಿ ಅವನ ಸಹಾಯವಿಲ್ಲದೆ ಮೇಲಕ್ಕೆ ಬರಲು ಸಾಧ್ಯವಿರಲಿಲ್ಲ. ಅವನನ್ನು ಕಂಡೇ ಹೋಗಬೇಕಿತ್ತು. ಪಟ್ಟು ಹಿಡಿದು ಕೂತರು.

ಹಣ್ಣಿನ ರಸ ಬಂದಾಗ ತಾವು ಇನ್ನು ಇರುವುದು ಅವನ ನೆನಪಿನಲ್ಲಿದೆಯೆಂದು ಸಮಾಧಾನಪಟ್ಟುಕೊಂಡರು. ಹತ್ತು ನಿಮಿಷದ ನಂತರ ಬಂದ ಮಹೇಂದರ್ ಉಡುಪು ಬದಲಿಸಿದ್ದ.

"ಲೆಟ್ಸ್ ಹ್ಯಾವ್ ಸಮ್ ಗುಡ್ ನ್ಯೂಸ್. ಅಲ್ಲಿನ ಟ್ರಾಜಿಡಿ ಬೇಡ. ಇಲ್ಲಿನ ಪ್ರಾರಂಭದ ಒಳ್ಳೆ ನ್ಯೂಸ್ ಹೇಳಿ" ಅಲ್ಲಿನ ಸುದ್ದಿ ಕೇಳಲು ಆಸಕ್ತಿ ಇಲ್ಲವೆಂದು ತಿಳಿಸಿದ ನೇರವಾಗಿ.

ತಲೆದೂಗಿದರು ಮಿತ್ರ. ಹೆಚ್ಚು ಸಮಯವಿದ್ದವರಿಗೆ, ಕಡಿಮೆ ಬುದ್ಧಿ ಇರುವವರೆಗೆ ಬಿಡಿಸಿ ಬಿಡಿಸಿ ಹೇಳಬೇಕು. ಇಲ್ಲಿ ಅದು ಅನಗತ್ಯ.

"ಅಂದು... ಹೇಳಿದ್ದೆ" ಷುರು ಮಾಡಿದ ಕೂಡಲೇ "ಐ ಫಾರ್‌ಗಾಟನ್ ಎವ್ವೆರಿಥಿಂಗ್. ಇಂಪಾರ್ಟೆಂಟ್ ವಿಷ್ಯ ಸಾಕು. ನನ್ನಿಂದ ನಿಮ್ಗೇನು ಸಹಾಯ ಬೇಕು?" ನೇರವಾಗಿ ವಿಷಯಕ್ಕೆ ಬಂದ ಮಹೇಂದರ್.

ಇಲ್ಲಿ ಪ್ರಾರಂಭಿಸುವ ಕನ್‌ಸ್ಟ್ರಕ್ಷನ್ ಕಂಪನಿ 'ಸಮಿತ್ರ ಬಿಲ್ಡರ್ಸ್' ಬಗ್ಗೆ ವಿವರಿಸಿದರು ಚುಟುಕಾಗಿಯೇ.

"ಪ್ರಾರಂಭೋತ್ಸವ ದಿನ ಒಂದು ಪಾರ್ಟಿ ಇಟ್ಕೊಂಡಿದ್ದೀವಿ. ಅದ್ಕೇ ನಿನ್ನ ಸಲಹೆ, ಸಹಾಯ ಎರ್ಡೂ ಬೇಕು, ಕೆಲವು ಪ್ರತಿಷ್ಠರು ಪಾಲ್ಗೊಳ್ಳಬೇಕು ಅಂದಿನ ಸಂಭ್ರಮದಲ್ಲಿ, ಸ್ವಲ್ಪ ರಿಸ್ಕ್ ಕೆಲ್ಸ. ನೀನು ನನ್ಜೊತೆ ಓಡಾಡ್ಬೇಕಾಗುತ್ತೆ" ರಿಕ್ವೆಸ್ಟ್ ಮಾಡಿಕೊಂಡರು.

ಮಿಸಸ್ ಮಿತ್ರ ನೆನಪಾಯಿತು. ಆ ಬಿಹೇವಿಯರ್ ಮರೆಯಲಾರ. "ಬೈ ದಿ ಬೈ, ಕಂಪನಿ ಹೆಸರೇನಿತ್ತು. ಓನರ್‌ಷಿಪ್ ಯಾರ್ದು ಇತ್ತು? ಡೈರೆಕ್ಟರ್, ಛೇರ್ಮನ್ದ್ದ ಡೀಟೈಲ್ಸ್ ಬೇಕು" ಎಂದ ಮಹೇಂದರ್. ಮಿದುಳು ಚುರುಕಾಗಿ ಕೆಲಸ ನಿರ್ವಹಿಸುತ್ತಿತ್ತು.

ಅಷ್ಟಿಷ್ಟು ಹೇಳಿದರು. ಸಮ್ಮತಿ ಮತ್ತು ಅವರ ಕಡೆಯವರೇ ಹೆಚ್ಚಿನ ಡೈರೆಕ್ಟರ್‌ಗಳಾಗಿದ್ದು ಕಡೆಗೆ ಹಿಂದೆಗೆದು ಸಂಕೋಲೆಯನ್ನು ಇವರ ಕತ್ತಿಗೆ ಸುತ್ತಿಕೊಂಡಿದ್ದರು.

"ಸಮ್ಮತ್ರಿ ಬಿಲ್ಡರ್ಸ್ ಅನ್ನೋ ಹೆಸರಿನಿಂದ್ಲೇ...." ಇವನು ಬರೀ ಶುರು ಹಚ್ಚಿದ. ಪೂರ್ತಿ ಮಾಡಿದ್ದು "ಬೇಡ ಡ್ಯಾಡಿ, ನೇರವಾಗಿ ನಾವೇ ಜನರ ಮುಖಕ್ಕೆ ಕನ್ನಡಿ ಹಿಡ್ದು ತೋರಿಸಿದಂತಾಗುತ್ತೆ. ಜಿ.ಎಸ್. ಮಿತ್ರ ಬಿಲ್ಡರ್ಸ್ ಅನ್ನೋ ಹೆಸರಿನಲ್ಲಿ ಪ್ರಾರಂಭವಾದ್ರೆ... ಕನಿಷ್ಟ ಜನರಿಗಾದ್ರೂ ಹೊಸಬರ ಹಾಗೇ ಕಾಣ್ತೀವಿ. ಸಮ್ಮತ್ರಿ ಅನ್ನೋ ಹೆಸರು ಪಾಪ್ಯುಲಾರಿಟಿ ಸಂಪಾದಿಸಿಕೊಂಡಿದೆ" ಎಂದಳು ಬಿಂದು.

ಮಗಳ ಸಲಹೆ ಅವರಿಗೂ ಸರಿಯೆನಿಸಿತು. ಆದರೆ ಹೆಂಡತಿ ಮಾನಸಿಕವಾಗಿ ಬಗ್ಗು ಬಡಿದು ಕೈದಿನಲ್ಲಿಟ್ಟಿದ್ದಳು ಗಂಡನನ್ನು. ವಿಮುಕ್ತಿಗೊಳಿಸುವವರಿಲ್ಲ. ತಾನಾಗಿ ವಿಮುಕ್ತಿಗೊಳ್ಳುವ ಮನಸ್ಥೈರ್ಯವಿಲ್ಲ.

ಮಹೇಂದರ್ ಕೆಲಸ ಮುಗಿದಿತ್ತು. ಒಂದು ಸಲಹೆ ಕೊಟ್ಟ "ಜನರಲ್ ಆರ್ಯ ಅಂಕಲ್ ಫ್ರೆಂಡ್ ಕ್ಯಾಬಿನೆಟ್‌ನಲ್ಲಿದ್ದಾರೆ. ಒಂದಿಷ್ಟು ಹೆಲ್ಪ್ ಆಗ್ಬಹ್ದು. ಒಮ್ಮೆ ಬಲವಂತರಾಯ್‌ನ ಮೀಟ್ ಮಾಡಿ."

ಪ್ರಯೋಜನವಿಲ್ಲವೆನ್ನುವಂತೆ ತಲೆಯಾಡಿಸಿದರು ಜಿ.ಟಿ. ಮಿತ್ರ. "ಐ ಆಮ್ ನಾಟ್ ಆನ್ ಗುಡ್ ಟರ್ಮ್ಸ್ ವಿತ್ ಹಿಮ್. ಸಂಬಂಧ ಚೆನ್ನಾಗಿಲ್ಲದೆ ಇರೋದ್ರಿಂದ ಮೀಟ್ ಮಾಡೋದ್ರಲ್ಲಿ ಅರ್ಥವಿಲ್ಲ" ಎಂದರು.

ಬಿಂದು ತೀರಾ ಅನ್ಯಮನಸ್ಕಳಾಗಿಯೇ ಕಂಡಳು. ಅಂದು ಹೇಳಿದ ಮಾತು ಮನದಲ್ಲಿತ್ತು. ಉಪಯೋಗವೆನಿಸಿದರೆ ಮಾತ್ರ ಆಸಕ್ತಿ ತೋರಬಲ್ಲ ಅಷ್ಟೆ.

ಹೊರಡುವಾಗ ನೇರವಾಗಿ ಮಹೇಂದರ್ ಸಮೀಪಕ್ಕೆ ಬಂದ ಬಿಂದು "ನಿನ್ನ ಪಾರ್ಟನರ್‌ನ ಪರಿಚಯಿಸಲಿಲ್ಲ" ಒಂದು ರೀತಿಯ ಆಕ್ಷೇಪ. ಅದನ್ನು ಈಸಿಯಾಗಿ ತಗೊಂಡ "ತುಂಬ ಟಯರ್ಡ್ ಆಗಿದ್ದಾಳೆ." ಆಸಕ್ತಿ ತೋರಲಿಲ್ಲ.

ಅರಿವಾಗದಂತೆ ಏಟು ಕೊಟ್ಟಿದ್ದ. ಅದಕ್ಕೆ ಸಮ್ಮತ್ರಿಯ ಪ್ರತಿಕ್ರಿಯೆ ಹೇಗಿರುತ್ತದೆಯೋ, ತಕ್ಷಣ ಆ ವಿಷಯವನ್ನು ಮನದಿಂದ ಪಕ್ಕಕ್ಕೆ ಇರಿಸಿದ.

ಕಾದಿದ್ದವನಂತೆ ಸಮೀರ್ ಬಂದು ನಿಂತ "ಬೀನಾ ಸಿರಾಮಿಕ್ ಟೈಲ್ಸ್ ಪಬ್ಲಿಕ್‌ನಲ್ಲಿ ಬಹಳ ಬ್ಯಾಡ್ ನೇಮ್ ತಗೊಂಡಿದೆ. ಈಗ್ಲೂ ಹೆಸರು ಬದಲಾಗಿದೆ. ಮ್ಯಾನೇಜ್‌ಮೆಂಟ್ ಬದಲಾಗಿದೆ. ಮಾಲೀಕತ್ವನೇ ಛೇಂಜಾಗಿದೆ. ಆದ್ರೂ ಜನ, ಮಾರಾಟಗಾರರು ಅನುಮಾನದ ದೃಷ್ಟಿಯಲ್ಲೇ ನೋಡ್ತಾರೆ. ಬಹಳ ಹೋಪ್‌ಲೆಸ್ ಕ್ವಾಲಿಟಿ ಟೈಲ್ಸ್ ಮಾರುಕಟ್ಟೆಗೆ ಒದಗಿಸಿದೆ ಹಿಂದೆ, ನಮ್ಗೆ ತೀರಾ ಕಾಲಾವಕಶ ಬೇಕೇನೋ" ಪ್ರಸ್ತುತ ಸ್ಥಿತಿಯನ್ನು ಅಂದರೆ ಈ ಹದಿನೈದು ದಿನಗಳ ಮಾರುಕಟ್ಟೆಯನ್ನು ವಿಶ್ಲೇಷಿಸಿಕೊಂಡು ಹೇಳಿದ್ದ ಅವರುಗಳು ಹೊರಟ ನಂತರ.

ಇಂಥ ಛಾಲೆಂಜ್‌ಗಳು ಅನಿವಾರ್ಯ. "ಮಿಸ್ಟರ್ ಸಮೀರ್, ನಂಗೆ ಮೂರು ದಿನಗಳಲ್ಲಿ ಇತ್ತೀಚಿನ.... ಅಂದರೆ ವರ್ಷ ತಿಂಗಳುಗಳಲ್ಲ. ಈ ವಾರದಲ್ಲಿ ಹೆಚ್ಚು ಡಿಮ್ಯಾಂಡ್ ಇದ್ದ ಟೈಲ್ಸ್ ಯಾವ್ದು, ಜನ ಅದ್ಕೇ ಹೆಚ್ಚು ಮಾರುಹೋಗಲು ಕಾರಣವೇನು? ಬಿ ಕ್ವಿಕ್.... ಹೇಳ್ದ ವೇಳೆಯೊಳ್ಗೇ ನಂಗೆ ರಿಪೋರ್ಟ್ ಬೇಕು" ಎಚ್ಚರಿಸಿದ.

ಅದನ್ನೆಲ್ಲ ಮನಗಂಡು ಯೋಚಿಸಿಯೇ ಈ ಉದ್ಯಮಕ್ಕೆ ಇಳಿದಿದ್ದ. ಹಳೆಯ ಕಂಪನಿಗಳಾದ ಸ್ಪಾರ್‌ಟೆಕ್, ಖಿಚಾರಿಯಗಳ ಬಗ್ಗೆ ಸಾಕಷ್ಟು ತಿಳಿದಿದ್ದ.

ಬಂಗ್ಲೆಯೊಳಕ್ಕೆ ಬಂದು ಗಂಟೆಯಾದರೂ, ಹಾಲ್‌ನಿಂದ ಬೆಡ್‌ರೂಂ ತಲುಪುವ ವೇಳೆಗೆ ಇನ್ನು ಮೂವತ್ತು ನಿಮಿಷಗಳು. ಜೀವನದ ಒಂದು ಪ್ರಮುಖವಾದ ಘಟ್ಟದಲ್ಲಿದ್ದ. ಒಂದು ಸಿಕ್ ಕಾರ್ಖಾನೆಯಾಗಿದ್ದ ಸಿರಾಮಿಕ್ ಟೈಲ್ಸ್ ಮಹೇಂದರ್ ಹೊಸ ರೂಪ ಕೊಟ್ಟು ನಂಬರ್ ವನ್ ಮಾಡಲು ಪಣ ತೊಟ್ಟಿದ್ದ. ಇನ್ನು ಹಿಂದೂ ನಂದಿತಾ ನಡುವಿನ ಅನುರೂಪ — ವ್ಯತ್ಯಾಸಗಳ ವಿಂಗಡಿಸಿ ಒರಿಜಿನಲ್ ರೂಪ ಕೊಡುವ ಸಾಹಸ.

ಬೆಡ್‌ರೂಂನಲ್ಲಿ ಹುಡುಕಿ ಹಿಂದಿನ ಬಾಲ್ಕನಿಗೆ ಬಂದಾಗ ನೋಟವನ್ನು ದೂರದಲ್ಲಿ ನೆಟ್ಟು ನಿಂತಿದ್ದ ನಂದಿತಾ ಅವನ ಹಿಂದು. ಇಷ್ಟೆಲ್ಲ ಗೋಜಲುಗಳ ಮಧ್ಯೆಯೂ ಮೃದುವಾದ.

"ಹಾಯ್... ಹಿಂದು" ಎಂದ ಹಿಂದಿನಿಂದ ಹೋಗಿ ಅಪ್ಪಿಕೊಳ್ಳುತ್ತ. ಕೈ ಬೆರಳು ನಗ್ನ ಸೊಂಟದ ಮೇಲಾಡಿತು. ತನ್ನತ್ತ ತಿರುಗಿಸಿಕೊಂಡ. ಕಣ್ಣುಗಳಲ್ಲಿಯೇ ಅವನ ಅನ್ವೇಷಣೆಯ ಪ್ರಾರಂಭ "ಐ ಲೈಕ್ ಯುವರ್ ಬ್ಯೂಟಿಫುಲ್ ಐಸ್. ಹಿಂದು ಈ ಸುಂದರ ಕಣ್ಣುಗಳೇ ನಂಗೆ ಮೋಡಿ ಮಾಡಿದ್ದು" ಮೈಮರೆತಂತೆ ನುಡಿದ. ಇಷ್ಟೊಂದು ನವಿರಾಗಿ, ಮೃದುವಾಗಿ ಮಾತನಾಡಬಲ್ಲನೆಂದರೆ ಬೇರೆಯವರು ನಂಬರು.

ಕೆಲಸ, ಟೆನ್‌ಷನ್‌ನ ಪರಿಚಯ ಅವಳಿಗಿತ್ತು ಒಂದು ಮಿತಿಯಲ್ಲಿ. ಕ್ಷಣ ಬಿಡುವಿಲ್ಲದ ಮಹೇಂದರ್‌ನ ದುಡಿತ ಹೊಸ ಪ್ರಪಂಚಕ್ಕೆ ಅವಳನ್ನು ಕರೆದೊಯ್ದಿದ್ದು ಮಾತ್ರವಲ್ಲ, ಅನುಭವ ವಿಸ್ತಾರಗೊಂಡಿತು.

"ಏನು.... ತಗೋತೀರಾ?" ಕೇಳಿದಳು.

ತುಟಿಯ ಜೇನನ್ನು ಹೀರಲು ಹವಣಿಸುತ್ತಿದ್ದ ತುಟಿಗಳು ತೆರೆಯದೆ ಕಣ್ಣುಗಳು ನಿವೇದಿಸಿಕೊಂಡವು. ದುಂಡಗಿನ ಗಲ್ಲದ ಮೇಲೆ ಕಾಮನಬಿಲ್ಲಿನ ವರ್ಣದ ಚಮತ್ಕಾರ.

ಫೋನ್ ಎಚ್ಚರಿಸಿತು. ಸಮೀರ್ ಲೈನ್‌ನ ಆ ತುದಿಯಲ್ಲಿದ್ದ. "ಸಾರಿ ಫಾರ್ ದಿ ಡಿಸ್ಟರ್ಬ್ ಸರ್... ಮಿಸ್ಟರ್ ಪ್ರವೀಣ್‌ಕುಮಾರ್ ನನ್ನ ವಶಕ್ಕೆ ಒಂದು ಬಾಕ್ಸ್ ಕೊಟ್ಟಿದ್ರು. ಅದು ಗೆಸ್ಟ್‌ರೂಂ ಬೀರುವಿನಲ್ಲಿದೆ. ಎಕ್ಸ್‌ಕ್ಯೂಜ್ ಮಿ.... ಸರ್..." ಮತ್ತೊಮ್ಮೆ ಕ್ಷಮೆಯಾಚಿಸಿದ.

"ಓಕೆ.... ಓಕೆ... ನೋ ಪ್ರಾಬ್ಲಮ್" ಫೋನಿಟ್ಟ.

ಕಣ್ಣಲ್ಲಿ ಕಣ್ಣಿಟ್ಟು ಸೂಕ್ಷ್ಮವಾಗಿ ಅವಳ ಚಲನವಲನಗಳನ್ನು ಮಾತ್ರವಲ್ಲ ಅವಳ ಪ್ರತಿಯೊಂದು ಮಾತು, ಮುಖದಲ್ಲಿ ಮೂಡುವ ಭಾವನೆಗಳನ್ನು ಗಮನಿಸುತ್ತಿದ್ದ, ಹುಡುಕುತ್ತಿದ್ದ.

ಅದಕ್ಕೆ ಮುನ್ನ ಫ್ಯಾಕ್ಟರಿಯನ್ನು ನಿರ್ಲಕ್ಷಿಸುವಂತಿರಲಿಲ್ಲ. ರಾತ್ರಿಯ ಡಿನ್ನರ್ ಮುಗಿಸಿಕೊಂಡು ಬಂದು ಹೊರಗಿನ ಸಿಟ್‌ಔಟ್‌ನಲ್ಲಿ ಕೂತ. ಈಗ ಕಾರ್ಖಾನೆಯಲ್ಲಿ

ತಯಾರಾಗುತ್ತಿದ್ದುದು ಸಾಧಾರಣ ಸಿರಾಮಿಕ್ ಟೈಲ್ಸ್ ಅಲ್ಲ. ಇಟಲಿಯ ತಂತ್ರಜ್ಞಾನವನ್ನು ಬಳಸಿದ್ದ. ಆಧುನಿಕ ಪ್ರಯೋಗ ಶಾಲೆಯನ್ನು ಪ್ರಾರಂಭಿಸಿದ್ದ ಕಾರ್ಖಾನೆಯಲ್ಲಿ. ಬಹುಶಃ ಇದಿಷ್ಟು ಸಾಲದು, ಮಾರ್ಕೆಟಿಂಗ್ ಇಂಪ್ರೂವ್ ಆಗಬೇಕು. ಜನ ರಿಸರ್ವ್ ಮಾಡಬೇಕು ನಂಬಿಕೆಯಿಂದ.

ಎರಡು ಕೈಗಳನ್ನು ಸೇರಿಸಿ ತಲೆಯ ಹಿಂದಕ್ಕಿಟ್ಟು ಆಕಾಶವನ್ನು ನೋಡತೊಡಗಿದ. ಖಗೋಳ ಶಾಸ್ತ್ರದ ಮೇಲಿನ ಆಸಕ್ತಿಯಿಂದಲ್ಲ ಅವನು ನೋಡುತ್ತಿದ್ದುದು. ತನ್ನ ಸಮಸ್ಯೆಗಳಿಗೆ ನಕ್ಷತ್ರಗಳ ಮಧ್ಯೆ ಪರಿಹಾರವನ್ನು ಹುಡುಕುತ್ತಿದ್ದ.

ಆಕಾಶದಲ್ಲಿ ಮಿನುಗುವ ನಕ್ಷತ್ರಗಳು ತಕ್ಷಣ ಗುರುತಿಸಲ್ಪಡುತ್ತದೆ. ಸ್ಟಾರ್ಸ್.... ಸ್ಟಾರ್ಸ್... ತಟ್ಟನೆ ಅವನಿಗೊಂದು ಯೋಚನೆ ಹೊಳೆಯಿತು. ತಕ್ಷಣ ಕಾರ್ಯರೂಪಕ್ಕೆ ಬರಬೇಕು. ಫೋನ್‌ನ ಬಟನ್‌ಗಳನ್ನು ಒತ್ತಿದ.

ಸಮೀರ್ ಮನೆಗೆ ಫೋನ್ "ಹಲೋ..." ನಿದ್ದೆಗಣ್ಣು ಇರಬೇಕು. "ಮಹೇಂದರ್ ಸ್ಪೀಕಿಂಗ್... ಬೆಳಿಗ್ಗೆ ಸಿಕ್ಸ್‌ಗೆ ನೀನು ಇಲ್ಲಿರು" ಎಂದ. ಎದೆಯ ಮೇಲಿನ ಅರ್ಧ ಭಾರ ಕಡಿಮೆಯಾದಂತಾಯಿತು.

ಸಮೀರ್‌ಗೆ ಆಶ್ಚರ್ಯ, ಆತಂಕದಿಂದ ಬೆವತಿರಬಹುದು ವೇಳೆಯನ್ನು ನೋಡಿ. ಹನ್ನೆರಡಕ್ಕೆ ಹತ್ತು ನಿಮಿಷವಿತ್ತು. ಅಂದರೆ ಮದುವೆಯಾದ ಹೊಸತು ನಂದಿತಾ ಅಂಥ ಸುಂದರ ಹೆಣ್ಣು. ಹನಿಮೂನ್‌ನಿಂದ ಹಿಂದಿರುಗಿದ್ದೇ ಇಂದು. ಸೋಮಾರಿತನ, ಭ್ರಮೆ, ರೋಮ್ಯಾಂಟಿಕ್ ಮೂಡ್‌ನಲ್ಲಿ ಮಿಕ್ಕಿದ್ದರ ಕಡೆ ಅನಾಸಕ್ತಿ ತೋರುವ ಅಪಾಯದ ದಿನಗಳು. ಆದರೆ ಅವನ್ನೆಲ್ಲ ಮೆಟ್ಟಿ ನಿಲ್ಲುವಂಥ ಸಮರ್ಥಶಾಲಿ ಮಹೇಂದರ್.

ಅಭಿಮಾನದಿಂದ ತೊನೆಯಿತು ಸಮೀರ್ ಮನ. ಯುವಕರಲ್ಲಿ ಇಂಥ ಛಲ, ಹಟ ಹುಟ್ಟಿದಾಗ ಒಂದಿಷ್ಟು ಸಾಧನೆ. ಬಹುಶಃ ಇದು ಎಷ್ಟು ಜನ ಯುವಕರಲ್ಲಿದೆ? ಯಾಕೋ, ಏನೋ ಸೋಮಾರಿಗಳ ಸಂಖ್ಯೆಯೇ ದೊಡ್ಡದಾಗಿ ಕಾಣಿಸಿತು.

* * * *

ಸಾಗರಕ್ಕೆ ಖರ್ಚಿಲ್ಲದೆ ಬಂದು ಸೇರಿತ್ತು ಸುಬ್ಬಣ್ಣನ ಕುಟುಂಬ. ಆರ್.ಸಿ.ಸಿ. ಹತ್ತು ಚದುರದ ಮನೆ, ಮುಂದೆ ಗಾರ್ಡನ್, ದೊಡ್ಡ ಗೇಟು. ಒಳಗೆ ಪೂರ್ತಿ ಮೊಸಾಯಿಕ್ ನೆಲ, ಗಾಳಿ, ಬೆಳಕು. ಧಾರಾಳವಾಗಿ ಬರುತ್ತಿತ್ತು. ಬಹುಶಃ ಅವರ ಸರ್ವಿಸ್ಸಿನಲ್ಲಿ ಎಂದೂ ಇಂಥ ಬಾಡಿಗೆಯ ಮನೆಯಲ್ಲಿ ಕೂಡ ಇರಲಿಲ್ಲ. ಅಷ್ಟು ಚೆಂದವಾಗಿತ್ತು.

ಬಂದ ದಿನನೇ ಪ್ರತಿಭಾ ಇಡೀ ಮನೆಯಲ್ಲೆಲ್ಲ ಓಡಾಡಿ "ಮುಂದ್ಗಡೆ ರೂಮು ನಾವು ಇಟ್ಕೋತೀವಿ. ಎರಡನೇ ರೂಮು ನಿಮ್ಗೇ ಇರ್ಲಿ. ಇಷ್ಟು ವರ್ಷಕ್ಕೆ ಮೊಸಾಯಿಕ್ ಇರೋ ಮನೆ ಸಿಕ್ತು" ನುಣುಪಾದ ನೆಲವನ್ನು ಮುಟ್ಟಿ ಮುಟ್ಟಿ ನೋಡಿ ಆನಂದಿಸಿದಳು.

ರವಿ, ಕಿರಣ್ ಅಂತು ಬಾಯ್ಲರ್ ಸ್ವಿಚ್ ಹಾಕಿ ಆಫ್ ಮಾಡಿ "ಎಷ್ಟೊಂದು ಚೆನ್ನಾಗಿದೆ, ಮಲಕೊಂಡೇ ಸ್ನಾನ ಮಾಡ್ಬಹುದ್ದು" ಎಂದರು. ಎಲ್ಲರ ಮುಖದಲ್ಲು

ಸಂತೋಷ. ವೈದೇಹಿಯು ಇದಕ್ಕೆ ಹೊರತಲ್ಲ. ಒಳಗೊಳಗೆ ನೋವು ಅನುಭವಿಸುತ್ತಿದ್ದರು ಸುಬ್ಬಣ್ಣ ಮಾತ್ರ.

"ಅಂತು ಅಳಿಯಂದಿರದು ಧಾರಾಳ ಮನಸ್ಸು. ನಮ್ಗೆ ಸಂಕೋಚ. ನಾವೇ ಕೊಟ್ಟುಬಿಟ್ಟು ಮಾಡ್ಬೇಕಾಗಿತ್ತು. ಅವರಿಂದ್ಲೇ ಪಡ್ದುಕೊಳ್ಳೋ ಹಾಗಾಯ್ತು" ಗಂಡನ ಮುಂದೆ ಕಾಫೀ ಲೋಟ ತಂದಿಟ್ಟು ಅಂದರು. ಏನು ಮಾತಾಡಿಯಾರು ಸುಬ್ಬಣ್ಣ? ಲೋಟ ಎತ್ತಿಕೊಂಡು ತುಟಿಗಳ ಬಳಿಗೆ ಒಯ್ಯುವ ಮುನ್ನ "ಒಂದು ರೀತಿ ತಿರುವು ಮರುವಷ್ಟೆ. ನಂಗೇನು ಈ ಮನೆ ಪಡೆದುಕೊಳ್ಳೋ ಇಷ್ಟ... ಇರ್ಲಿಲ್ಲ!..." ಅವರು ಮಾತು ಪೂರ್ತಿ ಮಾಡುವ ಮುನ್ನ ಬಂದ ಪ್ರತಿಭಾ ಮುಖವನ್ನೂದಿಸಿದಳು. ಇಂಥ ಒಳ್ಳೆತನ ಅವಳಿಗಿಷ್ಟವಿಲ್ಲ.

"ನಾನಂತು ಒಪ್ಪೋಲ್ಲ, ಅಪ್ಪ, ನಿಮ್ಗೇ ವೈರಾಗ್ಯ ಇರ್ಬಹ್ದು. ನಮ್ಗೇ ಯಾಕೆ ಶಿಕ್ಷೆ? ನಿಮ್ಮ ಸಂಬ್ಳದಲ್ಲಿ ಇಷ್ಟು ದೊಡ್ಮನೆಗೆ ಬಾಡ್ಗೇ ಕೊಡೋಕಾಗ್ತ ಇತ್ತಾ? ಖಂಡಿತ ಇಲ್ಲ. ಈಗ ಸ್ವಂತ ಮನೆ. ನಮ್ಗೆ ಇಷ್ಟಬಂದಂಗೆ ಇರ್ತೀವಿ" ಹೇಳಿ ಹೊರನಡೆದಳು. ಮೂರು ಹೆಣ್ಣುಮಕ್ಕಳಲ್ಲಿ ಇವಳಿಗೆ ಸ್ವಲ್ಪ ಬಾಯಿ ಜೋರು.

ವೈದೇಹಿ ನಿಟ್ಟುಸಿರು ಚೆಲ್ಲಿದರು "ನಂದಿತಾ ತೀರಾ ಸೈಲೆಂಟ್. ಸೌದಾಮಿನಿ ಹಾಗೂ ಹೀಗೂ... ಪರ್ವಾಗಿಲ್ಲ. ಇವ್ಳು ಜೋರಾಗಿದ್ದಾಳೆ. ಕಟ್ಟಿಕೊಂಡ ಗಂಡನನ್ನು ಆರಾಮಾಗಿ ಮೇಯ್ಸಿಕೊಂಡು ಬರ್ತಾಳೆ" ನಗು ಮುಖ ಮಾಡಿದರು.

ಕಾಫಿಯನ್ನು ಗುಟುಕರಿಸುತ್ತ ಚಿಂತಿಸುತ್ತಿದ್ದುದು ಸುಬ್ಬಣ್ಣ ನಂದಿತಾ ಬಗ್ಗೆ. 'ನೀವು ಬಂದು ನೋಡಲೇಕೂಡದು' ಅಳಿಯನ ಕಟ್ಟಪ್ಪಣೆ. ಖಂಡಿತ ಮೀರುವ ಸಾಮರ್ಥ್ಯವಿಲ್ಲ.

ನಿಂತೇ ಇದ್ದ ವೈದೇಹಿಯ ಮನದಲ್ಲಿ ಒಂದು ಆಶಾಕಿರಣ. ತಾವು ಅಲ್ಲಿದ್ದ ಮನೆ ತೀರಾ ಚಿಕ್ಕದು. ಈಗಿನ ಮನೆ ವಿಶಾಲವಾಗಿದೆ. ಬಂದು ಹೋಗಲು ಅನುಕೂಲವಾಗಲೆಂದು ಈ ಮನೆಯ ಏರ್ಪಾಟು ಮಾಡಿರಬಹುದೇ?

"ನಂಗೆ... ಅರ್ಥವಾಯ್ತು!" ಹೇಳಿದರು ಉತ್ಸಾಹದಿಂದ.

"ಏನು.... ಅರ್ಥವಾಗಿದ್ದು?" ಖಾಲಿ ಲೋಟವನ್ನು ಹೆಂಡತಿಯ ಕೈಗಿತ್ತರು. "ಇನ್ನು ನಂದಿತಾ, ಮಹೇಂದರ್ ಬಂದ್ರೆ... ನಾಲ್ಕು ದಿನ. ಇಲ್ಲಿ ಆರಾಮಾಗಿರ್ತಾರೆ" ಎಂದರು. ಹೆಂಡತಿಯ ಮನಸ್ಸಿನ ಆಸೆ ಅರ್ಥ ಮಾಡಿಕೊಂಡು ನೋವಿನ ನಗೆ ಬೀರಿದರು.

"ನಿಂಗೆಲ್ಲೋ.... ಹುಚ್ಚು! ನಾಲ್ಕು ದಿನವಿರ್ಲೀ, ನಾಲ್ಕು ಗಂಟೆ ಕೂಡ ಇರೋಷ್ಟು ಪುರಸೊತ್ತಿಲ್ಲ ಅಳಿಯಂದಿರಿಗೆ. ಸ್ವಂತ ಕ್ಯಾಪಿಟಲ್, ಸ್ವಂತ ಎಸ್ಟಾಬ್ಲಿಷ್‌ಮೆಂಟ್.... ಅಂಥ ಆಸೆ ಇಟ್ಕೋಬೇಡ" ಮೇಲೆದ್ದರು.

"ಅವ್ರಿಗೆ ಪುರಸತ್ತು ಇಲ್ದಿದ್ರೆ... ಬೇಡ, ನಂದಿತಾನ ಕರ್ಕೊಂಡ್ಬರೋಣ.... ಮೊದಲ್ನೇ ವರ್ಷ ಎಲ್ಲಾ ಹಬ್ಬಗಳು ಇಲ್ಲೆ"

'ಅವಳು ಬರೋಲ್ಲ' ಎಂದು ಮುಖದ ಮುಂದೆ ಹೇಳಿ ನಿರಾಸೆಗೊಳಿಸಲು ಇಚ್ಛಿಸದ ಸುಬ್ಬಣ್ಣ ಮೌನವಹಿಸಿದರು.

ಮನೆ ಬಾಡಿಗೆ ಇಲ್ಲ. ಅನುಕೂಲವಾಗಿತ್ತು. ಉರಿಸಿದಷ್ಟು ಎಲೆಕ್ಟ್ರಿಕ್ ಬಿಲ್. ಇಪ್ಪತ್ತೈದು, ಇಪ್ಪತ್ತೈದು... ಒಟ್ಟು ಐವತ್ತು ಫಿಕ್ಸೆಡ್ ಡಿಪಾಜಿಟ್‌ಗೆ ಹಾಕಿದ್ದರು ರವಿ, ಕಿರಣ ಹೆಸರಿನಲ್ಲಿ. ಉಡುಗೊರೆಯಾಗಿ ಬಂದ ಈ ಹಣ ಅವರ ಮುಂದಿನ ವಿದ್ಯಾಭ್ಯಾಸಕ್ಕೆ ಅನುಕೂಲ. ಅಂತು ಇವರ ಫ್ಯಾಮಿಲಿಯನ್ನು ಒಂದು ಹಂತಕ್ಕೆ ತಂದು ನಿಲ್ಲಿಸಿದ್ದ.

ದಿನಗಳು ಮೊದಲಿಗಿಂತಲೂ ನಿರಾಯಾಸವಾಗಿ ಕಳೆಯುತ್ತಿತ್ತು. 'ನಂದಿತಾ' ಸುದ್ದಿ ಬಂದಾಗ ಮಾತ್ರ ತುಟಿ ಕಚ್ಚಿ ಕೂಡುತ್ತಿದ್ದರು.

ಅಂದು ಭಾನುವಾರ ಅಭ್ಯಂಜನ ಸ್ನಾನ ಮುಗಿಸಿ ಕೂತಿದ್ದರು ಸುಬ್ಬಣ್ಣ ಪೇಪರ್ ನೋಡುತ್ತ ಆರಾಮಾಗಿ.

ಕಾಲಿಂಗ್ ಬೆಲ್ ಸದ್ದಿಗೆ ಪುಸ್ತಕ ನೋಡುತ್ತಿದ್ದ ಪ್ರತಿಭಾ ಹೋಗಿ ಬಾಗಿಲು ತೆಗೆದಳು. ಸಮೀರ್ ನಿಂತಿದ್ದ. ಕಕ್ಕಾಬಿಕ್ಕಿಯಾದಳು. ಅವಳ ಊಹೆ ವಿಸ್ತಾರವಾಗಿ ಕೂಗಿಕೊಂಡಳು.

"ಅಕ್ಕ, ಭಾವ.... ಬಂದ್ರು"

ಸಮೀರ್ ಹಿಂದಕ್ಕೆ ತಿರುಗಿ ನೋಡಿದ. ಯಾರೂ ಕಾಣಿಸಲಿಲ್ಲ. ಲಾರಿಯಿಂದ ಸೋಫಾ ಸೆಟ್, ಫ್ರಿಜ್ ಇಳಿಸುತ್ತಿದ್ದರು.

ಸುಬ್ಬಣ್ಣನ ಕೈಯಲ್ಲಿನ ಪೇಪರ್ ಜಾರಿತು. ಒಂದೇ ಸಮ ಎದೆ ಬಡಿತವೇರಿ ಸುಸ್ತಾದರಷ್ಟೆ. ಕೂಗಲಾಗಲಿ, ಏಳಲಾಗಲಿ ಅವರ ಕೈಯಿಂದಾಗಲಿಲ್ಲ.

"ನಂದಿತಾ... ಬಂದ್ಲಾ?" ಅಡಿಗೆಯ ಮನೆಯಲ್ಲಿದ್ದ ವೈದೇಹಿ ಕೆಲವೇ ಸೆಕೆಂಡ್‌ಗಳಲ್ಲಿ ಹಾಲ್‌ಗೆ ಬಂದಿದ್ದರು. "ಎಲ್ಲಿ....?" ನೋಟವನ್ನು ಬೀದಿ ಬಾಗಿಲಿನಿಂದ ಹೊರಗೆ ಹರಿಸಿದ್ದರು. ಸೋಫಾ ಹೊತ್ತು ತರುತ್ತಿದ್ದವರು ಮೂವರಷ್ಟೆ. ಅದರ ಹಿಂದೆ ಇರುವ ನಂದಿತಾ, ಮಹೇಂದರ್‌ನ ಕಲ್ಪಿಸಿಕೊಂಡು ಸಂತೋಷಿಸಿದರು.

ಸೋಫಾಗಳನ್ನ ತಂದಿಟ್ಟು ಅವರುಗಳು ಹೋದ ಮೇಲೆ ಒಳಗೆ ಬಂದ ಸಮೀರ್ "ಮತ್ತೇನು.....ತೊಂದರೆ ಇಲ್ವಾ?" ವಿಚಾರಿಸಿದ ನಿಂತೇ.

"ಎಲ್ಲಿ, ಅಕ್ಕ... ಭಾವ?" ಪ್ರತಿಭಾ ಪ್ರಶ್ನೆ.

"ಯಾರ್ಬಗ್ಗೆ ನೀವು ಕೇಳ್ತಾ ಇರೋದು?" ಎಂದವನು ಸುಬ್ಬಣ್ಣನನ್ನ ಕೇಳಿದ "ಮನೆ ಸೌಕರ್ಯವಾಗಿದ್ಯ? ಏನು ಪ್ರಾಬ್ಲಮ್.... ಇಲ್ವಾ?" ತಕ್ಷಣ ಅವರೇನು ಮಾತಾಡಲಿಲ್ಲ.

"ನಂದಿತಾ.... ಬಂದಿಲ್ವ?" ವೈದೇಹಿ ನಿರಾಶೆಯ ನೋಟ ಬೀರಿದರು. "ಇಲ್ವಲ್ಲ, ನಾನು ವಿಚಾರ್ಸಿಕೊಂಡ್ಹೋಗೋಕೆ ಮಾತ್ರ ಬಂದಿದ್ದು" ಎಂದ ಕೂಡಲೇ ಮನೆಯವರೆಲ್ಲ ಸ್ತಬ್ಧರಾದರು. ಯಾರ ಬಾಯಿಂದಲೂ ಮಾತುಗಳು ಹೊರಡಲಿಲ್ಲ.

ಪ್ರಯತ್ನಪೂರ್ವಕವಾಗಿ ವೈದೇಹಿ "ಕೂತ್ಕೊಳ್ಳಿ, ಕಾಫಿ ತರ್ತೀನಿ" ಒಳಗೆ ಹೋದರು. ಸಮೀರ್ ಕೂತ. ಅವರ ಒಂದೆರಡು ಪ್ರಶ್ನೆಗಳಿಗೆ ಇಷ್ಟೇ ಉತ್ತರ ಹೇಳಬೇಕೆಂದು ಆಜ್ಞೆ ಮಾಡಿ ಕಳಿಸಿದ್ದ ಎಂ.ಡಿ. ಅದು ಅಕ್ಷರಶಃ ಪಾಲಿಸುವಂಥ ಒಳ್ಳೆಯ ಕಾರ್ಯದರ್ಶಿ.

"ಅಕ್ಕ, ಭಾವ ಹನಿಮೂನ್‌ನಿಂದ.... ಬಂದ್ರಾ?" ಪ್ರತಿಭಾ ಕೇಳಿದಳು. ಒಮ್ಮೆ ಸುಬ್ಬಣ್ಣನ ಕಡೆ ನೋಟ ಹರಿಸಿ "ಬಂದ್ರು..." ಎಂದವನು "ಒಂದ್ಲೋಟ ನೀರು ಕೊಡಿ..." ಅವಳನ್ನ ಕಳುಹಿಸಿದ ಉಪಾಯವಾಗಿ. ಮಾತೇನು ಆಡಲಿಲ್ಲ.

ವೈದೇಹಿ ಕೊಟ್ಟ ಕಾಫಿ ಕುಡಿದವನು ಮೇಲೆದ್ದ. ಬಂದ ಕೆಲಸ ಮುಗಿದಿತ್ತು.

"ಇಲ್ಲಿಗೆ ಯಾವಾಗ್ಬರ್ತಾರಂತೆ?" ವೈದೇಹಿಯ ಕುತೂಹಲ.

"ಎಲ್ಲಾ ಯಜಮಾನ್ರಿಗೆ ಹೇಳಿದ್ದೀನಿ. ವಿಚಾರ್ಸಿಕೊಳ್ಳಿ" ಹೊರಟವನನ್ನ ಬಂದು ನಿಲ್ಲಿಸಿದಳು ಪ್ರತಿಭಾ "ಹೇಗೂ ಬಂದಿದ್ದೀರಾ, ನಂಗೂ ನಾಲ್ಕು ದಿನ ರಜ ಇದೆ. ಬಂದ್ಬಿಡ್ತೀನಿ..." ಮನದಲ್ಲೆ ನಕ್ಕ ಅವಳ ಬೋಲ್ಡ್‌ನೆಸ್‌ಗೆ.

"ಪರ್ಸನಲ್ಲಾಗಿ ಬಂದಿಲ್ಲ. ಎಂ.ಡಿ. ಮಾತಿಲ್ಲದೆ ಕರೆದೊಯ್ಯೊಲ್ಲ. ಅರ್ಥ ಮಾಡ್ಕೊಳ್ಳಿ" ಕಾರು ಹತ್ತಿದ. ಎರಡೇ ನಿಮಿಷದಲ್ಲಿ ಮರೆಯಾಯಿತು. ಪ್ರತಿಭಾಗೆ ಹತ್ತಿಕ್ಕಲಾರದಷ್ಟು ಸಿಟ್ಟು "ಎಂಥ... ಜನ! ನಾನು ಅವ್ರ ಎಂ.ಡಿ. ನಾದಿನೀಂತ ಗೊತ್ತಿಲ್ವಾ! ಒಂದಿಷ್ಟು ಓಬೇ ಮಾಡೋಕ್ಕೇನು. ನಂದಕ್ಕನ ಸ್ಟೇಜ್‌ನಲ್ಲಿ.... ನಾನು ಇರ್ಬೇಕಿತ್ತು" ಗೊಣಗಿಕೊಂಡು ಕಾಲು ಅಪ್ಪಳಿಸುತ್ತ ಒಳಗೆ ಹೋದವಳು ತಂದ ಹೊಸ ಸೋಫಾ ಮೇಲೆ ದಢಕ್ಕನೆ ಕುಸಿದಳು.

ಆಗಲೇ ಅದರ ಅಂದಚೆಂದ ಪರೀಕ್ಷಿಸುತ್ತಿದ್ದ ರವಿ, ಕಿರಣ ಬಣ್ಣಗೆಟ್ಟ ಹಳಿ ಸೋಫಾಗಳ ಕಡೆ ನೋಡಿ "ಅವನ್ನ ಮಾರಿಬಿಡಪ್ಪ. ತುಂಬ ಅವಲಕ್ಷಣವಾಗಿ ಕಾಣುತ್ತೆ" ಎನ್ನುತ್ತ ಕೂತು ಅದರ ಮೃದುತನ, ನುಣುಪನ್ನ ಪರೀಕ್ಷಿಸಿದರು.

ಏನು ಹೇಳಬೇಕೋ ಸುಬ್ಬಣ್ಣನಿಗೆ ಒಂದೂ ಗೊತ್ತಾಗಲಿಲ್ಲ.

"ಯಾವಾಗ್ಬರ್ತಾರಂತೆ?" ವೈದೇಹಿ ಕೇಳಿಕೆಗೆ ಸಿಟ್ಟಿನಿಂದ ತಲೆಹೊಡೆದುಕೊಳ್ಳಬೇಕೆನಿಸಿತು "ಯಾರು?" ಕಿರಿಚಿದರು.

ಗಂಡನ ಕೋಪಕ್ಕೆ ದಂಗುಬಡಿದು ಹೋದರು "ಇದ್ಯಾಕೆ... ಹೀಗೆ ಕೇಳ್ತೀರಾ? ನಂದಿತಾ ವಿಷ್ಯವಲ್ದೇ ಮತ್ಯಾರೂ ವಿಷ್ಯ... ಕೇಳ್ಲಿ? ಹಬ್ಬಕ್ಕೆ ಬರ್ತೀನೀಂತ ಸೌದಾಮಿನಿನೇ ಪತ್ರ ಬರೆದಿದ್ದಾಳೆ. ನಿಮ್ಮ ಮುದ್ದು ಮಗ್ಳು ಕಾಗದ ಬರೆಯೋ ಶ್ರಮಾನು ತಗೊಳ್ಳಲಾರಳು" ಆರೋಪವೇನಲ್ಲ, ಅವಳ ಸ್ವಭಾವ ಗೊತ್ತಿದ್ದರಿಂದ ಮಾತಿನ ಸಲುವಾಗಿ ಬಂದ ಪದಗಳಷ್ಟೆ.

"ಈಗೇನಾಯ್ತು, ಅವ್ಳ ಪಾಡಿಗೆ ಅವ್ಳು ಸುಖವಾಗಿದ್ದಾಳೆ. ಇಲ್ದ ಆಸೆಗಳನ್ನ ಇಟ್ಕೋಬೇಡ. ಪತ್ರ ಬರ್ಯೋದು, ಹಬ್ಬಕ್ಕೆ ಕರ್ಯೋದು. ಇವೆಲ್ಲ ಇನ್ನೊಬ್ಬ ಮಗ್ಳಿಗೆ ಇಟ್ಕೋ. ನಮ್ಮ ಜೀವನಕ್ಕೂ ಅವಳ ಬದ್ಕಿಗೂ ವ್ಯತ್ಯಾಸವಿದೆ. ಇವೆಲ್ಲವನ್ನು ಎಲ್ಲಾ ಅರ್ಥ ಮಾಡ್ಕೊಳ್ಳಿ" ರೇಗಿ ಸರಸರನೆ ಚಪ್ಪಲಿ ಮೆಟ್ಟಿ ಹೊರಟುಹೋದರು.

ಮಿಸುಕಾಡದೆ ನಿಂತರು ವೈದೇಹಿ. ಎಲ್ಲಾ ಸರಿಯೇ, ಒಂದು ಪತ್ರ ಯಾಕೆ ಬರೀಬಾರದು ನಂದಿತಾ ಎಂದುಕೊಂಡವರು ತಾವೇ ಒಂದು ಲೆಟರ್ ಬರೆದರಾಯಿತೆಂದುಕೊಂಡರು.

"ಪ್ರತಿಭಾ.... ಒಂದು ಇನ್‌ಲ್ಯಾಂಡ್ ಲೆಟರ್ ಇದ್ರೆ ತಗೊಂಡ್ಬಾ" ಸೋಫಾ ನೋಡತೊಡಗಿದರು. ಹತ್ತು ವರ್ಷದಿಂದ ಎಣ್ಣೆಗೆಂಪು ಬಣ್ಣದ ಒಂದು ಸೋಫಾ ಸೆಟ್ಟು ಅವರ ಮನೆಯಲ್ಲೂ ಇತ್ತು. ಕೊಂಡಿದ್ದ ಸೋಫಾ ಸೆಟ್ಟು ಅಷ್ಟೊಂದು ಮೇಲ್ದರ್ಜೆಯದೇನಲ್ಲ. ಈಗಂತು ಗಂಟು.... ಗಂಟು.... ಕೂತರೇ ಕಲ್ಲಿನ ಮೇಲೆ ಕೂತಂತಾಗುತ್ತಿತ್ತು. ಒಂದೆರಡು ಕಡೆ ಹೊಲಿಗೆ ಕೂಡ ಬಿಟ್ಟುಕೊಂಡಿತ್ತು. ಅದಕ್ಕೂ ಇದಕ್ಕೂ ಹೋಲಿಸಲಾರರು.

ಇನ್‌ಲ್ಯಾಂಡ್ ಲೆಟರ್ ಬದಲು ಒಂದು ಕವರ್ ಹಿಡಿದು ಬಂದ ಪ್ರತಿಭಾ "ನಾನೇ ಬರೀಬೇಕೂಂತ.... ಅಂದ್ಕೊಂಡೇ... ಆಗ್ಲಿಲ್ಲ. ನಂಗೆ ನಂದಕ್ಕನ ಮನೆಗೆ ಹೋಗೋ ಆಸೆ ಇದೆ. ಹೇಗೂ... ನಾಲ್ಕುದಿನ ರಜಾ ಇದೆ... ಹೋಗ್ಬರ್ತೀನಿ" ಅವಳಿಗೆ ಅಲ್ಲಿಗೆ ಹೋಗುವ ಕನಸು. ಇಷ್ಟೆಲ್ಲ ತಮಗಾಗಿ ಖರ್ಚು ಮಾಡುವ ಭಾವ ತಾನೊಬ್ಬಳನ್ನು ಮನೆಯಲ್ಲಿರಿಸಿಕೊಂಡು ಓದಿಸಲಾರನೇ? ಅಲ್ಲಿಗೆ... ಹೋಗಿ ಬಿಡಬೇಕು. ಹಟ ಮಾಡಿ ಉಪವಾಸವಿದ್ದಾದರೂ ಇವರುಗಳನ್ನು ಒಪ್ಪಿಸಬೇಕು. ನಿಂತ ಭೂಮಿಯನ್ನ ಬಿಟ್ಟು ಆಕಾಶದತ್ತ ಕೈ ಚಾಚಿದ್ದಳು. ಈ ಕನಸುಗಣ್ಣಿನ ಹುಡುಗಿ ಕಲ್ಪನೆಯಲ್ಲಿ ಕೂಡ ಎಟುಕದ ಗಗನ.

ಅಂದೇ ಕೂತು ತಾಯಿ, ಮಗಳು ಬೇರೆಬೇರೆಯಾಗಿ ಒಂದು ಪತ್ರ ಬರೆದರು ನಂದಿತಾಗೆ. ಒಂದು ವಾರ ಎರಡು ವಾರ ಸಂದರೂ ಉತ್ತರವಿಲ್ಲ.

ಉಪಹಾರ ಬಡಿಸುತ್ತಿದ್ದ ವೈದೇಹಿ ಅನುಮಾನಿಸುತ್ತ "ನಂದಿತಾಗೆ ಪತ್ರ ಬರೆದಿದ್ದೆ. ಎರಡು ಸಾಲು ಉತ್ತರ ಬೇಡ್ವಾ!? ನಾವೇನು ಇದನ್ನೆಲ್ಲಾ.... ಕೇಳಿದ್ವಾ! ಒಂದ್ಸಲ ಯಾಕೆ ಹೋಗಿ ಬರಬಾರ್ದು?" ಕೇಳಿದರು. ಬಾಯಿಗಿಟ್ಟುಕೊಂಡ ಇಡ್ಲಿ ಕಹಿಯಾಯಿತು. ನೀರು ಕುಡಿದು ಅದನ್ನೇನೋ ನುಂಗಿದರು. ಮತ್ತೆ ತಿನ್ನುವುದು ಸಾಧ್ಯವಿಲ್ಲವೆನಿಸಿತು.

"ಯಾಕೋ ಬೇಡ ಅನ್ನಿಸುತ್ತೆ. ರಾತ್ರಿಯಿಂದ ಹೊಟ್ಟೆ ಸರಿಯಿಲ್ಲ" ಎದ್ದೇಬಿಟ್ಟರು. ಹೇಗೋ ಮರೆಯಲು ಪ್ರಯತ್ನ ಮಾಡುತ್ತಿದ್ದರು ಸುಬ್ಬಣ್ಣ. ಒಬ್ಬರಲ್ಲಿ ಒಬ್ಬರು ನಂದಿತಾ ಸುದ್ದಿ ಎತ್ತುತ್ತಿದ್ದರು.

ಉಡುಪು ತೊಟ್ಟು ಹೊರಟಾಗ ಹಿಂದೆಯೇ ಬಂದ ವೈದೇಹಿ. "ನಾನೇನೋ ಹೇಳ್ದೆ! ನೀವೇನು... ಮಾತಾಡೋದ್ಬೇಡ್ವಾ! ನಾನು ಮಲತಾಯಿ ಇದನ್ನೇನೋ ತಡ್ಕೋಬಹುದಿತ್ತು. ನಂದಿತಾ ಅಮ್ಮ... ಬದುಕಿದ್ರೆ" ಆಕೆಯ ದನಿಯಲ್ಲಿ ಅಳು ಒತ್ತರಿಸಿಕೊಂಡು ಬಂತು.

ಚಲನೆ ಸತ್ತಿತು ಸುಬ್ಬಣ್ಣನಲ್ಲಿ. ಮಿದುಳು ನಿಷ್ಕ್ರಿಯವಾಯಿತು. ಏನಾದರೂ ಹೇಳಬೇಕು. ಏನು ಹೇಳುವುದು? ಸತ್ಯ ಸಂಗತಿಯನ್ನು ಬಿಡಿಸಿಡುವುದು ಸಾಧ್ಯವೇ.

"ಆಗ್ಲೂ ಇಷ್ಟೆ. ವೈದೇಹಿ. ಹೇಳೋಕೆ... ಮತ್ತೇನಿದೆ? ಈ ಕಾರಣಕ್ಕಾಗಿಯೇ ನಾನು ಪ್ರತಿಭಟಿಸಿದ್ದು, ನಮ್ಮ ಸೆಂಟಿಮೆಂಟ್, ಸಾಮಾನ್ಯ ಯೋಚ್ನೆಗಳು ಮಹೇಂದರ್‌ನ ತಲುಪೋಲ್ಲ; ಏನ್ಮಾಡೋಕ್ಕಾಗುತ್ತೆ! ಊರಲ್ಲಿ ಇದ್ದಾರೋ, ಇಲ್ವೋ? ನಿನ್ನ ಪತ್ರ ಎಲ್ಲೋ ತಲುಪಿಲ್ಲ; ಇನ್ನೊಂದು ಪತ್ರ ಹಾಕು" ಸದ್ಯಕ್ಕೆ ನುಣುಚಿಕೊಂಡಳು. ಕಾಲ ಮರೆಸುತ್ತೆ. ಇದೊಂದು ಸರ್ವಕಾಲಕ್ಕೂ ಸತ್ಯವಾದ ಸಂಗತಿ.

ಮನುಷ್ಯ ತನ್ನ ಸರ್ವಸ್ವವನ್ನು ಕಳೆದುಕೊಂಡಾಗ ಆಳಬಹುದು. ಇನ್ನು ಬದುಕೇ ಇಲ್ಲ ತನ್ನ ಪಾಡಿಗೆ ಎಂದೂ ಅಂದುಕೊಳ್ಳಬಹುದು. ಆದರೆ ಚಲನೆಯಲ್ಲಿ ಒಂದಾಗಿ ಮಾಮೂಲಿ ಜೀವನಕ್ಕೆ ಹೊಂದಿಕೊಳ್ಳುತ್ತಾನೆ. ಇದೊಂದು ದೈವ ರಹಸ್ಯ.

ಸೌದಾಮಿನಿ ಬಂದ ಮೇಲೆ ಈ ವಿಷಯಕ್ಕೆ ಒತ್ತು ಸಿಕ್ಕಿತು.

"ನಾನು ಹೋಗ್ಬರೋಣಾಂತ ಅಂದ್ಕೊಂಡೆ. ಅವ್ರು ಬೇಡಾಂದ್ರು. ನಾನು ಒಂದ್ಸಲ ಬನ್ನೀಂತ ಪತ್ರ ಬರ್ದೇ. ಉತ್ತರ ಇಲ್ಲ. ತುಂಬ ಮನಸ್ಸಿಗೆ ನೋವಾಯ್ತು" ಎಲ್ಲರ ಮುಂದೆ ತೋಡಿಕೊಂಡಳು.

"ತುಂಬ ಜಂಬ ಬಂದಿರ್ಬೇಕು. ಹಲವು ಕೋಟಿಗಳ ಯಜಮಾನಿತಿ. ಯಾಕೆ ಪತ್ರ ಬರೀತಾಳೇ" ಕೋಪದಿಂದ ಒದರಾಡಿದಳು ಪ್ರತಿಭಾ. ಸುಬ್ಬಣ್ಣನಿಗೆ ಸಹಿಸಲಾಗಲಿಲ್ಲ "ಬಾಯಿ ಮುಚ್ಕೊಂಡ್ ತೆಪ್ಪಗಿರು. ಏನು ನಿನ್ಮಾತಿನ ಅರ್ಥ. ಅವ್ಳು ಯಾರಿಗಾದ್ರೂ ಪತ್ರ ಬರೆದಿದ್ದುಂಟಾ! ಮಾತೇ... ಕಮ್ಮಿ! ಅವ್ಳ ಸ್ವಭಾವ ಗೊತ್ತೇ ಇದೆ. ಏನೇನೋ ಮಾತಾಡ್ಬೇಡಿ" ಎಲ್ಲರನ್ನ ಸಾರಾಸಗಟಾಗಿ ತರಾಟೆಗೆ ತಗೊಂಡರು.

"ಯಾವ್ದು, ಏನಾದ್ರಾಗ್ಲಿ.... ನೀವ್ಹೋಗಿ ಕರ್ಕೊಂಡ್ಬನ್ನಿ ಹಬ್ಬಾಂತ. ನಾಲ್ಕು ದಿನ ಇರ್ಲಿ. ಅಳಿಯಂದಿರಿಗೆ ಪುರಸೊತ್ತು ಇಲ್ಲಾಂದ್ರೆ ಅವ್ರು ಬರೋದು ಬೇಡ" ದೃಢವಾಗಿ ಹೇಳಿದರು. ಇದಕ್ಕೆ ಹಟ ಹಿಡಿಯಲು ಆಕೆ ಸಿದ್ಧ. ಅದಕ್ಕೆ ಸುಬ್ಬಣ್ಣನನ್ನು ಬಿಟ್ಟು ಮಿಕ್ಕವರ ಸಪೋರ್ಟ್ ಇತ್ತು.

"ಸೌದಾಮಿನಿ, ಪ್ರತಿಭಾ ಸುಮ್ಮನೆ ಕೂಡಲಿಲ್ಲ. ಫೋನ್ ಹಚ್ಚಿದರು.

"ಸಮೀರ್ ಹಿಯರ್... ಯಾರ್ಬೇಕಿತ್ತು?" ಅವನ ದನಿ. ಅಕ್ಕ ತಂಗಿ ಮುಖ ಮುಖ ನೋಡಿಕೊಂಡರು. ಧೈರ್ಯದಿಂದ ಮಾತಾಡುವಂತೆ ಸನ್ನೆ ಮಾಡಿದಳು ತಂಗಿಗೆ. ಅಷ್ಟರಲ್ಲಿ ಫೋನ್ ಇಟ್ಟುಬಿಟ್ಟಿದ್ದ.

ಮತ್ತೆ ಮತ್ತೆ ನಾಲ್ಕು ಸಲ ಪ್ರಯತ್ನಿಸಿದರು. ಐದನೇ ಸಲ ಉತ್ತರ ಸಿಕ್ಕಿತು "ಅವರಾರು ಊರಲಿಲ್ಲ - ಮುಂಬಯಿಗೆ... ಹೋಗಿದ್ದಾರೆ" ಅಲ್ಲಿಗೆ ಮುಕ್ತಾಯವಾಯಿತು ಫೋನಿನ ವಿಷಯ.

ನಾಲ್ಕು ದಿನದ ನಂತರ ಮತ್ತೆ ವರಾತ ಷುರು ಮಾಡಿದರು ವೈದೇಹಿ.

"ನಾನು ಬರ್ತೀನಿ, ಹೋಗಿ ನೋಡ್ಕೊಂಡ್ಬರೋಣ. ನೀವೇನ್ಹೇಳಿದ್ರೂ... ನಾನು ಕೇಳೋಳು ಅಲ್ಲ" ಒತ್ತಾಯ ತೀವ್ರವಾಗಿತ್ತು. ದಿಕ್ಕು ತೋಚದಂತಾಯಿತು ಸುಬ್ಬಣ್ಣನಿಗೆ.

"ನಾನೇ... ಹೋಗ್ಬರ್ತೀನಿ" ಸುಮ್ಮನಾಗಿಸಿದರು.

ಎಷ್ಟೇ ತಲೆ ಕೆಡಿಸಿಕೊಂಡರೂ ಏನೂ ತೋಚದೆ ಮಹೇಂದರ್ ಪರ್ಸನಲ್ ನಂಬರ್ ತೆಗೆದಿಟ್ಟುಕೊಂಡು ಮೊದಲು ಕೋಡ್ ತಿರುಗಿಸಿ ನಂತರ ನಂಬರ್‌ಗೆ ಮಾಡಿದರು.

"ಈಗ ಬಿಜಿ ಇದ್ದಾರೆ. ಮಾತಾಡೋಕ್ಕಾಗೋಲ್ಲ" ಫೋನಿಟ್ಟುಬಿಟ್ಟರು ಎತ್ತಿದವರು. 'ಫೋನ್‌ನಲ್ಲಿ ಸಿಗೋಲ್ಲ' ನಿರ್ಧಾರಕ್ಕೆ ಬಂದರು.

ಮನೆಯವರ ಸಮಾಧಾನಕ್ಕಾಗಿಯಾದರೂ ಎರಡು ದಿನ ಹೊರಗೆ ಹೋಗಬೇಕಿತ್ತು.

"ಒಂದ್ಜೊತೆ ಬಟ್ಟೆ ಸೂಟುಕೇಸ್‌ಗೆ ಹಾಕು. ನಂದಿತಾನ ನೋಡ್ಕೊಂಡ್ಬರ್ತೀನಿ" ಎಂದಾಗ ಮನೆಯವರಿಗೆಲ್ಲ ಖುಷಿ "ಬರೀ ನೀವೊಬ್ರು ನೋಡ್ಕೊಂಡ್ಬಂದ್ರೆ ಸಾಲ್ದು. ಎಲ್ಲರಿಗೂ ನೋಡೋ ಆಸೆ. ಅವಳ್ನೇ ಕರ್ಕೊಂಡ್ಬನ್ನಿ." ಎಲ್ಲರ ಪರವಾಗಿ ಹೇಳಿದರು ವೈದೇಹಿ.

ಪ್ರತಿಭಾ ಮನದಲ್ಲಿ ಒಂದು ಸಣ್ಣ ಆಸೆ. ಈ ವರ್ಷ ಆಗಲಿಲ್ಲ. ಮುಂದಿನ ವರ್ಷ ಅಲ್ಲಿ ಓದುವ ಆಸೆ ಅವಳಿಗೆ. ಕಾರು, ಬಂಗ್ಲೆ, ಸಮಾಜದಲ್ಲಿ ತನ್ನ ಸ್ಟೇಟಸ್ - ಹೇಗಾದ್ರೂ ಪುಸಲಾಯಿಸಿ ಅಲ್ಲಿ ನಿಲ್ಲಬೇಕೆಂಬ ತೀರ್ಮಾನ ಅವಳದು.

"ಅಪ್ಪ, ನಾನ್ಬಂದ್ರೆ... ಹೇಗೆ?" ತಂದೆಯ ಬಳಿ ಶುರು ಮಾಡಿದಳು. "ಬೇಡ..." ಒಂದೇ ಮಾತಿನಲ್ಲಿ ಹೇಳಿದರು. "ಬೇಕಾದ್ರೆ, ಒಂದ್ನಾಲ್ಕು ದಿನ ಸೌದಾಮಿನಿಯ ಮನೆಗೆ ಹೋಗು. ಕರೀದೆ... ಹೇಗೆ ಹೋಗೋದು. ಸ್ವಲ್ಪ ಕೂಡ ನಾಚ್ಕೇ ಇಲ್ದ ಹುಡ್ಗೀ" ಮೂದಲಿಸಿದರು.

"ಕರ್ಯೋಕೆ.... ನಾನೇನು ಬೇರೆಯವಳಲ್ಲ. ಅಕ್ಕನ ಮನೆಗೆ ಹೋಗೋಕೆ ತಂಗಿಗೆ ಅಕ್ಷತೆ ಯಾಕೆ ಬೇಕಪ್ಪ?" ಅವಳದು ಪಟ್ಟು.

"ಬಾಯಿ ಮುಚ್ಕೊಂಡ್ ತೆಪ್ಪಗಿರ್ದಿದ್ರೆ.... ಕಪಾಳಕ್ಕೆ ಹೊಡೀಬೇಕಾಗುತ್ತೆ." ಸಿಡಿದುಬಿದ್ದರು ಸುಬ್ಬಣ್ಣ. ಈ ತರಹ ಕೆಂಗಣ್ಣು ಮಾಡಿ ಎಂದೂ ಬೈಯ್ದಿರಲಿಲ್ಲ ಮಕ್ಕಳನ್ನು.

ಪರಿಸ್ಥಿತಿಯನ್ನು ವಿವರಿಸಲು ಸಾಧ್ಯವಿಲ್ಲ ಅವರಿಗೆ. ಹಲವಾರು ಪ್ರಶ್ನೆಗಳು ಬಂದು ಮುತ್ತಿಕೊಳ್ಳಬಹುದು. ಅದಕ್ಕೆ ತನ್ನ ಬಳಿ ಉತ್ತರವೆಲ್ಲಿ?

ಆಮೇಲೆ ಮಗಳನ್ನು ತಾವೇ ಸಂತೈಯಿಸಿದರು. "ಈಗ್ಬೇಡ, ನಾನ್ಹೋಗಿ ಕರ್ಕೊಂಡ್ಬರ್ತೀನಿ. ನಂದಿತಾ ಜೊತೆಯಲ್ಲೇ ಹೋಗು" ಕೆನ್ನೆ ತಟ್ಟಿದರು.

* * * *

ಫೈಲು ತಿರುವುತ್ತಿದ್ದ ಮಹೇಂದರ್ "ಹಿಂದು, ಸಾರಿ ಫಾರ್ ದಿ ಡಿಸ್ಟರ್ಬ್. ಆ ಫೈಲು ಕೊಡೋಕೆ ಸಾಧ್ಯನಾ?" ತಲೆ ವಾಲಿಸಿದ ಅವಳತ್ತ. ಡೀಪಾಗಿ ಅವನು ತಯಾರಿಸಿದ ಯೋಜನೆಯನ್ನು ಓದುತ್ತಿದ್ದವಳು ಮೇಲೆದ್ದಳು.

ಮತ್ತಷ್ಟು ಆ ಕಡೆ ನೋಟ ವಾಲಿಸಿದವಳು ಈಗ ಚೆಲ್ಲಾಡುವ ನಂದಿತಾ ಮುಖದ ಭಾವನೆಗಳನ್ನು ಹೆಕ್ಕಲು ಸಿದ್ಧವಿದ್ದ. ಫೈಲ್ ಜೊತೆ ಫ್ರೇಮ್‌ಗೆ ಹಾಕಿದ್ದ ಫೋಟೋ ಅವಳ ಗಮನ ಸೆಳೆಯಿತು. ಆದರೂ ಅಲ್ಲೇ ಇರಿಸಿ ಫೈಲು ಮಾತ್ರ ತಂದಳು.

"ಥ್ಯಾಂಕ್ಯೂ ವೆರಿಮಚ್...." ಎಂದು ಕೈ ಚಾಚುತ್ತ.

"ವೆಲ್ ಕಮ್..." ಎಂದವಳು "ಈ ಯೋಜನೆ ಬಗ್ಗೆ ಕೆಲವು ಸಲಹೆ, ಸೂಚನೆಗಳ್ನ ಗುರುತು ಹಾಕ್ಲಾ?" ಈಗ ಪೂರ್ತಿ ತಲ್ಲೀನಳಾಗಿದ್ದಳು ಅವನು ತಯಾರಿಸಿದ ಯೋಜನೆಯಲ್ಲಿ.

"ವೈ ನಾಟ್? ಲೈಫ್ ಪಾರ್ಟನರ್.... ನಿಂಗೆ ಆ ಅಧಿಕಾರ ಇದೆ. ನಂಗೂ ಅನ್ಕೂಲ..." ಪ್ರೋತ್ಸಾಹದ ನುಡಿಗಳನ್ನಾಡಿದ. ಅವಳ ಬುದ್ಧಿಮತ್ತೆಯನ್ನು ಉಪಯೋಗಕ್ಕೆ ಹಚ್ಚುವುದು ಮಾತ್ರವಲ್ಲ, ಹಿಂದಿನ ಹಿಂದು ಆತ್ಮವಿಶ್ವಾಸವನ್ನು ಬೆಳೆಸುವುದರ ಜೊತೆಗೆ ಮಂಕುತನ, ಭಯದ ಜೊತೆ ಆಮೇಲೆ ಅವಳ ಬದುಕಿನಲ್ಲಿ ಬಂದಂಥ ವ್ಯಕ್ತಿಗಳ ಮೇಲಿನ ಆಸಕ್ತಿಯನ್ನು ಕಡಿಮೆ ಮಾಡುವ ಪ್ರಯತ್ನ. ಒಂದು ಪರೀಕ್ಷೆ ಕೂಡ. ಆ ಹಿಂದು, ನಂದಿತಾ ಬೇರೆ ಬೇರೆಯಾ? ಇವಳು ಸುಬ್ಬಣ್ಣನ ಮಗಳು ಮಾತ್ರನಾ? ಈ ಪ್ರಶ್ನೆಗಳಿಗೆ ಸರಿಯಾದ ಉತ್ತರ ಹುಡುಕುವುದು ಅವನ ನಿಜವಾದ ಉದ್ದೇಶ.

ಅತ್ಯಂತ ತಾದ್ಯಾತ್ಮ್ಯಭಾವದಿಂದ ಅವನು ತಯಾರಿಸಿದ ಯೋಜನೆಯ ಕೆಲವು ಕಡೆ ಮಾರ್ಕು ಮಾಡುತ್ತ, ಕೆಲವು ಸಲಹೆಗಳನ್ನು ನಮೂದಿಸುತ್ತ ಕೆಲಸದಲ್ಲಿ ಮಗ್ನಳಾಗಿದ್ದವಳನ್ನೇ ನೋಡಿದ. ಅದೇ ಚುರುಕಾದ ಕಣ್ಣುಗಳು. ಜಿ.ಟಿ. ಆರ್ಯ ರಜಾ ಹಾಕಿ ಬಂದರೆ ಹೆಚ್ಚಿನ ದಿನಗಳು ಉಳಿಯುತ್ತಿದ್ದುದು ಅವರ ಮನೆಯಲ್ಲಿಯೇ. ನಿಕಟ ಒಡನಾಟ, ಸಣ್ಣಪುಟ್ಟ ಮ್ಯಾನರಿಸಂಗಳನ್ನು ಬಲ್ಲವನಾಗಿದ್ದ.

"ಹಿಂದು...." ಎಂದ. ತಲೆಯೆತ್ತಿದಳು. ಕಣ್ಣುಗಳನ್ನೇ ನೋಡಿದ "ಸಾರಿ ಫಾರ್ ದಿ ಡಿಸ್ಟರ್ಬ್... ಕೈ ಹಿಡಿದೋಳು ಎದುರಿಗೆ ಇರೋವಾಗ ಪ್ರತಿಯೊಬ್ಬ ವ್ಯಕ್ತಿನು ಸೋಮಾರಿಯಾಗ್ಬಿಡ್ತಾನೆ. ಮಹೇಂದರ್ ಸಿರಾಮಿಕ್ಸ್ ಟೈಲ್ಸ್ ಪ್ರಾಜೆಕ್ಟ್ ಇದೆ...." ಮುಂದೆ ಹೇಳುವುದು ಬೇಕಿರಲಿಲ್ಲ.

ಪ್ರಾಜೆಕ್ಟ್ ಹಿಡಿದು ಬಂದವಳನ್ನು ನವಿರಾಗಿ ಎಳೆದು ಪಕ್ಕದಲ್ಲಿ ಕೂಡಿಸಿಕೊಂಡು ಅವಳ ಮಡಿಲಲ್ಲಿ ಆರಾಮಾಗಿ "ಪ್ಲೀಸ್, ಹಿಂದು ನನ್ನ ಸ್ವಲ್ಪ ಸರ್ಯಾಗಿ ನೋಡು" ಎಂದಾಗ ನಕ್ಕಳು. ತಕ್ಷಣ ಮಂಕಾದಳು. ಪರಿಚಿತವೆನಿಸುತ್ತಿತ್ತು. ಕನಸಿನಲ್ಲಿ, ಕಲ್ಪನೆಯಲ್ಲಿ, ಎಲ್ಲೋ ದೂರದ ಊರಿನಲ್ಲಿ. ಏನು ಹೇಳಲಾರದೆ ಹೋದಳು.

ಮಿದುಳಿನಲ್ಲಿ ವಿಪರೀತ ಘರ್ಷಣೆ. ಹೊಸ ಲೋಕದಲ್ಲಿ ಸಂಚಾರ ಮಾಡಿ ಬಂದಂಥ ಅನುಭವ. ಅಲ್ಲಿ ಯಾರ್ಯಾರೋ ಇದ್ದರು. ಒಮ್ಮೊಮ್ಮೆ ಈ ಬಂಗ್ಲೆಯಲ್ಲಿನ ವಸ್ತುಗಳನ್ನು ಹಿಂದೆ ನೋಡಿದ್ದೇನೆ. ಮುಂಬಾಗಿಲ ಮೇಲಿರುವ ವಿಸ್ತಾರದ ಕುಸುರಿ ಕೆಲಸದ ಘರ್ಜಿಸುವ ಸಿಂಹದ ನೆನಪು ಕೂಡ ಉಂಟಾಗುತ್ತಿತ್ತು. ಇದೆಲ್ಲ ಏನು? ಮಿದುಳಿನಲ್ಲಿ ವಿಪರೀತದ ಸಂಘರ್ಷ.

ಅರ್ಥ ಮಾಡಿಕೊಂಡು ಮೇಲೆದ್ದ. ಫೋನ್ ಸದ್ದು ಮಾಡಿತು. "ಹಲೋ, ಮಹೇಂದರ್ ಹಿಯರ್" ಎಂದ. ಮೊದಲು ಜಿ.ಟಿ. ಮಿತ್ರರ ನಗೆ ತೂರಿ ಬಂತು. "ಸಾರಿ, ಮೈ ಸನ್. ನೀನು ಅಂತಃಪುರದಲ್ಲಿದ್ದೀಯಾಂತ ನನ್ನ ಅಂದಾಜು. ನಾನು ಎಕ್ಸ್‌ಪೀರಿಯನ್ಸ್ ಹ್ಯಾಂಡ್" ಮತ್ತೆ ಅದೇ ನಗೆ. ವಾರೆ ನೋಟ ಹರಿಸಿದ ಮಡದಿಯತ್ತ.

"ಅದೇ ಮೇಜರ್ ಆರ್ಯ ಅವ್ರ ಬ್ರದರ್, ನಿಮ್ಮ ಹೆಸರಿನ ಜನ ಮೂರು ನಾಲ್ಕು ಜನ ಇದ್ದಾರೆ" ಇದನ್ನು ನಂದಿತಾಗೋಸ್ಕರ ಹೇಳಿದ್ದಷ್ಟೆ.

"ಯೆಸ್, ಯೆಸ್. ಒಂದಿಷ್ಟು ಛೇಂಜ್ ಆಗಿದೆ. ಶ್ರೀಮತಿಯವ್ರು ಒಪ್ಗೆ ಕೊಟ್ಟಿದ್ದಾರೆ. ಜಿ.ಟಿ. ಮಿತ್ರ ಬಿಲ್ಡರ್ಸ್ ಅನ್ನೋ ಬೋರ್ಡಿನಡಿಯಲ್ಲೆ ಕೆಲ್ಸ ಶುರು ಮಾಡ್ತಾ ಇರೋದು. ಒಂದಿಷ್ಟು ಬಲವಂತರಾಯ್‌ನ ಪರಿಚಯ ಮಾಡ್ಸಬೇಕು. ಅದು ನಿನ್ಮೂಲಕವೇ ಆಗ್ಬೇಕು" ಒತ್ತಾಯಿಸಿದರು.

ಸ್ವಲ್ಪ ಅಲರ್ಟ್ ಆದ ಮಹೇಂದರ್.

"ಯಾವ ಬಲವಂತರಾಯ್?" ಕೇಳಿದ ತಣ್ಣಗೆ. ಅಂದು ಅವರ ಪ್ರಸ್ತಾಪ ತಂದಾಗ ನನ್ನ ಅವರ ನಡುವೆ ಉತ್ತಮ ಸಂಬಂಧವಿಲ್ಲವೆಂದು ಹೇಳಿದ್ದರು ಜಿ.ಟಿ. ಮಿತ್ರ. ಮತ್ತೆ ಒಂದಿಷ್ಟು ನಗೆ ನಂತರವೆ, "ನಿಂಗೆ ಮರೆವು ಅಂದ್ರೆ ನಾನು ಒಪ್ಪೊಲ್ಲ. ಕ್ಯಾಬಿನೆಟ್‌ನಲ್ಲಿರೋ ಬಲವಂತರಾಯ್" ಸ್ವಲ್ಪ ಜೋರಾಗಿಯೇ ಹೇಳಿದರು.

ಒಮ್ಮೆ ನಂದಿತಾ ಅತ್ತ ನೋಟ ಹರಿಸಿದ. ಕುತೂಹಲವಿತ್ತು ಅವಳ ಕಿರಿದಾದ ಕಣ್ಣುಗಳಲ್ಲಿ. ಉತ್ತೇಜಿತನಾದ "ಮೇಜರ್ ಆರ್ಯ ಅಂಕಲ್, ಅವ್ರು ತೀರಾ ಕ್ಲೋಸ್ ಫ್ರೆಂಡ್ಸ್. ಉತ್ತಮ ದೋಸ್ತಿ. ನಿಮ್ಮನ್ನು ಫ್ರೆಂಡ್ಲಿ ಆಗೇ ಕಾಣ್ತಾರೇ. ಇದಕ್ಕೆ ನನ್ನ ಮಧ್ಯಸ್ಥಿಕೆಯೇನು ಬೇಕಾಗೊಲ್ಲ" ಬಹಳ ಸ್ಪಷ್ಟವಾಗಿ ನುಡಿದ.

"ನೋ.... ನೋ..... ನಿನ್ಮೂಲಕವಾಗಿಯೇ ಬಲವಂತರಾಯ್‌ನ ಮೀಟ್ ಮಾಡ್ಬೇಕು. ಅವ್ರ ಕೈಯಿಂದ್ಲೇ ಕಂಪನಿ ಷೇರುಗಳನ್ನು ಬಿಡುಗಡೆ ಮಾಡ್ಸಬೇಕು" ಒತ್ತಾಯಹೇರಿದರು ತೀವ್ರವಾಗಿ.

"ಓಕೇ, ನೋಡೋಣ.... ಅವ್ರು ನನ್ನ ಮರೆತಿದ್ರೂ ಹೆಚ್ಚಲ್ಲ. ಅವ್ರಿಗೆ ಕಮ್ಯೂನಿಕೇಷನ್ ಜಾಸ್ತಿ ಇರುತ್ತೆ. ಹೇಗೆ ಮಾಡಿದ್ರೆ ಸರಿಹೋಗುತ್ತೇಂತ ಯೋಚಿಸ್ತೀನಿ. ಬೈ..." ಇಟ್ಟೇಬಿಟ್ಟ ಫೋನ್‌ನ. ಹೆಚ್ಚಿನ ಮಾತುಗಳ ಮುಂದುವರಿಕೆ ಸಮಸ್ಯೆಗಳನ್ನು ತಂದೊಡ್ಡುತ್ತದೆಯೆಂದು ಅವನಿಗೆ ಗೊತ್ತು.

ಐದು ನಿಮಿಷದ ಹಿಂದಿನ ಉತ್ಸಾಹ ಈಗ ನಂದಿತಾ ಮುಖದ ಮೇಲಿರಲಿಲ್ಲ. ಒಂದು ರೀತಿಯ ಕ್ಷೋಭೆ, ಕಳವಳ. ಏಕೆ? ಜನರಲ್ ಜಿ.ಟಿ. ಆರ್ಯ ಅವರ ಹೆಸರನ್ನು ಮಾತಿನ ಸಂದರ್ಭದಲ್ಲಿ ಒತ್ತಿ ಹೇಳಿದ್ದ. ಅದೇನಾದರೂ ನಂದಿತಾ ಮೇಲೆ ಪರಿಣಾಮ ಬೀರಿತೇ? ಮೊದಲ ಮೆಟ್ಟಲು ಗೋಚರವಾದಂತಾಯಿತು. ಅದೃಶ್ಯದಲ್ಲಿದ್ದ ಮೆಟ್ಟಲುಗಳ ಪತ್ತೆಯನ್ನು ಇವನೇ ಮಾಡಬೇಕಿತ್ತು.

ನಂದಿತಾ ತೊಡೆಯ ಮೇಲಿನ ಫೈಲನ್ನು ಪಕ್ಕಕ್ಕೆ ಸರಿಸಿಟ್ಟು ಕೈಹಿಡಿದು ಎಬ್ಬಿಸಿದ. ಇಂಟರ್‌ಕಾಮ್ ಸದ್ದು ಮಾಡಿತು.

"ಲಕ್ಷ್ಮಿದೇವಮ್ಮ.... ಬಂದಿದ್ದಾರೆ" ಬಂಗ್ಲೆ ರಿಸೆಪ್ಷನಿಸ್ಟ್ ತಿಳಿಸಿದರು. "ಫಿಕ್ಸಾದ ಅಪಾಯಿಂಟ್‌ಮೆಂಟ್ ಅಂದ್ರು..." ಸ್ವರ ಹಿಡಿದಿಟ್ಟು ಮಾತಾಡಿದರು. "ಕೂಡ್ಸು..." ಫೋನಿಟ್ಟ.

ಟ್ರೀಟ್‌ಮೆಂಟಿಗೆ ಫ್ಯಾಕ್ಟರಿಯಿಂದ ಸಾಲವನ್ನು ಹಣ ಕೊಟ್ಟಿದ್ದರು. ನಾಲ್ಕಾರು ಸಲ ಮಹೇಂದರ್ ಸ್ವತಃ ಹೋಗಿ ಆಸ್ಪತ್ರೆಗೆ ಡಾಕ್ಟರ್ ಬಳಿಯಲ್ಲಿ ಕೂಡ ಮಾತಾಡಿದ್ದ. ಇಷ್ಟು ಸಹಾಯ ಮಾಡಿದ ವ್ಯಕ್ತಿಯ ಬಗ್ಗೆ ಅಪಾರವಾದ ಕೃತಜ್ಞತೆ.

ಮಡದಿಯತ್ತ ನೋಟ ಹರಿಸಿ, "ನಿಂಗೋಸ್ಕರ ಫಿಕ್ಸಾದ ಅಪಾಯಿಂಟ್‌ಮೆಂಟ್. ಹೋಗಿ ಮಾತಾಡು. ಒಂದಿಷ್ಟು ಕಷ್ಟ ಸುಖ ಹೇಳಿಕೊಂಡರೆ ಆಕೆಗೂ ಸಮಾಧಾನ" ಅವಳನ್ನು ಕಳುಹಿಸಿದ. ಒಂದಿಷ್ಟು ಎಚ್ಚರ ವಹಿಸಿದ್ದ ಕೂಡ.

ಸದ್ಯಕ್ಕೆ ಸುಬ್ಬಣ್ಣ ಮತ್ತು ಅವವ ಫ್ಯಾಮಿಲಿಯ ಜನ ಯಾರೂ ಮೀಟ್ ಮಾಡಬಾರದು ನಂದಿತಾನ! ಇದು ಸ್ವಲ್ಪ ರಿಸ್ಕ್. ಅವರಿಗೆ ಕಟ್ಟುನಿಟ್ಟಾಗಿ ಹೇಳಿದ್ದ. ನಂದಿತಾ ಪ್ರಶ್ನೆ, ಆಸೆ... ಸರಿಯಾದ ರೀತಿಯಲ್ಲಿ ನಿಭಾಯಿಸಬೇಕಿತ್ತು. ನಂದಿತಾ ಹೆಸರಿಗೆ ಬರುವ ಪತ್ರಗಳು ನೇರವಾಗಿ ಹೋಗುತ್ತಿದ್ದುದು ಮಹೇಂದರ್ ಟೇಬಲ್‌ಗೆ ಫೋನ್‌ಗಳು ಅಷ್ಟೆ, ಕಟ್ಟಾಗಿ ಬಿಡುತ್ತಿತ್ತು.

ಹೊರಗೆ ಹೋದ ನಂದಿತಾ ಹಿಂದಕ್ಕೆ ಬಂದಳು "ನಂಗೆ ಅವ್ರನ್ನ ಮೀಟ್ ಮಾಡೋಕ್ಕಾಗೋಲ್ಲ" ಕೂತುಬಿಟ್ಟಳು ಒಂದು ಕಡೆ.

"ನೋ ಪ್ರಾಬ್ಲಮ್..." ಹೊರಗೆ ಹೋದ ಮಹೇಂದರ್.

'ಮೇಜರ್ ಜಿ.ಟಿ. ಆರ್ಯ' ಎನ್ನುವ ನಾಮಪದ ಅವಳ ಮಸ್ತಿಷ್ಕ ಸೇರಿ ಅಲ್ಲಿನ ಮಾಮೂಲಿ ಕ್ರಿಯೆಗಳನ್ನೆಲ್ಲ ಚೆಲ್ಲಾಡಿಬಿಟ್ಟಿತ್ತು. ಆ ಹೆಸರು ತೀರಾ ಪರಿಚಯ! ಎಲ್ಲಿ? ಹೇಗೆ? ತಲೆ ಕೆಡತೊಡಗಿತು. ಸುಬ್ಬಣ್ಣನ ಸುತ್ತಲೂ ಅವಳ ನೆನಪು ಚಕ್ಕರ್ ಹೊಡೆದು ಸುಸ್ತಾಯಿತು.

"ಹಿಂದು...." ಎಂದ ತೋರುಬೆರಳಿನಿಂದ ಅವಳ ಮುಖವನ್ನೆತ್ತುತ್ತ. "ಮೇಜರ್ ಆರ್ಯ ಅಂದರಲ್ಲ.... ಅವ್ರು ಯಾರು?" ಪ್ರಶ್ನಿಸಿದಾಗ ಚುರುಕಾದ. ಇಂಥ ದಿಢೀರ್ ನೆನಪುಗಳ ಕಲಸು ಮೇಲೋಗರ ಆಘಾತವನ್ನುಂಟು ಮಾಡುತ್ತದೆಯೆಂದು ಅವನಿಗೆ ಗೊತ್ತು.

"ಫೋನ್ ಮಾಡಿದ್ದರಲ್ಲ, ಅವ್ರಿಗೆ ರಿಲೇಟಿವ್ ಅಷ್ಟೆ" ಎಂದ. ಅವನ ಅನುಮಾನ ಮತ್ತಷ್ಟು ಬಲವಾಯಿತು.

ಅಂದು ಇಡೀ ರಾತ್ರಿ ನಂದಿತಾ ಹೊರಳಾಡುತ್ತಿದ್ದಳು. ಆಗಾಗ ಎದ್ದು ಕೂಡುತ್ತಿದ್ದಳು. ಅಂತು ಮಾನಸಿಕವಾಗಿ ಚಿತ್ರಹಿಂಸೆ ಅನುಭವಿಸಿದಳು.

* * * *

ಅಂದು ಮಹೇಂದರ್ ಆಫೀಸ್‌ಗೆ ಹೋಗಿದ್ದು ಮಧ್ಯಾಹ್ನ. ಬೆಳಿಗ್ಗೆ ಬಂದ ಪ್ರವೀಣ್ ಅವನಿಗಾಗಿ ಕಾದು ಕೂತಿದ್ದ ವಿಷಯ ತಿಳಿಯಿತು.

"ಇವತ್ತು ಆಗೋಲ್ಲಾಂದ್ರೆ. ನಿಮ್ಮನ್ನ ಮೀಟ್ ಮಾಡ್ಲೇಬೇಕೂಂತ ಕೂತಿದ್ದಾರೆ" ತಿಳಿಸಿದ ಸಮೀರ್. ಬೇರೆಯವರ ಬಳಿಯಲ್ಲಾದರೆ ಕಟ್ಟುನಿಟ್ಟಾಗಿ ವರ್ತಿಸುತ್ತಿದ್ದ. ಆದರೆ ಎಂ.ಡಿ. ಶ್ರೀಮತಿಯವರ ಸೋದರಿಯ ಗಂಡ... ಒರಟಾಗಿ ವರ್ತಿಸಲು ಸಾಧ್ಯವಿರಲಿಲ್ಲ.

ವಾಚ್ ಕಡೆ ನೋಡಿದವನು "ಗೆಸ್ಟ್ ಹೌಸ್‌ನಲ್ಲಿ ಊಟ ತಿಂಡಿ.... ಏನಾದ್ರೂ ಅರೇಂಜ್ ಮಾಡು ರೆಸ್ಟ್ ತಗೊಳ್ಳಿ....." ಹೇಳಿ ಕಳುಹಿಸಿದ ಮಹೇಂದರ್.

ಸಮೀರ್‌ನು ಗೆಸ್ಟ್‌ಹೌಸಿಗೆ ಕಳುಹಿಸಿದ.

"ನೀವು ಸ್ನಾನ, ಊಟ ಮಾಡಿ ರೆಸ್ಟ್ ತಗೊಳ್ಳಿ. ಮೀಟಿಂಗ್‌ನಲ್ಲಿದ್ದಾರೆ. ಆಮೇಲೆ ಬಂದು ಮೀಟ್ ಮಾಡ್ತಾರೆ" ಎಂದ. ಪ್ರವೀಣ್‌ಗೆ ಏನಾದರೂ ವಿಚಾರಿಸಬೇಕೆಂದರೂ ದನಿಯೇಳಲಿಲ್ಲ ಸುಮ್ಮನಾದ.

ಹಬ್ಬದ ಸಲುವಾಗಿ ಇವನು ಹೋದಾಗ ದೊಡ್ಡ ಗಲಾಟೆಯೇ. "ಅಪ್ಪ ಹೋದ್ರೂ.... ಬಂದ್ರೂ ಅಷ್ಟೇ. ಊರಲ್ಲಿ ಇರ್ಲಿಲ್ಲ. ಒಂದೇ ಮಾತಿನಲ್ಲಿ ಮುಗ್ಸಿಬಿಟ್ರು. ನಾನ್ಹೋಗಿದ್ರೆ... ಬರೋವರ್ಗೂ ಕಾಯ್ತಾ ಇದ್ದೆ. ಬಂದ್ಮೇಲೆ ಭಾವನತ್ರ ಜಗಳ ಆಡಿ ಕರ್ಕೊಂಡ್ಬರ್ತಾ ಇದ್ದೆ" ಉಡುಗೊರೆಯಾಗಿ ಬಂದ ನೆಕ್ಲೆಸ್ ಹಾಕಿಕೊಂಡು ಸವಾಲೊಡ್ಡಿದ್ದಳು ಮನೆಯವರಿಗೆ. ಹೆಚ್ಚಿನ ಗಲಾಟೆ ಪ್ರತಿಭಾಳದ್ದೆ.

ಅಕ್ಕನ ಸಿರಿವಂತಿಕೆ ನೋಡಿದ ಮೇಲೆ ಸಾಮಾನ್ಯ ಬದುಕು ಬೇಡವಾಗಿತ್ತು ಅವಳಿಗೆ. ಒಮ್ಮೆ ನಂದಿತಾ ಸಿಕ್ಕಿಬಿಟ್ಟರೇ ಅವಳನ್ನು ಒಪ್ಪಿಸುವುದು ಕಷ್ಟವಲ್ಲವೆಂದು ಗೊತ್ತು ಅವಳಿಗೆ.

"ನಾನ್ಹೋಗಿ... ನೋಡ್ಕೊಂಡ್ ಬರ್ತೀನಿ" ಸಮಾಧಾನ ಹೇಳಿ ಬಂದಿದ್ದ. ಎರಡು ಸಲ ಬಂಗ್ಲೆಗೆ ಹೋದಾಗ ವಾಚ್‌ಮನ್ "ಸಾಬ್.... ಮೇಮ್‌ಸಾಬ್ ನಹೀ" ಹೇಳಿದ್ದ. ಅದು ಸರಿಯಲ್ಲವೆಂದು ಆಫೀಸ್‌ಗೆ ಬಂದು ಕೂತಿದ್ದ.

ನವೀನ ಮಾದರಿಯಲ್ಲಿ ಹೊಸ ತಂತ್ರಜ್ಞಾನದ ಉಪಯೋಗದಿಂದ ತಯಾರಾಗುತ್ತಿದ್ದ ಸಿರಾಮಿಕ್ ಟೈಲ್ಸ್ ಹೊಳಪು, ನಾವೀನ್ಯತೆ ಬೆರಗುಗೊಳಿಸುವಂತಿತ್ತು. ಕಾರ್ಖಾನೆಯಲ್ಲಿ ಕಣ್ಣಾಡಿಸಿ ಬಂದಿದ್ದ. ಕಡಿಮೆ ಸಮಯದಲ್ಲಿ ಅದ್ಭುತ ಸಾಧನೆ.

ಹಿಂದೆ ಅಂದರೆ ಮಹೇಂದರ್ ಬರುವ ಮುನ್ನ ಒಮ್ಮೆ ಇದೇ ಫ್ಯಾಕ್ಟರಿಗೆ ಬಂದಿದ್ದ. ಎಲ್ಲೆಡೆ ಗಲೀಜು, ಹೊಗೆ ಧೂಳು, ಕಾರ್ಮಿಕರ ಮುಖದಲ್ಲಿ ಪ್ರೇತ ಕಳೆ. ಈಗ ಪೂರ್ತಿ ಬದಲಾಗಿತ್ತು. ಮಣ್ಣು, ಉಸುಕು, ಕಲ್ಲುಗಳಂಥ ಕಚ್ಚಾ ವಸ್ತುಗಳನ್ನು ಸಂಗ್ರಹಿಸುವ ರೀತಿ ಅಚ್ಚುಕಟ್ಟಾಗಿತ್ತು. ಶುದ್ಧವಾದ ಯೂನಿಫಾರಂ ತೊಟ್ಟ ಕಾರ್ಮಿಕರು ನಡಿಗೆ, ಕೆಲಸದಲ್ಲೂ ಉತ್ಸಾಹವಿತ್ತು. ಅಂತು ಮಹೇಂದರ್ ಬುದ್ಧಿವಂತ ಉದ್ದಿಮೆದಾರ.

ಸಂಜೆ ಮಹೇಂದರ್ ಬಂದಾಗ ಆರು ಗಂಟೆ. ಹೊರಗಿನ ಬಾಲ್ಕನಿಯಲ್ಲಿ ಅಡ್ಡಾಡುತ್ತಿದ್ದ ಪ್ರವೀಣ್ ನಿಂತ.

"ಹಲೋ, ಹೌ ಆರ್ ಯು?" ಎನ್ನುತ್ತಲೇ ಬಂದು ಕೈ ಕುಲುಕಿದ. "ಎಲ್ಲಾ ಚೆನ್ನಾಗಿದ್ದಾರೆ" ಒತ್ತಿ ಹೇಳಿದ ಪ್ರವೀಣ್. ಅವನಿಗಂತು ಮಾತುಗಳಿಲ್ಲ. ಏನಾದರೂ ಹೇಳಬೇಕಿದ್ದರೆ ಪ್ರವೀಣ್ ಮಾತ್ರ.

"ಏನ್ಬಂದ ವಿಷ್ಯ?" ನೇರವಾಗಿ ವಿಷಯಕ್ಕೆ ಬಂದ. ಸುತ್ತು ಬಳಸಿ ಮಾತಾಡುವುದು ಅವನ ಸ್ವಭಾವವಲ್ಲವೆಂದು ತಿಳಿದ ಪ್ರವೀಣ್ "ಹೇಗಿದ್ದಾರೆ.... ಮಿಸಸ್ ನಂದಿತಾ ಮಹೇಂದರ್?" ಕೇಳಿದ.

"ಫೈನ್..." ಎಂದ. ಅಷ್ಟೇನಾ ಎನ್ನುವ ಉದಾಸೀನ ಇಣುಕಿದಂತಾಯಿತು. ಪ್ರವೀಣ್‌ಗೆ ಅವರ ಬಗ್ಗೆ ಮರುಕವೇ. ಸಹಾನುಭೂತಿ ಪ್ರಕಟಣೆ ತನ್ನ ಯೋಜನೆಯನ್ನು ತಲೆಕೆಳಗು ಮಾಡುತ್ತದೆಯೆಂದು ಮಹೇಂದರ್‌ಗೆ ಗೊತ್ತು. "ಈಗ ಬಂಗ್ಲೆಗೆ ಹಿಂದಿರುಗೋ ಸಮಯ. ಏನಾದ್ರೂ... ಇದ್ರೆ ಬೇಗ್ಹೇಳಿ" ಅವಸರಿಸಿದ.

ಪ್ರವೀಣ್‌ಗೆ ಹೇಗೆ ಹೇಳಬೇಕೋ ತಿಳಿಯಲಿಲ್ಲ. ಸ್ವಲ್ಪ ಧೈರ್ಯವಹಿಸಿದ. "ನಂದಿತಾ ಮದರ್, ಸಿಸ್ಟರ್ಸ್ ಅವಳನ್ನ ನೋಡ್ಬೇಕೂಂತ ಇದ್ದಾರೆ. ನಿಮ್ಗೆ ಬಿಡುವಿಲ್ಲಾಂದ್ರೆ.... ನಾನು ಕರ್ಕೊಂಡ್ಹೋಗ್ತೀನಿ" ಹೇಳಿದವನು ಸುಧಾರಿಸಿಕೊಂಡ.

"ಈಗ ಆಗೋಲ್ಲ ಸದ್ಯಕ್ಕೆ..." ನಿಲ್ಲಿಸಿದವನು "ಇಟಲಿಗೆ ಹೋಗೋದಿದೆ. ಬಂದ್ಮೇಲೆ.... ನೋಡೋಣ. ನಂದಿತಾ ಚೆನ್ನಾಗಿರೋದು ತಾನೇ.... ಅವ್ರಿಗೆ ಬೇಕಾಗಿರೋದು ಚೆನ್ನಾಗಿದ್ದಾಳೆ ಅಷ್ಟು ಸಾಕು" ಮೇಲೆದ್ದವನು ಒಮ್ಮೆ ಸೀರಿಯಸ್ಸಾಗಿ ಪ್ರವೀಣ್ ಕಡೆ ನೋಡಿದ.

"ನನ್ನ ವೇಳೆ ತೀರಾ ಅಮೂಲ್ಯ. ಅದ್ನ ಅರ್ಥ ಮಾಡ್ಕೊಂಡ್ರೆ ಸಾಕು." ಹೊರಟುಬಿಟ್ಟ. ಏನೇನು ಅರ್ಥವಾಗಲಿಲ್ಲ ಪ್ರವೀಣ್‌ಗೆ. "ನಿಮ್ಮನ್ನು ರಿಯಲ್ ಹೀರೋ ಅಂದ್ಕೊಂಡೆ... ಮಹೇಂದರ್, ನಿಮ್ಮ ವರ್ತನೆ ವಿಲನ್‌ಗೆ ಹೋಲಿಸೋ ತರಹ ಇದೆ" ಎಂದು ಗೊಣಗಿಕೊಂಡ.

ಹೊರಗೆ ಪ್ರವೀಣ್ ಬರುವ ವೇಳೆಗೆ ಕಾರು ರೆಡಿಯಾಗಿತ್ತು. "ನಿಮ್ಮನ್ನು ಡ್ರಾಪ್ ಮಾಡೋಕ್ಹೇಳಿದ್ದಾರೆ ಎಂ.ಡಿ." ಸಮವಸ್ತ್ರದ ಡ್ರೈವರ್ ಉಸುರಿದವನು "ಇಲ್ಲಿ ಬೇರೆಯವ್ರ ಮಾತು ಒಬೇ ಮಾಡೋಲ್ಲ. ನೀವು ಎಲ್ಲಿಗೆ ಹೋಗ್ಬೇಕು... ತಿಳ್ಸಿ" ಎಂದು ವಿನಯದಿಂದ ಹೇಳಿದರೂ ಹೆದರಿಸುವಂತಿತ್ತು.

"ಬಸ್ ಸ್ಟಾಂಡ್...." ಎಂದು ಮೆಲ್ಲಗೆ.

ಡೋರ್ ತೆಗೆದ. ಹತ್ತಿ ಕೂತ ನಂತರ "ಸಮೀರ್ ಎಲ್ಲಿ ಸಿಕ್ತಾರೆ?" ಕೇಳಿದ. ಗೊತ್ತಿಲ್ಲವೆಂದು ತಲೆಯಾಡಿಸಿದರು. "ಎಂ.ಡಿ. ಯವ್ರ ಜೊತೆಯಲ್ಲಿ ಹೋದ್ರು. ಬಂಗ್ಲೆಗೆ ಹೋಗಿರ್ಬಹುದು" ಎನ್ನುತ್ತ ಕಾರು ಸ್ಟಾರ್ಟ್ ಮಾಡಿದ.

ಸುಬ್ಬಣ್ಣನವರ ಫ್ಯಾಮಿಲಿಯನ್ನು ಉತ್ಪ್ರೇಕ್ಷಿಸಿರಲಿಲ್ಲ. ಉದಾಸೀನವಾಗಿ ಕಂಡಿರಲಿಲ್ಲ ಮಹೇಂದರ್. ಗೌರವ, ಪ್ರೀತಿ ವಿಶ್ವಾಸಗಳೊಂದಿಗೆ ನಡೆದುಕೊಳ್ಳುವುದು ಮಾತ್ರವಲ್ಲ. ಸಾಕಷ್ಟು ಸಹಾಯ ಮಾಡಿದ್ದ. ಆದರೆ.... ನಂದಿತಾ... ಒಂದು ತೀರ್ಮಾನಕ್ಕೆ ಬರದಾದ.

ಬಸ್ ಸ್ಟ್ಯಾಂಡ್‌ನಲ್ಲಿ ಇಳಿದವನು ಹಿಂದಕ್ಕೆ ಬಂದಾಗ ಎದುರಾದವನು ಮಹಾಲಿಂಗಂ. "ಅರರೇ, ನೀವೇನು... ಇಲ್ಲಿ! ರಾತ್ರಿ ಕಳ್ದು ಬೆಳಗಾಗೋದ್ರೊಳ್ಗೆ.... ನಿಮ್ಮ ಮಾವ ಇಡೀ ಸಂಸಾರನೇ ಖಾಲಿ ಮಾಡ್ಬಿಟ್ಟಿದ್ದಾರೆ ಏನು ವಿಶೇಷ?" ಆಶ್ಚರ್ಯ ವ್ಯಕ್ತಪಡಿಸುತ್ತಲೇ ಮಾತು ಶುರು ಮಾಡಿದ.

ಹೆಂಡತಿಯ ಸಮೇತ ಮದುವೆಗೆ ಬಂದಿದ್ದ ಮಹಾಲಿಂಗಂ ಹೆಣ್ಣಿನ ಕಡೆಯವನಂತೆ ಸೊಂಟಕ್ಕೆ ಒಂದು ಜರತಾರಿ ಇರುವ ರೇಶಿಮೆಯ ಶಾಲನ್ನು ಬಿಗಿದು ಓಡಾಡಿದ್ದ. ಭೂಮಕ್ಕೆ ಕೂತಾಗ ಮಾತು, ಹಾಸ್ಯ ಎಲ್ಲಾ ಅವನದೆ.

"ಯಾಕೆ, ಮರ್ತು... ಬಿಟ್ರಾ?" ನೆನಪಿಸಿದಾಗ ಇಲ್ಲವೆಂದು ತಲೆ ಕೊಡವಿ ನಗೆ ಹಾರಿಸಿದ. "ಹೇಗೆ ಮರ್ಯೋಕೆ ಸಾಧ್ಯ? 'ಬಾರಯ್ಯಾ ಬೆಳದಿಂಗಳೆ, ನಮ್ಮೂರ ಹಾಲಿನಂಥ ಬೆಳದಿಂಗಳೆ' ಹಾಡಿ ಕಾಳಿಂಗರಾಯರನ್ನೇ ಜ್ಞಾಪಿಸಿದ್ರಿ..." ಸರಳವಾಗಿ ಹೇಳಿದ.

"ಎಲ್ಲಿ ಆ ಪುಣ್ಯಾತ್ಮ ಎಲ್ಲಿ.... ನಾನು! ಎಂಥ ಸಿರಿಕಂಠ.... ನಾನಂತು ನೋಡ್ಲಿಲ್ಲ, ಸ್ವತಃ ಕೇಳಿಲ್ಲ. ಕ್ಯಾಸೆಟ್‌ಗಳಲ್ಲಿ ಕೇಳಿದ್ದು. ನಮ್ಮಪ್ಪನಿಗೆ ಅವ್ರ ಬಗ್ಗೆ ತುಂಬ ಅಭಿಮಾನ. ಎಲ್ಲೋ ಓದಿದ ಒಂದ್ಮಾತು ಹೇಳ್ತಾ ಇದ್ರು. ಬಾರ್‌ನಲ್ಲಿ ಕ್ಲಾರಿಯೋನೆಟ್ ನುಡಿಸುತ್ತಿದ್ದ ಒಬ್ಬ ಕಲಾವಿದನನ್ನು ಮೆಚ್ಚಿ ತಮ್ಮ ಕೈಯಲ್ಲಿನ ಚಿನ್ನದ ವಾಚ್ ಬಿಚ್ಚಿ ಕೊಟ್ಟು ಬಂದಿದ್ರಂತೆ. ಅಂಥವ್ರು... ಈಗ ಸಿಕ್ತಾರ?" ಸುಗಮ ಸಂಗೀತದ ಆರಾಧ್ಯರಾದ ಕಾಳಿಂಗರಾಯರ ಸ್ಮರಣೆಯನ್ನೇ ಶುರು ಮಾಡಿಬಿಟ್ಟ ಮಹಾಲಿಂಗಂ.

ಮಾತಾಡುತ್ತಲೇ ಇಬ್ಬರು ಹೋಟೆಲ್‌ಗೆ ಹೋಗಿ ಕಾಫಿ ಕುಡಿದರು. ನಂತರ ಮಹಾಲಿಂಗಂ ಮೊದಲಿನ ಪ್ರಸ್ತಾಪಕ್ಕೆ ಬಂದ.

"ಅದೇನು, ಇದ್ದಕ್ಕಿದ್ದಂತೆ ಮನೆ ಖಾಲಿ ಮಾಡಿದ್ದು? ಟ್ರಾನ್ಸ್‌ಫರ್ ಆಯ್ತೂಂತ ಯಾರಿಂದ್ಲೋ ತಿಳ್ದೆ. ಮೊನ್ನೆ ನಂದಿತಾ ಅವ್ರು.... ಎಂ.ಡಿ. ಸಾಹೇಬರ ಮಿಸಸ್ ಬಂದಿದ್ರು ಕಾರ್ಖಾನೆಗೆ. ಮಾತಾಡಲಿಕ್ಕೆ ಉಂಟಾ? ಟೈಲ್ಸ್ ಬೇಯಿಸುವ ಒಂದು ಮೆಷಿನ್ ವಿದೇಶದಿಂದ ತರಿಸಿದ್ದಾರೆ. ಆಧುನಿಕ ತಂತ್ರಜ್ಞಾನದಿಂದ ತಯಾರಿಸಲ್ಪಟ್ಟಿದ್ದು. ಅದ್ನ ನೋಡೋ ಸಲುವಾಗಿ ಬಂದಿದ್ರೇನೋ... ಏನು ಅದೃಷ್ಟ. ಆ ಮನುಷ್ಯನ ಎತ್ತರಕ್ಕೆ ಸರಿದೂಗುವಂಥ ಹೆಣ್ಣು. ಬಹಳ ಇಂಟಲಿಜೆಂಟ್. ಈಗಿನ ಕಾಸ್ಮೆಟಿಕ್ ಸುಂದರಿಗಳಿಗಿಂತ ವಿಭಿನ್ನ" ಹೊಗಳಿದ. ಅಂದರೆ ನಂದಿತಾ... ಸುಖಿ! ಆ ಬಗ್ಗೆ ಪ್ರವೀಣ್‌ಗೂ ಅನುಮಾನವಿಲ್ಲ. ಆದರೆ ತವರಿನಿಂದ ಅವಳನ್ನು ಪೂರ್ತಿಯಾಗಿ ದೂರ ಮಾಡಿದ್ದಾನೆ. ಯಾಕೆ?

"ನನ್ನ ಪ್ರಶ್ನೆಗೆ ಉತ್ತರ ಸಿಗ್ಲಿಲ್ಲ" ಎಂದ ಮಹಾಲಿಂಗಂ. ಪ್ರವೀಣ್ ಸಣ್ಣಗೆ ನಕ್ಕ "ನೀವು ನಂಗೆ ಮಾತಾಡೋಕೆ ಅವಕಾಶ ಕೊಡ್ಲಿಲ್ಲ. ನೀವು ತಿಳಿದಿರೋಷ್ಟು ನಿಜ. ಎಕ್‌ಸ್ಟ್ರಾ.... ಏನಿಲ್ಲ. ಪ್ರಮೋಷನ್ ಟ್ರಾನ್ಸ್‌ಫರ್... ಮನೆ ಪ್ರಾಬ್ಲಮ್ ಏನಾಗ್ಲಿಲ್ಲ. ಬೇಗ್ನೆ ಖಾಲಿ ಮಾಡಿದ್ರು" ಹೇಳಿದ. ಮಹಾಲಿಂಗಂ ಈಗ ಗೊತ್ತಿದ್ದುದೇ.

ಬಿಡದೆ ಜೊತೆಯಲ್ಲಿ ಕರೆದೊಯ್ದ ಮನೆಗೆ. ಡೋರ್ ಲಾಕ್ ನೋಡಿ ಹಣೆಗೆ ಕೈ ಹಚ್ಚಿದ. "ಒಂದು ರೀತಿ ರೆವಲ್ಯೂಷನ್ ಆಗಿಹೋಗಿದೆ. ಮಡದಿಯೆನ್ನಿಸ್ಕೊಂಡೋಳು.... ಹಿಂದೆ ಗಂಡನ ಪರ್ಮಿಷನ್ ಪಡೆದು ಹೋಗ್ತಾ ಇದ್ಲು. ಆಮೇಲೆ ಕನಿಷ್ಟ ಹೇಳೋ ಅಭ್ಯಾಸ ಇತ್ತು. ಈಗೆರಡೂ ಇಲ್ಲ" ಎನ್ನುತ್ತ ಡೂಪ್ಲಿಕೇಟ್ ಕೀನಲ್ಲಿ ಲಾಕ್ ಓಪನ್ ಮಾಡಿದ. ಕತ್ತಲು ಗಪ್ಪೆಂದು ರಾಚಿತು. ಬಹುಶಃ ಮಹಾಲಿಂಗಂ ಶ್ರೀಮತಿ ಲೈಟು ಹಾಕುವುದನ್ನು ಕೂಡ ಮರೆತು ಹೋಗಿರಬೇಕು.

ಲೈಟು ಹಾಕಿದ ಟೇಬಲ್ ಮೇಲೆ ಒಂದು ಲೇಟರ್ ಬರೆದಿಟ್ಟಿದ್ದಳು.

"ನಮ್ಮಣ್ಣ ಬಂದಿದ್ದಾನೆ. ಅವ್ನ ಜೊತೆ ಊರಿಗೆ ಹೋಗ್ತಾ ಇದ್ದೀನಿ. ಒಂದೆರಡು ದಿನ ಮ್ಯಾನೇಜ್ ಮಾಡ್ಕೊಳ್ಳಿ" ಸಹಿ ಕೂಡ ಮಾಡಿರಲಿಲ್ಲ.

ಇದರಿಂದ ಮಹಾಲಿಂಗಂಗೆ ಖುಷಿಯೆ. "ವಾ... ವಾ...." ಜಾಕ್‌ಸನ್ ಸ್ಟೈಲ್‌ನಲ್ಲಿ ಕುಣಿದುಬಿಟ್ಟ.

"ಊರಿಗೆ ಹೋಗಿದ್ದಾಳೆ. ಆರಾಮಾಗಿ ಉಸಿರಾಡ್ಬಹುದು. ನೀವು ಉಳ್ಕೊಳ್ಳಿ. ಸರ್" ಪ್ರವೀಣ್‌ನ ತೋಳು ಹಿಡಿದು ಕೂಡಿಸಿದ.

ಏನೇ ಹೇಳಿದರೂ ಕೇಳದೆ ಉಳಿಸಿಕೊಂಡ ಮಹಾಲಿಂಗಂ ಅವನನ್ನ. ತೀರಾ ಕಡಿಮೆ ಪರಿಚಯದ ತನ್ನನ್ನು ಇಷ್ಟೊಂದು ಹಚ್ಚಿಕೊಂಡಿದ್ದು ಆಶ್ಚರ್ಯವೆನಿಸಿತು ಪ್ರವೀಣ್‌ಗೆ.

ಮಧ್ಯಾಹ್ನದ ಅಡಿಗೆಯನ್ನು ಬಿಸಿ ಮಾಡಿ 'ಬಾರಯ್ಯಾ ಬೆಳದಿಂಗಳೆ, ನಮ್ಮೂರ ಹಾಲಿನಂಥ ಬೆಳದಿಂಗಳೆ' ಎಂದು ಕನ್ನಡದ ಕೋಗಿಲೆ ಕಾಳಿಂಗರಾಯರು ಹಾಡಿದ ಧಾಟಿಯಲ್ಲಿ ಹಾಡುತ್ತ ತಟ್ಟೆಗಳನ್ನು ಹಾಕಿದ.

"ಬನ್ನಿ ಸರ್, ಆರಾಮಾಗಿ ಊಟ ಮಾಡೋಣ. ಮದ್ವೆಯಾದ್ಮೇಲೆ ನೆಮ್ದಿಯಾಗಿದ್ದ ದಿನವೇ ಇಲ್ಲ. ದಿನ ಒಂದಲ್ಲ ಒಂದು ಬೇಡಿಕೆ, ಛೀಮಾರಿ - ಇದು ಯಾಕೆ ಭಾರವಾಯ್ತು ಅಂತ ಎಷ್ಟೋ ಸಲ ತಲೆ ಚಚ್ಚಿಕೊಂಡಿದ್ದುಂಟು. ವಿದೇಶವಾಗಿದ್ರೆ... ಎರಡೇ ದಿನಕ್ಕೆ ಡೈವೋರ್ಸ್ ಕೊಡ್ತಾ ಇದ್ದೆ, ನನ್ನ ಹೆಂಡ್ತಿಗೆ" ಕಟ್ಟಿಕೊಂಡವಳನ್ನು ಬೈಯ್ದುಕೊಳ್ಳುತ್ತಲೇ ಉಪ್ಪಿನಕಾಯಿ ಬಡಿಸಿದ.

ಮಹಾಲಿಂಗಂನಿಂದ ಮಹೇಂದರ್ ಸಿರಾಮಿಕ್ ಟೈಲ್ಸ್ ಕಾರ್ಖಾನೆಯ ಎಂ.ಡಿ.ಯ ಬಗ್ಗೆ ಒಂದಿಷ್ಟು ವಿವರ ತಿಳಿಯಬೇಕಿತ್ತು ಮಾತಾಡುತ್ತ ಡೈರೆಕ್ಟಾಗಿ ಏನೂ ಪ್ರಶ್ನಿಸಲು ಹೋಗರು.

"ನೀವು, ನಿಮ್ಮ ನಾದಿನಿಯ ಮನೆಗೆ ಹೋಗಿಲ್ವಾ?" ಕೇಳುತ್ತಲೇ ಹುಳಿ ಬಡಿಸಿದಾಗ ಮಾತಾಡಲು ಪ್ರವೀಣ್‌ಗೆ ಅವಕಾಶ ಸಿಕ್ಕಿತು. "ಹೋಗೋದಿತ್ತು, ನೀವು... ಬಿಡ್ಲಿಲ್ಲ ಬೆಳಿಗ್ಗೆ ಮಹೇಂದರ್‌ನ...." ಅಂದವನು ನಿಧಾನಿಸಿ "ಭೇಟಿ.... ಮಾಡಿದ್ದೆ" ಹೇಳಿದ.

"ಎಷ್ಟೊತ್ತಿಗೆ.... ಹೇಳಿ!" ಅನ್ನ ಕಲೆಸತೊಡಗಿದ ಮಹಾಲಿಂಗಂ. "ಇವತ್ತು ಹತ್ತು... ಹತ್ತಕ್ಕೆ ಮಾರ್ಕೆಟಿಂಗ್ ಜನರಲ್ ಮ್ಯಾನೇಜರ್‌ನಿಂದ ಆ ಸೆಕ್ಷನ್‌ನ ಎಲ್ಲರನ್ನು ಡಿಸ್‌ಕಷನ್‌ಗೆ ಕರೆದಿದ್ರು. ಹಿಂದೆ ಉತ್ಪಾದನೆಯಲ್ಲಿ ಡ್ಯಾಮೇಜ್ ಇಲ್ದ ಎಲ್ಲಾ ಟೈಲ್ಸನ್ನು ಸಪ್ಲೈ ಮಾಡಿಬಿಡ್ತಾ ಇದ್ರು. ಈಗ ಕಣ್ಣಿಗೆ... ತೀರಾ ಸೂಕ್ಷ್ಮವಾಗಿ ಸಣ್ಣ ಡಾಟ್ಸ್ ಕಂಡರೂ ಎರಡನೇ ದರ್ಜೆಯೆಂದು ವಿಂಗಡಿಸಿಬಿಡ್ತಾ ಇದ್ದಾರೆ. ಅದಕ್ಕೆ ಬೆಲೆಯಲ್ಲಿ ಕಡ್ಮೆ ಮಾಡಿ... ಅದ್ದೊಂದು ವರ್ಗವಾಗಿ ವಿಂಗಡಿಸುತ್ತಿದ್ದಾರೆ. ಕಡಿಮೆಯ ಬೆಲೆ ಬಯಸುವ ಜನರಿಗೆ ಅನ್ಕೂಲ. ಇದೊಂದು ಅಡ್ವಾಂಟೇಜ್" ಹೇಳಿದ. ಇದರಲ್ಲಿ ಮಹೇಂದರ್‌ನ ಬುದ್ಧಿಮತ್ತೆ ಉದ್ಯಮದ ಬಗೆಗಿನ ಆಸಕ್ತಿ ಎದ್ದು ಕಾಣುತ್ತಿತ್ತು. ಸ್ವಲ್ಪ ಅಳುಕಿದ ಪ್ರವೀಣ್. ಯಾವುದೇ ಅಭಿಪ್ರಾಯ ವ್ಯಕ್ತಪಡಿಸಲು ಹಿಂಜರಿಕೆ.

"ಬೇರೆಲ್ಲಾದ್ರೂ ಅಪಾಯಿಂಟ್‌ಮೆಂಟ್‌ಗೆ ಟ್ರೈ ಮಾಡ್ತಾ ಇದ್ದೀರಾ?" ಮೆಲ್ಲಗೆ ಪ್ರಸ್ತಾಪಿಸಿದ ಪ್ರವೀಣ್. ಸ್ವಲ್ಪ ಕಾರ್ಖಾನೆಯ ಆರ್ಥಿಕ ಸ್ಥಿತಿಯ ಬಗ್ಗೆ ತಿಳಿಯುವ ಕುತೂಹಲ. ಇನ್ನೊಂದು ಸೌಟು ಗಟ್ಟಿ ಹುಳಿಯನ್ನು ಅನ್ನದ ಮೇಲೆ ಸುರಿದುಕೊಂಡು ಮಹಾಲಿಂಗಂ ತಳ್ಳಿ ಹಾಕಿದ "ಈ ಜನ್ಮದಲ್ಲಿ ಖಂಡಿತ ಅಂಥ ಪ್ರಯತ್ನ ಮಾಡ್ಲೋಲ್ಲ. ಇಲ್ಲಿಂದ ಕೆಲ್ಸದಿಂದ ತೆಗ್ದುಬಿಟ್ರೆ... ಸನ್ಯಾಸ, ಇಲ್ದಿದ್ರೆ... ಆತ್ಮಹತ್ಯೆ. ನನ್ನ ಪ್ರಕಾರ ಅಂಥ ಪ್ರಮೇಯ ಬರೋಲ್ಲ. ನಂಗೆ ದೀರ್ಘಾಯಸ್ಸು ಇದೆ. ಫ್ಯಾಕ್ಟರಿ ಸ್ಥಿತಿ ಸಾಕಷ್ಟು ಸುಧಾರಿಸಿದೆ. ವರ್ಷ ತುಂಬೋದ್ರಲ್ಲಿ ಲಾಭ ಕಂಡ್ರೆ ಹೆಚ್ಚಲ್ಲ. ಬಹಳ ಹೋಪ್ಸ್ ಇಟ್ಕೊಂಡ್ ಕೆಲ್ಸ ಮಾಡ್ತಾ ಇದ್ದಾರೆ ಕಾರ್ಮಿಕರು ಕೂಡ. ಯಾವ ಕ್ಷಣದಲ್ಲಿಯಾದ್ರೂ ಅವ್ರಿಗೆ ಎಂ.ಡಿ. ಬರ್ತಾರೆ ಅನ್ನೋ ಭಯ." ಬಹಳ ಉತ್ಸಾಹದಿಂದ ಹೇಳಿಕೊಂಡ ಮಹಾಲಿಂಗಂ. ಅವನ ಪ್ರಕಾರ ಧೀಮಂತ ವ್ಯಕ್ತಿ ಮಹೇಂದರ್.

ಅಲ್ಲೇ ಮಲಗಿದ ಪ್ರವೀಣ್ ಬೆಳಿಗ್ಗೆ ಯಾಕೆ ಬಂಗ್ಲೆಗೆ ಹೋಗಿ ನಂದಿತಾನ ಮೀಟ್ ಮಾಡಬಾರದೆಂದು ಯೋಚಿಸಿದ. ಸುಳಿವು ಕೊಡದೇ ದಿಢೀರೆಂದು ಹೋಗಬೇಕೆಂದು ನಿರ್ಧಾರಕ್ಕೆ ಬಂದ.

"ಎಷ್ಟೊತ್ತಿಗೆ ಎಂ.ಡಿ. ಆಫೀಸ್‌ಗೆ ಬರ್ತಾರೆ?" ಕೇಳಿದ.

"ಊರಲ್ಲಿದ್ರೆ ಹತ್ತೂವರೆಯೊಳ್ಗೇ ಆಫೀಸ್.... ತಮ್ಮ ಛೇಂಬರ್‌ನಲ್ಲಿರ್ತಾರೆ. ಕೆಲವೊಮ್ಮೆ ಬೇಗ ಬರೋದುಂಟು ಅವ್ರ ಪಿ.ಎ. ಜೊತೆ" ಎಂದು ಪಕ್ಕಕ್ಕೆ ಹೊರಳಿ ನಿದ್ದೆ ಮಾಡಿದ.

ಸೆಕೆಯೆನಿಸಿ ಎದ್ದು ಕೂತ ಪ್ರವೀಣ್. ಇಡೀ ಮನೆ ನಿಶ್ಶಬ್ದವಾಗಿತ್ತು. ಬೆಡ್‌ರೂಂ ಬಿಟ್ಟು ಮಹಾಲಿಂಗಂ ಹೊರಗೆ ಹಾಲ್‌ನಲ್ಲಿ ಅವನ ಜೊತೆಯಲ್ಲಿಯೇ ಮಲಗಿದ್ದ.

ಬಹುಶಃ ಮದುವೆಯಾಗಿ ವರ್ಷ, ಕೆಲವು ತಿಂಗಳು ಆಗಿರಬಹುದು. ಆದರೆ ದಾಂಪತ್ಯ ಜೀವನದ ಬಗ್ಗೆ ಬೇಸತ್ತಿದ್ದ. ಹೆಂಡತಿಯಿಂದ ದೂರವಿರಲು ಸಂತೋಷ, ಒಂದು ರೀತಿಯಲ್ಲಿ ಬಿಡುಗಡೆಯ ನಿಟ್ಟುಸಿರು. ಈ ತರಹದ ಜೀವನ ವರ್ಷಾನುಗಟ್ಟಲೆ - ನಾಲ್ಕು ಗೋಡೆಗಳ ಮಧ್ಯೆ - ನರಕವೆನಿಸಿತು.

ಪಕ್ಕಕ್ಕೆ ತಿರುಗಿ ಮಹಾಲಿಂಗಂ ಅತ್ತ ನೋಡಿದ ಅನುಕಂಪಗೊಂಡ. ನಿದ್ದೆಯ ಮಧ್ಯೆ ಆ ವ್ಯಕ್ತಿ "ಪ್ಲೀಸ್, ನನ್ನ ಸುಮ್ನೆ ಬಿಡು. ನಿನ್ನ ಆಸೆಗಳ್ನ ಪೂರೈಸೋಕ್ಹೋದ್ರೆ ನಾನು ಬೀದಿಯಲ್ಲಿ ಭಿಕ್ಷೆ ಬೇಡಬೇಕಾಗುತ್ತೆ" ನಿದ್ದೆಯಲ್ಲಿಯೇ ಮಾತಾಡಿದ.

ಎದ್ದು ಕೂತ ಪ್ರವೀಣ್ ಮುಚ್ಚಿದ ಕಿಟಕಿಯನ್ನು ತೆಗೆದು ಕತ್ತಲಿನ ನಡುವೆ ಮಿನುಗುತ್ತಿದ್ದ ವಿದ್ಯುತ್ ದೀಪಗಳನ್ನು ನೋಡಿದ.

"ಪ್ರವೀಣ್, ನಿದ್ದೆ.... ಬರ್ಲಿಲ್ವಾ?" ಅವನ ಭುಜದ ಮೇಲೆ ಕೈಯಿಟ್ಟ ಮಹಾಲಿಂಗಂ ಪ್ರಶ್ನಿಸಿದ "ನೀವು ನಂದಿತಾ ಬಗ್ಗೆ ಯೋಚಿಸ್ತಾ ಇರ್ಬೇಕು. ತೀರಾ.... ಭಿನ್ನ... ವಿಭಿನ್ನ! ಕೆಲವು ಲೇಡೀಸ್ ಅಂತೂ ಕಾಫಿ ತಿಂಡಿಗೆ ಕೂಗಿದ್ರೆ... ರೆಡಿಯಾಗಿರ್ತಾರೆ. ತಾವೇ ಹಿಂದೆ ಬೀಳ್ತಾರೆ. ತಮ್ಮ ಪರ್ಸ್ ಮಾತ್ರ ಓಪನ್ ಮಾಡೋಲ್ಲ. ಆದರೆ ಲಂಚ್ ಬ್ರೇಕ್‌ನಲ್ಲೂ ಮನೆಯಿಂದ ತಂದಿದ್ದ ತಿಂಡಿ ಮುಗ್ಸಿ ತಮ್ಮ ಪಾಡಿಗೆ ತಾವು ಕೆಲ್ಸ ಮಾಡೋರು. ಸೀರೆ ಕಂತು, ಪಾತ್ರೆ ಕಂತು.... ಆ ಸಾಲ... ಈ ಸಾಲ ಅಂಥದೊಂದಿಲ್ಲ. ಶೀ ಈಜ್ ರಿಯಲೀ ಗ್ರೇಟ್. ಅಂಥ ಹೆಣ್ಣು ಯಾವ್ದೇ ಬಡವನ ಕೈ ಹಿಡಿದಿದ್ರೂ..... ತಾನು ಅಸುಖಿಯನ್ನಿಸುತ್ತಿರಲಿಲ್ಲ ಕಟ್ಟಿಕೊಂಡವನನ್ನು" ಕೇಳಿದ. ಅವನ ಮಾತಿನಲ್ಲಿ ಅಭಿಮಾನ ತುಂಬಿ ತುಳುಕುತ್ತಿತ್ತು.

ಪ್ರವೀಣ್ ಬಾಯಿಂದ ಮಾತುಗಳು ಹೊರಡಲಿಲ್ಲ.

ಬೇಗ ಬೀಳ್ಕೊಟ್ಟು ಹೊರಟ ಪ್ರವೀಣ್ ಪಬ್ಲಿಕ್ ಬೂತ್‌ನಿಂದ ಬಂಗ್ಲೆಗೆ ಫೋನ್ ಹಚ್ಚಿದ "ಹಲೋ, ಯಾರು... ಬೇಕಿತ್ತು?" ಕೇಳಿದರು.

ಸ್ವಲ್ಪ ಹಿಂಜರಿದರೂ ಧೈರ್ಯ ವಹಿಸಿ "ಮಹೇಂದರ್ ಹತ್ರ ಮಾತಾಡ್ಬೇಕು. ನಾನು ಅವ್ರ ಫ್ರೆಂಡ್" ಹೇಳಿದ ಸ್ವಲ್ಪ ತಡವರಿಸುತ್ತ.

"ನಿಮ್ಹೆಸರು, ವಿಳಾಸ ಹೇಳಿ ನೋಟ್ ಮಾಡ್ಕೋತೀನಿ. ಮತ್ತೊಮ್ಮೆ ನೀವು ಫೋನ್ ಮಾಡಿದ್ರೆ ಯಾವ ವೇಳೆ ಸುಮಾರಿಗೆ ಸಿಗಬಹ್ದೂಂತ ಹೇಳ್ತೀನಿ...." ಫೋನೆತ್ತಿದ ವ್ಯಕ್ತಿ ಹೇಳಿದಾಗ ಏನು ಹೇಳಬೇಕೆಂದು ತಕ್ಷಣ ತೋರಲಿಲ್ಲ. ಇವನ ಮಿದುಳು ಚುರುಕು ಆಗುವ ವೇಳೆಗೆ ಆ ಕಡೆ ಫೋನಿಟ್ಟು ಆಗಿತ್ತು.

ಹೇಗೆ? ಹೇಗೆ? ಹೇಗೆ? — ಅವನಿಗೊಂದೂ ತೋಚಲಿಲ್ಲ.

"ನೀವು ನಂದಿತಾನ ಮೀಟ್ ಮಾಡ್ಕೊಂಡೇ ಬರ್ಬೇಕು" ಸೌದಾಮಿನಿ ಒತ್ತಾಯಿಸಿ ಕಳುಹಿಸಿದ್ದಳು. "ಅದೂ ಇದೂ ಬೇಡ. ನೇರವಾಗಿ ಹೋಗಿ ಮಾತಾಡಿ. ನಿಮ್ಗೇನು... ಭಯ! ನಂದಿತಾ ಏನು ದೂರದವಳಲ್ಲ. ನನ್ನ ಸ್ವಂತ ಅಕ್ಕ. ನೀವು ಅವ್ಳ ನಾದಿನಿಯ ಗಂಡ" ಇಂಥ ಹುರುಪು ಮಾತುಗಳು.

ಅವನು ಸಂಕೋಚಿಸಿದ್ದು ಮೊದಲು ಮಹೇಂದರ್‌ನ ಕಾಣುವ ಪ್ರಯತ್ನ ಮಾಡಿದ್ದು ಒಂದೇ ಕಾರಣಕ್ಕೆ. ಮೊದಲು ತನಗೆ ನಿರ್ಧಾರವಾಗಿದ್ದ ಹೆಣ್ಣು. ಅನಾವಶ್ಯಕವಾಗಿ ತಪ್ಪು ಅಭಿಪ್ರಾಯದಿಂದ ಅವಳ ಬಾಳಲ್ಲಿ ಕಹಿಯಾಗಬಾರದೆಂದು.

ಬಂಗ್ಲೆಗೆ ಬಂದ ನೇರವಾಗಿ. ವಾಚ್‌ಮನ್ ಕೆಳಕ್ಕೂ ಮೇಲಕ್ಕೂ ನೋಡಿದ "ಸಾಬ್, ಮೇಮ್ ಸಾಬ್... ಪೂಜೆಗೆ ಹೊರ್ಗೆ ಹೋಗಿದ್ದಾರೆ. ಒಂದು ಮಾರ್ಕೆಟಿಂಗ್ ಸೆಂಟರ್ ಪ್ರಾರಂಭೋತ್ಸವ ಇದೆ ಸಿಟಿಯಲ್ಲಿ. ಆಮೇಲೆ ಅಲ್ಲಿಗೆ ಹೋಗ್ತಾರೆ. ಲಂಚ್‌ಗೆ ಮನೆಗೆ ಬರ್ತಾರೋ ಗೆಸ್ಟ್‌ಹೌಸ್‌ಗೆ ಹೋಗ್ತಾರೋ ತಿಳಿಯದು" ಹೇಳಿ ಕೈ ತೊಳೆದುಕೊಂಡ.

ಅವನು ಹೇಳಿದ್ದರಲ್ಲಿ ಯಾವುದೂ ಸುಳ್ಳಲ್ಲವೆಂದು ಮಧ್ಯಾಹ್ನ ಗೊತ್ತಾಯಿತು. ಸುಮ್ಮನೆ ಹಿಂದಿರುಗಿದ ಪ್ರವೀಣ್.

ಹೊಸದಾಗಿ ಮಹೇಂದರ್ ಸಿರಾಮಿಕ್ ಟೈಲ್ಸ್ ಕಾರ್ಖಾನೆಯಿಂದ ಸ್ಕ್ರೀನ್ ಪ್ರಿಂಟ್ ಮಾಡಿದ ಟೈಲ್ಸ್ ಪಬ್ಲಿಕ್‌ಗೆ ಬಿಡುಗಡೆ ಮಾಡುವುದರ ಜೊತೆಗೆ ಯೋಜಿತ ಷೋ ರೂಂ, ಇಡೀ ಬೃಹತ್ತಾದ ಕಟ್ಟಡಕ್ಕೆ ತಯಾರಾಗುವ ಎಲ್ಲಾ ಬಣ್ಣದ, ಆಕಾರದ ಸಿರಾಮಿಕ್ ಟೈಲ್ಸ್‌ಗಳನ್ನು ಗೋಡೆ ನೆಲ, ಬಾತ್‌ರೂಂ, ದೇವರ ಮನೆ ಮುಂತಾದ ಕಡೆ ಜೋಡಿಸಿ ಅದ್ಭುತ ಲೋಕವನ್ನು ಸೃಷ್ಟಿ ಮಾಡಿದ್ದರು.

ಅಪರೂಪದ ರೀತಿಯಲ್ಲಿ ಸಿಟಿಯಲ್ಲಿ ಅಡ್ವರ್ಟೈಸ್ ಮಾಡಿದ್ದರು. ಹಿಂದೆ ಸಿರಾಮಿಕ್ ಟೈಲ್ಸ್‌ನಲ್ಲಿದ್ದ ನ್ಯೂನತೆಗಳೊಂದಿಗೆ ಈಗಿನ ಅಡ್ವಾಂಟೇಜ್‌ನ ಬಂದ ಜನರೆದುರು ವಿವರಿಸುತ್ತಿದ್ದರು. ಇಂತಿಷ್ಟು ಸಾವಿರ ಟೈಲ್ಸ್‌ನ ಬುಕಿಂಗ್‌ಗೆ ಬಹುಮಾನದ ಯೋಜನೆ. ಅಂತು ಅದ್ಭುತ ಪ್ರಚಾರ ಅವನ ಅದೃಷ್ಟಕ್ಕೆ ಹೊಳಪು ನೀಡಿತು. ಬಹಳಷ್ಟು ಜನಪ್ರಿಯತೆ ಪಡೆಯಿತು!

ಇದು ಶುರುವಾದ ಒಂದು ತಿಂಗಳೊಳಗೆ ಲಕ್ಷಲಕ್ಷಗಳ ಆರ್ಡರ್ ಬಂತು ವಿಸ್ಮಯಗೊಳ್ಳುವಂತೆ. ಬಲವಂತರಾಯ್ ಕೂಡ ಒಂದಿಷ್ಟು ನೆರವು ನೀಡಿದ್ದರು.

* * * *

ಇಟಲಿಗೆ ಹೋಗಿ ಹಿಂದಿರುಗಿದ ಮರುದಿನವೇ ನಂದಿತಾ ಪ್ರಥಮ ಸಲ ತನ್ನ ಕೇಳಿಕೆಯನ್ನು ಮುಂದಿಟ್ಟಳು.

"ಅಮ್ಮ, ಅಪ್ಪನ್ನ ನೋಡ್ಬೇಕೂಂತ ಅನ್ನಿಸಿದೆ. ಬಹುಶಃ ನನ್ನ ಅಪ್ಪ ಒಂದಿನಾನು ಎಲ್ಲಿಗೂ ಕಳ್ಸಿಕೊಡ್ತಾ ಇರ್ಲಿಲ್ಲ."

ನಿವೇದನೆ ಸಹಜವಾದದ್ದು. ಇಂಥ ವಿಷಯಗಳಲ್ಲಿ ಅವನ ಮನಸ್ಸು ಕೂಡ ಮೃದು. ಒಂದು ರೀತಿಯಲ್ಲಿ ಅವಳ ಅಂತರಾಳವನ್ನ ಕದಡಿದ್ದ. ಮೊದಲಿನ ಸ್ಥಿತಿಗೆ ಬಂದರೇ, ಆ ಮಟ್ಟದಲ್ಲಿ ಸ್ತಬ್ಧವಾದರೆ... ಮತ್ತೆ ಪ್ರಾರಂಭಕ್ಕೆ ಬಹಳ ವೇಳೆ ಹಿಡಿಯುತ್ತದೆಂದು ಗೊತ್ತು.

ಅತ್ಯಂತ ಮೋಹಕವಾಗಿ ನೋಡಿದ "ಷ್ಯೂರ್, ನಿನ್ನಾಸೆ.... ನಿಜ" ನಂದಿತಾಳ ಕೈಯನ್ನೆತ್ತಿಗೊಂಡು ತನ್ನ ಎದೆಯ ಮೇಲಿಟ್ಟುಕೊಂಡ. "ಸ್ವಲ್ಪ ಈ ಸದ್ದು ಆಲಿಸು ಪ್ಲೀಸ್. ಈಗಿನ ಟೆನ್‌ಷನ್‌ನ ಸ್ಥಿತಿಯಲ್ಲಿ ನನ್ನ ಒಂಟಿ ಮಾಡ್ಬಿಟ್ರೆ..... ಅದ್ರ ಪರಿಣಾಮ ಬಹಳ ಭಯಂಕರವಾಗುತ್ತೆ. ನೂರಾರು ಜನರ ಅನ್ನದ ಪ್ರಶ್ನೆ, ಮಹೇಂದರ್ ಸಿರಾಮಿಕ್ ಟೈಲ್ಸ್‌ನ ಭವಿಷ್ಯದ ಪ್ರಶ್ನೆ ಯೋಚ್ಸು" ರೆಪ್ಪೆ ಮುಚ್ಚಿ ತೆಗೆದು "ನೀನೇ.... ಯೋಚ್ಸಿ ತೀರ್ಮಾನಕ್ಕೆ ಬಾ" ಒಂಟಿಯಾಗಿ ಬಿಟ್ಟು ಹೊರಗೆ ಹೋದ.

ತೀರಾ ಅಯೋಮಯ ಸ್ಥಿತಿಯಲ್ಲಿ ಫ್ಯಾಕ್ಟರಿ ಇದ್ದಾಗ ಅಲ್ಲಿ ಅವಳು ಕೆಲಸ ಮಾಡಿದವಳೇ, ಕಾರ್ಮಿಕರ ಪಾಡು, ಆಗಾಗ ಬಂದು ಕಾದು ಜೋರು ಮಾಡುವ ಸಾಲ ಕೊಟ್ಟವರು. ತೀರಾ ಸೆಂಟಿಮೆಂಟ್ಸ್ ದಾಟಿದ ವಿಶಾಲ ಮನೋಭಾವ, ಬೌದ್ಧಿಕ ಪರಿಜ್ಞಾನ ಅವಳಲ್ಲಿತ್ತು.

ಫೈಲ್ ಸರಿಸುವಾಗ ಫ್ರೇಮ್ ಕೆಳಗೆ ಬಿತ್ತು. ಅದೆಲ್ಲಿ ಒಡೆಯಿತೋ ಎಂದು ತೆಗೆದು ನೋಡಿದಳು. ಏಳು, ಎಂಟರ ಒಳಗಿನ ವಯಸ್ಸಿನ ಹುಡುಗಿಯ ಚಿತ್ರ. ದಟ್ಟವಾದ ಬಾಬ್ ಕೂದಲು, ಹೊಳಪು ಕಣ್ಣುಗಳು. ಮುಖದಲ್ಲಿ ಆತ್ಮವಿಶ್ವಾಸದ ಪ್ರಜ್ವಲತೆ.

ಒಂದು.... ಎರಡು.... ಐದು.... ದೀರ್ಘವಾಗಿ ಹತ್ತು ನಿಮಿಷಗಳು ನೋಡಿದಳು. ಕಣ್ಣು ಮುಖ ಎಲ್ಲಾ ಪರಿಚಿತವೇ ಅಥವಾ ಅಂಥದೊಂದು ಭ್ರಮೆಯೋ ಅಥವಾ ಮತ್ತೇನೋ, ನಂದಿತಾಳ ಹೃದಯ ಹಿಂಡಿದಂತಾಯಿತು.

ಒಳಗಿರಿಸಲಿಲ್ಲ ಆ ಫ್ರೇಮ್, ಟಿ.ವಿ.ಯ ಪಕ್ಕದಲ್ಲಿರಿಸಿದಳು. ದೂರ ಕೂತ ಆಗಾಗ ಅದನ್ನೇ ನೋಡಿದಳು. ಯಾರು ಆ ಹುಡುಗಿ? ಅಕ್ಕ, ತಂಗಿ, ಮಹೇಂದರ್‌ಗೆ ಇರಲಿಲ್ಲವೆಂದು ಅವನೇ ಹೇಳಿದ್ದ.

"ನಂಗೆ ಅಣ್ಣ, ತಮ್ಮ, ಅಕ್ಕ, ತಂಗಿಯರೇನು ಇರ್ಲಿಲ್ಲ. ಒಂಟಿ ಪ್ರಿನ್ಸ್ ಆಗಿ ಬೆಳ್ದೆ. ಅಮ್ಮನ ನೆನಪಿಲ್ಲ. ಅಪ್ಪ ತೀರಿಕೊಂಡಿದ್ದು ಈಚೆಗೆ. ನಂಗೆ ಎಷ್ಟರಮಟ್ಟಿಗಿನ ಪ್ರೀತಿಯ ಅಗತ್ಯವಿದೆ.... ನೀನೇ ಹೇಳು" ಎಂದಿದ್ದ ನೋವಿನ ಕಣ್ಣುಗಳಲ್ಲಿ, ಆ ನೋಟದಲ್ಲಿನ ಭಾವ ಸಂಚಾರಕ್ಕೆ ಮಾರುಹೋಗಿದ್ದಳು.

ಮಹೇಂದರ್ ಗಂಡನಾಗಿ ಮಾತ್ರವಲ್ಲ, ಒಬ್ಬ ವ್ಯಕ್ತಿಯಾಗಿಯೂ ಕೂಡ ಇಷ್ಟವಾಗಿದ್ದ. ಅಭಿಮಾನಿಸಬಹುದಾದ ಮನುಷ್ಯ, ಬೌದ್ಧಿಕವಾಗಿ ಬೆಳೆದ ವ್ಯಕ್ತಿಗೆ ಹೃದಯ, ಮನಸ್ಸು, ಎಲ್ಲಾ ಇತ್ತು, ಒಂಟಿಯಾಗಿ ಯಾರದ್ದೇ ಸಲಹೆ ಪಡೆಯದೆ ಅದೇ ನಿಮಿಷದಲ್ಲಿ ಡಿಸಿಷನ್ ತೆಗೆದುಕೊಳ್ಳುವಂಥ ಸಾಮರ್ಥ್ಯವಿತ್ತು.

ಒಬ್ಬ ಪರಿಪೂರ್ಣ ಮನುಷ್ಯನಲ್ಲಿ ಇರಬೇಕಾದ ಎಲ್ಲಾ ಗುಣಗಳು ಇತ್ತು!

ಲಂಚ್‌ಗೆ ಬಂದಾಗ ಮೂರು ಗಂಟೆ ಮೀರಿ ಹೋಗಿತ್ತು. ಒಂದು ಗಂಟೆಯ ಹಿಂದೆ ಮನೆಗೆ ಫೋನ್ ಹಚ್ಚಿದ್ದ "ಸಾರಿ ಡಾರ್ಲಿಂಗ್, ಎಕ್ಸ್‌ಪೋರ್ಟ್ ಬಗ್ಗೆ ಮಾತುಕತೆಗೆ ಒಂದು ಕಂಪನಿಯವ್ರು ಬಂದಿದ್ದಾರೆ. ಒಂದ್ಗಂಟೆ... ಲೇಟಾಗ್ಬಹುದು. ನೀನು ಊಟ ಮುಗ್ಸು" ಎಂದಿದ್ದ. ನಂದಿತಾ ಕೂಡ ಡೈನಿಂಗ್ ಹಾಲ್‌ಗೆ ಸುಳಿದಿರಲಿಲ್ಲ.

ತೀರಾ ಡಲ್ಲಾಗಿ ಕಂಡ ಮಡದಿಯತ್ತ ನೋಡಿದವನ ನೋಟ ಸ್ವಲ್ಪ ಸರಿದು ಮುಂದಕ್ಕೆ ಹೋಗಿ ಒಂದು ಕಡೆ ನಿಂತಿತು. ಫ್ರೇಮ್‌ನಲ್ಲಿದ್ದ ಹಿಂದು ಫೋಟೋ, ಹೆಚ್ಚು ರಿಸ್ಕ್ ತೆಗೆದುಕೊಳ್ಳದೆ ಕಾರ್ಯಗತಗೊಳಿಸಿದ್ದ.

"ಹಲೋ.... ಹಿಂದು..." ಭುಜದ ಮೇಲೆ ಕೈಯಿಟ್ಟಾಗ ಬೆಚ್ಚಿಬಿದ್ದಳು. "ಹ್ಲಾ, ಯಾವಾಗ್ಬಂದ್ರಿ?" ಸನಿಹದಲ್ಲಿ ಕೂತು ತನ್ನ ನೀಳ ಕೈಯಿಂದ ಭುಜಹಿಡಿದು "ಈಗ್ಲೇ, ಯಾಕೆ ಒಂದು ತರಹ ಇದ್ದೀ?" ಅರ್ಥವಾಗಿದ್ದರೂ ಪ್ರಶ್ನೆಯಿಂದ ಅವಳ ಮನಸ್ಸಿನಾಳದಿಂದ ವಿಷಯ ಹೊರತೆಗೆಯುವ ಸನ್ನಾಹ.

"ಯಾರ್ದು, ಈ ಫೋಟೋ....?" ಭಾವಚಿತ್ರದ ಕಡೆ ತೋರಿಸಿದಾಗ ಅವನ ಮುಖ ಗಂಭೀರವಾಯಿತು. "ಲಂಚ್ ನಂತರ ತಿಳಿಸ್ತೀನಿ.... ಒಂದು ಗುಡ್ ನ್ಯೂಸ್" ಇಲ್ಲಿಂದ ಟೈಲ್ಸ್ ಎಕ್ಸ್‌ಪೋರ್ಟ್ ಮಾಡುವ ಅಗ್ರಿಮೆಂಟಿಗೆ ಸಹಿ ಹಾಕಿದ ವಿಷಯ ತಿಳಿಸಿದ. ಸದ್ಯಕ್ಕೆ ಒಂದರ್ಧ ಗಂಟೆ ವಿಷಯ ಮರೆಸುವ ಉದ್ದೇಶವಷ್ಟೆ. ಈಡೇರದು ಎಂದು ಗೊತ್ತು. ಮೇಲ್ನುಖದ ಪಾತ್ರ ಮಾತ್ರ.

ಲಂಚ್ ನಡುವೆಯೂ ಅನ್ಯಮನಸ್ಕಳಾಗಿದ್ದಳು. ಏನೋ ಗೊಂದಲ, ಕೋಲಾಹಲ.... ಮಿದುಳಿನಲ್ಲಿ ಕ್ಷೋಭೆ. ಇದನ್ನೆಲ್ಲ ಸೂಕ್ಷ್ಮವಾಗಿ ಗಮನಿಸತೊಡಗಿದ.

'ಯಾವ್ದೇ ಕಾರಣಕ್ಕೆ ಅವ್ಳನ್ನು ಸೈಕಾಲಜಿಸ್ಟ್, ಮನೋವೈದ್ಯರಲ್ಲಿ ತೋರಿಸ್ಕೂಡ್ದು' ಆಜ್ಞೆಯ ಜೊತೆ ಸುಬ್ಬಣ್ಣನ ರಿಕ್ವೆಸ್ಟ್. ಯಾವುದಾದರೂ ಆಘಾತ... ಆದ್ದರಿಂದಲೇ ತಾನೇ ಮನೋವೈದ್ಯನಾಗಲು ನಿಶ್ಚಯಿಸಿದ್ದ.

ಒಂದ್ಹತ್ತು ನಿಮಿಷದ ರೆಸ್ಟ್‌ಗೆ ಬೆಡ್ ಮೇಲೆ ಉರುಳಿಕೊಂಡಾಗ ತಾನೇ ಹೇಳಿದ "ನಮ್ತಂದೆ ಫ್ರೆಂಡ್ ಮೇಜರ್ ಜಿ.ಟಿ. ಆರ್ಯ ಅವ್ರ ಮಗ್ಳು ಹಿಂದು. ಜೊತೆಯಲ್ಲಿ ಬೆಳೆದೋರು. ಹಿಂದು ಅಣ್ಣ ಅಶೋಕ್ ನನ್ನ ಡಿಯರೆಸ್ಟ್ ಫ್ರೆಂಡ್. ಬಹುಶಃ ನೀನು ಈ ವಯಸ್ಸಿನಲ್ಲಿ ಹೀಗೇ ಇರ್ತೀಯಾ! ಅದ್ನೆ ಗುರ್ತಿಸಿಯೇ ಆ ಹೆಸರನ್ನು ನಿಂಗೆ ಇರಿಸಿದ್ದು" ಎಂದ ಅವಳ ನೋಟದಲ್ಲಿ ನೋಟ ನೆಟ್ಟು.

ಮೇಜರ್ ಜಿ.ಟಿ. ಆರ್ಯ, ಅಶೋಕ್ ಇವರೆಲ್ಲ ತನಗೆ ಪರಿಚಿತರೇ! ಹೇಗೆ.... ಎಲ್ಲಿ?

"ಇವ್ರೆಲ್ಲ... ಎಲ್ಲಿದ್ರು?" ಕೇಳಿದಳು ಕಂಪಿಸುವ ಸ್ವರದಲ್ಲಿ.

"ಸೈನ್ಯದ ಜನ. ಆಗಾಗ ದೆಹಲಿಗೆ ಬರೋರು ರಜ ಕಳೆಯಲು. ಆಗ ನಮ್ಮಲ್ಲಿ ಅಥವಾ ಅವ್ರ ಬ್ರದರ್ ಜಿ.ಟಿ. ಮಿತ್ರ ಅವ್ರಲ್ಲಿ ಉಳ್ಳೋತಾ ಇದ್ರು" ಅಷ್ಟು ಕೇಳಿ ಕಣ್ಮುಚ್ಚಿಕೊಂಡ. ಡಿಸ್ಟರ್ಬ್ ಮಾಡಬಾರದೆನಿಸಿತು.

ದಿನದ ಬಿಡುವಿನ ವೇಳೆಯಲ್ಲಿ ಆಗಾಗ ಆ ಫೋಟೋ ಹಿಡಿದು ಕೂಡುತ್ತಿದ್ದಳು. ಪ್ರಿಯವೆನಿಸುತ್ತಿತ್ತು. ಆತ್ಮೀಯವೆನಿಸುತ್ತಿತ್ತು. ತನಗೇನಾದರೂ ಪುನರ್ಜನ್ಮದ ಸ್ಮರಣೆಯೇ - ಬರೀ ಗೊಂದಲ.

ಅಂದು ಆಫೀಸ್‌ಗೆ ಹೊರಟವನನ್ನು ಗಾಬರಿಯಿಂದ ಎದುರುಗೊಂಡವನು ಪ್ರವೀಣ್.

"ನೋಡಿ, ನಮ್ಮ ಮಾವನವ್ರಿಗೆ.... ಅಂದರೆ ನಂದಿತಾ ತಂದೆಗೆ ಹಾರ್ಟ್ ಅಟ್ಯಾಕ್ ಆಗಿದೆ. ಮಗ್ಳನ್ನ ನೋಡೋಕೊ ಇಷ್ಟಪಡ್ತಾರೆ. ಬರೀ ಇನ್‌ಫಾರ್ಮೇಷನ್ ಪ್ರಯೋಜನವಿಲ್ಲವೆಂದು ನಾನೇ ಬಂದಿದ್ದೀನಿ" ಹೇಳಿದ. ಆ ಕ್ಷಣದಲ್ಲಿ ಪ್ರವೀಣ್ ರೋಸಿಹೋಗಿದ್ದ.

ಕ್ಷಣಗಳ ಮೌನದ ನಂತರ ಪ್ರವೀಣ್ ಹೆಗಲ ಮೇಲೆ ಕೈ ಹಾಕಿ ತನ್ನ ಛೇಂಬರ್‌ಗೆ ಕರೆದೊಯ್ದ.

"ಕೂತ್ಕೊಳ್ಳಿ..." ಎಂದ ತಾನೂ ಕೂಡುತ್ತ. ಅವನಿಗೆ ಸತ್ಯ ತಿಳಿಯಬೇಕಿತ್ತು. ಈ ಅಡ್ಡಿಗಳು ಮತ್ತಷ್ಟು ವೇಳೆ ಬೇಡಿಯಾವು "ಈಗ್ಹೇಳಿ, ಏನು ವಿಷ್ಯ?...." ಎಂದ ಸೀರಿಯಸ್ಸಾಗಿ.

ಪ್ರವೀಣ್ ಸ್ವರ ಕೂಡ ಉಡುಗಿತು. ಅವನನ್ನು ಕಳುಹಿಸಿದವರು ವೈದೇಹಿ. "ಹಾರ್ಟ್ ಅಟ್ಯಾಕ್ ಆಗಿದೆ, ನರ್ಸಿಂಗ್ ಹೋಂನಲ್ಲಿದ್ದಾರೇಂತ ತಿಳ್ಸಿದ್ರೆ ಯಾವ ಮೂಲೆಗೆ ಹೋಗಿ ಸೇರುತ್ತೋ. ನೀವೇ ಹೋಗಿ ಕರ್ಕೊಂಡ್ಬನ್ನಿ, ನಂದಿತಾ ಮದ್ವೆಯಾದ್ಮೇಲೆ ಯಾವ್ದೋ ವ್ಯಥೆಯನ್ನು ಮನಸ್ಸಿನಲ್ಲಿ ಬಚ್ಚಿಟ್ಕೊಂಡಿದ್ದಾರೆ" ಕಣ್ಣೀರಿಟ್ಟಿದ್ದರು ಅವನ ಮುಂದೆ. ಮೊದಲು ಅವನ ಮದುವೆಯಾಗಿದ್ದರೂ ಆ ಮನೆಗೆ ಎರಡನೇ ಅಳಿಯ. ಕಷ್ಟಸುಖಗಳಲ್ಲಿನ ಪಾಲು ಹಂಚಿಕೊಳ್ಳುವಂಥ ಒಳ್ಳೆಯ ಸ್ವಭಾವ.

ತಾನೇ ಮೇಲೆದ್ದ ಮಹೇಂದರ್ ಫ್ರಿಡ್ಜ್‌ನಲ್ಲಿದ್ದ ಬಿಸ್ಲೇರಿ ಬಾಟಲನ್ನು ಅವನ ಮುಂದಿಟ್ಟ "ಕುಡ್ದು, ಸುಧಾರ್ಸಿಕೊಂಡ್ಹೇಳಿ, ಏನು ವಿಷ್ಯ?" ಎಂದು ಕೇಳಿದ. ಹೇಳಿದ್ದು ಅರ್ಥವಾಗಿತ್ತು. ತೀವ್ರತೆ ತಿಳಿಯದೇ ನಂದಿತಾನ ಅಲ್ಲಿಗೆ ಕಳಿಸಲಾರ, ಕರೆದೊಯ್ಯಲಾರ.

ಎರಡೇ ವಾಕ್ಯದಲ್ಲಿ ವಿವರಿಸಿದ ಪ್ರವೀಣ್ "ಅವ್ರ ಮಕ್ಕಳಲ್ಲಿ ನಂದಿತಾನ ಕಂಡ್ರೆ ಹೆಚ್ಚು ಇಷ್ಟ ಅವ್ರಿಗೆ. ಈ ಸ್ಥಿತಿಯಲ್ಲಿ ಮಗ್ಳು ಅವ್ರ ಬಳಿಯಲ್ಲಿದ್ದರೆ ಚೆನ್ನ. ಬೇಗ ಚೇತರಿಸ್ಕೋತಾರೆ."

ಸಂದಿಗ್ಧದಲ್ಲಿ ಸಿಲುಕಿದಂತಾಯಿತು ಮಹೇಂದರ್‌ಗೆ. ಅವನ ಅನುಮಾನ ನಿಜವಾಗಿ ಅವಳು ಹಿಂದು ಆಗಿದ್ದರೇ ಮತ್ತೆ 'ನಂದಿತಾ' ಆಗಲು ಬಿಡಲಾರ.

"ನಾನು, ನಂದಿತಾ... ಬರ್ತೀವಿ" ಎಂದ.

ಪ್ರವೀಣ್ ನಂಬಲಿಲ್ಲ. ಅದಕ್ಕೆ ಕೆಲವು ಕಾರಣಗಳು ಇತ್ತು. "ತುಂಬ ಬಿಜಿಯಲ್ಲಿರೋ ಜನ. ಅಕಸ್ಮಾತ್ ನಿಮ್ಗೆ ಆಗ್ದೇ ಇರ್ಬೋದು. ನಾನು ನಂದಿತಾನ ಕರ್ಕೊಂಡ್ಹೋಗ್ತೀನಿ" ಎಂದು ನಂತರ ಮಿಡುಕಿದ.

"ಇದ್ಕೇ ನನ್ನ ಒಪ್ಗೆ ಸಿಗೋಲ್ಲಾಂತ ನಿಮ್ಗೇ ಗೊತ್ತು. ನಿಮ್ಮ ಕೆಲ್ಸ ನೀವು ಮಾಡಿದ್ದೀರಿ. ಇನ್ನು.... ಹೋಗ್ಬಹುದ್ದು" ಫೋನೆತ್ತಿದ. ಪ್ರವೀಣ್ ಮುಖದಲ್ಲಿ

ಬೆವರೊಡೆಯಿತು. ಅವಮಾನ... ತೀರದ ಅವಮಾನ. ಬಂದಿದ್ದೇ ತಪ್ಪಾಯಿತೆಂದುಕೊಂಡು ಮೇಲೆದ್ದ.

ಸಮೀರ್ ಒಳಗೆ ಬರುವುದಕ್ಕೂ ಇವನು ಹೊರಗೆ ಹೋಗುವುದಕ್ಕೂ ಸರಿಹೋಯಿತು. 'ನಂದಿತಾ'ನ ಚಿನ್ನದ ಪಂಜರದಲ್ಲಿ ಬಂಧಿಸಿಟ್ಟಿದ್ದಾನೆಂದುಕೊಂಡ. ಅದರಿಂದ.... ಮುಕ್ತಿ! ತಾನಾಗಿ ನಂದಿತಾ ಆ ಪ್ರಯತ್ನ ಮಾಡಬೇಕು.

ಪಬ್ಲಿಕ್ ಬೂತ್‌ನಿಂದ ಫೋನಾಯಿಸಿದ. ಇದನ್ನು ನಿರೀಕ್ಷಿಸಿಯೇ ಕನೆಕ್ಟ್ ಮಾಡಲು ತಿಳಿಸಿದ್ದ ಆಪರೇಟರ್‌ಗೆ ಸಮೀರ್ ಬಾಸ್‌ನ ಆಣತಿಯಂತೆ.

"ಹಲೋ.... ನಂದಿತಾ ಹಿಯರ್..." ಫೋನ್‌ನಲ್ಲಿ ಹರಿದು ಬಂದ ಅವಳ ದನಿಗೆ ಪುಳಕಿತನಾದ "ಹಲೋ ನಂದಿತಾ... ನಾನು ಪ್ರವೀಣ್..." ಎಂದು ಉದ್ವಿಗ್ನನಾದ. "ಫೋನ್‌ನಲ್ಲಿ ಅವ್ರು ವಿಷ್ಯ ತಿಳ್ಸಿದ್ರು. ಬೇಗ್ಬರ್ತೀವಿ... ಹೋಗಿ ಇನ್‌ಫಾರ್ಮೇಷನ್ ಕೊಡಿ" ಎಂದಳಷ್ಟೆ. ಯಾವ ಏರುತಗ್ಗುಗಳನ್ನೂ ಗುರ್ತಿಸಲಾಗಲಿಲ್ಲ ನಂದಿತಾ ಸ್ವರದಲ್ಲಿ.

ತುಂಬ ಬುದ್ಧಿವಂತನಾಗಿ ಕಂಡ ಮಹೇಂದರ್. ಸೂಕ್ಷ್ಮಮತಿ ಇದ್ದ ಜನ ಶರವೇಗದಲ್ಲಿ ಬೆಳೆಯುತ್ತಾರೆ. ತಮ್ಮಂಥವರು... ಸಮಾಜದ ಪ್ರವಾಹದಲ್ಲಿ ಹುಲ್ಲುಕಡ್ಡಿಯಂತೆ ಸಾಗಿ ಹೋಗುವುದಷ್ಟೆ.

"ಸರ್...." ಪಕ್ಕಕ್ಕೆ ತಿರುಗಿದ. ಸಮೀರ್ ನಿಂತಿದ್ದ "ಸಾಗರಕ್ಕೆ ಹೊರಟಿರೋದು, ನೀವು.... ಬನ್ನಿ" ಎಂದ ಕಾರಿನ ಡೋರ್ ತೆಗೆಯುತ್ತ ಪ್ರತಿಭಟನೆ ಏನು ಕೆಲಸ ಮಾಡದೆಂದು ಅವನಿಗೆ ಗೊತ್ತು. ಹತ್ತಿ ಕೂತ ಡ್ರೈವರ್ ಸೀಟಿನಲ್ಲಿ ಸಮೀರ್ ಇದ್ದ. ಹಿಂದಿನ ಸೀಟಿನಲ್ಲಿ ಮಧ್ಯವಯಸ್ಕ ವ್ಯಕ್ತಿ ಕೂತಿದ್ದರು. ಡಾಕ್ಟರ್ ಇರಬಹುದೆಂದು ಕೊಂಡ ಮೊದಲ ನೋಟದಲ್ಲಿಯೇ.

ಸ್ಟಾರ್ಟಾದ ಕಾರು ವೇಗವಾಗಿ ಮುನ್ನುಗ್ಗಿತ್ತು. ಸಾಗರ ತಲುಪುವವರೆಗೂ ಇನ್ನೊಂದು ಮಾತಿಲ್ಲ. ನರ್ಸಿಂಗ್ ಹೋಂ ತಲುಪಿದ ನಂತರವೇ ಕಾರ್ಡಿಯಾಲಜಿಸ್ಟ್ ಡಾ॥ ಚಂದ್ರಪ್ರಕಾಶ್ ಮಾತುಗಳು ಕೆಲವೇ ನಿಮಿಷಗಳಲ್ಲಿ ಮಹೇಂದರ್‌ನ ಮುಟ್ಟಿತು.

ರಾತ್ರಿ ಹನ್ನೊಂದರ ಸುಮಾರಿಗೆ ನಂದಿತಾ, ಮಹೇಂದರ್ ಬಂದರು. ಇನ್ನು ಅನುಮಾನದಲ್ಲಿಯೇ ಇದ್ದವರಿಗೆಲ್ಲ ಹರ್ಷ.

"ಅಮ್ಮ, ನಾನು ನಂದಕ್ಕನ ಜೊತೆ ಹೋಗ್ಲಾ?"

ಪ್ರತಿಭಾ ತನ್ನ ಆಸೆಯನ್ನು ವೈದೇಹಿಯ ಕಿವಿಯಲ್ಲಿ ಉಸುರಿದಾಗ ಹೆದರಿಕೊಂಡರು. "ಸಾಕು ಸುಮ್ಮನಿರು, ಅವ್ಳೇ ಇರ್ತಾಳೆ, ನಿಮ್ಮಪ್ಪ ಬೇಸರ್ಕಿಕೊಳ್ಳೋವರ್ಗೂ" ಆಕೆಯದು ದೂರದ ಆಸೆ, ಅದು ಸಾಗದೆಂದು ಗೊತ್ತಿಲ್ಲ.

"ನಂಗಂತೂ.... ನಂಬಿಕೆ ಇಲ್ಲ" ಪ್ರತಿಭಾ ಅಡ್ಡ ಮಾತಾಡಿ ಜಾಗ ಖಾಲಿ ಮಾಡಿದವಳು ತಂದೆಯ ಮಂಚದ ಬಳಿ ಕೂತಿದ್ದ ನಂದಿತಾ ಬಳಿ ಹೋಗಿ ನಿಂತಳು.

"ನಂದಕ್ಕಾ..." ಮೆಲ್ಲಗೆ ಅವಳ ಕೈ ಹಿಡಿದಳು. ಹಸು ಮಗುವಿನಂಥ ನೋಟ ಬೀರಿದಳು ನಂದಿತಾ. "ಅಬ್ಬ....' ಎನಿಸುವಷ್ಟು ಕಣ್ಣುಬಿಟ್ಟಳು.

ನಂದಿತಾ ಬಣ್ಣ, ರೂಪ, ಕಣ್ಣುಗಳಲ್ಲಿ ಒಂದಾದರೂ ತನಗೆ ಕೊಡುಗೆಯಾಗಿ ಬಂದಿದ್ದರೇ, ಆಸೆಪಟ್ಟಳು.

"ನೀನು ಬೆಳ್ಳಗಿದ್ದಿಯಷ್ಟೆ.... ಸೌದಾಮಿನಿಯಷ್ಟು ಕೂಡ ಕಳೆಕಳೆಯಾಗಿಲ್ಲ. ಇದು ಸತ್ಯವಾದ ಮಾತು. ಸುಮ್ನೆ ಸುಮ್ನೆ ಕನಸು ಕಾಣ್ಬೇಡ" ಅವಳ ಫ್ರೆಂಡ್ ಒಬ್ಬಳು ಬೋಲ್ಡ್ ಆಗಿ ಹೇಳಿದ್ದಳು. ಇದನ್ನು ನಂಬಬಾರದೆನ್ನುವುದೇ ಅವಳ ತೀರ್ಮಾನ.

ಮಗಳ ಕೈ ಹಿಡಿದುಕೊಂಡು ಸುಬ್ಬಣ್ಣ ಒಂದೇ ಸಮ ನೋಡಿದರು "ಹೇಗಿದ್ದೀಯಾ, ನಂದಿತಾ?" ಕ್ಷೀಣವಾಗಿತ್ತು ಅವರ ದನಿ. "ಚೆನ್ನಾಗಿದ್ದೀನಿ. ಮೈಲ್ಡ್ ಸ್ಟ್ರೋಕ್ ಅಂದ್ರು ಡಾಕ್ಟ್ರು"

ಡಾಕ್ಟರೊಂದಿಗೆ ಮಾತಾಡಿದ ಮಹೇಂದರ್ "ಒಂದ್ತಿಂಗ್ಳು ಇಲ್ಲೇ ರೆಸ್ಟ್ ತಗೊಳ್ಳಿ. ಏನು.... ತೊಂದರೆ ಇಲ್ಲ" ಹೇಳಿದವನು ಮಡದಿಯತ್ತ ನೋಟ ಹರಿಸಿ "ಹೊರಟುಬಿಡೋಣ ಹಿಂದು." ಒಂಟಿಯಾಗಿ ಅವರೊಂದಿಗೆ ಬಿಡಲು ಸಮ್ಮತಿ ಇಲ್ಲ ಅವನದು.

ಬಂದ ವೈದೇಹಿ ನಂದಿತಾನ ಹೊರಗೆ ಕರೆದೊಯ್ದರು. ಕತ್ತಲು ಮುಸುಕಿದ ಕಾರಿಡಾರ್‌ನಲ್ಲಿ ಬೆಳದಿಂಗಳು ಚೆಲ್ಲುವಂತ ಬಲ್ಬುಗಳು. ಆ ಸಮಯದಲ್ಲೂ ಓಡಾಡುವ ಡಾಕ್ಟರ್‌ಗಳು, ನರ್ಸ್‌ಗಳು.... ಅಪರೂಪಕ್ಕೆ ಪೇಷಂಟ್‌ಗಳ ಕಡೆಯವರು.

"ಇದೇನಿದು, ಈಗ್ನಿಂದ ಹೀಗೇ ಹೊರಡೋದೂಂದ್ರೆ. ಮದ್ವೆಯಾಗಿದ್ದೇ ಮುಗೀತು, ಒಂದ್ಗಳಿಗೆ ಮಾತಾಡೋಕೆ ಸಿಕ್ಲಿಲ್ಲ. ಈಗಂತೂ... ಆಗೋಲ್ಲ. ನೀನೇ.... ಹೇಳು. ಅಥ್ವಾ..... ನಾನೇ ಹೇಳ್ತೀನಿ" ಎಂದಳು. ಪಿಳಿಪಿಳಿ ಬಿಟ್ಟಳು ಕಣ್ಣುಗಳನ್ನೇ.

ಯಾವುದೋ ವ್ಯಕ್ತಿಗಳು ಆಗಾಗ ಅವಳ ನೆನಪಿನಲ್ಲಿ ಪ್ರತ್ಯಕ್ಷವಾಗಿ ಕಾಡುತ್ತಿದ್ದರು. ಇಂಥ ತಳಮಳದ ಮಧ್ಯೆ ಅವಳ ಮಿದುಳು ತಕ್ಷಣ ಪ್ರತಿಕ್ರಿಯಿಸಲಾರದೆ ಸ್ತಬ್ಧವಾಗಿತ್ತು.

"ಮಾತಾಡು.... ನಂದಿತಾ" ಅಸಹನೆಯಿಂದ ದನಿಯೇರಿಸಿದರು. "ನೀನಿದ್ರೆ ಅವ್ರು ಬೇಗ ಚೇತರಿಸ್ಕೋತಾರೆ. ನಾಲ್ಕು ದಿನ ಮಹೇಂದರ್ ಕೂಡ ಇರ್ಬಹ್ದು. ದೊಡ್ಡ ಮನೇನೆ ಪ್ರೆಸೆಂಟ್ ಮಾಡಿದ್ದಾರೆ. ಗಾಳಿ, ಬೆಳಕು, ನೀರು ಯಾವ್ದಕ್ಕೂ ತಾಪತ್ರಯವಿಲ್ಲ" ಅವರ ಎಲ್ಲಾ ಮಾತುಗಳಿಗೂ 'ಹ್ಞಾ, ಹ್ಞೂ' ಎನ್ನಲಿಲ್ಲ.

ಬೂಟಿನ ಸದ್ದಿನೊಂದಿಗೆ ಬಂದ ಮಹೇಂದರ್ "ಡಾಕ್ಟ್ರು ಹೇಳಿದ್ದಾರೆ. ಬರೀ ಮೈಲ್ಡ್ ಸ್ಟ್ರೋಕ್ ಅಂತ. ಹೆದರೋದ್ಬೇಡ" ಎಂದವನು ಮನೆಮಂದಿಯೆಲ್ಲ ಅಲ್ಲೇ ಇರುವುದನ್ನು ನೋಡಿ "ಇಷ್ಟೊಂದು ಜನ ಇಲ್ಲಿರೋದು ಒಂದು ರೀತಿಯಲ್ಲಿ ಡಿಸ್ಟರ್ಬ್. ಆರಾಮಾಗಿ ರೆಸ್ಟ್ ತಗೊಳ್ಳೋಕೆ ಬಿಡಿ ಅವ್ರನ್ನು. ಯಾರಾದ್ರೂ ಒಬ್ರು ಇದ್ದು ಮಿಕ್ಕವ್ರು ಮನೆಗೆ ಹೋಗ್ಬಹ್ದು" ಅತ್ಯಂತ ಸ್ಪಷ್ಟವಾಗಿ ಹೇಳಿದ. ಸ್ವರದಲ್ಲಿದ್ದ ದೃಢತೆಯನ್ನು ಗುರ್ತಿಸಿಯೇ ಅವನ ಮನೋದಾರ್ಢ್ಯವನ್ನು ಲೆಕ್ಕ ಹಾಕಬಹುದಿತ್ತು.

ಸ್ವಲ್ಪ ಧೈರ್ಯ ತಂದುಕೊಂಡ ವೈದೇಹಿ "ಸ್ವಲ್ಪ ದಿನ ನಂದಿತಾ ಇಲ್ಲೇ ಇರ್ಲಿ" ಎಂದಾಗ ಅವನ ನಿರಾಕರಣೆ ಅತ್ಯಂತ ಸ್ಪಷ್ಟವಾಗಿತ್ತು "ಅಂಥ ಅಗತ್ಯವೇನಿದೆ?..." ಸಾಲಾಗಿ ನಿಂತವರತ್ತ ನೋಟ ಹರಿಸಿದ.

ನಂದಿತಾ ಏನಾದರೂ ಹೇಳುವ ಮುನ್ನವೇ "ಹೋಗೋ. ಹಿಂದು" ಹೊರಟೇಬಿಟ್ಟ. ಮಿಕ್ಕವರು ಹಿಂದೆಯೇ ಉಳಿದರು.

"ಅವ್ರು ಅಲ್ಲಿ ಒಬ್ಬಂಟಿ. ನಾನು ಸಮಸ್ಯೆಗಳು ಇರುತ್ತೆ, ಅದ್ನ ನೀವು ಅರ್ಥ ಮಾಡ್ಕೋಬೇಕಿತ್ತು. ಇಲ್ಲಿದ್ದು ನಂದಿತಾ ಮಾಡೋದೇನು! ಸೌದಾಮಿನಿನ ಬೇಕಾದ್ರೆ ಒಂದ್ತಿಂಗ್ಳು ಇಲ್ಲೇ ಇರ್ಸಿಕೊಳ್ಳಿ. ಅಲ್ಲಿ ಎಲ್ಲಾ ಇರೋದ್ರಿಂದ ನಂಗೆ ತಾಪತ್ರಯವೇನು ಆಗ್ದು" ಪ್ರವೀಣ್ ಧೈರ್ಯದಿಂದ ಆಕೆಯ ತಪ್ಪನ್ನು ಎತ್ತಿ ತೋರಿಸಿದ.

ಪ್ರತಿಭಾ ತಕ್ಷಣ "ನಾನು ಹೋಗ್ತೀನಿ ಬಿಡು. ಇಲ್ಲಿ ನಂಗ್ ಬೋರ್" ಹೊರಟಾಗ ತಡೆದ ಪ್ರವೀಣ್. "ಬೇಡ, ಅದು ಮಹೇಂದರ್‌ಗೆ ಇಷ್ಟವಾಗೋಲ್ಲ. ಆಕಾಶಕ್ಕೆ ಮೆಟ್ಟಿಲು ಹಾಕೋ ಕನಸು ಕಾಣ್ಬೇಡ" ಸ್ವಲ್ಪ ರೇಗಿದ. ಸ್ವಲ್ಪ ದುರಾಸೆಯ ಹುಡುಗಿಯೆಂದು ಅವನಿಗೆ ಗೊತ್ತಾಗಿತ್ತು.

ಕಾರು ವೇಗದಿಂದ ಧಾವಿಸುತ್ತಿತ್ತು. ದಟ್ಟವಾದ ಕತ್ತಲಿನ ಸಮಯ. ನಿಶ್ಯಬ್ದ ವಾತಾವರಣದಲ್ಲಿ ಜೀರುಂಡೆಗಳ ಸದ್ದು.

ಪಕ್ಕನೆ ಬ್ರೇಕ್ ಒತ್ತಿದ ಡ್ರೈವರ್ "ಸರ್, ಯಾರೋ ದಾರಿಗಡ್ಡಲಾಗಿ ಕಲ್ಲುಗಳ್ನ ಇಟ್ಟಿದ್ದಾರೆ. ಅಪಾಯದ.... ಸೂಚನೆಯೇ ತೀರಾ ಸನಿಹ ಬಂದಿದ್ದೀವಿ. ಹಿಂದಕ್ಕೆ ತಿರುಗಿಸುವ ಸುಳಿವು, ಗೊತ್ತಾದ ಕೂಡ್ಲೆ ಅವ್ರುಗಳು ದಿಢೀರಾಗಿ ಬಂದು ಅಟ್ಯಾಕ್ ಮಾಡ್ಬಹುದ್ದು" ಬ್ರೇಕ್ ಹಾಕದೆ ವೇಗವನ್ನು ನಿಧಾನಿಸುತ್ತ ಹೇಳಿದಾಗ ಹಿಂದಿನ ಸೀಟಿನಲ್ಲಿದ್ದ ಮಹೇಂದರ್ ಸಾಹಸದಿಂದ ಮುಂದಿನ ಸೀಟಿಗೆ ಜಾರಿ ಸ್ಟೀರಿಂಗ್ ವ್ಹೀಲ್‌ನ ತಾನು ಹಿಡಿದ.

ಸ್ಟಾರ್ಟ್ ಮಾಡಿ ಮುಂದಕ್ಕೆ ಸಾಗಿ ಅವರುಗಳನ್ನು ಭ್ರಮೆಯಲ್ಲಿ ಕೆಡವಿ ವೇಗವಾಗಿ ಕಾರನ್ನು ಹಿಂದಕ್ಕೆ ತಿರುಗಿಸಿಬಿಟ್ಟ. ಹೋಗಬೇಕಾದ ದಿಕ್ಕಿಗೆ ಅಭಿಮುಖವಾಗಿ ಬಾಣದಂತೆ ನುಗ್ಗಿದ ಕಾರು ಕ್ಷಣಗಳಲ್ಲಿ ಮಾಯವಾಯಿತು.

ಅಪಾಯವಿಲ್ಲದ ಸ್ಥಳದಲ್ಲಿಯೇ ಕಾರು ನಿಂತಿದ್ದು. ಪಕ್ಕಕ್ಕೆ ಸರಿದು ಪೆನ್ ಟಾರ್ಚ್‌ನಿಂದ ಹಿಂದಿನ ಸೀಟಿನ ಬೆಳಕು ಮಾಡಿದವನು ಅವಾಕ್ಕಾದ. ಸ್ಟೀರಿಂಗ್ ವ್ಹೀಲ್ ಡ್ರೈವರಿಗೆ ಬಿಟ್ಟು ಹಿಂದಕ್ಕೆ ಬಂದ.

ಎರಡು ಕೈಗಳಲ್ಲಿ ಮುಖ ಮುಚ್ಚಿಕೊಂಡ ನಂದಿತಾ ಕಂಪಿಸುತ್ತಿದ್ದಳು. ಹನ್ನೆರಡು - ಎರಡರ ಮಧ್ಯದ ವೇಳೆ, ಯಾವುದೋ ನೆನಪು, ಕತ್ತಲು ಅವಳನ್ನೇ ಹೆದರಿಸುತ್ತಿತ್ತು. ಬಲವಂತದಿಂದ, ಪ್ರಯಾಸದಿಂದ ದೂಡಿದ ಅನುಭವ.

"ಹಿಂದು... ಹಿಂದು" ಬಳಸಿ ಎದೆಯಲ್ಲಿ ಅಡಗಿಸಿಕೊಂಡ "ಇಷ್ಟು ರಾತ್ರಿಯಲ್ಲಿ ಬೇಡ, ಬೆಳಿಗ್ಗೆ ಹೋಗಿ" ಪ್ರವೀಣ್ ಕೂಡ ಒಂದು ಮಾತು ಹೇಳಿದ್ದ. ಆದರೆ

ಅವರುಗಳ ಮಧ್ಯೆ ನಂದಿತಾನ ಬಿಡಲಾರ. ಸಮಾಧಿಯಲ್ಲಿ ಹುದುಗಿದ್ದವನ್ನು ಮೇಲೆತ್ತಲು ಪ್ರಯಾಸಪಡಬೇಕು. ಆದರೆ ಅದರ ಕಲ್ಲು ಹಾಸಿ ಪೂರ್ತಿ ಮುಚ್ಚಲು ಕ್ಷಣಗಳು ಸಾಕು.

ಕಾರು ವೇಗವಾಗಿ ಹೋಗುತ್ತಿತ್ತು. ಎದೆಯಾಸರೆಯಲ್ಲಿದ್ದ ನಂದಿತಾ ಕಂಪಿಸುತ್ತಿದ್ದಳು. ಬಂಗ್ಲೆ ತಲುಪಿದಾಗ ಬೆಳಗಿನ ಜಾವ. ಆಸರೆ ನೀಡಿ ಬೆಡ್‌ರೂಂಗೆ ಕರೆದೊಯ್ದು ಮಲಗಿಸಿದ.

ಬೆವರಿನಿಂದ ತೊಯ್ದ ಮುಖದಲ್ಲಿ ಹೆದರಿಕೆ. ರೆಪ್ಪೆಗಳನ್ನು ಬಲವಾಗಿ ಮುಚ್ಚಿಕೊಂಡಿದ್ದಳು. ಪೂರ್ತಿ ಕೆನ್ನೆಯ ಬಳಿ ಬಗ್ಗಿದ. ಪೂರ್ತಿ ಭ್ರಮಿತನಾದ ಆ ಕ್ಷಣ 'ಹಿಂದು... ಹಿಂದು..." ಇಷ್ಟೊಂದು ಅಧೈರ್ಯ ಅವಳ ಬೆರಳುಗಳನ್ನು ಒಂದೊಂದಾಗಿ ಬಿಡಿಸಿದ. ತೀರಾ ಆರ್ದ್ರತೆಯಿಂದ ನುಡಿದ "ಹಿಂದು, ನಿಂಗೆ ಕಿರಣ್ ಬೇಡಿಯಿಂದ ಪೊಲೀಸ್ ಆಫೀಸರ್ ಆಗುವ ಕನಸಿತ್ತು. ಈಗ್ಲೂ ನಾನು ನಿಂಗೆ ಒತ್ತಾಸೆಯಾಗಿ ನಿಲ್ತೀನಿ" ಮೆಲ್ಲನೆ ಉಸುರಿದ. ಎಲ್ಲೋ ಹುದುಗಿಹೋದ ನೆನಪುಗಳ ಮೇಲಿನ ಧೂಳನ್ನು ಊದಿದ. ವರ್ಷಗಳಿಂದ ಕೆನೆಗಟ್ಟಿದ ಧೂಳು ಕಲ್ಲಿನೋಪಾದಿಯಲ್ಲಿತ್ತು. ಆದರೂ ಅಲುಗಾಡಿಸುವ ಆತ್ಮಸ್ಥೈರ್ಯ, ಸಂಯಮ ಅವನದು.

ಬಹಳ ಹೊತ್ತಿನ ನಂತರ ಸ್ವಲ್ಪ ಚೇತರಿಸಿಕೊಂಡವಳು "ಸ್ನಾನ ಮಾಡ್ಕೊಂಡ್ಬರ್ತೀನಿ..." ಎದ್ದು ಹೋಗುವ ವೇಳೆಗೆ ಫೋನ್ ಎಚ್ಚರಿಸಿತು. ಸಮೀರ್ ಡ್ರಾಯಿಂಗ್ ರೂಂನಲ್ಲಿದ್ದ. "ಬರ್ತೀನಿ..." ಫೋನಿಟ್ಟ ನಂತರವೇ ವಿಷಯ ತಿಳಿದಿದ್ದು. ಒಂದು ಗಂಟೆಗೆ ಮಿಕ್ಕಿ ಜಿ.ಟಿ. ಮಿತ್ರ ದಂಪತಿಗಳು ಮಗಳೊಂದಿಗೆ ಅವನಿಗಾಗಿ ಕಾದಿದ್ದರು. ರಾತ್ರಿ ಕೂಡ ಎರಡು ಸಲ ಫೋನ್ ಮಾಡಿದ್ದರು.

ಅವರನ್ನು ನೆಗ್ಲೆಕ್ಟ್ ಮಾಡಿದ್ದ ಆದಷ್ಟು. ಯಾಕೆ ಏನೂಂತ ಅವನಿಗೆ ಅರ್ಥವಾಗಿರಲಿಲ್ಲ. ಆದರೂ ಅವರು ಇವನೊಂದಿಗೆ ಸ್ನೇಹದ ಸಂಬಂಧ ಜೋಡಿಸಲು ಇಚ್ಛಿಸಿದ್ದರು.

ಸ್ನಾನ ಮುಗಿಸಿ ಬರುವುದರೊಳಗೆ ತಂದೆ, ಮಗಳು ಬಂದು ಕಾದಿದ್ದರು. "ತೀರಾ ಬಿಜಿ ಮನುಷ್ಯನಾಗ್ಬಿಟ್ಟೆ. ನಿನ್ನ ಬಗ್ಗೆ ನಿಮ್ತಂದೆ ಅಪೂರ್ವವಾದ ಇಂಥದೊಂದು ಕನಸು ಕಂಡಿದ್ದರು" ಎಂದು ನಕ್ಕರು.

ಅವನಿಗೆ ಚೆನ್ನಾಗಿ ನೆನಪಿದೆ. ಸ್ನೇಹ ಬರೀ ಅವನ ತಂದೆ ಮತ್ತು ಜಿ.ಟಿ. ಆರ್ಯ ಅವರ ನಡುವೆ ಮಾತ್ರ. ಯಾವಾಗಲೋ ಒಂದೆರಡು ಸಲ ಭೇಟಿಯಾಗಿರಬೇಕಷ್ಟೆ.

"ನೋ.... ನೋ.... ನಮ್ತಂದೆ ತೀರಾ ಆತ್ಮೀಯರೊಡನೆ ಮಾತ್ರ ಮನದ ಭಾವನೆಗಳ್ನ ಹಂಚಿಕೊಳ್ತಾ ಇದ್ದಿದ್ದು. ನಿಮ್ಮ, ಅವ್ರ ಪರಿಚಯ ಅಷ್ಟಾಗಿ ಇರ್ಲಿಲ್ಲ" ಎಂದ. ನಿಷ್ಠೂರವಾಗಿ ಈ ರೀತಿ ಮಾತಾಡಲು ಮಹೇಂದರ್ ಮನಸ್ಸು ಹಿಂದೆಗೆಯಲಿಲ್ಲ. 'ಕೆಲವಕ್ಕೆ ಕಾರಣ ಸಿಗದು' ಅವನಿಗೆ ಅವನೇ ಹೇಳಿಕೊಳ್ಳುವ ಸಮಾಧಾನ.

"ಮೈ ಗಾಡ್, ಮಹೇಂದರ್ ನಿನ್ನ ನೆನಪುಗಳು ಬಹಳ ಗಟ್ಟಿ ನಿಮ್ತಂದೆ ಬಗ್ಗೆ ಚೆನ್ನಾಗಿ ತಿಳಿದಿದ್ದೀ" ಹೊಗಳಿದರು.

ಬಿಂದು ತಾನೇ ಬಂದು ಇನ್ವಿಟೇಷನ್ ಕೊಟ್ಟಳು. ಜಿ.ಟಿ. ಮಿತ್ರ ಬಿಲ್ಡರ್ಸ್ "ಪ್ರಾರಂಭೋತ್ಸವದ ಆಹ್ವಾನ ಪತ್ರಿಕೆ."

ಆ ಸಮಾರಂಭಕ್ಕೆ ಚೀಫ್ ಗೆಸ್ಟ್ ಬಲವಂತರಾಯ್. ಉದ್ಘಾಟನೆ ಇವನ ಕೈಯಿಂದ. ಚಕಿತನಾದ. ಈ ಪ್ರಸ್ತಾಪ ಒಂದೂ ಇರಲಿಲ್ಲ. ಅವನಿಂದ ಒಪ್ಪಿಗೆ ಕೂಡ ಪಡೆದಿರಲಿಲ್ಲ.

"ನೋ.... ನೋ.... ಕೇಂದ್ರ ಕೈಗಾರಿಕಾ ಖಾತೆ ಬಲವಂತರಾಯ್ ಮುಖ್ಯ ಅತಿಥಿಯಾಗೋಂಥ ಸಮಾರಂಭಕ್ಕೆ ನನ್ನ ಉದ್ಘಾಟನೆ ಖಂಡಿತ ಸರಿಹೋಗ್ಲಿಲ್ಲ" ತಲೆ ಅತ್ತಿತ್ತ ಆಡಿಸಿದ. ಒಪ್ಪಿಕೊಳ್ಳಲಾರರು. ಇದರ ಹಿಂದೆ ಸಮ್ಮತ್ರಿಯವರ ಪ್ಲಾನ್ ಏನಿರಬಹುದು?

ಜಿ.ಟಿ. ಮಿತ್ರ ಅವರು ಅವನ ಎರಡು ಕೈಗಳನ್ನು ಹಿಡಿದುಕೊಂಡರು. "ಬಲವಂತರಾಯ್ ಖುಷಿಯಿಂದ್ಲೇ... ಒಪ್ಕೊಂಡ್ರು. ನಾನು ಹಿರಿಯನಾಗಿ ಈ ಡಿಸಿಷನ್ ತಗೊಂಡೇ, ದಯವಿಟ್ಟು ನೀನು ಒಪ್ಕೋಬೇಕು. ನನ್ನಣ್ಣ ಬದ್ಕಿದ್ದಿದ್ರೆ ನಂಗೆ ರಿಕ್ವೆಸ್ಟ್ ಮಾಡಿಕೊಳ್ಳೋ ಅಗತ್ಯ ಕೂಡ ಇರ್ಲಿಲ್ಲ" ಎಂದರು ಆತ್ಮೀಯತೆ, ವಿಶ್ವಾಸ ಸೇರಿಸಿ.

ಎಷ್ಟೋ ವರ್ಷಗಳು ಜಿ.ಟಿ. ಆರ್ಯ ಅವರ ಕುಟುಂಬ ದುರ್ಘಟನೆಯ ನಂತರ ಅವರಾಗಿ ಎಂದೂ ಇವನ ತಂದೆಯನ್ನು ಕೂಡ ಮೀಟ್ ಮಾಡಿರಲಿಲ್ಲ. ತಾನಾಗಿಯೇ ಹುಡುಕಿಕೊಂಡು ಹೋಗಿದ್ದು ನಂದಿತಾನ ನೋಡಿದ ನಂತರ.

ಆಹ್ವಾನ ಪತ್ರಿಕೆ ಮುದ್ರಿತವಾದ ನಂತರ ಏನಾದರೂ ಮಾತಾಡುವುದು ಸರಿಯೆನಿಸಲಿಲ್ಲ. ಒಂದು ಹಂತಕ್ಕೆ ಬಂದ ನಂತರ ಬಿಂದು ಮೇಲೆದ್ದಳು.

"ಮಹೇಂದರ್ ನೀವಾಗಿ ಕರ್ದು ನಿಮ್ಮ ಸ್ವೀಟ್ ಹಾರ್ಟ್ ಪರಿಚಯಿಸಿ. ಇಲ್ದಿದ್ರೆ.... ನಾನೇ ಹೋಗಿ ಪರಿಚಯ ಮಾಡ್ಕೋತೀನಿ" ಎಂದಳು. ಅವಳ ಸ್ವರದಲ್ಲಿನ ಹಟ ಗುರ್ತಿಸಿದ. ಕೆಲವು ಪ್ರಶ್ನೆಗಳು ನಂದಿತಾ ಸುತ್ತ ಹುಟ್ಟಿಕೊಳ್ಳುವುದು ಬೇಡವಾಗಿತ್ತು.

ನಗುತ್ತ ಮೇಲೆದ್ದ "ಕೆಲವಕ್ಕೆ ಫಾರ್ಮಾಲಿಟೀಸ್ ಇದೆ. ಅದ್ನ ಮೀರಿ ನಡ್ಯೋದು ನಂಗೂ ಸರಿಯೆನಿಸೋಲ್ಲ" ಹೊರಗೆ ಹೋದ.

ಹತ್ತು ನಿಮಿಷದ ನಂತರ ಮಡದಿಯೊಂದಿಗೆ ಬಂದ. ಕೂತಿದ್ದವರು ಅರಿವಾಗದಂತೆ ಮೇಲೆದ್ದರು. ಬೆನ್ನ ತುಂಬ ಹರಡಿಕೊಂಡ ಹೊಳೆಯುವ ಕಪ್ಪು ಕೂದಲು, ಶುಭ್ರವರ್ಣದ ಮುಖದ ಛಾಯೆ. ಇವೆಲ್ಲಕ್ಕಿಂತ ಕಣ್ಣುಗಳು ಅವರನ್ನು ಸೆಳೆದಿದ್ದು.

"ಮಿಸಸ್ ಮಹೇಂದರ್" ಪರಿಚಯಿಸಿದ. ಷಾಕ್‌ನಿಂದ ಚೇತರಿಸಿಕೊಳ್ಳಲು ವೇಳೆ ಬೇಕಾಯಿತು. ಅವರಿಬ್ಬರಿಗೂ "ನಮಸ್ತೆ...." ಎರಡು ಕೈಗಳನ್ನು ಜೋಡಿಸಿ ಎಚ್ಚರಿಸಬೇಕಾಯಿತು ಅವರನ್ನು ನಂದಿತಾ.

"ಮೇಡ್ ಫಾರ್ ಈಚ್ ಆದರ್, ಗುಡ್ ಸೆಲೆಕ್ಷನ್" ಹೊಗಳಿದರು. ಜಿ.ಡಿ. ಮಿತ್ರ. ಅವರ ಮಟ್ಟಿಗೆ ಸರ್‌ಪ್ರೈಜ್! ಪೋಸ್ಟ್ ಆಫೀಸ್‌ನ ಸುಬ್ಬಣ್ಣನ ಮಗಳನ್ನು ಮದುವೆಯಾದನೆಂದು ತಿಳಿದಾಗ ಮಹೇಂದರ್‌ನ ದುರಾದೃಷ್ಟಕ್ಕೆ ಮರುಗಿದ್ದರು. "ಎಂಥ ಬುದ್ಧಿವಂತನಾದರೂ ಒಂದಲ್ಲ ಒಂದು ಸಲ.... ಕನಿಷ್ಠ ಐದು ನಿಮಿಷಗಳಾದ್ರೂ ಮೂರ್ಖನಾಗ್ತಾನೆ. ಆ ನಿಮಿಷಗಳಲ್ಲಿನ ಮೂರ್ಖತನದ ಪರಮಾವಧಿಯನ್ನು ಜೀವನಪೂರ್ತಿ ಅನುಭವಿಸ್ತಾರೆ" ಎನ್ನುವ ಮಾತುಗಳನ್ನು ಹೆಂಡತಿ, ಮಗಳ ಮುಂದೆ ಆಡಿದ್ದರು. ಇಂದು ತಿರುವು ಮುರುವಾಗಿತ್ತು.

ಬಿಂದು ಕಣ್ಣುಗಳಲ್ಲಿ ಕೆಲವು ಕ್ಷಣ ಅಸೂಯೆ ಮೂಡದೆ ಹೋಗಲಿಲ್ಲ. "ನೀನು ಹೇಳೋದು ಕರೆಕ್ಟ್, ಡ್ಯಾಡಿ" ತನ್ನ ಹೊಗಳಿಕೆಯನ್ನು ಸೇರಿಸಿದಳು. ಹತ್ತು ನಿಮಿಷದ ನಂತರ ಹೊರಟ ತಂದೆ, ಮಗಳ ಮುಖ ಗಂಭೀರವಾಗಿತ್ತು. ಹಿಂದು ಅವರ ತೊಡೆಯ ಮೇಲೆ ಬೆಳೆದ ಮಗು.

"ಬಹುಶಃ ನಮ್ಮ ಹಿಂದು ಬದುಕಿದ್ರೆ ಇಷ್ಟೇ, ಹೀಗೇ ಇರ್ತಾ ಇದ್ಲು. ಇಂಥ ಹೆಣ್ಣು ಸುಬ್ಬಣ್ಣನವರ ಮಗ್ಳು" ಎಂದರು ಅನ್ಯಮನಸ್ಕತೆಯಿಂದ. "ಹೇಗೆ, ಸಾಧ್ಯ ಇಲ್ಲ.... ಪಪ್ಪ ನಮ್ಮ ಡ್ರೈವರ್ ಪಾಂಡೆ ಮಗ್ಳು ನಂಗಿಂತ ಚೆನ್ನಾಗಿದ್ದಾಳೆ. ಅವ್ಳ ಬಣ್ಣ, ದೇಹದ ಮಾಟ ನಂಗೂ ಇಲ್ಲ" ವಾಸ್ತವದ ಘಟನೆಯನ್ನು ತಂದೆಯ ಮುಂದೆ ಹರಡಿದಳು.

ಹೋಟೆಲ್‌ನಿಂದ ಅವರ ವಾಸ್ತವ್ಯವನ್ನು ಒಂದು ಫ್ಲಾಟ್‌ಗೆ ಬದಲಾಯಿಸಿದ್ದರು. ಈಗ ಜಿ.ಟಿ. ಮಿತ್ರ ಫ್ಯಾಮಿಲಿ ಅವರು ಬಲವಾಗಿ ನಿಲ್ಲಲು ಭದ್ರ ನೆಲೆಯ ಜೊತೆ ಮಹೇಂದರ್ ಅಂಥವರ ಸ್ನೇಹವೂ ಬೇಕಿತ್ತು.

ಸೋಫಾ ಮೇಲೆ ಕುಸಿದಂತೆ ಜಾರಿದ ಜಿ.ಟಿ. ಮಿತ್ರ ತಾವೇ ಟೀಪಾಯಿ ಮೇಲಿದ್ದ ಗಾಜಿನ ಹೂಜಿಯಿಂದ ನೀರನ್ನು ಬಗ್ಗಿಸಿಕೊಂಡು ಕುಡಿದರು.

"ನಾನಂತು ಮಹೇಂದರ್ ಮಿಸಸ್‌ನ ನೋಡಿ ಷಾಕ್ ಆದೆ. ನನ್ನ ಕಲ್ಪನೆಗೆ ಪೂರ್ತಿ ವಿರುದ್ಧವಾಗಿ ಅದ್ಕೇ ಬೇರೆ ಆಸ್ತಿ, ಅಂತಸ್ತು ಹಣದ ಲೆಕ್ಕ ಮಾಡ್ದಂಗೆ ಮುನ್ನುಗ್ಗಿ ಮದ್ವೆಯಾಗಿದ್ದು." ಮಹೇಂದರ್‌ನ ಮದುವೆಗೆ ಕಾರಣ ಕೊಟ್ಟರು. ಮೊದಲೇ ಪುಟ್ಟ ಪುಟ್ಟ ಕಣ್ಣುಗಳ ಸಮ್ಮತ್ರಿ ಕಣ್ಣುಗಳು ಮತ್ತಷ್ಟು ಕಿರಿದಾದವು. "ಮತ್ತೊಮ್ಮೆ ಹೇಳಿ ಮಿತ್ರ" ಕಿರುಚಿದರು. ಸ್ವಲ್ಪ ಅಸಹನೆಗೊಂಡರು. ಮಾತಾಡುವ ರೀತಿಯೇ ಅದು. ಆಕೆಯನ್ನು ಬಲ್ಲವರು ಈ ಕಿರುಚುವಿಕೆಯನ್ನು ಹೆಚ್ಚಿಗೆ ಭಾವಿಸಲಾರರು.

ಬಹಳ ನಿಧಾನವಾಗಿ ನಂದಿತಾಳ ಸೌಂದರ್ಯ ಬುದ್ಧಿಮತ್ತೆಯ ಕಣ್ಣುಗಳ ಬಗ್ಗೆ ವಿವರಿಸಿದಳು. "ನಂಗಂತೂ ದೊಡ್ಡ ಆಶ್ಚರ್ಯ ಇಲ್ಲ, ತೀರಾ ಸಾಧಾರಣ ಸಾಮಾನ್ಯ ಕುಟುಂಬದ ಹೆಣ್ಣಿಗೆ ರೂಪ ಇರ್ಬಹ್ದು, ಆದರೆ ಶ್ರೀಮಂತಿಕೆಯ ನೋಟ,

ಆತ್ಮವಿಶ್ವಾಸದ ವರ್ಚಸ್ಸು ಸಾಧ್ಯವೇ? ಮತ್ತೆ ಅದೇ ಪ್ರಶ್ನೆಯನ್ನೆತ್ತಿದ್ದಾಗ ಬಿಂದು ಮುಖ ಮುದುರಿದಳು.

"ಸ್ಟಾಪ್ ಇಟ್... ಡ್ಯಾಡಿ! ಮಮ್ಮಿ, ನಂಗೆ ಮಹೇಂದರ್ ಮಿಸೆಸ್‌ನ ನೋಡಿದ್ರೇ ನಮ್ಮ ಹಿಂದು ನೆನಪಾಗ್ತಾಳೆ" ಎಂದಳು. ಅವಳ ದನಿಯಲ್ಲಿ ಇಣುಕಿದ ಗಾಢತೆಯಲ್ಲಿ ದುಃಖದ ಸಿಂಚನವಿತ್ತು.

ಸಮ್ಮತಿ ತಳ್ಳಿ ಹಾಕಿದರು ಅದನ್ನು. "ಒಬ್ಬರ ಹಾಗೆ ಒಬ್ರು.... ಇರೋದು ಅಸಹಜವೇನಲ್ಲ. ಅದೆಲ್ಲ... ಇರ್ಲಿ. ಹೋದ ವಿಷ್ಯವೇನಾಯ್ತು?" ಆಕೆಗೆ ಆ ಕಡೆ ಕುತೂಹಲ. ಇಲ್ಲಿಗೆ ಬರುವ ಮುನ್ನ ಒಂದು ಆಸೆ ಇತ್ತು. ಮಹೇಂದರ್‌ನ ಅಳಿಯನನ್ನಾಗಿ ಮಾಡಿಕೊಳ್ಳೋದು. ಪ್ರಯತ್ನದ ನಡುವೆಯೇ ಏಟು ಕೊಟ್ಟು ದೂರ ನಿಂತಿದ್ದ. ಸದ್ಯಕ್ಕೆ ಸ್ನೇಹದಲ್ಲಿ ಕಟ್ಟಿಹಾಕುವ ಸನ್ನಾಹ.

"ಬರ್ತಾನೆ, ಆಹ್ವಾನ ಪತ್ರಿಕೆಯಲ್ಲಿ ಹೆಸರಿದೆ. ಬಲವಂತರಾಯ್ ಬರೋದ್ರಿಂದ ಅವ್ನ ನಿರಾಕರಣೆ ಕಷ್ಟ. ನೀನು ಈ ಪ್ಲಾನ್ ಯೋಚಿಸದಿದ್ರೆ, ಬಹುಶಃ ಮಹೇಂದರ್ ಬರ್ತಾ ಇರ್ಲಿಲ್ಲ. ಕಡ್ಮೇ ಸಮಯದಲ್ಲಿ ದೊಡ್ಡ ಹೆಸರು ಸಂಪಾದ್ನೇ ಮಾಡಿಕೊಂಡ ಉದ್ಯಮಿ" ಎಂದರು. ಬೆಳೆದ ರೀತಿ ಆಶ್ಚರ್ಯವೇ. ಈ ಯಶಸ್ಸು ಕೆಲವರಲ್ಲಿಯಾದರೂ ಅಸೂಯೆ ಹುಟ್ಟಿಸಬಲ್ಲದು. ಅಂಥ ಜನರಿದ್ದರೇ ಈ ಫ್ಯಾಮಿಲಿಯೊಂದು.

ಬಿಂದುಗೆ ಪದೇ ಪದೇ ಮಿಸಸ್ ಮಹೇಂದರ್‌ನ ನೆನಪು. ಆತ್ಮೀಯ ತುಳುಕುವ ಕಣ್ಣುಗಳಲ್ಲಿ ಏನೋ ಹುಡುಕಲು ಇಷ್ಟ. ನಾಲ್ಕು ಮಾತು ಆಡಬೇಕೆನಿಸಿದಾಗ ಫೋನೆತ್ತಿ ಡಯಲ್ ತಿರುವಿದಳು.

ಬಂದ ಸಮ್ಮತಿ ಫೋನ್ ಕಿತ್ತಿಟ್ಟರು. "ಯಾರ್ಗೇ ನಿನ್ನ ಫೋನ್? ಅಲ್ಲಿ ನಡ್ದ ಪ್ರಕರಣ ಇಲ್ಲಿ ಮರುಕಳಿಸೋಕೆ ನಾನು ಬಿಡೋಲ್ಲ. ಯಾರ್ಗೇ ಫೋನ್? ನಿನ್ನ ಬಾಯ್-ಫ್ರೆಂಡ್‌ಗೆ ಫೋನೇನಾದ್ರೂ ಮಾಡಿದ್ರೆ ಪೆಟ್ರೋಲ್ ಸುರ್ದು ಸುಡಿಸಿಬಿಡ್ತೀನಿ" ಕಣ್ಣು ಕೆಂಪಗೆ ಮಾಡಿದರು. ಮಗಳ ಒಂದು ಲವ್ ಪ್ರಕರಣ ಬಹಳ ಘಾಸಿಗೊಳಿಸಿತ್ತು ಅವರನ್ನು. ಎರಡು ಲಕ್ಷ ತೆತ್ತು ಅವನ ಸಂಬಂಧ ಕಳೆದುಕೊಂಡಿದ್ದರು.

"ನಾನು ಮರೆತ್ರೂ.... ನಿಮ್ಗೆ ಮಾತ್ರ ಅವನದೇ ಧ್ಯಾನ! ಅವ್ನು ನನ್ನ ಭೇಟಿ ಮಾಡ್ಬೇಕೂಂದ್ರೆ ಖಂಡಿತ ಆಕಾಶದಿಂದಾದ್ರೂ ಹಾರಿ ಬರ್ತಾನೆ. ಮೈ ಫೂಟ್..." ಕಾಲುಗಳನ್ನು ಅಪ್ಪಳಿಸಿ ರೂಮಿಗೆ ಹೋಗಿ ಬಾಗಿಲು ಹಾಕಿಕೊಂಡಳು. ಬೆಳೆದಿದ್ದ ರೀತಿ ಸರಿ ಇರಲಿಲ್ಲ ಬಿಂದು.

ಸ್ವಪ್ರತಿಷ್ಠೆಯ ಹೆಣ್ಣಾದ ಸಮ್ಮತಿ ಗಿಡ ಬೆಳೆಸುವಾಗ ಮುತುವರ್ಜಿ ವಹಿಸಿರಲಿಲ್ಲ. ಅಡ್ಡದಿಡ್ಡವಾಗಿ ಬೆಳೆದ ರೆಂಬೆಗಳನ್ನು ಕತ್ತರಿಸುವ ಗೋಜಿಗೆ ಹೋಗದಿದ್ದರಿಂದ ಅನಾರೋಗ್ಯಕರವಾದ ಬೆಳವಣಿಗೆಯ ರೂಪು — ಇದು ಆ ದಂಪತಿಗಳ ಏಕೈಕ ಸುಪುತ್ರಿಯ ಸ್ಥಿತಿ.

ಅತ್ತು ಅತ್ತು ದಿಂಬನ್ನು ತೋಯಿಸಿದಳು ಬಿಂದು. ಅವಳ ಮನದಲ್ಲಿ ಮಹೇಂದರ್ ಬಗ್ಗೆ ಆಸೆ ಬೆಳೆಸಿದ್ದರು ಬೇರೆಡೆಯಿಂದ ಇತ್ತ ಸೆಳೆಯಲು. ಬಿಂದುವಿನಲ್ಲಿ ಕೂಡ ಆಸಕ್ತಿ ಹುಟ್ಟಿಕೊಂಡಿತು ಅವನ ಬಗ್ಗೆ. ಹಿಡಿಯುವ ಮುನ್ನವೇ ಗಗನಕ್ಕೆ ಹಾರಿ ಬರೀ ಆಸೆಯನ್ನು ಮಾತ್ರ ಅವಳಿಗೆ ಉಳಿಸಿದ್ದ.

ರಾತ್ರಿ ಡಿನ್ನರ್‌ನ ನಂತರ ಅಮ್ಮನಿಗೆ ಹೇಳಿದಳು "ನಂಗೆ ಮಹೇಂದರ್ ಮಿಸಸ್ ಇಷ್ಟವಾಗಿದ್ದಾಳೆ. ಅವ್ಳ ಫ್ರೆಂಡ್‌ಷಿಪ್ ಮಾಡೋದ್ರಲ್ಲಿ ನಿಂಗೇನಾದ್ರೂ ಅಭ್ಯಂತರವಿದ್ಯಾ?" ಕೇಳಿದಳು.

ಸಾಸ್ ಕುಡಿಯುತ್ತಿದ್ದ ಸಮ್ಮತಿ ತಲೆಯೆತ್ತಿ ಮಗಳ ಕಣ್ಣೊಳಗೆ ನೋಡಿದಳು. ಒಂದು ರೀತಿಯ ವೈರಾಗ್ಯವಿತ್ತು. ಇದು ಅಪಾಯವೆನಿಸಿತು ಆಕೆಗೆ. ಗಂಡನ ಕಡೆ ನೋಟ ಹರಿಸಿದಳು.

"ವೈ ನಾಟ್, ನಿಂಗೆ ಒಳ್ಳೆ ಗುಡ್ ಫ್ರೆಂಡ್ ಆಗ್ತಾಳೆ. ಸಮಾನ ಅಂತಸ್ತಿನವರ ಮಧ್ಯೆ ಸ್ನೇಹ ಯಾವಾಗ್ಲೂ ಒಳ್ಳೇದು. ನಿನ್ನ ಮಮ್ಮಿ ಯಾಕೆ ಅಭ್ಯಂತರ ಹೇಳ್ತಾಳೆ" ಪ್ರೋತ್ಸಾಹಿಸಿದರು ಜಿ.ಟಿ. ಮಿತ್ರ. ಮೊದಲ ನೋಟದಲ್ಲಿಯೇ ಅವರ ಹೃದಯದಲ್ಲಿ ಕೋಲಾಹಲವೆನ್ನೆಬ್ಬಿಸಿದ್ದಳು ನಂದಿತಾ. ಇಷ್ಟವಾಗಿದ್ದಳು ಮನಕ್ಕೆ.

"ಡ್ಯಾಡಿ, ನೀವು ಹೇಳ್ದ ಮಾತ್ನ ನಾನು ಒಪ್ಪೋಲ್ಲ. ಅಂತಸ್ತಿಗಿಂತ ಸಮಾನ ಮನಸ್ಕರಲ್ಲಿನ ಸ್ನೇಹ ಸೇತುವೆಯಾಗುತ್ತೆ. ಬರೀ ಆಸ್ತಿ, ಅಂತಸ್ತು, ಹಣ ಅಂತಸ್ತು ಈಗ ಏನಿದೆ ನಮ್ಗೆ ಅಂತಸ್ತು? ಎಲ್ಲಾ ಹಾಳಾಗಿ ಹೋಯ್ತು. ಇನ್ನೂ ಹತ್ತು ವರ್ಷ ತೀರಿಸೋಷ್ಟು ಸಾಲ ಇದೆ. ಎಲ್ಲಾ ಮಾರಿಕೊಂಡು ಅಲ್ಲಿಂದ ತಲೆ ತಪ್ಪಿಸ್ಕೊಂಡ್ ತಾನೇ ಬಂದಿದ್ದು?" ಸತ್ಯವನ್ನಾಡಲು ಹಿಂಜರಿಯಲಿಲ್ಲ ಅವಳು. "ಷೇಮ್ ಆನ್ ಯೂ."

ಸಮ್ಮತಿ ಸ್ಪೂನನ್ನ ಬೀಸಿ ಎಸೆದರು. ಗೋಡೆಗೆ ಅಪ್ಪಳಿಸಿ ಭೂಶಾಯಿಯಾಯಿತು. ಕೋಪ ಹತ್ತಿಕ್ಕದಾದರು.

"ಈಡಿಯಟ್, ಸ್ವಲ್ಪ ಕೂಡ ಕಾಮನ್‌ಸೆನ್ಸ್ ಇಲ್ಲ. ಡಿಪ್ರೆಷನ್ ಎಲ್ಲಾ ಫೀಲ್ಡ್‌ನಲ್ಲೂ ಸಾಮಾನ್ಯ. ಒಂದಿಷ್ಟು ನಷ್ಟ, ಒಂದಿಷ್ಟು ಸಾಲ ಇದೇನು ಅಪರೂಪದ ವಿಷ್ಯನಾ! ಸೋ ವೆರಿ ಸಿಂಪಲ್" ರಭಸದಿಂದ ಛೇರನ್ನು ಹಿಂದಕ್ಕೆ ತಳ್ಳಿ ಎದ್ದು ಹೋದರು.

ಮಿತ್ರ ಮಗಳ ಕಡೆ ಅನುಕಂಪದಿಂದ ನೋಡಿದರು. ಕೆನ್ನೆಯ ಮೇಲೆ ಹರಿದ ಕಂಬನಿಯ ಧಾರೆಯನ್ನು ತೋರು ಬೆರಳಿನಿಂದ ತೊಡೆದರು.

"ನಿನ್ನ ಮಮ್ಮಿ ಸ್ವಲ್ಪ ರೂಡ್. ಮಾತು ಒರಟು, ಮನಸ್ಸು ಮಾತ್ರ ಗೋಲ್ಡ್‌ನ್.... ಅರ್ಥ ಮಾಡ್ಕೋ" ಅನುನಯಿಸಿದರು.

ಮುಖ ಪಕ್ಕಕ್ಕೆ ತಿರುಗಿಸಿ ಮೂತಿ ಸೊಟ್ಟಗೆ ಮಾಡಿದಳು. "ವ್ಹಾ.... ಡ್ಯಾಡಿ, ನಿಮ್ಮ ಚಿನ್ನದ ಕ್ಯಾರೆಟ್‌ನಲ್ಲಿ ಅಳೆಯೋಕ್ಕಾಗೋಲ್ಲ. ಐ ಹೇಟ್ ಹರ್. ನಮ್ಮ ಈ ಸ್ಥಿತಿಗೆ

ಮಮ್ಮೀನೇ ಕಾರಣ. ಅದ್ಕೇ ಅಣ್ಣ ಮನೆ ಬಿಟ್ಹೋಗಿದ್ದು. ನಾನೂ ಎಂದಾದ್ರೂ ಹೋಗ್ಬಿಡ್ತೀನಿ" ಅವಳ ಕಂಠದಲ್ಲಿ ಅಳು ತುಂಬಿಕೊಂಡಿತ್ತು.

ಮಗಳನ್ನು ಸಂತೈಯಿಸುವ ವೇಳೆಗೆ ಸಾಕು ಸಾಕಾದರು ಮಿತ್ರ "ಈಗ ಫೋನ್ ಮಾಡು. ಮಹೇಂದರ್ ಮಿಸೆಸ್‌ನ ಹೆಸರು ಕೂಡ ತಿಳ್ದುಕೊಳ್ಳಿಲ್ಲ ನಾವು" ಎಂದರು ನಗುತ್ತ. ಮಗಳು ಸ್ವಲ್ಪ ಉತ್ಸಾಹಗೊಳ್ಳುವುದು ಬೇಕಿತ್ತು. ಹಿಂದೆ ಒಮ್ಮೆ ಆತ್ಮಹತ್ಯೆಗೆ ಬಿಂದು ಪ್ರಯತ್ನಿಸಿದ್ದರಿಂದ ಸ್ವಲ್ಪ ಅವಳ ವಿಷಯವಾಗಿ ಅಲರ್ಟ್ ಆಗಿಯೇ ಇರುತ್ತಿದ್ದರು.

ಡಯಲ್ ತಿರುಗಿಸಿದಳು. ಹತ್ತು ಸೆಕೆಂಡ್‌ನ ನಂತರವೇ ಫೋನ್ ಎತ್ತಿದ್ದು "ಹಲೋ.... ಮಹೇಂದರ್ ಮನೆನಾ?" ಕೇಳಿದಳು. "ರಾಂಗ್ ನಂಬರ್" ತಟ್ಟನೆ ಇಟ್ಟರು.

ಹತ್ತು ಮೀರಿದ್ದನ್ನು ಗಮನಿಸಿದ ಮಿತ್ರ "ಬೆಡ್ ರೂಂನಲ್ಲಿರೋ ಸಮಯ. ಡಿಸ್ಟರ್ಬ್ ಮಾಡೋದ್ಬೇಡ. ಬೆಳಿಗ್ಗೆ ನೀನೇ ಹೋಗ್ಬರ್ಬಹ್ದು. ನಿನ್ನ ಮಮ್ಮಿ ತಕರಾರು ಮಾಡ್ದಂಗೆ ನಾನು ನೋಡ್ಕೋತೀನಿ" ಭರವಸೆ ಕೊಟ್ಟರು.

ಇದ್ದ ಒಬ್ಬ ಮಗ ದೂರ ಹೋಗಿದ್ದ. ಇವಳನ್ನಾದರೂ ಉಳಿಸಿಕೊಳ್ಳಬೇಕಿತ್ತು. ಕೊರಳು ಮಟ್ಟದ ಕೆಸರಿನಲ್ಲಿ ಸಿಕ್ಕಿಕೊಂಡಿದ್ದರು ಮಿತ್ರ ಈಗ.

ಬೆಡ್‌ರೂಂಗೆ ಮಿತ್ರ ಬಂದಾಗ ಮೊದಲ ಪೆಗ್ ಮುಗಿಸಿದ ಸಮ್ಮತಿ, ಇನ್ನೊಂದು ಪೆಗ್ ಬಗ್ಗಿಸುತ್ತಿದ್ದರು. ಸ್ಟೈಲ್, ಪ್ರಿಸ್ಟೇಜ್‌ಗಾಗಿ ಶುರುವಾದ ಡ್ರಿಂಕ್ಸ್ ಈಗ ದಿನನಿತ್ಯದ ಒಂದು ಭಾಗವಾಗಿತ್ತು.

"ನೋಡಿದ್ರಾ, ನಿಮ್ಮ ಮಗ್ಳ ಮಾತು! ಈ ಸುಖಕ್ಕೆ ಮಕ್ಳು ಯಾಕೆ? ಪ್ರಾಣ ಒತ್ತೆ ಇಟ್ಟು ಹಡೆಯೋ ರಿಸ್ಕ್, ಆಮೇಲೆ ಬೆಳೆಸೋ ರಿಸ್ಕ್, ಈಗ ಅನ್ನಿಸ್ತಾ ಇದೆ - ತಿಳಿವಳಿಕೆ ಸಾಲ್ದು, ಈಡಿಯಟ್ ಹೆಣ್ಣು ನಾನು" ಒಂದೇ ಸಲಕ್ಕೆ ಗ್ಲಾಸ್ ಖಾಲಿ ಮಾಡಿಟ್ಟರು.

ಇದು ದಿನನಿತ್ಯದ್ದೇ. ಈಚೆಗೆ ದಿನಾ ರಾತ್ರಿ ಸಮ್ಮತಿ ಕುಡಿದು ಅರ್ಧ ರಾತ್ರಿಯವರೆಗೂ ಅಳುತ್ತಿದ್ದಳು. ದೊಡ್ಡ ಮಹತ್ವಾಕಾಂಕ್ಷೆಯ ದಿಟ್ಟ ಹೆಣ್ಣು. ಸಾಮಾನ್ಯ ಬದುಕನ್ನು ಯಾವಾಗಲೂ ಇಷ್ಟಪಡಳು.

ಮತ್ತೆ ಗ್ಲಾಸ್‌ಗೆ ಬಗ್ಗಿಸಲು ಹೋದಾಗ ಕಿತ್ತುಕೊಂಡರು. ಮಿತ್ರ "ನೀನೊಬ್ಬ ಫೂಲಿಷ್ ಹೆಣ್ಣು. ಕುಡ್ದು... ಕುಡ್ದು... ಯಾಕೆ ಆರೋಗ್ಯ ಹಾಳು ಮಾಡ್ಕೋತೀಯಾ! ಅಷ್ಟಿಗೆ, ತಿಳಿವಳಿಕೆ ಸಾಲ್ದು. ಅರ್ಥ ಹುಡುಕೋಕೆ ಹೋಗ್ಬೇಡ. ಸುಮ್ನೇ ಹೋಗಿ ಮಲಕ್ಕೊ" ಬಲವಂತದಿಂದ ಮಲಗಿಸಿದರು.

ಇಂದು ಮಹೇಂದರ್‌ನ ಮಡದಿಯನ್ನು ನೋಡಿದ ಮೇಲೆ ತೀರಾ ವ್ಯಾಕುಲಚಿತ್ತರಾಗಿದ್ದರು. 'ಹಿಂದು ಬದುಕಿದ್ದರೇ ಹೀಗೆಯೇ ಇರುತ್ತಿದ್ದಳು' ಅವರ ಮನಃಪೂರ್ತಿಯಾಗಿ ಒಪ್ಪಿಕೊಂಡಿತ್ತು.

ಮಿತ್ರ ಒಂದೆರಡು ಪೆಗ್ ಹಾಕಿಯೇ ಮಲಗಿದ್ದು. "ಈಡಿಯಟ್, ನಿಂಗೆ ಸ್ವಲ್ಪ ಕೂಡ ವ್ಯವಹಾರದ ಜ್ಞಾನ ಇಲ್ಲ. ನೀನು ಪೂರ್ತಿ ಹಾಳಾಗೋದಲ್ದೇ.... ನನ್ನ ಹಣಾನು ನಾಶ ಮಾಡಿಬಿಡ್ತೀಯಾ! ನನ್ನ ಹಣ ನಂಗೆ ಹಿಂದಕ್ಕೆ ಕೊಡು" ಆ ಹ್ಹೂಂಕಾರ ಇಂದು ಕೇಳಿದಂತಾಗಿ ಎದ್ದು ಕೂತರು. ಅಣ್ಣನನ್ನು ಕಂಡರೆ ಭಯವಿತ್ತು ಅವರಿಗೆ. ಕೆಲವೊಮ್ಮೆ ತಲೆಯೆತ್ತಿ ನಿಲ್ಲಲು ಕೂಡ ಹೆದರುತ್ತಿದ್ದರು.

ಧುತ್ತೆಂದು ಆರ್ಯ ಬಂದು ನಿಂತಂತಾಗಿ ಎದ್ದು ಕೂತರು. ಕುಡಿದ ಮತ್ತು ನಿಮಿಷದಲ್ಲಿ ಮಾಯ. ಏರ್ ಕಂಡೀಷನರ್ ಕೆಲಸ ಮಾಡುತ್ತಿದ್ದರೂ ಬೆವತುಬಿಟ್ಟಿದ್ದರು.

"ಸಮ್ಮತಿ... ಸಮ್ಮತಿ..." ಹೆಂಡತಿಯನ್ನು ಹಿಡಿದು ಅಲ್ಲಾಡಿಸಿದರು. "ಅಣ್ಣ.... ಅಣ್ಣ...." ಆಕೆಯೇನು ಅಲುಗಲಿಲ್ಲ. ಎರಡು ಕೈಗಳಲ್ಲೂ ಮುಖ ಮುಚ್ಚಿಕೊಂಡರು. ಕಣ್ಣಿಂದ ಮರೆಯಾಗದು ಅಣ್ಣನ ಚಿತ್ರ.

ಬಾಗಿಲು ತೆರೆದುಕೊಂಡು ರೂಮಿನಿಂದ ಹೊರ ಬಂದರು. ಮಲಗದ ಬಿಂದು ಯಾವುದೋ ಇಂಗ್ಲೀಷ್ ಚಲನಚಿತ್ರ ನೋಡುತ್ತಿದ್ದಳು. ಬಾಂಡ್... ಫಿಲಂ.... ಪೂರ್ತಿ ಡಿಶುಂ... ಡಿಶುಂ... ಬೆಂಕಿ. ತಕ್ಷಣ ಆಫ್ ಮಾಡಿದರು.

"ರಾತ್ರಿ ವೇಳೆ ಯಾರಾದ್ರೂ ಹಾರರ್ ಫಿಲಂ ನೋಡ್ತಾರ!" ಬೆವರೊರೆಸಿಕೊಳ್ಳುತ್ತ ರೇಗಿದರು. ಅವಳಿಗೆ ಆಶ್ಚರ್ಯ "ಅರೇ, ಇದು ಹಾರರ್ ಫಿಲಂ ಅಲ್ಲ ಡ್ಯಾಡಿ."

ಎದ್ದು ಹೋಗಿ ಮತ್ತೆ ಟಿ.ವಿ. ಆನ್ ಮಾಡಿದಳು.

ನೋಡಲಿಚ್ಛಿಸದ ಮಿತ್ರ ಮಗಳನ್ನು ರಿಕ್ವೆಸ್ಟ್ ಮಾಡಿಕೊಂಡರು "ಪ್ಲೀಸ್, ಆಫ್ ಮಾಡ್ಬಿಡು ಬಿಂದು. ನಿನ್ಹತ್ರ ಮಾತಾಡೋಣ ಅಂತ ಅನ್ನಿಸಿದೆ. ಯಾಕೋ ನಿದ್ದೆ ಬರ್ಲಿಲ್ಲ."

ಇಂಟರೆಸ್ಟಾಗಿ ನೋಡುತ್ತಿದ್ದವಳು ಬೇಸರದಿಂದಲೇ ಎದ್ದು ಹೋಗಿ ಆಫ್ ಮಾಡಿದಳು. ಇದೊಂದು ಸೋಜಿಗವೆ ಅವಳಿಗೆ. ಒಮ್ಮೆ ಬೆಡ್‌ರೂಂ ಬಾಗಿಲು ಹಾಕಿಕೊಂಡರೇ, ಮರುದಿನದ ಬೆಳಕಿನವರೆಗೂ ತೆರೆಯುತ್ತಿರಲಿಲ್ಲ. ಲಾಭ, ನಷ್ಟಗಳ ಜಂಜಾಟದಲ್ಲಿ ಮುಳುಗಿ ಪೂರ್ತಿ ಲಾಸ್ ಆದ ಮೇಲೆ ರಾತ್ರಿಯ ಕುಡಿತ ಜಾಸ್ತಿಯಾಗಿದೆಯೆಂದು ಅವಳಿಗೆ ಗೊತ್ತು.

"ಮಮ್ಮಿ, ಮಲ್ಗಿ ಬಿಟ್ರಾ! ಸ್ವಲ್ಪ ಕುಡಿಯೋದ್ನ ಕಮ್ಮಿ ಮಾಡೋಕೆ ನೀವು ಯಾಕೆ ಮಮ್ಮಿಗೆ ಹೇಳ್ಬಾರ್ದು? ಪೂರ್ತಿಯಾಗಿ ಕಿಡ್ನಿ ಹಾಳು ಮಾಡ್ಕೋತಾರೆ" ಎಂದಳು ಜಿಗುಪ್ಸೆಯಿಂದ, ಕುಡಿಯುವ, ಸಿಗರೇಟು ಸೇದುವ ತಾಯಿಯನ್ನು ಕಂಡರೆ ಅವಳಿಗೆ ಅಷ್ಟಕ್ಕಷ್ಟೆ.

ಪೂರ್ತಿ ವ್ಯಥಿತವಾಗಿ ಹಣೆಯುಜ್ಜಿದರು ಮಿತ್ರ "ನಾವೆಷ್ಟು ಕಳಕೊಂಡ್ವೀಂತ ನಿಂಗೆ ಗೊತ್ತು. ನೋವು, ಟೆನ್‌ಷನ್‌ಗೋಸ್ಕರ ಕುಡೀತಾಳೆ. ಸ್ವಲ್ಪ ಬಿಜಿನೆಸ್ ಸುಧಾರಿಸಿದ್ರೆ...

ಅವ್ಳು ತಾನಾಗಿ ಕುಡ್ಯೋದು ನಿಲ್ಸಿ ಕೆಲ್ಸದಲ್ಲಿ ಬಿಜಿಯಾಗ್ತಾಳೆ" ಎಂದರು. ತುಟಿ ಕೊಂಕಿಸಿ ಅಡ್ಡಡ್ಡ ತಲೆಯಾಡಿಸಿದಳು ಬಿಂದು.

ತಾಯಿಯ ಸ್ವಭಾವ ಬಲ್ಲ ಅವಳಿಗೆ ಆ ನಂಬಿಕೆ ಇರಲಿಲ್ಲ. ಮೌನವಾದಳು. ಈ ಮೌನ ಭಯವೆನಿಸಿತು ಮಿತ್ರಗೆ.

"ನಂಗ್ಯಾಕೋ ನಿದ್ದೆ ಬರ್ಲಿಲ್ಲ. ಏನಾದ್ರೂ.... ಹೇಳು" ಎಂದರು. ಅವಳು ಕೈಯಾಡಿಸಿದಳು ಏನು ಇಲ್ಲವೆನ್ನುವಂತೆ. "ಏನಿದೆ, ಏನೇನೂ.... ಇಲ್ಲ. ಇನ್ನ ಬದುಕೋದಾದ್ರೂ ಯಾಕೆ ಅನ್ನಿಸುತ್ತೆ. ತೀರಾ ನಿರಾಶೆಯಾದಾಗ ನಂಗೆ ನೆನಪು ಬರೋದು ದೊಡ್ಡಮ್ಮ, ದೊಡ್ಡಪ್ಪ. ಎಂಥ ವ್ಯಕ್ತಿತ್ವ ಅವರದು. ಅವ್ರು ಇಲ್ಲವಾದಾಗ್ಲೇ ನಾವೂ ಇಲ್ಲವಾದ್ವೀ, ಡ್ಯಾಡಿ. ನಾನು ಅಂತು ಅವ್ರ ಜೊತೆ ಹೋಗ್ಬೇಕಿತ್ತು" ಅತ್ತೇಬಿಟ್ಟಳು.

ಭಯದಿಂದ ಮಿತ್ರ ಮತ್ತಷ್ಟು ನರ್ವಸ್ ಆದರು. 'ನೀನು ಅವರ ಜೊತೆ ಹೋಗಿದ್ದರೇ ಕ್ಷೇಮವಾಗಿ ಹಿಂದಿರುಗುತ್ತಿದ್ದರೇನೋ' ಎಂದುಕೊಂಡರು ಮನದಲ್ಲಿ.

"ಏನೇನೋ ಮಾತಾಡ್ಬೇಡ. ಬಿಂದು" ಮಗಳನ್ನು ಎದೆಗೊರಗಿಸಿಕೊಂಡು ಸಂತೈಸಿದರು. ಒಮ್ಮೆ ಅವರ ನೋಟ ಬೆಡ್‌ರೂಂನತ್ತ ಹೋಗಿ ಹಿಂದಿರುಗಿತು. "ನಿಮ್ಮಮ್ಮನಂಥ ಕೆಟ್ಟ ಮಹತ್ವಾಕಾಂಕ್ಷೆ ಹೆಣ್ಣನ್ನು ನಾನು ಮದ್ವೆಯಾಗ್ಬಾರ್ದಿತ್ತು" ಸತ್ಯ ಹೇಳಿದರು. ಬಹುಶಃ ಅವರೇ ಮರುಗಳಿಗೆ ಇದನ್ನು ಒಪ್ಪಿಕೊಳ್ಳಲಾರರು. 'ಐ ಕಾಂಟ್ ಯು ಐ ಯಾಮ್ ನಥಿಂಗ್, ಐ ಡೋಂಟ್ ಲೀವ್ ಅಲೋನ್' ಈ ಮಾತನ್ನು ಬಹುಶಃ ಹಲವು ನೂರು ಸಲವಾದರೂ ಹೆಂಡತಿಗೆ ಹೇಳಿದ್ದರೇನೋ.

ಬೆಳಗಿನ ಜಾವದವರೆಗೂ ತಂದೆ, ಮಗಳು ಕೂತು ಮಾತಾಡಿದರು. ಎಷ್ಟು ಎಚ್ಚರ ವಹಿಸಿದರೂ ಆಗಾಗ ಆರ್ಯ ಫ್ಯಾಮಿಲಿ ಸುದ್ದಿ ಬಂದು ದಿಕ್ಕೆಡುತ್ತಿದ್ದರು ಅವರು.

"ನಂಗೆ ನಿದ್ದೆ ಬರ್ತಾ ಇದೆ, ನೀವ್ಹೋಗಿ ಮಲ್ಗಿಕೊಳ್ಳಿ ಡ್ಯಾಡಿ" ಮೇಲೇಳುವ ವೇಳೆಗೆ ಫೋನ್ ಬಂತು. ಬಿಂದು ಎತ್ತಿದವಳು "ನಿಮ್ಗೇ ಡ್ಯಾಡಿ" ಮಿತ್ರಗೆ ಕೊಟ್ಟು ರೂಮಿಗೆ ಹೋಗಿ ಹಾಸಿಗೆಯ ಮೇಲೆ ಉರುಳಿದಳು.

"ರಾಂಗ್.... ನಂಬರ್..." ತಂದೆ ಹೇಳಿದ್ದು ಕೇಳಿಸಿತು.

ಆ ಕಡೆಯಲ್ಲಿದ್ದ ವ್ಯಕ್ತಿ "ಖಂಡಿತ ರಾಂಗ್ ನಂಬರ್ ಅಲ್ಲ. ನೀನು ಫೋನಿಟ್ಟರೇ.... ಇನ್ನೊಂದ್ಗಂಟೆಯಲ್ಲಿ ನಿನ್ನ ಫ್ಲ್ಯಾಟ್‌ಗೆ ಬರ್ತೀನಿ. ಎದುರುಬದುರು ಕೂತು ಮಾತಾಡೋಣ. ಹಳೆಯ ವಿಷ್ಯಗಳು ಸಾಕಷ್ಟಿವೆ. ಅದರ ಜೊತೆ ತಾಪತ್ರಯಗಳು ಕೂಡ" ಮಾತಾಡುತ್ತಲೇ ಇದ್ದ.

ಭೂತ ಬಂದು ಎದುರು ನಿಂತವರಂತೆ ಗಡಗಡ ನಡುಗುತ್ತಿದ್ದರು ಮಿತ್ರ. ಫೋನಿಡಿದ ಕೈ ಪೂರ್ತಿ ಬೆವತುಹೋಗಿತ್ತು. ಉಸಿರು ಸ್ತಬ್ಧ. ಮಿದುಳು ನಿಷ್ಕ್ರಿಯವಾಗಿತ್ತು.

"ಬರೋದ್ಬೇಡ. ಏನು, ಯಾಕೆ ಫೋನ್ ಮಾಡಿದ್ದು?" ಕಂಪಿಸುವ ಸ್ವರದಲ್ಲಿ ಕೇಳಿದರು. "ನಂಗೆ ಹೇಳ್ದೇ ನಾಪತ್ತೆಯಾದ್ರಿ. ನಿಮ್ಮನ್ನ ಹುಡುಕೋಕೆ ಖರ್ಚಾದ ಹಣ ಕೂಡ ನೀವು ಕೊಡ್ಬೇಕಾಗುತ್ತೆ. ಮುಂದೆ ಈ ತರಹ ಮಾಡ್ಬಾರ್ದು ಅನ್ನೋಕೆ.... ಒಂದಿಷ್ಟು ಪೆನಾಲ್ಟಿ ಅಷ್ಟೆ. ನಂಗೆ ಅರ್ಜೆಂಟಾಗಿ ಐವತ್ತು ಸಾವಿರ ಬೇಕು. ಮೊದ್ಲು ಹತ್ತುಗಂಟೆಯೊಳ್ಗೆ ನಂಗೆ ಹತ್ತು ಸಾವಿರ ಕೊಡಿ. ಮಿಕ್ಕಿದ್ದು ಒಂದೆರಡು ದಿನಗಳಲ್ಲಿ ಕೊಡ್ಬಹ್ದು. ಸದ್ಯಕ್ಕೆ ಇಲ್ಲೇ.... ಇರ್ತೀನಿ" ಫೋನಿಟ್ಟುಬಿಟ್ಟ.

ರೂಮಿನಿಂದ ಹೊರಗೆ ಬಂದ ಬಿಂದು ತಂದೆಯ ಸ್ಥಿತಿಯನ್ನು ನೋಡಿ "ಯಾರ್ದು ಫೋನ್? ಯಾಕೆ ತುಂಬ ಹೆದ್ರಿಬಿಟ್ಟಿದ್ದೀರಾ?" ಆತಂಕದಿಂದ ಕೇಳಿದಳು. ಒಣಗಿದ ತುಟಿಗಳನ್ನು ನಾಲಿಗೆಯಿಂದ ಒದ್ದೆ ಮಾಡಿದರು. ಈ ರಹಸ್ಯದ ವಿಷಯ ಹೊರಗೆಡವಲಾರರು. ನಿಟ್ಟುಸಿರು ದಬ್ಬಿದ ನಟನೆ ಮಾಡಿದರು.

"ಅಂಥ ವಿಷ್ಯವೇನಿಲ್ಲ. ಜೈನ್‌ಗೆ ಬಿಲ್ಡಿಂಗ್ ಬಾಬತ್ತು ಹಣ ಕೊಡ್ಬೇಕಲ್ಲ, ಅದ್ಕೇ ಡಿಮ್ಯಾಂಡ್ ಮಾಡಿದ್ದಾರಷ್ಟೆ" ಮಾತು ಮರೆಸಿದರು. ಸಾಲದ ವಿಷಯ ಅಷ್ಟಿಷ್ಟು ಅವಳಿಗೂ ಗೊತ್ತು. ಕೂದಲನ್ನು ಒರಟಾಗಿ ಹಿಂದಕ್ಕೆ ದೂಡುತ್ತ ರಪ್ ಎಂದು ಬಾಗಿಲು ದೂಡಿ ಮಲಗಿದಳು. ಅವಳ ಮಟ್ಟಿಗೆ ಬದುಕು ಭ್ರಮನಿರಸನ. ಯಾವುದೇ ಅರ್ಥ ಉಳಿದಿರಲಿಲ್ಲ ಜೀವನದಲ್ಲಿ.

ರೂಮಿಗೆ ಹೋಗಿ ಬೋಲ್ಟ್ ಹಾಕಿ ಸುಧಾರಿಸಿಕೊಂಡ ಮಿತ್ರ ಹೆಂಡತಿಯ ತೋಳಿಡಿದು ಅಲುಗಾಡಿಸಿದಳು. "ಸ್ವಲ್ಪ, ಎಚ್ಚರ ಮಾಡ್ಕೋ... ಗೆಟ್ ಅಪ್..." ಉದ್ವಿಗ್ನಗೊಂಡು ಕೂಗಿದರು.

ಗಂಡನ ಕೈಯನ್ನು ಸರಿಸಿದರು ಒರಟಾಗಿ "ಬಿಡು, ನಾನು ಈಗ ಏಳೋಲ್ಲ" ಪಕ್ಕಕ್ಕೆ ತಿರುಗಿದರು ಸಮ್ಮತಿ. ಅಸ್ತವ್ಯಸ್ತವಾದ ಕೂದಲು, ಉಡುಪು "ನಿಮ್ಮ ಬದ್ಕು ಕೂಡ ಇಷ್ಟೆ. ಇದ್ಕಿಂತ ಜಾಸ್ತಿ ಅಸ್ತವ್ಯಸ್ತವಾಗಿದೆ" ಎಂದರು ಜೋರಾಗಿ. ಆಕೆಯ ಕಿವಿ ತಲುಪಲಿಲ್ಲ. ಮಂಪರಿನಲ್ಲಿ ಏನೋ ಗೊಣಗಿಕೊಂಡರು.

ವಾಚ್ ನೋಡಿದರು. ಆರಕ್ಕೆ ಮೂರು ಸೆಕೆಂಡ್ ಇತ್ತು. ಒಂಬತ್ತಕ್ಕೆ ಹತ್ತು ಸಾವಿರ ಕೊಡಬೇಕು. ಯಾರ ಕೈಯಲ್ಲಿ, ಎಲ್ಲಿಗೆ ಮತ್ತೆ ಅವನೇ ಫೋನ್ ಮಾಡಬಹುದು. ನಾಲಿಗೆ ಒಣಗಿತು.

ಬಗ್ಗಿ ಹೆಂಡತಿಯ ಕಿವಿಯಲ್ಲಿ ಉಸುರಿದರು. "ಬಿನ್ನಿ ಫೋನ್ ಮಾಡಿದ್ದಾನೆ" ಹತ್ತು ಬಕೆಟ್ ನೀರು ಬಿದ್ದವರಂತೆ ಎದ್ದು ಕೂತರು ಸಮ್ಮತಿ. "ಬಿನ್ನಿನ.... ಇಲ್ಲಿಗೆ ಹೇಗ್ಬಂದ? ಅವನನ್ನ ಸುಮ್ನೇ ಬಿಡ್ಬಾರ್ದು. ಪೊಲೀಸ್‌ಗೆ ಹಿಡ್ದು ಕೋಡ್ಡೋಣ. ಅವ್ರು ನಮ್ಮನ್ನೇನು ಮಾಡೋಕ್ಕಾಗೋಲ್ಲ" ಎಂದರು ಕೋಪದಿಂದ.

"ದಿಢೀರ್ ಯೋಚ್ನೆಯಿಂದ ಫಲವಿಲ್ಲ. ಸರ್ಯಾದ ಪ್ಲಾನ್ ಮಾಡ್ಬೇಕು. ಈಗ ಅವ್ನಿಗೆ ಒಂಬತ್ತು ಗಂಟೆಗೆ ಹತ್ತು ಸಾವಿರ ಕೊಡ್ಬೇಕು" ಎಂದರು ಏದುಸಿರುಬಿಡುತ್ತ.

ಬಿನ್ನಿ ಅವರ ಬದುಕಿನ ಕರೀ ಚುಕ್ಕೆಯಲ್ಲಿ ಒಂದಾದ ವ್ಯಕ್ತಿ. ತೀರಾ ಸ್ವಾರ್ಥಿ ಸಮ್ಮತಿ. ತಮ್ಮ ಬದುಕಿನ ಆಕಾಂಕ್ಷೆ, ಸಂತೋಷದ ಮುಂದೆ ಯಾರನ್ನೂ ಲೆಕ್ಕಕ್ಕಿಡಲಾರರು.

ಗಂಡ, ಹೆಂಡತಿ ಕೂತು ಯೋಚಿಸತೊಡಗಿದರು. ಇಲ್ಲಿಗೆ ವಲಸೆ ಬರಲು ಬಿನ್ನಿ ಕೂಡ ಒಂದು ಕಾರಣ.

* * * *

ಬೆಳಗಿನಿಂದ ಪದೇ ಪದೇ ನೆನಪಿಗೆ ಬಂದು ಕಾಡುತ್ತಿದ್ದದ್ದು ನಂದಿತಾನ, ವರ್ಷಗಳ ಹಿಂದೆ ಮನದಲ್ಲಿ ಭೂಗತವಾದ ವ್ಯಕ್ತಿಗಳು ಇಂದು ಲಂಚ್ ಸಮಯಕ್ಕೆ ಅರ್ಧಗಂಟೆ ಮೊದಲೇ ಬಂದ ಮಹೇಂದರ್.

"ಎಕ್ಸ್‌ಕ್ಯೂಜ್ ಮಿ, ಒಂದಿಷ್ಟು ಬೇಗ್ಬಂದು ಡಿಸ್ಟರ್ಬ್ ಮಾಡ್ತಾ ಇದ್ದೀನಿ!" ಹಾಸ್ಯವನ್ನು ಸ್ವರದಲ್ಲಿ ಹರಿಸಿ ಬಟ್ಟೆ ಬದಲಾಯಿಸಲು ಹೋದ. ಮೊದಲು ಗಮನಿಸಿದ್ದು ಹಿಂದು ಫೋಟೋ ಎಲ್ಲಾದರೂ ಸ್ಥಳಾಂತರವಾಗಿದೆಯೇ ಎಂದು. ಇಂದು ದಿಂಬಿನ ಮೇಲೆ ಬೋರಲಾಗಿತ್ತು.

ಅವನ ತುಟಿಯಂಚಿನಲ್ಲಿ ಮುಗುಳ್ನಗೆ ಚಿಮ್ಮಿತು "ತನ್ನ ಅನುಮಾನ ಅಲ್ಲ; ತನ್ನ ಮನಸ್ಸು ಹೇಳಿದ್ದು, ಸಿಕ್ತ್ ಸೆನ್ಸ್ ಗುರುತಿಸಿದ್ದು ಹತ್ತರಷ್ಟು ಸರಿ."

"ಹಿಂದು....." ಕೂಗಿ ಆ ಫ್ರೇಮನ್ನು ನೋಡದವನಂತೆ ಬಂದವಳನ್ನು ಭುಜವಿಡಿದು ಒಂದು ಕಡೆ ಕೂಡಿಸಿದ "ನಿಂಗೆ ಹಿಪ್ನಾಟಿಸಂ ಗೊತ್ತಾ! ನಾನು ಒಂದಿಷ್ಟು ಕಲಿತಿದ್ದೀನಿ. ಈಗ ನೋಡ್ತಾ ಇರು" ಅವಳ ಮುಖವನ್ನು ನೇರವಾಗಿ ತನ್ನೆಡೆಗೆ ತಿರುಗಿಸಿಕೊಂಡು ಮುಗುಳ್ನಗೆ ಬೀರಿದ.

"ಈಗ ನೀನು ನನ್ನ ಕಣ್ಣುಗಳನ್ನೇ ನೋಡ್ತಾ ಇರು"

ಹಿಂದೆ ಯಾರೋ ಇದೇ ಮಾತನ್ನು ಅವಳಿಗೆ ಹೇಳಿದ್ದರು. ಯಾರವರು? ತನಗೇನಾದರೂ ಪುನರ್ಜನ್ಮದ ನೆನಪು ಬಂದಿದೆಯೇ?

ಅವನ ಮಾತಿನತ್ತ ಗಮನಕೊಡದೆ "ನಿಮ್ಗೇ ಪುನರ್ಜನ್ಮದ ಬಗ್ಗೆ ನಂಬ್ಕೇ ಇದ್ಯಾ?" ಅವಳ ಪ್ರಶ್ನೆಗೆ ಬೆಚ್ಚಿಬೀಳಲಿಲ್ಲ ಅವನು. "ನಂಗೇನು ಸರ್ಯಾಗಿ ಗೊತ್ತಿಲ್ಲ. ಅಷ್ಟಿಷ್ಟು ಓದಿರೋದು ನಂಗೆ ಹಿಂದಿನ, ಮುಂದಿನ ಜನ್ಮಕ್ಕಿಂತ.... ಈಗಿನ ಜನ್ಮ ಮುಖ್ಯ. ಆ ಮಿತಿಯಲ್ಲಿ ನನ್ನ ಕಾರ್ಯಗಳು, ಯೋಜನೆಗಳು, ಯಾಕೆ, ಈ ಪ್ರಶ್ನೆ?" ಇವನ ಕೇಳಿಕೆಗೆ ಉತ್ತರ ಕೊಡಲಿಲ್ಲ. ಒತ್ತಾಯಿಸಲೂ ಇಲ್ಲ ಮಹೇಂದರ್.

"ಈಗ ನನ್ನ ಕಣ್ಣುಗಳನ್ನ ನೋಡು. ಹೇಗೆ ನಿನ್ನ ಹಿಪ್ನಾಟಿಸಂಗೆ ಒಳಗಾಗಿಸ್ತೀನಿ. ನಿಂಗೆ ಅರಿವಾಗ್ದಂತೆ ನಿನ್ಮೂಲಕವೇ ಆ ಪಿಸ್ತೂಲ್‌ನಿಂದ ಗುಂಡು ಹೊಡಿಸ್ತೀನಿ. ಕಿಟಕಿಯಿಂದ ಆಚೆ ಕಾಣುವ ಮರಕ್ಕೆ, ಡೋಂಟ್ ವರೀ, ಅದೇನು ಒರಿಜಿನಲ್ ಬುಲೆಟ್ಸ್ ಅಲ್ಲ" ಸಮಾಜಾಯಿಷಿ ನೀಡುತ್ತ ಬೀರುನಲ್ಲಿದ್ದ ಒಂದು ರಿವಾಲ್ವಾರ್‌ನ ತೆಗೆದು ಟೀಪಾಯಿ ಮೇಲಿಟ್ಟ.

ತಕ್ಷಣ ಆವೇಶದಿಂದ ಎದ್ದ ನಂದಿತಾ ಪಿಸ್ತೂಲ್‌ನ ಎತ್ತಿ ದೂರ ಎಸೆದಳು. 'ಇದು ಡ್ಯಾಡಿಗೆ ಗೊತ್ತಾದ್ರೆ ಪನಿಷ್ ಮಾಡ್ತಾರೆ. ಇಂಥ ಆಯುಧಗಳ್ನ ಈ ರೀತಿ ಉಪಯೋಗ್ಸಬಾರ್ದು' ಎಂದೋ ಹೇಳಿದ ಮಾತುಗಳು. ಯಾರು ಹೇಳಿದ್ದು? ಸಪ್ಪಗೆ ಕೂತುಬಿಟ್ಟಳು.

ಹಿಂದೆ ಮಹೇಂದರ್ ಇದೇ ಮಾತುಗಳನ್ನು ಚಾಚೂ ತಪ್ಪದೆ ಆಡಿ ಹುರಿದುಂಬಿಸಿದ್ದ. ಶಾಲೆಯ ಗೆಳೆಯನಿಂದ ಅರೆಬರೆ ಕಲೆತು ಉತ್ಸಾಹಿತನಾಗಿ ಅವಳ ಮೇಲೆ ಮೊದಲು ಪ್ರಯೋಗಿಸಲು ಉದ್ದೇಶಿಸಿದ್ದ. ಹಿಂದುನಿಂದ ತಿಂದ ಬೈಗಳು ಕೂಡ ಅವನ ನೆನಪಿನಂಗಳದಲ್ಲಿ ಭದ್ರ.

ರೂಮಿನಿಂದ ಹೊರಗೆ ಹೋದ ನಂದಿತಾ ಬಾಲ್ಕನಿಯಲ್ಲಿ ನಿಂತು ಹೊರಗೆ ನೋಡತೊಡಗಿದಳು. ಇದೇ ಮಾತುಗಳನ್ನು ತನಗೇ ಹಿಂದೊಮ್ಮೆ ಯಾರೋ ಹೇಳಿದ್ದಾರೆ. ಯಾರು.... ಅವರು? ಕನಸಾ...? ಹಿಂದಿನ ರಾತ್ರಿ ನಾಲ್ಕಾರು ದಿನಗಳ ಹಿಂದೆ ಕಂಡ ಕನಸಾ?

ಅರಸಿಕೊಂಡು ಹೋಗಿ ಮಡದಿಯ ಭುಜದ ಮೇಲೆ ಕೈಯಿಟ್ಟ "ನಿಂಗೆ ಹಿಪ್ನಾಟಿಸಂ ಅಂದ್ರೆ ಭಯ ಇರ್ಬೇಕು" ಅಂದು ಆಡಿದ ಮಾತನ್ನು ರಿಪೀಟ್ ಮಾಡಿದ ಎಚ್ಚರದಿಂದ.

ಮೊದಲು ಗಾಬರಿಯೊಡೆಯಿತು ನಂದಿತಾ ಮುಖದ ಮೇಲೆ. ನಂತರ ಅದು ಸರಿದು ತೆಳುವಾದರೂ ಏನೋ ಅವ್ಯಕ್ತವಾದ ಭಾವನೆಗಳ ಕಲಸುಮೇಲೋಗರ.

ಮತ್ತೆ ದನಿ ತಗ್ಗಿಸಿ "ಹಿಂದು...." ಅಂದ. ಸಡನ್ನಾಗಿ ಅವನತ್ತ ತಿರುಗಿದವಳು ಮಹೇಂದರ್ ಮುಖದ ಮೇಲೆ ಹುಡುಕತೊಡಗಿದಳು. "ಹಿಂದೆ ಎಲ್ಲಾದ್ರೂ ನನ್ನ ನೋಡಿದ್ದೀನಿ ಅನ್ನಿಸಿದೆಯೇ?" ಅಂದು ಆಫೀಸ್‌ನಲ್ಲಿ ಕೇಳಿದಾಗ ಇಲ್ಲವೆಂದು ತಲೆಯಾಡಿಸಿದ್ದಳು. ಇಂದು ಎಲ್ಲೋ ನೋಡಿದ್ದೇನೀಂತ ಅನ್ನಿಸಿತು. ಎಲ್ಲಿ? ಸ್ಪಷ್ಟವಾಗಲಿಲ್ಲ ಅವಳ ಮಸ್ತಿಷ್ಕದಲ್ಲಿ ಅದನ್ನೇನು ಹೇಳಲಿಲ್ಲ.

"ಅಂತು ಇವತ್ತು ಸರ್ಯಾಗಿ ನೋಡೋ ಪ್ರಯತ್ನ ಮಾಡ್ದೇ. ಪರ್ವಾಗಿಲ್ವಾ, ನಾಟ್ ಬ್ಯಾಡ್ ಅನ್ನಿಸಿರ್ಬೇಕು" ನಕ್ಕ. ಆ ನಗೆಯಲ್ಲಿ ಗೆಲುವಿತ್ತು. ಮೋಸಹೋಗಿಲ್ಲವೆನಿಸಿತು. ನಂದಿತಾ ಹೂ ಅರಳಿದಂತೆ ನಕ್ಕಳು. "ನೀವು ತುಂಬ ಹ್ಯಾಂಡ್‌ಸಮ್. ನಿಮ್ಮನ್ನ ಕಾನ್ಫರೆನ್ಸ್ ಹಾಲ್‌ನಲ್ಲಿ ನೋಡಿದ ಮೊದ್ಲೇ ದಿನಾನೇ ಬೇರೆ ಲೇಡಿಸ್ ಮಾತಾಡ್ಕೊಂತಾಯಿದ್ರು" ಸ್ವತಂತ್ರವಾಗಿ ಅವಳು ಆಡಿದ ಮೊದಲ ಮಾತು ಮಾತ್ರವಲ್ಲ. ಅವನು ಮೆಚ್ಚಿ ಕೈ ಹಿಡಿದವಳ ಬಾಯಿಂದ ಮೆಚ್ಚಿಗೆಯ ನುಡಿಗಳು.

ಅವನು ಕಲ್ಪಿಸಿಕೊಳ್ಳಲಾರದಷ್ಟು ಸಂತೋಷವನ್ನು ಕೊಟ್ಟಿತು ನಂದಿತಾ ಮಾತುಗಳು. ಬದುಕನ್ನು ಬಹಳ ಗಂಭೀರವಾಗಿ ತಗೊಂಡವನು. ವ್ಯವಹಾರ, ಶ್ರದ್ಧೆ, ಸಾಧನೆ ತಂದೆಯಿಂದ ಬಂದ ಬಳುವಳಿ.

ವಯಸ್ಸಿಗೆ ಬಂದ ಮೇಲೆ ಒಂದಿಷ್ಟು ತೊಂದರೆಗೆ ಸಿಕ್ಕಿಹಾಕಿಕೊಂಡಿದ್ದರಿಂದ, ಕನಸುಗಳು, ರೋಮ್ಯಾಂಟಿಕ್ ಮೂಡ್ — ಅವೆಲ್ಲ ಮಹೇಂದರ್‌ನಿಂದ ದೂರವಿತ್ತು.

"ಥ್ಯಾಂಕ್ಯೂ..... ಥ್ಯಾಂಕ್ಯೂ ವೆರಿ ಮಚ್..." ಬಳಸಿ ದೀರ್ಘವಾಗಿ ಚುಂಬಿಸಿದ. ಮಧುರತೆಯ ಮಂದಾನಿಲದಲ್ಲಿ ಹಾದು ಹೊಸ ಲೋಕ ಪ್ರವೇಶಿಸಿದಂತಾಯಿತು. ಹೊಸ ರಾಗದ ಸಂಚಾರ ಅವನಲ್ಲಿ.

ಇಂಟರ್‌ಕಾಮ್ ಸದ್ದು ಇಬ್ಬರನ್ನು ಎಚ್ಚರಿಸಿತು. "ಲಂಚ್... ರೆಡಿ, ಸರ್" ಎಂದ ಕುಕ್. ವಾಚ್‌ನತ್ತ ಗಮನ ಹರಿಯಿತು. ಮೂರು ಗಂಟೆಗೆ ಒಂದು ಅರ್ಧ ಗಂಟೆಯ ಅಪಾಯಿಂಟ್‌ಮೆಂಟ್ ಪಡೆದಿದ್ದರು ಅರವಿಂದಘೋಷ್. ಆ ಸಮಯಕ್ಕೆ ಆಫೀಸ್‌ನಲ್ಲಿರಬೇಕಿತ್ತು.

ಹೋಗೋಣ ಎನ್ನುವಂತೆ ಕಣ್ಣಲ್ಲಿ ಸನ್ನೆ ಮಾಡಿದವನು. "ಆ ಕ್ಷಣಗಳ್ನ ಇನ್ನಷ್ಟು ದೀರ್ಘವಾಗಿ...." ಮುಂದಿನ ಮಾತನ್ನು ಹೇಳಲಿಲ್ಲ. ಕಣ್ಣು ಸ್ಪಷ್ಟಪಡಿಸಿತು. ಬದುಕಿನಲ್ಲಿ ಅಂಥ ಸಮಯವೂ ಅಮೂಲ್ಯವೆ.

ಮೊದಲು ಕುಕ್ ನಿಂತು ಬಡಿಸುತ್ತಿದ್ದ. ಈಗ ಟೇಬಲ್ ಮೇಲೆ ಜೋಡಿಸಿಟ್ಟು ಹೋಗುತ್ತಿದ್ದ. ಅದನ್ನು ನಂದಿತಾ ಮಾಡುತ್ತಿದ್ದಳು.

ಇಂದಿನ ಹೆಚ್ಚು ಅಡಿಗೆಯನ್ನು ನಂದಿತಾ ಮಾಡಿದ್ದಳು. ಉಪ್ಪು, ಖಾರ ಪ್ರತಿಯೊಂದರಲ್ಲೂ ವ್ಯತ್ಯಾಸ, ಪರೋಟ, ರೊಟ್ಟಿಗೆ ಬದಲಾಗಿ ಚಪಾತಿ, ಎಣ್ಣೆಗಾಯಿ, ಕೋಸಂಬರಿ ಇಂಥದ್ದೇ ಇತ್ತು.

ಸ್ವಲ್ಪ ಸ್ವಲ್ಪ ಬಡಿಸಿದ ಅವಳು "ಮೊದ್ಲು ರುಚಿ ಇಷ್ಟವಾದ್ರೆ ಮಾತ್ರ ಬಡಿಸ್ತೀನಿ. ಈ ಕಡೆಯ ಅಡಿಗೆ ಎಲ್ಲಾ" ಹೇಳಿದಳು.

"ಗುಡ್, ಚೆನ್ನಾಗಿದೆ...." ಇನ್ನಷ್ಟು ಹಾಕಿಸಿಕೊಂಡು ಊಟ ಮಾಡಿ ನಾಲ್ಕು ಲೋಟ ನೀರು ಕುಡಿದ. "ಈ ಖಾರಕ್ಕೆ ನಾಲಿಗೆ ಒಗ್ಗಿಕೋಬೇಕು" ಕೆನ್ನೆ ಸವರಿ ರೂಮಿಗೆ ಹೋದ.

ಟೈಮ್ ನೋಡುತ್ತಲೇ ರೆಡಿಯಾಗಿ ಬಂದವ "ಅರ್ಧ ವರ್ಷದ ಅಕೌಂಟ್ ಫೈಲ್ ತಂದಿದ್ದಾನೆ ಮನೆಗೆ ಸಮೀರ್. ಒಮ್ಮೆ ನೋಡ್ತೀರಾ ಮೇಮ್‌ಸಾಬ್? ಬಹುಶಃ ಲೆಕ್ಕದಲ್ಲಿ ನಂಗಿಂತ ನೀನು ಇಂಟಲಿಜೆಂಟ್!" ಒತ್ತಿ ಹೇಳಿದ.

ಮಹೇಂದರ್ ಹೋದ ಎಷ್ಟೋ ಹೊತ್ತಿನವರೆಗೂ ಯೋಚಿಸುತ್ತಿದ್ದಳು ನಂದಿತಾ. 'ರಿಯಲೀ ಜೀನಿಯಸ್, ಇದು ವಂಶವಾಹಿನಿಯ ಕೊಡುಗೆ' ಎಂದಿದ್ದ. ಯೂನಿಟ್‌ನ ಬಗೆಗಿನ ಕೆಲವು ಲೋಪದೋಷಗಳನ್ನು ತಿದ್ದಿ ಸರಿಪಡಿಸಿ ಅವನ ಮುಂದಿಟ್ಟಾಗ ಹೇಳಿದ ಮಾತು.

ಅದನ್ನು ನಂದಿತಾ ಕೂಡ ಒಪ್ಪಳು. ಅವಳಿಗೆ ತಿಳಿದ ಪ್ರಕಾರ ಅಂಥ ಬುದ್ಧಿವಂತರಾರು ಅವರ ವಂಶದಲ್ಲಿ ಇರಲಿಲ್ಲ. ಸುಬ್ಬಣ್ಣನ ತಂದೆ ಸಾಧಾರಣ ಪ್ರೈಮರಿ

ಶಾಲೆ ಮೇಷ್ಟರು ಆಗಿದ್ದರು. ಅವರಪ್ಪ ಪೂರ್ತಿ ದಡ್ಡ ಮನುಷ್ಯ. ಹೆಂಡತಿಯ ಅಲ್ಪಸ್ವಲ್ಪ ಜಾಣತನದಿಂದ ತನ್ನ ಮಕ್ಕಳನ್ನು ಸಾಕಿ ದೊಡ್ಡವರನ್ನಾಗಿ ಮಾಡಿದ್ದಳು. ನೆಂಟರಿಷ್ಟರಲ್ಲಿ ಕಡೆಗೆ ಒಬ್ಬ ಬುದ್ಧಿವಂತ ಡಾಕ್ಟರ್, ಇಂಜಿನಿಯರ್ ಕೂಡ ಇರಲಿಲ್ಲ.

ಫೋನ್ ಸದ್ದಾಯಿತು. ಎತ್ತುವ ಮುನ್ನ ಕಟ್ ಆಯಿತು. ಪ್ರತಿಭಾ ಈ ನಾಲ್ಕು ದಿನಗಳಲ್ಲಿ ಹಲವು ಭಾರಿ ಫೋನ್ ಮಾಡಿದ್ದಳು. ತಂದೆಗೆ ಗೊತ್ತಾಗದಂತೆ. ಈ ಸಂಪತ್ತು ವೈಭವ ನೋಡಿದ ಮೇಲೆ ಅಲ್ಲಿರಲು ಅವಳಿಗೆ ಇಷ್ಟವಾಗಿರಲಿಲ್ಲ. ಅಲ್ಲಿಗೆ ಬಂದು ಸೆಟಲ್ ಆಗಲು ಶತಃಪ್ರಯತ್ನ ಮಾಡುತ್ತಿದ್ದಳು.

ಅದು ಮಹೇಂದರ್‌ನ ಅರಿವಿಗೆ ಬಂದಿತ್ತು. ಅವನಿಗೆ ಇಷ್ಟವಿಲ್ಲ. ಫೋನ್ ನಂದಿತಾನ ತಲುಪದಂತೆ ಏರ್ಪಾಟು ಮಾಡಿದ್ದ.

"ಮತ್ತೆ ಇದೇ ಫೋನ್!" ಸಮೀರ್ ಮಹೇಂದರ್‌ಗೆ ಕೊಟ್ಟ. "ಹಲೋ, ಯಾರು ಮಾತಾಡೋದು?" "ನಾನು ಮಹೇಂದರ್ ನಾದಿನಿ ನಂದಿತಾ ತಂಗಿ. ಒಂದಿಷ್ಟು ಮಾತಾಡೋದಿದೆ. ಫೋನ್ ಅವರಿಬ್ಬರಲ್ಲಿ ಒಬ್ಬರಿಗೆ ಕೊಡಿ." ಕಿರಿಚಿದಂತೆ ಹೇಳಿದಳು. ಬಜಾರಿ ಹುಡುಗಿಯೆಂದುಕೊಂಡ. ನ್ಯಾಚುರಲ್ಲಾಗಿ ಅವನಿಗೆ ಇಂಥವರು ಇಷ್ಟವಿಲ್ಲ. ಈಗಿನ ಸ್ಥಿತಿಯಲ್ಲಿ ಪ್ರತಿಭಾ ನಂದಿತಾ ಜೊತೆ ಇರುವುದು ಅಪಾಯ. ಮಾನಸಿಕ ಏರುಪೇರುಗಳ ತೊಳಲಾಟದಲ್ಲಿರುವ ಮಡದಿ ಮತ್ತಷ್ಟು ಹಿಂಸೆಗೆ ಒಳಗಾಗುತ್ತಾಳೆಂದೇ, ಅವರೆಲ್ಲರನ್ನೂ ದೂರ ಮಾಡಿದ್ದು.

"ಮಹೇಂದರ್ ಹಿಯರ್....' ಎಂದು ಸೀರಿಯಸ್ಸಾಗಿ.

"ಭಾವ, ನಾನು ಪ್ರತಿಭಾ ಫೋನ್ ಮಾಡ್ತಾ ಇರೋದು. ಎಷ್ಟೋ ಸಲ ಫೋನ್ ಮಾಡ್ದೇ. ನೀವುಗಳು ಸಿಗ್ಲಿಲ್ಲ. ಬರೀ ಸುಳ್ಳು ಸುಳ್ಳೇ ಹೇಳ್ತಾರೆ....." ಷುರು ಮಾಡಿದಾಗ ರೇಗಿತು ಅವನಿಗೆ.

"ಷಟಪ್, ಮತ್ತೆ ಫೋನ್ ಮಾಡ್ಬೇಡ" ಫೋನಿಟ್ಟ.

ಎರಡು ನಿಮಿಷ ಕೂತು ಪ್ರತಿಭಾಳನ್ನು ಜ್ಞಾಪಿಸಿಕೊಂಡ ಬಲವಂತದಿಂದ. ಚಂಚಲ ನೇತ್ರಗಳ ಹೆಣ್ಣು ಅತಿ ಆಸೆಯವಳೆನಿಸಿತು. ಇಂಥವರನ್ನು ನಿರ್ಲಕ್ಷಿಸುವುದು ಅಪಾಯ.

ಅಂದು ಏನೋ.... ಎಂತೋ, ಹೇಗೋ ಸ್ಫೋಟಕ ವಸ್ತು ಮಹೇಂದರ್ ಬಂಗ್ಲೆಯ ಗಾರ್ಡನ್‌ನಲ್ಲಿ ಸಿಕ್ಕಿದ್ದರಿಂದ ಅಲ್ಲಿನ ಸೆಕ್ಯೂರಿಟಿ ಬಿಗಿಗೊಳಿಸಲಾಯಿತು. ಬಂಗ್ಲೆಯ ಒಳಗಿನ ಪ್ರವೇಶಕ್ಕೆ ಪರ್ಮೀಷನ್ ಬೇಕಾಯಿತು ಕಟ್ಟುನಿಟ್ಟಾಗಿ.

ಸಂಜೆ ಸಮೀರ್ ಬಂಗ್ಲೆಯಿಂದ ಹೊರಗೆ ಬರುವ ವೇಳೆಗೆ ಪ್ರತಿಭಾ ನಿಂತಿದ್ದಳು ಒಂದು ಏರ್‌ಬ್ಯಾಗ್‌ನ ಜೊತೆ.

"ಸಮೀರ್, ನೋಡಿ... ಈ ವಾಚ್‌ಮನ್ ನನ್ನ ತಡೀತಾ ಇದ್ದಾರೆ. ನಾನು ಯಾರೂಂತ ಇವ್ರಿಗ್ಹೇಳಿ" ಜೋರಾಗಿ ಹೇಳಿದಳು.

ಅವನ ಹುಬ್ಬುಗಳು ಮೇಲೇರಿ ಕೆಳಗಿಳಿದವು. ನಂದಿತಾ ಇಂದು ಕೂಡ ಅತ್ಯಂತ ನಯವಾಗಿ ಮೃದುವಾಗಿ ಮಾತಾಡುತ್ತಿದ್ದಳು.

"ಯಾರು.... ನೀವು?" ಎಂದ ಕಂಗೆಡಿಸುವಂತೆ.

ಬೆರಗುಗಣ್ಣಿನಿಂದ ಅವನನ್ನು ನೋಡುತ್ತ ಹತ್ತಿರಕ್ಕೆ ಬಂದವಳು "ನಾನು ಮಹೇಂದರ್ ನಾದಿನಿ. ನೀವೇ ಅಲ್ವಾ.... ನಮ್ಮನ್ನು ಸಾಗರಕ್ಕೆ ಬಿಟ್ಬಂದಿದ್ದು! ನಿಮ್ಗೇನಾದ್ರೂ... ಮರೆವಿನ ಕಾಯಿಲೇನಾ?" ಫ್ರಾಂಕಾಗಿ ಕೇಳಿದಳು. ಕಡಿಮೆ ಆಸಾಮಿಯಲ್ಲವೆಂದುಕೊಂಡ. ಯೋಚಿಸಿದ ಕೆಲವು ಕ್ಷಣ. "ಅವ್ರು, ಯಾರು ಇಲ್ಲ. ನೀವು ಯಾರೇ ಆಗಿದ್ರು.... ಬಂಗ್ಲೆಯೊಳಕ್ಕೆ ಬಿಡೋಕೆ ಪರ್ಮಿಷನ್ ಇಲ್ಲ." ಹೇಳಿದ.

ಪ್ರತಿಭಾ ಅಪ್ರತಿಭಳಾದಳು. ಉಕ್ಕಿ ಬರೋಂಥ ಕೋಪ. ಮನೆಯಲ್ಲಿ ಗೆಳತಿಯ ಅಕ್ಕನ ಮದುವೆಯೆಂದು ಹೇಳಿ, ಒಂದು ಜೊತೆ ಬಟ್ಟೆ ಹಿಡಿದು ಬಂದಿದ್ದಳು. ಇಲ್ಲೇ ಇದ್ದುಬಿಡುವ ಯೋಚನೆ.

"ನೋಡ್ತೀನಿ, ಬರೋವರ್ಗೂ ಇಲ್ಲೇ ಇರ್ತೀನಿ" ಅವಳದ್ದು ಪಟ್ಟು, ವಾಚ್‌ಮನ್ ಹಣೆ ಗಟ್ಟಿಸಿಕೊಂಡ "ಕ್ಯಾ ಸಾಬ್....?" ಪಿಸುಗುಟ್ಟಿದ.

"ಒಂದ್ಕೆಲ್ಸ ಮಾಡಿ ಅವ್ರುಗಳು ಬರೋವರ್ಗೂ ಗೆಸ್ಟ್‌ಹೌಸ್‌ನಲ್ಲಿರಿ. ಅದು ಬಂಗ್ಲೆ ಹಾಗೆ ಇದೆ. ಏನು ತೊಂದರೆ ಆಗೋಲ್ಲ. ಆಟೋ... ತರ್ತೀನಿ" ಎಂದ ಸಮೀರ್, ಅವನಿಗೆ ಏನು ಮಾಡಲೂ ತೋಚದಾಗಿತ್ತು. ತಟ್ಟನೇ ಪ್ರತಿಭಾ "ಯಾಕ್ಬೇಕು ಆಟೋ! ನಿಮ್ಮ ವೆಹಿಕಲ್ ಇದೆಯಲ್ಲ" ಅವನ ಹಿಂದೆ ಕೂಡಲು ತಯಾರಾದಳು. ಸಮೀರ್‌ಗೆ ಅಲ್ಪಸ್ವಲ್ಪವಾದರೂ ಅರ್ಥವಾಯಿತು ಇವರನ್ನೂ ಸಾಗರಕ್ಕೆ ಸಾಗಿ ಹಾಕಿದ್ದು ಯಾಕೇಂತ!

ಗೆಸ್ಟ್‌ಹೌಸ್‌ನಲ್ಲಿ ಅವಳನ್ನು ಇಳಿಸಿ ಅಲ್ಲಿಂದಲೇ ಫೋನ್ ಮಾಡಿದ ಮಹೇಂದರ್‌ಗೆ ಸೂಕ್ಷ್ಮವಾಗಿ, ಸಂಕ್ಷಿಪ್ತವಾಗಿ ವಿಷಯ ತಿಳಿಸಿ.

"ನಾನು..... ಬರ್ತೀನಿ. ಅಲ್ಲೇ.... ಇರು" ಎಂದ. ಅವನಿಗೆ ಎಷ್ಟು ಕೋಪ ಬಂದಿದೆಯೆಂದು ಅವನ ಸ್ವರದಿಂದಲೇ ಅರ್ಥವಾಯಿತು. ಫ್ಯಾಕ್ಟರಿ ವ್ಯವಹಾರದ ನೂರೆಂಟು ಟೆನ್‌ಷನ್ ಅವನಿಗೆ, ಇಡೀ ರಾತ್ರಿ ಜ್ವರ ನಂದಿತಾಗೆ. ಬಡಬಡಿಕೆಯ ನಡುವೆ ಅಸ್ಪಷ್ಟವಾಗಿ ಏನೇನೋ ಮಾತಾಡುತ್ತಿದ್ದಳು.

ಹತ್ತೇ ನಿಮಿಷಗಳಲ್ಲಿ ಬಂದ ಮಹೇಂದರ್ ಮುಖ ಉರಿಯುತ್ತಿತ್ತು. ಆಗ ತಾನೇ ಫ್ರೆಶ್ಶಾಗಿ ಸ್ನಾನ ಮುಗಿಸಿ ಹಾಡುಹೇಳುತ್ತ ಬಂದ ಪ್ರತಿಭಾ ತಟ್ಟನೆ ಬಾಯಿ ಮುಚ್ಚಿಕೊಂಡಳು.

ಮಾತಾಡದೆ ಸೋಫಾ ಮೇಲೆ ಕೂತ. ಅವನ ತುಟಿಗಳು ಬಿಗಿದೇ ಇತ್ತು.

"ಅಕ್ಕನ್ನ, ನೋಡ್ಕೊಂಡ್ಹೋಗೋಣಾಂತ್ಬಂದೆ" ಎಂದಳು ಪ್ರಯತ್ನಪೂರ್ವಕವಾಗಿ ನಗುವನ್ನು ತುಟಿಗಳ ಮೇಲೆ ತಂದುಕೊಳ್ಳುತ್ತ "ನಿಮ್ತಂದೆ ಬರ್ತಾರೆ, ಹೇಳು. ಸ್ಟುಪಿಡ್ ಗರ್ಲ್ ಮನೆಯಲ್ಲಿ ಸುಳ್ಳು ಸುಳ್ಳು ಹೇಳಿ ಒಬ್ಬೊಬ್ಬೇ ಬರ್ತೀಯಾ! ನಂದಿತಾ ಊರಲಿಲ್ಲ" ಕಣ್ಣು ಕೆಂಪಗೆ ಮಾಡಿದ.

ಅವಳ ಮಹತ್ವಾಕಾಂಕ್ಷೆ ಇದನ್ನೆಲ್ಲ ಮೀರಿ ನಿಂತಿತ್ತು. ಅದಕ್ಕಾಗಿ ಒಂದಿಷ್ಟು ಬೈಗಳು, ಅವಮಾನ ಕೂಡ ಸಹಿಸಿಕೊಳ್ಳಬಲ್ಲಳು.

"ಪ್ಲೀಸ್, ನನ್ನ ಹಿಂದಕ್ಕೆ ಕಳಿಸ್ಬೇಡಿ ಭಾವ. ಇಲ್ಲೇ ಇದ್ದು ಕಾಲೇಜು ಕಂಟಿನ್ಯೂ ಮಾಡ್ತೀನಿ. ನಂಗೆ ನಂದಕ್ಕನ್ನ ಕಂಡ್ರೆ ತುಂಬ ಇಷ್ಟ" ಅತಿ ನಯವಾಗಿ ವಿನಂತಿಸಿಕೊಂಡಳು.

ನೇರವಾಗಿ ನೋಡಿದ. ಅವಳ ಚಂಚಲ ಕಣ್ಣುಗಳು ತೀರಾ ಅಪಾಯವನ್ನು ಸೂಚಿಸಿತು.

"ನಂದಿತಾ, ಇಲ್ಲಿರೋಲ್ಲ!" ಅವನ ಸ್ವರ ಕಠಿಣವಾಯಿತು.

"ನಾನು ಇರ್ತೀನಿ ಭಾವ, ಬಂಗ್ಲೆಯಲ್ಲಿ... ಹೇಗೂ ಕುಕ್, ಸರ್ವೆಂಟ್ಸ್ ಇದ್ದಾರೆ. ಸಮೀರ್ ಬರ್ತಾ ಇರ್ತಾರೆ. ನೀವು..." ಎಂದವಳು ಮುಂದಿನ ಮಾತುಗಳನ್ನು ನುಂಗಿಕೊಂಡಳು.

ಕಿಡಿಗಳನ್ನು ಕಾರಿದವು ಮಹೇಂದರ್‌ನ ಕಣ್ಣುಗಳು. ಹಲ್ಮುಡಿಯನ್ನು ಕಚ್ಚಿಡಿದ. ಕೆನ್ನೆಗೆ ಬಾರಿಸುವಷ್ಟು ಕೋಪ. ಅವನಿಗೆ ಸುಬ್ಬಣ್ಣನ ಫ್ಯಾಮಿಲಿಯ ಬಗ್ಗೆ ಪ್ರೀತಿ, ವಿಶ್ವಾಸಗಳೇ. ಸ್ವಲ್ಪ ಸುಖವಾಗಿರಲಿಯೆಂದೇ ಸಾಕಷ್ಟು ಸಹಾಯ ಮಾಡಿದ್ದ. ನರ್ಸಿಂಗ್ ಹೋಂ ಖರ್ಚೂ ಇವನೇ ಕೊಟ್ಟಿದ್ದ.

ಏನೋ ಹೇಳಿದ ಸಮೀರ್‌ಗೆ. ಒಳ್ಳೆಯತನ, ಸಹಾನುಭೂತಿಯ ದುರ್ಲಾಭವಾಗಬಾರದು. ಮತ್ತಷ್ಟು ಬಿಗುವಾದ.

"ನಿಂಗೆ ಅಲ್ಲೇನು.... ತೊಂದರೆ?" ಹೆದರಿಸುವಂತಿತ್ತು ಅವನ ನೋಟ. ಸ್ವಲ್ಪ ವಿಚಲಿತಳಾದಳು. "ನಂಗೆ ಇಲ್ಲಿ, ಇಲ್ಲೇ ಇರೋಕೆ ಇಷ್ಟ" ಎಂದಳು ಮೆಲ್ಲಗೆ.

"ನಿಮ್ತಂದೆ ಹಾರ್ಟ್ ಪೇಷಂಟ್. ಅಲ್ಲಿ ನಿನ್ನ ತಾಯಿ ಹುಡುಗ್ರು ನಿಂಗೇನು ಅನ್ನಿಸೋಲ್ಲ. ಇದೇ... ಲಾಸ್ಟ್! ಮತ್ತೆಂದೂ ಬರಕೂಡ್ದು. ಬಂದ್ರೆ ನಿಂಗೆ ಗೆಸ್ಟ್ ಹೌಸ್ ಟ್ರೀಟ್‌ಮೆಂಟ್ ಬದ್ಲು ಪೊಲೀಸ್ ಟ್ರೀಟ್‌ಮೆಂಟ್ ಸಿಗುತ್ತೆ. ಗೆಟ್ ಲಾಸ್ಟ್...." ಸಿಡಿದ ತಾಳ್ಮೆ ಕಳೆದುಕೊಂಡು.

ಪ್ರತಿಭಾ ಬೆಪ್ಪಾದಳು. ಅಂದು ಉಡುಗೊರೆಯಾಗಿ ಬಂದ ನೆಕ್ಲೆಸ್ ನೂರು ಆಸೆಗಳು ಅವಳಲ್ಲಿ ಚಿಗುರಿಸಿತ್ತು. ನಕ್ಷತ್ರಗಳ ಹಾಗೆ ಸುತ್ತಲೂ ಹರಡಿಕೊಂಡಿತ್ತು. ಬೆಳದಿಂಗಳಲ್ಲಿ ಮೀಯುವಂತೆ ಹರ್ಷಿಸಿದ್ದಳು.

"ಭಾವ...." ಕಣ್ತುಂಬ ನೀರು ತುಂಬಿಕೊಂಡು ನಿಂತಾಗ ಒಂದು ಕ್ಷಣ ಮಹೇಂದರ್‌ನ ಹೃದಯ ಕರಗಿತು. ನಾದಿನಿ ಎನ್ನುವ ಸ್ಥಾನದಲ್ಲಿ ನಿಂತು ಕಣ್ಣೀರು ಸುರಿಸುತ್ತಿದ್ದಳು. "ಯಾಕೆ ಈ ಅಳು? ನಿಂಗೇನು ಅಲ್ಲಿ ಕಮ್ಮಿಯಾಗಿದೆ?" ತೀಕ್ಷ್ಣವಾಗಿ ಪ್ರಶ್ನಿಸಿದ.

"ನಂಗೆ ಇಲ್ಲಿರೋಕೆ ತುಂಬ ಇಷ್ಟ!" ಎಂದಳು.

"ಮೊದ್ಲು ಸರ್ಯಾಗಿ... ಓದು! ವಿಪರೀತವಾಗಿ ಯೋಚ್ಸಬೇಡ. ಸುಮ್ನೇ ಊರಿಗೆ ಹೋಗು" ರೇಗಿ ಸಮೀರ್‌ಗೆ ಏನೋ ಹೇಳಿದ.

ಅವನಿಗೆ ಅರ್ಥವಾಗಿತ್ತು. ಅವಳ ಒಲುಮೆ ಅಕ್ಕನ ಮೇಲಲ್ಲ. ಶ್ರೀಮಂತಿಕೆಯ ಜೀವನದ ಮೇಲೆ.

ಕಾರಿನಲ್ಲಿ ಇವಳನ್ನು ಒಯ್ದಾಗ ಸಮೀರ್, ಸುಬ್ಬಣ್ಣನ ಮನೆಯವರೆಲ್ಲ ಆತಂಕದಿಂದ ಕೂತಿದ್ದರು. ಪ್ರತಿಭಾ ಹೇಳಿದ ಅವಳ ಫ್ರೆಂಡ್ ಗಂಟೆಯ ಮೊದಲು ಬಂದು ಆತಂಕಗೊಳಿಸಿದ್ದಳು.

ಮನೆಯವರೆಲ್ಲ ಮುತ್ತಿಕೊಂಡಾಗ ಪಕ್ಕಕ್ಕೆ ಸರಿಸಿ ಒಳಗೆ ಓಡಿಹೋಗಿ, ದಿಂಬಿನಲ್ಲಿ ಮುಖ ಹುದುಗಿಸಿ ಬಿಕ್ಕಿದಳು. ಆಕಾಶದತ್ತ ಕೈಚಾಚಿದವಳನ್ನು ತಳ್ಳಿದ್ದ ಮುಖ ಮೂತಿ ನೋಡದೆ ಮಹೇಂದರ್.

ಏನೂ ಹೇಳದೆ ಸಮೀರ್ ಹೊರಟುಬಿಟ್ಟಾಗ ಮನೆಯವರಿಗೆಲ್ಲ ಭಯ.

"ಎಲ್ಲಿಗೆ.... ಹೋಗಿದ್ದೆ?" ವೈದೇಹಿ ಕೇಳಿದರು.

ಪ್ರತಿಭಾ ಅಳು ಜೋರಾಯಿತು ಬಿಕ್ಕತೊಡಗಿದಳು. ತಡೆದುಕೊಳ್ಳಲಾರದಷ್ಟು ನಿರಾಶೆ. ಗಗನದ ನಕ್ಷತ್ರಗಳು ಭೂಶಾಯಿಯಾಗಿ ರೋದಿಸುತ್ತಿದ್ದವು ಅವಳ ಸುತ್ತಮುತ್ತಲು.

"ಮಾತಾಡು ನೀನು ಮಾತಾಡದಿದ್ರೆ ನಮ್ಗೇನು ಗೊತ್ತಾಗೊಲ್ಲ. ಎಲ್ಲಿಗೆ ಹೋಗಿದ್ದೆ?" ಸೋತವರಂತೆ ಕೇಳಿದರು ಸುಬ್ಬಣ್ಣ. ತಮ್ಮ ಕೆಲಸ, ಮನೆ ಮಕ್ಕಳು ಅಂತ ಒದ್ದಾಡಿದ ಗೃಹಸ್ಥ "ಬೇಗ್ಹೇಳು, ಎಲ್ಲೋಗಿದ್ದೆ? ಸಮೀರ್ ಯಾಕೆ ಕರ್ಕೊಂಡ್ಬಂದ?" ಸಹನೆ ತಪ್ಪಿ ಕೂಗಿದರು.

ವೈದೇಹಿ ಗಂಡನನ್ನೇ ಹೊರಗೆ ಕರೆದೊಯ್ದು ಸಮಾಧಾನಪಡಿಸಿ "ಯಾಕೆ ಆವೇಶ ಪಡ್ತೀರಾ! ಹೇಗೂ ಬಂದಿದ್ದಾಳೆ. ವಿಚಾರಿಸೋಣ. ಸದ್ಯ ಕ್ಷೇಮವಾಗಿ ಮನೆಗೆ ಬಂದವಳಲ್ಲ. ಅದ್ಕೇ ನೂರೆಂಟು ದೇವ್ರಿಗೆ ಹರಕೆ ಹೊತ್ತಾಗಿದೆ" ಸರಿಯೆನಿಸಿತು ಅವರಿಗೂ ಕೂಡ. "ನೀರು ತಗೊಂಡ್ಬಾ" ಸುಧಾರಿಸಿಕೊಂಡರು.

ಅತ್ತು ಅತ್ತು ತಾನೇ ಸಮಾಧಾನವಾದ ಪ್ರತಿಭಾ ಆರಾಮಾಗಿ ಮುಖ ತೊಳೆದು ಅಡಿಗೆಯ ಮನೆಗೆ ಬಂದಳು. "ಹೊಟ್ಟೆ ಹಸಿವು; ತಿನ್ನೋಕೆ ಏನಾದ್ರೂ ಕೊಡಿ" ಅವರ ಮುಂದೆ ಕೂತಳು.

ತಟ್ಟೆ ಹಾಕಿ ವೈದೇಹಿ ನಿಧಾನವಾಗಿ ಬಡಿಸಿದರು. ನಂದಿತಾ, ಸೌದಾಮಿನಿಗಿಂತ ಆಸೆ ಹೆಚ್ಚು, ಬಾಯಿ ಕೂಡ ಜಾಸ್ತಿಯೆಂದು ಆಕೆಯ ಅನುಭವಕ್ಕೆ ಬಂದಿತ್ತು. "ನೀವೇನು ನಂಗೆ ಸ್ವಂತ ಅಮ್ಮ ಅಲ್ಲ, ಚಿಕ್ಕಮ್ಮ" ಎಂದ ಧೈರ್ಯಸ್ಥೆ ಇವಳೊಬ್ಬಳೆ. ಆದರೆ ಅದನ್ನು ಹಚ್ಚಿಕೊಂಡಿರಲಿಲ್ಲ ವೈದೇಹಿ.

ಅಡಿಗೆಯ ಪಾತ್ರೆಗಳನ್ನು ಅವಳ ತಟ್ಟೆ ಪಕ್ಕ ಇರಿಸಿ ಹೊರಗೆದ್ದು ಹೋದರು.

"ಎಲ್ಹೋಗಿದ್ಲೋ? ನಂಗಂತೂ.... ಡೌಟ್..." ರವಿ ಬಗ್ಗಿ ಕಿರಣ್ ಕಿವಿಯಲ್ಲಿ ಏನೋ ಹೇಳುತ್ತಿದ್ದಾಗ ವೈದೇಹಿ "ಏನು ಗೊತ್ತು. ನಿಂಗೆ? ಬರೀ ತಲೆಹರಟೆ, ಹುಡುಗ್ರು ಏನೇನೋ ಮಾತಾಡೋಕೆ ಹೋಗ್ಬಾರ್ದು" ತೆಪ್ಪಗಾಗಿಸಿದರು ಅವರನ್ನು.

ಊಟ ಮುಗಿಸಿ ಬಂದ ಪ್ರತಿಭಾ ಹುಡುಗರೊಂದಿಗೆ ಕೂತು ಹರಟತೊಡಗಿದಾಗ ವೈದೇಹಿ "ಸ್ವಲ್ಪ ಬಾ.... ಮಾತಾಡೋದಿದೆ" ಎಂದರು ಸ್ವಲ್ಪ ಸೀರಿಯಸ್ಸಾಗಿ.

"ನಂಗೆ ಸದ್ಯಕ್ಕೆ ಏನು ಹೇಳೋದ್ಬೇಡ" ಅಲ್ಲಿಂದ ಕದಲಲಿಲ್ಲ.

ಎರಡು ದಿನ ಕಳೆಯಿತು. ಮಾಮೂಲಾಗಿದ್ದಳು. ವಿಷಯ ಬಾಯಿಬಿಡಲಿಲ್ಲ. ಆದರೆ ಆಫೀಸ್‌ನಲ್ಲೇ ಫೋನ್‌ನಲ್ಲಿಯೇ ಸಂಪರ್ಕಿಸಿದ್ದ ಮಹೇಂದರ್ "ಹೇಗಿದ್ದಾಳೆ ಪ್ರತಿಭಾ? ನಾನು ಫೋನ್ ಮಾಡ್ದ ವಿಷ್ಯ ತಿಳ್ಸಬೇಡಿ" ಎಂದಿದ್ದರಿಂದ ಅವರು ಮತ್ತಷ್ಟು ಭಯಗ್ರಸ್ತರಾಗಿ ಮನೆಗೆ ಬಂದಿದ್ದರು. ಮನೆಗೆ ಬಂದ ಮೇಲೆ ಒಂದಾದ ಮೇಲೊಂದರಂತೆ ನಾಲ್ಕು ಲೋಟ ನೀರು ಕುಡಿದಿದ್ದು.

"ಯಾಕೆ, ಇಷ್ಟೊಂದು ನೀರು ಕುಡಿದಿದ್ದು?" ವೈದೇಹಿಗೆ ಗಾಬರಿ.

ತಮ್ಮ ಇತಿಮಿತಿಗಳಲ್ಲಿ ಸಂತಸವಾಗಿದ್ದ ವ್ಯಕ್ತಿ ಸ್ವಲ್ಪ ಆತಂಕದಿಂದ ಇದ್ದಿದ್ದು ನಂದಿತಾ ಬಗ್ಗೆ, ಅವಳ ಮುಂದಿನ ಭವಿಷ್ಯದ ವಿಷಯವಾಗಿ. ಯಾಕೊ ಪ್ರತಿಭಾ ಸಮಸ್ಯೆಯಾಗಿ ಕಂಡಿದ್ದಳು ಇಂದು.

ಖಾಲಿಯಾದ ಲೋಟ ಹೆಂಡತಿಗೆ ಹಿಂದಿರುಗಿಸಿ "ದಣಿವು, ಬಾಯಾರಿಕೆ! ಪ್ರತಿಭಾ ಏನಾದ್ರೂ ಹೇಳಿದ್ಲಾ! ನಂಗೆ ಇವ್ಳ ಬಗ್ಗೆ ಒಂದು ದೊಡ್ಡ ಕನಸಿತ್ತು. ಅವರಿಬ್ರ ಮದ್ವೆಯಾದ್ಮೇಲೆ ಸಮಸ್ಯೆಗಳು ಕಮ್ಮಿ. ಇವ್ಳು ಒಂದಿಷ್ಟು ಚೆನ್ನಾಗಿ ಓದ್ಲೀ ಅನ್ನೋದಿತ್ತು. ಅದು ಕೈಗೂಡೋ ಹಾಗೇ ಕಾಣೋಲ್ಲ. ಏನಾದ್ರೂ ಹೇಳಿದ್ಲಾ?" ಕೇಳಿದರು. ಮಹೇಂದರ್ ಇವರಿಗೆ ಹಾರ್ಟ್ ಅಟ್ಯಾಕ್ ಆದನಂತರ ಸ್ವತಃ ತಾನೇ ಆರೋಗ್ಯ ವಿಚಾರಿಸಿದ್ದ ಒಂದೇ ವಾಕ್ಯದಲ್ಲಿ. ನಂತರ ಫೋನ್ ಮಾಡಿದ್ದು ಇಂದೇ. ನಂದಿತಾ ಬಗ್ಗೆ ವಿಚಾರಿಸುವ ಮುನ್ನ ಫೋನ್ ಕಟ್ಟಾಗಿತ್ತು. ಅಲ್ಲಿನ ಬಾಗಿಲು ಇವರ ಪಾಲಿಗೆ ಮುಚ್ಚಿದಂತೆ.

"ಏನು.... ಹೇಳ್ಲಿಲ್ಲ. ಏನಾದ್ರೂ ಹೇಳ್ಬಹ್ದೂಂತ ನೋಡಿ ಸಾಕಾಯ್ತು. ಪ್ರತಿಭಾಗೆ ಸ್ವಲ್ಪ ಬಾಯಿ ಮುಂದು. ನನ್ನ ಸ್ವತಂತ್ರಾನ ಆಕ್ಷೇಪಿಸೋಕೆ ಹಿಂಜರಿಯೋಲ್ಲ. ನೀವೇ ಕೇಳಿ" ಲೋಟವನ್ನು ಒಳಗೆ ಒಯ್ದರು.

ಸ್ವಲ್ಪ ಉದ್ವಿಗ್ನತೆ ಕಮ್ಮಿಯಾಗುವವರೆಗೂ ಸುಮ್ಮನೆ ಕೂತ ಸುಬ್ಬಣ್ಣ ಬಟ್ಟೆ ಬದಲಾಯಿಸಿ ಬಂದರು. ಹೂ ಮುಂದೆ ಹಾಕಿಕೊಂಡು ಕೂತಿದ್ದ ಮಗಳು ಎದ್ದಾಗ ಕೂಡುವಂತೆ ಸನ್ನೆ ಮಾಡಿದರು.

ಅರ್ಥವಾಯಿತು ಪ್ರತಿಭಾಗೆ "ನಾನು ಎಲ್ಲೂ ಹೋಗಿರ್ಲಿಲ್ಲ. ನಂದಕ್ಕಾನ ನೋಡೋಣಾಂತ ಹೋಗಿದ್ದೆ" ಮತ್ತೇನೋ ಗೊಣಗಿದಳು. ಅವರಿಗೆ ಕೇಳಿಸಲಿಲ್ಲ ಅಷ್ಟೆ. ಸುಬ್ಬಣ್ಣನ ಉಸಿರಾಟ ಏರುಪೇರಾಯಿತು. ಎರಡು ಸಲ ಕೆಮ್ಮಿ ಗಂಟಲು

ಸರಿಪಡಿಸಿಕೊಳ್ಳುವ ಜೊತೆಗೆ ಎದೆ ನೀವಿಕೊಂಡರು. 'ನಿಮ್ಮಲ್ಲಿ ಯಾರು ನಂದಿತಾನ ಭೇಟಿ ಆಗಕೂಡ್ದು' ಸುಗ್ರೀವಾಜ್ಞೆ ವಿಧಿಸಿದ್ದ ಅಳಿಯ. ಮೀರಿ ನಡೆಯುವ ಸಾಮರ್ಥ್ಯವಿಲ್ಲದ ಜನ.

ಇದೇನು ವೈದೇಹಿಗೆ ತಪ್ಪೆನಿಸಲಿಲ್ಲ "ಯಾರು ನಿನ್ನ ಬೇಡಾಂತ ಇದ್ರು, ಹೇಳೀ ಹೋಗ್ಬಹುದಿತ್ತು. ನಾವೆಷ್ಟು ಗಾಬ್ರಿಯಾದ್ವಿ ನಿನ್ನ ಫ್ರೆಂಡ್ ಬಂದು ಹೇಳಿ ಹೋದ್ಮೇಲೆ" ಸಮಾಧಾನದ ಸ್ವರದಲ್ಲಿ ನುಡಿದರು. ಆಕೆಗೆ ಒಂದಿಷ್ಟು ಅಸಮಾಧಾನವೆ. ನಂದಿತಾ ವಿಷಯ ಎತ್ತಿದರೆ ಗಂಡ ಮೌನವಹಿಸುವುದು ಏಕೆಂದು ಅವರಿಗೆ ಗೊತ್ತಾಗಲಿಲ್ಲ.

ತಂದೆಯ ಕಡೆ ನೋಡಿದ ಪ್ರತಿಭಾ "ನಾನೊಂದು ನೂರು ಸಲ ಕೇಳಿರ್ಬಹ್ದು. ಪ್ರತಿ ಸಲಾನು ಒಂದೇ ಉತ್ತರ. ಬೇಡ... ಬೇಡಾಂತ.... ಧೈರ್ಯವಹಿಸಿ ಹೋಗಿದ್ದಕ್ಕೂ ಪ್ರಯೋಜನವಾಗಿಲ್ಲ ಆ ಪುಣ್ಯಾತ್ಗಿತ್ತಿ ಮುಂಬಯಿನಲ್ಲಿ ಇದ್ದಾಳಂತೆ. ಅದೇನು ಬಂಧುತ್ವನೋ, ವಾಚ್‌ಮನ್ ಒಳ್ಗೇ ಬಿಡೋಲ್ಲ. 'ಮಾತಿಗೆ ಅಕ್ಕನ ಮನೆ" ಎಂದಳು ಅಸಹನೆಯಿಂದ. ಬೇಸರವಾಗಿತ್ತು ನೊಂದಿದ್ದಳು.

"ಇವೆಲ್ಲ ಹೊಸ ವಿಷ್ಯಗಳೇನೂ ಅಲ್ಲ. ನೀನು ಹೋಗಿದ್ದು ತಪ್ಪು. ಯಾಕೆ ಹೋಗಿದ್ದೆ? ಹುಷಾರಿಲ್ದಿದ್ದಾಗ ಅವ್ರೇ ಬಂದ್ಹೋಗಿದ್ರಲ್ಲ" ಎಂದರು. ಉಸಿರಾಡಲು ಕಷ್ಟಪಡುತ್ತ ಸುಬ್ಬಣ್ಣ. ಅವರ ಪ್ರಕಾರ ಅಕ್ಷಮ್ಯ ಅಪರಾಧ.

"ಏನ್ಹೋದ್ರೆ ಅವ್ಳೇನು ನನ್ನಕ್ಕ ಅಲ್ವಾ! ನೋಡ್ಕೊಂಬರೋಣಾಂತ ಹೋಗಿದ್ದೆ. ಅವ್ಳು ಊರಲ್ಲಿ ಇಲ್ಲದಿದ್ದರೇನು ಬರೋವರ್ಗೂ ನಾನು ಬಂಗ್ಲೆಯಲ್ಲಿ ಇರ್ತಾ ಇದ್ದೆ. ಆ ಮನುಷ್ಯ ಅಲ್ಲೀವರ್ಗೂ ಬಿಡ್ಬೇಕಲ್ಲ. ನಾಯಿನ ಅಟ್ಟಿದಂಗೆ ಅಟ್ಟಿಬಿಟ್ಟ" ಹೇಳಿಬಿಟ್ಟಳು ಸಂಕ್ಷಿಪ್ತವಾಗಿ. ಮತ್ತೇನು ಹೇಳುವುದು ಬೇಕಿರಲಿಲ್ಲ.

ಸುಬ್ಬಣ್ಣ ಎದ್ದು ಹೋಗಿಬಿಟ್ಟರು.

ಏಕಾಂತ ಸ್ಥಳದಲ್ಲಿ ಹೋಗಿ ಕೂತು ಕಣ್ಣೀರು ಮಿಡಿದರು. ಅವರಿಗೆ ಕೆಲವು ಅನುಮಾನಗಳು! ಆ ಪೈಕಿಯ ಮಹೇಂದರ್? ಪ್ರಕಟಪಡಿಸಿದರೆ ಎಲ್ಲಾ ಘಟಾಸ್ಫೋಟವಾಗುವುದೋ ಆ ಅಲೆಗಳ ಹೊಡೆತಕ್ಕೆ ಎಲ್ಲಿ ತಮ್ಮ ಸಂಸಾರ ನಿರ್ನಾಮವಾಗಿಬಿಡುವುದೋ ಹೆದರಿದರು.

ಆ ದಿನ ಕೂಡ ಇಷ್ಟು ಭಯಗ್ರಸ್ತರಾಗಿರಲಿಲ್ಲ. ನಿಧಾನವಾಗಿ ಮನೆಗೆ ಬಂದಾಗ ಡಾಕ್ಟರ್ ಕಾದು ಕೂತಿದ್ದರು.

"ಎಲ್ಹೋಗಿದ್ರಿ. ನಿಮ್ಮ ಅಳಿಯಂದ್ರು ಫೋನ್ ಮಾಡಿದ್ರು. ಅದಕ್ಕೋಸ್ಕರ ಚೆಕ್‌ಅಪ್‌ಗೆ ಬಂದೆ" ಎನ್ನುತ್ತ ಸ್ಟೆತಾಸ್ಕೋಪ್ ಹಾಕಿಕೊಂಡರು.

ಫೀಜಿನ ಅಗತ್ಯಕ್ಕಾದರೂ ಪರೀಕ್ಷಿಸಿದರು. ಕೆಲವು ಸಲಹೆ ಕೊಡುವುದರ ಜೊತೆಗೆ ಎಚ್ಚರಿಸಿದರು. "ಮನಸ್ಸಿಗೆ ಏನೂ ಹಚ್ಕೋಬೇಡಿ. ಪುಣ್ಯಾತ್ಮನಂಥ ಅಳಿಯ ಸಿಕ್ಕಿದ್ದಾನೆ ನಿಮ್ಗೆ. ನನ್ನ ಇಬ್ರೂ ಅಳಿಯಂದ್ರು ಬಂದರೂಂದ್ರೆ ಗ್ರಹಚಾರ ವಕ್ಕರಿಸಿದೇ ಅಂದ್ಕೋಬೇಕು. ಅಂಥ ಚಂಡಾಲರು ಎಷ್ಟು ಕೊಟ್ರೂ ಸಾಲ್ದು. ನಿಮ್ಮ ಅಳಿಯ

ಮಗನಂಗೆ ಈ ಸಂಸಾರಕ್ಕೆ ಖರ್ಚು ಮಾಡ್ತಾ ಇದ್ದಾರೆ" ಒಂದಿಷ್ಟು ಹೇಳಿದರು ತಮ್ಮ ಸ್ವಂತದ್ದನ್ನು.

ವೈದೇಹಿಗಂತು ಏನೇನು ಅರ್ಥವಾಗಲಿಲ್ಲ. ತಮ್ಮ ಬಗ್ಗೆ ಇಷ್ಟೊಂದು ಮುತುವರ್ಜಿ ವಹಿಸುವ ಅಳಿಯ ಯಾಕೆ ನಂದಿತಾನ ಕಳಿಸೋಲ್ಲ? ಅಂತಸ್ತಿನ ತಾರತಮ್ಯನೋ ಅಥವಾ ಮಡದಿಯ ಮೇಲಿನ ಪ್ರೀತಿಯಿಂದಲೋ.

ಊಟದ ನಂತರ ಪ್ರತಿಭಾ ಬಂದು ತಂದೆಯ ಬಳಿ ಕೂತಳು "ಬರೀ ಗೆಸ್ಟ್‌ಹೌಸ್‌ಗೆ ಹೋಗಿದ್ದೆ. ಮನೆಗೆ ಕೂಡ ಭಾವ ಕರೀಲಿಲ್ಲ. ರೇಗಿ, ಬೈಯ್ದು ಕಳಿಸಿದ್ರು, ಅವ್ರಿಗೆ ನಮ್ಮನ್ನು ಕಂಡ್ರೆ ಇಷ್ಟವಿಲ್ಲ" ಹೇಳಿಕೊಂಡು ಅತ್ತಳು.

"ಇನ್ಮೇಲೆ ಡಾಕ್ಟ್ರು ಏನು ಬರೋದ್ಬೇಡ. ಹೆಣ್ಣು ಕೊಟ್ಟ ಮನೆಯವ್ರು ಅನ್ನೋ ಗೌರವ ಸಾಕಿತ್ತು. ನಮ್ಗೆ ಈ ಸಹಾಯಗಳೇನೂ ಬೇಕಿಲ್ಲ. ಬೇರೆ ಮನೆ ಹುಡ್ಕೀ ಹೋಗ್ಬಿಡೋಣ. ಯಾರ ಹಂಗು, ದಾಕ್ಷಿಣ್ಯ ಬೇಡ. ಆಗ ನಾವು ತಲೆಯೆತ್ತಿ ನಮ್ಮ ಹಕ್ಕುಗಳ ಬಗ್ಗೆ ಮಾತಾಡ್ಬಹುದು" ವೈದೇಹಿ ಆವೇಶದಿಂದ ಹೇಳಿ ಎದ್ದು ಹೋದರು. ಅಂದು ಕಾಂಪ್ರಮೈಸ್ ಆದ ಮನ ಇಂದು ವ್ಯಗ್ರಗೊಂಡಿತ್ತು.

ಇದಕ್ಕೆ ಸುತರಾಂ ಒಪ್ಪಿಗೆ ಇಲ್ಲಾ ಪ್ರತಿಭಾದು "ಇಂಥ ಮನೆ ನಮ್ಗೆಲ್ಲಿ ಸಿಕ್ಕುತ್ತೆ! ಸರ್ಕಾರಿ ಕ್ವಾರ್ಟರ್ಸ್, ಅವ್ರು ಕೊಡೋ ಬಾಡ್ಗೇ ಹಣದಲ್ಲಿ ಎಂಥ ಮನೆ ಸಿಕ್ಕುತ್ತೆ, ನಾವು ಬೆಪ್ಪು ತಕ್ಕಡಿಗಳು ಆಗ್ತೀವಿ ಅಷ್ಟೆ. ಅಷ್ಟೊಂದು ಶ್ರೀಮಂತಿಕೆಯಲ್ಲಿರೋ ನಂದಕ್ಕಾ ಯಾಕೆ ಇಲ್ಲಿಗೆ ಬರ್ತಾಳೆ, ನಂಗೆ ಅಲ್ಹೋಗಿ ಇರೋ ಆಸೆ ಅಷ್ಟೆ" ಮನವನ್ನು ಬಿಚ್ಚಿಟ್ಟಳು. ಗಂಡ, ಹೆಂಡತಿ ಮುಖ ಮುಖ ನೋಡಿಕೊಂಡು ದಿಗ್ಭ್ರಾಂತರಾದರು.

ಹೇಳಿ ಕಳಿಸಿದಂತೆ ಸೌದಾಮಿನಿ, ಅವಳ ಗಂಡ ಬಂದರು ಮಾರನೆಯ ದಿನ. ಯಾವುದೋ ಟ್ರೈನಿಂಗ್ ಸಲುವಾಗಿ ಮಡದಿಯನ್ನು ಬಿಟ್ಟು ಹೋಗಲು ಬಂದಿದ್ದ ಪ್ರವೀಣ್.

"ಸದ್ಯಕ್ಕೆ ಇಲ್ಲೇ ಇರ್ತಾಳೆ. ಅಮ್ಮನಿಗೂ, ಇವ್ಳಿಗೂ ಸರಿ ಬರ್ಲಿಲ್ಲ. ಸದಾ ಮನೆಯಲ್ಲಿ ಜಗಳ. ಹೇಗೂ ನಾನು ಇರೋಲ್ಲ. ನೆರೆಹೊರೆಯವ್ರಿಗೆ ಬಿಟ್ಟಿ ಮನರಂಜನೆಯಾಗ್ಬಾರ್ದು" ಬಂದ ವಿಷಯವನ್ನು ಫ್ರ್ಯಾಂಕಾಗಿ ವಿವರಿಸಿದ.

ಸುಬ್ಬಣ್ಣ ಮಗಳ ಮುಖ ನೋಡಿದರು. ಅವಳು ಬೇರೆಡೆ ಮುಖ ತಿರುಗಿಸಿಕೊಂಡಳು.

"ಅವ್ರು ಹಿರಿಯರು, ಹೆತ್ತ ತಾಯಿ ಇದ್ದಂಗೆ, ಅವ್ರ ಜೊತೆ ನಿಂದು ಎಂಥ ಜಗ್ಳ!" ಮಗಳಿಗೆ ಛೀಮಾರಿ ಹಾಕಿದರು. ಅದಕ್ಕೆ ಉತ್ತರ ನೀಡಿದ್ದು ಪ್ರವೀಣ್ "ಬಹುಶಃ ಎಲ್ಲಾ ತಪ್ಪು ಸೌದಾಮಿನಿಯದು ಅಂದುಕೊಳ್ಳೊಲ್ಲ ನಾನು. ಹಿರಿಯರು ಅನ್ನೋ ಪ್ರತಿಷ್ಠೆ ಅವರದು. ತಾನು ಅವ್ರಿಗಿಂತ ವಿದ್ಯಾವಂತೆ, ಹೆಚ್ಚು ತಿಳ್ಕೊಂಡಿದ್ದೀನಿ ಅನ್ನೋದು ಇವಳದು. ಇವೆರಡರ ಮಧ್ಯದ ಘರ್ಷಣೆ ಅಷ್ಟೆ. ಸರಿ ಹೋಗ್ತಾರೆ" ಅವನೇ ತೀರ್ಮಾನ ಕೊಟ್ಟ ಇವರ ಮನಸ್ಸು ಘಾಸಿಗೊಳಿಸದಂತೆ.

ಅಂತು ಇಂತೂ ಮೋಡಗಳು ಬಹಳ ಹೊತ್ತು ನಿಲ್ಲದೆ ಗಗನವನ್ನು ಸ್ವಚ್ಛಗೊಳಿಸಿದವು. ನಂತರ ಬಂದಿದ್ದು ಪ್ರತಿಭಾ ವಿಷಯ. ಮೂವರ ಮಾತುಗಳನ್ನು ಗಂಭೀರವಾಗಿ ಕೇಳಿದ ಪ್ರವೀಣ್ ಹೇಳಿದ್ದು ಒಂದೇ ಮಾತು.

"ನಂದಿತಾ ಚೆನ್ನಾಗಿರ್ಬೇಕೂಂತ ತಾನೇ ಮದ್ವೆ ಮಾಡಿದ್ದು. ಅವ್ಳು ಸುಖವಾಗಿದ್ದಾಳೆ."

"ಹಾಗೆ ಅಂದ್ರೆ... ಹೇಗೆ ಭಾವ!? ನಾವು ನಮ್ಮಕ್ಕನ ಮನೆಗೆ ಹೋಗೋದ್ಬೇಡ್ವಾ! ಅವ್ಳು ನಮ್ಮನೆಗೆ ಬರೋದ್ಬೇಡ್ವಾ? ಎಲ್ಲರ್ಗಿಂತ ಈ ಮದ್ವೆಗೆ ಹೆಚ್ಚು ಹಟ ಮಾಡಿ ಅಪ್ಪನನ್ನು ಒಪ್ಪಿಸಿದೋಳು ನಾನು" ಎಂದಳು ಪ್ರತಿಭಾ. ಅವಳಲ್ಲಿ ಒಂದು ರೀತಿಯ ಅಹಂ. ತಾನು ನಂದಿತಾ ಮದುವೆಗೆ ಕಾರಣ ಒಂದಿಷ್ಟಾದರೂ ಎನ್ನುವುದು ಅವಳ ಮನೋಭಾವ, ಪ್ರವೀಣ್ ನಕ್ಕುಬಿಟ್ಟ. "ಇದರ ಅಗತ್ಯ ಮಹೇಂದರ್‌ಗೆ ಇರ್ಲಿಲ್ಲ. ಫಾರ್ಮಾಲಿಟೀಸ್‌ಗಾಗಿ ಒಂದಿಷ್ಟು ಮಾತುಕತೆ ನಡೆಸಿದನಷ್ಟೆ. ಇಡೀ ಮನೆಯವ್ರೆಲ್ಲ ವಿರೋಧ ನಿಂತರೂ ಕಡೆಗೆ ನಂದಿತಾ ಕೂಡ ಒಲ್ಲೆಯೆಂದರೂ ಪ್ರಯೋಜನವಿರ್ಲಿಲ್ಲ. ಯೋಜಿತ ಮನಸ್ಕದ ಮಹೇಂದರ್ ದೃಢಚಿತ್ತ ಅಂದುಕೊಂಡದ್ದನ್ನ ಸಾಧಿಸುವಂಥ ಛಲವಾದಿ. ಸುಮ್ನೇ ತಲೆ ಕೆಡಿಸ್ಕೋಳ್ಳೋದ್ಬೇಡ. ನಂದಿತಾ ಅದೃಷ್ಟವಂತೆ" ವಿವೇಕದಿಂದ ಹೇಳಿದ ಮಾತುಗಳು.

ಯಾರೂ ತಳ್ಳಿಹಾಕಲು ಸಾಧ್ಯವಿರಲಿಲ್ಲ ಈ ಮಾತುಗಳನ್ನು. ಆದರೆ ಸುಬ್ಬಣ್ಣನ ನಿದ್ದೆಗೆಡಿಸಿತು. ನಂದಿತಾ ರೂಪ, ನಿಲುವು, ಬುದ್ಧಿವಂತಿಕೆಯನ್ನು ಮೆಚ್ಚಿ ಪಟ್ಟುಹಿಡಿದು ಅವಳನ್ನು ವಿವಾಹವಾದುದಕ್ಕೆ ಮತ್ತೊಂದು ಪ್ರಬಲವಾದ ಕಾರಣವಿದೆ. ಯಾವುದು ಆ ಕಾರಣ? 'ಹಿಂದು' ಎನ್ನುವ ಶಬ್ದವೊಂದು ಕಿವಿಗೆ ಬಡಿದಾಗ ಎದ್ದು ಕೂತರು.

'ಹಿಂದು ಹಿಂದು' ಬಹಳ ವರ್ಷಗಳ ಹಿಂದೆ ಈ ಪದವನ್ನು ಅಥವಾ ಹೆಸರನ್ನು ಬೇರೆಯವರ ಬಾಯಲ್ಲಿ ಕೇಳಿದ್ದರು. ಅವರನ್ನು ಮತ್ತು ಆ ಸಮಯವನ್ನು ಮಾತ್ರ ಜ್ಞಾಪಿಸಿಕೊಳ್ಳಲಾರರು.

* * * *

ಎರಡು ದಿನ ಫ್ಯಾಕ್ಟರಿ, ಆಫೀಸ್‌ನ ಎಲ್ಲಾ ಕೆಲಸಗಳನ್ನು ಕ್ಯಾನ್ಸಲ್ ಮಾಡಿ ಮನೆಯಲ್ಲಿ ಉಳಿದಿದ್ದ ಮಹೇಂದರ್.

"ಒಬ್ಬ ನರ್ಸ್‌ನ ಕಳುಹಿಸಿಕೊಡ್ಲಾ?" ಡಾಕ್ಟರ್ ಕೇಳಿದಾಗ ನಿರಾಕರಿಸಿದ್ದ. ಅವಳ ಬಡಬಡಿಕೆಯಲ್ಲಿ ಉಪಯುಕ್ತವಾದ ಮಾಹಿತಿ ಏನಾದರೂ ಸಿಗಬಹುದು ಎನ್ನುವುದು ಅವನ ನಂಬಿಕೆ. "ನೋ.... ನೋ.... ನಾನು ನೋಡ್ಕೋತೀನಿ." ನಿರಾಕರಿಸಿದ್ದ.

ಸಮೀರ್ ಬಂದಾಗ ಆರರ ಸುಮಾರು. "ನಾಳೆ ಸಂಜೆ ಜಿ.ಟಿ. ಮಿತ್ರ ಬಿಲ್ಡರ್ಸ್‌ನ ಇನಾಗ್ಯುರೇಷನ್ ಫಂಕ್ಷನ್ ಇದೆ. ಮಿಸಸ್ ಸಮ್ಮತಿ ಮಿತ್ರ ನೆನಪಿಸಲು ಫೋನ್ ಮಾಡಿದ್ರು. ಒಂದಿಷ್ಟು ವಿಚಾರ್ಸಿಕೊಂಡ್ರು" ತಿಳಿಸಿದ.

ಎರಡು ದಿನದ ಹಿಂದೆ ಬಲವಂತರಾಯ್ ಹಿಂದಿನ ಆತ್ಮೀಯತೆಯಿಂದಲೇ ಫೋನ್ ಮಾಡಿ "ನಿನ್ನ ಕಡೆ ತೋರ್ಸಿ ಒಪ್ಸಿದ್ರು. ನೀನೇ ಅವ್ರ ಬಗ್ಗೆ ಸ್ಪೆಷಲ್ ಇಂಟ್ರೆಸ್ಟ್ ತಗೊಂಡಿರೋ ಸಮಾಚಾರ ಕೂಡ ತಿಳ್ಸಿದ್ರು. ಆದರೆ ಆರ್ಯ ಅಂಥ ಜನವಲ್ಲ ಇವ್ರು. ಇದು ನಿನ್ನ ನೆನಪಿನಲ್ಲಿರ್ಲಿ" ಎಚ್ಚರಿಸಿದ್ದರು ಆ ವೇಳೆಯಲ್ಲಿ. ಅವನ ತಂದೆ, ಆರ್ಯ ಬಲವಂತರಾಯ್ ಆತ್ಮೀಯ ಮಿತ್ರರು. ಒಂದೇ ತತ್ವಕ್ಕೆ ಅಂಟಿಕೊಂಡ ಜನ.

ಯೋಚಿಸುವಂತೆ ಮಾಡಿತ್ತು ಅವನನ್ನು. "ಪಬ್ಲಿಕ್ ಸ್ಟೇಟಸ್'ನ ಸರಿಯಾಗಿ ಉಪಯೋಗಿಸಿಕೊಳ್ಳಬೇಕಿತ್ತು. ಅದು ಕೆಟ್ಟರೇ ಇಡೀ ಅಡಿಪಾಯ ಅಲ್ಲಾಡುತ್ತದೆಯೆಂದು ಅವನಿಗೆ ಗೊತ್ತು.

ಯಾವುದೋ ವಿಷಯವಾಗಿ ಸಮೀರ್‌ನೊಂದಿಗೆ ಡಿಸ್‌ಕಸ್ ಮಾಡುತ್ತಿದ್ದಂತೆಯೇ ಬಿಂದು ಬಂದವಳು "ಹಲೋ, ಮಹೇಂದರ್... ಅಂತೂ ನೀವು ಫೋನ್‌ನಲ್ಲಿ ಸಿಗೋದು ಕಷ್ಟ" ಎನ್ನುತ್ತ ಕೂದಲನ್ನು ಬೆರಳುಗಳಿಂದ ಸರಿಪಡಿಸಿಕೊಂಡಳು. ಆದರೆ ಮಹೇಂದರ್‌ನ ಗಮನ ಸೆಳೆದಿದ್ದು ಮೇಕಪ್ ಕೆಡುವಷ್ಟು ಬೆವತಿದ್ದು ಮುಖದಲ್ಲಿ ಸ್ಪಷ್ಟವಾಗಿ ಕಾಣುತ್ತಿತ್ತು ಹೆದರಿಕೆ.

ಪಿ.ಎ.ನ ಕಳುಹಿಸಿದ ನಂತರವೇ ಇವಳತ್ತ ಗಮನಕೊಟ್ಟಿದ್ದು "ಯಾಕೆ ತುಂಬ ನರ್ವಸ್ ಆಗಿ ಕಾಣ್ತೀಯಾ?" ತೀಕ್ಷ್ಣವಾಗಿ ನೋಡುತ್ತ ಪ್ರಶ್ನಿಸಿದಾಗ, ಕರ್ಚೀಫ್‌ನಿಂದ ಮುಖವನ್ನೊತ್ತಿ ಮೇಕಪ್ ಸರಿ ಮಾಡಿಕೊಂಡ ನಂತರವೇ ಮಾತಾಡಿದ್ದು "ಏನಿಲ್ಲ...." ಅತ್ತಿತ್ತ ನೋಡಿದಳು. ಭಯ ಕಣ್ಣುಗಳಲ್ಲಿ ಸ್ಪಷ್ಟವಾಗಿತ್ತು.

ಮತ್ತೇನು ಅಗತ್ಯವೆನಿಸದೆ ಮೇಲೆದ್ದ. ಬಿಂದು ಸ್ನೇಹದಿಂದ ತೋಳಿಡಿದು ಕೂಡಿಸಿದಾಗ ಮೆಲ್ಲಗೆ ಅವಳ ಕೈ ಸರಿಸಿದ.

"ಏನ್ಹೇಳು.... ಬೇರೇನೋ ಕೆಲ್ಸ ಇದೆ" ಎಂದ ಗಂಭೀರವಾಗಿ, ಬಲವಂತರಾಯ್ ಎಚ್ಚರಿಕೆ ಅವನ ತಲೆಯಲ್ಲಿತ್ತು. "ಇಲ್ಲಿಗೆ ಬರೋಕೆ ಮುನ್ನ ನಂಗೊಂದು ಆಸೆ ಇತ್ತು. ನಿನ್ನ ಕಂಪನಿ ಸಿಕ್ಕುತ್ತೆ ಅಂದ್ಕೊಂಡಿದ್ದೆ. ನೀನು ತುಂಬ ಬಿಜಿ. ಮತ್ತೆ..... ಏನೇನೋ.... ಯಾವ್ದು ಸರಿ ಹೋಗ್ಲಿಲ್ಲ" ತೋಡಿಕೊಂಡಳು. ಸರಿಯೆನಿಸಲಿಲ್ಲ ಅವನಿಗೆ.

"ಐ ಡೋಂಟ್ ಲೈಕ್ ಇಟ್, ಸಿಕ್ಕ ಸಿಕ್ಕವ್ರ ಮುಂದೆಲ್ಲ ಮನದ ವಿಷ್ಯ ತೋಡ್ಕೋಬಾರ್ದು. ಐ ಮೀನ್... ನನ್ನ ವಿಷ್ಯದಲ್ಲಲ್ಲ. ಈ ಮಾತು. ಬರೀ ಒಂದು ಎಚ್ಚರಿಕೆ ಅಷ್ಟೆ" ಎಂದ ಮುಂದಿದ್ದ ಮ್ಯಾಗ್‌ಝೀನ್ ಪುಟಗಳನ್ನು ತಿರುರುತ್ತ. ಅವಳಿದ್ದ ಸ್ಥಿತಿಯಲ್ಲಿ ಏನೂ ಅರ್ಥ ಮಾಡಿಕೊಳ್ಳಲಿಲ್ಲ.

ತಣ್ಣನೆಯ ಹಣ್ಣಿನ ಜ್ಯೂಸ್ ಬಂತು. ಪ್ರತಿಯೊಂದು ಗುಟುಕನ್ನು ಪ್ರಯಾಸದಿಂದ ನುಂಗುತ್ತಿದ್ದಾಳೆನಿಸಿತು ಅವನಿಗೆ. "ಬಿಂದು, ನೀವು ನಾರ್ಮಲ್ ಆಗಿಲ್ಲ. ಹೆದ್ರಿದಂತೆ ಕಾಣ್ತೀರಾ! ಮನೆಗೆ ಫೋನ್ ಮಾಡಿ ನಿಮ್ಮ ಮಮ್ಮಿ ಹತ್ರ ಮಾತಾಡಿ" ಫೋನ್‌ನ ಡಯಲ್ ತಿರುಗಿಸಲು ಹೋದಾಗ ತಡೆದಳು.

ನಾಲಗೆಯವರೆಗೂ ಬಂದ ಮಾತುಗಳನ್ನು ನುಂಗಿಕೊಂಡಳು. "ನಮ್ಮ ಬಗ್ಗೆ ಮಹೇಂದರ್‌ಗೆ ಅಂತ ಇಷ್ಟ ಇಲ್ಲ. ನಾವು ಹತ್ತಿರ ಸರಿದಷ್ಟೂ ದೂರ ಹೋಗ್ತಾನೆ. ಅವ್ನ ವಿಷ್ಯದಲ್ಲಿ ಅಲರ್ಟ್ ಆಗಿರು. ನಮ್ಮ ಬಗ್ಗೆ ಅವ್ನ ಮೂಡ್ ಒಳ್ಳೆಯದಾಗಿರ್ಲಿ" ಕಿವಿ ಮಾತು ಹೇಳಿದ್ದರು. ಸಮ್ಮತಿ ಮಗಳಿಗೆ, ಮುಕ್ತವಾಗಿ ಅವನೊಂದಿಗೆ ಮಾತಾಡಲು ಹಿಂಜರಿಕೆ ಈ ಕಾರಣಕ್ಕಾಗಿಯೇ.

"ಬೇಡ ಮಹೇಂದರ್, ಅಲ್ಲಿಂದ್ಲೇ ಬರ್ತಾ ಇರೋದು." ಸದಾ ಮೂರ್ಹೊತ್ತು ಮಮ್ಮಿ ಮಾತು ಕೇಳಿ ಕೇಳಿ ಬೋರೊಡೆದು ಹೋಗಿದೆ. ಒಂದಿಷ್ಟು ರಿಲ್ಯಾಕ್ಸ್ ಬೇಕು. ನಂಗೆ ಮಿಸೆಸ್ ಮಹೇಂದರ್ ಫೋನ್‌ನಲ್ಲಿ ಕೂಡ ಸಿಗ್ಲಿಲ್ಲ. ನಂಗೆ ಗುಡ್ ಫ್ರೆಂಡ್‌ನ ಅಗತ್ಯವಿದೆ" ಬಡ ಬಡ ಹೇಳಿದಳು. ಏನು ಹೇಳಬೇಕೆಂದು ಯೋಚಿಸಬೇಕಾಯಿತು ಕ್ಷಣ "ಕಾಮನ್ ಫಿವರ್, ಡಾಕ್ಟ್ರು ಕಂಪ್ಲೀಟ್ ರೆಸ್ಟ್ ಬೇಕೂಂದಿದ್ದಾರೆ. ಯೋಗಾಯೋಗವಿದ್ರೆ ನಾಳೆ ಮೀಟ್ ಮಾಡ್ಬಹ್ದು" ಇಂಟರ್‌ಕಾಮ್ ಒತ್ತಿ ಸಮೀರ್‌ನ ಬರಮಾಡಿಕೊಂಡ.

"ಇವ್ರನ್ನು ಸ್ವಲ್ಪ ಡ್ರಾಪ್ ಮಾಡು" ಮೇಲೆದ್ದ.

ಅವನಿಗೆ ಇನ್ನು ಮಾತಾಡುವ ಮನಸ್ಸಿಲ್ಲವೆಂದು ಬಿಂದುಗೆ ಅರ್ಥವಾಯಿತು. ಒಂದೆರಡು ಗಂಟೆಗಳು ಇಲ್ಲಿ ಕಳೆಯುವ ಉದ್ದೇಶದಿಂದಲೇ ಬಂದಿದ್ದಳು.

ಸಪ್ಪೆ ಮುಖದಿಂದ ಬಿಂದು ಹೊರಟಾಗ ಅವನಿಗೆ ಕನಿಕರ ಮೂಡಿತು. ಸದ್ಯಕ್ಕೆ ಅವನೆದೆಯಲ್ಲಿ ಅಂಥದಕ್ಕೆ ಜಾಗವಿಲ್ಲ. ಅದಕ್ಕೆ ವೇಳೆಯ ಅಭಾವವೂ ಕಾರಣ.

ಸ್ವಲ್ಪ ರಾತ್ರಿ ನಿದ್ದೆಗೆಟ್ಟಿದ್ದರಿಂದ ಮೈ ಮುರಿಯುತ್ತಲೇ ಬೆಡ್‌ರೂಂಗೆ ಬಂದ. "ಅಶೋಕ... ಅಶೋಕ್..." ಎಂದು ಕಿರುಚುತ್ತ ಎದ್ದು ಕೂತ ನಂದಿತಾ ಪೂರ್ತಿ ಬೆವತುಹೋಗಿದ್ದಳು.

ಸುಮಾರು ಒದ್ದೆ ಇದ್ದ ಬಿಳಿಯ ಕರ್ಚೀಫ್‌ನಿಂದ ಮುಖದ ಬೆವರನ್ನು ತೊಡೆದು ಮಾತಾಡಿದ. ಭಯ ಇಣಕಿದ ಕಣ್ಣುಗಳು ಮಾಮೂಲಿ ಸ್ಥಿತಿಗೆ ಮರಳುವವರೆಗೂ ಅತ್ಯಂತ ಎಚ್ಚರದಿಂದ ಗಮನಿಸುತ್ತ ಸಂಯಮದಿಂದ ಕಾದ ಒಬ್ಬ ಮನೋವೈದ್ಯನಂತೆ. ಸುಬ್ಬಣ್ಣನಿಗೆ ಮಗಳು ಎನ್ನುವುದಕ್ಕೆ ದಾಖಲೆಗಳು ಇತ್ತು, ಸಾಕ್ಷಿಗಳು ಇದ್ದವು. 'ಹಿಂದು' ಎಂದು ಗುರ್ತಿಸಿದ, ಭ್ರಮಿಸಿದಕ್ಕೆ ಅವನ ಮನವೊಂದೇ ಸಾಕ್ಷಿ. ಇದು ಯಾವುದೇ ಕೋರ್ಟಿನಲ್ಲಿ ನಿಲ್ಲುವಂಥದಲ್ಲ. ಕೋರ್ಟು ಅಗತ್ಯವಿಲ್ಲವೆನಿಸಿದರೂ ಅವನಿಗೆ ಸತ್ಯದ ಅಗತ್ಯವಿತ್ತು. ಆ ಭಯಂಕರ ದುರ್ಘಟನೆಯಲ್ಲಿ ಜಿ.ಟಿ. ಆರ್ಯ ಅವರ ಕುಟುಂಬದಲ್ಲಿ ಒಬ್ಬಳು ಉಳಿದಿದ್ದಾಳೆನ್ನುವ ಸಂತೋಷ ಸಿಗುತ್ತಿತ್ತು. ಆ ದಿನಕ್ಕಾಗಿ ಇನ್ನಷ್ಟು ತಡವಾದರೂ ಕಾಯಬಲ್ಲ.

ಪ್ರೀತಿಯಿಂದ ಅವಳ ಕೆನ್ನೆಯನ್ನು ಸವರುತ್ತ ಮಲಗಿಸಿದ. "ಇವತ್ತು ಟೆಂಪರೇಚರ್ ಕಮ್ಮಿ ಇದೆ. ನಾಳೆ ಹೊತ್ಗೆ ಸರಿ ಹೋಗ್ಬಹ್ದು" ಎಂದವನು ಎದೆಯವರೆಗೂ ಹೊದ್ದಿಸಿ ಅಲ್ಲೇ ಕೂತ. ಬಿಗಿಯಾಗಿ ಕಣ್ಮುಚ್ಚಿಕೊಂಡ ನಂದಿತಾ ತಟ್ಟನೆ ಕಣ್ತೆರೆದು "ದಯವಿಟ್ಟು, ಇಲ್ಲೇ ಕೂತ್ಕೊಳ್ಳಿ. ನಂಗ್ಯಾಕೋ ಭಯ" ಬಹಳ ಕಷ್ಟದಿಂದ

ಹೇಳಿದಳು. ಬಹುಶಃ ಮದುವೆಯ ನಂತರದ ಮೊದಲ ಬೇಡಿಕೆಯೇನೋ, ನಿಧಾನವಾಗಿ ಅವಳ ಮೇಲೆ ಬಗ್ಗಿ ಅತ್ಯಂತ ನವಿರಾಗಿ ಹಣೆಗೆ ಚುಂಬಿಸಿದ. "ಬಹಳ ಹಿತವಾದ ಇಷ್ಟವಾದ ಕೆಲಸ" ಕಣ್ಣೊಡೆದ. ಜೀವನದಲ್ಲಿ ಮೊದಲ ಸಲ ಒಂದು ಹೆಣ್ಣಿಗೆ ಕಣ್ಣೊಡೆದಿದ್ದ ಈ ಸ್ಥಿತಿಯಲ್ಲಿ ಅದು ಕೈಹಿಡಿದ ಮುದ್ದಿನ ಮಡದಿಗೆ.

ಹೂವಿನಂತೆ ಅರಳಿತು ಅವಳ ಜೇನು ತುಟಿಗಳ ಮೇಲೆ ಸುಂದರ ನಗುವೊಂದು. ಹೆಣ್ತನವೇ ಅವಿರ್ಭವಿಸಿದಂತಾಯಿತು ಆ ಕ್ಷಣದಲ್ಲಿ.

"ಸೌಂದರ್ಯದ ಸಾಕ್ಷಾತ್ಕಾರ ಎಲ್ಲಿ ಹೇಗೆ ಆಗುತ್ತೇ ಗೊತ್ತಾಗೊಲ್ಲ" ಮೋಹಕ ನಗೆ ಬೀರಿದಾಗ ಕಣ್ಣು ಮುಚ್ಚಿಕೊಂಡಳು. ಈಗ ಅವಳ ಕಣ್ಣುಗಳಲ್ಲಿ ಕಾಣುತ್ತಿದ್ದುದು ಅಸ್ಪಷ್ಟ ವ್ಯಕ್ತಿಗಳು. ಉಚ್ಚದರ್ಜೆಯ ಸೈನ್ಯದ ಉಡುಪಿನಲ್ಲಿದ್ದ ಒಬ್ಬ ವ್ಯಕ್ತಿ, ಇನ್ನೊಬ್ಬ ಹೆಣ್ಣು ಮತ್ತು ಒಬ್ಬ ಹುಡುಗ. ಅವರೆಲ್ಲ ಯಾರು? ತನ್ನನ್ನೇ ಪ್ರಶ್ನಿಸಿಕೊಂಡಳು. ಅವಳನ್ನ ಪ್ರಶ್ನೆಗಳು ಎಷ್ಟು ಬಲವಾಗಿ ಕಾಡಿದವೆಂದರೆ ತಟ್ಟನೆ ಕಣ್ಣುಬಿಟ್ಟು ಎದ್ದು ಕೂತಳು.

"ನಂಗೆ ಏನೇನೋ ಕನಸು ಬೀಳುತ್ತೆ, ಯಾರ್ಯಾರೋ ವ್ಯಕ್ತಿಗಳು ಬರ್ತಾರೆ. ನಾನು ಅವ್ರನ್ನು ಎಂದೂ ನೋಡಿಲ್ಲ" ಮನ ಬಿಚ್ಚಿ ಹೇಳಿಕೊಂಡಳು.

ನಗುತ್ತ ಕೆನ್ನೆಯುಜ್ಜಿದ ಮಹೇಂದರ್ "ಪರ್ವಾಗಿಲ್ಲ ಯು ಆರ್ ಲಕ್ಕಿ, ನಂಗಂತೂ ಈ ಗ್ರಹದ ಜನರು ಮಾತ್ರವಲ್ಲ, ಬೇರೆ ಬೇರೆ ಗ್ರಹದ ಜನರು ಕೂಡ ಬಂದು ಕಾಡ್ತಾರೆ ಕನಸಿನಲ್ಲಿ. ಅವರೊಂದಿಗೆ ನಾನು ಡಿಸ್ಕಸ್ ಮಾಡೋದು ನನ್ನ ಫ್ಯಾಕ್ಟರಿಯ ಬಗ್ಗೆ ಅವ್ರಿಗೆ ಅರ್ಥವಾಗೋಲ್ಲ. ಸುಮ್ನೇ ಓಡ್ತಾರೆ" ನಗುವನ್ನು ಮುಂದುವರಿಸಿದ ಅವಳ ಮನವನ್ನು ಹಗುರಗೊಳಿಸಲು.

ಓದಿದ ತಿಳಿವಳಿಕೆಯುಳ್ಳ ನಂದಿತಾ ಕೂಡ ಮುಗುಳ್ನಕ್ಕಳು. "ನಂದೇ ಅದೃಷ್ಟ, ಅಂತು ಬೇರೆ ಗ್ರಹದ ವಾಸಿಗಳು ಕನಸು ಕಲ್ಪನೆ ಯಾವುದ್ರಲ್ಲು ಬರೋಲ್ಲ" ಎಂದಳು.

ಕಾಡುವಿಕೆಯನ್ನು ಸಮರ್ಥವಾಗಿ ನಿರ್ವಹಿಸುವಂಥ ಮನೋಬಲ ಅವಳಿಗೆ ಬೇಕಿತ್ತು. ಇದೆ ಎನ್ನುವುದು ಮಹೇಂದರ್‌ನ ನಂಬಿಕೆ ಕೂಡ. ಅತಿಯಾದ ಧೈರ್ಯಕ್ಕೆ, ಪ್ರಾಮಾಣಿಕತೆಗೆ, ಬುದ್ಧಿವಂತಿಕೆಗೆ ಇನ್ನೊಂದು ಹೆಸರು ಎನ್ನುವಂಥ ಜಿ.ಟಿ. ಆರ್ಯರ ಮಗಳು!

ರಾತ್ರಿ ಹನ್ನೊಂದರ ಸುಮಾರಿಗೆ ಬಲವಂತರಾಯ್‌ರ ಪಿ.ಎ. ಫೋನ್‌ನಲ್ಲಿ ಸಂಪರ್ಕಿಸಿದರು. "ಸ್ವಲ್ಪ ಲೈನ್‌ನಲ್ಲಿ ಇರೀ ಸರ್, ಸಾಹೇಬ್ರು ನಿಮ್ಹತ್ರ ಮಾತಾಡ್ಬೇಕಂತೆ" ನಯವಾಗಿ ರಿಕ್ವೆಸ್ಟ್ ಮಾಡಿಕೊಂಡ. ಹತ್ತು ನಿಮಿಷ ರಿಸೀವರ್ ಹಿಡಿದರೂ ಸ್ವರದ ಸುಳಿವಿಲ್ಲ.

ಮಹೇಂದರ್ ಮನೆಯ ಪರ್ಸನಲ್ ನಂಬರ್‌ಗೆ ಫೋನ್ ಮಾಡಿದಾಗ ಬಲವಂತರಾಯ್ ಶ್ರೀಮತಿ ಒಂದು ಹೊಸ ಸುದ್ದಿ ತಿಳಿಸಿದರು.

"ನಾಳೆ ನೀನು, ಅವ್ರು ಭಾಗವಹಿಸೋ ಒಂದು ಫಂಕ್ಷನ್ ಇದೆಯಲ್ಲ, ಆ ಬಗ್ಗೆ ಫೋನ್‌ನಲ್ಲಿ ಹೆದರಿಸ್ತ ಇದ್ದಾರೆ. ಯಾರೋ ಏನೋ ಅರ್ಥವಾಗ್ತ ಇಲ್ಲ. ಅದೇನು

ಪೊಲಿಟಿಕಲ್ ಸಮಾರಂಭವಲ್ಲ. ಫೋನ್ ಮಾಡೋರ ಉದ್ದೇಶವೇನೋ ಅರ್ಥವಾಗ್ಲಿಲ್ಲ. ನಿಂಗೂ ಅಂಥ ಫೋನೇನಾದ್ರೂ ಬಂದಿದ್ಯಾ?" ಆಕೆಯೇ ವಿಚಾರಿಸಿದರು. ಪರಿಚಯಕ್ಕೆ ಮೀರಿದ ಆತ್ಮೀಯತೆ ಇತ್ತು ಆ ಕುಟುಂಬದಲ್ಲಿ ಅವನಿಗೆ.

"ಅಂಥದೇನು ಇಲ್ಲ! ಇವೆಲ್ಲ ರಾಜಕೀಯದವ್ರಿಗೆ ಮಾಮೂಲಿ ಅಲ್ವಾ, ಆಂಟೀ, ಹೇಗೂ ನೀವು ಬನ್ನಿ. ನನ್ನ ಮದ್ವೆಯಾಗಿದೆಯಲ್ಲ, ನಿಮ್ಮ ಸೊಸೇನ್ನು ನೋಡ್ಬಹ್ದು" ಎಂದ ಮೆಲ್ಲಗೆ. ವಿವಾಹಕ್ಕೆ ಯಾರಿಗೂ ಇನ್ವಿಟೇಷನ್ ಕಳುಹಿಸಿರಲಿಲ್ಲ. ಅಂದು ಯಾರ ಬರವೂ ಅಗತ್ಯವೆನಿಸಿರಲಿಲ್ಲ.

ಆಕೆ ಫೋನಿನಲ್ಲಿಯೆ ಬೈಯ್ದರು "ಇಷ್ಟು ಬೇಗ ಎಂಥ ಆಹ್ವಾನ, ಒಂದೆರಡು ಮಕ್ಳು ಆಗ್ಲೀ, ಆಮೇಲೆ ಒಟ್ಟಿಗೆ ನೋಡ್ತೀನಿ" ನಗುತ್ತ ಫೋನಿಟ್ಟ.

ಹಾಸಿಗೆಯ ಮೇಲೆ ಒರಗಿ ಯೋಚಿಸತೊಡಗಿದ. ವ್ಯಾಪಾರ ವ್ಯವಹಾರದಲ್ಲಿ ಡಿಪ್ರೆಷನ್, ಫೂರ್ತಿ ಲಾಸ್ ಅವೆಲ್ಲ ಇದ್ದಿದ್ದೇ. ಮಿತ್ರ ಕುಟುಂಬ ವಲಸೆ ಬಂದಿದ್ದು ಕೂಡ ದೊಡ್ಡದಾಗಿ ಕಾಣಲಿಲ್ಲ. ಬಿಂದು ಮುಖದಲ್ಲಿನ ಭಯ, ನಿರಾಸೆ, ಮಿತ್ರ ಅರ್ಥಹೀನ ವಿವೇಕವಿಲ್ಲದ ಮಾತುಗಳು ಸುಳಿಯ ನಡುವೆ ಇದ್ದಾರೆನಿಸಿತು. ಅದು ಯಾವುದು?

ಮನದಿಂದ ಆ ವಿಷಯವನ್ನು ಪಕ್ಕಕ್ಕೆ ದೂಡಿ ಬದಿಯಲ್ಲಿ ಮಲಗಿದ್ದ ನಂದಿತಾ ಹಣೆಯ ಮೇಲೆ ಕೈಯಿಟ್ಟ. ಟೆಂಪರೇಚರ್ ಕಮ್ಮಿಯಾಗುವುದರ ಜೊತೆ ಬೆವರಿನಿಂದ ತೊಯ್ದಿತ್ತು ಹಣೆ.

ಆ ಕೈಯನ್ನು ಹಿಡಿದು ಮೇಲೇಳಲು ಪ್ರಯತ್ನಿಸಿದಾಗ ತಾನೇ ಆಸರೆ ನೀಡಿ ಎದೆಗೊರಗಿಸಿಕೊಂಡ. ಯಾವುದೇ ಹೆಣ್ಣು ತನ್ನ ಮನದ ಭಾವನೆಗಳನ್ನು ಹಂಚಿಕೊಳ್ಳಲು ಭರವಸೆ ಮೂಡಿಸುವ ಪ್ರೀತಿಯಿಂದ ಸ್ಪಂದಿಸುವ ಹೃದಯದ ಅಗತ್ಯವಿರುತ್ತದೆ. ಹೆಣ್ಣು, ಗಂಡು ಎನ್ನುವ ವರ್ಗೀಕರಣವೇನು ಇದಕ್ಕೆ ಬೇಕೆನಿಸುವುದಿಲ್ಲ.

"ನೀವಿನ್ನೂ ನಿದ್ದೇನೇ ಮಾಡಿಲ್ಲ!" ಎಂದಳು.

ಎರಡು ಬಾಹುಗಳಿಂದ ಬಳಸಿದ ತೋಳುಗಳು ಕೈ ಬೆರಳು ಜೊತೆ ಆಟವಾಡುತ್ತ "ಹೇಗೆ ಬರುತ್ತೆ? ಮಂಕು ದೀಪ - ಮಬ್ಬು ಕತ್ತಲಿನ ನಡಿಗೆಯಲ್ಲಿ ಉತ್ಸಾಹ, ಉಲ್ಲಾಸಕ್ಕಿಂತ ಹೆಜ್ಜೆಯ ಕಡೆಯೇ ಹೆಚ್ಚು ಗಮನವಿರುತ್ತೆ. ಈಗ ನನ್ನ ಸ್ಥಿತೀನು ಅಷ್ಟೆ" ಅರ್ಥಗರ್ಭಿತವಾಗಿ ನುಡಿದ. ಅರ್ಥವಾಗದವಳಂತೆ ತಿರುಗಿ ಅವನ ಮುಖ ನೋಡಿದಳು.

"ಸೋ ಸಿಂಪಲ್..." ಅವಳ ಕೈಯನ್ನು ಎದೆಯ ಮೇಲಿಟ್ಟುಕೊಂಡ "ಈ ಲಬ್ ಡಬ್‌ನಲ್ಲಿ.... ನಿಂಗೇನು ಕೇಳಿಸ್ತಾ ಇದೆ ಹೇಳು" ಎಂದಾಗ ಅವಳ ತುಟಿಗಳು ಬಿರಿದು ನಗೆಯ ಹೂವಾಯಿತು. "ಈಗಲ್ಲ, ಇನ್ನೊಂದು ದಿನ ಹೇಳ್ತೀನಿ" ಕಣ್ಣು ಮುಚ್ಚಿದಳು.

ಸ್ವಲ್ಪ ನಿಧಾನವಾಗಿ ನಿದ್ದೆಯ ಜೋಂಪಿಗೆ ಜಾರಿದ. ಫೋನ್ ಸದ್ದು ಮಾಡಿತು, ವಿಚಿತ್ರವೆನಿಸಿತು. ಅದು ಅವನ ಪರ್ಸನಲ್ ಫೋನ ಸದ್ದು ಮಾಡಿದ್ದು. ಆ ನಂಬರ್ ಕೆಲವರಿಗೆ ಮಾತ್ರ ಗೊತ್ತು.

"ಹಲೋ....." ಎಂದ.

ಫೋನ್ ಮಾಡಿದ್ದ ವ್ಯಕ್ತಿ ಮೊದಲು ನಂಬರ್‌ನ ಕನ್‌ಫಾರ್ಮ್ ಮಾಡಿಕೊಂಡ ಮೇಲೆಯೇ ಹೇಳಿದ್ದು "ನಾಳಿನ ಸಮಾರಂಭಕ್ಕೆ ನೀವು ಬರ್ಬಾರ್ದು. ಬಂದ್ರೆ ತೊಂದರೆಗೊಳಗಾಗ್ತೀರಾ! ಆ ಮಿತ್ರ ಫೋನ್ ಮಾಡಿದ್ರೆ ಮೊದ್ಲು ಬಿನ್ನಿ ಜೊತೆ ನಿಮ್ಮ ವ್ಯವಹಾರ ಮುಗ್ಸಿಕೊಳ್ಳೀಂತ ಹೇಳಿ. ಆಮೇಲೆ ನಾನೇ ಫೋನ್ ಮಾಡಿ ಸಮಾರಂಭಕ್ಕೆ ಅಟೆಂಡ್ ಆಗೋಕೆ ತಿಳಿಸ್ತೀನಿ" ಎಂದ.

ಅವನು ಫೋನ್ ಇಡುವ ಮೊದಲು ಒಂದು ಷಾಕ್ ಕೊಟ್ಟ "ಇದು ಸಿ.ಬಿ.ಐ. ಬ್ರ್ಯಾಂಚ್‌ನ ಸೀಕ್ರೆಟ್ ಏಜೆಂಟ್‌ನ ಫೋನ್ ನಂಬರ್, ಯೂ ಫೂಲ್... ಒಂದು ಇನ್‌ಫಾರ್ಮೇಷನ್ ಕೊಟ್ಟಿದ್ದಕ್ಕೆ ಥ್ಯಾಂಕ್ಸ್. ಬಹಳ ಬೇಗ ಮೀಟ್ ಮಾಡೋಣ" ಫೋನಿಟ್ಟವನು ತೀರಾ ಗೊಂದಲಕ್ಕೆ ಒಳಗಾದ.

ಯಾರು ಈ ಬಿನ್ನಿ? ಅವನ ಪ್ರಕಾರ ತೀರಾ ಅಪರಿಚಿತ. ಅಪಾಯದ ನಡುವೆಯಿದೆ ಮಿತ್ರ ಕುಟುಂಬ ಎಂದುಕೊಂಡ. ಆಮೇಲೆ ಅವನೇನು ನಿದ್ದೆ ಮಾಡಲಿಲ್ಲ.

ಬೆಳಗಿನ ಇವನ ಸ್ನಾನ ಮುಗಿಯುವ ವೇಳೆಗೆ ಎದ್ದು ಕೂತಿದ್ದಳು ನಂದಿತಾ. "ಹಾಯ್, ಗುಡ್ ಮಾರ್ನಿಂಗ್" ಎಂದು ಬಂದ. ಹರವಾದ ವಿಶಾಲ ಎದೆಯ ಜೊಂಪು ಕೂದಲಿನ ನಡುವೆ ತಲೆಯುದುಗಿಸಬೇಕೆನಿಸಿತು ಅವಳಿಗೆ. "ಗುಡ್ ಮಾರ್ನಿಂಗ್..." ಎಂದಳು ಅಸ್ತವ್ಯಸ್ತ ಕೂದಲುಗಳನ್ನು ಸರಿಪಡಿಸಿಕೊಳ್ಳುತ್ತ.

ಟೆಂಪರೇಚರ್, ಬಿ.ಪಿ. ಎಲ್ಲಾ ಅವನೇ ಚೆಕ್ ಮಾಡಿದವನು ಸ್ಟೆತಾಸ್ಕೋಪ್ ಹಾಕಿಕೊಂಡು ಹಾರ್ಟ್ ಬೀಟ್, ನಾಡಿ ಮಿಡಿತ ಎಲ್ಲವನ್ನು ಚೆಕ್ ಮಾಡಿದವನು ಸಮಾಧಾನದ ಉಸಿರು ಚೆಲ್ಲಿದ.

"ಯು ಆರ್ ಪರ್‌ಫೆಕ್ಟ್ಲಿ ಆಲ್‌ರೈಟ್.... ಥ್ಯಾಂಕ್ಯೂ... ಥ್ಯಾಂಕ್ಯೂ ವೆರಿ ಮಚ್ ಫಾರ್ ಯುವರ್ ಕೈಂಡ್ ಕೋ ಆಪರೇಷನ್" ಎಂದ ಕಣ್ಣುಗಳಲ್ಲಿ ಉತ್ಸಾಹದ ಮಿಂಚನ್ನು ಹರಿಸುತ್ತ.

ಮಹೇಂದರ್‌ನನ್ನೇ ನೋಡಿದಳು. ಬುದ್ಧಿಮತ್ತೆಯಿಂದ ತೂಗುವ ಅವನ ಕಣ್ಣುಗಳಲ್ಲಿ ಛಲ ಇತ್ತು. ಅದರ ತೀಕ್ಷ್ಣತೆ ಎಷ್ಟಿತ್ತೆಂದರೆ ಹಿಡಿದ ಕೆಲಸ, ಯೋಜನೆಗಳನ್ನು ಸಾಧಿಸಲು ಅವನು ಯಾವುದಕ್ಕೂ ಸಿದ್ಧವೆನ್ನುವುದನ್ನು ಒತ್ತಿ ಹೇಳುತ್ತಿತ್ತು.

ನೋಡುವ ರೀತಿಯಲ್ಲಿ ಏನೋ ಇದೆಯೆನಿಸಿ ಹತ್ತಿರದಲ್ಲಿಯೇ ಕೂತ "ಐ ಯಾಮ್ ಲಕ್ಕಿ, ನಂಗೊಂದಿಷ್ಟು ಅನುಮಾನವಿತ್ತು. ನಾನೇನೋ ತುಂಬ....

ತುಂಬ..... ಇಷ್ಟಪಟ್ಟು ಮದ್ವೆಯಾಗಿದ್ದು. ನಿನ್ನ ಪ್ರೀತಿ ಸಂಪಾದಿಸೋ ಬಗ್ಗೆ ಭಯ!" ನಕ್ಕುಬಿಟ್ಟ. ಅವಳ ನಗು ಸೇರಿತು. ಭಾವ, ರಾಗ ಕಲೆತ ಹೊಸ ಸಂಗೀತದ ಅಲೆಗಳು ಆ ನಗುವಿನಲ್ಲಿ ಸೇರಿದ್ದವು.

"ನನ್ನ ಹಿಂದೆ ಎಲ್ಲೋ ನೋಡಿರ್ಬೇಕೂಂತ ಅನ್ನಿಸೋಲ್ವಾ!" ಕೇಳಿದ. ಅದೇ ಪ್ರಶ್ನೆ. ಉತ್ತರ ಮಾತ್ರ ಬದಲಾಗಿತ್ತು "ಏಳೇಳು ಜನ್ಮದ ಅನುಬಂಧ... ಋಣಾನುಬಂಧ ಅಂತಾರಲ್ಲ ಹಾಗೆ, ಹಿಂದಿನ ಜನ್ಮಗಳಲ್ಲಿ ನೋಡಿರಬೇಕು. ಆಗ್ಲೂ ಇಷ್ಟೊಂದು ಹ್ಯಾಂಡ್‌ಸಮ್ಮಾಗ್ಗಿ, ಬ್ರಿಲಿಯಂಟಾಗಿ ಪ್ರಯೋಜಕವಾಗೇ ಇದ್ದಿರಬೇಕು." ಹೆಕ್ಕಿ ಹೆಕ್ಕಿ ತೆಗೆದು ಪದಗಳನ್ನು ಜೋಡಿಸಿ ಆಡಿದ ಮಾತುಗಳು ಚೆಲ್ಲಿದ ಅಮೂಲ್ಯ ಮುತ್ತುಗಳೆನಿಸಿತು ಅವನಿಗೆ.

"ನೀವು ಆಫೀಸ್‌ಗೆ ಹೋಗ್ಬೇಕು" ಎಂದಳು ಮೆಲುವಾಗಿ. ಕೆನ್ನೆ ತಟ್ಟಿ ಹೊರಗೆ ಹೋದ.

ಹತ್ತು ನಿಮಿಷದಲ್ಲಿ ಮಾರ್ಕೆಟಿಂಗ್ ಮ್ಯಾನೇಜರ್ ಜೊತೆ ಅರವಿಂದಘೋಷರೂ ಬಂದರು. ಅವರ ಮುಖದಲ್ಲಿ ತೃಪ್ತಿಯ ನಗೆ. ಪವಾಡವೆನ್ನುವಂತೆ ಮಾರ್ಕೆಟಿಂಗ್ ಇಂಪ್ರೂವ್ ಆಗಿದ್ದು ಸಂತಸದ ಸಂಗತಿ.

ಈ ಫ್ಯಾಕ್ಟರಿ ಕೊಳ್ಳುವ ನಿಶ್ಚಯ ಮಾಡಿದಾಗ ಅರವಿಂದಘೋಷರು ಕೈ ಅಲ್ಲಾಡಿಸಿಬಿಟ್ಟರು "ನೋ ಹೋಪ್, ಈಗ ಇರೋ ಬ್ಯಾಡ್ ನೇಮ್ ತೊಡೆದುಹಾಕಲು ಸಾಕಷ್ಟು ವರ್ಷಗಳೇ ಬೇಕು. ತೀರಾ ಅಪ್ರಯೋಜಕ ಸ್ಥಿತಿಯಲ್ಲಿದೆ" ಎಂದಿದ್ದರು.

ಅದನ್ನೆಲ್ಲ ಸುಳ್ಳು ಮಾಡಿದ್ದ. 'ಮಹೇಂದರ್ ಸಿರಾಮಿಕ್ ಟೈಲ್ಸ್' ಜನರಲ್ಲಿ ಜಾಗೃತಿಯನ್ನುಂಟು ಮಾಡಿತ್ತು. ಅದರ ಚೆಂದ, ನುಣುಪಿಗೆ, ಗೃಹಿಣಿಯರು ಮಾರುಹೋಗಿದ್ದರು. ಪ್ರಯೋಗಾಲಯ, ಆಸ್ಪತ್ರೆ ಮುಂತಾದ ಕಡೆಯಲ್ಲಿ ಹೆಚ್ಚು ಬಳಕೆಯಾಗಲು ಷುರುವಾಗಿತ್ತು.

ಹತ್ತು ನಿಮಿಷಗಳ ಮಾತುಕತೆಯ ನಂತರ ಅವರು ಹೊರಡುವಾಗ ಅರವಿಂದಘೋಷರು "ನಂದಿತಾ ಹೇಗಿದ್ದಾರೆ? ಹೀಗೆ ಕೇಳಿದರೆ ಏನು ತಪ್ಪಿಲ್ವಲ್ಲ. ತೀರಾ ಮರ್ಯಾದೆ ಕೊಟ್ಟು ಗೌರವದಿಂದ ಮಾತಾಡಿಸ್ಬೇಕೆಂದರೆ ಸ್ವಲ್ಪ ಆತ್ಮಕ್ಕೆ ನೋವಾಗುತ್ತೆ" ಎಂದರು.

ಮಹೇಂದರ್ ನಕ್ಕುಬಿಟ್ಟ "ಏನೂ ಅಗತ್ಯವಿಲ್ಲ. ಟೆಂಪರೇಚರ್ ಕಡ್ಮೆಯಾಗಿದೆ. ಒಂದಿಷ್ಟು ರೆಸ್ಟ್‌ಗೆ ಸಲಹೆ ಮಾಡಿದ್ದಾರೆ, ಡಾಕ್ಟ್ರು" ಹೇಳಿದ. ಹಿರಿಯ ಪ್ರಾಮಾಣಿಕ ವ್ಯಕ್ತಿ ಅರವಿಂದಘೋಷರ ಬಗ್ಗೆ ಗೌರವ, ಅಭಿಮಾನ. ನಂದಿತಾ ಅವನ ಮದುವೆಯಲ್ಲಿ ಮಹತ್ತರ ಪಾತ್ರ ವಹಿಸಿದ್ದರು ಅವರು.

ಅಷ್ಟರಲ್ಲಿ ನಂದಿತಾನೇ ಬಂದರೂ ಅದೇ ಸರಳತನ, ಮಂಕು ಕಳೆದುಕೊಂಡು ವಜ್ರದಂತೆ ಫಳಫಳ ಹೊಳೆಯುತ್ತಿದ್ದಳು.

"ಹೇಗಿದ್ದಿಯಮ್ಮ?" ನೇರವಾಗಿಯೇ ವಿಚಾರಿಸಿದರು ಘೋಷರು. "ಏನಿಲ್ಲ, ಇವತ್ತು... ಆರಾಮ್" ನುಡಿದಳು ಆರಾಮಾಗಿ.

ಅವರುಗಳು ಹೊರಟ ಮೇಲೆ ಮಹೇಂದರ್ "ಓಡಾಡೋದು ಪೂರ್ತಿ ಬಂದ್, ಬಂದ ಜ್ವರಕ್ಕೆ ವಾರದ ರೆಸ್ಟ್ ತೋರ್ಸಿದ್ಮೇಲೆ ಅದು ಪಲಾಯನವಾಗಿರೋದು. ಮೈಂಡ್ ಇಟ್... ಮೈ ಸ್ವೀಟ್ ಡಾರ್ಲಿಂಗ್" ಛೇಡಿಸಿದ. ಕಣ್ಣರಳಿಸಿದಳು.

ತೀರಾ ಸೀರಿಯಸ್ಸಾಗಿ ಇರುತ್ತಿದ್ದ ಮಹೇಂದರ್ ಅಂಥ ವ್ಯಕ್ತಿ ಇಷ್ಟು ಸ್ವೀಟಾಗಿ, ರೋಮ್ಯಾಂಟಿಕ್ಕಾಗಿ ಮಾತಾಡಬಲ್ಲನೆಂದು ನಿರೀಕ್ಷಿಸುವುದು ಕೂಡ ಸಾಧ್ಯವಿರಲಿಲ್ಲ.

ಮಹೇಂದರ್ ಹೊರಡುವುದಕ್ಕೆ ಸ್ವಲ್ಪ ಮೊದಲು ಅಂದರೆ ಎರಡು ನಿಮಿಷಕ್ಕೆ ಮುನ್ನ ಮಿತ್ರ ದಂಪತಿಗಳು ಆಗಮಿಸಿದರು. ಮೇಲ್ನೋಟಕ್ಕೆ ಮಾಮೂಲಾಗಿರುವಂತೆ ನಟಿಸಿದರೂ ತೊಂದರೆಗೊಳಗಾದಂತೆ ಕಂಡರು.

"ಮೈ ಗಾಡ್, ನೀನಿದ್ದೀಯಲ್ಲ, ರಾಜಕಾರಣಿಗಳ ಸಹವಾಸವೇ ಕೆಟ್ಟದ್ದು. ಬಲವಂತರಾಯ್ ಫೋನ್‌ನಲ್ಲಿ ಸಿಕ್ತಾ ಇಲ್ಲ. ಅವ್ರ ಪಿ.ಎ. ತೀರಾ ತಲೆಹರಟೆ. ಮೊನ್ನೆ ದಿನ ಕಾನ್ಫರೆನ್ಸ್‌ನಲ್ಲಿ ಭಾಗವಹಿಸೋದಿದೆ ಅಂದ್ರು. ಇಲ್ಲಿ ಗೆಸ್ಟ್‌ಹೌಸ್‌ಗೆ ಫೋನ್ ಮಾಡ್ದೆ. ಮನುಷ್ಯ ನಾಪತ್ತೆ" ಎಲ್ಲಾ ಒಂದೇ ಸಲ ಹೇಳಿ ಮುಗಿಸಿ ಮುಖದ ಬೆವರನ್ನೊರೆಸಿಕೊಂಡರು.

ಸಮ್ಮತಿ ತಮ್ಮೆರಡು ಮಾತುಗಳನ್ನು ಸೇರಿಸಿದರು. "ನಾವು ಇಲ್ಲಿಗೆ ಹೊಸಬ್ರು. ಸ್ವಲ್ಪ ಚೆನ್ನಾಗಿ ಎಸ್ಟಾಬ್ಲಿಷ್ ಆಗ್ಬೇಕೂಂದರೆ ರಾಜಕೀಯ ವ್ಯಕ್ತಿಗಳು ಮಾತ್ರವಲ್ಲ. ಎಲ್ಲಾ ರೀತಿ ಜನನೂ ಬೇಕಾಗ್ತಾರೆ. ಅದ್ನ ಮನಸ್ಸಿನಲ್ಲಿಟ್ಕೊಂಡೇ ಈ ಯೋಜನೆ ಸಿದ್ಧಪಡಿಸಿದ್ದು."

ಒಟ್ಟು ವಿಷಯ ಅರ್ಥವಾಯಿತು ಮಹೇಂದರ್‌ಗೆ. ಅಂತು ಬಲವಂತರಾಯ್ ಸಂಜೆ ಸಮಾರಂಭದಲ್ಲಿ ಪಾಲ್ಗೊಳ್ಳುವುದು ಅನುಮಾನವಿತ್ತು.

"ಈಗೇನ್ಮಾಡ್ತೀರಾ? ಸಮಾರಂಭಾನೇ ಮುಂದಕ್ಕೆ ಹಾಕ್ತೀರಾ?" ಇಕ್ಕಟ್ಟಿನಲ್ಲಿ ಸಿಲುಕಿಸಲು ಕೇಳಿದ "ಹೇಗೆ ಸಾಧ್ಯ? ಅವರೊಬ್ಬರಿಗೋಸ್ಕರ ಜಿ.ಟಿ. ಮಿತ್ರ ಬಿಲ್ಡರ್ಸ್ ಪ್ರಾರಂಭೋತ್ಸವ ನಿಲ್ಲಿಸೋಕ್ಕಾಗುತ್ತ? ನೋ... ನೋ... ಏನ್ಮಾಡೋಕ್ಕಾಗುತ್ತೆ" ಸಮ್ಮತಿಯ ವ್ಯಾಖ್ಯಾನ. ಬುದ್ಧಿವಂತ ಹೆಣ್ಣು. ಮಿದುಳನ್ನು ಸರಿಯಾಗಿ ಉಪಯೋಗಿಸಿಕೊಂಡಿದ್ದರೆ ಒಂದು ಎತ್ತರಕ್ಕೆ ಏರುವುದರ ಜೊತೆಗೆ, ಸಮಾಜಕ್ಕೆ ಉಪಯೋಗಪಡುವಂಥ ಮನುಷ್ಯಳಾಗುತ್ತಿದ್ದಳೇನೋ. ಬರೀ ಅಡ್ಡಾದಿಟ್ಟಿ ಯೋಚನೆಗಳು, ಯೋಜನೆಗಳು ವಿನಾಶದ ಅಂಚಿಗೆ ತಂದು ನಿಲ್ಲಿಸಿತ್ತು.

"ದಟ್ಸ್ ಆಲ್, ಮತ್ತೇನು ಬಂದಿದ್ದು?" ಕೇಳಿದ ನೇರವಾಗಿ. ಜಿ.ಟಿ. ಮಿತ್ರ ಮುಖದ ತುಂಬ ನಗು ತುಂಬಿಕೊಂಡರು. "ಒಂದೆರಡು ಗಂಟೆ ಮೊದ್ಲು ಬರ್ಬೇಕು ನೀನು. ಒಂದು ಸಣ್ಣ ಕಾನ್ಫರೆನ್ಸ್ ತರಹ ಮೀಟಿಂಗ್ ಇದೆ ನ್ಯೂವೇಮ್ ಹೋಟೆಲ್‌ನಲ್ಲಿ... ಅದು ಕೆಲವು ಮುಖ್ಯರಿಗೋಸ್ಕರ. ಅದ್ರಲ್ಲಿ ನೀನು ಪ್ರಮುಖ ಕೂಡ." ಸಾವಿರ ಜನರ ಆತ್ಮೀಯತೆಯನ್ನು ಎರವಲು ಪಡೆದು

ತಮ್ಮದಾಗಿಸಿಕೊಂಡವರಂತೆ ಹೇಳಿದರು. ಆದರೆ ಸುಲಭವಾಗಿ ಬೋಲ್ಡ್ ಆಗುವ ಸ್ವಭಾವವಲ್ಲ ಮಹೇಂದರ್‌ನದು. ವಾರೆನೋಟದಿಂದ ಒಂದೆರಡು ಕ್ಷಣ ಸಮ್ಮತ್ರಿಯವರ ಮುಖ ವೀಕ್ಷಿಸಿದ.

ಕೆಳತುಟಿಯನ್ನು ಹಲ್ಲಿನಡಿಯಲ್ಲಿ ಕಚ್ಚಿಡಿದು ಕ್ಷಣ ಯೋಚಿಸಿ "ಸಮಾರಂಭದ ನಂತರದ ಪಾರ್ಟಿ ರೂಢಿ. ಮೊದಲೇ ಅಂದರೆ, ಒಂದು ರಹಸ್ಯವಾದ ಮೀಟಿಂಗ್ ಅಂದ್ಕೋಬಹ್ದು" ಎಂದ. ಅವನ ಊಹೆ ಪೂರ್ತಿ ಸರಿಯೆಂದು ಅವನ ಅಭಿಪ್ರಾಯ.

ಇಬ್ಬರು ಒಂದೇ ಸಲ ಬಾಯಿ ಬಿಟ್ಟರು "ಸೀಕ್ರೇಟ್ ಮೀಟಿಂಗ್ ಅಂಥದೇನಿಲ್ಲ. ಬಂದ್ಮೇಲೆ ನಿಂಗೆ ಗೊತ್ತಾಗುತ್ತೆ. ಫೋನ್‌ನಲ್ಲಿ ವಿಷ್ಯ ಬೇಡಾಂತ ನಾವೇ ಬಂದ್ವಿ" ಸಮಜಾಯಿಷಿ ನೀಡಿದರು.

ಮತ್ತಷ್ಟು ದೂರಕ್ಕೆ ಹೋದ ಸಮ್ಮತ್ರಿ "ನಿನ್ನ ಮಿಸಸ್‌ಗೆ ಹುಷಾರಿಲ್ಲಾಂತ ತಿಳೀತು. ಈಗ ಹೇಗಿದ್ದಾರೆ? ನಾನು ಕರ್ಕೊಂಡ್ಹೋಗ್ತೀನಿ. ಅಲ್ಲೇ ರೆಸ್ಟ್ ತಗೊಳ್ಳಿ. ಬಿಂದು ಇರ್ತಾಳೆ, ನೋಡ್ಕೋತಾಳೆ. ಇನ್ಮೇಲೆ ನಮ್ಮನ್ನು ನೀನು ಹತ್ತಿರದವ್ರೂಂತ ಭಾವಿಸ್ಬಹ್ದು" ವಿಶ್ವಾಸದಿಂದ ಹೇಳಿದರು.

ನಯವಾಗಿ ನಿರಾಕರಿಸಿದ ಮಹೇಂದರ್ "ವೈರಸ್ ಇನ್‌ಫೆಕ್ಷನ್ ಅಷ್ಟೆ. ರೆಸ್ಟ್ ತಗೊಂಡ್ರೆ ಸರ್ಯೋಗುತ್ತೇಂತ ಡಾಕ್ಟ್ರು ಹೇಳಿದ್ದಾರೆ. ಸ್ವಲ್ಪ ರಿಸರ್ವ್ಡ್ ಸ್ವಭಾವ ಅವಳದ್ದು. ಎಲ್ಲಿಗೂ ಬರೋಕೆ ಇಷ್ಟಪಡೋಲ್ಲ" ಸ್ಪಷ್ಟವಾಗಿಯೇ ಹೇಳಿದ. ಸಮ್ಮತ್ರಿಗೆ ಮುಖ ತಗ್ಗಿಸುವಂಥ ಅವಮಾನ.

ಕಾರು ಹತ್ತಿದ ನಂತರ ಸಮ್ಮತ್ರಿ ಕೋಪ ಕಾರಿದರು "ಈಡಿಯಟ್, ಶತಮೂರ್ಖ ಮಹೇಂದರ್. ಗುಡ್ ಬಿಹೇವಿಯರ್ ಕೂಡ ಗೊತ್ತಿಲ್ಲ. ಅವ್ನ ಹೆಂಡ್ತಿನ ಏನೂಂತ ತಿಳ್ಕೊಂಡಿದ್ದಾನೆ. ಸ್ವಲ್ಪ ಕೂಡ ವ್ಯವಹಾರದ ಜ್ಞಾನವಿಲ್ಲ. ಸ್ಟೇಟಸ್ ಕಡೆ ಗಮನ ಇಲ್ಲ. ಒಬ್ಬ ಸಾಧಾರಣ ಪೋಸ್ಟಾಫೀಸು ಕಾರಕೂನನ ಮನೆಯಲ್ಲಿ ಸಂಬಂಧ ಬೆಳೆಸೋದೆ! ನಾನು ಬಿಂದುನ ಕೊಟ್ಟು ಮದ್ವೆ ಮಾಡೋಕೆ ಸಿದ್ಧವಿದ್ದೆ. ಇವ್ನ ಗುಡ್ ಪರ್ಸನಾಲಿಟಿ, ತೀಕ್ಷ್ಣ ಬುದ್ಧಿವಂತಿಕೆಗೆ ಬಲವಂತರಾಯ ಬೇಕಾದ್ರೆ ಮಗ್ಳುನ ಕೊಟ್ಟು ಮದ್ವೆ ಮಾಡ್ತಾ ಇದ್ರು. ಐ ಡೋಂಟ್ ಲೈಕ್ ಹಿಮ್" ರೇಗಿದರು. ಆದರೂ 'ಮೂರ್ಖ' ಎನ್ನಲು ಅವರ ಮಿದುಳು ಹಿಂಜರಿಯುತ್ತಿತ್ತು.

ಮಿತ್ರ ತಲೆ ಕುಲಗೆಟ್ಟು ಹೋಗಿ ಹೆಂಡತಿಯನ್ನು ಗದರುವಷ್ಟು ಸಮರ್ಥರಾದರು. "ಅವ್ನು ಮೂರ್ಖನೋ.... ನಾವು ಮೂರ್ಖರೋ ಗೊತ್ತಾಗುತ್ತೆ. ಈಗ ಬಿನ್ನಿಗೆ ಮತ್ತೆ ಐವತ್ತು ಸಾವಿರ ಕೊಡದಿದ್ರೆ ಸಮಾರಂಭ ಮತ್ತೇನು ಅನಾಹುತವಾಗುತ್ತೆ. ಆರಂಭ ಗೊಂದಲವಾದ್ರೆ ನಮ್ಮ ಸಮಾಧಿ ತಾನಾಗಿ ನಿರ್ಮಾಣವಾಗುತ್ತೆ. ಈಗ ಅವ್ನಿಗೆ ಹಣ ಕೊಡ್ದೇ ಬೇರೆ ದಾರಿನೇ ಇಲ್ಲ" ವ್ಯಾಕುಲದಿಂದ ನುಡಿದರು.

ಆಕೆಯ ಕಣ್ಣುಗಳಲ್ಲಿ ಚಿಂತೆಗಳು ಪ್ರತ್ಯಕ್ಷವಾದವು. "ನೋ, ಕೊಡಕೂಡ್ದು! ಹೀಗೆ ಕೊಡ್ತಾ ಹೋದ್ರೆ ನಮ್ಮನ್ನು ಮುಗ್ಸಿಬಿಡ್ತಾನೆ. ಬೇರೆ ಒಂದು ದಾರಿ ನೋಡಬೇಕು. ಆ

ವಿಷ್ಯ ನಂಗೆ ಬಿಡಿ" ತಾವು ವಹಿಸಿಕೊಂಡು ಗಂಡನನ್ನು ನಿಶ್ಚಿಂತರನ್ನಾಗಿಸಿದರು. ಮನದಲ್ಲಿ ಒಂದು ಯೋಜನೆಯನ್ನು ಹುಟ್ಟುಹಾಕಿದ್ದರು ಬಿನ್ನಿಗಾಗಿ.

ಮೂರು ನಾಲ್ಕು ಗಂಟೆಗಳ ಮೊದಲು ಮಾತ್ರವಲ್ಲ, ಹತ್ತು ನಿಮಿಷ ಮೊದಲೇ ಬಲವಂತರಾಯ್ ಜೊತೆಯಲ್ಲಿ ಒಂದು, ಸಮಾರಂಭದ ಶಾಸ್ತ್ರ ಮುಗಿಸಿ ಕಾರು ಹತ್ತಿಬಿಟ್ಟ ಮಹೇಂದರ್.

"ಸಾರಿ, ನೇರವಾಗಿ ಬಂಗ್ಲೆಗೆ ಬಂದ್ರು. ಮತ್ತೊಂದು ಫಂಕ್ಷನ್ ಇದೆಯಂತೆ ಅಪ್ರಿಗೆ.ಐ ಯಾಮ್ ವೆರಿ ಸಾರಿ" ಅಷ್ಟು ನುಡಿದು ತನ್ನ ಕೆಲಸ ಮುಗಿಸಿದ್ದ.

ನಿರೀಕ್ಷೆಗೆ ಮೀರಿ ಜನ ಬಂದಿದ್ದರಿಂದ ಆ ಕಡೆ ಹೆಚ್ಚು ಗಮನಕೊಡುವಂತಿರಲಿಲ್ಲ ದಂಪತಿಗಳು. ಸಾಕಷ್ಟು ಖರ್ಚು ಮಾಡಿದ್ದರು. ದೊಡ್ಡ ಪಾನ ಸಮಾರಂಭ. ಎಲ್ಲಾ ಪ್ರತಿಷ್ಠಿತರೆ ಕುಡಿಯೋದರಲ್ಲಿ!

ಬಿಂದು ಒಬ್ಬಳೇ ಯಾರಲ್ಲಿಯೂ ಬೆರೆಯದೆ ಒಂಟಿಯಾಗಿ ಒಂದು ಕಡೆ ಕೂತಿದ್ದು, ಅವಳನ್ನು ಕಾಯಲು ಇಬ್ಬರು ವ್ಯಕ್ತಿಗಳನ್ನು ನೇಮಿಸಿದ್ದರು.

"ಹುಷಾರ್, ಅವಳೆಲ್ಲೂ ಹೋಗ್ಬಾರ್ದು. ಯಾರಾದ್ರೂ ಅವ್ಳನ್ನು ಮೀಟ್ ಮಾಡಿದ್ರೆ ತಕ್ಷಣ ತಿಳಿಸ್ಬೇಕು. ಏನಾದ್ರೂ ಬಿಂದುಗೆ ಅಪಾಯದ ಸೂಚನೆ ಗೊತ್ತಾದ್ರೆ..." ಮುಂದಿನದನ್ನು ಪಿಸುಮಾತಿನಲ್ಲಿ ಹೇಳಿದ್ದರು ಸಮ್ಮತಿ. ಅಂತು ಮಗಳ ಸುತ್ತ ಒಂದು ಬೇಲಿ. ಮಗ ಹಾರಿ ಹೋಗಿದ್ದ. ಅವಳು ಆ ರೀತಿ ಆಗಬಾರದು.

ಅಂತೂ ನಗರದಲ್ಲಿ ಜಿ.ಟಿ. ಮಿತ್ರ ಬಿಲ್ಡರ್ಸ್ ಒಂದು ಪ್ರಾರಂಭವಾಯಿತು. ತೀರಾ ಕೆಳದರ್ಜೆಯವರಿಂದ ಹಿಡಿದು ಮೇಲುವರ್ಗದ ಜನರವರೆಗೂ ವಿವಿಧ ಆಕರ್ಷಣೆಗಳನ್ನು ತೋರಿದ್ದರು.

* * * *

'ಹಿಂದು'ನ ಎಲ್ಲೋ ನೋಡಿದ್ದೀನಿ ಎನ್ನುವ ವಿಷಯ ಅವಳಿಗೆ ಮನದಟ್ಟಾಗತೊಡಗಿತು. ಎಲ್ಲಿ? ಅದನ್ನು ಮಹೇಂದರ್‌ನಲ್ಲಿಯೇ ವಿಚಾರಿಸಬೇಕೆಂದುಕೊಂಡಳು.

ಭಾನುವಾರ ಕೂಡ ಆಫೀಸ್‌ಗೆ ಹೋಗಿ ಅರ್ಧ ಗಂಟೆ ಕೂತು ಬಂದರು. ಕಾರ್ಖಾನೆಗೆ ಭೇಟಿ ಕೊಟ್ಟು ಕಾರ್ಮಿಕರ ಸಮಸ್ಯೆಗಳ ಜೊತೆ ಮಿಷನರಿಯ ಕಾರ್ಯವೈಖರಿಯನ್ನು ತಾನೇ ಎದುರು ನಿಂತು ಪರಿಶೀಲಿಸುತ್ತಿದ್ದ. ಎಚ್ಚರಿಸುತ್ತಿದ್ದ, ಸಲಹೆ ನೀಡುತ್ತಿದ್ದ. ಸೋಮಾರಿಗಳಾಗಲು ಕೆಲಸಗಾರರು ಸಾಧ್ಯವೇ ಇಲ್ಲವೆನ್ನುವಂತೆ ನೋಡಿಕೊಂಡಿದ್ದ.

ಅಂದು ಅವನೊಂದಿಗೆ ಹಿಂದು ಕೂಡ ಕಾರ್ಖಾನೆಗೆ ಹೋಗಿ ಬಂದಳು. ಗೇಟಿನ ಹೊರಗೆ ಕಾದು ನಿಂತಿದ್ದರು ಲಕ್ಷ್ಮಿದೇವಮ್ಮ ತನ್ನ ಇಬ್ಬರು ಮಕ್ಕಳೊಂದಿಗೆ.

ಬಗ್ಗಿ ವಾಚ್‌ಮನ್‌ಗೆ ಅವರನ್ನು ಒಳಗೆ ಬಿಡಲು ಸನ್ನೆ ಮಾಡಿದ ಮಹೇಂದರ್. ಆಕೆ ಒಂದು ತಿಂಗಳಿಂದ ಅಂದರೆ ಮೂರು ದಿನ ರಜ ಪಡೆದು ಇನ್ನು ಇಪ್ಪತ್ತೇಳು ದಿನ

ಬಂದಿರಲಿಲ್ಲ. ಎಚ್ಚರಿಕೆಯ ಪತ್ರದ ಜೊತೆ ವಜಾ ನೋಟಿಸ್ ಕಳಿಸಿದ ನಂತರ ಇಂದು ಬಂದಿದ್ದಳು.

"ಲಕ್ಷ್ಮೀದೇವಮ್ಮ ಬಂದಿದ್ದಾರೆ" ಎಂದಳು ಖಿನ್ನತೆಯಿಂದ. ಮಹೇಂದರ್ ಮಾತಾಡಲಿಲ್ಲ. ಕರುಣೆ, ಸಹಾನುಭೂತಿ ಕೆಲವು ಸ್ಥಾನಗಳಿಗೆ ಒಲ್ಲದು. ಆಡಳಿತದ ಬಿಗಿ ತಪ್ಪುತ್ತದೆಯೆಂದು ಅವನಿಗೆ ಗೊತ್ತು "ಪೂರ್ ಲೇಡಿ" ಎಂದುಕೊಂಡ. ಈಗಾಗಲೇ ಕಂಪನಿಯಿಂದ ಸಾಕಷ್ಟು ಸಹಾಯ ಮಾಡಿದ್ದರು. ಮತ್ತೇನೂ ಮಾಡಲಾರ.

ಕಾದಿದ್ದ ಸಮೀರ್ ಓಡಿ ಬಂದ ಕಾರಿನ ಬಳಿ.

ಬಂಗ್ಲೆಯ ಮುಂದಿನ ಡ್ರಾಯಿಂಗ್ ರೂಂ-ಕಮ್-ಆಫೀಸ್ ರೂಂಗೆ ಹೋದ "ಸಮೀರ್, ಆಕೆಯ ಅಕೌಂಟ್ಸ್ ನೋಡಿದ್ದಾಗಿದ್ಯಾ?" ಕೇಳಿದ. ಫೈಲನ್ನು ಮುಂದಿರಿಸಿದ ನಮ್ರವಾಗಿ. ಬರೀ ಹದಿನೆಂಟು ರೂಪಾಯಿ ಮೂವತ್ತು ಪೈಸೆ ಮಾತ್ರ ಕೈ ಸೇರುತ್ತಿತ್ತು ಆಕೆಗೆ. ಹಿಂದಿನ ಲೋನ್‌ಗಳು ತಲೆಯ ಮೇಲಿತ್ತು.ಇಷ್ಟು ವರ್ಷ ದುಡಿದರೂ ಹೋಗುವಾಗ ಬರಿಗೈ ಆರ್ದ್ರತೆಯಿಂದ ಭಾವಣೆಯನ್ನು ದಿಟ್ಟಿಸಿದ.

"ಕರೀ... ಆಕೇನಾ" ಹೇಳಿದ.

ಫ್ಯಾಕ್ಟರಿ ಅವನ ಕೈಗೆ ಹಸ್ತಾಂತರವಾದ ಮೂರು ವರ್ಷಗಳವರೆಗೂ ಯಾರನ್ನೂ ಹೊಸದಾಗಿ ಕೆಲಸಕ್ಕೆ ತೆಗೆದುಕೊಳ್ಳಲಾರ. ಇದು ನಷ್ಟದ ಲೆಕ್ಕಾಚಾರ. ಒಂದು ಉದ್ದಿಮೆ ಅಳಿವು-ಉಳಿವಿನಲ್ಲಿ ಪ್ರತಿಯೊಂದು ಮುಖ್ಯವೆ. ಯಾವುದನ್ನೂ ನೆಗ್ಲೆಕ್ಟ್ ಮಾಡಬಾರದು. ಇದು ಅವನ ಕಲಿತ ಪಾಠ.

"ನಮಸ್ತೆ, ಸರ್..." ಎಂದಳು.

ಕೂಡುವಂತೆ ಸನ್ನೆ ಮಾಡಿದ. ಹತ್ತರಿಂದ ಹದಿನೈದರೊಳಗಿನ ಎರಡು ಮಕ್ಕಳು. ಅವರ ಮುಖಗಳಲ್ಲಿನ ದೈನ್ಯತೆ ಮನೆಯ ಆರ್ಥಿಕ ಪರಿಸ್ಥಿತಿಯನ್ನು ಬಿಂಬಿಸುತ್ತಿತ್ತು.

"ಏನಮ್ಮ ಬಂದಿದ್ದು?" ವಿಚಾರಿಸಿದ.

ಮೌನವಾಗಿ ಆಕೆ ಕಣ್ಣೀರು ಸುರಿಸಿದರು. ಕೆಲವಕ್ಕೆ ಮೆದುವಾಗಲಾರ. ಮನದ ಭಾರ ಕಡಿಮೆಯಾಗಲು ಕಣ್ಣೀರು ಅಗತ್ಯ. ಅದಕ್ಕೇನಾದರೂ ಒತ್ತು ಸಿಕ್ಕಿದರೇ ಇಡೀ ಜಗತ್ತೇ ಕಣ್ಣೀರುಮಯ ಮಾಡಿ ಬಿಡುತ್ತದೆಯೆನಿಸಿತು.

"ಯಾಕೆ ಬಂದಿದ್ದು? ಆಫೀಸ್‌ನಲ್ಲಿ ಬಂದ್ನೋಡಿ" ಎದ್ದೇಬಿಟ್ಟ. ಆಕೆ ಅಳು ಜೋರಾಗಿ ಕಾಲು ಹಿಡಿಯಲು ಬಂದಾಗ ಹಿಂದಕ್ಕೆ ಸರಿದ "ನಂಗೆ ಇದೆಲ್ಲ ಇಷ್ಟವಾಗೋಲ್ಲ. ಬಂದಿದ್ದಕ್ಕೆ ಕಾರಣ ತಿಳ್ಸಿ" ಬೇಸರದಿಂದ ದನಿಯೇರಿಸಿದ.

ಏನೇನೋ ಹೇಳಿಕೊಂಡಳು. ಆ ಮಾತುಗಳಿಗೆಲ್ಲ ಅವನು ಕಲ್ಲು. ತಾನೇ ಯೋಜಿಸಿದ ಒಂದು ಸಂವಿಧಾನವನ್ನು ತಾನೇ ಮೀರಿ ನಡೆಯಲಾರ.

"ಇದ್ರಿಂದ, ಯಾವ್ದೇ ಪ್ರಯೋಜನವಿಲ್ಲ. ನಿಮ್ಮನ್ನು ಕೆಲ್ಸದಿಂದ ವಜಾ ಮಾಡಿದೆ. ಅಕೌಂಟ್ ಸೆಕ್ಷನ್‌ಗೆ ನಾಳೆ ಬಂದು ನಿಮ್ಗೆ ಬರ್ಬೇಕಾದ ಹಣ ಪಡ್ದುಕೊಳ್ಳಿ" ಎಂದು ಸ್ಪಷ್ಟವಾಗಿ ಹೇಳಿದ.

ಅದನ್ನೇ ಸಮೀರ್‌ಗೆ ಹೇಳಿದ.

ರೂಮಿಗೆ ಬಂದ ಮಹೇಂದರ್ ಹತ್ತು ಸಾವಿರದ ಒಂದು ಕಟ್ಟುನೋಟುಗಳನ್ನು ನಂದಿತಾ ಕೈಯಲ್ಲಿಟ್ಟು "ನಂದಿತಾ, ಒಬ್ಬ ವ್ಯಕ್ತಿ ಕಷ್ಟದಲ್ಲಿರುವಾಗ ಇನ್ನೊಬ್ಬ ವ್ಯಕ್ತಿ ಮಾಡೋ ಸಹಾಯ ಅಷ್ಟೇ. ಅಶಿಸ್ತು, ಸೋಮಾರಿತನಕ್ಕೆ ಮಹೇಂದರ್ ಸಿರಾಮಿಕ್ ಟೈಲ್ಸ್ ಕಂಪನಿಯಲ್ಲಿ ಸಿಗೋರು ಪನಿಷ್‌ಮೆಂಟ್ ವಿನಃ ಪ್ರೋತ್ಸಾಹವಲ್ಲ" ಎಂದು ಉಸುರಿ, ಬಟ್ಟೆ ಬದಲಾಯಿಸಲು ಡ್ರೆಸ್ಸಿಂಗ್ ರೂಮಿಗೆ ಹೋದ.

ಅರ್ಥ ಮಾಡಿಕೊಂಡ ನಂದಿತಾ ಹೊರಗೆ ಬಂದಳು. ಮಕ್ಕಳ ಜೊತೆ ವರಾಂಡದಲ್ಲಿ ನಿಂತಿದ್ದ ಲಕ್ಷ್ಮೀದೇವಮ್ಮನನ್ನು ಕರೆದಳು.

"ಕೂತ್ಕೊಳ್ಳಿ, ಕಾಲು ನೋವು ಹೇಗಿದೆ?" ವಿಚಾರಿಸಿದಳು.

ಆಕೆ ಕಣ್ಣೀರು ಸುರಿಸಿದಳು "ಸಾಕಷ್ಟು ರಜ ಕೊಟ್ಟಿದ್ದಾರೆ. ಸಹಾಯ ಮಾಡಿದ್ದಾರೆ. ಇದೊಂದ್ಸಲ ಕ್ಷಮ್ಸಬಹುದಿತ್ತು. ಮಕ್ಳು ಚಿಕ್ಕೋರು, ಅವ್ರಿಗೆ ಬರೋ ಸಂಬ್ಳ ಕಡ್ಮೆ" ಹೇಳಿಕೊಂಡಳು.

ಮಹೇಂದರ್ ವ್ಯಕ್ತಿತ್ವ ಅರ್ಥವಾಗಿತ್ತು. ಯಾರಿಗೂ ಅನ್ಯಾಯವಾಗುವಂತೆ, ನೋವಾಗುವಂತೆ ನಡೆದುಕೊಳ್ಳಲಾರ. ಕೆಲವು ಆದರ್ಶಗಳು ಇಡೀ ಸಮುದಾಯವನ್ನೇ ಬಲಿ ತೆಗೆದುಕೊಳ್ಳುತ್ತದೆಯೆಂದು ಅವನಿಗೆ ಗೊತ್ತು.

ಆಕೆಯ ಮಾತುಗಳಿಗೆ ಮೌನವಹಿಸಿದಳು ನಂದಿತಾ. ಕಾಫಿಯ ನಂತರ ತಾಂಬೂಲ, ಸೀರೆ ಕಣದ ಜೊತೆ ಹತ್ತು ಸಾವಿರ ಇಟ್ಟುಕೊಟ್ಟಳು.

"ನನ್ನ ಕೆಲ್ಸದ ಬಗ್ಗೆ ನೀನೊಂದ್ಮಾತು ಹೇಳ್ಬಹುದಿತ್ತು ನಂದಿತಾ" ಸ್ನೇಹದಿಂದ ಕೇಳಿಕೊಂಡರು. "ಇದು ಮನೆ ವಿಷ್ಯವಲ್ಲ. ನೂರಾರು ಜನರ ಅನ್ನದ ಪ್ರಶ್ನೆ ಇರೋವಾಗ ವಿಧೇಯಕ, ಶಿಸ್ತು ಎಲ್ಲಾ ಬೇಕಾಗುತ್ತೆ. ವೈಯಕ್ತಿಕವಾಗಿ ನಾನು ಹೇಳೋದು ಏನೂ ಇರೋಲ್ಲ" ವಿವೇಕದಿಂದ ನುಡಿದಳು.

ಇದನ್ನು ಕೇಳಿದ ಸಮೀರ್ ನಿಬ್ಬೆರಗಾದ. ನಂದಿತಾ ಮಾತ್ರವಲ್ಲ, ಮತ್ತಿಬ್ಬರು ಯುವತಿಯರು ಆಫೀಸ್‌ನಲ್ಲಿ ಕೆಲಸ ಮಾಡುತ್ತಿದ್ದರು. ಆಯ್ದುಕೊಂಡಿದ್ದು ನಂದಿತಾನ ಮಾತ್ರ. ಒಳ್ಳೆಯ ಮುತ್ತು, ವಜ್ರ, ನವರತ್ನಗಳಿಗೆ ಬೆಲೆ ಕಟ್ಟುವಂಥ ವಜ್ರಪಡಿ ವ್ಯಾಪಾರಿಯಾಗಿ ಕಂಡ ಮಹೇಂದರ್.

ಇನ್ನೊಂದಿಷ್ಟು ಮಾತಾಡಿದ ಲಕ್ಷ್ಮೀದೇವಮ್ಮ ಹೋದ ನಂತರವೇ ಹೊರಬಂದಿದ್ದ ಮಹೇಂದರ್ ಪಿ.ಎ.ಯೊಂದಿಗೆ ಮಾತಾಡಲು.

"ಲಕ್ಷ್ಮೀದೇವಮ್ಮ ಮತ್ತೆ ಮತ್ತೆ ಕೆಲ್ಸದ ಬಗ್ಗೆ ಹೇಳಿದ್ಲು. ಬಹುಶಃ ಆಕೆ ಮತ್ತೆ ಆಫೀಸ್‌ನ ಬಳಿ ಬಂದು ನಿರಶನ ಕೂಡ್ಬಹ್ದು" ಎಂದಾಗ ಮಹೇಂದರ್ ಹುಬ್ಬು ಗಂಟಿಕ್ಕಿದ. ಇಲ್ಲಿ ಅವನೊಬ್ಬ ಉದ್ಯಮಿಯಾಗಿ ಮಾತ್ರ ಯೋಚಿಸಬಲ್ಲ. "ಬಹುಶಃ ಆಕೆಯೇನಾದ್ರೂ ಬಂದ್ರೆ ಸುಮ್ನೆ ತಕ್ಷಣ ಆಟೋದಲ್ಲಿ ಕರೆದೊಯ್ದು ಮನೆಯಲ್ಲಿ ಬಿಟ್ಟು ಬರೋಕೆ, ಟೈಪಿಸ್ಟ್ ವಿಜಯನ ಕಳ್ಸು" ತಿಳಿಸಿದ.

ಲಕ್ಷ್ಮೀದೇವಮ್ಮ, ವಿಜಯ ಮಧ್ಯದ ಸ್ನೇಹವೆಷ್ಟಿತ್ತೋ! ಅಷ್ಟೇ ಕೋಪ, ದ್ವೇಷಗಳೂ ಇತ್ತು. ವಜ್ರದಿಂದ ವಜ್ರವನ್ನು ಕಟ್ ಮಾಡಬೇಕು. ಸೆಕ್ಯೂರಿಟಿ, ಪೊಲೀಸ್ ಅಂಥದ್ದು ಈಗಿನ ಸದ್ಯದ ಸ್ಥಿತಿಯಲ್ಲಿ ದೂರವಿರುವುದು ಮಹೇಂದರ್ ಸಿರಾಮಿಕ್ ಟೈಲ್ಸ್ ಭವಿಷ್ಯದ ದೃಷ್ಟಿಯಿಂದ ಒಳ್ಳೆಯದೆಂದು ಅವನಿಗೆ ಗೊತ್ತು.

ಮೊದಲ ದಿನ ಕಾರ್ಖಾನೆಯ ಕಾರ್ಮಿಕರನ್ನು ಉದ್ದೇಶಿಸಿ ಮಾತಾಡಿದಾಗ ಈ ಮಾತನ್ನು ಮುಖ್ಯವಾಗಿ ಹೇಳಿದ್ದ "ಮೊದಲು ಜನರಿಗೆ ನಮ್ಮ ಪ್ರಾಡಕ್ಟ್ ಬಗ್ಗೆ ಒಳ್ಳೆ ಅಭಿಪ್ರಾಯ ಬರ್ಬೇಕು. ಅದ್ಕೇ ಪ್ರಾಡಕ್ಟ್‌ನಷ್ಟೇ, ಕಾರ್ಮಿಕರು, ಮ್ಯಾನೇಜ್‌ಮೆಂಟ್ ಎಡ್ರೂ ಕಾರಣವಾಗುತ್ತೆ. ಇದನ್ನು ನೀರು ಅರ್ಥ ಮಾಡ್ಕೋಬೇಕು" ಇದನ್ನು ಕೇಳಿ ಅವರುಗಳೆಲ್ಲ ಮರೆತಿರಬಹುದು. ಆದರೆ ಮಹೇಂದರ್ ನೆನಪಿನಲ್ಲಿತ್ತು.

ಇಂದು ಇಲ್ಲೇ ಸಮೀರ್ ಊಟ ಮಾಡಿಕೊಂಡು ಹೋದ. ಲಂಚ್ ನಂತರ ರೂಮಿಗೆ ಬಂದಾಗ ಏನನ್ನೋ ಕೇಳಲು ಉದ್ದೇಶಿಸಿರುವಂತೆ ಕಂಡಳು.

ಹಿಂದು ಭಾವಚಿತ್ರದ ಕಡೆ ಬೆಟ್ಟು ಮಾಡಿದಳು. "ಈ ಹುಡ್ಗೀ..." ನಕ್ಕೇ ಬಿಟ್ಟ. "ಈಗ ಯುವತಿ... ವರ್ಷಗಳ ಹಿಂದಿನ ಭಾವಚಿತ್ರ. ಬಹುಶಃ ಅವ್ಳು ಕೂಡ ನಿನ್ನದೇ ಬಣ್ಣ, ಎತ್ತರ. ಆದರೆ ಸ್ವಭಾವದಲ್ಲಿ ಮಾತ್ರ ಬಹಳ ಬೇರೆ. ಸೈನ್ಯದಲ್ಲಿದ್ದು ಹೋರಾಡಿದ ಮಹಾವೀರ ಆರ್ಯ ಅವ್ಳ ಮಗಳಲ್ವಾ! ನನ್ನೆದೆಗೆ ತುಪಾಕಿ ಇಡುವಂಥ ಕೆಚ್ಚು" ಅಂದಿನ ಹಿಂದುನ ಅವಳ ಮುಂದೆ ತಂದು ನಿಲ್ಲಿಸಿ ಮತ್ತಷ್ಟು ಅವಳ ಕುತೂಹಲವನ್ನು ಕದಡಿದ. ಅನ್ಯಮನಸ್ಕಳಾದಳು.

ಆಮೇಲೆ ಅಷ್ಟಕ್ಕೇ ಸುಮ್ಮನಾಗಲಿಲ್ಲ. ನಂದಿತಾನ ಎಳೆದೊಯ್ದು ಡ್ರೆಸ್ಸಿಂಗ್ ಟೇಬಲ್‌ನ ಕನ್ನಡಿಯ ಮುಂದೆ ನಿಲ್ಲಿಸಿ ಅವಳ ಮುಖದ ಪಕ್ಕ ಹಿಂದು ಭಾವಚಿತ್ರ ಹಿಡಿದ.

"ಎಷ್ಟೊಂದು ಸಾಮ್ಯವಿದೆ ನೋಡು, ಹಿಂದು ನಿನ್ನ ನೋಡಿದ್ರೆ... ತಬ್ಬಿಬ್ಬಾಗಿಬಿಡ್ತೋಳು" ಎಂದು ಉಸುರಿದ.

ಎಲ್ಲೋ ನೋಡಿದ್ದೀನಿ ಎಂದುಕೊಂಡು ಭಾವಚಿತ್ರ ಇಂದು ಅವಳಲ್ಲಿ ಒಂದಾಗಿ ತನ್ನ ಪ್ರತಿಬಿಂಬವನ್ನು ತಾನೇ ನೋಡಿಕೊಂಡಂತಾಯಿತು ಅವಳಿಗೆ. ಅರ್ಥವಾಗದ ತುಮುಲ, ಹೊಯ್ದಾಟ.

ಆ ಸಂಜೆ ಮಿತ್ರ ಇಡೀ ಫ್ಯಾಮಿಲಿಯೊಂದಿಗೆ ಬಂದವರು "ಈ ದಿನ ನಿಮ್ಜೊತೆಗೆ ಲಂಚ್ ಅಂತ ತೀರ್ಮಾನಿಸ್ಕೊಂಡು ಮನೆ ಬಿಟ್ಟಿದ್ದವಿ" ಹೇಳಿದರು ಬಂದ ಕೂಡಲೆ.

"ವೈ ನಾಟ್, ಒಳ್ಳೇದೇ ಆಯ್ತು" ಎಂದ ಬಲವಂತವಾಗಿ. ಅವನಿಗೆ ಅಂಥ ಇಚ್ಛೆಯೇನು ಇರಲಿಲ್ಲ. ಆದರೂ ನಂದಿತಾನ ನೋಡಿದ ಮೇಲೆ ಅವರ ಒಬ್ಬೊಬ್ಬರ ಪ್ರತಿಕ್ರಿಯೆಯನ್ನು ಗಮನಿಸಬೇಕೆನಿಸಿತು ಸೂಕ್ಷ್ಮವಾಗಿ.

ಬಿಂದು ಕಣ್ಣು ಪಿಳುಕಿಸದೆ ನೋಡಿದಳು. ಹಿಂದು ಅಪರಿಚಿತಳೆನಿಸಲಿಲ್ಲ ಅವಳಿಗೆ "ಮಮ್ಮಿ, ನಮ್ಮ ಹಿಂದು ಇದ್ದಂಗಿಲ್ಲ" ತಾಯಿಯನ್ನು ಕೇಳಿದಳು. ಆಕೆ ಗದರಿದ್ದು ಕಣ್ಣಲ್ಲಿಯೇ "ಷಟಪ್ ಅಂಡ್ ಕೀಪ್ ಕ್ವೈಟ್" ಎಂದು.

"ಅಲ್ಪ ಸ್ವಲ್ಪ ಸಾಮ್ಯವಿರೋ ಎಷ್ಟೋ ಜನ ಇರ್ತಾರೆ" ಹೇಳಿದ್ದು ಮಿತ್ರ. ಟೆನ್‌ಷನ್, ಹೆದರಿಕೆಯ ನಡುವೆ ನಿಮಿಷಗಳನ್ನು ಕಳೆದು ಸಾಕಾಗಿತ್ತು. ಒಂದಿಷ್ಟು ಆರಾಮಾಗಿ ಉಸಿರಾಡಲು ಬಂದಿದ್ದರು.

ಲಘು ಉಪಾಹಾರ ಲಾನ್ ಮೇಲಕ್ಕೆ ಬಂತು. ಸಮ್ಮತಿ ಮಾತ್ರ ನುಂಗುವಂತೆ ಆಗಾಗ ನಂದಿತಾನ ನೋಡುತ್ತಿದ್ದರು. ಸ್ವಲ್ಪ ಕಸಿವಿಸಿ ಆಕೆಗೆ. ಇಷ್ಟೊಂದು ಸಾಮ್ಯ ಅವರು ಯಾರಲ್ಲಿಯೂ ಕಂಡಿರಲಿಲ್ಲ. ವರ್ಷಗಳು ಕೂಡ ಅಂದು ಕಂಡ ಹಿಂದು ಕಣ್ಣುಗಳಲ್ಲಿನ ಹೊಳಪನ್ನು ಮರೆಯುವಂತೆ ಮಾಡಿರಲಿಲ್ಲ.

"ಬೈ ದಿ ಬೈ.... ನಿನ್ನ ಮಿಸಸ್ ಹೆಸರು ಬಹಳ ಗೌಪ್ಯವಾಗಿ ಇಟ್ಟಿದ್ದೀಯಲ್ಲ ಮಹೇಂದರ್" ಸಲಿಗೆಯಿಂದ ಕೇಳಿದಾಗ ನಿರಾಕರಿಸಿದ. "ಇಲ್ವಲ್ಲ. ಇನ್ನೊಂದು ಯೂನಿಟ್‌ಗೆ 'ಹಿಂದೂ ಸಿರಾಮಿಕ್ ಟೈಲ್ಸ್' ಅಂತ್ಲೇ ಹೆಸರು ಇಡೋದು. ಈಗಾಗ್ಲೇ ಫೌಂಡೇಷನ್ ಹಂತಕ್ಕೆ ಬಂದಿದೆ. ಮುಂದಿನ್ವರ್ಷ ಶತಾಯ ಗತಾಯಃ ಕಾರ್ಯಾರಂಭ ಮಾಡ್ಬೇಕು" ಎಂದು ರಹಸ್ಯವನ್ನೊಡೆದು ಅವರ ಮುಂದೆ ಚೆಲ್ಲಿದ.

ಅವರಿಗೆ ವಿಸ್ಮಯದ ಜೊತೆ ಒಂದಿಷ್ಟು ವ್ಯಾಕುಲವೂ ಆಯಿತು. "ಮಹೇಂದರ್, ಇಂಥ ಯೋಜನೆ ಇದೇಂತ ನಮಗ್ಯಾಕೆ ತಿಳಿಸ್ಲಿಲ್ಲ! ಹೊಸ ಕಂಪನಿಯ ತಂಟೆಗೆ ಹೋಗ್ತಾ ಇರ್ಲಿಲ್ಲ. ಆರಾಮಾಗಿ ನಿಂಗೆ ಪಾರ್ಟ್‌ನರ್ ಆಗ್ಬಿಡ್ತಾ ಇದ್ವಿ. ನಮ್ಮಗು ಮೂರು ಜನನ ಡೈರೆಕ್ಟರ್ ಆಗಿ ತಗೊಂಡ್ ನೀನೇ ಛೇರ್ಮನ್ ಆಗ್ಬಹುದಿತ್ತು. ನಿಂಗೆ ನಮ್ಮ ಪೂರ್ಣ ಸಪೋರ್ಟ್ ಇರ್ತಾ ಇತ್ತು" ತೋಡಿಕೊಂಡರು ಮಿತ್ರ. ಈಗ ಅವರಿಗೆ, ಅವರ ಹಣಕ್ಕೆ ಸೆಕ್ಯೂರಿಟಿ ಬೇಕಿತ್ತು.

ಬರೀ ನಗೆ ಬೀರಿದ ಮಹೇಂದರ್. ಬಲವಂತರಾಯ್ ಇದಕ್ಕೆಲ್ಲ ಸಪೋರ್ಟಾಗಿ ನಿಂತಿದ್ದರು. ಅವರಿಗೆ ಅವನ ಮೇಲೆ ಪೂರ್ಣ ಭರವಸೆ.

ಹೆಚ್ಚು ಮಾತಾಡುತ್ತಿದ್ದವರು ಮಿತ್ರ ದಂಪತಿಗಳು. ಆಗಾಗ ಒಂದು ಮಾತು ಮಹೇಂದರ್ ಆಡುತ್ತಿದ್ದ. ಕೇಳಿದ್ದಕ್ಕಷ್ಟೇ ಉತ್ತರ ನಂದಿತಾದು. ಯಾಕೋ ಈ ಜನರು ಕೂಡ ಅವಳಿಗೆ ಅಪರಿಚಿತರೆನಿಸಲಿಲ್ಲ. ಎಲ್ಲೋ ನೋಡಿದ್ದೀನಿ 'ಎಲ್ಲಿ' ಈ ಜನ್ಮದಲ್ಲಾ? ಅಲ್ಲವೆನಿಸಿತು ಅವಳಿಗೆ. ಹಿಂದಿನ ಜನ್ಮದಲ್ಲಿ ತಾನು ಇವರನ್ನೆಲ್ಲ ನೋಡಿರಬೇಕು. ಆ ನೆನಪು ಮರುಕಳಿಸಿರಬಹುದೇ? ಇಷ್ಟವೆನಿಸಲಿಲ್ಲ ಅವಳಿಗೆ.

"ಈಗ ನಿಮ್ಮ ಫ್ಯಾಮಿಲಿ ಎಲ್ಲಿದೆ?" ತಕ್ಷಣ ಸಮ್ಮತಿ ಕೇಳಿದ ಪ್ರಶ್ನೆಗೆ ಗಲಿಬಿಲಿಗೊಂಡರು. ಅರ್ಥವಾಗಲಿಲ್ಲ ಕೂಡ ನಂದಿತಾಗೆ. ಸ್ವಲ್ಪ ರೇಗಿತು ಮಹೇಂದರ್‌ಗೆ. "ಮಿಸಸ್ ಸಮ್ಮತಿ ಮಿತ್ರ ಅವ್ರೆ... ಒಂದು ಇಂಪಾರ್ಟೆಂಟ್ ವಿಷ್ಯ ನೆನಪಿಗೆ ಬಂದಿದ್ದು ಒಳ್ಳೆದಾಯ್ತು. ಬಿನ್ನಿ ಯಾರು?" ಮಾತನ್ನು ಬೇರೆಡೆಗೆ ತಿರುಗಿಸಿದ.

ಆಕೆಯ ಮುಖ ವಿವರ್ಣವಾಯಿತು. ಬೇರೆಯವರಾಗಿದ್ದರೆ ಪಾತಾಳಕ್ಕೇ ಇಳಿದುಹೋಗುತ್ತಿದ್ದರೇನೋ, ಸಮ್ಮತಿ ದಿಟ್ಟೆ. ಬಹಳ ಸಮಸ್ಯೆಗಳನ್ನು ಒಂಟಿಯಾಗಿಯೇ ಎದುರಿಸಿದ ಧೈರ್ಯವಂತೆ.

"ಆ ಹೆಸರಿನ ಒಬ್ಬ ವ್ಯಕ್ತಿ ನಮ್ಮ ಪರ್ಸನಲ್ ಡ್ರೈವರ್ ಆಗಿದ್ದ. ಬ್ಯಾಂಕ್‌ಗೆ ಕಟ್ಟೋಕೆ ಕಳ್ಸಿದ ಹಣ ಹೊತ್ಕೊಂಡ್ ಓಡ್ಹೋದ. ಅವ್ನ ವಿಷ್ಯ ನಿಮ್ಗೆಲ್ಲಿ... ಸಿಕ್ತು?" ಚೇತರಿಸಿಕೊಂಡು ಕೇಳಿದಾಗ ಮುಗುಳ್ನಕ್ಕ ಮಹೇಂದರ್. ತೊಡೆಯ ಮೇಲಿನ ಕೈಯೆತ್ತಿ "ಆ ವಿಷ್ಯ ಅಷ್ಟೇನು ಮುಖ್ಯವಲ್ಲ. ಬಲವಂತರಾಯ್ ಒಮ್ಮೆ ಅವ್ನ ವಿಷ್ಯ ಪ್ರಸ್ತಾಪಿಸ್ತಾ ಇದ್ದಾಗ.... ನಿಮ್ಗೂ ಅವ್ನ ಮಧ್ಯೆ ತುಂಬ ಇಂಟಿಮಸೀ ಇದೇಂದ್ರು" ಎಂದು ಅಲ್ಲಿಗೆ ನಿಲ್ಲಿಸಿದ ವಿಷಯ.

ಅಚ್ಚುಕಟ್ಟಾದ ಡಿನ್ನರ್ ಏರ್ಪಾಟು. ರುಚಿರುಚಿಯಾದ ಭಕ್ಷ್ಯಗಳನ್ನು ತಯಾರಿಸಿದ್ದ ಕುಕ್. ಅಲ್ಲೇ ನಿಂತು ಗೈಡು ಮಾಡಿದ್ದಳು ನಂದಿತಾ. ಆಗ ಅವಳ ಬೆನ್ನು ಬಿದ್ದ ಬಿಂದು ಕೂಡ ಉತ್ಸಾಹವಾಗಿರಲಿಲ್ಲ. ಬಿನ್ನಿ ಅವಳ ಮುಂದೆಯೇ ನಲ್ವತ್ತು ಸಾವಿರ ಪಡೆದಿದ್ದನ್ನು ಕಣ್ಣಾರೆ ಕಂಡಿದ್ದಳು. ಯಾಕೆ, ಏನೂಂತ ಗೊತ್ತಿಲ್ಲದಿದ್ದರೂ ತಮಗೆ ಅವನೊಬ್ಬ ಶತ್ರು ಎನ್ನುವುದು ಮನದಟ್ಟಾಗಿತ್ತು.

"ನಾನು ನಿಮ್ಹತ್ರ ತುಂಬ ಮಾತಾಡ್ಬೇಕೂಂತ ಬಂದೆ. ನೀವೆಷ್ಟು ಸಿಂಪಲ್, ಸೀರೆಗಿಂತ ನಿಮ್ಗೆ ಮಾಡ್ ಡ್ರೆಸ್‌ಗಳು ಚೆನ್ನಾಗಿ ಕಾಣುತ್ತೆ" ಬಿಂದು ಹೇಳಿದಾಗ ಹಿಂದಕ್ಕೆ ತಿರುಗಿದ ನಂದಿತಾ ನಸುನಕ್ಕಳು. "ಮಾತಾಡಿ" ಅಷ್ಟೇ ಹೇಳಿದ್ದು.

"ಯಾಕೋ ಆಗೋಲ್ಲ.... ಹಿಂದು. ಏನೇನೋ ಹೇಳ್ಬೇಕೂಂತ ಅನ್ನಿಸುತ್ತೆ. ಹೇಳೋಕ್ಕಾಗೋಲ್ಲ. ಹೇಗೂ ಇಂದು ನಿಮ್ಮ ಭೇಟಿಗೆ ಅವಕಾಶ ಮಾಡ್ಕೊಟ್ಟಿದ್ದಾರೆ ಮಹೇಂದರ್. ಆಗಾಗ್ಬರ್ತೀನಲ್ಲ, ನಿಮ್ಗೆ ಎಲ್ಲಾ ಹೇಳ್ತೀನಿ. ನಂಗೆ ಒಬ್ಬ ಗುಡ್ ಫ್ರೆಂಡ್ ಬೇಕು. ಲೋನ್ಲೀನೆಸ್ ನನ್ನ ಸದಾ ಕಾಡುತ್ತೆ" ಆ ನಡುವೆಯೂ ಒಂದಿಷ್ಟು ಹೇಳಿಕೊಂಡಳು.

ಕಾಯಿ ಬಾದಾಮಿ ಹಾಲಿಗೆ ಸಕ್ಕರೆ ಬೆರೆಸಲು ಹೊರಟ ಕುಕ್ "ಮೇಮ್ ಸಾಬ್..... ಎಲ್ಲಾ ಹಾಲಿಗೂ ಸಕ್ರೆ ಬೆರೆಸ್ಲಾ?" ಕೇಳಿದ.

ಬಾದೂಷಾ ಜೋಡಿಸುತ್ತಿದ್ದ ನಂದಿತಾ ತಲೆಯೆತ್ತಿ ಬಿಂದು ಕಡೆ ನೋಡಿ "ಸಕ್ರೆ, ನಡೆಯುತ್ತಲ್ಲ!" ಅವಳ ಅಭಿಪ್ರಾಯ ತಿಳಿಯಲು ನೋಡಿದಳು "ನಂಗಂತೂ ಸ್ವೀಟ್ಸ್ ಇಷ್ಟ. ಮಮ್ಮಿ ಡ್ಯಾಡಿ ಬಗ್ಗೆ ಗೊತ್ತಿಲ್ಲ" ಎಂದು ಹೇಳಿ ಬಿಂದು ಅವಳನ್ನು ಆಶ್ಚರ್ಯದಲ್ಲಿ ಕೆಡವಿದಳು.

ಆ ಸಮಯದಲ್ಲಿ ಜ್ಞಾಪಕಕ್ಕೆ ಬಂದಿದ್ದು ವೈದೇಹಿ. "ನಮ್ಮ ಅಮ್ಮನಿಗೆ, ನಮ್ಮ ಪ್ರತಿಯೊಬ್ಬರಿಗೂ ಏನೇನು ಇಷ್ಟ, ಏನೇನು ಅಲರ್ಜಿ ಅಂತ ಗೊತ್ತಿತ್ತು. ಬಡಿಸೋವಾಗ ಆ ಪ್ರಕಾರನೇ ಬಡಿಸೋದು" ತಾಯಿ ಬಗ್ಗೆ ಹೇಳಿದಳು.

"ನಿನ್ನ ಸ್ವಂತ ಮಮ್ಮಿಯಲ್ಲ, ಚಿಕ್ಕಮ್ಮನಂತೆ" ಸಹಜವಾಗಿ ಕೇಳಿದಳು. ಬಿಂದು ಮಾತಿನಲ್ಲಿ ಕುಹಕವೇನಿರಲಿಲ್ಲ. ತಾವು ಸಂಗ್ರಹಿಸಿದ ವಿಷಯವನ್ನು ಮಗಳ ಕಿವಿಯ

ಮೇಲೆ ಹಾಕಿದ್ದರು ಸಮ್ಮತಿ "ಹಾಗೇ ಬೇರೆಯವ್ರು ಅಂದ್ಕೋಬಹುದು. ನಮ್ಮ ಅವ್ರ ಮಧ್ಯೆ ಇರೋದು ತಾಯಿ ಮಕ್ಳ ಮಧ್ಯದ ಮಮತೆಯೇ" ನಿರ್ಮಲವಾಗಿ ಅಂದಳು. ಮನದಿಂದ ಹೆಕ್ಕಿ ಚೆಲ್ಲಿದ ಘಮಘಮಿಸುವ ಹೂವಿನಂತಿತ್ತು ಅವಳ ಮಾತುಗಳು.

ಡಿನ್ನರ್ ಎಲ್ಲಾ ಪದಾರ್ಥಗಳು ರುಚಿಕಟ್ಟಾಗಿದ್ದರೂ ಬಂದ ಅತಿಥಿಗಳು ಊಟ ಮಾಡಿದುದು ಕಡಿಮೆಯೇ. ಸ್ಪೂನ್, ಫೋರ್ಕ್‌ಗಳ ನಡುವೆ ಅವಿತಿಟ್ಟುಕೊಂಡು ಹೆದರಿಸುತ್ತಿದ್ದ ಬಿನ್ನಿ. ಅವನನ್ನು ನಿವಾರಿಸಿಕೊಳ್ಳಲು ಬೇರೆಯವರಿಗೆ ಒಂದು ಲಕ್ಷದಷ್ಟೇ ದೊಡ್ಡ ಮೊತ್ತ ತೆತ್ತಿದ್ದರು ಸಮ್ಮತಿ. ಅಂದಿನ ಉದ್ಘಾಟನೆಯ ಸಮಾರಂಭದಲ್ಲಿ ಯಾವುದೇ ಅಚಾತುರ್ಯ ನಡೆಯದಿದ್ದರಿಂದ ನಿಶ್ಚಿಂತರಾಗಿದ್ದರು. ಗ್ರ್ಯಾಂಡಾಗಿ ಪಾರ್ಟಿ ಸೆಲಬ್ರೇಟ್ ಮಾಡಿ ಬಾಟಲುಗಳ ಸದ್ದಿನಲ್ಲಿ ಮೈ ಮರೆತು ನಿಶ್ಚಿಂತರಾಗಿದ್ದರು ಅವನ ವಿಷಯಕ್ಕೆ ಸಮಾಧಿ ಕಟ್ಟಿ.

ಇಂದು ಬಿನ್ನಿಯನ್ನು ನೆನಪಿಸಿದ್ದು ಮಹೇಂದರ್. ಬಲವಂತರಾಯ್‌ರ ವಿಷಯವು ಬಂದು ಹೋಗಿತ್ತು. ಮಿತ್ರ ಗುಂಡಿಗೆಯಂತೂ ಹಾರುತ್ತಿತ್ತು.

ಹೊರಟಾಗ ಹತ್ತು ಗಂಟೆ. ಮಿತ್ರಗೆ ಸ್ವಲ್ಪ ಹಿಂಜರಿಕೆಯೆ. ಬಿನ್ನಿ ಧುತ್ತೆಂದು ತಮ್ಮ ಮುಂದೆ ಬಂದು ನಿಂತರೇ, ಬೆವರಿಟ್ಟಿತು ಹಣೆ.

"ಇಲ್ಲೇ ಇದ್ದು ಬೆಳಿಗ್ಗೆ ಹೋಗ್ಬಹುದ್ದು" ಹೇಳಿದ್ದು ನಂದಿತಾ.

ಮಹೇಂದರ್ ಮಾತ್ರ ಎದೆಯ ಮೇಲೆ ಕೈಕಟ್ಟಿ ಆಕಾಶ ನೋಡುತ್ತಿದ್ದ. ಇವರನ್ನು ಮಾತ್ರವಲ್ಲ ಬಿನ್ನಿ ಯಾರು ಎನ್ನುವ ಪ್ರಶ್ನೆ ಕಾಡುತ್ತಿತ್ತು ಅವನನ್ನು ಕೂಡ.

"ನೋ.... ನೋ.... ಅಂಥದೇನು! ಟೆನ್ ಮಿನಿಟ್ ಜರ್ನಿ. ಸೀ ಯೂ ಲೇಟರ್" ಸೆರಗು ಹಾರಿಸುತ್ತ ಹೋಗಿ ಸಮ್ಮತಿ ಕಾರುಹತ್ತಿದಾಗ ಅಪ್ಪ ಮಗಳು ಹಿಂಬಾಲಿಸುವುದು ಅನಿವಾರ್ಯವಾಯಿತು.

ಕಾರಿನೊಳಕ್ಕೆ ತೂರಿದ ಬಿಂದು ಅಷ್ಟೇ ವೇಗವಾಗಿ ಹಿಂದಕ್ಕೆ ಬಂದು ನಂದಿತಾ ಕೆನ್ನೆಗೆ ಚುಂಬಿಸಿ "ಐ ಲೈಕ್ ಯು ಟೂ ಮಚ್... ಯಾಕೋ ಏನೋ ನಂಗೆ ನೀವು ತುಂಬ ಇಷ್ಟವಾದ್ರಿ. ತುಂಬ ತುಂಬ... ಎಷ್ಟೆಂದರೆ..." ಇನ್ನೊಂದು ಕೆನ್ನೆಗೆ ಚುಂಬಿಸಿದಾಗ ನಂದಿತಾನೇ ವಿಸ್ಮಿತಳಾದಳು. ಚೇಷ್ಟೆಗೆ ಕೆಂಪು ಕೆಂಪಾದಳು. ಇಬ್ಬರು ತಂಗಿಯರ ನಡುವೆ ಬೆಳೆದವಳೆ - ಈ ಓವರ್ ಆಕ್ಟಿಂಗ್ ಕಂಡಿರಲಿಲ್ಲ.

ಬಿಂದು ಕಾರು ಕಣ್ಮರೆಯಾದರೂ ಅವಳಲ್ಲಿ ಚಲನೆ ಮೂಡಲಿಲ್ಲ. 'ಬಿಂದು, ಬಿಂದು' ಮನಸ್ಸಿನಾಳದಿಂದ ಬಂದ ಸ್ವರ ಕೂಗುತ್ತಿತ್ತು ಕೈಯೆತ್ತಿ.

"ಹಿಂದು..." ಮಹೇಂದರ್ ಅವಳ ಭುಜದ ಮೇಲೆ ಕೈಯಿಟ್ಟ "ನಾಟೀ ಗರ್ಲ್, ಸ್ವಲ್ಪ ಕೂಡ ಕಾಮನ್‌ಸೆನ್ಸ್ ಇಲ್ಲ" ತಮಾಷೆಯಾಡಿದ. ಐದು ನಿಮಿಷದ ಹಿಂದಿನ ಮಹೇಂದರ್‌ನ ಈಗಿನ ಮಹೇಂದರ್‌ಗೆ ಹೋಲಿಸಲಾರದಷ್ಟೇ ಬದಲಾವಣೆ. ಸೀರಿಯಸ್ಸಾದ ಮುಖದಲ್ಲಿ ಅಪರೂಪವಾಗಿ ಅರಳುತ್ತಿದ್ದ ನಗುವು ಕೂಡ ಗಾಂಭೀರ್ಯದಿಂದ ಮುಕ್ತವಾಗಿರಲಿಲ್ಲ.

ಇಬ್ಬರು ಒಳಗೆ ಹೋದರು. ಈಚೆಗೆ ಸಿರಾಮಿಕ್ ಟೈಲ್ಸ್ ಪೇಪರ್ ಅಡ್ವರ್ಟೈಸ್‌ಮೆಂಟ್‌ಗಳನ್ನು ಮುಂದೆ ಹಾಕಿಕೊಂಡು ಕೂತ ಮಹೇಂದರ್ ನೆಪಮಾತ್ರಕ್ಕೆ. ಆದರೆ ಅವನ ಕಣ್ನೋಟ ನಂದಿತಾಳ ಮೇಲೆ.

ಯಾವುದೋ ಜಿಜ್ಞಾಸೆಯಲ್ಲಿದ್ದಂತೆ ಕಂಡಳು.

"ನಿಮ್ಗೇ ಪುನರ್ಜನ್ಮದ ಬಗ್ಗೆ ನಂಬ್ಕೇ ಇದ್ಯಾ?" ಕೇಳಿದಳು. ಹಿಂದೆ ತಾನು ಇದೇ ವಿಷಯ ಪ್ರಸ್ತಾಪಿಸಿದೆನೆ ಎಂದು ಕ್ಷಣ ಚಿಂತಿಸಿದಳು ಕೂಡ. ನೇರವಾಗಿ ತಲೆಯೆತ್ತಿ ಅವಳನ್ನು ನೋಡಿದ. "ಇದೇ..." ಎಂದವನು ಕೆನ್ನೆಯುಜ್ಜಿ "ಇಲ್ಲ..." ಸ್ಪಷ್ಟವಾಗಿ ನುಡಿದ.

"ಇದೇ.... ಇಲ್ಲ.... ಎರಡರ ಅರ್ಥವೇನು?" ಮುಗ್ಧತೆ ಇಣುಕಿತು ಅವಳ ಪ್ರಶ್ನೆಯಲ್ಲಿ. ನೋಡುತ್ತಿದ್ದ ಅಡ್ವರ್ಟೈಸ್‌ಮೆಂಟ್‌ಗಳನ್ನು ಪಕ್ಕಕ್ಕೆ ಸರಿಸಿದ "ನಂಗೆ ಪುನರ್ಜನ್ಮದ ಬಗ್ಗೆ ಹೆಚ್ಚು ತಿಳಿಯೋಕೆ... ಓದೋಕೆ ಸಮಯ ಸಿಗ್ಲಿಲ್ಲ. ಅಂಥ ಯಾವ್ದೇ ದೃಷ್ಟಾಂತ ಕೂಡ ಸಿಗ್ಲಿಲ್ಲ. ಒಬ್ಬ ಬಾಲಕನಿಗೆ ಪುನರ್ಜನ್ಮದ ಸ್ಮರಣೆ. - ಇಂಥ ಸಮಾಚಾರಗಳನ್ನು ಪೇಪರ್ನಲ್ಲಿ ಓದಿದ್ದು. ಅದ್ನ ಕೂಡ ಸೀರಿಯಸ್ಸಾಗಿ ಥಿಂಕ್ ಮಾಡಿಲ್ಲ. ಅದೇ "ಇಲ್ಲ" ಅಂದುದರ ಅರ್ಥ. ಇನ್ನು ಏಳು ಏಳು ಜನ್ಮದ ಅನುಬಂಧ ಅನ್ನೋ ಮಾತು ನಿಮ್ಮ ವಿಷಯದಲ್ಲಿ ತೀರಾ ನಿಜ. ನಿನ್ನ ಪ್ರೇಮ, ಮದ್ವೆಗಾಗಿ ಅಷ್ಟೊಂದು ರಿಸ್ಕ್ ತಗೊಳ್ಳೋಕೆ ಅದೇ ಕಾರಣವಿರ್ಬೇಕು. ನಮ್ಗೆ ಇದು ಎಷ್ಟನೇ ಜನ್ಮಾನೋ ಗೊತ್ತಿಲ್ಲ. 'ಇದೆ' ಅಂತ ಹೇಳಿದ್ದರ ಅರ್ಥ ಇಷ್ಟೆ" ಎಂದು ಅವಳನ್ನು ತನ್ನ ಬಾಹುಗಳಲ್ಲಿ ತುಂಬಿಕೊಂಡ. ಅವಳ ಮೆಂಟಲ್‌ಗೆ ತೀರಾ ಡಿಪ್ರೆಷನ್ ಆಗಬಾರದೆಂದು ಬೇರೆ ಲೋಕಕ್ಕೆ ಒಯ್ಯಲು ಇಂಥ ರೋಮ್ಯಾಂಟಿಕ್ ಮೂಡ್ ಅಗತ್ಯವಿತ್ತು.

ಮುಂಗುರುಗಳನ್ನು ತೀಡುತ್ತ "ನಂಗೆ ಈ ಜನ್ಮದ ಈ ಬದ್ಕು ಮಾತ್ರ ಮುಖ್ಯ. ಹಿಂದೆ ಮತ್ತು ಮುಂದಿನ ಜನ್ಮಗಳ ಬಗ್ಗೆ ತಲೆಕೆಡಿಸಿಕೊಳ್ಳೊಲ್ಲ ಆದ್ರೆ... ನಿನ್ನಲ್ಲೇಕೆ ಪುನರ್ಜನ್ಮದ ಜಿಜ್ಞಾಸೆ ಹುಟ್ಟಿಕೊಂಡಿದೆ?" ಎಂದ. ತನ್ನ ಮನದ ಘರ್ಷಣೆಯನ್ನು ಒಂದಿಷ್ಟು ಹೇಳಿಕೊಳ್ಳಲು ಸಮರ್ಥಳನ್ನಾಗಿ ಮಾಡಬೇಕಿತ್ತು ಅವನು.

ತಕ್ಷಣ ಗಂಡನ ಕೈ ಹಿಡಿದುಕೊಂಡ ನಂದಿತಾ ಕಂಪಿಸುತ್ತಿದ್ದಳು ಮೃದುವಾಗಿ. "ನಂಗೆ ಕೆಲವು ವ್ಯಕ್ತಿಗಳ್ನ ಹಿಂದೆ ಎಲ್ಲೋ ನೋಡಿದ್ದೀನಿ ಅನ್ನಿಸುತ್ತೆ ಅಥವಾ ಅವ್ರ ಹೋಲಿಕೆಯ ವ್ಯಕ್ತಿಗಳು ಮಾತ್ರ ಆಗಿರ್ಬಹ್ದು. ಇಬ್ರು ಹುಡುಗರ ನೆನಪಾಗುತ್ತೆ. ಅವ್ರನ್ನು ಎಲ್ಲಿ ನೋಡ್ದೇ? ಯಾರು ಅನ್ನೋದು ಮಾತ್ರ ಗೊತ್ತಾಗ್ತ ಇಲ್ಲ." ಮೆಲ್ಲನೆ ಉಸುರಿದಾಗ ಬಿಗಿಯಾಗಿ ಅಪ್ಪಿಕೊಂಡುಬಿಟ್ಟ. ಅವನ ಆರನೆಯ ಇಂದ್ರಿಯ (Sixth Sense) ಉಸುರಿದ್ದು ಸತ್ಯ. ಇನ್ನಷ್ಟು ಹಿನ್ನೆಲೆಯ ಶೋಧನೆಯ ಅಗತ್ಯವಿತ್ತು.

ತಕ್ಷಣ ಅವಳನ್ನು ಕಂಗೆಡಿಸಲು ಇಷ್ಟಪಡಲಿಲ್ಲ. ಅಂದು ಸತ್ತದ್ದು ಜಿ.ಟಿ. ಆರ್ಯ ಅವರ ಪೂರ್ಣ ಕುಟುಂಬ. ಒಬ್ಬರೂ ಉಳಿದಿಲ್ಲ. ಎಲ್ಲಾ ಸುಟ್ಟು ಗುರುತಿಸಲಾರದಷ್ಟು ಕರಕಲಾಗಿದ್ದರು. ಇದು ಪೊಲೀಸ್ ರಿಪೋರ್ಟ್ ಮತ್ತು ಪೇಪರಿನಲ್ಲಿ ಪ್ರಕಟವಾದ ಸುದ್ದಿ. ಮಿಕ್ಕವೆಲ್ಲ ರೂಮರ್‌ಗಳಾಗಿ ಬಹಳ ಬೇಗ ಅವಸಾನ ಹೊಂದಿದ್ದವು.

ಸುಬ್ಬಣ್ಣನವರನ್ನು ಯಾಕೆ ಪ್ರಶ್ನಿಸಬಾರದೆನಿಸಿತು. ಸುಲಭಕ್ಕೆ ಏನು ಹೇಳಲಾರರು. ಹೇಳಿದರೂ, ನಂದಿತಾ ತಮ್ಮ ಮಗಳೆಂದೇ ಸಾಧಿಸಿಕೊಳ್ಳಬಲ್ಲರು. ರ್‍ಯಾಬೋ ಡಿಟೆಕ್ಟೀವ್ ಏಜೆನ್ಸಿ ರಿಪೋರ್ಟ್‌ನಲ್ಲಿ 'ಕ್ಲೂ' ನೀಡುವಂಥ ಅಂಶಗಳು ಏನಾದರೂ ಇದ್ಯಾ?

ಅಂದು ಇಡೀ ರಾತ್ರಿ ಓದಿದ. ರೆಡ್ ಇಂಕ್‌ನಿಂದ ಗುರುತು ಮಾಡಿಕೊಂಡಿದ್ದ ಭಾಗಗಳನ್ನು ಮತ್ತೆ ಓದಿಕೊಂಡ. ಮೊದಲ ಹೆಂಡತಿಯಲ್ಲಿ ಅವರಿಗಿದ್ದದ್ದು ಮೂರು ಹೆಣ್ಣು ಮಕ್ಕಳು. ನಂದಿತಾ, ಸೌದಾಮಿನಿ, ಪ್ರತಿಭಾ.

ಮುಚ್ಚಿಟ್ಟು ಮೇಲಿನ ಬಾಲ್ಕನಿಗೆ ಬಂದ. ತುಂಬು ಚಂದಿರನ ಬೆಳಕು. ಅವನಿದ್ದ ಮೂಡ್‌ನಲ್ಲಿ ಮಡದಿಯೊಂದಿಗೆ ಸವಿಯಬೇಕೂಂತ ಕೂಡ ಅಂದುಕೊಳ್ಳಲಿಲ್ಲ.

ಬಹಳ ಹೊತ್ತು ಯೋಚಿಸುತ್ತ ಕೂತ.

* * * *

ವೈದೇಹಿ ಬಚ್ಚಲಲ್ಲಿ ಜಾರಿ ಬಿದ್ದು ಕಾಲಿಗೆ ಪ್ಲಾಸ್ಟರ್ ಹಾಕಿಸಿಕೊಂಡರು. ಮನೆಯ ಪೂರ್ತಿ ಜವಾಬ್ದಾರಿ ಹೊತ್ತುಕೊಂಡಳು ಸೌದಾಮಿನಿ.

ಆಫೀಸ್‌ನಿಂದ ಬಂದ ತಂದೆಯ ಮುಂದೆ ಕಾಫೀ ತಂದಿಟ್ಟ ಸೌದಾಮಿನಿ "ಅಪ್ಪ, ಈಗ್ಲಾದ್ರೂ ನೀವ್ಯಾಕೆ ಹೋಗಿ ನಂದಿತಾನ ಕರ್ಕೊಂಡ್‌ಬರಬಾರ್ದು? ಹೀಗೇಂತ ತಿಳ್ಸಿದ್ಮೇಲೆ ಕಳಿಸ್ದೇ ಇರ್ತಾರಾ. ನೀವೇ ಯಾಕೋ ಹಿಂಜರಿತಾ ಇದ್ದೀರಾ" ಆಕ್ಷೇಪಿಸಿದಳು. ಹೇಗೆ ಇಲ್ಲವೆಂದಾರು?

ಲೋಟ ಬುಡದವರೆಗೂ ಕಾಫೀ ಕುಡಿದಿಡುತ್ತಿದ್ದ ಸುಬ್ಬಣ್ಣ ಎರಡು ಗುಟುಕು ಮಿಗಿಸಿ ಹಿಂದಿರುಗಿಸಿದರು. ಮಗಳಿಗೆ "ನಿಜಾನೇ, ತುಂಬು ಸಂಸಾರವಾಗಿದ್ರೆ ಯೋಚ್ಸಬೇಕಿರ್ಲಿಲ್ಲ. ಮನೆಯ ಸಂಪೂರ್ಣ ಹೊಣೆ ನಂದಿತಾ ತಲೆಯ ಮೇಲಿದೆ. ಇನ್ನ ಮಹೇಂದರ್‌ಗೆ ಹೊರ್ಗಿನ ವಿದ್ಯಮಾನಗಳೇ ಸಾಕಾಗುತ್ತೆ. ಇಂಥ ಸ್ಥಿತಿಯಲ್ಲಿರೋವಾಗ ಕಳ್ಸೀಂತ ಕೇಳೋದು ಸರಿ ಬರೋಲ್ಲ. ಎಲ್ಲಿಗ್ಹೋದ್ರು ಮುಚ್ಚಟೆಯಾಗಿ ಹೆಂಡ್ತಿನ ಜೊತೆಯಲ್ಲಿ ಕರ್ಕೊಂಡ್ಹೋಗ್ತಾ ಸುಖವಾಗಿದ್ದಾರೆ. ಅಷ್ಟು ಸಾಕು" ಹೇಳಿ ಬಟ್ಟೆ ಬದಲಾಯಿಸಲು ಎದ್ದು ಹೋದರು.

ಸುಬ್ಬಣ್ಣನಿಗೂ ಮೂರು ನಾಲ್ಕು ದಿನದಿಂದ ಕೆಟ್ಟ ಕನಸುಗಳು. ಹೆದರಿ ಎದ್ದು ಕೂತು ಬೆಳಕು ಹರಿಸುತ್ತಿದ್ದರು. ಆಮೇಲೆ ನಿದ್ದೆ ಬಾರದೇ ಹಿಂಸೆ ಅನುಭವಿಸುತ್ತಿದ್ದರು. ಇದು ಅವರ ಆರೋಗ್ಯಕ್ಕೆ ಒಳ್ಳೆಯದಲ್ಲ. ತನ್ನನ್ನು ನಂಬಿದ ಜನರನ್ನು ನಡುನೀರಿನಲ್ಲಿ ಕೈಬಿಟ್ಟು ಸಾವಿಗೆ ಶರಣಾಗಲಾರದಷ್ಟು ಸಂಸಾರದ ಮೇಲೆ ಮಮಕಾರ ಬೆಳೆಸಿಕೊಂಡ ಮನುಷ್ಯ.

ಪಂಚೆಯುಟ್ಟು ಬಂದು ಹೆಂಡತಿಯ ಬಳಿ ಕೂತರು. "ಹೇಗಿದೆ ನೋವು? ಸುಮ್ನೇ ಒಂದ್ಕಡೆ ಕೂಡೋದು ನಿಂಗೆ ಹಿಂಸೆ ಅನ್ನಿಸ್ಬಹುದು. ಏನ್ಮಾಡೋಕ್ಕಾಗುತ್ತೆ, ಹೇಳಿ ಕೇಳಿ ಬರುತ್ತ ಇವೆಲ್ಲ" ತಾವೇ ಹೇಳಿಕೊಂಡರು. ವೈದೇಹಿಗೆ ಏನು ಹೇಳಬೇಕೆನಿಸಲಿಲ್ಲ.

"ಏನಾದ್ರೂ ಮಾತಾಡು. ನೀನು ಸುಮ್ನೇ ಕೂತರೇ ನಾನು ಎದ್ದು ಹೋಗ್ಬೇಕಾಗುತ್ತೆ, ಪ್ರತಿಭಾ ಎಲ್ಲಿ?" ಅತ್ತಿತ್ತ ನೋಟವರಿಸಿದರು ಸುಬ್ಬಣ್ಣ. ಆಕೆಯ ದನಿಗೆ ಜೀವ ಬಂತು. "ತುಂಬ ಬದಲಾಗಿದ್ದಾಳೆ ಪ್ರತಿಭಾ. ಈಚೆಗೆ ಡ್ರೆಸ್‌ಗಳು ಬೇಕೂಂತ ಹಣಕ್ಕೆ ಡಿಮ್ಯಾಂಡ್ ಮಾಡ್ತಾಳೆ. ನಂಗೆ ಅವ್ಳ ಬಗ್ಗೆ ನಿಮ್ಹತ್ರ ಹೇಳೋಕೆ ಒಂದು ತರಹ. ಅವ್ರುಗಳು ಅಮ್ಮ ಅಂತ ಕೂಗಿದ್ರು ನಂಗೇನು ಹೆತ್ತವಳ ಸ್ಥಾನ ಸಿಗೋಲ್ಲ. ಸ್ವಲ್ಪ ಅವ್ಳ ಕಡೆ ಗಮನ ಕೊಡಿ" ಎಂದರು ವೈದೇಹಿ.

ಅದು ಸುಬ್ಬಣ್ಣನ ಗಮನಕ್ಕೂ ಬಂದಿತ್ತು. ಎಂದೂ ಸೆಂಟಿನ ವಾಸನೆ ಕಾಣದ ಜನ ಇಂದು ಮನೆಯಲ್ಲಿ ಪರ್‌ಫ್ಯೂಮ್ ವಾಸನೆಯನ್ನು ಆಸ್ವಾದಿಸುವ ಸೌಭಾಗ್ಯ ಒದಗಿಸಿಕೊಟ್ಟಿದ್ದಳು ಮಗಳು.

ಸಣ್ಣಗೆ ನಕ್ಕರು "ಬುದ್ಧಿಗೇಡಿ ಹುಡ್ಗೀ ಅವ್ಳು! ಸಿರಿವಂತನನ್ನ ಮದ್ವೆಯಾಗಿದ್ದು ನಂದಿತಾ. ಆ ಸೌಭಾಗ್ಯ ಅವಳದು. ಇವ್ಳು ಆ ಅಮಲಿನಲ್ಲಿ ಬದುಕೋಕೆ ಹೊರಟಿದ್ದಾಳೆ. ರೆಕ್ಕೆ ಇಲ್ದ ಪಕ್ಷಿಯ ಹಾರಾಟದ ಆಯಸ್ಸು ಕ್ಷಣಗಳು ಕೂಡ ಇಲ್ಲ. ನಾನು ಹೇಳ್ತೀನಿ. ನೀನು ಆಬಗ್ಗೆ ತಲೆ ಕೆಡಿಸ್ಕೋಬೇಡ" ಹೆಂಡತಿಗೆ ಸಮಾಧಾನ ಹೇಳಿದರು.

ಹಾಗಲಕಾಯಿ ಪಾತ್ರೆ ಹಿಡಿದು ಬಂದ ಸೌದಾಮಿನಿ ಅಲ್ಲೇ ಕೂತು ಹಚ್ಚತೊಡಗಿದಳು. "ಒಂದು ಪಾಟಿನಲ್ಲಿ ಹಾಗಲಬೀಜ ನೆಟ್ಟು ಬಳ್ಳಿ ಹಬ್ಬಿಸಿದ್ದೆ. ಗಿಡದ ತುಂಬ ಕಾಯಿ. ಅಮ್ಮನ ಬೆಳಿಗ್ಗೇನೆ ಗೊಜ್ಜು ಮಾಡೂಂದ್ಲು. ರಾತ್ರಿ ಅಡಿಗೆಗೆ ಬಿಸಿಯಾಗಿ ಮಾಡೋಣಾಂತ ಅಂದ್ಕೊಂಡೆ. ಇದು ನಂದಿತಾಗೆ ಇಷ್ಟನಾ?" ಮುಂದಿನ ಮಾತಿನ ಪ್ರಾರಂಭಕ್ಕೆ ಪೀಠಿಕೆ ಹಾಕಿದಳು.

ವೈದೇಹಿ ಭಾರವಾದ ಉಸಿರು ದಬ್ಬಿ ತಲೆ ಅಡ್ಡಡ್ಡ ಆಡಿಸಿದರು. "ಏನೋ, ಅವ್ಳಿಗೆ ಏನು ಇಷ್ಟ, ಏನು ಇಷ್ಟವಿಲ್ಲಾಂತ ಕೂಡ ಗೊತ್ತಿಲ್ಲ. ಏನು ಬಡ್ಸಿದ್ರೂ ಸೇರಿದಷ್ಟು ತಿನ್ನೋಳು. ಮೂಡ್ ಇದ್ದಾಗ ನಾಲ್ಕು ಮಾತು ಆಡೋಳು. ಇಲ್ದಿದ್ರೆ ಒಂಟಿಯಾಗಿ ಕೂಡೋಳು. ಒಮ್ಮೊಮ್ಮೆ ನನ್ನ ಗುರುತಿಸಲಾರದಷ್ಟು ವಿಚಲಿತಳಾಗಿಬಿಡ್ತಾ ಇದ್ಲು. ಈಗ ಹೇಗಿದ್ದಾಳೋ, ಅವಳದೇ ಚಿಂತೆ. ನಾಲ್ಕು ದಿನ ಇಲ್ಲಿ ಓಡಾಡಿಕೊಂಡು ಸಂತೋಷವಾಗಿದ್ದನ್ನು ನೋಡಿದ್ರೆ ಎಷ್ಟೋ ಸಮಾಧಾನ... ಸಾಧ್ಯವಾಗ್ತ ಇಲ್ಲ. ಮದ್ವೆಗೆ ಮುನ್ನ ಮಾವ ಅಳಿಯನ ಮಧ್ಯೆ ಅಂಥ ಕರಾರೇನಾದ್ರೂ ಆಗಿದೆಯೇನೋ" ಎಂದು ತಾಳ್ಮೆ ಕಳೆದುಕೊಂಡು ಚುಚ್ಚಿ ನುಡಿದುಬಿಟ್ಟ ನಂತರ ಪಶ್ಚಾತ್ತಾಪಗೊಂಡರು.

ಒಂದೂ ಮಾತಾಡಲಿಲ್ಲ ಸುಬ್ಬಣ್ಣ. ಪೂರ್ತಿ ಮಂಕಾದರು.

ಒಮ್ಮೆ ಹಾರ್ಟ್ ಅಟ್ಯಾಕ್ ಆದವರು. ಎಚ್ಚರ ಅಗತ್ಯವಿತ್ತು. ಅರಿವಾದಾಗ ವೈದೇಹಿ ಭಯಗೊಂಡರು "ಅಯ್ಯೋ, ಬಾಯಿಗೆ ಬಂದಿದ್ದು ಅಂದ್ಬಿಟ್ಟೆ, ಏನು ತಿಳ್ಕೋಬೇಡಿ. ದಯವಿಟ್ಟು ಮನಸ್ಸಿಗೆ ಹಾಕ್ಕೋಬೇಡಿ" ಸಂತಾಪದಿಂದ ನುಡಿದರು.

ಹೆಚ್ಚಿದ ಹೋಳುಗಳನ್ನು ಪಾತ್ರೆಗೆ ತುಂಬಿಕೊಂಡ ಸೌದಾಮಿನಿ, "ಅಮ್ಮಂಗೆ ಅವಳನ್ನು ನೋಡೋ ಆಸೆ. ಏನ್ಮಾಡ್ತಾರೆ, ಯಾರಿಗೇಂತ ಹೇಳೋದು? ಮನಸ್ಸಿನಲ್ಲೇ ಕೊರಗು ಹಚ್ಕೊಂಡಿದ್ದಾರೆ. ಒಂದ್ಸಲ ಹೋಗಿ ಕರ್ಕೊಂಡ್ಬನ್ನಿ. ಹೇಗೂ ನಮ್ಮ ಹಾಗೇ

ಬಸ್ಸು ಡ್ರೈವರ್‌ಗೇಂತ ಕಾಯೋ ಅಗತ್ಯವಿಲ್ಲ. ಆರಾಮಾಗಿ ಕಾರಿನಲ್ಲಿ ಬಂದು ಕಾರಿನಲ್ಲಿ ಹೋಗ್ತಾಳೆ" ಒತ್ತಾಯಪಡಿಸಿದಳು. ಸುಬ್ಬಣ್ಣ 'ಹ್ಞೂ' ಗುಟ್ಟಿದರು.

ಒಳಗೆ ಹೋಗಿ ಒಂದು ಇನ್‌ಲ್ಯಾಂಡ್ ಲೆಟರ್ ಪೆನ್ನು ಹಿಡಿದು ಬಂದರು. "ಈಗ್ಲೇ ಪತ್ರ ಬರ್ದು ಹಾಕ್ತೀನಿ" ಎಂದಾಗ ಪತ್ರ ಪೆನ್ನು ಎರಡು ಕಿತ್ತು ಬದಿಗಿಟ್ಟು ಸೌದಾಮಿನಿ "ಆ ಕೆಲ್ಸಗಳನ್ನೆಲ್ಲ ನಾವು ಮಾಡಿ ಆಯ್ತು. ಫೋನ್‌ನಲ್ಲಿ ಕೂಡ ನಂದಿತಾನ ಸಂಪರ್ಕಿಸೋಕ್ಕಾಗೋಲ್ಲ. ನಾಳೆ ಬೇಕಾದ್ರೆ ನಿಮ್ಮ ಆಫೀಸ್‌ಗೆ ಹೋಗಿ ರಜಾ ಚೀಟಿ ಕೊಟ್ಬರ್ತೀನಿ.ನೀವು ಇಂದೇ ಏನು, ಈಗ್ಲೇ ಹೋಗ್ಬನ್ನಿ" ತಂದೆಯ ತೋಳಿಡಿದು ಎಬ್ಬಿಸಿದಳು. ಹಟ, ಮುಷ್ಕರ, ಉಪವಾಸ ಸತ್ಯಾಗ್ರಹಕ್ಕೆ ಕೂಡ ರೆಡಿಯಾಗಿದ್ದರು ತಾಯಿ ಮಗಳು.

ಸುಬ್ಬಣ್ಣ ಬೇರೆ ದಾರಿ ಕಾಣದೆ ಎದ್ದರು. ಅದು ಮಾತ್ರವಲ್ಲ ಅವರ ಮನದ ಕಡಿಮೆಯಾಗದ ಕೆಲವು ರಹಸ್ಯಗಳು ಅವರಲ್ಲಿಯೇ ಉಳಿದು ಹೋಗುತ್ತಿತ್ತು. ಅದಕ್ಕೆ ಅವರಿಗೆ ಚಿಂತೆ ಇಲ್ಲ. ಕೆಲವು ಅನುಮಾನಗಳು ಅದಕ್ಕೆ ಪರಿಹಾರ, ಕಾರಣ ತಿಳಿಯದೆ ಬದುಕು ತೀರಾ ಅಸಹನೀಯವಾಗಿತ್ತು.

"ಹೋಗ್ಬರ್ತೀನಿ, ಸಾಧ್ಯವಾದ್ರೆ ಕರ್ಕೊಂಡ್ಬರ್ತೀನಿ" ತುಂಬು ಭರವಸೆಯನ್ನು ಹೆಂಡತಿ ಮಗಳಿಗೆ ನೀಡಿ "ಸೌದಾಮಿನಿ ಒಂದ್ಜೊತೆ ಬಟ್ಟೆ ಬ್ರೀಫ್‌ಕೇಸ್‌ಗೆ ಹಾಕು. ಮಹೇಂದರ್ ಸಮಯ... ಸಮಯ ನೋಡಬೇಕು. ಅಕಸ್ಮಾತ್ ಒಂದೆರಡು ದಿನ ಉಳಿಯಬೇಕಾಗ್ಬಂದ್ರೂ ಹೆಚ್ಚಲ್ಲ" ಹೊರಟು ನಿಂತರು.

ಅವರ ಮನದಲ್ಲಿ ಒಂದು ದೃಢವಾದ ನಿಶ್ಚಯಕ್ಕೆ, ತೀರ್ಮಾನಕ್ಕೆ ಬಂದಿದ್ದರು. ಕೊಡವಿಕೊಂಡು ಎಲ್ಲಕ್ಕೂ ಸಿದ್ಧ ಎನ್ನುವ ಸ್ಥಿತಿಗೆ ಬಂದು ನಿಂತಿದ್ದರು.

ಸಿಟಿಯಲ್ಲಿ ಇಳಿದವರು ಬೆಳಗಿನ ಜಾವವಾದುದರಿಂದ ಹೋಟೆಲ್‌ನಲ್ಲಿ ಇಳಿದುಕೊಂಡು ಸ್ನಾನ ಮುಗಿಸಿ ಕಾಫೀ ಕುಡಿದು ಫೋನ್ ಡಯಲ್ ತಿರುಗಿಸಿದಾಗ, ವಾಚ್‌ನಲ್ಲಿ ನೋಡಿದರು. ಏಳು ಗಂಟೆ, ಹದಿನೇಳು ನಿಮಿಷ.

"ಹಲೋ..." ಮಹೇಂದರ್‌ನ ದನಿಯೆಂದೇ ಖಾತರಿಯಾದ ಮೇಲೆ "ನಾನು ಸುಬ್ಬಣ್ಣ, ಒಂದಿಷ್ಟು ಮಾತಾಡೋದಿದೆ. ಒಂದೆರಡು ದಿನ ಉಳಿಯೋ ಸಿದ್ಧತೆ ಮಾಡಿಕೊಂಡೇ ಬಂದಿದ್ದೀನಿ. ತುಂಬ ಸೋತು ಹೋಗಿದ್ದೀನಿ ಸ್ವಾಮಿ. ಈ ಹೆಣ್ಣು ಹೆತ್ತ ತಂದೆಗೆ ಒಂದು ಅಪಾಯಿಂಟ್‌ಮೆಂಟ್ ಕೊಡಿ." ದೈನ್ಯತೆಯಿಂದ ಬಿಕ್ಕುವುದು ಕೇಳಿಸಿದಾಗ ತಬ್ಬಿಬ್ಬಾಯಿತು ಅವನಿಗೆ.

"ರಿಲ್ಯಾಕ್ಸ್... ರಿಲ್ಯಾಕ್ಸ್.... ರಿಲ್ಯಾಕ್ಸ್... ಓಕೇ... ಓಕೇ... ಹತ್ತು ಗಂಟೆಗೆ ಗೆಸ್ಟ್‌ಹೌಸ್‌ಗೆ ಬನ್ನಿ. ಕಾಯ್ತ ಇರ್ತೀನಿ, ಧೈರ್ಯವಾಗಿರಿ. ನಿಮ್ಮ ಮಗ್ಳು ನಂಗೆ ಹೆಂಡ್ತಿ. ಅದ್ನ ನೆನಪಿನಲ್ಲಿ ಇಟ್ಕೊಳ್ಳಿ" ಒಂದು ಮಾತು ಹೇಳುವುದನ್ನು ಮರೆಯಲಿಲ್ಲ.

ಹತ್ತು ನಿಮಿಷ ಮೊದಲೇ ಮನೆ ಬಿಟ್ಟ ಮಹೇಂದರ್. ನೇರವಾಗಿ ಕಾರ್ಖಾನೆಗೆ ಹೋಗಿ ನಂತರ ಗೆಸ್ಟ್‌ಹೌಸ್‌ಗೆ ಬರುವ ವೇಳೆಗೆ ಸುಬ್ಬಣ್ಣನವರು ಬಂದು ಕಾದಿದ್ದರು.

ಸಮೀರ್‌ಗೆ ಏನೋ ಹೇಳಿ ಕಳುಹಿಸಿದವನು ಅವರತ್ತ ತಿರುಗಿ "ಬಂದು ಬಹಳ ಹೊತ್ತಾಯ್ತು?" ಕೇಳಿದವನು ತನ್ನನ್ನು ತಿದ್ದಿಕೊಂಡ. "ಹೇಗಿದ್ದಾರೆ, ಅವರೆಲ್ಲಾ?" ಕೇಳುತ್ತಲೇ ಒಳಗಿನ ಮೀಟಿಂಗ್‌ಹಾಲ್‌ಗೆ ಕರೆದೊಯ್ದು.

"ಕೂತ್ಕೊಳ್ಳಿ..." ಎಂದು ಎದುರಿನ ಸೋಫಾ ತೋರಿಸಿದ. ಆರ್ಥಿಕವಾಗಿ ಅವರ ಕೈಗಳನ್ನು ಬಲಪಡಿಸಿದ್ದ. ಆದರೂ ಹಿಂಜಿದ ಹತ್ತಿಯಂತೆ ಬಿಳಿಚಿಕೊಂಡಿದ್ದರು. ಕ್ಷಣ ಅನುಕಂಪ ಮೂಡಿ ಮರೆಯಾಯಿತು.

ಅತ್ತಿತ್ತ ನೋಡಿ ಸೋಫಾ ಮೇಲೆ ಕೂತು ಸುಧಾರಿಸಿಕೊಂಡರು. ಮುಕ್ತವಾಗಿ ಬಂದಿದ್ದರು. ಕೆಲವು ಅನುಮಾನಗಳನ್ನು ಪರಿಹರಿಸಿಕೊಳ್ಳಬೇಕಿತ್ತು.

"ದಯವಿಟ್ಟು ತಪ್ಪು ತಿಳ್ಕೊಬೇಡಿ. ನೆಮ್ದೀ ಇಲ್ಲದಂತಾಗಿದೆ. ಯಾಕೆ ಹಟ ಮಾಡಿ ನಂದಿತಾನ ಮದ್ವೆಯಾದ್ರಿ? ಆಮೇಲಿನ ನಿಬಂಧಕ್ಕೆ ಕಾರಣವೇನು? ಇದಿಷ್ಟು ನಂಗೆ ತಿಳಿಲೇಬೇಕು" ಉದ್ವಿಗ್ನರಾಗಿ ಎದ್ದೇಬಿಟ್ಟರು.

ಅವರ ಸ್ಥಿತಿ ಮಹೇಂದರ್‌ಗೆ ತಿಳಿಯದೇನು ಅಲ್ಲ. ಎದ್ದು ಭುಜವಿಡಿದು ಕೂಡಿಸಿದ. ನಂತರ ಅತ್ಯಂತ ಸಮಾಧಾನದಿಂದ. "ನಿಮ್ಮ ಪ್ರಶ್ನೆಗಳಿಗೆ ಉತ್ತರಗಳ್ನ ನೀವೇ ಊಹಿಸ್ಕೋಬಹ್ದು. ನನ್ನ, ನಿಮ್ಮ ನಡ್ವೇ ಅಂತಸ್ತಿನ ಗೋಡೆ ನಿಲ್ಲಬಹ್ದು. ನನ್ನ ನಂದಿತಾ ಮಧ್ಯೆ ಅಲ್ಲ. ನಿಧಾನವಾಗಿ ಯೋಚ್ಸಿ ನಿಶ್ಚಿಂತರಾಗಿ" ಎಚ್ಚರದಿಂದ ವಿವೇಕದಿಂದ ಹೇಳಿದ.

ಮುಖ ಕೊಡವಿದರು. ಅವರಿಗೆ ಸಮಾಧಾನವಿಲ್ಲ. ಇಷ್ಟೇ ಎಂದುಕೊಂಡರೇ ಹೇಗೋ ಸಮಾಧಾನಗೊಂಡಾರು.

"ನೀವು ನಂದಿತಾನ 'ಹಿಂದು' ಅಂತ ಕರ್ದ ದಿನವೇ ನಂಗೆ ಅನುಮಾನ. ನೀವು ನಂದಿತಾನ ಮದ್ವೆಯಾದ್ದರಲ್ಲಿ ಏನೋ ರಹಸ್ಯವಿದೆ" ಅಂದುಬಿಟ್ಟರು ಆವೇಗದಿಂದ.

ಇದಕ್ಕಾಗಿ ಕಾದವನಂತೆ ಸಂತುಷ್ಟನಾದ ಮಹೇಂದರ್ ಎದ್ದು ನಿಂತು ನೇರವಾಗಿ ಅವರನ್ನೇ ನೋಡಿ ಒಂದು ತರಹ ನಕ್ಕ.

"ಹೌದು, ರಹಸ್ಯವಿದೆ. ಅದೆ ಗೊತ್ತಿರೋದು ನಿಮ್ಮೊಬ್ಬರಿಗೆ ಮಾತ್ರ. ನಂದಿತಾ ನಿಮ್ಮ ಸ್ವಂತ ಮಗಳಲ್ಲ. ಸಾಧಿಸಿಕೊಳ್ಳೋಕೆ ಹೋಗಿ ನನ್ನ ವೇಳೆ ವ್ಯಯ ಮಾಡ್ಬೇಡಿ" ಎಂದ ಕಟುವಾಗಿ, ಪರಿಹಾಸ್ಯವಾಗಿ ಅದು ಸುಬ್ಬಣ್ಣನನ್ನು ಕುಟುಕಿತು, ನೋಯಿಸಿತು, ಹೆದರಿಸಿತು.

ಸುಮ್ಮನೆ ಕೂತುಬಿಟ್ಟರು ಹತ್ತು ನಿಮಿಷಗಳಷ್ಟು ದೀರ್ಘಕಾಲ, ಅವರನ್ನು ಮಹೇಂದರ್ ಕೂಡ ಡಿಸ್ಟರ್ಬ್ ಮಾಡೋಕೆ ಹೋಗಲಿಲ್ಲ.

ಹಣ್ಣಿನ ರಸ ಬಂತು. "ತಗೊಳ್ಳಿ..." ಎಂದ. ಅವರ ಕೈ ಮುಂದಾಗಲಿಲ್ಲ. "ಸ್ವಲ್ಪ ಕುಡ್ದು ಸುಧಾರ್ಸಿಕೊಳ್ಳಿ. ನಾನೇನು ನಿಮ್ಗೆ ಬೇರೆಯವ್ನಲ್ಲ. ಕಾಲು ತೊಳ್ದು ಕನ್ಯಾದಾನ ಮಾಡಿಕೊಟ್ಟ ಋಣದ ಭಾರ ನನ್ಮೇಲಿದೆ. ಸಂಕೋಚ ಅಂಥದೇನ್ಬೇಡ" ವಿಶ್ವಾಸದ

ಮಾತುಗಳನ್ನಾಡಿದ. ಅಲ್ಪಸ್ವಲ್ಪ ಬಾಯಿಬಿಡಲು ಒಂದಿಷ್ಟು ಧೈರ್ಯದ ಅಗತ್ಯವಿದೆಯೆಂದು ಗೊತ್ತು ಅವನಿಗೆ.

ಮುಖವನ್ನೊರೆಸಿಕೊಂಡರು. ಮೂತಿಯನ್ನೊರೆಸಿಕೊಂಡರು, ಬಾತ್‌ರೂಂ ಕಡೆ ಕೈ ತೋರಿಸಿದ. ಎದ್ದುಹೋಗಿ ಮುಖ ತೊಳೆದು ಬಂದು ತಮ್ಮ ಇಷ್ಟದೈವವನ್ನು ಮನದಲ್ಲಿ ನೆನೆದರು.

"ನಿನ್ನ ಮಾತು ಸುಳ್ಳು. ನಂದಿತಾ ನನ್ಮಗ್ಳು" ಮತ್ತೆ ಸಾಧಿಸಿಕೊಳ್ಳುವ ಪ್ರಯತ್ನ ಮಾಡಿ ಅತ್ತುಬಿಟ್ಟರು. "ಮಹೇಂದರ್, ನಿಂಗೆ ಏನೋ ಗೊತ್ತಿದೆ. ನಂದಿತಾಗೆ ಏನಾದ್ರೂ... ಆದ್ರೆ ನಂಗೆ ತಡಕೊಳ್ಳೋ ಶಕ್ತಿ ಇಲ್ಲಪ್ಪ" ಶಕ್ತಿಹೀನರಾದಂತೆ ಕುಸಿದರು.

ಎರಡು ಕೈಗಳನ್ನು ಹಿಡಿದುಕೊಂಡು ದೃಢವಾಗಿ ಹೇಳಿದ "ನಿಮ್ಗೇ ನಂದಿತಾ ಬಗ್ಗೆ ಯಾವ್ದೇ ಭಯ ಬೇಡ. ನನ್ನ ಪ್ರೀತಿಯ ಆಸರೆ ರಕ್ಷಣೆಯಲ್ಲಿದ್ದಾಳೆ. ನಿಶ್ಚಿಂತೆಯಿಂದ ಹೇಳಿ" ಧೈರ್ಯ ನೀಡಿದ.

ವೇಳೆ ವಾರ ದಿನಾಂಕ ಇಸವಿಯಿಂದ ಪ್ರಾರಂಭಿಸಿದರು. ಮೂರು ಜನ ಹೆಣ್ಣು ಮಕ್ಕಳ ತಂದೆ. ಪೋಸ್ಟ್ ತರುವ ಟೆಂಪರರಿ ಕೆಲಸ.

ಮೊದಲ ಹೆಣ್ಣು ಮಗು ಕಾಯಿಲೆಯಿಂದ ತೀರಿಕೊಂಡ ದಿನ ಮಧ್ಯರಾತ್ರಿ ಎರಡರ ಸಮಯದಲ್ಲಿ ಒಂಟಿಯಾಗಿ ಹಳ್ಳಿಯ ಕಡೆಯಿಂದ ಮೈನ್ ರೋಡಿಗೆ ಬರುತ್ತಿದ್ದಾಗ, ಹೋಗುತ್ತಿದ್ದ ಕಾರು ಮೇಲೆ ಸದ್ದಾಗಿ ಬೆಂಕಿ ಹತ್ತಿಕೊಂಡ ವಿಷಯ ಕಣ್ಣಿಗೆ ಕಟ್ಟಿದಂತೆ ಹೇಳಿದರು.

"ಎಷ್ಟು ವೇಗವಾಗಿ ಬೆಂಕಿ ಆವರಿಸಿತೆಂದರೆ ಕಣ್ಮುಚ್ಚಿ ತೆಗೆಯೋದ್ರಲ್ಲಿ, ಬಹುಶಃ ಹೊರ್ಗೆ ಬರೋಕೂ ಆಗ್ದಂತೆ ಡೋರ್ ಲಾಕ್‌ಗಳು ಭದ್ರವಾಗಿರ್ಬೇಕು. ಡೋರ್‌ನ ಗ್ಲಾಸೊಡೆದು, ಪ್ರಯಾಸದಿಂದ ಒಂದು ಮಗುನ ಹೊರಗೆತ್ತಿ ಎಸೆದರು. ಆಗ 'ಹಿಂದು' ಅನ್ನೋ ಹೆಸರನ್ನ ಕೇಳಿದ್ದು, ನಂತರ ನಿಮ್ಮ ಬಾಯಲ್ಲಿ ಕೇಳಿದ್ದು" ನಂತರದ ವಿಷಯವನ್ನು ಹೇಳಿದರು. ಇಂದಿಗೂ ಹಿಂದು ಹೊರಗೆ ಬಂದು ಬಿದ್ದ ರೀತಿ ಆಶ್ಚರ್ಯವೆ.

ತಾವು ಪಾರಾಗುವುದು ಸಾಧ್ಯವಿಲ್ಲವೆಂದೇನೋ ಹೋರಾಟದ ಮನೋಬಲ ಜಿ.ಟಿ. ಆರ್ಯ ತಮ್ಮ ಇಬ್ಬರು ಮಕ್ಕಳನ್ನು ಹೊರಗೆಸೆದಿದ್ದರು. ಆದರೆ ಆ ಅಕೃತ್ಯಕ್ಕೆ ಕಾರಣನಾದ ವ್ಯಕ್ತಿ ಕೈಗೆ ಸಿಕ್ಕ ಅಶೋಕ್‌ನ ಉರಿಯುವ ಬೆಂಕಿಗೆ ಎಸೆದು ಹಿಂದುಗಾಗಿ ತಡಕಾಡಿದ್ದ. ದಟ್ಟವಾದ ಪೊದೆಯ ಪಕ್ಕದ ಆಳು ಗಾತ್ರದ ಹುತ್ತ - ಮಧ್ಯದ ಆಶಯದಲ್ಲಿ ಕಾಣದಾಗಿ ಆ ಕುಟುಂಬದಲ್ಲಿ ಒಬ್ಬಳು ಉಳಿದಿದ್ದಳು. ಹೊರ ಜಗತ್ತಿಗೆ ಇದು ತಿಳಿಯದು. ಇಡೀ ಕುಟುಂಬ ಉರಿದು ಕರಕಾಗಿ ಹೋಗಿದ್ದರು!

"ನಂಗೆ ಅರ್ಥವಾಗಿತ್ತು. ಅದು ಆಕ್ಸಿಡೆಂಟ್ ಅಲ್ಲ. ಯಾರೋ ತಮ್ಮ ದ್ವೇಷಕ್ಕೆ ಆ ಕುಟುಂಬನ ಬಲಿ ಕೊಟ್ಟಿದ್ದರೆಂದು. ಅಂಥ ಜನ ಪ್ರಬಲವಾಗಿರ್ತಾರೆ. ನನ್ನೊಬ್ಬನ ಮಾತಿನಿಂದ ನ್ಯಾಯ ಸಿಗೋಲ್ಲ ಅನ್ನೋಕ್ಕಿಂತ ಹೊರ ಪ್ರಪಂಚಕ್ಕೆ ಒಂದು ಮಗು ಬದ್ಕಿದೆಯೆಂದು ತಿಳಿದರೇ ನನ್ನ ಇಡೀ ಕುಟುಂಬವನ್ನು ಬೇಟೆಯಾಡಿಬಿಡ್ತಾರೆ

ಅಂಡ್ಕೊಂಡ್ ರಹಸ್ಯವಾಗಿಟ್ಟೆ. ಅದಾದ ನಾಲ್ಕು ದಿನದಲ್ಲಿ ಬಾಣಂತಿ ನಂಜಾಗಿ ನನ್ನ ಹೆಂಡ್ತಿ ಸತ್ಲು. ಪ್ರತಿಭಾ ದಿನಗಳ ಮಗು. ಸೌದಾಮಿನಿ ಕೂಡ ತೀರಾ ಬುದ್ಧಿ ತಿಳಿಯದ ಕಂದಮ್ಮ. ನಂದಿತಾ ಅಕ್ಕ ಅಂತ್ಲೇ ತಿಳಿದ್ಲು. ರಹಸ್ಯ ನನ್ನೊಳಗೇ ಉಳ್ದುಹೋಯ್ತು" ಕಣ್ಣೀರು ಸುರಿಸಿದರು.

ವರ್ಷಗಳ ಹಿಂದೆ ನಡೆದು ಹೋದ ದುರಂತ ಇಂದು ಮಹೇಂದರ್‌ನ ಕಣ್ಮುಂದೆ ನಿಂತಂತಾಯಿತು. ಕ್ಷಣ ರೋಷದಿಂದ ಕುದಿದ. ದುಷ್ಕೃತ್ಯಕ್ಕೆ ಕಾರಣರಾದ ಜನ ಯಾರು? ಯಾರಿಗೆ ಇಡೀ ಕುಟುಂಬದ ಸಾವಿನಿಂದ ಪ್ರಯೋಜನ, ಉಪಯೋಗ?

ಸ್ವಲ್ಪ ಹೊತ್ತು ಸುಮ್ಮನೆ ಕೂತುಬಿಟ್ಟ.

"ನಂದಿತಾಗೆ ಪ್ರಜ್ಞೆ ಬಂದಿದ್ದು ಹತ್ತು ದಿನಗಳ ನಂತರವೇ. ಮೂರು ತಿಂಗಳಾದ್ರೂ ಮಂಕುತನ, ಭಯ ಅವ್ಳಿಂದ ಕರ್ಗಿ ಹೋಗ್ಲಿಲ್ಲ. ಹೊಸ ಜೀವ್ನ ಅವ್ಳದಾಗ್ಬೇಕೂಂತಲೇ ಪ್ರತಿಯೊಂದು ಸಂಬಂಧ, ಮಾತು, ಬೆಳವಣಿಗೆಯನ್ನು ಅವಳಲ್ಲಿ ಆವಿಷ್ಕರಿಸಿ ಬರೀ ಸುಬ್ಬಣ್ಣನ ಮಗಳನ್ನಾಗಿ ಪರಿಚಯಿಸಿದೆ ಜಗತ್ತಿಗೆ. ಆದ್ರೂ ಅಂತರ್ಮುಖಿಯಾಗ್ತ ಇದ್ಲು" ಎಂದು ಎಲ್ಲವನ್ನು ಚಾಚುತಪ್ಪದೆ ವಿವರಿಸಿ ತಮ್ಮೆದೆಯ ಭಾರವನ್ನು ಕಮ್ಮಿ ಮಾಡಿಕೊಂಡರು.

ಮಹೇಂದರ್‌ದು ಗಟ್ಟಿ ಎದೆ. ಹಾಗೇ ಬೆಳೆಸಿದ್ದರು ಅವನ ತಂದೆ. ಸ್ವಲ್ಪ ಕೂಡ ವಿಚಲಿತನಾಗಲಿಲ್ಲ. ಒಂದು ರೀತಿಯಲ್ಲಿ ಹರ್ಷ. ಪಡೆದಿದ್ದು ಹಿಂದುವನ್ನ. ಜಿ.ಟಿ. ಆರ್ಯ ಕುಟುಂಬದ ಒಂದು ಕುಡಿಯಾದರೂ ಉಳಿದಿದೆಯಲ್ಲ ಎನ್ನುವ ಸಂತಸ.

ತುಂಬು ಅಭಿಮಾನದಿಂದ ನೋಡಿದ ಸುಬ್ಬಣ್ಣನವರನ್ನ, ಎಲ್ಲೋ ಏಟು ತಿಂದ ಪಕ್ಷಿಯನ್ನು ನೋಡಿ ಮರುಕ ಪ್ರದರ್ಶಿಸಿ ಹಾಗೇ ಬಿಟ್ಟು ಬರದೇ ಎತ್ತಿಕೊಂಡು ಬಂದು ಒಡಲಲ್ಲಿಟ್ಟುಕೊಂಡು ಬೆಳೆಸಿದ್ದರು ಎಚ್ಚರದಿಂದ ಪ್ರೀತಿಯಿಂದ.

"ಆರ್ಯ ನನ್ತಂದೆ ಸ್ನೇಹಿತ್ರು. ರಜಾ ದಿನಗಳ್ನ ಅವ್ರ ಕುಟುಂಬದೊಂದಿಗೆ ಕಳೆಯುತ್ತಿದ್ದದ್ದು ನಮ್ಮಲ್ಲಿ ಮತ್ತು ಅವ್ರ ತಮ್ಮನ ಮನೆಯಲ್ಲಿ. ಒಟ್ಟಿಗೆ ಆಡಿ ಬೆಳೆದವ್ರು ನಾವು. ಹಿಂದುನಲ್ಲಿ ಗಂಡು ಹುಡುಗರಿಗಿಂತ ಹತ್ತು ಪಟ್ಟು ಧೈರ್ಯವಿತ್ತು. ಇಷ್ಟು ಸಾಕು ನಿಮ್ಗೆ. ನಿಶ್ಚಿಂತೆಯಿಂದ ಊರಿಗೆ ಹೋಗಿ" ತುಂಬು ಮನಸ್ಸಿನಿಂದ ಹೇಳಿದ.

ಅಯೋಮಯ ಸ್ಥಿತಿಯಲ್ಲಿದ್ದ ಸುಬ್ಬಣ್ಣ "ಹೊರ ಜಗತ್ತಿಗೆ ಇದು ತಿಳಿದ್ರೆ.... ನಂದಿತಾಗೆ ಅಪಾಯ" ಭಯದಿಂದ ನುಡಿದವರು ಅಂದು ಕಾರಿನಿಂದ ಎಸೆಯಲ್ಪಟ್ಟ ಅಶೋಕ್‌ನ ಮತ್ತೆ ಬೆಂಕಿಗೆ ಎಸೆದಿದ್ದನ್ನ ಕಣ್ಣಾರೆ ಕಂಡದನ್ನು ಮತ್ತೆ ಹೇಳಿದರು.

ತಲೆದೂಗಿದ "ನಾನು ಅಲರ್ಟ್ ಆಗಿರ್ತೀನಿ. ಇದು ನನ್ನ ನಿಮ್ಮಲ್ಲಿಯೇ ಇರುತ್ತೆ. ಡೋಂಟ್ ವರೀ. ಸದ್ಯಕ್ಕೆ ನೀವು ನಂದಿತಾ ಭೇಟಿ ಮಾಡೋದ್ಬೇಡ" ಹೇಳಿದ.

ಸುಬ್ಬಣ್ಣ ಕೂಡ ಹೆದರಿದರು. ಕರೆದೊಯ್ಯುವ ಪ್ರಸ್ತಾಪವೆತ್ತಲಿಲ್ಲ. ಎದೆಯಲ್ಲಿ ಅಡಗಿದ್ದ ಸತ್ಯವನ್ನು ಹೇಳಿದ್ದು ಮಹೇಂದರ್‌ಗೆ ಮಾತ್ರ. ಆದರೆ ಗುಡ್ಡದ ಮೇಲೆ ನಿಂತು ಜಗತ್ತಿಗೆ ಕೂಗಿ ಹೇಳಿಬಿಟ್ಟೆನೇನೋ ಎನ್ನುವ ಭ್ರಮೆ.

ಸಂಜೆ ಮನೆಗೆ ಹಿಂದಿರುಗಿದಾಗ ತೀರಾ ಅನ್ಯಮನಸ್ಕನಾಗಿದ್ದ. ಬಿಂದುವನ್ನು ನೋಡಿದ ತಕ್ಷಣ ಅವನ ಹುಬ್ಬೇರಿ ಹಣೆ ಗಂಟಾಯಿತು. ನಿರೀಕ್ಷೆ ಇರಲಿಲ್ಲವೆಂದಲ್ಲ. ಚಿಂತಿಸಿರಲಿಲ್ಲ ಅಷ್ಟೆ.

"ಹಲೋ.... ಮಹೇಂದರ್..." ಎಂದಳು. ಬರೀ ಸರಿದು ಹೋದ ತನ್ನ ರೂಮಿಗೆ. ಅವನನ್ನು ಈಗ ಕಾಡುತ್ತಿದ್ದದ್ದು ಒಂದು ಪ್ರಶ್ನೆ. ಆಕಸ್ಮಿಕವೆಂದು ಸಮಾಧಾನದಿಂದಿದ್ದ ಅವನ ಮನ ತಳಮಳಿಸುತ್ತಿತ್ತು. ಆ ಇಡೀ ಕುಟುಂಬದ ಸಾವಿಗೆ ಕಾರಣರಾರು?

ಹಿಂದೆಯೆ ಬಂದ ನಂದಿತಾ ಅವನ ಮುಖದಲ್ಲಿನ ಖಿನ್ನತೆ, ಅಸಹನೆ, ಅಸಮಾಧಾನ ಗುರ್ತಿಸಿ ಚಕಿತಗೊಂಡಳು. ಹೊರಗೆ ಗಾಂಭೀರ್ಯ ಹೆಂಡತಿಯ ಎದುರು ಹಸನ್ಮುಖತೆ — ಇದು ಅವನ ಸ್ವಭಾವದ ಎರಡು ಗುಣಗಳು.

"ಬಿಂದು ಬಂದು ಎಷ್ಟೊತ್ತು ಆಯ್ತು?" ವಿಚಾರಿಸಿದ.

ಬಂಗ್ಲೆಯ ಮುಂದೆ ಅಡ್ಡಾಡುತ್ತಿದ್ದ ಇಬ್ಬರನ್ನು ವಾಚ್‌ಮನ್ ಒದ್ದು ಪೊಲೀಸ್‌ಗೆ ಫೋನ್ ಮಾಡಿದ್ದ. ಸಮ್ಮತಿಯವರು ಮಗಳ ಬೆಂಗಾವಲಿಗೆ ನೇಮಿಸಿದ ಅಥವಾ ಅವಳ ಮೇಲೆ ಕಣ್ಣಿಟ್ಟು ಓಡಾಡುವ ಹಿಂಬಾಲಿಸುವ ರಕ್ಷಕರು.

"ಒಂದೆರಡು ಗಂಟೆ ಆಯ್ತು!" ಹೇಳಿದಳು.

ಮಿತ್ರ ಬಿಲ್ಡರ್ಸ್ ಆಫೀಸ್‌ಗೆ ಫೋನ್ ಹಚ್ಚಿದ. ಸಮ್ಮತಿ ಮೊದಲ 'ಹಲೋ'ನಲ್ಲಿಯೇ ಸಂತಸ ವ್ಯಕ್ತಪಡಿಸಿದರು ವಿಷಯ ತಿಳಿಸಿದ ಮೊದಲು.

"ಓ ಮೈ ಗಾಡ್, ಅವ್ರನ್ನ ಅರೆಸ್ಟ್ ಮಾಡಿದ್ರಾ?" ಫೋನ್‌ನೊಳಗೆ ತೂರಿ ಬಂದ ಮಾತಿಗೆ ಸಿಡುಕಿದ "ನಾನಲ್ಲ ಅರೆಸ್ಟ್ ಮಾಡಿದ್ದು, ಪೊಲೀಸ್ ಸ್ಟೇಷನ್‌ಗೆ ಹೋಗಿ ವಿಚಾರ್ಸಿ" ಫೋನ್ ಕುಕ್ಕಿದ. ಇವನ ಹೆಸರನ್ನು ದುರ್ಬಳಕೆ ಮಾಡಿಕೊಳ್ಳುತ್ತಿದ್ದರು ಅವನಿಗೆ ತಿಳಿಯದಂತೆ.

ಒಂದು ತರಹ ಮಡದಿಯನ್ನು ನೋಡಿದವನು "ಹೋಗಿ, ಬಿಂದುನ ಒಳ್ಗೆ ಕರೀ. ಏನೇನು ಅರ್ಥವಾಗೋಲ್ಲ" ಮುಖ ಹಿಂಡಿದ.

ಹೊಸದಾಗಿ ಸಿಟಿಯ ಮಧ್ಯೆ ತಲೆಯೆತ್ತುತ್ತಿರುವ ತೀರಾ ದೊಡ್ಡದಾದ ಶ್ರೀಮಂತ ನರ್ಸಿಂಗ್ ಹೋಂಗೆ ಒಳಗಡೆಯ ನೆಲ ಮತ್ತು ಗೋಡೆಗಳಿಗಾಗಿ ಮಹೇಂದರ್ ಸಿರಾಮಿಕ್ ಟೈಲ್ ನವೀನ ಮಾದರಿಯಲ್ಲಿ ಬಳಸಿ ಜನರಿಗೆ ಗೀಳು ಹತ್ತಿಸಿದ್ದರು. ದಾಖಲೆ ಹಂತ ಮುಟ್ಟಲು ಅದು ಒಂದು ಕಾರಣವಾಗಿತ್ತು.

ಅವರೊಂದಿಗೆ ಸಂಪರ್ಕಸಿದ್ದ ಮಿಸಸ್ ಸಮ್ಮತಿ ಮಿತ್ರ "ಮೂವತ್ತು ಪರ್ಸೆಂಟ್ ಷೇರುಗಳು ನಮ್ದೇ" ಎಂದು ಮಹೇಂದರ್ ಸಿರಾಮಿಕ್ ಟೈಲ್‌ನ ಮಾಲೀಕತ್ವದ ಬಗ್ಗೆ ತಿಳಿಸಿ ಕಂಗೆಡಿಸಿದ್ದರು.

ಹಾಲ್‌ನಲ್ಲಿ ಬಂದು ಕೂತ ಮಹೇಂದರ್ ಬಿಂದುನ ಕಣ್ಣುಗಳು ಕಿರಿದು ಮಾಡಿ ನೋಡಿದವನು "ನಿಂಗೆ ವಿಷ್ಯ ಗೊತ್ತಾ?" ಕಟುವಾಗಿತ್ತು ಅವನ ಸ್ವರ. ಸಪ್ಪಗೆ ಗೊತ್ತಿಲ್ಲವೆನ್ನುವಂತೆ ತಲೆಯಾಡಿಸಿದಳು.

ಸಮ್ಮತಿ ಮೂರ್ಖ ಹೆಣ್ಣಾಗಿ ಕಂಡಳು. ಮಗಳಿಗೆ ಬಾಡಿಗಾರ್ಡ್‌ಗಳನ್ನು ನೇಮಿಸಿದವಳು ಎಚ್ಚರಿಸಿರಲಿಲ್ಲ ಅವಳನ್ನ. ಅಂದರೆ ಒಂದು ರೀತಿಯ ಮೂರ್ಖತನ.

ಒಂದಿಷ್ಟು ಅಂದರೆ ಈಗ ಅವಳು ಬಾಡಿಗಾರ್ಡ್‌ಗಳು ಅಥವಾ ಹಿಂಬಾಲಕರು ಎನ್ನುವ ವ್ಯಕ್ತಿಗಳು ಪೊಲೀಸ್ ಆತಿಥ್ಯದಲ್ಲಿರುವುದನ್ನು ತಿಳಿಸಿದ. ಗೊಂಬೆಯಂತೆ ಕೂತಿದ್ದಳು.

"ಹೇಗ್ಬಂದೆ ಇಲ್ಲಿಗೆ?" ಕೇಳಿದ.

"ಟ್ಯಾಕ್ಸಿಯಲ್ಲಿ. ಮೂರ್ಹೊತ್ತು ಮನೆಯಲ್ಲಿ ಕೂತು ನಾನು ತಾನೇ ಏನ್ಮಾಡ್ಲಿ? ಕಾಲೇಜು, ಫ್ರೆಂಡ್ಸ್ ಯಾರಿಲ್ಲ. ಮಿದುಳು, ಮನಸ್ಸು ಜಡ್ಡು ಹಿಡ್ದೋಗಿದೆ?" ಕೈಗಳನ್ನು ವಿಚಿತ್ರವಾಗಿ ಆಡಿಸುತ್ತ ಹೇಳಿದಾಗ ಅನುಕಂಪದಿಂದ ನೋಡಿದ. ಆದರೂ ಅಪಾಯವೇ.

ಎರಡು ನಿಮಿಷ ಯೋಚಿಸಿ "ಎಜುಕೇಷನ್ ಕಂಟಿನ್ಯೂ ಮಾಡು. ಒಳ್ಳೆ ಪುಸ್ತಕಗಳ್ನ ಆರ್ಸಿಕೊಂಡು ಓದು. ಇಲ್ಲಾಂದ್ರೆ.... ನಿನ್ನ ಮಮ್ಮಿ, ಡ್ಯಾಡಿಗೆ ಸಹಾಯ ಮಾಡು. ಅವ್ರಿಗೆ ನಿನ್ನ ಅಗತ್ಯ ಕೂಡ" ಬುದ್ಧಿ ಹೇಳಿದ. ಅವಳು ಇಲ್ಲಿಗೆ ಹೆಚ್ಚುಬರೋದು ಅವನಿಗಿಷ್ಟವಿಲ್ಲ.

ನಗಲು ಶುರು ಮಾಡಿದವಳು ಎರಡು ಕಿವಿಗಳನ್ನು ಮುಚ್ಚಿಕೊಂಡಳು. ಆರಾಮಾಗಿ ಹಾಯಾಗಿ ಹಾರಾಡಿಕೊಂಡಿದ್ದ ಬದುಕಿಗೆ ಈಗ ಬೇಲಿ ಆವರಿಸಿಕೊಂಡಿತ್ತು. ಕಿತ್ತೊಯ್ದು ಬರುವ ಸಾಮರ್ಥ್ಯವಿಲ್ಲ ಎಂದಲ್ಲ; ಯಾವುದೋ ಭಯ ಅವಳನ್ನು ಆವರಿಸಿಕೊಂಡಿತ್ತು.

ಅಷ್ಟರಲ್ಲಿ ಧಾವಿಸಿ ಬಂದ ಸಮ್ಮತಿಯವರು ಮಗಳ ಕೆನ್ನೆಗಳಿಗೆ ರಪರಪ ಬಾರಿಸಿ "ಸಾರಿ... ಎಕ್ಸ್‌ಟ್ರೀಮ್ಲಿ ಸಾರಿ... ಮಹೇಂದರ್, ತುಂಬ ಫ್ರೆಂಡ್ಸ್ ಕಟ್ಟಿಕೊಂಡು ಓಡಾಡಿ ಅರ್ಧ ಹಾಳಾದ್ಲು. ನಡೀ ಮನೆಗೆ ನಡೀ" ಮಗಳ ಪ್ರತಿಭಟನೆಯನ್ನು ಲೆಕ್ಕಿಸದೆ ಎಳೆದೊಯ್ದರು. ತೀರಾ ಉದ್ವೇಗಗೊಂಡಿದ್ದರು.

ವಿಸ್ಮಯದಿಂದಾಗಲೀ ಆಶ್ಚರ್ಯದಿಂದಾಗಲೀ ವೀಕ್ಷಿಸಲಿಲ್ಲ ಮಹೇಂದರ್. ಹತಾಶೆಯ ಸಂಕೇತವಾಗಿ ಕಂಡಿತು ಸಮ್ಮತಿಯ ನಡತೆ. ಸ್ವಲ್ಪ ಅಲರ್ಟ್ ಆದ ಮಹೇಂದರ್.

ಆಮೇಲೆ ಗಂಟೆ ಕಳೆದರೂ ಮಾತಾಡಲಿಲ್ಲ ಮಹೇಂದರ್ ಮಡದಿಯೊಂದಿಗೆ. ಅವನ ಕೆಲವು ಪ್ರಶ್ನೆಗಳಿಗೆ ಉತ್ತರ ಸಿಕ್ಕಿತ್ತು. ಅವು ಮತ್ತೊಂದು ಪ್ರಶ್ನೆಗೆ ಕಾರಣ ಮಾಡಿಕೊಟ್ಟಿತ್ತು. ತೀರಾ ಎಚ್ಚರದಿಂದ ವರ್ತಿಸಬೇಕಿತ್ತು. ಸಂತೋಷವಾಗಲಿ, ಹೃದಯದಲ್ಲಿ ಮಿಡಿಯುತ್ತಿದ್ದ ಭಾವನೆಗಳನ್ನು ವ್ಯಕ್ತಪಡಿಸಲಾರದೆ ಹೋದ.

'ಅಂದು ಒಂದು ಹುಡ್ಗೀ ಉಳ್ದು ಅವ್ಳೇ ನಂದಿತಾ ಅಂತ ಗೊತ್ತಾದ್ರೆ ಅಪಾಯ. ಅದ್ಕೇಂತ್ಲೇ ವಿಷ್ಯ ಬಚ್ಚಿಟ್ಟೆ. ಅಂದಿನ ಆಘಾತದಲ್ಲಿ ಮಂಕಾದ ಅವಳ ಬುದ್ಧಿ, ನೆನಪಿನ ಶಕ್ತಿ ಮೇಲೆ ಪರದೆ ಹಾಸೋಕೆ ಬಹಳ ಕಷ್ಟಪಟ್ಟಿದ್ದೀನಿ. ನನ್ನ ಸ್ವಂತ ಮಕ್ಳಿಗಿಂತ ಅವ್ಳ ಮೇಲೆ ಅಕ್ಕರೆ, ಪ್ರೀತಿ. ನಂದಿತಾಗೆ ಏನಾದ್ರೂ ಆದ್ರೆ.... ಈ ದುರ್ಬಲ ಹೃದಯಕ್ಕೆ ತಡ್ಕೊಳ್ಳೋ ಶಕ್ತಿ ಇಲ್ಲ." ಸುಬ್ಬಣ್ಣ ಹಣೆ ಗಟ್ಟಿಸಿಕೊಂಡಿದ್ದ ಅವನ ಮುಂದೆ.

"ಬೇಜಾರಾಗಿದ್ದೀರ! ನಾನೇನು ಬಿಂದುಗೆ ಫೋನ್ ಮಾಡಿರ್ಲಿಲ್ಲ. ಆಹ್ವಾನ ಕೂಡ ಕೊಟ್ಟಿಲ್ಲ. ಆದ್ರೂ... ಬಂದ್ಲು" ನಂದಿತಾ ಅವನ ಬಳಿ ಬಂದು ಹೇಳಿದಾಗ ಕೈ ಹಿಡಿದು ನಸುನಕ್ಕ. "ಏನಿಲ್ಲ, ಸಮಸ್ಯೆಗಳು ಬಂದಾಗ ಧೈರ್ಯವಾಗಿ ಎದುರಿಸೋದು ಒಂದು ತರಹ. ತಾವಾಗಿ ಸಮಸ್ಯೆಗಳ್ನ ಹುಟ್ಟಿ ಹಾಕ್ಕೊಂಡ್ ಅದ್ರಲ್ಲಿ ಬೇರೆಯವ್ರನ್ನು ಸಿಕ್ಕಿಸಿ ಅವ್ರ ಸಮಯ ಹಾಳು ಮಾಡೋರ್ನ ಕಂಡ್ರೆ.... ನಂಗಿಷ್ಟವಿಲ್ಲ." ಕರೆಕ್ಟಾಗಿ ಹೇಳಿದ. ಆದರೂ ಒಂದು ಆತಂಕ ಅವನಿಗೆ. ತನ್ನ ಮಿದುಳಿನಲ್ಲಾಗುತ್ತಿದ್ದ ಘರ್ಷಣೆಗಳನ್ನು ಸ್ನೇಹವಾಗಿ ಬಿಂದುವಿನೊಂದಿಗೇನಾದರೂ ಹೇಳಿಕೊಂಡಾಳ ಎನ್ನುವ ಭಯ ಈಗಲೂ. ಆದರೂ ನೇರವಾಗಿ ಪ್ರಶ್ನಿಸಲಾರ.

"ತುಂಬ ಪ್ರಶ್ನಿಸಿ ಬೋರ್ ಮಾಡ್ಬಿಟ್ಟಿರ್ಬೇಕು" ಎಂದ ಮೆಲುವಾಗಿ. ಹತ್ತು ಕ್ಷಣ ಸುಮ್ಮನಿದ್ದ ನಂದಿತಾ "ಏನೋ, ಅವ್ಳು ಏನೋನೇ ಹೇಳ್ಕೊಂಡ್ಲು" ಎಂದ ಅವಳು ಸುಮ್ಮನೆ ಕೂತುಬಿಟ್ಟಳು. ಬಿಂದು ಹೇಳಿಕೊಂಡ ವ್ಯಕ್ತಿಗಳಾರೂ ಅಪರಿಚಿತರೆನಿಸಲಿಲ್ಲ ಅವಳಿಗೆ. ಬಾಂಧವ್ಯದ ಸೆಳೆತ, ದುಃಖ, ಒತ್ತಡಗಳನ್ನು ತಡೆದುಕೊಳ್ಳಲಾರದೆ ಮುಖ ಮುಚ್ಚಿಕೊಂಡು ಅಳತೊಡಗಿದಳು.

ಸಪ್ತ ಸಮುದ್ರಗಳನ್ನು ದಾಟಿ ಧಾವಿಸಿಕೊಂಡು ಬಂದ ಕಣ್ಣೀರು ಹುಚ್ಚು ಪ್ರವಾಹವಾಗಿತ್ತು. ಭಾವಗಳ ಸಂಘರ್ಷ ಸಿಡಿಲುಗಳಂತೆ ಗರ್ಜಿಸುತ್ತಿತ್ತು. ಕೋಲಾಹಲ. ಸೈಕ್ಲೋನ್ ನಡುವೆ ಸಿಲುಕಿ ತತ್ತರಿಸುವಂತಾಗಿತ್ತು ಅವಳ ಸ್ಥಿತಿ.

ಬಾಹುಗಳ ಆಸರೆಯಲ್ಲಿಡಿದ ವಿಶೇಷ ರಕ್ಷಣೆ ಮಾತ್ರವಲ್ಲ ಆತ್ಮವಿಶ್ವಾಸ ಧೈರ್ಯತುಂಬುವಂತೆ ಬಿಗಿದಪ್ಪಿಕೊಂಡ. ಸುಬ್ಬಣ್ಣ ಹೇಳಿದ ದೃಶ್ಯ ಕಣ್ಮುಂದೆ ನಿಂತಿತು. ಮೇಜರ್ ಜಿ.ಟಿ. ಆರ್ಯ ಭಯ ಎಂಬುದು ಅರಿಯರು. ವಿರೋಚಿತ ಮರಣವೆನಿಸಿರಲಿಲ್ಲ ಅವರ ಪಾಲಿಗೆ. ದುಷ್ಕೃತ್ಯದಲ್ಲಿ ಸುಟ್ಟು ಭಸ್ಮವಾಗಿದ್ದರು. ಎಸೆಯಲ್ಪಟ್ಟ ಅಶೋಕ್ ಹೇಗೆ ಮಿಲಿಮಿಲಿ ಒದ್ದಾಡಿರಬೇಕು. ಇದರ ಹಿಂದೆ ಇರುವ ವ್ಯಕ್ತಿ ಯಾರು?

ಒಂದು ನಿದ್ದೆ ಮಾತ್ರೆ ನುಂಗಿಸಿ ಮಲಗಿಸಿದ ನಂದಿತಾ ತಲೆಗೂದಲನ್ನು ಪ್ರೀತಿಯಿಂದ ಮೃದುವಾಗಿ ನೇವರಿಸಿ ಹಣೆಗೆ ಹೂ ಮುತ್ತನ್ನೊತ್ತಿದ ನವಿರಾಗಿ.

ಯಾಕೋ ಏನೋ ಡಿಟೆಕ್ಟೀವ್ ಏಜೆನ್ಸಿಯವರ ಸಹಕಾರ ಕೂಡ ಪಡೆದುಕೊಳ್ಳಲು ಇಚ್ಛಿಸಲಿಲ್ಲ. ಸಮ್ಮತಿಯವರ ಕಬಂಧ ಬಾಹುಗಳು ಎಲ್ಲಿಯವರೆಗೂ ವಿಸ್ತರಿಸಿದೆಯೋ! — ಆಕೆ ಕೆಲವು ವಿಷಯಗಳಲ್ಲಿ ತೀರಾ ಚಾಣಾಕ್ಷೆ. ಬರೀ ನೆರಳು ಜಿ.ಟಿ. ಮಿತ್ರ. ಸ್ವಂತ ವ್ಯಕ್ತಿತ್ವವಿಲ್ಲವೆಂದು ಮನದಟ್ಟಾಗಿತ್ತು ಮಹೇಂದರ್‌ಗೆ.

ಡಿಟೆಕ್ಟೀವ್ ಏಜೆನ್ಸಿಯಿಂದ ಬಂದ ರಿಪೋರ್ಟ್‌ನ ಮತ್ತೆ ತೆಗೆದು ಮುಂದೆ ಹಾಕಿಕೊಂಡು ಕೂತ. ಹಿಂದೆ ಜಿ.ಟಿ. ಮಿತ್ರ ಕುಟುಂಬ ಇದೇ ಸ್ಥಿತಿಗೂ ಅಂದರೆ ಜಿ.ಟಿ. ಆರ್ಯ ಕುಟುಂಬ ಬದುಕಿದ್ದಾಗ ಮತ್ತು ನಂತರದ ಆರ್ಥಿಕ ಪರಿಸ್ಥಿತಿಯ ಪೂರ್ಣ ಸಮೀಕ್ಷೆ ಇತ್ತು.

ಜಿ.ಟಿ. ಆರ್ಯ ಸಕಲ ಸಂಪತ್ತಿಗೂ ವಾರಸುದಾರರು ಮಿತ್ರ ಮಾತ್ರ. ಬಂಗ್ಲೆ, ಕ್ಯಾಷ್, ಲಾಕರ್‌ಗಳೆಲ್ಲ ಅವರ ವಶಕ್ಕೆ ಹೋಗಿದ್ದು ವರ್ಷದ ನಂತರ. ಆ ವೇಳೆಗೆ ಅವರ ಆಫೀಸ್ ಬಯಲಾಗಿ, ಸಮ್ಮತಿ ನಡೆಸುತ್ತಿದ್ದ ಕನ್ಸ್‌ಟ್ರಕ್ಷನ್ ಕಂಪನಿ ದುಸ್ಥಿತಿಗೆ ಇಳಿದಿತ್ತು. ನಂತರವೇ ಚೇತರಿಸಿಕೊಂಡಿದ್ದು.

ತಕ್ಷಣ ಅವನಿಗೆ ಹೊಳೆದಿದ್ದು ಒಂದು ವಿಷಯ. ದುಷ್ಕೃತ್ಯ ನಡೆಸಿ ಆಕಸ್ಮಿಕದ ಘಟನೆಯಾಗಿ ಮಾರ್ಪಡಿಸಿದ ಸಂದೇಹಕರಲ್ಲಿ ಅವನಿಗೆ ಮೊದಲು ಗೋಚರಿಸಿದ್ದು ಸಮ್ಮತಿ ಅಂದರೆ ಮಿತ್ರ ಅವರ ಧರ್ಮಪತ್ನಿ. ಅವರುಗಳ ಸಾವಿನಿಂದ ಪೂರ್ಣ ಲಾಭ ಪಡೆದವರು ಇವರುಗಳು ಮಾತ್ರ.

ರೋಷದಿಂದ ಹಲ್ಮುಡಿಯನ್ನು ಕಚ್ಚಿಡಿದ. ಸರಿಯಾದ ಎವಿಡೆನ್ಸ್ ಇಲ್ಲದೆ ಅಪರಾಧ ಸಾಬೀತು ಆಗದು. ಶಿಕ್ಷೆ ಸಾಧ್ಯವಿಲ್ಲ. ಚಲನಚಿತ್ರಗಳಲ್ಲಿನ ಹೀರೋಗಳಂತೆ ಅನ್ಯಾಯ ಪ್ರತಿಭಟಿಸಿ ಆವೇಶದಿಂದ ಮುನ್ನುಗ್ಗುವ ಅಮಾಯಕನಲ್ಲ.

ಮಹೇಂದರ್ ಬಹಳ ಯೋಚಿಸಿದ. ಹೇಗೆ ವಿಷಯ ಲಾಜಿಕ್ ಮಾಡಿದರೂ ಅಪರಾಧಿಗಳ ಸ್ಥಾನದಲ್ಲಿ ನಿಲ್ಲುತ್ತಿದ್ದುದ್ದು ಜಿ.ಟಿ. ಮಿತ್ರ ಕುಟುಂಬ.

ಹೇಗೆ? ಹೇಗೆ? ಮುಷ್ಠಿ ಬಿಗಿಹಿಡಿದು ಗಾಳಿಯಲ್ಲಿ ಗುದ್ದಿದ. ಒಮ್ಮೆ ಅವನ ತಂದೆಯ ಬಳಿ ಅಂದರೆ ಜಿ.ಟಿ. ಆರ್ಯ ಪ್ರವಾಸಕ್ಕೆ ಹೊರಡುವ ಕೆಲವು ದಿನಗಳ ಮುನ್ನ ಬೇಸರದಿಂದ ಹೇಳಿದ್ದರು.

"ಏನು ಪ್ರಯೋಜನವಿಲ್ಲ! ಅವ್ನ ಆಫೀಸ್ ಸ್ವಲ್ಪ ಬುದ್ಧಿವಂತಿಕೆಯಿಂದ ನಡ್ಸಿಕೊಂಡ್ಹೋಗಿದ್ರೆ ಸಾಕು. ನೂರೆಂಟು ವ್ಯವಹಾರ. ನಂಗೇನೋ ಇಂಪ್ರೂ ಆಗೋ ಹಾಗೇ ಕಾಣ್ಲಿಲ್ಲ. ಅದ್ಕೇ ನನ್ನ ಹಣಕ್ಕೆ ಡಿಮ್ಯಾಂಡ್ ಮಾಡಿದ್ದೀನಿ."

ಅದು ಅಸ್ಪಷ್ಟವಾಗಿಯಾದರೂ ಅವನ ನೆನಪಿನಲ್ಲಿತ್ತು. ಆ ಒತ್ತಡ ಮತ್ತು ಹಣದ ಮುಗ್ಗಟ್ಟು ಈ ಕಗ್ಗೊಲೆಗೆ ಕಾರಣವಾಗಿರಬಹುದೇ? ಅವನ ಮಿದುಳು ಚುರುಕಾಗಿ ಕೆಲಸ ಮಾಡತೊಡಗಿತು.

ಸರಿಯಾಗಿ ವೇಳೆ ಗಮನಿಸಿದ. ಹನ್ನೊಂದು ಗಂಟೆ ನಲವತ್ತೆರಡು ನಿಮಿಷಗಳು. ಕುಡಿತದ ಪೂರ್ಣ ಪ್ರಮಾಣದ ಅಭ್ಯಾಸವಿದ್ದ ಜನ ಬಾಟಲು ಗ್ಲಾಸ್‌ಗಳ ಮುಂದೆ ಇರುತ್ತಾರೆ!

ನಿಧಾನವಾಗಿ ಒಂದೊಂದೇ ನಂಬರ್ ತಿರುಗಿಸಿದ. ಒಂದೆರಡು ನಿಮಿಷದ ನಂತರ ಎತ್ತಿದ್ದು "ಹಲೋ.... ಹಲೋ...." ಮಿತ್ರ ಅವರ ದನಿ. ಒಂದೆರಡು ಪೆಗ್ ಜಠರವನ್ನು ಸುಡುತ್ತಿರಬಹುದು. ತೊದಲುವಷ್ಟು ಕುಡಿದಿರಲಿಲ್ಲ "ಹಲೋ...

ಹಲೋ..." ಸಹನೆ ಕಳೆದುಕೊಂಡು ಕೂಗಿದವರು "ಡ್ಯಾಮಿಟ್..." ಫೋನಿಟ್ಟಿದ್ದು ಕೇಳಿಸಿತು.

ಬೆಡ್‌ರೂಂನಿಂದ ಎದ್ದು ಡ್ರಾಯಿಂಗ್ ರೂಮಿಗೆ ಬಂದ ಅಪಾಯದ ಸುಳಿವು ಹಿಂದುನ ಹಿಂಬಾಲಿಸುತ್ತಿದೆಯೇ ಎಂದು ತಿಳಿಯಬೇಕಿತ್ತು ಅವನು. ಇದಕ್ಕೆ ಬೇರೆಯವರ ಸಹಾಯ ಪಡೆಯಲಾರ. ಬೇರೆಯವರನ್ನು ನೇಮಿಸಲಾರ.

ಇನ್ನೊಮ್ಮೆ ರಿಂಗ್ ಮಾಡಿದ. ಎತ್ತಿದ್ದು ಮಿತ್ರನೇ "ಹಲೋ... ಹಲೋ..." ಈಗ ದನಿಯಲ್ಲಿ ತೊದಲುವಿಕೆ ಷುರುವಾಗಿದ್ದು ಅವನಿಗೆ ಗೊತ್ತಾಯಿತು. "ಹೂ ಆರ್ ಯು? ಸ್ಟುಪಿಡ್ ಫೆಲೋ..." ಫೋನ್ ಕುಕ್ಕಿದರು.

ಒಂದ್ಹತ್ತು ಸಲ ಮಾಡಿ ಕಂಗೆಡಿಸಿಬಿಟ್ಟ. ಹನ್ನೊಂದನೇ ಸಲ ಫೋನ್ ಎತ್ತಿದ ಸಮ್ಮತಿ ಅರೆಪ್ರಜ್ಞೆಯಲ್ಲಿರುವಂತೆ "ಹೂ ಆರ್ ಯು?..." ಆಕೆ ಕೇಳುತ್ತಿದ್ದಂತೆ "ಬಿನ್ನಿನೇನೋ..." ಹೇಳಿದ ದನಿ ಕೇಳಿಸಿತು ಕ್ಷೀಣವಾಗಿ.

ನಗುವಿನ ನಂತರ ಸಮ್ಮತಿ "ಇನ್ನೆಲ್ಲಿ ಬಿನ್ನಿ, ಸುಮ್ನೇ ಐವತ್ತು ಸಾವಿರಕ್ಕೆ ಡಿಮ್ಯಾಂಡ್ ಮಾಡಿ ಪ್ರಾಣ ಕಳ್ಕೊಂಡ. ಎಂದಿದ್ರೂ ಅವನಿಂದ ಅಪಾಯವೆ..." ಫೋನ್ ಕೈಯಲ್ಲಿ ಹಿಡಿದೇ ಮಾತಾಡುವಷ್ಟು ಕುಡಿದಿರಬೇಕು. ಅದು ಕ್ಯಾಸೆಟ್‌ನಲ್ಲಿ ರೆಕಾರ್ಡ್ ಆಯಿತು. ಒಂದು ರೀತಿಯ ಸದ್ದು. ಸಮ್ಮತಿ ಇದ್ದ ಸ್ಥಿತಿಯಲ್ಲಿ ಫೋನ್ ಜಾರಿರಬೇಕು.

ಅವರ ತೊದಲು ಮಾತುಕತೆಯಿಂದ ಅರ್ಥವಾಗಿದ್ದು ಅಷ್ಟಿಷ್ಟು. ಅಂದು ಬಿನ್ನಿ ಎಂಬುವ ವ್ಯಕ್ತಿ ಸಮಾರಂಭಕ್ಕೆ ಅಡ್ಡಿಪಡಿಸುವವನಿದ್ದ. ಅವನನ್ನು ನಿವಾರಿಸಿಕೊಳ್ಳಲು ಸಮ್ಮತಿ ಬೇರೆ ದಾರಿ ಹುಡುಕಿರಬೇಕು!

ಬಹಳ ಹೊತ್ತು ಎಚ್ಚರದಿಂದ ಆಲಿಸಿದ. ಜಗಳ, ಬೈಯ್ದಾಟ, ಅಷ್ಟಿಷ್ಟು ಹೊಡೆದಾಟದ ಸದ್ದನ್ನು ಕ್ಯಾಸೆಟ್‌ನಲ್ಲಿ ರಿಕಾರ್ಡ್ ಮಾಡಿಕೊಂಡ. ಸ್ತಬ್ಧವಾಯಿತು ಫೋನ್.

ಬಹುಶಃ ಬೆಳಗಿನವರೆಗೂ ಫೋನ್ ಅದೇ ಸ್ಥಿತಿಯಲ್ಲಿತ್ತೇನೋ, ಅವರ ಸ್ಥಿತಿಯನ್ನು ಚಿತ್ರಿಸಿಕೊಂಡ ಕಣ್ಮುಂದೆ.

ತೀವ್ರವಾಗಿ ಯೋಚಿಸಿದ. ಆ ಬಿನ್ನಿ ಯಾರು? ಇವರು ಸಾಲ ಕೊಡಬೇಕಾದ ವ್ಯಕ್ತಿಯೇ? ಅದು ಮುಖಾಮುಖಿ ಘರ್ಷಣೆಯ ವಿಷಯ. ಮತ್ತೇನೋ ರಹಸ್ಯ ಅಡಗಿದೆ. ಬ್ಲಾಕ್‌ಮೇಲ್ ಮಾಡುವ ವ್ಯಕ್ತಿಗಳು ಇವರ ಜೀವನದ ಮುಖ್ಯ ರಹಸ್ಯಗಳನ್ನೇನೋ ತಿಳಿದಿರುತ್ತಾರೆ. ಅದರಲ್ಲಿ ತಮ್ಮನ್ನು ಒಡ್ಡಿಕೊಂಡು ಇವರಿಗೆ ಅಪಾಯದ ಗಂಟೆ ಆಗಿರುತ್ತಾರೆ.

ಮೈ ಮುರಿದು ಎದ್ದವನು ಫೋನನ್ನು ಮತ್ತೆ ಕಿವಿಗಿಟ್ಟುಕೊಂಡ "ನಂಗೇನೋ ಅನುಮಾನ ಡಾರ್ಲಿಂಗ್... ಮಹೇಂದರ್‌ನ ಹೆಂಡ್ತಿ ನಮ್ಮ ಹಿಂದುನ ಹೋಲ್ತೋಲ್ವಾ..." ಮಿತ್ರ ಸ್ವರ. ಹ್ಯಾಂಗೋವರ್‌ನಲ್ಲಿದ್ದಂಗೆ ಕಂಡರು.

"ನೋ.... ನೋ....ಒಬ್ಬರ ಹಾಗೇ ಒಬ್ರು ಇರ್ತಾರೆ. ಅವ್ಳ ಹೆಸರು ನಂದಿತಾ. ಇವ್ನು ಹಿಂದು ಅಂತ ಕರ್ಕೋಳ್ತಾನಷ್ಟೆ. ಅಂದು ಕರಕಲಾದ ಐದು ಬಾಡಿಗಳ್ನ ನಾನೇ ಎಣ್ಸಿ ನೋಡಿದ್ದೀನಿ. ಮುಚ್ಚಿ ಹೋದ ಕತೆ. ಆ ವಿಷ್ಯ ಬೇಡ. ಬಿನ್ನಿ ಏನಾದ್ರೂ ಅವರಿಂದ್ಲೂ ತಪ್ಪಿಕೊಂಡ್.... ಧುತ್ತೆಂದು ವಕ್ಕರಿಸ್‌ಬಿಟ್ರೆ.... ಗತಿಯೇನು!" ಆಗ ಹರಿದಿರಬೇಕು ನೇತಾಡುತ್ತಿದ್ದ ಫೋನ್‌ನತ್ತ ಅವರ ದೃಷ್ಟಿ. "ಅಯ್ಯೋ, ಫೋನ್ ಎತ್ತಿಟ್ಟೇ.... ಇಲ್ಲ" ಭಯದ ಉದ್ಗಾರದ ನಂತರ ನಿಶ್ಯಬ್ದ ಆವರಿಸಿತು. ಫೋನಿಟ್ಟ.

ಮೂರ್ಖ ಜನ ಎಂದುಕೊಂಡು ಹಲ್ಲು ಕಡಿದ. 'ಥ್ಯಾಂಕ್ಸ್' ಫೋನಿಗೆ ಹೇಳಿದ. ಸುಂದರವಾಗಿ ಕಾಣುವ ಸಮ್ಮತಿ ಮುಖದ ಹಿಂದೆ ಎಷ್ಟು ವಿಕೃತವಾದ ರಹಸ್ಯಗಳು ಅಡಗಿವೆ. ಕೆಟ್ಟ ಹೆಂಗಸು — ನೆರಳು ಕೂಡ ಅಪಾಯವೆನಿಸಿತು.

ಇಡೀ ರಾತ್ರಿ ಡ್ರಾಯಿಂಗ್‌ರೂಂನಲ್ಲಿ ಕಳೆದಿದ್ದ. ಹೊರಬರುವ ವೇಳೆಗೆ ಕಾಫಿಯೊಂದಿಗೆ ಎದುರಾದದ್ದು ನಂದಿತಾ. "ಹಲೋ, ಗುಡ್ ಮಾರ್ನಿಂಗ್..." ಎಂದಳು. ಒದ್ದೆ ಕೂದಲು ಬೆನ್ನನ್ನು ಆವರಿಸಿತ್ತು. ಒತ್ತು ನೆರಿಗೆಯ ಷಿಫಾನ್ ಸೀರೆಗೆ ಪುಟ್ಟ ಜರಿಯ ಅಂಚಿತ್ತು. ಸೆರಗನ್ನು ಈ ಬದಿಗೆ ಎಳೆದು ಸಿಕ್ಕಿಸಿದ್ದಳು. ಇದು ವೈದೇಹಿಯವರ ಅಭ್ಯಾಸ. ಆದರೆ ಮಿಸಸ್ ಪ್ರಕೃತಿ ಆರ್ಯ ಅವರನ್ನು ಕಂಡಂತಾಯಿತು. ಮೃದುವಾದ ಹೆಣ್ಣು ಎಂದೂ ಕೋಪಗೊಂಡಿದ್ದೇ ಕಂಡಿರಲಿಲ್ಲ ಅವನು. "ಹಲೋ ಮಾರ್ನಿಂಗ್, ಬಹಳ ಬೇಗ ಸುಪ್ರಭಾತವಾಗಿದೆ. ಕಾರಣ ನಾನ್ಹೇಳ್ಲಾ?" ಕೆನ್ನೆಯ ಬಳಿ ಬಗ್ಗಿದಾಗ ರಂಗೇರಿದ ಮುಖದಲ್ಲಿ ಸಪ್ತವರ್ಣಗಳು ಮಿನುಗಿ ರಾತ್ರಿಯ ಆಯಾಸವನ್ನು ತೊಡೆಯಿತು.

ಆಗ ಅವನಿಗೆ ಒಂದು ಕೊಟೇಷನ್ ನೆನಪಾಯಿತು. "ಒಳ್ಳೆಯ ಮನದ ಹೆಣ್ಣು ಮನೆಯಲ್ಲಿರಲಿ, ಸಮಾಜಕ್ಕಾಗಿ ದುಡಿಯಲಿ, ಬೌದ್ಧಿಕ ಕ್ಷೇತ್ರದಲ್ಲಿರಲಿ, ದೇಶದ ಬೆನ್ನೆಲುಬಾಗಿ ನಿಲ್ಲಲಿ — ಫಲಿತಾಂಶ ಮಾತ್ರ ಅತ್ಯಂತ ಉನ್ನತವಾಗಿರುತ್ತೆ." ಅದು ನೂರರಷ್ಟು ಸರಿಯೆನಿಸಿತು ಅವನಿಗೆ.

ಫೋನ್ ಸದ್ದು ಮಾಡಿತು. ಕಪ್ ತುಟಿಯ ಬಳಿಗೆ ಒಯ್ದು ರಿಸೀವರ್ ಎತ್ತಲು ಮಡದಿಗೆ ಅವಕಾಶ ಮಾಡಿಕೊಟ್ಟ. ಅದು ಸಮ್ಮತಿ ಫೋನೆಂದು ಅವನ ಊಹೆ.

"ಹಲೋ..." ಸಮ್ಮತಿ ರಾಗ. ಮಹೇಂದರ್‌ನತ್ತ ನೋಡಿ "ಹಲೋ ಮಿಸಸ್ ಮಹೇಂದರ್ ಹಿಯರ್..." ಎಂದಳು.

ಆಕೆ ಶುರು ಹಚ್ಚಿದಳು "ಸಾರಿ... ಸೋ... ಸಾರಿ, ನನ್ನ ಬಿಹೇವಿಯರ್‌ನಿಂದ ಏನಂದ್ಕೊಂಡ್ರೋ, ನಾನು ತೀರಾ ತಲೆ ಕೆಡ್ಸಿಕೊಂಡ್ಬಿಟ್ಟಿದ್ದೆ. ರಾತ್ರೀನೇ ಫೋನ್ ಮಾಡೋಣಾಂತ ಇದ್ದೆ. ನಮ್ಮ ಫೋನ್ ಡೆಡ್ ಆಗಿತ್ತು. ಈಗ ಸರ್ಯಾಗಿದೆ. ಏನು ತಿಳ್ಕೋಬೇಡಾಂತ ಮಹೇಂದರ್‌ಗೆ ಹೇಳು. ನೀನು ನಂಗೆ ಮಗ್ಳು ಇದ್ದ ಹಾಗೆ. ಮರ್ಯಾದೆ ಕೊಡೋದೂಂದ್ರೆ ಹಿಂಸೆ ಆಗುತ್ತೆ, ನಂದಿತಾ" ದೀರ್ಘವಾಗಿಯೇ ಮುಗಿಸಿದರು. 'ಹಿಂದು' ಎಂದು ಪರಿಚಯಿಸಿದ್ದ. 'ನಂದಿತಾ' ಎಂದು

ಸಂಬೋಧಿಸಿದ್ದರು. ಅವರಿಗೆ 'ಹಿಂದು' ಎನ್ನುವ ಹೆಸರು ಇಷ್ಟವಾಗದೆಂದು ಅರಿವಾಯಿತು ಅವಳಿಗೆ.

ಅದನ್ನು ಗಂಡನಿಗೆ ಹೇಳಬೇಕೆಂದುಕೊಂಡರೂ ಯಾವುದೋ ಒತ್ತಡ, ಹೊಯ್ದಾಟ ತಡೆಯುತ್ತಿತ್ತು.

"ಯಾರ್ದು ಫೋನ್?" ಕಪ್ ಕೆಳಗಿರಿಸಿದ.

"ಸಮ್ಮತಿಯವ್ರು, ಬಿಂದು ತಾಯಿಯ ಫೋನ್. ಆಕೆ ತುಂಬ ಬೇಜಾರು ಮಾಡ್ಕೊಂಡ್ ಸಾರಿ ಕೇಳಿದ್ರು" ವಿಷಯ ಮುಟ್ಟಿಸಿದಳು. ಅವಳ ಅನಿಸಿಕೆಗಳನ್ನು ಮಾತ್ರ ಹೇಳದಾದಳು.

ಮಡದಿಯನ್ನು ಕೂಡಿಸಿ ಅವಳ ಮಡಿಲಲ್ಲಿ ತಲೆ ಇಟ್ಟು ಕಣ್ಮುಚ್ಚಿದ ಮಹೇಂದರ್ "ಬಿಂದು ಬಗ್ಗೆ ನಿಂಗೆ ಏನು ಅನ್ನಿಸ್ತು?" ಭಂಗಿ ಬದಲಾಯಿಸದಿದ್ದರೂ ಕಣ್ಣುಗಳು ಮಾತ್ರ ಆಗಾಗ ಅವಳ ಮುಖದ ಭಾವನೆಗಳನ್ನು ಅರಿಯಲು ಪ್ರಯತ್ನಿಸುತ್ತಿತ್ತು.

ನೋಡಿದ್ದೀನಿ, ಅಪರಿಚಿತಳಲ್ಲ, ನಂಗೆ ಅವಳ ದನಿ ಕೂಡ ಗುರುತಿದೆ ಎಂದು ಹೇಳಬೇಕೆನಿಸಿದರೂ ಹೇಳಲಿಲ್ಲ. ಅಸ್ಪಷ್ಟ ಚಿತ್ರಗಳ ಭ್ರಮೆಯಲ್ಲಿ ಅಪಹಾಸ್ಯಕ್ಕೆ ಗುರಿಯಾಗಬಾರದು. ಇದೊಂದು ಸಮಸ್ಯೆಯಾಗಿ ಪರಿಣಮಿಸಬಾರದು ಮಹೇಂದರ್‌ಗೆ — ಇದು ಅವಳ ಉದ್ದೇಶ.

"ಹಿಂದು, ಏನು ಹೇಳ್ಲೇ ಇಲ್ಲ" ಮತ್ತೊಮ್ಮೆ ಕೇಳಿ ಎಚ್ಚರಿಸಿದ. "ನಂಗೇನೋ ಬಿಂದು ಯಾವ್ದೋ ಅಪಾಯದಲ್ಲಿದ್ದಾಳೆ ಅಥ್ವಾ ತಾಯ್ತಂದೆಯ ವಿರುದ್ಧ ಲವ್ ಅಫೇರ್ ನಡ್ಸಿದ್ದಾಳೆ" ಎಂದು ತಾನೇ. ನಂದಿತಾ ಏನು ಮಾತಾಡಲಿಲ್ಲ. ಬಿಂದು ಬಗ್ಗೆ ಒಂದು ರೀತಿಯ ಅಂತಃಕರಣ ಅವಳಿಗೆ.

ಇಂಟರ್‌ಕಾಮ್ ಎಚ್ಚರಿಸಿತು. ಸಮೀರ್ ಬಂದಿದ್ದಾನೆಂದುಕೊಂಡು ಮೇಲೆದ್ದ. ತೀರಾ ಪಂಕ್ಚುಯಾಲಿಟಿಯಾಗಿರಬೇಕೆಂದು ಮೊದಲ ದಿನವೇ ಸಮೀರ್‌ನ ಎಚ್ಚರಿಸಿದ್ದ. ಏನೇನು ಅನುಭವವಿಲ್ಲದ ಅವನನ್ನು ಬಿ.ಎ. ಆಗಿ ನೇಮಿಸಿಕೊಂಡಿದ್ದು ಕೆಲವರಿಗೆ ಸೋಜಿಗವೆ.

* * * *

ದೆಹಲಿಗೆ ಬಂದ ಮಹೇಂದರ್ ಎರಡು ದಿನ ಅಲ್ಲೇ ಉಳಿದ. ಮಾರನೆ ದಿನಪತ್ರಿಕೆಯಲ್ಲಿ ಒಂದು ಸುದ್ದಿ ಪ್ರಕಟವಾಗಿತ್ತು ಮಧ್ಯದ ಪುಟದಲ್ಲಿ. ನಾಲ್ಕನೇ ಅಂತಸ್ತಿನ ಫ್ಲಾಟ್‌ನಿಂದ ಒಬ್ಬ ಯುವತಿ ಹಾರಿ ಆತ್ಮಹತ್ಯೆ ಮಾಡಿಕೊಂಡಿದ್ದಳು. ವಿವರಣೆ ನೋಡಿ ಬೆಚ್ಚಿಬಿದ್ದ. ಆ ನತದೃಷ್ಟ ಹೆಣ್ಣು ಬಿಂದು.

ಆ ಮ್ಯಾಟರ್‌ಗೆ ಅಂಥ ಒತ್ತು ಕೊಟ್ಟು ಬರೆದಿರಲಿಲ್ಲ. ಅವಳೇನು ಸಿನಿಮಾ ನಟಿಯಾಗಿರಲಿಲ್ಲ. ಪ್ರಖ್ಯಾತ ಕಲಾವಿದೆಯಲ್ಲ 'ಪಬ್ಲಿಕ್ ಇಂಟರೆಸ್ಟ್' ಸೆಳೆಯಲು.

ತಲೆ ಹಿಡಿದು ಕೂತುಬಿಟ್ಟ ಮಹೇಂದರ್. ಹಠಾತ್ತನೇ ಹಿಂದುಗೆ ತಿಳಿಸುವುದೋ ಬೇಡವೋಂತ ಯೋಚಿಸಿದ ನಂತರವೆ ಒಂದು ನಿರ್ಣಯಕ್ಕೆ ಬಂದಿದ್ದು.

"ಬಿಂದು... ಆತ್ಮಹತ್ಯೆ ಮಾಡ್ಕೊಂಡಿದ್ದಾಳೆ" ಸಹಜ ದನಿಯಲ್ಲಿ ಹೇಳಿದ. ಬಾತ್‌ರೂಂನಿಂದ ಆಗ ತಾನೇ ಸ್ನಾನ ಮುಗಿಸಿ ಬಂದಿದ್ದ ನಂದಿತಾ ಗೊಂಬೆಯಾದಳು. ಕೆಲವು ನಿಮಿಷಗಳೇ ಆಯಿತು ಅವಳಲ್ಲಿ ಚಲನೆಯುಂಟಾಗಲು,

"ಸೋ ಸ್ಯಾಡ್, ಏನು ಮಾಡೋಕ್ಕಾಗುತ್ತೆ. ಅಂಥ ದುರ್ಬಲ ಮನಸ್ಸು ಹೆಣ್ಣಿಗಾಗ್ಲೀ, ಗಂಡಿಗಾಗ್ಲೀ ಇರ್ಬಾರ್ದು. ಪೂರ್ ಗರ್ಲ್" ಅವನು ಸಂತಾಪ ಸೂಚಿಸಿದ ರೀತಿ ಇದು.

ನೆಗ್ಲೆಕ್ಟ್ ಮಾಡುವ ವಿಷಯವಾಗಿರಲಿಲ್ಲ. ಅಂದಿನ ಫ್ಲೈಟ್‌ನಲ್ಲಿಯೇ ಹಿಂದಿರುಗಿದರು. ಮೊದಲೇ ಫೋನ್‌ನಲ್ಲಿ ತಿಳಿಸಿದ್ದರಿಂದ ಏರ್‌ಪೋರ್ಟ್‌ಗೆ ಬಂದಿದ್ದ ಸಮೀರ್.

"ಎನೀ.... ಪ್ರಾಬ್ಲಮ್?" ಕೇಳಿದ ಕಾರಿನಲ್ಲಿ.

"ನೋ ಸರ್, ಎವ್ವೆರಿಥಿಂಗ್ ಈಜ್ ಆಲ್ ರೈಟ್" ಎಂದು ಉಸುರಿದ.

ಬಂಗ್ಲೆಗೆ ಹಿಂದಿರುಗಿದ ನಂತರವೇ ವಿಚಾರಿಸಿದ್ದು. ಸಮೀರ್ ಸಾಮಾನ್ಯ ಸುದ್ದಿಯೆನ್ನುವಂತೆ ಹೇಳಿದ "ನಾನು ಪೇಪರಿನಲ್ಲೇ ನೋಡ್ಬೋದಿತ್ತೇನೋ, ಘೋಷ್ ಫೋನ್‌ನಲ್ಲಿ ತಿಳ್ಸಿದ್ರು ವಿಷ್ಯನ."

ಅಷ್ಟರಲ್ಲಿ ಬಲವಂತರಾಯ್‌ರಿಂದ ಫೋನ್ ಬಂತು "ಏನದು ವಿಷ್ಯ? ಆ ಹುಡ್ಗೀ ಆತ್ಮಹತ್ಯೆ ಮಾಡ್ಕೊಡ್ಲಂತೆ. ಯೂತ್ಸ್‌ಗೆ ಸ್ವಲ್ಪ ಕೂಡ ರೆಸ್ಪಾನ್ಸಿಬಿಲಿಟಿ ಇಲ್ಲ. ವೈಯಕ್ತಿಕ ವಿಷ್ಯಗಳ್ನೇ ದೊಡ್ಡ ಸಮಸ್ಯೆ ಮಾಡ್ಕೊಂಡ್ಬಿಡ್ತಾರೆ" ಯುವ ಜನತೆಯನ್ನು ಬೈದರು.

ಹಳೆಯ ಕಾಲದ ಮನುಷ್ಯರು, ಸಮಾಜ, ಪ್ರಾಮಾಣಿಕತೆ ಇಂಥದ್ದೇ ಅವರಿಗೆ ಮುಖ್ಯ. ವೈಯಕ್ತಿಕ ವಿಷಯಗಳು ಗೌಣ.

"ನಂಗೂ ಏನು ಗೊತ್ತಿಲ್ಲ! ದೆಹಲಿಯಿಂದ ಹಿಂದಿರುಗಿದ್ದು ಈಗ್ಲೇ" ಉಸುರಿದ. ಅವರಿಗೆ ನಿಶ್ಚಿಂತೆಯನಿಸಿರಬೇಕು. "ಗಾಡ್ ಈಸ್ ಗ್ರೇಟ್, ಒಳ್ಳೆಯದೇ ಆಯ್ತು. ಹೆಲ್ಪ್‌ಫುಲ್ ನೇಚರ್ ಒಳ್ಳೇದೆ. ಆದ್ರೆ ಎಲ್ಲರಿಗೂ ಅಲ್ಲ" ಎಂದು ಅರ್ಥಪೂರ್ಣವಾಗಿ ಹೇಳಿ ಫೋನಿಟ್ಟರು.

ಬಲವಂತರಾಯ್, ಇವನ ತಂದೆ, ಮೇಜರ್ ಆರ್ಯ ಗುಡ್ ಫ್ರೆಂಡ್. ಆರ್ಯ ತಮ್ಮ ಅನ್ನೋ ಒಂದೇ ಕಾರಣಕ್ಕೆ ಮಿತ್ರ ಪರಿಚಯ. ಅದು ಕೂಡ ಆರ್ಯ ಇಲ್ಲವಾದ ಮೇಲೆ ಕಟ್ ಆಗಿತ್ತು. ಈಚೆಗೆ ಹಿಂದಿನ ಪರಿಚಯದ ಜೊತೆ ಮಹೇಂದರ್ ಹೆಸರನ್ನು ಹೇಳಿಕೊಂಡು ಹೋಗಿ ಅವರನ್ನು ಭೇಟಿ ಮಾಡಿ ಸಮಾರಂಭಕ್ಕೆ ಬರಲು ಒಪ್ಪಿಸಿದ್ದರು ಮಿತ್ರ ದಂಪತಿಗಳು.

ಒಂದು ಸೌಜನ್ಯಕ್ಕಾದರೂ ಭೇಟಿ ಮಾಡಿ ಸಮಾಧಾನ ಹೇಳುವುದು ಅವನ ಧರ್ಮವಾಗಿತ್ತು. ಫೋನೆತ್ತಿದವನು ಸುಮ್ಮನಿಟ್ಟ.

ಕಾರು ಅಪಾರ್ಟ್‌ಮೆಂಟ್‌ನ ಮುಂದೆ ನಿಂತಾಗ ಒಂದು ರೀತಿಯಲ್ಲಿ ನಿರ್ಜನವಾಗಿತ್ತು. ಅದೊಂದು ಶ್ರೀಮಂತ ಅಪಾರ್ಟ್‌ಮೆಂಟ್.

ಹಿರಿಯ ಸರ್ಕಾರಿ ಹುದ್ದೆಯಲ್ಲಿದ್ದ ವ್ಯಕ್ತಿಗಳು, ಪ್ರೈವೇಟ್ ಫಾರ್ಮ್‌ಗಳಲ್ಲಿ ಆಫೀಸರ್ ಆಗಿದ್ದ ಜನ, ಸಣ್ಣಪುಟ್ಟ ಕೈಗಾರಿಕೆಗಳನ್ನು ಇಟ್ಟುಕೊಂಡಿದ್ದ ಜನ ವಾಸಿಸುವಂಥ ಅಪಾರ್ಟ್‌ಮೆಂಟ್.

ಇಂದು ಯಾಕೋ ಎಲ್ಲಕ್ಕೂ ಮಂಕು ಬಡಿದಂತಿತ್ತು. ಒಂದಷ್ಟು ನೆತ್ತರುಂಡ ನೆಲವನ್ನು ಗುರ್ತು ಮಾಡಿ ಸುತ್ತಲು ಮಾರ್ಕ್ ಮಾಡಿದ್ದು ಕಂಡಿತು. ಅಲ್ಲೊಬ್ಬ ಕಾನ್‌ಸ್ಟೇಬರ್ ಕಾವಲು ನಿಂತಿದ್ದ. ಇನ್ನು ಎಲ್ಲಾ ಮುಗಿದಿಲ್ಲವೆನಿಸಿತು.

481 ಪ್ಲ್ಯಾಟ್ ತಲುಪಿದಾಗ ನಂದಿತಾ ಕರುಳು ಚುರುಕ್ಕೆಂದಿತು. ಇರಬಹುದಾಗಿದ್ದ ಬಿಂದು ಇಲ್ಲವಾಗಿದ್ದಳು. ಕಣ್ಣಲ್ಲಿ ನೀರು ತುಂಬಿಕೊಂಡು ಹೆಜ್ಜೆ ಎತ್ತಿಡುವುದೇ ಕಷ್ಟವೆನಿಸಿದಾಗ ನಿಂತುಬಿಟ್ಟಳು.

ತೋಳಿಡಿದು ಹತ್ತಿರಕ್ಕೆಳೆದುಕೊಂಡು ಪಿಸುಗುಟ್ಟಿದ. "ದುಃಖದಿಂದಿರೋ ವ್ಯಕ್ತಿಗಳನ್ನು ಸಂತೈಸೋಕೆ ಬಂದಿರೋದು, ನಾವು ಅಳ್ತಾ ಅವ್ರ ಮುಂದೆ ಕೂತ್ರೆ ಕಷ್ಟವಾಗುತ್ತೆ. ಕಂಟ್ರೋಲ್ ಯುವರ್‌ಸೆಲ್ಫ್" ಭುಜ ತಟ್ಟಿ ಕರ್ಚೀಫ್‌ನಿಂದ ಕಣ್ಣೀರು ತೊಡೆದ.

ಎರಡು ಮೂರು ಸಲ ಕಾಲಿಂಗ್ ಬೆಲ್ ಒತ್ತಿದ ನಂತರ ಎದುರು ಪ್ಲ್ಯಾಟ್‌ನಿಂದ ಒಬ್ಬ ಯುವತಿ ಹೊರ ಬಂದು. "ಬಹುಶಃ ಅವ್ರನ್ನ ಪೊಲೀಸ್ ಸ್ಟೇಷನ್‌ಗೆ ಕರ್ಸಿಕೊಂಡಿರ್ಬೇಕು" ಹೇಳಿದಳು. ಹಿಂದೆಯೇ ಬಂದ ಒಬ್ಬ ವಯಸ್ಸಾದ ವ್ಯಕ್ತಿ "ಒಳ್ಗಡೆ ಬನ್ನಿ. ಈಗ ಬರ್ಬಹ್ದು. ಅವ್ರ ನೆಂಟರಾ?" ಬಲವಂತದಿಂದ ಆಹ್ವಾನಿಸಿದರು.

ಕೇಳದೆಯೇ ಕೆಲವು ವಿಷಯಗಳನ್ನು ಹೇಳಿದರು "ಸ್ವಲ್ಪ ಕೂಡ ಸರ್ಯಾದ ಜನರಲ್ಲ. ಆ ಹುಡ್ಗೀಗೆ ಬಿಗಿಯ ಬಂದೋಬಸ್ತು, ಏನೇನು ಅರ್ಥವಾಗ್ತ ಇರ್ಲಿಲ್ಲ. ಇಡೀ ಅಪಾರ್ಟ್‌ಮೆಂಟ್ ಜನಗಳೇ ಹೆದ್ರಿಕೊಂಡಿದ್ದಾರೆ. ವಯಸ್ಸಿನ ಹುಡ್ಗೀ. ಕೆಲವರಿಗೆ ಭೂತವಾಗಿ ಕಾಡಬಹುದೆಂದು ಭಯ, ಶಾಂತಿ ಅದೂ ಇದೂಂತ ಮಾಡಿಸ್ತ ಇದ್ದಾರೆ. ಬಿಂದು ಬಿದ್ದು ಆತ್ಮಹತ್ಯೆ ಮಾಡ್ಕೊಂಡ ಹಿಂದಿನ ದಿನ ಒಬ್ಬ ವ್ಯಕ್ತಿ ಬಂದಿದ್ದ. ಜಗಳ, ಗಲಾಟೆ, ಕೂಗಾಟ... ಇವೆಲ್ಲ ಈಗಿನ ಕಾಲ್ದಲ್ಲಿ ಮಾಮೂಲು ಅಂದ್ಕೊಳ್ಳಿ. ಹಿಂದೆ ಗಂಡನಿಗೆ ಹೆಂಡ್ತಿ ಅಂಜಿಕೊಳ್ಳೋಳು. ಅಪ್ಪ, ಅಮ್ಮನಿಗೆ ಮಕ್ಳು ಹೆದ್ರಿ ಸಾಯೋರು. ಇನ್ನು ಹಿರಿಯರು ಮನೆಯಲ್ಲಿ ಇದ್ದರಂತೂ ಸದ್ದೇ ಇರ್ತಾ ಇರ್ಲಿಲ್ಲ ಮನೆ ಜನದ್ದು. ಅದು ಹಿಂದಿನ ಜಮಾನದ ವಿಷ್ಯವಾಯ್ತು. ಈಗಿನೋರಿಗೆ ಅಂಥ ಅಡ್ಡಿ ಅತಂಕಗಳೇನಿಲ್ಲ. ಸದಾ ಜಗಳ, ಬಡಿದಾಟ ಇಷ್ಟೆ. ಹಿಂದಿನ ಈಗಿನ ಕಾಲವನ್ನು ತುಲನೆ ಮಾಡತೊಡಗಿದರು ಅವರು.

ಒಳಗಿನಿಂದ ಬಂದ ಯುವತಿ "ತಾತ ಸುಮ್ಮನಿರಿ. ಬಂದವ್ರ ಮುಂದೆ ಎಷ್ಟೊಂದ್ಮಾತು ಆಡ್ತೀರಾ! ಡ್ಯಾಡಿಗೆ ಗೊತ್ತಾದ್ರೆ ರೇಗಾಡ್ತಾರೆ" ಸುಮ್ಮನಾಗಿಸಲು ನೋಡಿದಳು. ಮಾತಿನ ಮನುಷ್ಯ ಅಷ್ಟಕ್ಕೇ ಸುಮ್ಮನಾಗಲಿಲ್ಲ.

"ನಿಮ್ಗೆ ಹತ್ತಿರದ ನೆಂಟರಾ?" ಸ್ವಲ್ಪ ಕಿವಿ ಮುಂದಕ್ಕೆ ತಂದು ಪ್ರಶ್ನಿಸಿದರು "ಇಲ್ಲ..." ಎಂದ. ಅಷ್ಟಕ್ಕೇ ಸುಮ್ಮನಿರಲಿಲ್ಲ. "ದೂರದ ಬಂಧುಗಳ?" ಮತ್ತೊಂದು ಪ್ರಶ್ನೆ. ಕೂಲಂಕಷವಾಗಿ ಜಾಲಾಡಿ ಬಿಡುವಂತೆ ಕಂಡರು.

"ಅಲ್ಲ, ಸ್ನೇಹಿತರು ಕೂಡ ಅಲ್ಲ, ಬರೀ ಪರಿಚಯ" ಎಂದ. ದೂರದಲ್ಲಿ ಕೂತಿದ್ದ ಆ ವ್ಯಕ್ತಿ ಸ್ವಲ್ಪ ಹತ್ತಿರ ಬಂದು ಕೂತರು. "ಐ ಡೋಂಟ್ ಲೈಕ್ ದಟ್ ಪೀಪಲ್ಸ್, ಎಲ್ಲಾ ಕುಡಿತಾರೆ, ಅವ್ರು ಕುಡೀಲಿ. ಅದಕ್ಕೂ ಇತಿಮಿತಿ ಇರುತ್ತೆ, ಯಾವುದಾದ್ರೂ ಪಾರ್ಟಿಗಳಿಗ್ಹೋದ್ರೆ ನನ್ಮಗ್ರ ಒಂದು ಪೆಗ್ ಹಾಕ್ತಾನೆ. ನನ್ನ ಸೊಸೆ ಬರೀ ಕೂಲ್ ಡ್ರಿಂಕ್ಸ್ ತಗೋಳ್ಳೋದು. ಆದರೆ ಬಿಂದು... ಸ್ವತಃ ಕುಡುಕಿ. ಕಾಫೀ ಕುಡ್ಯೋ ಹೊತ್ತಿನಲ್ಲಿ ಗ್ಲಾಸ್ ಹಿಡಕೊಂಡು ಕೂತಿರ್ತಾಳೆ" ಒಂದು ಪೂರ್ಣ ಚಿತ್ರವನ್ನೇ ಬಿಡಿಸಿಟ್ಟರು ಇವನ ಮುಂದೆ.

ಸಶಬ್ದವಾಗಿ ಮಹೇಂದರ್ ಕೂತಿದ್ದ. ಯಾಕೆಂದರೆ ಕೆಲವು ಮಾತುಗಳು ನಂದಿತಾ ಕಿವಿಯ ಮೇಲೆ ಬೀಳಬೇಕು. ಸ್ವಂತ ಅವರ ಬಗ್ಗೆ ಒಂದು ನಿರ್ಣಯಕ್ಕೆ ಬರಲು ಸಾಧ್ಯವೆಂದುಕೊಂಡಿದ್ದ.

ಕೋಣೆಯಲ್ಲಿ ಒಂದು ವಿಷಯ ಉಸುರಿದರು "ಬಿನ್ನಿ ಅನ್ನೋ ಒಬ್ಬ ವ್ಯಕ್ತಿ ಬಂದಿದ್ದ. ಅಂದು ರಾತ್ರಿನೇ ಆ ಹುಡ್ಗೀ ಬಿದ್ದು ಆತ್ಮಹತ್ಯೆ ಮಾಡ್ಕೊಂಡಿದ್ದು."

'ನಾನು ಬಿನ್ನಿ..." ಕಿಟಕಿಯಲ್ಲಿ ಇಣುಕಿ ಹೇಳಿದನ್ನು ಇವರು ಸ್ಪಷ್ಟವಾಗಿ ಕೇಳಿದ್ದರು. "ನಾನು ಆಗ ತಾನೇ ಕೆಳ್ಗಿನ ಫ್ಲಾಟ್‌ನ ಮೆನನ್‌ನ ಜೊತೆ ಇಸ್ಪೀಟು ಆಡಿ ಬರ್ತಾ ಇದ್ದೆ ಮೇಲಕ್ಕೆ."

"ಬಂದರು...." ಅದೇ ಯುವತಿ ಹೇಳಿದರು.

ಫ್ಲಾಟ್‌ನ ಬಾಗಿಲು ಅವರು ಹಾಕಿಕೊಂಡ ನಂತರ "ಬರ್ತೀವಿ...." ಎಂದ. ಆ ಯುವತಿ ಸ್ವಲ್ಪ ಮುಂದಕ್ಕೆ ಬಂದು, "ಇವ್ರು ವಯಸ್ಸಾದವ್ರು. ಏನೇನೋ ಮಾತಾಡ್ತಾರೆ. ದಯವಿಟ್ಟು ಇದ್ನ ಇಲ್ಲೇ ಮರ್ತುಬಿಡಿ. ನಮ್ಮ ಫಾದರ್‌ಗೆ ಬಹಳ ಕೋಪ. ಸುಮ್ನೇ ಪೊಲೀಸ್ ಬಂದು ಪ್ರಶ್ನಿಸೋದು ಅಂಥದೆಲ್ಲ ನಮ್ಗೆ ಇಷ್ಟವಿಲ್ಲ." ಕೇಳಿಕೊಂಡಳು. ಅವಳ ತಂದೆ ಬಂದು ಪ್ರೈವೇಟ್ ಫಾರ್ಮ್‌ನಲ್ಲಿ ಮ್ಯಾನೇಜರ್. ಅಂಥ ಧೈರ್ಯದ ಸ್ವಭಾವವಲ್ಲ. ಕೆಲವನ್ನು ಕಂಡರೂ ಕಾಣದಂತೆ ಪಕ್ಕಕ್ಕೆ ಸರಿದು ಹೋಗೋರು.

"ಖಂಡಿತ ಇಲ್ಲ!" ಭರವಸೆ ಕೊಟ್ಟ.

ಮಹೇಂದರ್ ಜಿ.ಟಿ. ಮಿತ್ರ ನೇಮ್ ಪ್ಲೇಟ್ ಇದ್ದ ಫ್ಲಾಟ್‌ಗೆ ಹೋಗಲಿಲ್ಲ. ಲಿಫ್ಟ್‌ನತ್ತ ನಡೆದ. ಅವರನ್ನು ನೋಡುವ ಉದ್ದೇಶವನ್ನು ಬದಲಾಯಿಸಿಕೊಂಡಿದ್ದ.

ಬಂಗ್ಲೆಗೆ ಹಿಂದಿರುಗಿದ ನಂತರ ಫೋನ್ ಮಾಡಿ ಸಂಪರ್ಕಿಸಿದ. "ಸಾರಿ, ಐ ಆಯಮ್ ವೆರಿ ಸಾರಿ. ಬಿಂದು ಇಷ್ಟೊಂದು ದುರ್ಬಲ ಮನಸ್ಕಳು ಹೇಗಾದ್ಲು?" ಮಿತ್ರ ಫೋನ್‌ನಲ್ಲಿಯೇ ಕಣ್ಣೀರು ಸುರಿಸಿದರು. ಆದರೆ ಅವರ ಸ್ವರದಲ್ಲಿ ದುಃಖಕ್ಕಿಂತ ಹೆಚ್ಚು ಹೆದರಿಕೆಯಿದೆಯೆನಿಸಿತು ಅವನಿಗೆ.

"ಎಲ್ಲಾ ಮುಗೀತಾ? ಎನೀಥಿಂಗ್ ಎಲ್ಸ್?" ಕೇಳಿದ.

"ಎಲ್ಲಾ ಮುಗೀತು. ಏನೂ ಉಳಿದಿಲ್ಲ. ಆತ್ಮಹತ್ಯೆ ಮಾಡಿಕೊಳ್ಳೋಕೆ ಮೊದ್ಲು ಕುಡಿದಿದ್ಲು ಅನ್ನೋದು ಪೋಸ್ಟ್ ಮಾರ್ಟಂ ರಿಪೋರ್ಟ್‌ನಿಂದ ಗೊತ್ತಾಯ್ತು. ಅವ್ಳಿಗೆ

ಕುಡಿಯೋ ಅಭ್ಯಾಸವೇನಿಲ್ಲ. ಈಚೆಗೆ ತೀರಾ ಡಿಪ್ರೆಸ್ಡ್ ಆಗಿದ್ಲು" ಒಂದಿಷ್ಟು ಹೇಳಿಕೊಂಡರು. ಅವಳ ಈ ಆತ್ಮಹತ್ಯೆಗೆ ಹಿಂದಿನ ಲವ್ ಪ್ರಕರಣವೇ ಕಾರಣವೆಂದರು.

ಫೋನಿಟ್ಟ ನಂತರ ಯೋಚಿಸಿದ. ಪ್ರತಿ ಮಾತು ತೂಗಿ ತೂಗಿ ಆಡಿದಂತೆ ಕಂಡರು ಮಿತ್ರ. ಮಗಳು ಸತ್ತ ದುಃಖಕ್ಕಿಂತ ಮುಂದೆ ಬರುವ ಅಪಾಯಕ್ಕೆ ತಾವು ಸಿಕ್ಕಿಹಾಕಿಕೊಳ್ಳಬಾರದೆನ್ನುವ ಆತಂಕದಿಂದ ಇದ್ದಂತೆ ಕಂಡರು.

ಎರಡು ನಿಮಿಷದ ನಂತರ ಸಮ್ಮತ್ರಿಯವರಿಂದಲೆ ಫೋನ್ ಬಂತು. ಕಣ್ಣೀರಿನ ಕೋಡಿ ಹರಿಸಿದ ನಂತರವೆ ಮಾತು ಷುರು ಮಾಡಿದ್ದು "ನೀವು ಬಂದ್ಹೋದ ಸುದ್ದಿ ತಿಳೀತು, ಮಹೇಂದರ್. ಕೆಲವು ಫಾರ್ಮಾಲಿಟೀಸ್‌ಗೋಸ್ಕರ ಕರ್ಕಿಕೊಂಡಿದ್ರು ಸ್ಟೇಷನ್‌ಗೆ. ಬಲವಂತರಾಯ್ ಅಬ್ರಾಡ್, ಅಮೇರಿಕಾದಲ್ಲಿದ್ದಾರೇಂತ ತಿಳೀತು." ಒಂದು ಅಸ್ಪಷ್ಟ ದುರಂತ ಕತೆಯನ್ನೇ ಅವನ ಮುಂದೆ ಬಿಚ್ಚಿಟ್ಟರು. ಅವಳ ಆತ್ಮಹತ್ಯೆ ಸಂಪೂರ್ಣವಾಗಿ ಪ್ರತ್ಯಕ್ಷವಾಗಿ ಪರೋಕ್ಷವಾಗಿ ಅವಳೇ ಕಾರಣಳು ಎನ್ನುವ ರೀತಿಯಲ್ಲಿ ಹೇಳಿದರು.

"ಐ ಯಾಮ್ ವೆರಿ ಸಾರಿ" ಎಂದ. ಹೆಚ್ಚು ಮಾತನಾಡಲು ಇಷ್ಟಪಡದೆ.

ದುಷ್ಟ ಹೆಂಗಸಾಗಿ ಕಂಡಳು ಆಕೆ. ಫೋನ್ ಕಟ್ ಮಾಡಿ ಇಟ್ಟ. ಬೊಂಬೆಯಂತೆ ನಿಂತಿದ್ದಳು ನಂದಿತಾ.

"ಪಾಪ, ತಾಯಿ ಹೃದಯ ಏನೇನೋ ತೋಡಿಕೊಂಡರು. ಪೂರ್ ಗರ್ಲ್. ಈ ವಯಸ್ಸಿನಲ್ಲಿ ಬದ್ಕು ಅಸಹನೀಯವೆನಿಸ್ಬೇಕಾದ್ರೆ ಆತ್ಮಹತ್ಯೆ ಮಾಡ್ಕೋಬೇಕಾದ್ರೆ ಒಂದು ಪ್ರಬಲವಾದ ಕಾರಣ ಇರುತ್ತೆ." ಲಾಜಿಕ್ಕಾಗಿ ಹೇಳಿದ.

ಮೊದಲ ದಿನ ಕಾನ್ಫರೆನ್ಸ್ ಹಾಲ್‌ನಲ್ಲಿ ಮಹೇಂದರ್‌ನ ಕಂಡಾಗ ಅವಳಿಗೆ ಅನ್ನಿಸಿದ್ದು 'ತೀರಾ ಬುದ್ಧಿವಂತ' ಅಂತ. ಆಮೇಲಿನ ಅವನ ಕಾರ್ಯವೈಖರಿಯಿಂದ ಸ್ಪಷ್ಟವಾಗಿತ್ತು. ಅರವಿಂದಘೋಷರು "ಸಿಂಪ್ಲೀ ಜೀನಿಯಸ್, ಕಣ್ಣಲ್ಲಿ ನೋಡಿಯೇ ಟೈಲ್ಸ್ ಕ್ವಾಲಿಟಿ ಗೆಸ್ ಮಾಡಬಲ್ಲ" ಮೆಚ್ಚಿಗೆ ವ್ಯಕ್ತಪಡಿಸಿದ್ದರು — ಅವು ಯಾವುವೂ ಉತ್ಪ್ರೇಕ್ಷೆಯಲ್ಲ ಮಹೇಂದರ್‌ನ ವಿಷಯದಲ್ಲಿ.

ಮುಖವನ್ನು ಓದಿದಂತೆ ನುಡಿಯಲು. "ನಿಮ್ಗೆ ಅನುಮಾನ ಬಿಂದು ಆತ್ಮಹತ್ಯೆಯ ಬಗ್ಗೆ..." ಮಾತನ್ನು ಪೂರ್ತಿ ಮಾಡುವ ಮುನ್ನವೇ ಸಮೀರ್ ಇಂಟರ್‌ಕಾಮ್‌ನಲ್ಲಿ ಸಂಪರ್ಕಿಸಿದ. "ಇನ್ಸ್‌ಪೆಕ್ಟರ್ ಕರ್ಕಿ ಬಂದಿದ್ದಾರೆ. ನಿಮ್ಹತ್ರ ಮಾತಾಡೋದಿದೇಂತ."

"ಬರ್ತೀನಿ, ಕೂಡ್ಸಿರು..." ಫೋನಿಟ್ಟ.

ಯಾವ ಬಗ್ಗೆ ಮಾತಾಡಲು ಬಂದಿರುವರೆಂದು ಅವನಿಗೆ ಗೊತ್ತು. ಜಿ.ಟಿ. ಮಿತ್ರ ಅವರ ಕುಟುಂಬದ ಬಗ್ಗೆ ಪ್ರಶ್ನಿಸಬಹುದು. ಆ ಬಗ್ಗೆ ಅಧೈರ್ಯಪಡುವಂಥದೇನಿರಲಿಲ್ಲ.

ಇನ್ಸ್‌ಪೆಕ್ಟರ್ ಕರ್ಕಿ ಒಳ್ಳೆಯ ಮನುಷ್ಯ. ಪ್ರಾಮಾಣಿಕ, ಇವೆರಡನ್ನು ಮೀರಿಸುವಂಥ ಧೈರ್ಯಸ್ಥ.

"ಹಲೋ..." ವಿಶ್ ಮಾಡಿ ಕೈ ಕುಲುಕಿದ ನಂತರ ವಿಷಯಕ್ಕೆ ಬಂದರು "ಒಂದಿಷ್ಟು ಡೀಟೈಲ್ಸ್ ಬೇಕು ಜಿ.ಟಿ. ಮಿತ್ರ ಅವ್ರ ಫ್ಯಾಮಿಲಿಯ ಬಗ್ಗೆ. ಇಲ್ಲಿಗೆ ಬಂದು ನಿಲ್ಲೋಕೆ ನೀವೇ ಕಾರಣ ಅಂದ್ರು..." ಕರ್ಕಿ ಹೇಳಿದಾಗ ನಕ್ಕುಬಿಟ್ಟ ಮಹೇಂದರ್.

"ಲೈಯಿಂಗ್, ಸುಳ್ಳು ಹೇಳಿದ್ದಾರೆ. ಯಾಕ್ಹೇಳಿದ್ರು ಅನ್ನೋದು ಗೊತ್ತಿಲ್ಲ. ನಂಗೆ ಸುಳ್ಳು ಅನ್ನಿಸಿದ್ರೂ ಅವ್ರಿಗೆ ದೊಡ್ಡತನವಾಗಿ ಕಂಡಿರ್ಬಹ್ದು. ಬೈ ಆಲ್ ಮೀನ್ಸ್. ಕೇಳಿ ಇನ್ಸ್‌ಪೆಕ್ಟರ್" ಎಂದ ಒಂದಿಷ್ಟೂ ವಿಚಲಿತನಾಗದೆ.

ಇದೆಲ್ಲ ಅವನ ನಿರೀಕ್ಷಣೆಯೆ. ಅದಕ್ಕೆ ಬಲವಂತರಾಯ್ ಅವನನ್ನು 'ಅಲರ್ಟ್' ಆಗಿರುವಂತೆ ಎಚ್ಚರಿಸಿದ್ದು.

"ನೋ ಇದ್ನ ಅವ್ರು ಹೇಳಿದ್ದಲ್ಲ. ರೂಮರ್ ಅಷ್ಟೆ. ಸದ್ಯಕ್ಕೆ ಆ ಎಳೆ ಹಿಡಿದೇ ಇನ್‌ವೆಸ್ಟಿಗೇಷನ್ ಷುರು ಮಾಡ್ಬೇಕು. ನಾಲ್ಕನೇ ಮಹಡಿಯ ಫ್ಲಾಟ್‌ನಿಂದ ಕೆಳಕ್ಕೆ ಹಾರಿದ್ದಾರೆ. ಆತ್ಮಹತ್ಯೆ ಅನ್ನೋದು ಅವ್ರ ತಿಳಿವಳಿಕೆ. ನಮ್ಮ ಸಮಾಧಾನಕ್ಕೆ ತನಿಖೆ ಕಾರ್ಯ" ವಿವರಿಸಿದರು.

ಮಹೇಂದರ್ ಮೇಲ್ಮುಖವಾಗಿ ತನಗೆಷ್ಟು ತಿಳಿದಿದೆಯೋ ಅಷ್ಟು ಹೇಳಿದ.

ತಟ್ಟನೇ ಪ್ರಶ್ನಿಸಿದರು. "ಬಿನ್ನಿ ಅನ್ನೋ ವ್ಯಕ್ತಿ ನಿಮ್ಗೇನಾದ್ರೂ ಗೊತ್ತಾ?" ಇನ್ಸ್‌ಪೆಕ್ಟರ್ ಕೇಳಿದಾಗ ಯೋಚಿಸುವಂತಾಯಿತು. ಯಾರು ಆ ಬಿನ್ನಿ? ಗೊತ್ತಿಲ್ಲವೆಂದು ತಲೆಯಾಡಿಸಿದ.

ಎದುರು ಫ್ಲಾಟ್‌ನ ಅದೇ ವಯಸ್ಸಾದ ವ್ಯಕ್ತಿ ಬಿನ್ನಿ ವಿಷಯ ತಿಳಿಸಿದ್ದರು. ಇನ್ಸ್‌ಪೆಕ್ಟರಿಗೆ ಸಮ್ಮತಿ, ಮಿತ್ರ ಅವನನ್ನು ಪರಿಚಯ ಮನುಷ್ಯ ಎಂದು ತಿಳಿಸಿಬಿಟ್ಟಿದ್ದರೇ, ಅವನ ಮನದಲ್ಲಿ ಕುತೂಹಲ ಮೂಡುತ್ತಿರಲಿಲ್ಲ. ಆ ಹೆಸರಿನ ವ್ಯಕ್ತಿಯೇ ತಮಗೆ ಗೊತ್ತಿಲ್ಲವೆಂದು ಸಾಧಿಸಿಕೊಂಡಿದ್ದು ಕೇಸು ಮುಂದುವರಿಯಲು ಕಾರಣವಾಗಿತ್ತು. ಆತ್ಮಹತ್ಯೆಯ ಪ್ರಕರಣವೆಂದು ದಾಖಲಾಗಿ ಕಡೆಗೆ ಬಿ. ರಿಪೋರ್ಟ್ ಬರೆದು ಫೈಲನ್ನು ಕೆಳಗೆ ದಬ್ಬುತ್ತಿದ್ದರು.

"ಥ್ಯಾಂಕ್ಯೂ ಫಾರ್ ಯುವರ್ ಕೈಂಡ್ ಕೋಆಪರೇಷನ್. ಅಗತ್ಯವೆನಿಸಿದ್ರೆ ನಿಮ್ಮ ಸಹಾಯಪಡೀತೀನಿ" ಇನ್ಸ್‌ಪೆಕ್ಟರ್ ಹೊರಟರು.

ಆಫೀಸ್‌ನಲ್ಲಿದ್ದಾಗಲೇ ಫೋನ್ ಬಂತು ಅವನಿಗೆ. "ದಯವಿಟ್ಟು ಬನ್ನಿ, ಬಿನ್ನಿ ಎನ್ನುವ ವ್ಯಕ್ತಿ ಸಿಕ್ಕಿದ್ದಾನೆ. ನಿಮ್ಮ ಕೈಯಲ್ಲಿ ಗುರ್ತಿಸೋಕೆ ಸಾಧ್ಯವೇನೋ."

ತಕ್ಷಣ ಹೊರಟ ಮಹೇಂದರ್, ದಂಪತಿಗಳು ಅಲ್ಲೇ ಇದ್ದರು. ತುಂಬ ಕಂಗೆಟ್ಟಂತೆ ಕಂಡರು. ಭಯ ಕವಿದುಕೊಂಡಿತ್ತು ಮುಖದ ಮೇಲೆ.

"ಏನು... ಇದೆಲ್ಲ?" ಕೇಳಿದ.

ಮಿತ್ರ ಮಾತನಾಡಲಿಲ್ಲ. ಸಮ್ಮತಿ ಕಣ್ಣೀರಿನೊಂದಿಗೆ "ಮಗ್ಳುನ ಕಳ್ಕೊಂಡ್ ನಾವು ದುಃಖದಲ್ಲಿದ್ರೆ, ಅನಾವಶ್ಯಕವಾಗಿ ಯಾರು ಯಾರನ್ನೋ ತಂದು ನಮ್ಮುಂದೆ ನಿಲ್ಲಿಸ್ತ ಇದ್ದಾರೆ" ತೋಡಿಕೊಂಡರು.

ಕಾನ್ಸ್‌ಟೇಬಲ್ ಬಿನ್ನಿಯನ್ನು ತಂದು, ಇನ್ಸ್‌ಪೆಕ್ಟರ್ ಆಜ್ಞೆಯಂತೆ ಅವನ ಮುಂದೆ ನಿಲ್ಲಿಸಿದ. ಕಪ್ಪನೆಯ ದಢೂತಿ ದೇಹ. ಕಣ್ಣುಗಳು ನಿಗಿ ನಿಗಿ ಕೆಂಡಗಳಂತೆ ಇದ್ದವು. ತೀರಾ ಒರಟು ಮುಖ. ನಲವತ್ತೈದು-ಐವತ್ತರ ನಡುವಿನ ವಯಸ್ಸು, ಪರಿಚಯವೆನಿಸಲಿಲ್ಲ ಮಹೇಂದರ್‌ಗೆ.

"ಗೊತ್ತಿಲ್ಲ..." ತಲೆಯಾಡಿಸಿದ. "ವರ್ಷಾನುಗಟ್ಲೇ ಈ ಫ್ಯಾಮಿಲಿಯ ಸಂಪರ್ಕವೇ ನಂಗಿರ್ಲಿಲ್ಲ" ತಿಳಿಸಿದ. ಅವನನ್ನು ಕರೆದೊಯ್ದರು.

"ದಯವಿಟ್ಟು ಆ ಮನುಷ್ಯನನ್ನು ಬಿಟ್ಬಿಡಿ. ಅವನೊಬ್ಬ ನಿರಪರಾಧಿ. ನಾವಂತು ಅವನನ್ನು ನೋಡ್ತಾ ಇರೋದು ಮೊದಲ ಸಲ" ಮಿತ್ರ ಅವನ ಬಗ್ಗೆ ಅಪಾರ ಸಹಾನುಭೂತಿ ವ್ಯಕ್ತಪಡಿಸಿದರು.

ಇನ್ಸ್‌ಪೆಕ್ಟರ್ ತಕ್ಷಣವೇ ಅವನನ್ನು ಬಿಟ್ಟುಬಿಡುವಂತೆ ಹೇಳಿದರು. ಬಿನ್ನಿ ಅವರಿಗೆ ಗೊತ್ತು. ಆದರೂ ಕಂಬಿಗಳ ನಡುವೆ ಹೋಗದಂತೆ ಮಿತ್ರ, ಸಮ್ಮತಿ ರಕ್ಷಿಸಲು ಕಾರಣ?

ಮಹೇಂದರ್ ಅವನತ್ತ ಅನುಮಾನದ ನೋಟ ಬೀರಿಯೇ ಎದ್ದು ಬಂದ. ಏನೋ ಮುಚ್ಚಿಡುತ್ತಿದ್ದಾರೆ — ಅವನಿಗೆ ಅನ್ನಿಸಿತು.

ಕಾರು ಹತ್ತುವ ಮುನ್ನ ರೋಡಿನ ಪಕ್ಕದಲ್ಲಿ ನಿಂತು ಬೀಡಿ ಸೇದುತ್ತಿದ್ದ ಬಿನ್ನಿಯನ್ನು ಒಮ್ಮೆ ನೋಡಿದ. ಮುಖದ ಒಂದು ಪಾರ್ಶ್ವದ ನೋಟ. ತಾನು ಎಂದಾದರೂ ನೋಡಿದ್ದೇನೆಯೇ?

ನೇರವಾಗಿ ಮನೆಗೆ ಬಂದ. ಎಷ್ಟೇ ಸಹಜವಾಗಿರಲು ಯತ್ನಿಸಿದರೂ ಒಂದು ರೀತಿಯ ಟೆನ್‌ಷನ್. ಅಂದಿನ ದುಷ್ಕೃತ್ಯದಲ್ಲಿ ಮಿತ್ರ, ಸಮ್ಮತಿ ಪಾಲು ಇರಬಹುದೆಂಬ ಅನುಮಾನ, ಒಂದು ರೀತಿಯ ಗೊಂದಲ.

ಮುಂದೆ ಪ್ರಾರಂಭಿಸಬಹುದಾದ ಯೂನಿಟ್‌ನ ಹೊಸ ಪ್ರಾಜೆಕ್ಟ್ ನೋಡುತ್ತಿದ್ದ ನಂದಿತಾ ತಲೆಯೆತ್ತಿದಳು.

"ಇನ್ಸ್‌ಪೆಕ್ಟರ್ ಮನೆಗೆ ಫೋನ್ ಮಾಡಿದ್ರು" ಹೇಳಿದಾಗ ಮಹೇಂದರ್ ಅನಾಸಕ್ತಿಯಿಂದ ಟೈನ ಗಂಟು ಸಡಲಿಸುತ್ತ "ಮತ್ತೆ ಅದೇ ಪ್ರಶ್ನೆಗಳು ಹೊಸ್ದೇನಿಲ್ಲ. ಇವೆಲ್ಲ ಮಾಮೂಲು. ಹೊಸ ಯೂನಿಟ್‌ನ ಪ್ರಾಜೆಕ್ಟ್‌ಗೆ ಸಹಿ ಮಾಡ್ಬಹುದಾ?" ಬಂದು ಅವಳ ಪಕ್ಕ ಕೂತು ಭುಜದ ಮೇಲೆ ತಲೆ ವಾಲಿಸಿದ. ಹಿತವೆನಿಸಿತು.

ಯಾವು ಯಾವುದರಲ್ಲಿ ತೊಡಗಿಸಿಕೊಂಡರೂ ನೆನಪುಗಳು ಅವಳನ್ನು ಬಾಧಿಸುತ್ತಿತ್ತು. ಆಗಾಗ ಸಾಗರದ ಯೋಚನೆ ಬರುತ್ತಿತ್ತು. ನೋಡಬೇಕೆಂಬ ಹಂಬಲ — ಆದರೂ ಮಹೇಂದರ್‌ನ ಒಂಟಿಯಾಗಿ ಬಿಟ್ಟುಹೋಗಲು, ಆ ವಿಷಯ ಪ್ರಸ್ತಾಪಿಸಲು ಹಿಂಜರಿಯುತ್ತಿದ್ದಳು.

ಹಾಗೆಯೇ ಜಾರಿ ಅವಳ ತೊಡೆಯ ಮೇಲೆ ತಲೆ ಇಟ್ಟ. "ಟೈಲ್ ಬೇಯಿಸುವ ಸೆಕ್ಷನ್‌ನ ಒಬ್ಬ ಕಾರ್ಮಿಕ ಹೇಳ್ತಾ ಇದ್ದ. ಸಾಹೇಬ್ರು, ಗರಿಗರಿಯಾದ ಕಾಸ್ಟ್ಲೀ ಬಟ್ಟೆಗಳ್ನ ತೊಡ್ಕೊಂಡ್ ವಿದೇಶೀ ಕಾರಿನಲ್ಲಿ ಬರ್ತಾರೆ. ಏರ್‌ಕಂಡೀಷನರ್ ರೂಮ್‌ನಲ್ಲಿ ಕೂತು ಕೆಲ್ಸ ಮಾಡ್ತಾರೆ. ಆರಾಮಾದ ಬಂಗ್ಲೆವಾಸ, ಫೋನ್ ಸೌಲಭ್ಯ. ಲಕ್ಷಲಕ್ಷಗಟ್ಲೇ

ಹಣ, ಸಮಾಜದಲ್ಲಿ ಪ್ರತಿಷ್ಠೆ - ಈ ಅರ್ಥದ ಮಾತುಗಳ, ಉದ್ಯಮಿಗಳ ಸುಖ ಜೀವನದ ಬಗ್ಗೆ ಅಸೂಯೆ. ಆದರೆ 'ಅಸೂಯೆ' ಎನ್ನುವ ಪದದ ಬಳಕೆ ಸರಿಯಲ್ಲವೆನಿಸುತ್ತೆ. ಉದ್ಯಮಿ ಎಷ್ಟು ಸುಖಿ? ಅವನಿಗೆಷ್ಟು ಆರಾಮ್? ನಡ್ದು ಹೋಗೋ ಕಾರ್ಮಿಕನ ನಿಶ್ಚಿಂತೆ ಕಾರಿನಲ್ಲಿ ಹೋಗೋ ಮಾಲೀಕನಿಗೆ ಇರುತ್ತಾ? ದಿನಕ್ಕೆ ಎಂಟು ಗಂಟೆಯ ಕೆಲಸ ಅವ್ನ ಪಾಲಿನದು. ಆದ್ರೆ... ಎಂ.ಡಿ.! ಅವ್ನ ಸಮಸ್ಯೆಗಳು ಎಷ್ಟು?" ಬೇರೆಡೆಗೆ ಅವಳ ಗಮನ ಸೆಳೆಯಲು ಅಷ್ಟೆಲ್ಲ ಮಾತಾಡಿದ. ಮೌನವಾಗಿ ಕೇಳಿದಳು ನಂದಿತಾ.

ಆಮೇಲೆ ಅರ್ಧ ಗಂಟೆಯ ಸುಮಾರಿಗೆ ಅಂದರೆ ಏಳು ಗಂಟೆಗೆ ಮ್ಯಾನೇಜರ್ ನಾಗಮಣಿ ಇನ್ವಿಟೇಷನ್ ಹಿಡಿದು ಬಂದರು.

"ನಾನು ಅನಾಥಾಶ್ರಮದಿಂದ ಒಂದು ಮಗು ತಂದ್ಕೊಂಡಿದ್ದೀನಿ. ಅದ್ನ ಸೆಲಬ್ರೇಟ್ ಮಾಡೋಕೆ ಒಂದು ಸಣ್ಣ ಗೆಟ್ ಟುಗೆದರ್. ಖಂಡಿತ ಇಬ್ರೂ ಬರ್ಬೇಕು ಸರ್" ಆಹ್ವಾನಿಸಿದರು.

ಸಮೀರ್ ಬಂದಿದ್ದರಿಂದ ಡ್ರಾಯಿಂಗ್ ರೂಮಿಗೆ ಹೋದ ಮಹೇಂದರ್ "ಆರಾಮಾಗಿ ಮಾತಾಡಿ...." ಮಡದಿಯ ಕಡೆ ಒಂದು ಮೋಹಕ ನೋಟವನ್ನೆಸೆದು ಹೋದ.

ಎದುರು ಸೋಫಾ ಮೇಲೆ ಕೂತಿದ್ದ ಆಕೆ ಎದ್ದು ಬಂದು ನಂದಿತಾ ಪಕ್ಕ ಕೂತರು. "ಯು ಆರ್ ವೆರಿ ಲಕ್ಕೀ. ನಮ್ತಂದೆಯವ್ರಿಗೆ ಸಾಕಷ್ಟು ಹೆಲ್ಪ್ ಮಾಡಿದ್ದಾರೇಂತ ತಿಳೀತು. ಸಾಗರದಲ್ಲಿ ಒಂದು ದೊಡ್ಡ ಮನೆ ಕಂಡುಕೊಟ್ಟಿದ್ದಾರಂತೆ. ನಿಮ್ಮಪ್ಪನ ಟ್ರೀಟ್‌ಮೆಂಟ್‌ಗೆ ಹಣ ಕೊಟ್ಟೋರು ಎಂ.ಡಿ. ಎಷ್ಟೋ ವಿಧದಲ್ಲಿ ಸಹಾಯ ಮಾಡಿದ್ದಾರೆ. ಪುಣ್ಯ ಮಾಡಿದ್ರು.... ಇಂಥ ಅಳಿಯ ಸಿಗೋಕೆ. ಈ ನ್ಯೂಸ್ ನಂಗೆ ಸಿಕ್ಕಿದ್ದು ಬೇರೆಯವ್ರ ಮೂಲಕವಾಗಿ" ಅವಳೆದುರು ಇನ್ನೊಂದು ಚಿತ್ರವಿಟ್ಟರು.

ಅಂದು ಮಹೇಂದರ್ ಕೊಡು ಅಂದ ಪ್ರೆಸೆಂಟೇಷನ್‌ಗಳನ್ನು ಕೊಟ್ಟಿದ್ದಳಷ್ಟೆ. ಇಂದಿನವರೆಗೂ ಆ ಬಗ್ಗೆ ಯೋಚಿಸಿರಲಿಲ್ಲ. ಅದರಿಂದಲೇ 'ನಂದಿತಾ ಡಿಫರೆಂಟ್' ಎನ್ನುತ್ತಿದ್ದದ್ದು ಎಲ್ಲರು.

ಮ್ಯಾನೇಜರ್ ನಾಗಮಣಿ ಹೊರಟ ಮೇಲೆ ಮಹೇಂದರ್ "ಒಂದಿಷ್ಟು ಫ್ಯಾಕ್ಟರಿಗೆ ಹೋಗ್ಬರ್ತೀನಿ" ಹೊರಟ. ಬಹುಶಃ ದಿನಕ್ಕೆ ಮಹೇಂದರ್ ಎಷ್ಟು ಗಂಟೆ ಸಿರಾಮಿಕ್ ಟೈಲ್ಸ್‌ಗಾಗಿ ಕೆಲ್ಸ ಮಾಡುತ್ತಾನೆಂದು ಲೆಕ್ಕ ಹಾಕುವುದು ಕಷ್ಟವೆನಿಸಿತು ಅವಳಿಗೆ.

ಡಿನ್ನರ್ ವೇಳೆಗೆ ಮನೆಗೆ ಬಂದಿದ್ದು ಮಹೇಂದರ್. ಸಮೀರ್ ಕೂಡ ಇದ್ದ. ಒಮ್ಮೊಮ್ಮೆ ಲೇಟಾದಾಗ, ಡಿಸ್ಕಷನ್ ಇದ್ದಾಗ ಹೊರ ಕೋಣೆಯಲ್ಲಿ ಉಳಿದುಕೊಳ್ಳುತ್ತಿದ್ದ.

ಡೈನಿಂಗ್ ಹಾಲ್‌ಗೆ ಹೋಗುವಷ್ಟರಲ್ಲಿ ಫೋನ್ ಬಂತು. ಇನ್ಸ್‌ಪೆಕ್ಟರ್ ಕರ್ಕಿ ಇದ್ದರು ಲೈನ್‌ನಲ್ಲಿ "ಬಿನ್ನಿ ಅನ್ನೋ ವ್ಯಕ್ತಿಯ ಕೊಲೆಯಾಗಿಹೋಯ್ತು. ಬಾಡಿಗೆ ರೌಡಿ

ಪಿಳ್ಳೆ ಉರುಫ್ ನಿಂಗ. ನಮ್ಗೇ ಬೇಕಾಗಿದ್ದೋನೆ. ಚಿರತೆಯಂತೋನು, ಸ್ಥಳದಲ್ಲೇ ಸಿಕ್ಕಿಬಿದ್ದ. ಇಫ್ ಯು ಇಂಟರೆಸ್ಟೆಡ್... ಬೆಳಿಗ್ಗೆ ಬನ್ನಿ" ಫೋನಿಟ್ಟರು.

ಘಟನೆಯ ಮೇಲೆ ಘಟನೆ. ಊಟ ಮಾಡಲಿಲ್ಲ ಮಹೇಂದರ್. ಸೂಪ್ ಕುಡಿದೆದ್ದ. ವಿಷಯ ನಂದಿತಾಗೆ ತಿಳಿಸಲಿಲ್ಲ.

ಬಹಳ ಡೀಪಾಗಿ ಯೋಚಿಸತೊಡಗಿದ. ನೆನಪು ಹಿಂದಕ್ಕೆ ಸರಿದು ಒಂದು ಕಡೆ ನಿಂತಿತು. ಬಿನ್ನಿಯ ಹೋಲಿಕೆಯ ಮುಖವನ್ನು ಕಂಡಂತೆ ನೆನಪಾಯಿತು. ನೆನಪು ಒಂದು ನಿರ್ದಿಷ್ಟ ಜಾಗದಲ್ಲಿ ನಿಂತಾಗ ಬೆಚ್ಚಿಬಿದ್ದ. ಜಿ.ಟಿ. ಆರ್ಯ ಅವರ ಸರ್ವೆಂಟ್ ಕಮ್ ಡ್ರೈವರ್. ಹೌದು, ಇದೇ ಬಿನ್ನಿಯೇ. ಆಗ ಸಪೂರಾಗಿದ್ದವನು ಈಗ ದಢೂತಿಯಾಗಿದ್ದ. ಮುಖದಲ್ಲಿ ಕ್ರೂರತೆ ತುಂಬಿಕೊಂಡಿತ್ತು.

ಪೊಲೀಸ್ ರೆಕಾರ್ಡ್‌ನಂತೆ ಅಂದು ತನ್ನ ದಣಿಯ ಕುಟುಂಬದೊಂದಿಗೆ ಉರಿದು ಕರಕಲಾಗಿದ್ದ. ಪ್ರಪಂಚಕ್ಕೆ ಸತ್ತು ಜಿ.ಟಿ. ಮಿತ್ರ, ಸಮ್ಮತಿಯವರಿಗಾಗಿ ಬದುಕಿದ್ದ.

ಒಂದು ದುರಂತ ಕತೆಗೆ ಮುನ್ನುಡಿ ಬರೆದಂತಾಯಿತು.

ಬೆಳಗಿನ ಪೇಪರ್ ಇನ್ನಷ್ಟು ಸುದ್ದಿ ಬಿತ್ತರಿಸಿತ್ತು. ಬಿನ್ನಿ ಕೊಲೆಯ ಸಂದರ್ಭದಲ್ಲಿ ಜಿ.ಟಿ. ಮಿತ್ರ ಮತ್ತು ಸಮ್ಮತಿಯವರನ್ನು ಬಂಧಿಸಲಾಗಿತ್ತು. ಅವನ ಕೊಲೆಗೆ ಬಾಡಿಗೆ ಕಿಲ್ಲರ್‌ನ ನೇಮಿಸಿದ್ದಕ್ಕೆ ದಾಖಲೆ ಸಿಕ್ಕಿತ್ತು.

ಹೋದ ಮಹೇಂದರ್‌ಗೆ ಇನ್ಸ್‌ಪೆಕ್ಟರ್ ಕರ್ಕಿ ಬಿನ್ನಿನ ಶವವನ್ನು ತೋರಿಸಿದರು. ಅಂದಿನ ಜಿ.ಟಿ. ಆರ್ಯ ಮನೆ ಡ್ರೈವರ್ ದಣಿಯೇ ಇಂದಿನ ಬಿನ್ನಿ. ಯಾವ ಅನುಮಾನವೂ ಉಳಿಯಲಿಲ್ಲ.

ಒಂದು ಅಧ್ಯಾಯಕ್ಕೆ ನಿಜವಾದ ಒಂದು ಅಂತಿಮ ತೆರೆ ಬಿದ್ದಿದ್ದು ಇಂದೇ.

* * * *

ಅಂದು ಒಂದು ಪ್ರತಿಷ್ಠಿತ ಪತ್ರಿಕೆ ಮಹೇಂದರ್ ಸಿರಾಮಿಕ್ ಟೈಲ್ಸ್ ಸಾಧನೆ - ಗಳಿಕೆಯ ಬಗ್ಗೆ ವಿವರವಾದ ಲೇಖನ ಬರೆದಿತ್ತು.

ಅದನ್ನು ನೋಡುತ್ತ ಕೂತಿದ್ದವನ ಪಕ್ಕದಲ್ಲಿ ನೆರಳು ಕಾಣಿಸಿದಾಗ ಕೈ ಚಾಚಿ ನಂದಿತಾನ ಎಳೆದುಕೊಂಡು "ಇಲ್ನೋಡು, ಸಾಧನೆಯ ಬಹುಪಾಲು ನಿಂದು" ಉಸುರಿದ.

"ನೀವು ನನ್ನ ಒಂದು ಪ್ರಶ್ನೆ ಕೇಳಿದ್ರಿ. ನಿಮ್ಮನ್ನ ಹಿಂದೆ ನೋಡ್ದ ನೆನಪಾದ್ರೆ... ಹೇಳಿ ಅಂದಿದ್ರಿ. ಈಗ ಹೇಳ್ಲಾ...?" ಅವಳ ಕಣ್ಣಲ್ಲಿನ ನೀರು ಕೆನ್ನೆಯ ಮೇಲೆ ಜಾರಿದಾಗ ತೊಡೆದ "ಏನಿದು, ಹಿಂದು ಅಳೋಂಥ ಹೆಣ್ಣಲ್ಲ. ಯಾವಾಗ ನೋಡಿದ್ದೆ?" ಎಂದ ಮೆಲುವಾಗಿ.

"ಮಹೀ..." ಅವನ ಕೊರಳನ್ನು ತಬ್ಬಿಕೊಂಡು ಬಿಕ್ಕಿದಳು. ಅಂದಿನ ಹಿಂದು ಅವನನ್ನು 'ಮಹೀ' ಎಂದೇ ಸಂಬೋಧಿಸುತ್ತಿದ್ದದ್ದು. ಬಿಗಿಯಾಗಿ ಅಪ್ಪಿಕೊಂಡ. ಕಣ್ಣೀರ ಧಾರೆ ಅವನೆದೆಯನ್ನು ತೋಯಿಸುತ್ತಿತ್ತು. ಅವನೆದೆಯ ಭಾವಕ್ಕೆ ಅವಳು ರಾಗವಾಗಿದ್ದಳು.